शिवपुत्र राजाराम

डॉ. प्रमिला जरग

मेहता पब्लिशिंग हाऊस

Please contact us at **Mehta Publishing House Pvt. Ltd.,** Pune 411030.
✆ +91 020-24476924 / 24460313 / Mob. No. 9545000513
Email : production@mehtapublishinghouse.com
Website : www.mehtapublishinghouse.com

- *या पुस्तकातील लेखकाची मते, घटना, वर्णने ही त्या लेखकाची असून त्याच्याशी प्रकाशक सहमत असतीलच असे नाही.*

SHIVPUTRA RAJARAM by Dr. PRAMILA JARAG

शिवपुत्र राजाराम : डॉ. प्रमिला जरग / कादंबरी

Email : author@mehtapublishinghouse.com

संस्थापक : सुनील अनिल मेहता

प्रकाशक : मेहता पब्लिशिंग हाऊस प्रा. लि.,
१९४१, सदाशिव पेठ, माडीवाले कॉलनी, पुणे ४११०३०.

मुद्रक : ट्रिनिटी अ‍ॅकॅडमी फॉर कॉर्पोरेट ट्रेनिंग लिमिटेड

मुखपृष्ठ : चंद्रमोहन कुलकर्णी

प्रकाशनकाल : फेब्रुवारी, २०२० / पुनर्मुद्रण : फेब्रुवारी, २०२४

किंमत : ₹ ६९५

P Book ISBN 9789353174187

E Book ISBN 9789353174194

E Books available on : amazonkindle Apple Books Google Play Books

छत्रपती राजाराम महाराज, त्यांचे सर्व साथीदार, मुत्सद्दी, लढवय्ये ज्यांनी साम्राज्यवादी मोगलांच्या आक्रमणामुळे संकटात सापडलेल्या शिवछत्रपतींनी उभारलेल्या स्वराज्याला, प्रचंड संघर्ष करून नवसंजीवनी दिली, त्यांच्या पवित्र स्मृतीस सादर अर्पण.

मनोगत

मी 'आदिपर्व' ही छत्रपती शिवाजीमहाराजांचे आजोबा मालोजीराजे भोसले यांच्या जीवनावर आधारित ऐतिहासिक कादंबरी लिहिली. तिच्या प्रकाशनाच्या वेळी मला असे आवाहन करण्यात आले होते की, ज्या कालखंडातील संदर्भसाहित्य अतिशय कमी प्रमाणात उपलब्ध आहे, अशा काळातील एका 'अलक्षित' व्यक्तिमत्त्वाबद्दल जर तुम्ही इतके विस्तृत लेखन करू शकता, तर करवीर गादीच्या थोर संस्थापिका महाराणी ताराबाई यांच्या जीवनावर लिहावे.

माझ्या हातात त्या वेळी अन्य कोणताही लेखनप्रकल्प नसल्याने मी त्या विषयाशी संबधित ग्रंथ वाचायला सुरुवात केली. तेव्हा असे लक्षात आले की, एकंदरीत मराठी ललित वाङ्मयात शिवछत्रपती आणि संभाजी महाराज यांच्यासंबंधी बरेच लिहिले गेले आहे. पेशवाईतील काही निवडक व्यक्तिमत्त्वांविषयी देखील उत्तम लेखन झालेले आहे. पण त्यामधल्या जवळजवळ तीन दशकांच्या, खासकरून स्वराज्याचे तिसरे छत्रपती राजाराम महाराज यांच्या कालखंडावर फारसे ललित लेखन झालेले आढळले नाही.

छत्रपती शिवरायांच्या निर्वाणानंतर औरंगजेबाच्या मृत्यूपर्यंतच्या सत्तावीस वर्षांच्या कालखंडाला 'दक्षिणेतील मराठ्यांचा स्वातंत्र्यसंग्रामाचा काळ' असे म्हटले जाते. त्यातील पहिली नऊ वर्षे छत्रपती संभाजी महाराजांचा काळ असून मधली अकरा वर्षे राजाराम महाराजांचा आणि अखेरचा सात वर्षांचा कालखंड हा महाराणी ताराबाई यांच्या कारकिर्दीचा आहे. त्यातला मधला, छत्रपती शिवाजी महाराजांचे द्वितीय चिरंजीव, स्वराज्याचे तिसरे छत्रपती राजाराम महाराजांचा जो कालखंड आहे त्यावर फारच थोडे ललित लेखन झालेले आहे, असे मला जाणवले.

त्या वेळेचे सेनापती संताजी घोरपडे आणि अमात्य हुकूमतपन्हा रामचंद्रपंत यांच्याविषयी काही चांगले अभ्यासपूर्ण लेखन उपलब्ध आहे. त्या काळातील काही

नामवंत सरदारांच्या कार्याबद्दल (उदा. धनाजी जाधव, हिंमतबहाद्दूर विठोजी चव्हाण) बरीच माहिती सापडते. परंतु प्रत्यक्ष राजाराम महाराज आणि त्यांच्या जिंजीतील अनेक कर्तबगार सहकाऱ्यांबाबत, त्या सर्वांच्या या अत्यंत संघर्षपूर्ण काळातील योगदानाबद्दल अभ्यासपूर्ण माहिती इतिहास संशोधकांच्या निवडक ग्रंथांमध्ये असली तरी त्याच्यावर फारसे ललित लेखन झालेले मला आढळले नाही.

त्याला कारणेही बरीच असावीत. राजाराम महाराजांच्या एकंदर अकरा वर्षांच्या कारकिर्दीतील तब्बल आठ वर्षे स्वराज्याची तत्कालीन राजधानी असलेल्या, सध्या तामिळनाडू या राज्यात असलेल्या, सध्या ज्याला 'जिंजी'चा किल्ला म्हणतात, पूर्वी ज्याला 'चंजी किंवा चंदी' असे म्हटले जात होते त्या ठिकाणी त्यांचे वास्तव्य होते. जिंजीचा पाडाव झाल्यावर ते मराठी मुलखात परत आले, तेव्हा जिंजी जी मोगलांच्या ताब्यात गेली ती पार इंग्रज इथून जाईपर्यंत परकीयांकडेच होती. ही दक्षिणेतल्या मराठी साम्राज्याची राजधानी इथून तब्बल आठशे किलोमीटर इतक्या अंतरावर आहे. तंजावर तेथून सव्वाशे किलोमीटरवर आहे. इतक्या दूरवर घडलेल्या घटनांचा अभ्यास करणे सोपे नाही.

अडचणी इथे संपत नाहीत. तिथल्या तत्कालीन राजकीय घटनांविषयी सविस्तर नोंदी मराठी साधनांमध्ये फारशा मिळत नाहीत. त्यासाठी मोगल दरबाराच्या तवारिखा, पाँडिचेरीच्या फ्रेंच वखारीतील अधिकाऱ्यांच्या डायऱ्यांतील नोंदी, त्यांनी त्यांच्या वरिष्ठांना पाठवलेली माहितीपत्रे यांचा आधार घ्यावा लागतो. मोगलांच्या साधनातील भाषा फारसी आहे, तर परदेशी लोकांनी त्यांच्या कागदपत्रात आपल्या भाषांचा वापर केलेला आहे. त्यामुळे त्यांचे भाषांतर झाल्यावरच त्यातील मजकुरावरून त्या काळातील घटनांचा अभ्यास करणे शक्य झाले. यासाठी अनेक इतिहास अभ्यासकांनी आणि संशोधकांनी अनेक वर्षे अथक परिश्रम घेतलेले आहेत. त्यातूनच हा माहितीचा खजिना उपलब्ध झालेला आहे. त्यासाठी त्यांचे ऋण व्यक्त करावे तेवढे थोडेच आहेत.

छत्रपती राजाराम महाराजांनी त्यांच्या वेळेच्या असाधारण परिस्थितीतील काळाची गरज ओळखून शिवाजी महाराजांचे वतने न देण्याचे धोरण बदलले. ते बदलणे योग्य होते की अयोग्य, त्याचे परिणाम काय झाले या विषयीची मतमतांतरे हा एक स्वतंत्र आणि मोठा विषय आहे. परंतु या धोरणामुळे अक्षरश: शेकडो वतनपत्रे आणि सनदा दिल्या गेल्या. नंतरच्या काळात त्यांचे नूतनीकरण करण्यासाठी किंवा वारसांच्या तंट्याच्या निमित्ताने त्यानंतरच्या राज्यकर्त्यांसमोर ती सादर केली गेली. त्यातून त्या काळातल्या त्यांच्या कामगिरीची इतर ऐतिहासिक घटनांशी संगती लावण्याचे अतिशय जिकिरीचे काम त्यानंतरच्या अनेक इतिहास अभ्यासकांनी मोठ्या कष्टाने आणि जिद्दीने केलेले आहे. याशिवाय तंजावर येथील 'सरस्वतीमहल'

या उत्कृष्टपणे जोपासलेल्या ग्रंथालयाचा मोठा उपयोग अभ्यासकांना झालेला आहे.

या सर्व संदर्भसाहित्यातून त्या वेळच्या छत्रपती राजाराम महाराजांच्या काळात, त्यांच्या नेतृत्वाखाली घडलेल्या संघर्षाचे समग्र चित्र उभे राहते. जिंजीच्या किल्ल्याच्या आधाराने त्यांनी जवळजवळ संपुष्टात आलेल्या हिंदवी स्वराज्याची पुनर्स्थापना करून मोगल साम्राज्याविरुद्ध रणशिंग फुंकले. हे स्वातंत्र्ययुद्ध पश्चिमेला कोकणपट्टीपासून ते पूर्वेच्या सागरकिनाऱ्यापासून अवघ्या पन्नास किलोमीटरपर्यंत तसेच उत्तरेला वऱ्हाड, खानदेशापासून ते दक्षिणेला जिंजी-तंजावरपर्यंत पसरलेल्या विशाल भूभागावर एकाच वेळी अनेक ठिकाणी मराठी वीर प्राणपणाने लढत होते. बलाढ्य मोगल साम्राज्याविरुद्ध देत असलेल्या लढ्याचे स्वरूप प्रचंड गुंतागुंतीचे आहे. 'किल्ले जिंजी' या आपल्या अत्यंत अभ्यासपूर्ण ग्रंथात महेश तेंडुलकर लिहितात की, 'जिंजीचा इतिहास रोमांचकारी आहे. त्यात पराक्रम आहे, मुत्सद्देगिरी आहे, धाडस आहे, समयसूचकता आहे आणि राजकारणही आहेच.' हे सारे वाचत असताना मराठ्यांच्या या रोमहर्षक इतिहासाबद्दल लिहायला हवे असे प्रकर्षाने वाटू लागले. त्यामुळे छत्रपती राजाराम महाराजांच्या अकरा वर्षांच्या कारकिर्दीवर आधारित कादंबरी लिहायची असे मी ठरवून टाकले.

राजाराम महाराज हे शिवछत्रपतींचे दुसरे चिरंजीव. त्यांना त्यांच्या वयाच्या अवघ्या दहाव्या वर्षी आधी पित्याचे आणि नंतर वर्षभरातच आईचे छत्र गमवावे लागले. शिवछत्रपतींच्या निधनाच्या वेळेच्या राजकीय अस्थिरतेच्या काळात त्यांना पुढे करून काही मंडळींनी कटकारस्थाने केली. आसपास घडणाऱ्या या घटनांचे विपरीत परिणाम या निरागस राजपुत्राला भोगावे लागले.

संभाजी महाराज जरी छत्रपती असले आणि सावत्र भाऊ असले तरी त्यांनी राजाराम महाराजांना वाईट वागवल्याचे आढळून येत नाही. त्याउलट आपले सर्वांत विश्वासू सहकारी व सेनापती हंबीरराव मोहिते यांच्या कन्येशी म्हणजेच ताराराणींशी राजराम महाराजांचा झालेला विवाह हा स्वत: त्यांनी घडवून आणला होता. म्हणजेच राजाराम महाराजांच्या संगोपनाची आणि शिक्षणाची व्यवस्था चांगली केलेली असावी असे मानता येते. पण त्यांना कोणत्याही लष्करी मोहिमेत संभाजी महाराजांनी सोबत घेतल्याचे मात्र आढळत नाही. संभाजी महाराजांचा दुर्दैवी मृत्यू झाला, तेव्हा ते एकोणीस वर्षांचे होते. त्या वेळी ध्यानीमनी नसताना अचानक छत्रपती पदाची जबाबदारी त्यांच्याकडे आली. इथून त्यांची कारकीर्द सुरू झाली.

हे सारे झाले त्या काळातील राजकीय घटनांबाबत. त्या कालखंडातील आणि माझ्या कादंबरीतील नायक राजाराम महाराज यांचा व्यक्ती आणि छत्रपती म्हणून अभ्यास करत असताना त्यात काही विसंगती आढळून आल्या, तसेच त्यांच्या काही धोरणांबद्दल अभ्यासकांमध्ये मतभेद दिसून आले. त्याचा थोडा ऊहापोह येथे करावा

असे वाटते.

व्यक्ती म्हणून विचार करताना त्यांच्याविषयींच्या दोन समजुतींबद्दल किंवा गैरसमजुतींबद्दल लिहिणे अत्यंत आवश्यक वाटते. त्यातील एक आहे त्यांच्या तथाकथित दुर्बल शरीरप्रकृतीविषयी आणि दुसरी आहे त्यांच्या व्यसनीपणाविषयी.

राजाराम महाराजांची शरीरप्रकृती दुबळी किंवा क्षीण होती, हा समज बहुतेक एका काव्यातील तशा प्रकारच्या उल्लेखामुळे झालेला असावा असे वाटते. थोरले माधवराव पेशवे यांच्या काळातील एका कवीने ते रचले आहे. त्यात ताराराणींच्या कर्तृत्वाचे वर्णन करताना म्हटले आहे,

'राजाराम विदेश दक्षण दिशे चंदावरी राहिला ।
रोगें क्षीण परंतु सुकृत बळे तारामती रक्षिला ।।'

ताराराणी कदाचित पतीपेक्षा अधिक सुदृढ असतीलही, शिवाय त्या दीर्घायुषीही होत्या. राजाराम महाराज वयाच्या अवघ्या एकतिसाव्या वर्षी आजाराने मृत्यू पावले, हेही खरे आहे. परंतु त्यावरून ते अशक्त किंवा क्षीण होते, असे कवीने म्हटलेले पूर्णपणे पटत नाही. त्याला अनेक कारणे आहेत. सर्वांत महत्त्वाचे म्हणजे सदर कवी त्यांना समकालीन नाही. अन्य कारणेही आहेत.

राजाराम महाराजांच्या एकंदरीत हालचालींचा अभ्यास केला तरी हे पटत नाही. ते रायगडाला वेढा असताना तिथून निसटून प्रतापगडावर गेले. तिथल्या त्यांच्या वास्तव्यात गडावर मोगल सरदार काकरखान याने हल्ला केला असता त्यांनी जातीने हत्तीवर बसून त्या सैन्याचे नेतृत्व केले. गनिमाला पळवून लावले. आता प्रतापगड सुरक्षित राहिलेला नाही, हे जाणून ते वासोट्याला गेले. तिथून त्यांनी सातारा, सज्जनगडमार्गे पन्हाळा गाठला. तिथेही मोगलांनी वेढा घातल्यावर तेथून आधी विशाळगडावर कुटुंबकबिला ठेवून ते आठशे किलोमीटर अंतरावर असलेल्या जिंजीला गेले. हा शेकडो मैलांचा प्रवास त्यांनी अवघ्या सात महिन्यांच्या काळात केला. तोही पालखीत बसून किंवा घोड्यावर बसून आरामात, आणि पूर्ण संरक्षणात नव्हे, तर प्रसंगी कधी पायी, कधी वेष बदलत, मिळेल त्या साधनाने, सतत शत्रूच्या सैनिकांना चुकवत अत्यंत तणावपूर्ण परिस्थितीत केला. त्यातल्या दोन वेळा तर त्यांना दुर्धर, अगदी जिवावरच्या समरप्रसंगांना सामोरे जावे लागले होते.

एवढ्या साऱ्या धावपळीनंतरही ते आजारी पडले होते, असा कोठेही उल्लेख नाही. उलट तेथे गेल्यावर अवघ्या चार महिन्यांत त्यांनी आपला व्यवस्थित जम बसवला. महाराष्ट्रात रामचंद्रपंतांकडे एक लक्ष होनांचा खजिना आणि चाळीस हजारांचे लढाऊ सैन्य पाठवले. दक्षिणेतील हिंदू राजांची एकजूट करून मोगलांविरुद्ध फळी उभी केली. हे सर्व एक शारीरिकदृष्ट्या सुदृढ आणि मानसिक संतुलन उत्तम असलेली व्यक्तीच करू शकेल यात शंका नाही. म्हणूनच राजाराम महाराज क्षीण

किंवा दुर्बळ होते हे पटत नाही.

याशिवाय, 'तारीखे मुहंमदी' या समकालीन फारसी ग्रंथाचा लेखक त्यांचा उल्लेख 'कार्रोफर नमुदा' म्हणजे फारसी भाषेतील अर्थ 'बेडर हल्ले करणारा' असे करतो हेदेखील लक्षात घ्यावे लागेल. त्यातून हा मुद्दा अधिक स्पष्ट होतो, असे मला वाटते.

दुसरा मुद्दा आहे त्यांच्या व्यसनीपणाबद्दलचा. या विषयात अधिक विवेचन न करता न्यायमूर्ती महादेव गोविंद रानडे यांच्या 'मराठी सत्तेचा उदय' या मुंबई विद्यापीठाने प्रकाशित केलेल्या ग्रंथातील जिंजी येथील मराठी राजवटीविषयीच्या निबंधामधील एक अवतरण येथे उद्‌धृत करते. ते म्हणतात,

'आपल्या थोर वडिलांच्या अनेक श्रेष्ठ गुणांचा वारसा राजाराम यांचेकडे आलेला आढळतो. त्यांचे धाडस, त्यांचे कौशल्य, त्यांचे व्यसनांपासून मुक्त असणे, त्यांचा त्यांच्या सहकाऱ्यांशी असलेला सहजभाव आणि स्वभावातील सौम्यता हे तर त्यांच्यात आहेतच, पण सर्वांत महत्त्वाचा गुण म्हणजे आपल्या देशबांधवांच्या मनात आत्मविश्वास आणि विजिगीषु वृत्ती निर्माण करण्याची क्षमता हा होय.'

याशिवाय, मल्हार रामराव या बखरकाराने राजाराम महाराजांचे वर्णन 'दुर्व्यसन आणि नीचांचा सहवास न करणे व दुर्व्यसनीयांचा तिरस्कार करणारा' असे केले आहे.

या दोन उल्लेखानंतर या विषयात अधिक काही लिहिण्याची आवश्यकता वाटत नाही.

राजाराम महाराजांच्या कार्यकाळात छत्रपती या नात्याने त्यांनी घेतलेल्या काही निर्णयांविषयी बरेच मतभेद आहेत. त्यातला सर्वांत वादग्रस्त धोरणात्मक निर्णय होता, शिवछत्रपतींनी बंद केलेली वतनदारी पुनरुज्जीवित करण्याचा. या धोरणामुळे मोगलांच्या पदरी असणारी अनेक फौजबंद सरदार मंडळी राजाराम महाराजांजवळ जमा झाली. त्यांना त्यांनी सरळ मोगलांच्या ताब्यातील भूभागावर आक्रमण करून तो भाग आपल्या राज्याला जोडल्यास त्याचे वसुलीचे हक्क देऊ, अशा सनदा दिल्या. पण ते सर्व केवळ वतनाची हाव असल्याने आलेले होते असे मानून, मोगलांकडून परत येणाऱ्या या मराठी सरदारांच्या निष्ठेबद्दल सतत संशय व्यक्त करून हे धोरण योग्य होते का, आवश्यक होते का, त्याचे विपरीत परिणाम झाले का, असे अनेक प्रश्न नंतर निर्माण करून त्याबद्दल मतभेद व्यक्त केले गेलेले आहेत. इथे या एकाच विषयाबद्दलची काही अभ्यासकांची मते उद्‌धृत करून हा विषय मांडत आहे.

रियासतकार सरदेसाई लिहितात, 'मोगल बादशाहा स्वतः मराठा सरदारांना

जमिनीची वतनदारी देऊन त्यांना आपल्याकडे आकर्षित करत होता. मराठी राज्यकर्त्यांनी तसेच केले नसते तर मोगलांशी युद्ध करण्यासाठी आवश्यक सैन्य उभारणे त्यांना शक्य झाले नसते.'

न्यायमूर्ती रानडे तर या धोरणाची तुलना ब्रिटिश सरकारने 'ईस्ट इंडिया कंपनी'ला दुसऱ्यांच्या भूभागात घुसून त्यांच्याच उत्पन्नावर आपल्या सेनेचा निर्वाह करावा अशी जी सनद दिलेली होती, त्याच्याशी केलेली आहे. फक्त त्यांची पद्धत अधिक सुसूत्र आणि शिस्तबद्ध होती, आणि त्यामुळेच ते आपल्या साम्राज्याचा एवढा विस्तार करू शकले, असे प्रतिपादन करून त्यांनी राजाराम महाराजांचे ते धोरण तत्कालीन परिस्थितीत कसे योग्य होते, हेच विशद केले आहे.

असा हा मराठी साम्राज्याच्या तिसऱ्या छत्रपतीच्या कारकिर्दीचा अत्यंत रोमहर्षक, अभिमानास्पद परंतु काही कारणांनी 'अलक्षित' राहिलेला इतिहास आहे. यासंबंधी वाचत असताना जाणवलेले काही मुद्दे या निमित्ताने मांडण्याचा येथे प्रयत्न केलेला आहे. हाच इतिहास मी कादंबरीस्वरूपात बद्ध केलेला आहे. तो सुजाण मराठी वाचकांना भावेल अशी अपेक्षा आहे.

डॉ. प्रमिला द्वारकानाथ जरग

ऋणनिर्देश

डॉ. जयसिंगराव पवार
डॉ. रमेश जाधव
श्री. महेश तेंडुलकर
सौ. मंजुश्री गोखले
सौ. माधुरी पवार
सौ. साधना फडतरे
सौ. सुवर्णा माने
श्री. संतोष खटावकर आणि
श्री. द्वारकानाथ जरग

शिवपुत्र राजाराम

प्रमुख व्यक्तिरेखा (नातेवाईक)

छत्रपती शिवाजी महाराज	: वडील
महाराणी सोयराबाई	: आई
महाराणी सकवारबाई	: सावत्र आई
छत्रपती संभाजी महाराज	: वडील बंधू
महाराणी येसूबाई	: वहिनी (संभाजी महाराजांची पत्नी)
युवराज शिवाजी तथा शाहूराजे	: पुतण्या (छत्रपती संभाजी महाराजांचे पुत्र)
भवानीबाई	: छत्रपती संभाजी महाराजांची कन्या, शंकराजी राजे महाडिक यांची पत्नी.
महाराणी जानकीबाई	: प्रथम पत्नी (स्वराज्याचे पहिले सेनापती आनंदराव गुजर यांची कन्या)
महाराणी ताराबाई	: दुसरी पत्नी (स्वराज्याचे दुसरे सेनापती हंबीरराव मोहिते यांची कन्या)
महाराणी राजसबाई	: तिसरी पत्नी (कागलच्या घाटगे घराण्यातील कन्या)
महाराणी अंबिका तथा अहिल्याबाई	: चौथी पत्नी (खानविलकर घराण्यातील कन्या)
सगुणाबाई	: उपपत्नी – राजपुत्र कर्ण याची आई
हरजीराजे महाडिक	: बहीण अंबिकाबाई यांचे पती. दक्षिणेतील मराठी राज्याचे सुभेदार
शंकराजीराजे महाडिक	: हरजीराजेंचे पुत्र. संभाजी महाराजांची भवानीबाई हिचे पती. जिंजीचे सेनापती

गणोजीराजे शिर्के	: बहीण राजकुंवरबाई यांचे पती
राजा कर्ण	: पहिला पुत्र (माता – सगुणाबाई)
युवराज शिवाजीराजे	: पुत्र (माता – महाराणी ताराबाई)
राजपुत्र संभाजीराजे	: पुत्र (माता – महाराणी राजसबाई)
हंबीरराव मोहिते	: मामा आणि सासरे. शिवछत्रपतींचे सेनापती
शहाजीराजे भोसले	: चुलतभाऊ – तंजावरचे अधिपती (एकोजीराजेंचे पुत्र)

अन्य राज्यकर्ते साथीदार

राणी चेन्नम्मा	: बिदनूरची राणी. राजाराम महाराजांना आणि ताराराणींना औरंगजेबाचे शत्रुत्व घेऊन मदत केली.
पिड नायक	: वाकिणखेड्याचा अधिपती
ब्रह्मप्पा नायक	: चित्रदुर्गचा नायक. दोड्डेरीच्या लढाईत संताजींना मदत केली.
याचप्पा नायक	: सातगडचा नायक - आधी मदत करून नंतर बंड केले.

अष्टप्रधान मंडळ व अन्य महत्त्वाचे अधिकारी

रामचंद्र नीळकंठ	: अमात्य (अतिरिक्त हुद्दा - हुकूमतपन्हा)
महादजी नाईक पानसंबळ	: पहिले सेनापती
संताजी घोरपडे	: सेनापती. मामलकत-मदार, जप्तन मुलुख हे खिताब. महान योद्धा.
धनाजी जाधव	: सेनापती. जयसिंहराव हा खिताब. महान योद्धा. सिंदखेडकर जाधवांचा वंशज.
शंकराजी नारायण	: सचिव (अतिरिक्त हुद्दा- राजाज्ञा, मदारुलमहाम)
निळोपंत मोरेश्वर पिंगळे	: पेशवा
शंकराजी मल्हार नरगुंदकर	: सचिव (जिंजी)
जनार्दनपंत हणमंते	: अमात्य (जिंजी)
श्रीकराचार्य कालगावकर	: पंडितराव

शामजीराव पिंडे	: मंत्री
महादजी गदाधर	: सुमंत
निराजी रावजी	: न्यायाधीश
प्रल्हाद निराजी	: प्रतिनिधी
केशवपंत पिंगळे	: जिंजीचे कारभारी
खंडो बल्लाळ	: चिटणीस
अंताजी मंगाजी वाकेनवीस	: खंडो बल्लाळांचे सहकारी
नारो प्रल्हाद	: प्रल्हाद निराजी यांचा पुत्र. त्यांच्यानंतर काही काळ प्रतिनिधिपदावर होता.
तिमाजी रघुनाथ	: रघुनाथराव हणमंते यांचा पुत्र.
आबाजी सोनदेव	: रामचंद्रपंत अमात्य यांचे चुलते. उत्तम लढवय्ये. रायगड जिंकण्याचा प्रयत्न केला.
परसोजी भोसले	: सेनासाहेबसुभा. गोंडवन, वऱ्हाड चौथाई, देशमुखी.
सिधोजीराव नाईक निंबाळकर	: सरलष्कर. गोदावरीच्या तीरावरील भागाचा अंमल.
खंडेराव दाभाडे – सेनाधुरंधर	: गुजरात व बागलाण भागाचा अंमल.
बहिर्जी घोरपडे	: संताजी घोरपडेंचा भाऊ. हिंदुराव ही पदवी.
मालोजी घोरपडे	: संताजी घोरपडेंचा भाऊ. अमीर अल् उमराव ही पदवी.
राणोजी घोरपडे	: संताजी घोरपडेंचा पुत्र. उत्तम सेनानी.
विठोजी चव्हाण	: हिंमतबहादूर ही पदवी.
संताजी जाधव	: धनाजी जाधवांचा पुत्र. चंदनवंदनच्या लढाईत मृत्यू.
परशुराम त्रिंबक	: सुभालष्कर, समशेरजंग नंतर प्रतिनिधी.
मानाजी मोरे	: पराक्रमी लढवय्या. छत्रपती राजाराम महाराजांसोबत जिंजी प्रवासात होते.
रूपाजी भोसले	: उत्तम सेनानी. छत्रपती राजाराम महाराजांसोबत जिंजी प्रवासात होते.
संताजी जगताप	: उत्तम सेनानी. छत्रपती राजाराम महाराजांसोबत जिंजी प्रवासात होते.
बाजी कदम	: उत्तम सेनानी. छत्रपती राजाराम महाराजांसोबत जिंजी प्रवासात होते.

खंडोजी कदम	: उत्तम सेनानी. छत्रपती राजाराम महाराजांसोबत जिंजी प्रवासात होते.
केशव पंडित	: छत्रपती राजाराम महाराजांसोबत जिंजी प्रवासात होते.
नीळकंठ कृष्णा पारसनीस	: मुत्सद्दी, छत्रपती राजाराम महाराजांसोबत जिंजी प्रवासात होते.
बहिरोपंत पिंगळे	: निळो मोरेश्वर यांचे बंधू. छत्रपती राजाराम महाराजांसोबत जिंजी प्रवासात होते.
कृष्णाजी अनंत	: छत्रपती राजाराम महाराजांसोबत जिंजी प्रवासात होते.
उद्धव जोगदेव	: छत्रपती राजाराम महाराजांसोबत जिंजी प्रवासात होते.
विसाजी शंकर प्रभू	: खंडो बल्लाळांचे मामा. महाराणींच्या जिंजी समुद्रप्रवासाचे संयोजक.
लिंगो शंकर प्रभू	: विसाजींचे बंधू. महाराणींच्या जिंजी प्रवासाचे संयोजक.
गणोजी झेंडे	: महाराणींच्या जिंजी समुद्रप्रवासातील संरक्षक पथकाचे प्रमुख.
दामाजी अनंत	: महाराणींच्या जिंजी समुद्रप्रवासात होते.
वेदमूर्ती रामभट पटवर्धन	: महाराणींच्या जिंजी समुद्रप्रवासात देवकार्यासाठी सोबत होते.
मकाजी देवकाते	: पंचहजारी सरदार
विठ्ठल नीळकंठ	: मुत्सद्दी. संताजींची समजूत काढण्याची कामगिरी केली.
सर्जेराव ऊर्फ बाजी जेधे	: कान्होजी जेधे कारीकर देशमुख यांचा पुत्र.
सुभानजी कांदटकर	: साताऱ्याच्या वेढ्याच्या वेळी आंबवला घाट राखला.
बाळाजी विश्वनाथ भट	: पुणे प्रांताचा सरसुभेदार
खंडोबा यादव	: मिरज प्रांताचा सुभेदार
सुंदर बाळाजी	: कडोलोर, कुनिमेडूचा सुभेदार
तिमाजी केशव पिंगळे	: जिंजीचा सुभेदार
केशव रामण्णा	: कर्नाटकचे सुभेदार
महादजी शंकर	: कोप्पळचा सरसुभेदार

नमाजी गायकवाड	: कोप्पळचा हवालदार
निळो बल्लाळ	: राजा कर्ण यांचा कारभारी
गिरजोजी बिन मुधाजी यादव	: राणीवशाचा सरहवालदार
कान्होजी आंग्रे	: आरमारप्रमुख
येसाजी मल्हार	: कर्नाटकस्वारीचा उपसेनापती
गोविंद पंडित पंचहजारी	: सरदार
नागोजी माने	: सरदार – म्हसवड
सुभानजी माने	: नागोजी माने यांचा पुत्र
नेमाजी शिंदे	: सरदार. अप्रतिम सेनानी
अमृतराव नाईक निंबाळकर	: फलटणकर - अप्रतिम सेनानी
मुधोजी नाईक निंबाळकर	: फलटणकर
हणमंतराव निंबाळकर	: अमृतराव निंबाळकरांचे बंधू. उत्तम सेनापती व लढवय्या
तिमाजी घाटगे	: सरदार. राजापूरच्या घाटगे घराण्याचे वंशज
चांदजीराव पाटणकर	: पाटणखोऱ्याचे जहागीरदार
नागोजीराव पाटणकर	: चांदजीराव पाटणकरांचे बंधू. पाटणखोऱ्यातले सरदार
हणमंतराव घोरपडे	: मुधोळच्या घोरपडे घराण्याचा वंशज. वजारतमाब ही पदवी
बुवाजी पवार	: विश्वासराव ही पदवी
केरोजी पवार – बुवाजी पवारांचे बंधू	: सेनबारा सहस्त्री ही पदवी
नवाजी नाईकवाडे	: सिंहगड घेतला.
विठोजी करके	: नवाजी नाईकवडेसह सिंहगड घेतला.
पिराजी गोळे	: राजाराम महाराजांच्या प्रतापगडाच्या लढाईत होते.
यमाजी येरुणकर	: राजाराम महाराजांच्या प्रतापगडाच्या लढाईत होते.
जिवाजी पराते	: राजाराम महाराजांच्या प्रतापगडाच्या लढाईत होते.
हणमंतराव थोरात	: चंदनवंदन किल्ल्यावरील हल्ल्यातील शूर सरदार
खंडोजी थोरात	: चंदनवंदन किल्ल्यावरील हल्ल्यातील शूर सरदार

रेखोजी जाधव	: वेलोरमधील लढवय्या
रावलोजी इंगवले	: वेलोरमधील लढवय्या
गंगाजी बाबर	: धनाजी जाधव यांच्या सैन्यातील लढवय्या, तिरुवाडीच्या लढाईत मृत्यू
बख्त बुलंद	: देवगडचा जमीनदार. गोंडवनातली आघाडी उघडली.
कृष्णा सावंत	: नर्मदापार जाणारा पहिला मराठा वीर
चांगोजी काटकर	: किल्लेदार – रायगड
त्र्यंबक भास्कर	: किल्लेदार पन्हाळा
रायाजी नलगे	: किल्लेदार – जिंजी तथा चंदी
बाजीराव काकडे	: किल्लेदार – वेलोर
सकपाळ नाईक	: किल्लेदार – सिंधुदुर्ग
सुभानजी भांडवलकर	: किल्लेदार – सातारा
येसाजी कंक	: छत्रपती शिवाजीराजांचे मित्र. अत्यंत शूर सेनानी
येसाजी बिन बजाजी दाभाडे	: राजाराम महाराजांचे वैयक्तिक सेवक
वाल्हाई दाभाडे	: येसाजी दाभाडेंची पत्नी. राणीवशाची सेवक
विश्वनाथ भट – हडप	: प्रतापगड भवानी मंदिराचे पुजारी
बाळभट जोशी	: प्रतापगडावरचे राजज्योतिषी

मोगल

औरंगजेब	: मोगल पातशाहा
शाहजादा शहाआलम ऊर्फ मुअज्जम	: औरंगजेबाचा मोठा मुलगा, त्याच्यानंतर दिल्लीच्या गादीवर आला.
शाहजादा आज्जम	: औरंगजेबाचा दुसरा मुलगा
शाहजादा कामबक्ष	: औरंगजेबाचा धाकटा मुलगा
शाहजादी झीनत	: औरंगजेबाची धाकटी मुलगी
शाहजादा मुईऊद्दीन	: औरंगजेबाचा नातू. शाहजादा शहाआलमचा मुलगा
शाहजादा बेदारबख्त	: औरंगजेबाचा नातू. शाहजादा आज्जमचा मुलगा
आसदखान	: औरंगजेबाच्या मावशीचा मुलगा, मुख्य वजीर. जुम्दतुल्मुल्क ही पदवी

इतिकदखान ऊर्फ झुल्फिकारखान	: मोगल सेनापती, आसदखानाचा मुलगा. जिंजीच्या वेढ्याचा प्रमुख
बहादूरखान	: औरंगजेबाचा दूधभाऊ. दक्षिणेचा सुभेदार. हिंमतखानाचा बाप
हिंमतखान बहादूर	: अत्यंत शूर सरदार. बहादूरखानाचा मुलगा. संताजींकडून बसवापट्टणला मृत्यू
रुहुल्लाखान	: औरंगजेबाच्या मावसबहिणीचा नवरा. सैन्याचा मीर बक्षी. काही काळ हैदराबादचा सुभेदार
खानाजादखान	: रुहुल्लाखानाचा मुलगा. खानसामान आणि बक्षी. दोड्डेरीच्या लढाईत संताजींकडून पराभूत
गाजिऊद्दीन फिरोजजंग	: वऱ्हाडचा सुभेदार. संताजींचे कापलेले शीर याच्याकडून पडले होते.
चिनकुलीचखान	: गाजिऊद्दीन फिरोजजंगाचा मुलगा. हैदराबादच्या निजामशाहीचा संस्थापक
तर्बियतखान	: दारूगोळ्याचा मुख्य अधिकारी. औरंगजेबाची मलिका दिलरसबानूच्या मावसभावाचा मुलगा
बहरामंदखान	: औरंगजेबाचा मुख्य बक्षी. वजार असदखानाचा भाचा व जावई
मतलबखान	: मुख्य बक्षी बहरामंदखानाचा सहाय्यक. दिलरसबानूच्या मावसबहिणीचा मुलगा
हमीदुद्दीनखान	: पराक्रमी. 'अहकामे आलमगिरी' या औरंगजेबाच्या आठवणींचे पुस्तक लिहिले.
शेख निजाम	: संभाजी महाराजांना कैद करणारा मूळचा कुतुबशाही सरदार. खान जमान फतेहजंग ही पदवी
अलिमर्दानखान	: गोवळकोंड्याचा सरदार, संताजींनी कैद केले होते.
इस्माइलखान मखा	: आधी मराठ्यांकडे आला, नंतर परत मोगलांकडे गेला.
कासिमखान किरमानी	: कर्नाटकचा मोगल सुभेदार – दोड्डेरीच्या लढाईत मारला गेला.
जाननिसारखान	: बिदनूरच्या लढाईचा प्रमुख. संताजींकडून पराभूत.

तहव्वूरखान	: बिदनूरच्या लढाईत संताजींकडून पराभूत.
मामूरखान	: बीडचा फौजदार. काही काळ विजापूरचा सुभेदार
दाऊदखान पन्नी	: झुल्फिकारखानाचा लढवय्या सरदार. जिंजीच्या पाडावानंतर कर्नाटकचा नायब फौजदार
किशोरीसिंह हाडा	: कोट्याचा राजा. झुल्फिकारखानासोबत जिंजीच्या वेढ्यात
रामसिंग हाडा	: किशोरीसिंहाचा मुलगा. झुल्फिकारखानाचा सहकारी. वेढ्यातून सुटकेसाठी मराठ्यांना मदत
राव दलपत बुंदेला	: दतियाचा राजा शुभकर्ण बुंदेलाचा मुलगा. झुल्फिकारखानाचा सहकारी
गजनफरखान	: जिंजीच्या पाडावानंतर मोगल किल्लेदार

भाग १

१

रायगडावर तिसऱ्या प्रहराचे टोल घुमले. सूर्य मावळतीकडे झुकू लागला. संध्याकाळचे गार वारे भणभणू लागले. माघाची अमावस्या जवळ आली होती, तरी बोचरी थंडी अंगावर शिरशिरी आणत होती. रायगडावरची कारभारी मंडळी अंगावरच्या शाली सावरत राजसदरेकडे निघाली होती. प्रत्येक जण आपल्याच विचारात चूर होऊन अबोलपणे निघाला होता.

अवघ्या आठ दिवसांपूर्वी ती भयानक खबर तिथे येऊन थडकली होती, छत्रपती संभाजी महाराज पकडले गेल्याची. त्या धक्क्याने सारे हादरून गेले होते. हे अकस्मात असे कसे घडले! आपले एवढे शूर छत्रपती, ज्यांनी प्रत्यक्ष औरंगजेबाला तब्बल नऊ वर्षे झुंजवले, तेच कैद झाले. हे समजल्यापासून कोणाला काही सुचत नव्हते. रायगडावरची रामचंद्रपंत, प्रल्हाद निराजी, येसाजी कंक यांच्यासारखी जाणती मंडळीसुद्धा सुन्न होऊन गेली होती.

अशा घोर प्रसंगातून सर्वांत आधी सावरल्या होत्या, त्या स्वत: महाराणी येसूबाई. त्यांनी खबर घेऊन आलेल्या संताजी, धनाजींना फौजेसह महाराजांना सोडवण्यासाठी धाडून दिले होते, पण तोपर्यंत फार उशीर झालेला होता. औरंगजेबाने तातडीने पंचवीस हजारावर फौज पाठवून संभाजी महाराजांना मोगल छावणीत हलवले होते. त्यातून त्यांना सोडवणे अशक्य झाले होते. हे समजल्यावर मात्र सगळे अगदी हतबल होऊन गेले होते. त्यातच एक-एक भयानक खबरी येऊ लागल्या होत्या. महाराजांची काढलेली धिंड, त्यांच्यावर होत असलेले अत्याचार गडावर कळत होते. आधीच दु:खाने होरपळणाऱ्या काळजांवर आणखी घाव बसत होते.

औरंगजेब एवढ्यावर थांबला नव्हता. आता मराठ्यांच्या छत्रपतीला पकडले

आहे, त्यामुळे मराठे घाबरून जातील, हतबल होतील. तेव्हा हीच वेळ साधून निर्णायक घाव घालायचा. त्यांना संपवून टाकायचे. रायगड जिंकून घ्यायचा. राजा आणि राजधानी दोन्ही आपल्या ताब्यात आले की मराठेशाही समूळ नष्ट होईल. असा विचार करून त्याने इतिकदखान या सरदाराला रायगडावर चालून जायची कामगिरी दिली. हा इतिकदखान कोणी साधा सरदार नव्हता. तो औरंगजेबाच्या मावशीचा नवरा आणि वजीर असलेल्या आसदखानाचा मुलगा होता.

मराठ्यांच्या छत्रपतीला पकडले आहे, अशा वेळी त्यांची राजधानी जिंकणे अगदी सहज शक्य होईल, अशी अटकळ मनाशी बांधून इतिकदखान जोषात रायगडाकडे निघाला. हे समजल्यावर तर रायगडाची परिस्थिती अधिक गंभीर बनली. याच परिस्थितीचा विचार करण्यासाठी येसूबाईंनी गडावरच्या सर्व कर्त्या माणसांना बोलावून घेतले होते. सर्व जण आधी सदरेवर जमले, तेथून येसूबाईंच्या महालात गेले.

येसूबाईंनी सभोवार नजर फिरवली. कारभारी मंडळी, किल्लेदार चांगोजी काटकर, असे बहुतेक सगळे जण आले होते. काही क्षणात छत्रपतींचे बंधू राजाराम महाराज त्यांच्या तीनही पत्नी, जानकीबाई, ताराबाई आणि राजसबाई यांच्यासह महालात आले. येसूबाईंनी जानकीबाईंना जवळ बोलावले. बाळराजे, छोटे शिवाजीराजे यांना त्यांच्या बरोबर बाहेर पाठवून दिले. सर्वांकडे पुन्हा एकवार पाहून त्यांनी बोलायला सुरुवात केली.

‘‘स्वारींना अटक होऊन आज आठ दिवस झाले. महाराज तिथे कैदेत आहेत. सेनापती म्हाळोजीबाबांचा काळ झालेला आहे. अशा परिस्थितीत मोगल सैन्य गडावर चालून येत आहे, अशी खबर आलेली आहे. आपल्याला सावरण्याची जराही संधी न देता गनिमाने ही चाल केलेली आहे. अशा वक्ताला स्वत:ला सावरण्यापेक्षा थोरल्या छत्रपतींनी उभारलेले हे राज्य राखणे आम्हास अधिक जरुरीचे वाटते आहे. यासाठीच आम्ही तुम्हा सर्वांना इथं बोलावलं आहे.’’

येसूबाईंच्या या धीरोदात्त बोलांवर काही क्षण कोणी काही बोलू शकले नाही. त्यांनी सांगितलेली परिस्थिती खरंच अतिशय भयंकर म्हणावी अशीच होती. अशा वेळी समजुतीने काही बोलण्याच्या अवस्थेत कोणीही नव्हते. इतका मोठा दु:खाचा डोंगर कोसळलेला असतानाही आपली महाराणी एवढ्या संयमाने बोलत आहे, हे पाहून प्रत्येक जण स्वत:च्या मनातले कढ आवरण्याचा प्रयत्न करत होता. अखेरीस रामचंद्रपंत उपरण्याने तोंड पुसत म्हणाले,

‘‘आपल्या सरदारांनी छत्रपतींना सोडवून आणण्याचे प्रयत्न अद्याप जारी ठेवलेले आहेत. पण कानावर येणाऱ्या वार्तांनी मन गोंधळून गेले आहे. त्यातच गडावरच्या हमल्याचे संकट दारी येऊ घातलंय. काय म्हणावे हे आम्हास सुचत नाही. आता

महाराणींनीच सांगावे, तसे करू.''

त्यांना काय सुचवायचे होते ते उघडच होते. संभाजी महाराजांना औरंगजेबाच्या कैदेतून सोडवून आणणे जवळजवळ अशक्य आहे, हे सर्वांच्या ध्यानी आलेले होते. औरंगजेबाने आधी जिंकलेले आदिलशाहा आणि कुतुबशाहा यांना गेली कित्येक वर्षे छावणीत कैद करून ठेवलेले होते. पण काही झाले तरी ते यवन राजे होते. मोगलांचे संबंधी होते. औरंगजेब संभाजी महाराजांना तसेच वागवील असे सांगता येत नव्हते. त्याच्यासारखा धर्मवेडा मनुष्य त्यांना जिते ठेवील की नाही, हीच शंका तिथे असलेल्या प्रत्येकाच्या मनात डोकावत होती. फक्त त्याबद्दल स्पष्ट बोलणे अवघड होते. तेव्हा येसूबाईच म्हणाल्या,

''पंत, येसाजीकाका असं गोंधळून जाऊन कसं चालेल? काहीतरी निर्णय घ्यावाच लागेल. आम्ही तरी या स्थितीत स्वारींच्या नावे कारभार किती दिवस पाहणार? पूर्वी स्वारी मोहिमेवर असताना कामकाज पाहणे वेगळे. ही वेळ वेगळी आहे. स्वारींबद्दल काही सांगता येत नाही, तेव्हा पुढचं आत्ताच ठरवायला पाहिजे असं आम्हाला वाटतं. काय काका?''

त्यांनी येसाजींकडे पाहत विचारले.

''व्हय, बोलाया अवगड वाटतंय, पर छत्रपतींची गादी रिती ऱ्हाऊन कसं चालनार? त्याचंबी कायतर कराया हवं.''

येसाजी कंक अडखळत म्हणाले. त्यावर आतापर्यंत गप्प असलेले प्रल्हाद निराजी म्हणाले,

''खरं आहे आपलं. छत्रपतींची गादी अशी रिक्त राहणे उचित नाही. महाराणींनी नकार दिल्यावर आपल्या सरदारांना, किल्लेदारांना हुकूम कोण देणार?''

त्यावर रामचंद्रपंतांसह सर्वांनी संमतिदर्शक मान हलवली. महाराणी येसूबाईंनी राजाराम महाराजांकडे पाहिले. नुकतेच विशीत पदार्पण केलेले, देखणे, राजबिंडे राजाराम महाराज सारे लक्षपूर्वक ऐकत होते. प्रत्यक्ष राजकारणाचा त्यांना फारसा अनुभव नव्हता. तरीदेखील सध्याच्या परिस्थितीचे गांभीर्य समजण्याइतके ते निश्चितच जाणते होते. सर्व बुजुर्ग लोकांचे लक्ष त्यांच्याकडे लागले होते हे लक्षात येताच ते बोलू लागले,

''कुणावर येऊ नये असा प्रसंग दादा महाराजांवर आणि दौलतीवर आलेला आहे. आमच्या आबासाहेबांची ही दौलत दादा महाराजांनी जिवापाड सांभाळली. आता त्यांचे चिरंजीव, बाळराजे यांना गादीवर बसवून आमच्या वहिनीसाहेबांनी कारभार चालवावा, असं आम्हाला वाटतं. त्यांना कारभाराचा अनुभव आहे, त्याची जाण आहे. त्या आम्हापेक्षा वडील आहेत. त्यांच्या इच्छेनुसार सर्वांनी वागावं, आम्हीदेखील वागू.''

राजाराम महाराजांनी मनमोकळेपणे आपले विचार मांडले.

महाराणी येसूबाई गंभीरपणे विचार करत होत्या. संभाजी महाराज असताना त्यांच्यामागे कारभार पाहणे वेगळे आणि बाळराजांना गादीवर बसवून राज्य चालवणे वेगळे. या वेळी समोरच्या कठीण परिस्थितीला तोंड देऊन दौलत राखण्यासाठी तरुण नेतृत्वाची गरज आहे. अशा वेळी राजाराम महाराजांवर अन्याय झाल्याची भावना कोणाच्या मनात आली, त्यातून थोडी जरी बेदिली झाली तर शत्रूचे, खासकरून घरभेद्यांचे फावले असते. अशा प्रसंगी सर्वांनी एकदिलाने राहणे अतिशय गरजेचे होते. ही वेळ आपला नव्हे, तर मराठी दौलतीचा विचार करण्याची होती. ती शाबूत राहिली तरच पुढचे राजकारण साधणार होते. अखेर त्याच विचारपूर्वक म्हणाल्या,

"काळ मोठा कठीण आला आहे. औरंगजेबासारखा बलदंड शत्रू दारात येऊन ठेपलाय. त्याच्याशी टक्कर द्यायची आहे. अशा वखताला सारासार विचार करून पुढचं सारं ठरवायला हवं. म्हणून आम्हास वाटतं की, आमच्या अवघ्या सात वर्षांच्या चिरंजीवांपेक्षा राजारामांनी गादीवर बसणे उचित होईल. ते तरुण आहेत आणि मुख्य म्हणजे थोरल्या महाराजसाहेबांचे चिरंजीव आहेत. हे सर्वांत महत्त्वाचे आहे. ते तख्तावर बसले तर रयतेला मोठा दिलासा मिळेल, तरी या घडीला त्यांनी ही जिम्मेदारी स्वीकारावी हे उत्तम."

येसूबाईंची सूचना अगदी अनपेक्षित होती. तिला कसा प्रतिसाद द्यावा हेच कुणाला कळेना. राजाराम महाराज तर स्तंभित होऊन गेले. त्यांना काहीच सुचेना. पण नंतर कारभारी मंडळाने येसूबाईंचे म्हणणे उचलून धरले. बऱ्याच विचारविनिमयानंतर अकस्मात अंगावर आलेली जबाबदारी स्वीकारण्यास अखेर त्यांनी संमती दिली.

"इतिकदखान इथे केव्हाही येऊन पोहोचेल. आपल्याकडे वेळ फार कमी आहे. जवळचा चांगला दिवस पाहून घ्या. पंत, काका, पुरोहितांना विचारून तयारी करून घ्या."

येसूबाईंनी आज्ञा केली. सर्वांनी मान डोलावली. मराठेशाहीच्या भविष्याचा एक अत्यंत महत्त्वाचा निर्णय घेतला गेला. बैठक संपली तेव्हा सगळीकडे दाट अंधार पसरला होता. पण आजच्या बैठकीतून अंधुकसा का होईना, प्रकाशाचा किरण काळोखलेल्या नभाला उजळू पाहत होता.

२

पुरोहितांनी दुसऱ्याच दिवसाचा मुहूर्त काढला. तीन दिवसांनी अमावस्या होती. त्यामुळे आधीच विधी उरकून घेण्याचे ठरले. सकाळी राजाराम महाराज आपल्या

पत्नीसह जगदीश्वराला जाऊन आले. नंतर त्यांनी आपले पूज्य पिताजी शिवाजी महाराज यांच्या समाधीचे दर्शन घेतले. त्यानंतर मातुश्री सकवारबाईसाहेब, येसूबाईसाहेब, यांचे आशीर्वाद घेतले आणि ते कार्यस्थळी पोहोचले.

मंचकारोहणाचा छोटेखानी कार्यक्रम मोठ्या गांभीर्याने पार पडला. मराठी राज्याच्या राजसिंहासनाला प्रणाम करून अत्यंत आदरभावनेने राजाराम महाराज त्यावर आसनस्थ झाले. स्वराज्याला नवा छत्रपती मिळाला. मोगलांशी संघर्ष करण्यासाठी त्यांच्या नेतृत्वाखाली नवी पिढी सज्ज होणार होती.

छत्रपतीपदावर आरूढ होणे हे बहुधा राजाराम महाराजांच्या भाग्यातच असावे. थोरल्या महाराजांचा काळ झाल्यावर मातोश्री सोयराबाई महाराणीसाहेबांनी कारभारी मंडळींच्या साहाय्याने त्यांना गादीवर बसवण्यासाठी प्रयत्न केलेला होता. तोदेखील एकदा नव्हे, तर दोन वेळा. परंतु संभाजी महाराज आणि त्यांना समर्थ साथ देणारे खुद्द राजाराम महाराजांचे सख्खे मामा, राज्याचे सरलष्कर हंबीरराव मोहिते यांच्यामुळे ते प्रयत्न फोल ठरले होते.

त्या वेळी अनेक कटकारस्थाने करून जे साध्य झाले नव्हते ते आज नियतीच्या एका फटक्याने घडून आले होते. परंतु हे छत्रपती पद म्हणजे सुखाचे दान नव्हे, तर हातात जळता निखारा घेऊन काट्यांची वाट तुडवण्याइतके बिकट काम होते. अत्यंत विपरीत परिस्थितीत ते राज्यावर आले होते.

त्यांचे आबासाहेब, छत्रपती शिवाजी महाराजांनी मराठ्यांचे राज्य स्थापन केले होते, तेव्हा सारा मराठा एकदिलाने त्यांच्यामागे उभा होता. त्यांनी स्वत: निर्माण केलेले चौल-रेवदंड्यापासून, मावळ प्रांतापासून, दक्षिणेला चंदी तंजावरपर्यंतचे जिंकलेले राज्य, साडेतीनशे गडकिल्ले, समृद्ध खजिना आणि सर्वांत महत्त्वाचे, त्यांच्यासाठी जीव टाकणारे सोबती त्यांनी निर्माण केलेले होते.

त्यांचे थोरले बंधू, संभाजी महाराज गादीवर आले होते तेव्हा कारभारी मंडळींचा विरोध आणि भाऊबंदकी त्यांच्या मार्गात आडवी आली होती. औरंगजेब नावाचे वादळ दक्षिणेकडे झेपावू लागले होते. तरी तब्बल नऊ वर्षे त्यांनी आपल्या पराक्रमाने त्याला थोपवले होते. इतकेच नव्हे, तर याच काळात कर्नाटकातील राज्य आणि एकूण सैन्यबळ दुपटीने वाढवले होते. पोर्तुगिजांच्या ताब्यातला तीनचतुर्थांश भाग जिंकून घेतला होता, पण वतनाच्या लोभाने अंध झालेले स्वकीय आणि मेहुण्या-पाहुण्यांची गद्दारी याच्यामुळे त्यांना जेरबंद व्हावे लागले होते. दारापर्यंत आलेल्या शत्रूला घरापर्यंत आणण्याचे काम याच घरभेद्यांनी केले होते.

तरीही ते गादीवर आले होते, तेव्हा शिवछत्रपतींनी उभारलेले समर्थ स्वराज्य आणि हंबीररावांसारखा प्रबळ सेनापती यांचा त्यांना मोठा आधार होता.

आज राजाराम महाराज छत्रपती पदावर आरूढ झाले तेव्हा मात्र मराठी राज्य

अत्यंत बिकट अवस्थेत होते. शहेनशहा औरंगजेब सर्व सामर्थ्यानिशी दक्षिणेत ठाण मांडून बसलेला होताच, शिवाय मराठ्यांचा छत्रपती त्याच्या तावडीत सापडल्याने मोठ्या जोषात होता. सरलष्कर म्हाळोजी घोरपडे आपल्या धन्यासोबत लढत तुळापूरला धारातीर्थी पडले होते. विजयाच्या उन्मादाने उसळणारी मोगल सेना स्वराज्याचा घास घेण्यासाठी मोठ्या हिरिरीने आक्रमण करत निघाली होती.

विखुरलेली नेतृत्वहीन सेना, भयभीत रयत आणि वेढ्यात राजपरिवारासह सापडलेली राजधानी अशा दारुण परिस्थितीत राजाराम महाराज राज्यप्रमुख बनले होते.

राज्याभिषेकाच्या दुसऱ्याच दिवसापासून त्यांनी कारभार पाहायला सुरुवात केली. महाराणी येसूबाईंची त्यांना कामात मदत होत होती. संभाजी महाराज मोहिमेवर असताना त्या कारभार पाहत असत. त्यासाठी संभाजी महाराजांनी त्यांना 'श्री सखी राज्ञी जयती' असा शिक्क्याचा मान दिला होता. त्यामुळे त्यांना दरबारी कामकाजाची चांगली जाण होती. आताच्या परिस्थितीतदेखील आपल्या मनावरचे दुःखाचे ओझे दूर सारून त्या जातीने सदरेवर येत होत्या. त्यांच्या धीरोदात्त मुद्रेमागील भावनांचा कल्लोळ माहीत असल्याने सर्व जण मनोमन त्यांच्यापुढे नतमस्तक होत होते.

राजाराम महाराजांच्या ज्येष्ठ पत्नी जानकीबाई, या स्वराज्याचे पहिले सरलष्कर प्रतापरावांच्या कन्या. त्यांना फडावरच्या कामात रस नव्हता. त्या विवाहानंतर रायगडी आल्या होत्या तेव्हा येसूबाईंचे चिरंजीव शिवाजीराव अगदी लहान होते. येसूबाई कारभारात गुंतलेल्या असायच्या तेव्हा बाळराजे जानकीबाईंकडे असायचे. बाळराजेंचा जानकीबाईंना अतिशय लळा लागलेला होता. संभाजी महाराजांना पकडल्याची वार्ता आल्यापासून येसूबाई अगदी मोडून गेल्यासारख्या झाल्या होत्या. तेव्हापासून तर बाळराजेंचा ताबा पूर्णपणे त्यांनी आपल्याकडे घेतला होता. इतकेच नव्हे, तर राजाराम महाराजांच्या तिसऱ्या पत्नी, कागलकर घाटग्यांच्या घराण्यातल्या राजसबाई यांच्यासह मुदपाकापासून सर्व जबाबदाऱ्या त्यांनी आपल्या अंगावर घेतल्या होत्या.

राजाराम महाराजांच्या दुसऱ्या पत्नी ताराबाई या स्वराज्याचे दुसरे सेनापती आणि त्यांचे सख्खे मामा हंबीरराव मोहिते यांच्या कन्या. सख्खी आतेमामेभावंडे असल्यामुळे दोघे एकमेकांना लहानपणापासून ओळखत होते. ताराबाई हंबीररावांच्या अत्यंत लाडक्या होत्या. त्यामुळे हंबीररावांनी मुलाप्रमाणे तिरंदाजी, घुडसवारी, तलवारबाजी अशा अनेक बाबीत त्यांना तरबेज केले होते. शस्त्रे, जनावरे यांची त्यांना उपजतच चांगली जाण होती. फडावरच्या कामात त्यांना रस होता. त्यामुळे येसूबाईसुद्धा त्यांना आपल्यासोबत घेत असत. आतादेखील त्या येसूबाईंसह महाराजांना

फडावर साथ देत होत्या.

दिवस उलटत होते. इतिकदखानाने रायगडाला वेढा दिलेला होता. तरीदेखील त्यातून खबरगीर येतील, संभाजी महाराजांबद्दल काही चांगली खबर देतील, अशा आशेने उभा रायगड त्यांची वाट पाहत होता. चुकून एखादा नजरबाज आला की सर्व जण मोठ्या आशेने विचारायचे. पण त्याच्याकडून समजणारी हकिकत मात्र सर्वांना निराश करायची. औरंगजेबाच्या कैदेत संभाजी महाराजांचे काय होत असेल याच्या नुसत्या कल्पनेने थरकाप व्हायचा. आपण त्याबद्दल काही करू शकत नाही, याची जाणीव झाल्यामुळे अगतिक वाटायचे, मनाची तगमग व्हायची.

अशा भीषण परिस्थितीत रायगडावर प्रत्येक जण कसेबसे दिवस ढकलत होता.

३

असाच जवळजवळ महिना उलटला. फाल्गुन अमावस्या जवळ आली. ही वर्षाची अमावस्या. दुसऱ्या दिवशी चैत्रप्रतिपदा. नव्या वर्षाचा पहिला, पाडव्याचा दिवस. पण कोणालाही सणावारांची जाणीव नव्हती. पंधरा दिवसांपूर्वी होळी होऊन गेली होती. पण यंदा ना होळीचौक सजला, ना रंगपंचमी रंगली. प्रत्येक जण आपल्या दु:खात चूर होऊन गेलेला होता.

अमावस्येच्या रात्री तर सर्वत्र अगदी भेसूर शांतता पसरली होती. गडद अंधाऱ्या रात्री गडाच्या चारी बाजूंनी घोंघावणाऱ्या वाऱ्याचा आणि रातकिड्यांच्या किरकिरीचा आवाज तेवढा ऐकू येत होता. मधूनच गडाखालच्या एखाद्या वाडीतून कुत्रे रडल्याचा भेसूर आवाज अंगावर काटा आणत होता.

येसूबाईंना गेल्या कित्येक रात्री वैरिणीसारख्या छळत होत्या. दिवस कसातरी कामात जायचा, पण रात्र खायला यायची. आज त्यांनी बाळराजेंना जानकीबाईंच्या महालात पाठवून दिले होते. रात्री एकांतात त्यांचा धीर सुटायचा. मनाचा निग्रह झुगारून आसवं ओघळायची. एखादा दबलेला हुंदका ओठाबाहेर फुटायचा अन् बाळराजे जागे व्हायचे. म्हणूनच त्यांनी त्यांना जानकीबाईंकडे सोपवले होते.

मध्यरात्र उलटून गेली तरी त्यांच्या महालातले दिवे शांत झाले नव्हते. पहाटे गार वारा सुटला तशी त्यांच्या शिणलेल्या देहाला मरगळ आली. त्यांचा जरा डोळा लागला. असाच थोडा वेळ गेला. बाहेर फटफटू लागले होते. महालात मात्र अद्याप गडद अंधार होता. अचानक त्यांच्या कानी साद आली.

"येसू."

संभाजी महाराजांची चिरपरिचित हाक कानावर आली. येसूबाई दचकून उठल्या.

आवाजाच्या अंदाजाने त्यांनी मान वळवली. कोपऱ्यातल्या ठाणवईकडे त्यांचे लक्ष गेले. तेथे ज्योतींच्या प्रकाशात उजळलेला त्यांच्या स्वारीचा चेहरा त्यांना दिसला. जे प्रेमळ, देखणे रूप पाहण्यासाठी त्यांचे डोळे इतके दिवस आसुसलेले होते, ते पाहून येसूबाईंचे डोळे भरून आले.

त्या तट्कन मंचकावरून उठल्या. पदराच्या शेवाने त्यांनी आपले डोळे टिपले. पुन्हा कोपऱ्यातल्या ठाणवईकडे पाहिले, अन् ते विस्फारले गेले. तिथं कुणीही नव्हतं. तेल संपल्यामुळे वाती केव्हाच विझून गेल्या होत्या. काहीतरी भयंकर अशुभाच्या कल्पनेने त्या थरकापून गेल्या. कसलेही भान न राहून त्यांनी महालाबाहेर धाव घेतली.

त्याच वेळी ताराबाई गडबडीने त्यांच्याचकडे येताना दिसल्या. त्यांच्या मागोमाग एक खबरगीर आणि काही माणसे येत होती. त्या सर्वांकडे पाहून काहीतरी विपरीत घडले असावे असे जाणवल्याने त्या जागीच खिळून उभ्या राहिल्या.

''तारा...'' त्यांच्या तोंडून अस्फुट उद्गार उमटला. तो ऐकण्यापूर्वीच ''अक्कासाहेब,'' असा हंबरडा फोडत ताराबाई पुढे धावत आल्या. येसूबाईंच्या गळ्यात पडून म्हणाल्या,

''आपले दादामहाराज गेले हो.''

आणि त्या मोठ्याने रडू लागल्या. त्यांचे शब्द कानी पडताच येसूबाई त्यांच्या हातात मूर्च्छित होऊन पडल्या. दोघींचा आवाज ऐकून बाहेर आलेल्या राजसबाईंच्या मदतीने ताराबाईंनी येसूबाईंना उचलून त्यांच्या महालात नेले.

पाहता पाहता बातमी गडावर पसरली. प्रत्येक जण सातमहालाकडे धावू लागला. येसूबाईंच्या महालातल्या बायकांनी मोठ्याने आक्रोश चालवला होता. ताराबाई इतरांच्या मदतीने येसूबाईंना शुद्धीवर आणण्याचे प्रयत्न करत होत्या. थोड्या वेळाने येसूबाई शुद्धीवर आल्या. आजूबाजूला कल्लोळ माजला होता. त्या मात्र त्यात एखाद्या निश्चल पुतळ्यासारख्या बसून राहिल्या होत्या. त्यांच्या त्या भकास मुद्रेकडे पाहून ताराबाईंसह सर्वांनाच भडभडून येत होते. पण त्या स्वत: मात्र एकदम शांतपणे बसून राहिल्या होत्या.

खरे म्हणजे संभाजी महाराजांना मोगलांच्या तळावरून सोडवून आणणे अशक्य आहे असे ज्या दिवशी समजले होते, त्याच दिवशी येसूबाई पुढचे भविष्य समजून चुकल्या होत्या. म्हणूनच त्यांनी स्वत: राजाराम महाराजांना राज्याभिषेक करून घेण्यासाठी आग्रह केला होता. त्या दिवसापासून रोजच त्या आपल्या पतीचे मरण जगत होत्या. म्हणूनच त्या भयानक घटनेची खबर कानावर पडली, तेव्हा त्या पार बधिर होऊन गेल्या होत्या.

महालाबाहेरची गडबड ऐकून राजाराम महाराजांना जाग आली. ते उठून बाहेर

पडणार तोच खबरगीर त्यांच्या महालात आला. त्याच्या पाठोपाठ जानकीबाई बावरलेल्या बाळराजेंना घेऊन महालात शिरल्या. खबरगिराचे शब्द पुरते कानी पडले नाहीत तोच बाळराजेंना समोर आलेले पाहून राजाराम महाराजांना शोक अनावर झाला. त्यांना उराशी कवटाळून महाराजांनी आपल्या अश्रूंना वाट करून दिली.

तेवढ्यात गडावरचे कारभारी, सरकारकून वगैरे मंडळी तेथे आली. त्यांना पाहून राजाराम महाराजांनी स्वत:ला कसेबसे सावरले. येसाजी कंक सर्वांत वयोवृद्ध. ते महाराजांच्या जवळ गेले. त्यांनी पाठीवरून हात फिरवला अन् महाराजांना पुन्हा भरून आले.

"काका, काय झालं हे असं? त्या दुष्टाने अखेर डाव साधलाच. आमचे दादा महाराज..."

दु:खावेगाने त्यांना पुढे बोलवेना. जानकीबाईंना हुंदका फुटला. त्यांना चिकटलेल्या अजाण बाळराजेंना पाहून सारेच हेलावले. राजाराम महाराजांनी वर पाहून जानकीबाईंना खूण केली. त्या बाळराजेंना घेऊन चट्कन आपल्या महाली निघून गेल्या. राजाराम महाराजांच्या खांद्यावर थोपटत येसाजी म्हणाले,

"लई वंगाळ जालं. पर तुम्हास्नी असं करून कसं चालंल? तुम्ही आता छत्रपती हायसा. बाळराजं, राणीसाहेब, सगळ्यांकडं बगाया पायजेल."

भांबावून गेलेल्या बाळराजेंची मुद्रा आठवून राजाराम महाराजांना आणखी वाईट वाटले. पण आता आल्या प्रसंगाला सामोरे जाणे भाग होते. ते थोडे सावरले आहेत हे पाहून प्रल्हाद निराजी घसा साफ करीत म्हणाले,

"महाराज, आम्ही खबरगिराशी बोललो. छत्रपतींचा कालच काळ झाला. भीमेच्या काठी वढूला त्यांना... "

त्यांना पुढे बोलवेना. थोडा वेळ थांबून ते पुढे म्हणाले,

"तेथे सारा मोगलाई मुलुख. त्यांच्या पार्थिवावर अग्निसंस्कार वगैरे काही झालेत की नाही हे कळावयास मार्ग नाही."

"मग?"

"आम्ही गडावरच्या ब्राह्मणवाडीत निरोप धाडला आहे. ते येतील एवढ्यात."

"ठीक आहे. तुम्ही बोला त्यांच्याशी. ते सांगतील त्याप्रमाणे सर्व करू. दादा महाराजांचे सारे विधी रीतसर व्हायला हवेत. नाहीतरी आता आम्ही त्यांच्यासाठी एवढेच करू शकतो."

एवढे बोलतानाही त्यांचा कंठ दाटून आला होता.

"जी, महाराज."

असे म्हणून प्रल्हाद निराजी रामचंद्रपंतांसह बाहेर पडले. येसाजी कंक राजाराम महाराजांजवळ बसून राहिले.

दुपारी कारभाऱ्यांनी ब्रह्मवृंदांशी विचारविनिमय केला. संभाजी महाराजांच्या प्रतिमेचे बाळराजेंच्या हस्ते दहन करावयाचे. त्यानंतर पुढचे विधी रीतसर करायचे असे ठरले. त्याच दिवशी संध्याकाळी सूर्यास्तापूर्वी त्याप्रमाणे सारे पार पडले. रायगडावरच्या प्रत्येक घरातली माणसे आपल्या छत्रपतींच्या दु:खद निधनामुळे शोकाकुल झाली होती.

वर्षाचा पहिला दिवस, चैत्रप्रतिपदा. पाडव्याचा सण असूनही एकाही घरावर गुढी उभारली गेली नव्हती. उलट निशाणाच्या बुरुजावरचा जरीपटका खाली उतरला होता. येणाऱ्या नव्या वर्षात आणखी पुढे काय वाढून ठेवले आहे याची चिंता करतच तो दिवस सरला.

४

संभाजी महाराजांचे दिवस झाले. रायगडावरची परिस्थिती दिवसेंदिवस बिकट होऊ लागली होती. सुरुवातीला औरंगजेबांचे सैन्य मुलखात धुमाकूळ घालू लागल्याच्या खबरी येत होत्या. त्यामुळे स्वत: राजाराम महाराज सुतकात असतानाही कारभाऱ्यांकडून सरदार, किल्लेदार यांना पत्रे पाठवून दिलासा द्यायचा प्रयत्न करत होते. परंतु जेव्हा इतिकदखानाने वेढा आवळायला सुरुवात केली आणि अचानक एके दिवशी रायगडवाडीपर्यंत धडक मारली तेव्हा मोठा प्रश्न निर्माण झाला.

रायगडावर येण्याची चितदरवाजाची एकमेव वाट बंद झाली. नजरबाजांनाही गडावर येणे अवघड बनले. नवे छत्रपती आणि रयत यांचा संबंध तुटल्यासारखे होऊ लागले. त्यामुळे महाराज अस्वस्थ होऊ लागले. ही हररोज वाढणारी कोंडी कशी फोडावी, हे सुचत नव्हते. त्यांनी त्यासाठी आपल्या महालात छोटी मसलत भरवली.

मंडळी येऊ लागली. रामचंद्रपंत, प्रल्हादपंत, येसाजी कंक, खंडेराव आणि येसाजी दाभाडे, गडाचे किल्लेदार चांगोजी काटकर अशी महत्त्वाची माणसे आली. राजाराम महाराजांनी ताराबाईंना येसूबाईंना बोलावण्यासाठी पाठवले. ते म्हणाले,

"तुम्ही वहिनीसाहेबांना सांगा, आताच्या वेळी आम्हाला त्यांच्या सल्ल्याची सख्त जरूरत आहे. त्यांना अवघड वाटत असेल तर तसे सांगावे. आम्ही त्यांच्या महाली येऊ."

"जी."

असे म्हणून ताराबाई बाहेर पडल्या. त्यांनी येसूबाईंना महाराजांचा निरोप दिला. सध्याच्या परिस्थितीची त्यांना जाणीव होतीच. त्यामुळे त्या लागलीच ताराबाईंसोबत बाहेर पडल्या. शुभ्र वस्त्रातल्या, अलंकारविहीन येसूबाईंना महालाच्या दारात आलेले

पाहताच सर्वांच्या माना खाली गेल्या. संभाजी महाराजांच्या आठवणीने साऱ्यांना गहिवरून आले. येसूबाई ताराबाईंसह आत येऊन आसनावर बसल्या. स्वत:ला सावरत राजाराम महाराज त्यांना म्हणाले,

"वहिनीसाहेब, अशा अवस्थेत आपल्याला येथे बोलवावे लागले याबद्दल आम्ही अतिशय शरमिंदे आहोत. पण काय करणार? वखतच असा आला आहे की आपल्याला तकलीफ द्यावी लागली. आम्हाला आता सल्ल्यासाठी आपल्याखेरीज कुणी दुसरे घरचे थोरले राहिले नाही. धाकल्या आईसाहेब आहेत, पण त्या सतत देवपूजेत असतात. त्यांना दौलतीच्या कामाची फारशी जानकारी नाही. आपला सल्ला आम्हाला खरोखरीच फार मोलाचा आहे, म्हणून..."

"आपण उगीच कष्टी होऊ नये. काळ किती कठीण आलेला आहे हे आम्ही जाणतो."

येसूबाई शांत समजुतीच्या स्वरात म्हणाल्या. त्यामुळे बैठकीतला ताण बराच कमी झाला. काही क्षण असेच स्तब्धतेत गेल्यावर घसा साफ करत प्रल्हाद निराजी म्हणाले,

"आपण सर्व जण जाणता की, महाराजांचा काळ झाल्यापासून मोगल अगदी चेकाळून गेलेत. साऱ्या दौलतीत धुमाकूळ घालत आहेत. गडाचा घेरासुद्धा इतिकदखानाने मजबूत केलेला आहे. गडाच्या सर्व वाटा बंद होऊ लागलेल्या आहेत. बाहेरच्या खबरी मिळणे दिवसागणीक अवघड होत चालले आहे. छत्रपतींचे सरदारांना, गडकऱ्यांना पाठवलेले हुकूम पोहोचणे कठीण झाले आहे. अशा समयास काय करावे याचा विचार करण्यासाठी छत्रपतींनी सर्वांना येथे बोलावले आहे."

त्यांचे बोलणे पूर्ण होताच राजाराम महाराजांनी रायगडाचे किल्लेदार चांगोजी काटकर यांचेकडे पाहून इशारत केली. ते बोलू लागले,

"महाराज, गडावर आणखी वर्षभर तरी सहज पुरेल इतकी अन्नधान्याची बेगमी आहे. लढण्याची सामग्रीसुद्धा भरपूर आहे. लाकूडफाटा, पाणी कशाचीही कमतरता नाही."

ते ऐकून येसूबाई म्हणाल्या,

"किल्लेदारांचे सांगणे दुरुस्त आहे. गड आणखी वर्षभर तरी सहज लढेल. शिबंदी थोडी कमी आहे, पण गड मुळातच इतका बेलाग आहे की ती आम्हास पुरेशी वाटते. आम्हास वाटते, आम्ही गड लढवू. त्याची काळजी नाही. पण बाहेरचा मुलूख राखला पाहिजे. ते जास्त जरुरीचे आहे. त्यासाठी छत्रपतींनी वेढ्यात अडकून राहणे उपयोगाचे नाही. त्यांनी लवकर गडाबाहेर पडायला हवे. दुसरीकडे जाऊन कारभार पाहायला सुरुवात करायला हवी. त्याशिवाय रयतेला दिलासा मिळणार नाही. म्हणून आम्ही सुचवितो की छत्रपतींनी सर्व प्रमुख मंडळींसह इथून निघावे."

“वहिनीसाहेबांनी सांगितलेली परिस्थिती खरीच आहे. गड आता सोडायला हवा हेदेखील बरोबर. पण आम्ही एकलेच इथून बाहेर जाणार नाही. त्यांनी स्वत: बाळराजे आणि इतरांसह आमच्यासोबत आले पाहिजे. सर्वांना असे गनिमाच्या तावडीत सोडून आम्ही जाणार नाही.”

राजाराम महाराज निर्धारपूर्वक म्हणाले. त्यावर मान हलवत येसूबाई म्हणाल्या,

“तुमची भावना आम्हाला समजते, पण तसे करणे ठीक होणार नाही. आपण इथून गेल्यावर औरंगजेबाला त्याची खबर लागल्याशिवाय राहणार नाही. तो तुमच्यावर सैन्य पाठवणार हे निश्चित. त्याच वेळी आम्ही इथं असलो तर त्याला इथला वेढा काढणं शक्य होणार नाही. आपण वेगवेगळ्या ठिकाणी असलो, तर त्याला दोन्हीकडे सैन्य पाठवावे लागेल. त्याचा मोहरा एकाच ठिकाणी राहू शकणार नाही. त्याचा आपल्याला फायदाच होईल.”

त्यांचे बोलणे सध्याच्या परिस्थितीत पटण्यासारखेच होते. पण महाराज अद्यापही अस्वस्थ दिसत होते. ते पाहून रामचंद्रपंत म्हणाले,

“महाराणीसाहेबांचे म्हणणे अवघड असले, तरी दुरुस्त आहे. खुद्द महाराज बाहेर पडले तर दुसरीकडे राहून त्यांना आपल्या सरदारांना, किल्लेदारांना भेटता येईल. बाहेर नवीन आघाड्या उघडणे जमले, तर रायगडावरचा जोर कमी होईल. त्यादृष्टीने विचार करता आम्हाला हे उचित वाटते.”

याच विषयावर बराच वेळ मसलत चालली. अखेर निर्णय झाला की येसूबाईंनी बाळराजे आणि धाकट्या आईसाहेबांसह रायगडावर थांबावे. त्यांच्यासोबत जोत्याजी केसरकर, उद्धव योगदेव, येसाजी कंक आदी मंडळींनी इथे थांबावे. छत्रपतींनी फिरते राहून मोगलांशी लढत चालू ठेवावी. संधी मिळताच रायगडावरच्या मंडळींसाठी मदत पाठवावी.

बैठक संपली. ताराबाई येसूबाईंना त्यांच्या महालात सोडण्यासाठी गेल्या. राजाराम महाराज कारभारी मंडळासह झालेल्या मसलतीनुसार पुढच्या हालचालींचा तपशील ठरवण्याच्या कामाला लागले.

५

पुढचे काही दिवस सारे जण राजाराम महाराज आणि इतर मंडळींसाठी रायगडाहून बाहेर पडण्याची योजना ठरवण्यात गढले होते. पण इतिकदखानने वेढा अधिकच आवळल्याने योग्य मार्ग मिळत नव्हता. त्याची चिंता होती. अचानक एके दिवशी संताजी घोरपडे त्यांचे भाऊ बहिर्जी यांच्यासह रायगडावर आले. कारभाऱ्यांना भेटून ते राजाराम महाराजांकडे आले. त्यांना पाहून आश्चर्याने महाराजांनी विचारले,

“संताजी, अचानक कसे काय आलात?”

“महाराज, शंभू महाराजांना पकडल्याचे कळल्यावर महाराणीसाहेबांना सांगून आम्ही त्यांना सोडवण्यासाठी गेलो होतो. पण आमचं नशीबच खोटं, आम्हाला त्यात यश आलं नाही. महाराजांना मारल्याचं समजलं. जिवाला लई लागलं. इथं कसं तोंड दाखवायचं असं वाटत हुतं. आता आपण कारभार हाती घेतल्याचं समजलं. म्हणून हिंमत करून मुजरा करायासाठी आलो.”

“बरं झालं आलात. आपण सगळे एकाच चक्रातून जात आहोत. तुमचे आबासाहेब, राज्याचे सरलष्कर म्हाळोजीकाका दादा महाराजांसाठी लढताना कामी आले. ते दुःख बाजूला सारून तुम्ही दादा महाराजांना सोडवण्यासाठी गेलात हेच थोर होते.”

“आमचे आबा स्वामिकार्यासाठी कामी आले, त्यांचं सोनं झालं. वाईट इतकंच वाटतं की आधी त्यांना आणि नंतर महाराजांना आम्ही वाचवू शकलो नाही.”

संताजींचा गळा दाटून आला. त्यांनी मान खाली घातली. ते पाहून राजाराम महाराजांनी विषय बदलला.

“संताजी, पण एक सांगा, एवढ्या कडक घेऱ्यातून तुम्ही कसे काय आलात?”

त्यांनी विचारले. त्यावर संताजी सांगू लागले,

“महाराज, इथल्या जंगलांमधले कातकरी, धनगर लोक आमच्या चांगल्या घसटीतली हाईत. त्यांच्या मदतीनं आलो. गडाची मुख्य वाट मावळतीची. तिथं मोठा कडक पहारा आहे. पण उगवतीची, पूर्वेची वाट घसरणीची, लई अवगड हाय. तिथं बंदोबस्त पन बेताचाच हाय. तिथनं आलो.”

“हुं.”

म्हणत महाराज विचारात गढले. त्यांच्याकडे पाहत संताजींनी विचारले,

“महाराणीसाहेबांच्या महालात जायचा धीर होत नाही. पण काय करनार, जावं तर लागलंच. येऊ मी?”

“हुं.”

राजाराम महाराजांनी त्यांच्याकडे न पाहताच होकार दिला. संताजी तिथून बाहेर पडताच त्यांनी कारभाऱ्यांना तातडीने बोलावून घेतले. कारभारी येताच ते म्हणाले,

“संताजी आताच येऊन गेले. ते कोणत्या वाटेने आले त्याची जरा चवकशी करा. आम्हाला तेथून निसटता येईल का ते पाहा.”

“जी.”

“ते आता वहिनीसाहेबांकडे भेटीसाठी गेलेत.”

“ठीक आहे. पाहतो आम्ही.”

असे म्हणून कारभारी बाहेर पडले.

संताजी येसूबाईंच्या महालात गेले. तेथे शुभ्र वस्त्रातल्या येसूबाई आणि त्यांच्या जवळ बसलेल्या, मुंडण केलेल्या बाळराजेंना पाहून त्यांना भडभडून आले.

"काय झालं हे असं? हे असलं बघायचं नशिबाला आलं."

असे म्हणून त्यांनी आपले तोंड झाकून घेतले. ते थोडेसे शांत झाल्यावर येसूबाई म्हणाल्या,

"तुमचे आणि बाळराजेंचे वडील गेले. राज्याचे छत्रपती आणि सेनापती एकदमच गेले. तुम्हीच नाही, तर सारी दौलत पोरकी झाली. पण संताजी, आपल्याकडे शोक करायलादेखील फुरसद नाही. थोरल्या महाराजांनी उभारलेली आणि स्वारींनी राखलेली मराठी दौलत आता साऱ्यांनी राखायची आहे. सावरा स्वत:ला."

एवढे मोठे आभाळ कोसळलेले असतानादेखील आपली राणी इतके धीराचे बोल बोलू शकते हे पाहून संताजी थक्क होऊन गेले. स्वत:ला सावरत म्हणाले,

"म्हणूनच इथं आलो. आता आपण आज्ञा कराल तसं करू."

"आम्हाला त्याची खातर आहे. आता धाकले राजे छत्रपती आहेत. ते सांगतील तसे करा."

"जी. जशी आपली इच्छा. येतो आम्ही."

असे म्हणून येसूबाईंचा निरोप घेऊन संताजी तिथून बाहेर पडले. तेथे कारभाऱ्यांचा निरोप घेऊन माणूस थांबलेला होता. ते तसेच सदरेवर निघाले. तिथे प्रल्हाद निराजी आणि रामचंद्रपंत त्यांची वाट पाहत होते. संताजींना पाहताच त्यांनी विचारले,

"संताजी, तुम्ही तुमच्या माणसांसह येवढ्या कडक वेढ्यातून आलात. त्याबद्दल बोलायचं होतं. तुम्हाला ठाऊक आहे की, या वेढ्यामुळे छत्रपतींना कोणाला भेटणे, कारभार चालवणे जवळजवळ अशक्य होऊन गेले आहे. म्हणूनच त्यांनी, कारभारी मंडळी आणि कबिल्यासह गडाबाहेर पडावे अशी मसलत ठरली आहे. पण एवढ्या कडक वेढ्यातून बाहेर कसे पडावे, हाच मोठा प्रश्न पडलेला होता. त्यासाठी तुमच्याशी बोलावे असे महाराजांनी सांगितले. तुम्ही ज्या वाटेने आलात त्या वाटेने बाहेर पडणं जमेल का?"

"जी. तिकडनं वाट कटिन हाय, पण सुरक्षित हाय. मधी जंगलच्या वस्तीत आमची भरोशाची मानसं हाईत. ती आपल्याला सारी मदत करतील. पर पंत, आपल्याला घाई करायला हवी. खान गडाचा पूरा बंदोबस्त करन्याच्या मागं हाय. त्याला आणखी कुमक मिळाली तर बाहेर पडणं अवगड हुईल."

संताजींनी विचारपूर्वक मत दिले. त्यावर सर्वांनी थोडा वेळ विचारविनिमय झाल्यावर ठरवले की, संताजींनी ताबडतोब जाऊन प्रतापगडापर्यंत मार्ग सुरक्षित आहे की नाही, हे पाहावे. त्यांचा निरोप आला की छत्रपती त्यांचे कारभारी मंडळ

आणि कबिल्यासह बाहेर पडतील. थोड्या वेळाने संताजी निघून गेले. गडावरची मंडळी त्यांच्या निरोपाची मोठ्या उत्सुकतेने वाट पाहत तयारी करण्यास लागली.

६

दोनच दिवसात संताजींचा निरोप आला. त्यांनी रायगडापासून प्रतापगडापर्यंतची वाट सुरक्षित केली होती. सैनिकांच्या छोट्या-छोट्या तुकड्या मार्गावर जागोजागी तैनात केल्या होत्या. सर्वांत जोखमीचे काम होते रायगडाहून बाहेर पडून वेढा पार करण्याचे. त्यासाठी त्यांच्या खास विश्वासातले वाटाडे त्यांनी पाठवून दिले होते. वेढ्याबाहेर बहिर्जी घोरपडे त्यांना पुढे घेऊन जाणाऱ्या तुकडीसह थांबणार होता, तर संताजी स्वत: प्रतापगडाच्या पायथ्याशी त्यांची वाट पाहणार होते.

चैत्र महिना. नुकतीच पौर्णिमा होऊन गेली होती. दिवस मोठे, रात्र लहान. म्हणजे निसर्गाची म्हणावी तशी साथ मिळणार नव्हती. हवा तसा निबिड अंधार मिळणे कठीण होते. चांदण्या रात्री, अर्धउजेडात गडावरून निसटून जाणे तसे अवघड होते.

कदाचित वेढ्यातल्या माणसांनी नेमका हाच विचार केलेला असावा. कारण अद्याप त्या बाजूची गस्त तशी वाढलेली दिसत नव्हती. इतिकदखानाला पावसाळ्यापूर्वी गड काबीज करायचा होता. त्यासाठी त्याने वाढीव कुमक मागवल्याची पक्की खबर होती. त्यामुळे अमावस्येपर्यंत थांबण्यात अर्थ नव्हता. दोन दिवसांनंतरची कृष्ण पक्षातली दशमी बाहेर पडण्यासाठी निश्चित केली गेली.

वेळ अगदी कमी होता. त्यामुळे अगदी गरजेचे साहित्य निवडून घेतलेले होते. सामानाच्या संदुका भरून सर्व तयारी झाली. अखेर राजाराम महाराज रायगड सोडून जाण्याचा दिवस उजाडला. गडावर आता फक्त येसूबाई, बाळराजे सकवारबाई आईसाहेब एवढीच खाशी मंडळी राहणार होती.

त्या दिवशी येसूबाई संभाजी महाराज गेल्यापासून प्रथमच अतिशय विचलित झाल्या होत्या. सकाळी लवकर सर्व आटोपून त्या देवघरात गेल्या. त्यांनी हात जोडून मनोभावे प्रार्थना केली,

"आई भवानी, तुझी लेकरं फार मोठं धाडस करत आहेत. त्यांना यश दे."

देवापुढे मस्तक ठेवून त्यांनी नमस्कार केला. तिथून त्या उठून बाहेर पडणार तोच बाळराजे धावत धावत तिथे आले. त्यांना बिलगून रडवेल्या आवाजात म्हणाले,

"आईसाहेब, बघा ना या काकीसाहेब काय म्हणताहेत. तुम्ही तरी सांगा ना त्यांना."

गोंधळलेल्या येसूबाईंनी पाहिले. दारात जानकीबाई उभ्या होत्या. त्यांच्याकडे पाहत येसूबाईंनी बाळराजेंना जवळ घेत, मायेने त्यांच्या पाठीवरून हात फिरवत विचारले,

"काय झालं? काय म्हणतात काकीसाहेब?"

"त्या आम्हाला सोडून जाणार म्हणतात. काकासाहेब पण जाणार म्हणतात. आम्ही नाही जाऊ देणार त्यांना."

बोलता बोलता बाळराजेंना रडू आवरेना. ते पाहून जानकीबाई हेलावून गेल्या. चट्‌कन खाली बसत त्यांनी बाळराजेंना जवळ घेतले. तसे ते त्यांना बिलगून म्हणाले,

"नाही ना जाणार तुम्ही काकीसाहेब? सांगा ना."

जानकीबाईंना रडे आवरेना. त्या बाळराजेंना जवळ घेऊन मुसमुसून रडू लागल्या. येसूबाईंना काय करावे हे सुचेना. जानकीबाईंना त्यांच्या पतीबरोबर जाऊ नको असं तरी कसं म्हणणार? थोड्या वेळाने दोघे शांत झाल्यावर त्या बाळराजेंना म्हणाल्या,

"चला उठा आता. आधी आपल्या महालात जाऊ. मग ठरवू पुढचं."

देवाला पुन्हा नमस्कार करून येसूबाई आणि जानकीबाई बाळराजेंसह त्याच्या महालात परतल्या. त्याच वेळी राजाराम महाराज जाण्यापूर्वी भेटण्यासाठी येसूबाईंच्या महालात आले. बाळराजेंनी आपली कैफियत त्यांच्या कानी घातली. तेव्हा ते म्हणाले,

"वहिनीसाहेब, राहूं देत त्यांना थोडे दिवस इथं. आम्ही काही दिवसांनी सर्वांना न्यायला माणसं धाडून देऊ. काय सांगावे कदाचित तोपर्यंत आपणदेखील वेढ्यातून सुटलेल्या असाल. ते पुढचे सर्व देवाहाती. पण आमच्या बाळराजेंना असं रडताना सोडून आमचा पाय इथून बाहेर नाही पडणार."

त्यावर येसूबाई काही बोलू शकल्या नाहीत, म्हणून महाराजच पुढे म्हणाले,

"खरेतर आपणास असे मोगलांहाती एकले सोडून जाणे आम्हास अवघड वाटत आहे. पण परिस्थितीपुढे नाइलाज आहे. जपून राहा. धाकल्या आईसाहेब, बाळराजे, साऱ्यांचीच जिम्मेदारी आता आपल्या एकल्यांच्या शिरी आहे."

त्यांना पुढे बोलवेना. येसूबाईंची तीच अवस्था झाली होती. बाळराजे असमंजसपणे दोघांकडे पाहत उभे होते. ते पाहून महाराजांना अधिकच गहिवरून आले.

"येतो आम्ही."

असे म्हणून पुन्हा एकवार येसूबाईंना नमस्कार करून ते बाहेर पडले.

७

ताराबाई सकाळपासून जाण्याच्या तयारीची आवरासावर करत होत्या. त्यांच्या सोबत येणारे निवडक नोकर आणि कुळंबिणी त्यांच्या हाताखाली राबत होते. सारे मनासारखे आवरून झाल्यावर त्या महाराजांच्या महाली गेल्या, पण महाराज त्यांच्या महालात नव्हते. ताराबाईंनी हुजऱ्याला विचारले, तेव्हा ते बालेकिल्ल्याकडे गेल्याचे समजले. त्या तशाच तिकडे निघाल्या. पण बालेकिल्ल्याजवळ गेल्या तरी त्यांना महाराज कुठे दिसेनात. तिथे उभ्या असलेल्या खिदमतगाराला विचारल्यावर त्याने मनोऱ्याकडे बोट दाखवले.

ताराबाई मनोऱ्याकडे निघाल्या. बालेकिल्ल्याजवळ दोन उंचच उंच पाचमजली मनोरे होते. त्या देखण्या द्वादशकोनी मनोऱ्यांवरून रायगडाच्या भोवतालचा अगदी दूरवरपर्यंतचा परिसर दिसायचा. मनोऱ्याजवळ जाऊन ताराबाईंनी वर पाहिले. राजाराम महाराज दुसऱ्या मजल्यावरच्या छज्जात मावळतीकडे तोंड करून उभे असलेले त्यांना दिसले. त्या सरळ पुढे येऊन मनोऱ्याच्या पायऱ्या चढू लागल्या. भराभर चढल्यामुळे त्यांना किंचित धाप लागली. वरच्या पायरीवर येऊन त्या थबकल्या. त्यांची चाहूल लागताच महाराजांनी मागे वळून पाहिले. ताराबाईंना तिथे आलेले पाहून त्यांनी आश्चर्याने विचारले,

"तारा, तुम्ही इथं?"

"जी, आपण महालात नव्हता, म्हणून शोधत आले."

असे म्हणत ताराबाई पुढे छज्जात आल्या. दिवस उतरणीला लागलेला होता. मावळतीचे संध्यारंग निरभ्र आकाशात सर्वदूर पसरले होते. त्याचा प्रकाश त्यांच्या चेहऱ्यावर पडताच त्यात त्यांचे राजस रूप उजळून निघाले. क्षणभर साऱ्या विवंचना विसरून महाराज देहभान हरपून काही क्षण त्यांच्याकडे पाहत राहिले. त्याच वेळी ताराबाईंनी वळून पाहत विचारले,

"आपण इथं काय करीत होतात?"

त्यांच्या प्रश्नाने भानावर येत महाराजांनी पुन्हा आपली नजर बाहेर वळवली. सद्य:स्थितीची जाणीव पुन्हा एकवार मनात जागी झाली. दूरवर नजर रोखत ते बोलू लागले,

"तारा, आज रात्री आपण इथून जाणार. पुन्हा कधी येणं होईल हे आम्हास ठाऊक नाही. म्हणून जाण्यापूर्वी एकवार गडाचा परिसर डोळ्यात भरून घ्यावासा वाटला म्हणून आलो."

बोलता बोलता महाराजांचा आवाज जड झाला. ताराबाई काही न बोलता

त्यांच्या व्याकूळ मुद्रेकडे पाहत राहिल्या. तेच पुढे बोलू लागले,

"तारा, आमचा जन्म इथं रायगडावर नाही, राजगडावर झाला असं आमच्या मांसाहेबांनी सांगितलं होतं. पण आमच्या साऱ्या आठवात मात्र केवळ रायगडच भरून राहिलेला आहे. आम्ही अगदी लहान असताना इथं आलो. इथंच लहानाचे मोठे झालो. इथून बाहेर फारसं कुठं गेलोही नाही. कधीतरी लहानपणी तळबीडास मांसाहेबांसोबत त्यांच्या माहेरी म्हणजेच तुमच्या घरी गेलो असलो तर तेवढेच. पण आम्हाला आठवतं आहे तसा आमचा सारा जीवनकाळ इथं रायगडावरच गेला."

एक नि:श्वास सोडत ते पुढे बोलू लागले,

"हा बालेकिल्ला दिसतोय ना समोर, त्याच्या मध्यभागी आहे ती राजसदर. तिथंच आमच्या आबा महाराजांचा राज्याभिषेक झाला. आम्ही फार लहान होतो तेव्हा. अवघे चार वर्षांचे. आम्हाला फारसं नाही आठवत त्या वेळेचं. नंतर लागलीच थोरल्या मांसाहेब गेल्या. त्यादेखील फारशा नाहीत आठवत, पण आमच्या मांसाहेबांकडून ऐकलंय सारं त्या वेळेचं.

"तारा, आम्हाला आमचे आबासाहेब फारसे नाही मिळाले. ते आबासाहेब कमी आणि महाराज अधिक होते. सारखे मोहिमेवर असायचे. एकदा त्यांनी जवळ घेऊन आमच्या लग्नाचा घाट घातला. त्या वेळी आम्हाला त्यांचा थोडा सहवास मिळाला. आम्हाला खूप बरं वाटलं तेव्हा. पण ते सुख आमच्या नशिबी नव्हतं. त्यानंतर ते आजारी पडले आणि अचानक देवाघरी गेले.

"त्यानंतर काय काय घडलं ते आम्हाला बऱ्याच काळानंतर हळूहळू समजलं. सारे फार विचित्र वागायचे. आबा महाराजांच्या नंतर अवघ्या दीड वर्षांत आमच्या मांसाहेब अचानक गेल्या. त्या अशा कशामुळे गेल्या हे तेव्हा समजले नाही. फक्त अवघ्या दहा वर्षांच्या उमरीत आपण पोरके झालो एवढंच जाणवत राहिलं.

"दादा महाराजांनी आणि वहिनीसाहेबांनी मात्र आम्हाला माया दिली. दाभाडेकाकांनी प्रेमाची पाखर घातली. पण आमच्या मनातला एकलेपणा तसाच राहिला. तो आम्ही इथं या गडाच्या सावलीत काढला. तो मेणदरवाजा पाहिलात, त्याच्या मागचं राणीवशाला फिरण्यासाठी ठेवलेलं पठार, तिथंच बसून आम्ही एकल्यानं कितीतरी काळ काढला, आमच्या मांसाहेब गेल्यावर."

त्या वेळच्या आठवणींनी महाराजांना भरून आले. थोडा वेळ थांबून स्वत:ला सावरल्यावर पुन्हा जुन्या आठवांत हरवत ते बोलू लागले,

"त्याआधी आमची तबियत तिथल्या भणभणत्या वाऱ्याने बिघडेल म्हणून आमच्या मांसाहेब आम्हाला तिथं पाठवायच्या नाहीत. नंतर त्याच रानवाऱ्यात फिरताना कितीतरी सवाल आमच्या मनात भणभणायचे, अगदी थैमान घालायचे. आम्हीच का इतके कमनशिबी? दादा महाराजांना थोरल्या मांसाहेबांचे किती प्रेम

मिळाले. आम्हाला मात्र त्या आठवतदेखील नाहीत. आमचे आबासाहेब, एवढे थोर छत्रपती, पण त्यांचा फारसा सहवास आम्हाला लाभला नाही. आमच्या मांसाहेबसुद्धा त्यांच्यापाठोपाठ आम्हाला पोरकं करून निघून गेल्या. यांच्यापैकी कुणाचंच प्रेम किंवा सहवास आम्हाला फार काळ नाही लाभला. कधीकधी वाटतं, हे सारं आमच्याच वाट्याला का आलं? आम्हाला दाभाडेकाका कधीकधी जगदीश्वराच्या दर्शनाला घेऊन जायचे. तेव्हा तिथं गाभाऱ्यात बसून अनेक वेळा हेच सवाल आम्ही त्याला पुसलेले आहेत.''

कधी नव्हे ते आपल्या पतीच्या मनाचा सल असा उकलून आपल्यासमोर आलेला पाहून ताराबाई अगदी गलबलून गेल्या. त्यांनी काही न बोलता आपला हात हळुवारपणे महाराजांच्या हातावर ठेवला. तो आपल्या हाती घेत ते पुढे बोलू लागले,

''तारा, हा भव्य, उंच नगारखाना दिसतो आहे ना, त्याच्याकडे मान उंच करून पाहाताना आम्हाला आमच्या आबा महाराजांचं भव्य रूप त्यात दिसायचं. विशाल, आभाळाला भिडणारं, चैतन्यमय. पण पाहा, आज हाच नगारखाना अगदी शांत, अबोल झालेला आहे. वाटतं, आता तो पुन्हा कधी गरजणार? तो पलीकडचा होळीचौक, यंदा तिथं होळी पेटली नाही. पंचमीला रंग उधळले नाहीत. तो पुन्हा कधी रंगणार? तिथं कुशावर्तात दादा महाराजांनी मोठ्या हौसेनं कमळं फुलवली होती. आता त्यांची निगा कोण राखणार? ही राजसदर, इथंच आम्ही तख्तावर बसलो, पण इथं पुन्हा दरबार कधी भरणार? की ती आता दिसते तशी भकास राहणार? आज आपण इथून जातो आहोत, पुन्हा आपलं पाऊल इथं कधी पडणार? वहिनीसाहेब, बाळराजे, धाकल्या आईसाहेब, इथले सारे पुन्हा कधी भेटणार?

''असे किती किती सवाल आज आमच्या मनात उठताहेत. वहिनीसाहेब आणि कारभारी मंडळींनी अत्यंत विश्वासानं छत्रपती पदाची जिम्मेदारी आमच्यावर सोपवली आहे. आमच्या आबा महाराजांच्या आणि दादा महाराजांच्या पराक्रमाचा वारसा आम्हाला पुढं चालवायचा आहे. कधीकधी वाटतं, हे तर शिवधनुष्य उचलण्याएवढं फार मोठं काम जमेल ना आम्हाला?''

अचानक बोलता बोलता महाराज थांबले. त्यांची गंभीर मुद्रा निश्चयी बनली. ते दृढ स्वरात म्हणाले,

''पण तारा, आज इथं समोर दिसणाऱ्या आबा महाराजांनी स्थापन केलेल्या स्वराज्याच्या तख्ताच्या साक्षीनं आम्ही तुम्हाला सांगतो, आम्ही हा थोर वारसा जिवापाड जपणार आहोत, त्याची शान वाढेल असंच वागणार आहोत. त्यासाठी जे काही करावं लागेल ते कसलीही पर्वा न करता करणार आहोत.''

ताराबाई आपल्या पतीच्या निश्चयी मुद्रेकडे एकटक पाहत स्तब्धपणे उभ्या

होत्या. आपल्या पतीचे एक वेगळेच रूप त्यांना आज पाहायला मिळाले होते. दोघे तसेच कितीतरी वेळ तिथे उभे होते. हळूहळू सूर्य अस्ताला गेला. अंधार होऊ लागला. पश्चिमेचा गार वारा अंगाला झोंबू लागला. दोघांनी छज्जातून बाहेर पाहिले. गडावर पूर्णपणे अंधारले होते. गडाखाली चारी बाजूंनी पसरलेला मोगल सैन्याचा वेढा मशालींनी उजळलेला दिसत होता. त्यातूनच त्यांना निसटून जायचे होते. तोच विचार मनात घोळवत दोघे परत निघाले.

अवघ्या सोळा वर्षांच्या ताराबाईंना गेल्या काही दिवसांतल्या घटनांनी अकाली प्रौढपण येऊ लागले होते. आजच्या राजाराम महाराजांच्या बोलण्यामुळे त्यांच्याकडे पाहण्याची एक वेगळीच दृष्टी त्यांना लाभली होती. त्यांना त्यांच्या पुढच्या अवघड वाटचालीत जमेल तेवढी साथ द्यायची हे मनोमन पक्के ठरवून त्या त्यांच्या सोबत आपल्या महालात परतल्या.

८

मध्यरात्र झाली. गडद अंधार पडला. हे पाहून प्रथम कारभारी मंडळी गडावरून बाहेर पडली. खाशी मंडळी त्यानंतर घटकाभराने बाहेर निघाली. जगदीश्वराच्या, धाकल्या आईसाहेबांच्या पाया पडून झाल्यावर राजजोडपी येसूबाईंच्या महाली त्यांचा निरोप घेण्यासाठी आली.

अंगात जाडेभरडे कपडे घातलेले, डोक्याला मुंडासे बांधलेले राजाराम महाराज काही वेगळेच दिसत होते. साधी सुती रंगीत लुगडी, हातात काचेची काकणं, गळ्यात दोऱ्यात ओवलेलं साधं डोरलं घातलेल्या ताराबाई आणि राजसबाईंना तर त्यांच्या चाकरांच्या आणि कुळंबिणीच्या घोळक्यात वेगळ्या ओळखणेदेखील अवघड झाले होते. अशा पोशाखात त्यांना पाहून येसूबाई थक्क होऊन गेल्या होत्या.

"यशस्वी व्हा, औक्षवंत व्हा."

त्यांनी मनापासून आशीर्वाद दिले. सर्व जण सातमहालाबाहेर पडले. आपल्या महालाच्या छज्जातून अंधारात दूर दूर जाणाऱ्या त्या अस्पष्ट आकृत्यांकडे भरल्या डोळ्यांनी पाहत येसूबाई कितीतरी वेळ तशाच उभ्या राहिल्या होत्या.

थोडे अंतर चालून गेल्यावर सर्वांनी जाड काळसर रंगाची घोंगडी पांघरली. अंधारात जपून पावले टाकत वाटाड्यांनी दाखवलेल्या रस्त्याने त्यांची वाटचाल सुरू झाली. जंगलातल्या काट्याकुट्यातून, रानटी जनावरांपासून बचाव करत राजपरिवार पायी निघाला होता. पहाटेच्या आधी पायथ्याशी असलेला मोगली वेढा पार करायचा होता. त्यासाठी मधूनच ठेचकाळत, झाडांच्या फांद्या दूर सारत सारे झपाट्याने गडाच्या पायथ्याशी येऊन पोहोचले.

वेढ्यातले मोगल सैनिक पहाटेच्या साखरझोपेत होते. गडाची इकडची बाजू घनदाट जंगलाची, अवघड वाटांची होती. त्यामुळे इथून मुद्दाम जीव धोक्यात घालून कोण येणार, असे वाटत असल्याने इथे पहारा कमी होता. चौक्या बऱ्याच दूरदूर अंतरावर होत्या. रात्रभर जागता पहारा देण्यासाठी नेमलेले सैनिक बेसावध होते. त्यांचा डोळा चुकवून लपतछपत निसटणे सहज शक्य झाले.

पहिला धोक्याचा टप्पा ओलांडला गेला. शरीर दमले असले, तरी मनाला हुरूप आला. काही झाले तरी पूर्ण सुरक्षित ठिकाण आल्याखेरीज थांबणे शक्य नव्हते. वेढा ओलांडून अर्धा कोस पुढे आल्यावर बहिर्जी घोरपडे त्याच्या स्वारांसह त्यांना सामोरा आला. जादा घोडी घेऊन तो तेथे राजपरिवाराची वाट पाहत थांबलेला होता. अद्याप पूर्णपणे सुरक्षित मुलूख आलेला नव्हता. त्यामुळे मुळीच उसंत न घेता पाण्याचे जेमतेम दोन घोट घशाखाली घालून पुढचा प्रवास सुरू झाला.

आता पायी चालणे नव्हते. घोड्यावर मांड ठोकून सर्व जण प्रतापगडाच्या दिशेने निघाले. अवघी वीस कोसांची दौड, पण अत्यंत सावधगिरीने वाटचाल सुरू होती. प्रत्येक पाच कोसांवर एक-एक सरदार आपल्या राजपरिवाराच्या सुरक्षिततेसाठी तैनात केलेला होता. आपल्या छत्रपतींना त्यांच्या परिवारासह सुखरूप घेऊन जाण्याची जबाबदारी आपल्या शिरावर आहे, याची त्यांना जाणीव होती.

प्रतापगडाच्या पायथ्याशी पोहोचेपर्यंत दिवस चांगलाच वर आला होता. तेथे गडाचे किल्लेदार आणि स्वत: संताजी साऱ्या लवाजम्यासह त्यांच्या आगवानीसाठी वाट पाहत उभे होते. त्यांना पाहताच सर्व जण थांबले. महाराज कबिल्यासह पायउतार झाले. सुवासिनींनी घागरी भरून पायावर पाणी घालून त्यांना ओवाळले. स्वराज्याचे छत्रपती अशा मोक्याच्या घडीला आपल्याकडे मुक्कामाला आले आहेत. याबद्दलची जबाबदारीची जाणीव आणि अभिमानाची भावना गडावरच्या मंडळींच्या चेहऱ्यावर दिसत होती.

सर्व खाशी मंडळी पुन्हा मेण्यात बसली. गडावर छत्रपती आणि त्यांच्या कबिल्याची राहण्याची जय्यत तयारी केलेली होती. तासाभरात स्नानादी सारे उरकल्यावर गडकरी महाराजांना खाण्याचे विचारण्यासाठी गेले. तेव्हा महाराज म्हणाले,

''आधी भवानीचं दर्शन, पूजा. मागाहून सगळं.''

''जी, आम्ही पुजाऱ्यांना सांगून सारी व्यवस्था करतो.''

म्हणत मुजरा करून गडकरी गडबडीने बाहेर गेले. थोड्याच वेळात राजपरिवार देवदर्शनासाठी निघाला. आई भवानीची यथासांग पूजा करून राजाराम महाराजांनी हात जोडून तिला साकडे घातले.

'आई, आमच्या आबा महाराजांनी उभारलेली आणि आमच्या दादा महाराजांनी

वाढवलेली स्वराज्याची दौलत आज घोर संकटात सापडलेली आहे. अशा वख्ताला तिला सावरण्याचा भार आज आमच्या शिरावर आलेला आहे. म्हणूनच आम्ही तुझ्या पायाशी आलो आहोत. हे सारं पेलण्याची, त्यासाठी लढण्याची शक्ती दे आई, तुझं पाठबळ दे आम्हाला.'

भक्तिभावाने महाराजांनी देवीला साष्टांग दंडवत घातला. राण्यांनी देवीची ओटी भरली. दर्शन घेऊन सर्व जण परतले. दुपारचा थाळा झाल्यावर राजाराम महाराजांनी थोडी विश्रांती घेतली. ते उठले तेव्हा उन्हे कलत आली होती. तोंड धुवून ताजेतवाने झाल्यावर त्यांनी किल्लेदारांना बोलावून घेऊन आज्ञा केली.

"आम्ही सर्वांना आमच्या महालात बोलावले आहे असे सांगा."

"जी, सर्वांना?"

"होय. आमचे कारभारी, संताजी, सर्वांना सांगा."

"जी."

असे म्हणून किल्लेदार बाहेर पडले. अर्ध्या घटकेत मंडळी जमली. राजाराम महाराजांनी सर्वांकडे पाहत बोलण्यास सुरुवात केली.

"आमच्या दादा महाराजांना मोगलांनी पकडल्यापासून दिवस मोठ्या अडचणीचे गेले. दौलतीचा कारभार जवळजवळ थांबल्यासारखा झालेला आहे. आज आपण इथं आलो आहोत, ते कारभार पुन्हा एकवार सुरळीत करण्यासाठीच. म्हणूनच आम्ही तुम्हाला सर्वांना बोलावून घेतले आहे."

"पण महाराज, इतकी दूरवर दौड करून आला आहात. लागलीच सुरुवात केलीत."

प्रल्हाद निराजी काळजीने म्हणाले. त्यांना दुजोरा देत त्यांची लहानपणापासून काळजी घेणारे येसाजी दाभाडे म्हणाले,

"व्हय म्हाराज, लई दमनूक झालिया. जरा सुमार व्हा. कामं हाईतच की करायची."

बाकीच्या मंडळींच्या मनातदेखील तसेच भाव होते. पण महाराज मान हलवत म्हणाले,

"नाही. आता आम्हाला विश्रांती घेण्याइतकीदेखील फुरसद नाही. दौलत संकटात आहे. गनीम जोरावर आहे. त्याला वाटतंय, मराठ्यांच्या राजाला मारलं, आता काय, उरलेलं चुटकीसरसं घेऊन टाकू. म्हणून तो रयतेला नडतोय. त्याला धडा शिकवायचा असेल, आबा महाराजांनी उभारलेलं स्वराज्य वाचवायचं असेल, तर आपल्याला वेळ दवडणं परवडणारं नाही."

त्यांचे हे बोल ऐकूण सर्वांच्या मनात आपल्या नव्या धन्याबद्दल अभिमान दाटून आला. संताजी पुढे येत म्हणाले,

“खरं हाय तुमचं महाराज. सारी हितं सुखरूप आली. आमचं हितलं काम संपलं. आम्हाला आता आज्ञा द्या. थोरल्या महाराजांची आनी आमच्या आबांची आण घेऊन सांगतो, त्या अवरंग्याला असा हिसका दावतो की त्योबी जलमभर याद राखंल.”

संताजीच्या आवेशपूर्ण भाषणाने बैठकीचा नूरच पालटला. राजाराम महाराजांनी त्याला मोठ्या प्रेमाने निरोप दिला. त्यांना मुजरा करून संताजी तेथून बाहेर पडले. मोठ्या उत्साहात कारभाऱ्यांनी इतर बाबींची मसलत सुरू केली. मराठ्यांच्या दौलतीच्या नव्या छत्रपतींच्या अमलाला प्रतापगडावर खऱ्या अर्थाने सुरुवात झाली.

◆

भाग २

१

संताजी प्रतापगडाहून निघाले ते थेट नेहमीप्रमाणे शंभूमहादेवाच्या डोंगरावर गेले. तेथे त्यांनी धनाजी जाधवांसोबत लगेच मोगलांशी दोन हात करायचा बेत पक्का केला. या वेळी औरंगजेबाची छावणी भीमेकाठी तुळापुराजवळ होती. संभाजी महाराजांच्या मृत्यूनंतर विजयाने धुंद झालेली मोगलसेना साऱ्या मराठेशाहीत धुमाकूळ घालत सुटली होती. पाहता पाहता त्यांनी त्रिंबकसारखी महत्त्वाची ठाणी आणि राजगड हा महत्त्वाचा गड जिंकला होता.

रात्रीच्या अंधारात डोंगरावरून दूरवर औरंगजेबाच्या छावणीतल्या जळत्या मशालीचे ठिपके विस्तीर्ण माळावर विखरून पडलेले दिसत होते. त्यांच्याकडे अस्वस्थपणे पाहत संताजी म्हणाले,

"धनाजी, ही छावणी पाहिली की आमचं रक्त उसळतंय. शंभूछत्रपती गेल्यापासून तर त्यांनी अगदीच ताळतंत्र सोडलंय."

"होय संताजी, त्यांना चांगलाच धडा शिकवायला हवा असं वाटतंय. पण काय करणार? त्यांची लाखाची छावणी, आणि आपलं दोघांचं मिळून बळ दहा-बारा हजारांचं."

संताजी आणि धनाजी दोघेही पंचहजारी. त्याशिवाय मालोजी आणि बहिर्जी हे संताजींचे भाऊ तसेच विठोजी चव्हाण असे काही जण त्यांच्या छोट्या तुकड्यांसह सामील झालेले होते. म्हणजे सगळे मिळून झाले तरी अवघे दहा-बारा हजारांचे सैन्यबळ. औरंगजेबाच्या लाखांच्या चतुरंग दळासमोर अगदीच फुटकळ, पण त्यांच्या उरातली हिंमत त्यापेक्षा कितीतरी अधिक होती. संताजींनी काही वेळ विचार करून एक धाडसी बेत मनाशी ठरवला. ते धनाजींना म्हणाले,

"धनाजी, बादशहाची छावणी इथनं केवळ एका मुक्कामावर आहे. आम्हाला

वाटतं, त्यांच्यावर सरळ चालून जावं.''

''काय, एकदम बादशहाच्या छावणीवर?''

''व्हय.'' संताजी निर्धाराने म्हणाले, ''धनाजी तुमचं आनी आमचं निवडक दोन हजार स्वार, म्हलोजी, बहिर्जी आनी इटोजी यानला संगट घेऊन छापा टाकायचा. जरा मारामारी करायची. लागलीच परतायचं. लई येळ तितं थांबायचं न्हाई. असं करावं म्हनतो.''

''लई धाडशी बेत संताजी.''

''त्यानं बादशहाचं काय लई मोटं नुसकान न्हाई हुनार. पर त्याला कळंल, सारं मऱ्हाटं काय मेल्यालं न्हाईत. तिकडं बारामती, फलटनकडं रणमस्तखान आनी शाहाबुद्दीनखान लई माजल्यात. त्यानला अडवाया पायजे. तेवडं तुमी करा. आम्ही तिकडनं सरळ सिंहगडाकडं जाऊन प्रतापगडाकडं येतो. तितंच दोगं भेटू या.''

''संताजी, लई मोठा डाव हाय. जपून टाका. आमी सकाळी उजाडताच बारामतीकडं निघतो.''

संताजींचा उत्साह पाहून धनाजी काळजीने बोलले. सकाळ होताच ते आपल्या उरलेल्या स्वारांसह निघून गेले. संताजी त्यांच्यापाठोपाठ बाहेर पडले ते सरळ जेजुरीला आले. तिथे श्रीमल्हारीरायांचे दर्शन घेऊन दिवा घाटाच्या झाडीत दडून बसले. त्या दिवशी त्यांनी तिथेच मुक्काम केला. अंधार पडू लागताच ते मोगलांच्या छावणीकडे निघाले. छावणीच्या अलीकडे दोन कोसांवर त्यांची रात्रपहाऱ्याच्या छबिन्याशी गाठ पडली. स्वत: संताजींनी पुढे येऊन त्यांना थांबवून सांगितले,

''आम्ही शिर्केसरकारांचे शिपाई. आनी हे विठोजी, मोहितेसरकारांकडले. पहाऱ्यावर हुतो. आता परत निगालोय.''

त्यांनी स्वत:हून पुढे येऊन सांगितल्यामुळे छबिन्याच्या सैनिकांना त्यांचा मुळीच संशय आला नाही. सर्वांना मोगलांच्या छावणीत निर्वेध शिरकाव मिळाला. ही वेळ रात्री झोपण्यापूर्वीच्या इशाच्या नमाजाची. या वेळी सर्व इस्लामी सैनिकच नव्हे, तर खुद्द बादशहासुद्धा नमाजाच्या तयारीत असणार, हे हेरून संताजींनी हीच वेळ साधायचे ठरवले होते. छावणीत थोडे पुढे गेल्यावर संताजींना दूरवर खुद्द बादशहाचा डेरा दिसला. त्याच्यावर चोहोबाजूंनी मशालींचा उजेड पडलेला होता. त्या प्रकाशात शाही डेऱ्यावरचे कळस चकाकत होते. त्यांच्याकडे पाहताच संताजीचे डोळे चमकले. त्यांनी बाजूने चाललेल्या विठोजीकडे पाहून इशारा केला. विठोजीच्या तो लगेच ध्यानी आला.

कोणालाही काही समजण्यापूर्वी दोघांनी त्या दिशेने झेप घेतली. त्याबरोबर एकच हाणामारी सुरू झाली. दोघांनी कापाकापी करत वेगाने शाही डेरा गाठला. विठोजींनी त्याच्या कनातींचे दोर सपासपा कापले. तंबू खाली कोसळला. संताजीने

त्याच्यावर झेप घेत त्याच्यावरचे सोन्याचे कळस कापून घेतले. लागलीच त्याने परतीचा इशारा केला. ताबडतोब सारे सैनिक परतीच्या वाटेने जमेल तितक्या गनिमांना मारत, शत्रू पकडण्याचा बहाणा करत बाहेरच्या बाजूने धावले.

जोरदार दौड मारत संताजीने सर्वांसह सिंहगडाचा पायथा गाठला. तिथले किल्लेदार प्रतापराव गुजर आणि त्यांचे चिरंजीव सिधोजी ठरल्याप्रमाणे त्यांची वाट पाहत होते. सिंहगडाच्या पायथ्याशी त्यांनी आपल्या लष्कराला विश्रांती दिली. एक धाडसी मोहीम कल्पनेपेक्षा अधिक यशस्वी झाली होती.

पण एवढ्यावर समाधान मानतील तर ते संताजी कसले! तेथून त्यांनी सरळ रायगडाच्या दिशेने कूच केले. वेढा घालून बसलेल्या इतिकदखानाकडे मोठी रसद निघालेली आहे, अशी खबर आली होती. त्याच्यावर धाड घालून त्यांनी तिच्यावर ताबा मिळवला. लुटीत मिळालेला ऐवज आणि पाच हत्ती घेऊन ते प्रतापगडाकडे निघाले. तेथे रणमस्तखान आणि शाहाबुद्दीनखान यांना नमवून आलेले धनाजी त्यांची वाट पाहत होते. एकत्र आल्यावर दोन्ही विजयी वीरांच्या सैनिकांनी एकच जयघोष केला. त्यांनी मोगलांना चांगलाच इंगा दाखवलेला होता.

२

राजाराम महाराज प्रतापगडावर आल्यापासून लागलीच त्यांनी राज्यकारभाराची व्यवस्था लावायला सुरुवात केली. राज्याचे सेनापती म्हाळोजीराव घोरपडे यांचा संगमेश्वरी शंभू महाराजांसाठी लढताना काळ झाला होता. ते पद अद्याप रिकामे होते. सैन्याला पुन्हा कार्यरत करण्यासाठी सेनापतीची गरज होती. महाराजांनी त्यांच्या जागी त्यांच्या इतकेच अनुभवी सेनानी महादजी नाईक पानसंबळ यांची नेमणूक केली.

राज्याचे प्रमुख प्रशासक म्हणून रामचंद्रपंत आणि शंकराजी नारायण यांचेकडे जबाबदारी सोपवली. प्रल्हाद निराजी यांना अत्यंत प्रतिष्ठेचे असे प्रतिनिधी पद दिले. खंडो बल्लाळ यांना चिटणिशीवर नेमले. या सर्वांना अधिकारदर्शक आदेश दिले. सर्व गडांवर किल्लेदारांना हुशार राहण्यासाठी पत्रे पाठवली गेली. जवळजवळ पूर्णपणे ठप्प झालेला राज्यकारभार पुन्हा सुरू झाला.

औरंगजेबाची छावणी अद्याप तुळापुराजवळ होती. त्याची विजयाने धुंद झालेली सेना दौलतीत धुमाकूळ घालत होती. त्यासंबंधी येणाऱ्या खबरीमुळे महाराज अस्वस्थ होत होते. ते याच विचारात गढलेले असतांना सेनापती महादजी नाईक पानसंबळ त्यांच्या भेटीला आले.

''काय सरलष्कर, आज सकाळीच आलात. काही विशेष?''

महाराजांनी विचारले. त्यावर हसत महादजी म्हणाले,

“होय महाराज, खबरच तशी नामी आहे, म्हणून आलो. संताजी आणि धनाजी आलेत. मोगलांच्या छावणीवर हल्ला करून भरपूर लूट घेऊन आलेत.”

“अरे वा, बऱ्याच दिवसांनी एवढी गोमटी खबर ऐकायला मिळाली. महादजी, आमचे वीर आता पुन्हा नव्या जोमाने कामगिऱ्या करायला लागलेले दिसतात. हा तर मोठाच पराक्रम केलाय. त्यांना नौबतीचा मान द्यायला हवा. जा. तुम्ही जातीने त्यांची आगवानी करून घेऊन या.”

“जी, महाराज.” असे म्हणून महादजी गडबडीने बाहेर पडले.

घटकाभराने नौबती दुमदुमल्या. गडावरची मंडळी चकित झाली. कौतुकाच्या नजरा झेलत संताजी आणि धनाजी त्यांच्या प्रमुख स्वारांसह गडावर आले. सर्वांच्या मुद्रेवर आनंद आणि अभिमान झळकत होते. महाराजांसमोर येऊन दोघांनी मुजरा केला. त्यांच्यामागे रेशमी वस्त्रांनी झाकलेली तबके घेऊन काही माणसे उभी होती. संताजींनी त्यांना इशारत केली. त्यांनी पुढे येऊन ती महाराजांसमोर मोठ्या अदबीने पेश केली. संताजींनी त्याच्यावरची आवरणे दूर करताच सर्वांच्या नजरा दिपून गेल्या.

“महाराज, ह्ये त्या अवरंग्याच्या डेऱ्यावरले सोन्याचे कळस. कापून आपल्या पायाशी आनलेत. लई दिसांची सल हुती मनात. म्हनून जरा इंगा दावला त्याला.”

सर्वांच्या आश्चर्यचकित झालेल्या नजरा त्या झळाळत्या नक्षीदार सुवर्णकळसांवर खिळल्या होत्या. संताजी सांगत होते,

“महाराज, आमी रातीच घाला घातला. त्यांच्या नमाजाच्या येळंला. बादशाचा तंबू कोसळला. हे कळस कापून घेतले, आनी लागलीच भाइर पडलो. वाटंत रायगडाच्या वेढ्याकडं निगालेल्या रसदीच्या ताफ्यावर हमला चढवला. तंवर धनाजींनी बारामती, फलटण भागात रणमस्तखान आनी शाहाबुद्दीनखान यांना अडवून मार दिला. आमी मायंदाळ लूट आनी पाच हत्तीबी आनल्यात.”

राजाराम महाराजांच्या मनात त्यांचे कौतुक मावेना. ते मोठ्या खुशीत म्हणाले,

“संताजी, तुमचं आणि धनाजींचं कवतिक करावं तेवढं थोडं. आमचे दादा महाराज कैद झाल्यानंतर आमच्या वीरांनी गाजवलेला हा पहिला मोठा पराक्रम. तोदेखील थेट बादशहाच्या छावणीवर हल्ला केल्याचा. आम्हाला त्याची मोठी खुशी आहे. पण संताजी, हे कसलं धाडस. जपून करा. दौलतीला तुमची अजून फार गरज आहे.”

“तुमचं खरं हाय महाराज. पर चैन पडत न्हवतं जिवाला. आनी बगा आता थांबनार न्हाय. त्या मोगलांची पाठच घेनार.”

“जरूर घ्या. पण आज मात्र इथंच थांबा. आमच्यासंगट थाळा घ्यायला.”

महाराज हसत म्हणाले. त्यावर मान हलवत संताजी म्हणाले,

''महाराज, आमी एकल्यानं न्हाई सारं केल्यालं. धनाजी तर हुतेच. हे इठोजी, म्हलोजी आनी बहिर्जीबी हुते संगट.''

''वा संताजी, खरे वीर शोभलात. घ्या त्यांनाबी संगट.''

महाराजांनी असे म्हणताच सारे लढवय्ये सुखावून गेले. धन्याने केलेल्या कौतुकाचे मोल काही आगळेच. त्या समाधानात त्यांना आपल्या कष्टांचा विसर पडला. एकत्र जेवणाच्या नुसत्या कल्पनेनेच ते भारावून गेले होते. त्या दिवशी राजाराम महाराज कितीतरी दिवसांनी मनापासून हसले.

दुसऱ्या दिवशी सकाळी महाराज सदरेवर आले, तेव्हा सर्व कारभारी आणि सेनापती पानसंबळ आधीच तेथे आलेले होते. महाराजांच्या मनात रात्रभर काही विचार घोळत होते. ते सर्वांसमोर उघड ते म्हणाले,

''काल संताजी, धनाजी आणि त्यांच्या साथीदारांचे आम्ही कौतुक केले, पण तेवढ्यानं आमचं समाधान होत नाही. त्याचा अधिक मोठा मान करावा, असं आम्हाला वाटतं आहे.''

''आपले अगदी खरे आहे महाराज. आज मुलखात मोगल इतके जोरावर आहेत की आता स्वराज्य संपणार असे समजून आपले कित्येक लोक एकतर मोगलांकडे गेलेत नाहीतर घाबरून घरात दडून बसलेत. अशा वेळी मनी स्वामिनिष्ठा ठेवून अशा मातब्बर गनिमास अंगावर घेणे ही काही सामान्य बाब नव्हे. आपल्यास त्यांचेविषयी जे करावे वाटते आहे ते उचितच आहे.''

प्रतिनिधी प्रल्हाद निराजी यांनी महाराजांसमोर आपली भावना व्यक्त केली. महाराज आता काय म्हणतात याची उत्सुकता सर्वांच्या चेहऱ्यावर उघड दिसत होती. ती अधिक न ताणता महाराज सांगू लागले,

''खुद्द संताजी यांना आम्ही 'मामलकत-मदार' असा खिताब देऊन जरीपटक्यासह नौबतीचा मान देण्याचे ठरवले आहे. त्यांचे बंधू बहिर्जी यांना 'हिंदूराव', त्यांचे दुसरे बंधू मालोजी यांना 'अमीर-अल्-उमराव', तसेच विठोजी चव्हाण यांना 'हिंमतबहादूर' असे खिताब द्यायचे आमच्या मनात आहे.''

हे ऐकून सर्वांना मोठे समाधान वाटले. महाराज पुढे म्हणाले,

''ते सर्व थोड्या वेळात दरबारात येतील. त्यापूर्वी त्यांची फर्माने, पोशाख तयार ठेवा. आम्ही आजच हा सोहळा पार पाडणार आहोत.''

काही वेळाने संताजी आपल्या सहकाऱ्यांसह दरबारात आले. तेव्हा पूर्ण दरबारी रिवाजानुसार अल्काबांच्या पुकाऱ्यात सर्वांचा थाटात सन्मान करण्यात आला. संताजी भारावल्या स्वरात म्हणाले,

''महाराज, संगमेश्वरी तसं घडल्यापासून आमच्या मनात औरंगजेबाविषयी सुडाची आग भडकलेली होती. त्यातनं हे घडलं. आमच्या दुखऱ्या जखमांवर

आपल्या या प्रेमानं फुंकर घातलीय. आज आम्हाला शंभू महाराजांची आनी आमच्या आबांची लई आठवण येतीय.''

त्यांना दाटून आलं. पुढे बोलवेना. सारा दरबार स्तब्ध होऊन ते दृश्य पाहत होता. सर्व मानकरी महाराजांना पुन्हा एकवार मुजरा करून उभे राहिले. दरबार संपला. त्याच दिवशी मनात नवी उभारी घेऊन स्वराज्याचे खंदे वीर पुढच्या कामगिरीसाठी बाहेर पडले.

३

प्रत्यक्ष औरंगजेबाच्या शाही तंबूवरचे सोन्याचे कळस कापून नेणे ही काही साधी बाब नव्हे. साऱ्या मोगल छावणीत त्या हमल्यामुळे मोठीच खळबळ माजली होती. बादशहा प्रचंड चिडलेला होता. त्याच्या पुन्हा नव्याने उभारलेल्या तंबूत त्याच्या समोर माना खाली घालून उभ्या असलेल्या हमीदुद्दीनखान, मुकर्रबखान यांच्यासारख्या सरदारांना संतापून जाब विचारत होता,

''हे एवढं सारं घडलं तेव्हा तुम्ही सारे काय झोपा काढत होता? ये सब क्या हो रहा है? कोई भी आता है, छावणीपर हमला करता है। गनीम शाही डेऱ्यावर चालून येतो, आणि आमच्या नामजद सरदारांना त्यांचा पत्तादेखील नसतो. ते काही नाही. जा. ताबडतोब त्या हमलावरांचा शोध घ्या. ढूंढके लाओ उनको हमारे सामने। नुसते खडे काय राहिलात असे! चालते व्हा आमच्या नजरेपुढून.''

दीड-दोन लाखांच्या छावणीवर काही हजार मराठी सैनिक छापा टाकतात. तेदेखील प्रत्यक्ष बादशहा तिथे असताना खुद्द त्याच्या तंबूवर. हा विचारदेखील त्याला सहन होत नव्हता. सारे सरदार तिथून निघून गेल्यावर बाजूला उभ्या असलेल्या वजीर असदखानाला तो म्हणाला,

''हमने इन मराठोंके राजाको पकडके मार दिया। उनकी राजधानी रायरीको घेरा डाला। हमारे सरदार रोज उनका मुलुख काबीज कर रहे हैं। तरी हे मराठे हटत नाहीत. हा असला हमला करायची हिंमत यांच्यात येते तरी कुठून?''

''खाविंद, उनकी सब जगहसे हार हो रही हैं। इसलिये ये मराठे बौखला गये हैं, ऐसा हमे लगता हैं। नहीं तो ऐसे आगमे कूदने जैसा काम वह नहीं करतें।''

असदखानाने खाली मान घालून उत्तर दिले. पण त्यामुळे औरंगजेबाला अधिकच राग आला. तो मोठ्या घुश्शात म्हणाला,

''तुम्हे ये मराठे बौखलाये हुये लगते हैं? इतने बडे छावणी में ठीक हमारे डेरेपर हमला करते हैं। तुम्हारा फर्जंद इतिकदखान उस रायरीको घेरा डाले हुए बैठा है। उसके पहारेमें से वह सिवाका बेटा रामा भाग जाता है। आणि आमचे वजीर

म्हणतात, हार होतेय म्हणून मराठा बौखला गये हैं। बस्स. ते काही नाही. उन हमलावरोंको अभी ढूंढ निकालो। हम उन्हे ऐसी सजा देंगे की उनपर हमारी जबरदस्त दहशत बैठनी चाहिये। जाओ।''

असदखान थरथरत बादशहाला कुर्निसात करून तिथून बाहेर पडला.

दोनच दिवसांत औरंगजेबाला हल्लेखोरांची माहिती मिळाली. कुणी संता आणि धना नावाचे नवे तरुण सरदार होते. त्यांनी त्यांच्या अवघ्या काही हजार सैनिकांच्या टोळीनिशी छापा घातलेला होता. हे समजल्यावर तर बादशहा आणखी हैराण होऊन गेला. त्याने पुन्हा एकदा त्यांना पकडून आपल्यासमोर हजर करायचा हुकूम दिला.

''जाओ. गावगाव में, घरघर में ढूंढो। कुणाला सोडू नका. जरासा भी शक आया तो जेरबंद करो।''

झालं. बादशहाचा हुकूम झाला. वारुळ फुटावे तसे मोगल सैनिक पंचक्रोशीत शिरले. कोरेगाव परिसरातून त्यांनी शे-दीडशे तरुण पकडून आणले. दोन महिन्यापर्यंत हे पकडसत्र सुरू होते. तरी संताजी किंवा धनाजी पकडीत येत नव्हते. अखेर चिडून औरंगजेबाने त्या सर्व तरुणांना ठार करण्याचा आदेश दिला. त्यांची कत्तल करून त्यांची मुंडकी त्यांच्या गावाच्या वेशीवर टांगून ठेवण्यास सांगितले. त्यामुळे त्या परिसरात प्रचंड दहशत निर्माण झाली.

राजाराम महाराज प्रतापगडावर होते. त्यांना खबरगिरांनी हे सारे कळवले. प्रत्यक्ष औरंगजेबाच्या तंबूवर हल्ला केल्याची अशी प्रतिक्रिया होणे अपेक्षितच होते. आता त्यांना इथे येऊन दोन महिने झाले होते. पावसाळा तोंडावर आला होता. तो एकदा सुरू झाल्यावर मोगलांच्या हालचाली कमी होतील. आपल्याला सावरायला वेळ मिळेल असा त्यांचा होरा होता.

पण तो फोल ठरला. औरंगजेब उसंत घेण्यास बिलकूल तयार नव्हता. मराठ्यांच्या राजाला मारलं आहे. आता एकदा रायगड घेतला, राजारामाला पकडले की मराठेशाही बुडाली. आदिलशाही आणि कुतुबशाही आधी जिंकलेल्या होत्याच. हे उरलेले काम झाले की, दक्षिणेतली मोहीम पार पडणार. तेव्हा हे लवकर पार पाडण्याचे ठरवल्यामुळे तो थांबायला मुळीच तयार नव्हता. त्याचा तर इरादा उघड होता. त्याने एकाच वेळी अनेक आघाड्या उघडल्या. किल्ल्यामागून किल्ले आणि महालांमागून महाल मोगलांच्या ताब्यात जाऊ लागले. परिस्थिती दिवसेंदिवस अधिक गंभीर होऊ लागली होती.

४

राजाराम महाराज प्रतापगडावर आहेत हे आतापर्यंत सर्वांना समजलेले होते. औरंगजेब एखाद्या मातब्बर सरदाराला सैन्यासह पाठवणार हे उघड होते. अद्याप तशी काही खबर आलेली नव्हती. संताजी, धनाजी नुकतेच येऊन गेले होते. गडावर कोणी मोठा लढवय्या नव्हता, तरी सारे निवांत होते. अशा वेळी अचानक खबर आली की, गडाखाली गनिमाचे सैन्य गोळा झाले आहे. सर्वांना मोठे आश्चर्य वाटले. महाराजांनी माहिती घेतली तेव्हा समजले की, मोगल सुभेदार लोदीखान आणि दुसरा एक मोगल सरदार काकरखान आपल्या सैन्यानिशी प्रतापगडाखाली आलेला आहे.

त्याचे असे झाले होते, अंबाजी चंद्रराव नावाचा एक सरदार सिद्दीकडून लोदीखानाकडे रुजू झाला होता. त्याला तेथे त्याचा एक नातेवाईक हिरोजीराव दरेकर भेटला. हे दोघे जावळीच्या मोरे घराण्यातले. शिवकाळातले जुने वैर त्यांच्या मनात खदखदत होते. त्यांनी लोदीखान आणि काकरखान यांना प्रतापगडावर चालून जाण्यासाठी भरीला घातले की चला, सध्या गडावर कोणी मोठा सरदार नाही तर आपण चालून जाऊ या. त्याप्रमाणे चौघे जण आपापले सैन्य घेऊन गडावर चालून आले होते.

हे समजल्यावर महाराजांनी गडावर असलेल्या पिराजी गोळे, रुमाजीराव येरुणकर आणि जिवाजीराव पराते यांना बोलावून घेतले. परिस्थितीबद्दल चर्चा केली. दुसऱ्या कुणाला निरोप देण्याइतकी सवड नव्हती. तेव्हा त्यांनी स्वत:च चालून जायचे ठरवले. ते सर्वांना म्हणाले,

''गडावरची शिबंदी ताबडतोब तयार करा. गनीम गडाखाली गोळा होतोय. त्यांनी पुढं येऊन आपली कोंडी करण्याआधी आपणच त्यांना पळवून लावायचं आहे. आम्ही जातीने येणार आहोत.''

महाराजांचे बोलणे ऐकून सर्वांना हुरूप आला. ते तयारीला लागले. दुसऱ्या दिवशी सकाळी आघाडीच्या हत्तीवर बसून खुद्द राजाराम महाराज सैन्यासह गडाखाली उतरले. खवाशीत रिवाजाप्रमाणे शाही बिरुदे मिरवीत शिक्के-कट्यार घेऊन किल्लेदार बसले होते. मराठी सैन्याने मोगल सैन्याच्या दिशेने चाल केली.

मोगलांना महाराज असे चालून येतील असे वाटलेच नव्हते. त्यांना असे गोंधळलेले पाहून महाराजांनी इशारा केला. माहुताने त्यांचा हत्ती शत्रुसैन्यात आतपर्यंत घुसवला. एकच हाणामारी सुरू झाली. मोगल सैन्य माघारी पळू लागले. पण त्याच गडबडीत हिरोजीराव दरेकराने महाराजांच्या हत्तीवर एका बाजूने हल्ला चढवला आणि त्याचे पोट फाडले. तीव्र वेदनेने चीत्कार करत हत्ती माघारी वळला. वेडावाकडा पळू लागला. त्यामुळे पाठलाग न करता किल्ल्यातले सैन्य माघारी

वळले. माहुताने दुखावलेल्या हत्तीला कसेबसे सांभाळून किल्ल्यात परत आणले.

या सर्व धांदलीत खवाशीत बसलेल्या किल्लेदारांकडून शिक्के-कट्यार खाली पडून गहाळ झाली. हे नंतर ध्यानी आले. तेव्हा सगळे गडबडून गेले. जिवाजी पराते तडक पुन्हा गडाखाली गेला. त्याने ती शोधून परत मिळवली. महाराजांनी त्याला मोठी शाबासकी दिली. या लढाईत तसा कोणाचाच मोठा विजय झाला नाही, पण खुद्द महाराज आघाडीवर गेल्यामुळे गडावरच्या मंडळींमध्ये हुरूप आला, तसेच महाराजांबद्दल आदर वाढला.

यातून एक मात्र पक्के झाले की आता या गडावर राहणे सुरक्षित राहिलेले नाही. त्यातच खबर आली की औरंगजेबाने केलेल्या सूचनेनुसार इतिकदखानाने फतेहजंग नावाच्या सरदाराला प्रतापगडावर पाठवण्याचे निश्चित केले आहे. ते ऐकून प्रतापगडावरची कारभारी मंडळी बेचैन होऊन गेली. आता परिस्थिती खरंच बिकट झालेली होती. अशा वेळी एकच मार्ग शिल्लक राहिलेला होता. तो म्हणजे दक्षिणेत शिवाजी महाराजांनी मिळवलेल्या मुलखात जाण्याचा.

‘‘महाराज, आपण स्वत: कुठे ना कुठे तरी सुरक्षित असणे अत्यंत महत्त्वाचे आहे. थोरल्या महाराजांचा वारस दूर का असेना पण आहे, एवढा आधार असला तरी सैन्याला लढण्यास उभारी येईल. तेव्हा आपण दक्षिणेत जावे हे उत्तम.’’

कारभारी मंडळाने एकमताने निर्वाळा दिला. परंतु एकदम इतका दूरचा पल्ला गाठणे अवघड होते. त्याची तयारी करण्याएवढी फुरसद नव्हती. त्यामुळे आधी कोल्हापुराजवळ पन्हाळ्याला जावे. तेथे राहून कारभाराची व्यवस्था लावून, जाण्याचे पूर्ण नियोजन करून, योग्य वेळी दक्षिणेत जावे असे ठरले.

आता लवकरात लवकर प्रतापगड सोडावा लागणार हे निश्चित झाले. त्यापूर्वी रायगडाहून आपली पत्नी आणि निदान बाळराजेंना आणण्याची निकड महाराजांना वाटत होती. त्यासाठी त्यांनी आपल्या खास विश्वासातील गिरजोजी यादव याला बोलावून घेतले. त्याला आज्ञा दिली,

‘‘गिरजोजी, तुम्ही तुमची अगदी भरवशाची माणसं घेऊन लगोलग रायगडी निघा. तिथं वहिनीसाहेबांसोबत आमच्या मंडळी राहिलेल्या आहेत. त्यांना आणि जमलं तर सर्वांनाच घेऊन या. याखेरीज आणखी एक महत्त्वाची कामगिरी तुमच्यावर सोपवत आहोत. यापुढे आम्हाला आमच्या पुढच्या हालचालींसाठी द्रव्याची आवश्यकता भासणार आहे. त्यासाठी रायगडावरच्या जामदारखान्यातून काही द्रव्य आणि जडजवाहीर आणायचे आहे. त्याकामी आम्ही वहिनीसाहेबांसाठी खलिता देत आहोत. तो केवळ त्यांच्याच हाती द्यायचा आहे. ही अतिशय जोखमीची कामगिरी आम्ही तुमच्यावर सोपवतो आहोत.’’

‘‘जी, महाराज.’’

असे म्हणून गिरजोजी तातडीने बाहेर पडला. आपली निवडक माणसे घेऊन गडाजवळ गेला. सर्वांनी गडावर जाणे अशक्य होते. त्यामुळे इतर मंडळींना गडाखाली सुरक्षित ठिकाणी थांबवून तो केवळ दोन-तीन माणसांसह रायगडावर आला. येसूबाईंनी महाराजांच्या खलित्यानुसार शक्य तेवढे सामान त्याच्याकरवी बांधून दिले. जानकीबाई आणि बाळराजेंना पाठवणे मात्र अशक्य होते. तोपर्यंत पावसाळा सुरू झालेला होता. त्यांनी किल्लेदार चांगोजी काटकर आणि येसाजी कंक यांच्याशी सला करून उलट कळवले,

'सध्या इथली हालत अगदी खराब आहे. ऐन पावसातदेखील वेढा दिवसेंदिवस बळकट होत चाललाय. शिवाय मुसळधार पावसामुळे गडावरून उतरण्याच्या सर्व पायवाटा निसरड्या झालेल्या आहेत. दरडी अंगावर कोसळण्याची भीती आहे. त्यामुळे खाशा स्वाऱ्यांच्या जिवाला धोका होण्याची शक्यता आहे. तरी आम्ही आता त्यांना पाठवण्याची जोखीम घेऊ शकत नाही. आमचा अगदी नाइलाज आहे, असं महाराजांना सांगा.'

निरोपात सांगितलेली परिस्थिती खरीच होती. पाऊस धुवाधार कोसळत होता. गिरजोजीला किल्लेदारांच्या निरोपातले तथ्य जाणवले. तो परत आला. आता अधिक वेळ न दवडता निघणे भाग होते. नाइलाजाने का होईना, जानकीबाईंना मागे ठेवून इतर कबिला सोबत घेऊन जाण्याचे ठरले. प्रतापगडावर येऊन पुरते तीन महिनेसुद्धा राहणे शक्य झाले नव्हते. मराठ्यांना अस्थिर करण्याचा औरंगजेबाचा हेतू एकाअर्थी सफल झाला होता.

रायगडाच्या वेढ्यात आपल्या वहिनीसाहेब, बाळराजे, एक सावत्रमाता आणि पत्नी कोणत्या अवस्थेत असतील याचा नुसता विचार मनात आला तरी राजाराम महाराज बेचैन होत होते. त्यांच्यासाठी आपण या घडीला तरी काही करू शकत नाही यामुळे अगतिक होऊन जात होते. प्रत्येक खेपेस काही ना काही गमावत, तरीही धैर्य राखत त्यांना पुढे पावले टाकावी लागत होती. आतादेखील ते असेच त्यासाठी सिद्ध झाले होते.

५

आषाढाचा पाऊस जोरदार कोसळत होता. आभाळ काळ्याभोर ढगांनी पार झाकोळून गेले होते. अगदी भर दुपारीदेखील अंधारून येत होते. खरेतर बाहेर पडावे अशी स्थिती नव्हती. परंतु वेळ अशी आलेली होती की, पाऊस कमी होण्याची वाट पाहणे शक्य नव्हते. त्यामुळे अशाच वातावरणात प्रथम वासोट्याला जाण्याचा बेत ठरला. तेथून पुढे साताऱ्याला थोडे दिवस थांबून पन्हाळ्याला जायचे असे ठरले.

प्रयाणाची तयारी पूर्ण झाली. भल्या पहाटे दिवस समोर ठेवून राजाराम महाराजांनी प्रतापगडाहून कूच केले, तेव्हासुद्धा पावसाची रिपरिप सुरूच होती. कारभारी मंडळी घोड्यावरून तर खाशी मंडळी मेण्यातून चालली होती. पुढेमागे संरक्षणासाठी स्वारांच्या तुकड्या तैनात होत्या.

राजाराम महाराजांच्या इच्छेनुसार आधी परळीला जायचे होते. साताऱ्यापासून परळी अवघे तीन कोसांवर. तरीही तेथे पोहोचेपर्यंत दिवस चांगलाच वर आलेला होता. सज्जनगडावरच्या समर्थांच्या समाधीच्या छोटेखानी देवळासमोर सारा लवाजमा थांबला. बिनीच्या स्वारांनी पुढे येऊन महाराजांच्या आगमनाची कल्पना दिलेली होती. त्यामुळे पुजारी त्यांची वाट पाहत थांबलेले होते.

मंदिराजवळच्या तळ्यात हातपाय धुवून ताजेतवाने होऊन महाराज मंदिरात गेले. स्वत: समर्थांनी निर्वाणापूर्वी स्वहस्ते पूजा करून प्रतिष्ठापना केलेले रामपंचायतन पाहून महाराज भारावून गेले. तेथे यथासांग पूजा केल्यावर ते तळघरातील समर्थांच्या समाधीजवळ गेले. तिथल्या पादुकांवर मस्तक टेकवून डोळे मिटून त्यांनी मनोमन प्रार्थना केली,

'स्वामी, आमच्या आबा महाराजांवर आपला लोभ होता. आमच्या दादा महाराजांना आपला प्रत्यक्ष सहवास लाभला. आमच्या भाग्यात हे सुख नव्हते. परंतु आपणच आपल्या निर्वाणाच्या वेळी, माझी काया गेली खरी। मी आहे जगदंतरी।। असे म्हटल्याचे आम्ही ऐकले आहे. म्हणूनच आशीर्वादासाठी आपल्या चरणाशी आलो आहोत. आज अत्यंत प्रबळ शत्रूशी आमची अतिशय विपरीत परिस्थितीत गाठ पडलेली आहे. अशा वेळी आम्हाला आणि आमच्या दौलतीला आपले आशीर्वाद हवे आहेत.'

महाराजांनी डोळे उघडले. त्यांच्यासमोर एक मध्यमवयीन साध्वी उभी होती. अत्यंत साध्या वस्त्रातील त्या स्त्रीचे तेजस्वी नेत्र वात्सल्यपूर्ण नजरेने त्यांच्याकडे पाहत होते. तिने समर्थांच्या पादुकांवरची फुले उचलली. एक श्रीफळ आणि ती फुले महाराजांच्या ओंजळीत दिली. ती श्रद्धापूर्वक मस्तकाला लावून महाराजांनी रामचंद्रपंतांकडे प्रश्नार्थक नजरेने पाहिले. पंत म्हणाले,

''महाराज, या अक्का. समर्थांच्या शिष्या, चिमणाबाई. आता त्यांच्यामागे याच इथली व्यवस्था पाहतात.''

राजाराम महाराजांनी अक्कांना वाकून नमस्कार केला. महाराजांना आशीर्वाद देत त्या म्हणाल्या,

''संभाजी महाराजांबद्दल ऐकलं. फार दु:ख झालं. ते काही दिवस इथं स्वामींजवळ राहिले होते. त्यांची खूप श्रद्धा होती स्वामींवर. आज आपण आलात, बरं वाटलं. आपण छत्रपती पदाची जबाबदारी घेतलेली आहे असं समजलं. स्वामींच्या आशीर्वादाची

पाखर आपल्यावर सतत राहील, याची आम्हाला खातर आहे.''

रामचंद्रपंतांकडे पाहत त्या पुढे म्हणाल्या,

''चला सर्व जण. प्रसाद तयार आहे. थोडा खाऊन घ्या.''

''आमचा लवाजमा मोठा. आपण कशाला त्रास घेतला?''

महाराज संकोचाने म्हणाले. त्यावर हसत अक्का म्हणाल्या,

''त्रास कसला त्यात? स्वामींचा आशीर्वाद आहे. त्यांच्या कृपेने हातून थोडी सेवा घडते.''

''खरं आहे.''

महाराज म्हणाले. सर्व जण बाहेर ओवरीत येऊन बसले. तेथून मंदिराकडे पाहत रामचंद्रपंत सांगू लागले,

''थोरले महाराज गेल्यावर अवघ्या दोन वर्षांत स्वामींनी देह ठेवला. हे समजल्यावर संभाजी महाराजांना अतिशय दु:ख झाले होते. ते मला सोबत घेऊन इथं काही दिवस येऊन राहिले. स्वत: जातीनं लक्ष देऊन त्यांनी हे देऊळ अवघ्या दोन महिन्यांत उभारून घेतले. आज आम्हाला त्या दिवसांची फार आठवण येत आहे.''

प्रसाद घेऊन झाल्यावर महाराजांनी थोडा वेळ विश्रांती घेतली. त्यानंतर ते पंतांसोबत समर्थांच्या शिवथर घळीतील निवासाच्या ठिकाणी गेले. त्या पवित्र वास्तूत ते काही काळ थांबले. तोवर पावसाची झड सुरू झाल्याने दोघे परतले. अक्कांच्या आग्रहाखातर महाराजांनी गडावर मुक्काम केला. दुसऱ्या दिवशी पहाटे सारा लवाजमा पन्हाळ्याच्या दिशेने निघाला.

६

पुढचा प्रवास करताना मार्ग सुरक्षित करण्याची जबाबदारी संताजी आणि धनाजी यांनी उचलली होती. वाटेत ठिकठिकाणी सैन्याची पथके तयार ठेवली होती. कारण बरेचसे अंतर मोगलांच्या ताब्यातल्या मुलखातून पार करायचे होते.

कोल्हापूर येईपर्यंत दुपार उलटत आली होती. पूर्ण अंधार पडण्यापूर्वी गड गाठायचा असल्याने गडबड होती. तेथे ताज्या दमाचे घोडे आणि नव्या दमाचे मेणेकरी तयार ठेवलेले होते. देवीचे दर्शन घेऊन आणखी न रेंगाळता सर्व जण झपाट्याने पुढे निघाले. पन्हाळ्याचे किल्लेदार त्र्यंबक भास्कर जातीने नव्या छत्रपतींचे स्वागत करण्यासाठी तयारीनिशी गडाखाली येऊन थांबले होते. तिथल्या सोपस्कारात अधिक न गुंतता त्यांच्यासह लवाजमा गड चढू लागला.

पन्हाळगडाचा हिरवागार रम्य परिसर, घनदाट झाडी पाहून महाराजांचे मन

प्रसन्न झाले. जसेजसे वर जावे तसे अरण्य दाट होऊ लागले. उतरणीचे सूर्यकिरण जमिनीपर्यंत पोहोचू शकत नव्हते, त्यामुळे रात्र होण्यापूर्वीच अंधार दाटू लागला. मधूनच एक पावसाची सर येऊन गेली. पश्चिमेचा गार वारा अंगाला झोंबू लागला. जोरदार पाऊस आणि दऱ्यातून भिरभिरत येणारा वारा यामुळे मेण्यातला कबिला तर पार गारठून गेला.

संपूर्ण डोंगरमाथ्यावर धुक्याचे साम्राज्य पसरले होते. गडावरची मंडळी सवयीने सरासर पुढे चालत होती. त्यांच्यामागून बाकीचे सावधपणे पावले टाकत पुढे सरकत होते. अगदी वर आल्यावर मात्र पावसाने किंचित उघडीप दिली. गडद धुक्याला चिरत मावळतीचे काही चुकार रविकिरण ढगांआडून डोकावले. त्यातून गडाचे प्रवेशद्वार, चार दरवाजा आणि त्यावर डौलाने फडकणारा भगवा ध्वज यांचे सर्वांना दर्शन झाले, तेसुद्धा अगदी जवळ गेल्यावरच.

राजाराम महाराजांसह खाशा स्वाऱ्यांची व्यवस्था सज्जाकोठीत केली होती. कारभारी मंडळींची त्र्यंबक भास्कर यांनी गडावर व्यवस्थित सोय लावली होती. बाकीचा सरंजाम डेरेमहालात विसावला.

दुसऱ्या दिवशी पहाटे स्नान करून राजाराम महाराजांनी त्यांच्या महालात पूजेच्या बाणाची स्थापना केली. हा बाण थोरल्या महाराजांच्या नित्य पूजेतला होता. ते स्वत: तो बाण सतत, अगदी मोहिमेच्या धामधुमीतदेखील जवळ ठेवत असत. रायगडाहून बाहेर पडतांना राजाराम महाराजांनी तो आपल्यासोबत आणलेला होता. प्रतापगडावर ते त्याची नित्य पूजा करत होते. इथे त्याचे पूजन केल्यावर ते आपल्या पत्नींसह देवदर्शनासाठी बाहेर पडले.

किल्लेदारांना राजघराण्याची शिवभक्ती माहीत होती. पन्हाळ्यातले तळ्याकाठचे सोमेश्वर मंदिर सज्जाकोठीपासून अवघ्या अर्ध्या कोसांवर होते. महाराज कारभारी मंडळींसह घोड्यावरून निघाले होते. कबिला मेण्यातून येत होता. महाराज आजूबाजूचा रमणीय परिसर पाहत निघाले होते. वाटेत ठिकठिकाणी बकुळीच्या आणि चाफ्याच्या फुलांचा सडा पडलेला होता.

त्याच्याकडे पाहत महाराज किल्लेदारांना म्हणाले,

"किती सुंदर फुलं आहेत. मन अगदी प्रसन्न होऊन जातंय."

"खरं आहे महाराज. इथं अशी पुष्कळ झाडं आहेत. पूर्वी इथं थोरले महाराज आले होते तेव्हा त्यांनी सोमेश्वराला याच फुलांचा लक्ष वाहिला होता."

"आमच्या आबासाहेबांच्या अशा कित्येक सुरेख आठवणी आम्ही अनेक जणांकडून ऐकत असतो. तेव्हा आम्हाला कधीकधी तुम्हा लोकांचा मोठा हेवा वाटतो. चला, आज त्याच शिवमंदिरात रुद्र घालण्यासाठी जाण्याचे भाग्य आम्हाला लाभते आहे, हासुद्धा एक चांगला योगच आहे म्हणायचा."

महाराज भावनाविवश होत म्हणाले. बोलत बोलत सर्व जण तळ्यापाशी आले. पावसाळा असल्यामुळे तळ्यात भरपूर पाणी होते. तलाव सर्व बाजूंनी दगडी बांधकामाने बंदिस्त केलेला होता. थोड्याथोड्या अंतरावर तलावात उतरण्यासाठी पायऱ्या होत्या. महाराज घोड्यावरून पायउतार झाले. पायऱ्या उतरून तलावाच्या काठी आले. तिथून तलावाच्या नितळ पाण्यात मंदिराचे प्रतिबिंब पडलेले दिसत होते. हिरव्यागार वनराईच्या महिरपीतून डोकावणारे पांढऱ्याशुभ्र मंदिराचे मनोहारी दृश्य पाहत महाराज काही क्षण तिथेच थबकले. नंतर मंदिराकडे वळले. मंदिर तसे अगदी छोटेखानी असले तरी अत्यंत रेखीव होते.

तळ्याच्या थंडगार पाण्यात हातपाय धुवून मंडळी मंदिरात आली. किल्लेदारांनी पुजाऱ्यांना सांगून आधीच रुद्रपूजेची जय्यत तयारी केलेली होती. ते मंदिराच्या दाराशी महाराजांच्या स्वागतासाठी येऊन थांबले होते. महाराज मंदिरात आले. अगदी मध्यभागी नंदी होता. त्याला नमस्कार करून पूजेला बसले. प्रथम त्यांनी सहकुटुंब शिवाची यथासांग पूजा केली. त्यानंतर रुद्राचा प्रारंभ झाला. रुद्रघोषाच्या घनगंभीर पठणाने आसमंत भारून गेला. पंचारती झाल्यावर महाराजांनी शंभूमहादेवाला साष्टांग दंडवत घातला, आणि मनोमन प्रार्थना केली,

'हे शिवशंकरा, महादेवा, तू आमच्या घराण्याचा आणि अवघ्या मऱ्हाटदेशाचा कुळस्वामी. आज त्या औरंग्याचे संकट इथं येऊन कोसळलंय. त्याच्याशी लढता लढता आमचे दादा महाराज वीरमरणाला पावले. आमच्या आबा महाराजांनी उभारलेली ही दौलत आज घोर संकटात सापडलेली आहे. अशा कठीण प्रसंगी त्या दोघांच्या मागे ती राखण्याचा भार आम्ही आमच्या शिरी घेतलेला आहे.

'हे देवा, हे शिवधनुष्य पेलण्याची शक्ती आम्हास लाभू दे. हे संकट निवारण्याचे बळ आमच्या आणि आमच्यासवे लढणाऱ्यांच्या हाती येऊ दे. आमच्या प्रयत्नांना, आमच्या संघर्षाला यश दे, देवा.'

महादेवाला साकडे घालताना महाराज भावुक होऊन गेले. याच पन्हाळगडावर त्यांचे आबा महाराज आणि दादा महाराज आधी राहिलेले होते. त्यांनी पुजलेल्या सोमेश्वराला आळवताना त्या दोघांच्या आठवणींनी त्यांचा ऊर दाटून आला होता. स्वत:ला सावरत ते उठले, अन् गाभाऱ्याबाहेर आले.

दर्शन घेऊन सर्व मंडळी सज्जाकोठीत परतली. तिथे सजलेली राजसदर महाराजांची वाट पाहत होती. नव्या छत्रपतींच्या राजवटीचे पुढचे पाऊल पन्हाळ्यावर पडले होते.

७

राजाराम महाराज प्रतापगडावरून निसटले, इतकेच नव्हे तर ते परळी, रांगणामार्गे पन्हाळ्याला सहपरिवार सुखरूपपणे पोहोचले, हे समजल्यावर औरंगजेबाला अतिशय संताप आला. इकडे राजाराम महाराजांना पकडणे साधत नव्हते, तर तिकडे रायगड अजून नेटाने लढत होता. मराठ्यांच्या छत्रपतीला, संभाजी महाराजांना ठार मारले तरी हे मराठे अद्याप आटोपत नव्हते, म्हणून मनस्वी चिडला होता. एखादा जबरदस्त असामी तातडीने पन्हाळ्यावर पाठवून राजाराम महाराजांना कोणत्याही परिस्थितीत पकडण्याचा त्याने निर्धार केला.

त्याचा सर्वांत मातब्बर सरदार इतिकदखान रायगडाच्या वेढ्यात अडकलेला होता. त्याचा वालिद, वजीर आसदखान याला औरंगजेबाने त्याच्याच मदतीसाठी पाठवण्याचे ठरवले होते. इतिकदखानाच्या तोडीचा माणूस हुडकताना त्याला मुकर्रबखानाचे नाव आठवले. 'मुकर्रबखान' हा औरंगजेबाला तीन वर्षांपूर्वी त्याने आदिलशाही जिंकली होती, तेव्हा जे काही आदिलशाही सरदार त्याच्या सेवेत दाखल झाले, त्यात लाभलेला अत्यंत पराक्रमी मोहरा. औरंगजेबाने त्याचे मूळचे 'शेख निजाम' हे नाव बदलून त्याला 'मुकर्रबखान' म्हणजे अत्यंत निकटचा अशा अर्थाचे नवे नाव दिले होते.

याच मुकर्रबखानाने संभाजी महाराजांना पकडून देऊन औरंगजेबाने त्याच्यावर दाखवलेला विश्वास सार्थ ठरवला होता. आता तो संपूर्ण कोकण किनारपट्टी ताब्यात घेण्याच्या कामगिरीवर गेलेला होता. राजाराम महाराजांना पन्हाळ्यासारख्या बेलाग किल्ल्यात कोंडीत पकडायचे असेल, तर असाच खात्रीलायक असामी पाठवायला हवा, असे औरंगजेबाने ठरवून टाकले.

मुकर्रबखान अत्यंत पराक्रमी तर होताच, पण त्याची निवड करताना आणखी दोन महत्त्वाच्या बाबींचा औरंगजेबाने विचार केला होता. एकतर पन्हाळा बरीच वर्षे आदिलशाहीच्या ताब्यात होता. त्यामुळे मुकर्रबखानाला किल्ल्याची आणि परिसराची चांगली माहिती होती, आणि दुसरे म्हणजे डोंगरी मुलखातील लढाईचे तंत्र त्याला इतर मोगल सरदारांपेक्षा अधिक चांगल्या रीतीने अवगत होते. त्यामुळे त्याला त्याचा तितकाच पराक्रमी फर्जंद इखलासखान याच्यासह पन्हाळ्याला पाठवण्याचे त्याने पक्के केले. त्याला कोकणातील मोहीम आवरती घेण्याचा हुकूम पाठवून दिला.

एवढे करूनदेखील औरंगजेबाचे समाधान झाले नव्हते. मुकर्रबखानाला आणखी कुणाची तरी जोड देणे त्याला आवश्यक वाटत होते. त्यासाठी त्याने निवड केली अशाच आणखी एका विजापूरकरांकडून लाभलेल्या दख्खनी शूर सरदाराची, रुस्तुमखान

याची. त्याचेही मूळचे सर्जाखान हे नाव बदलून रुस्तमखान असे ठेवले होते. त्याला दिलेली कामगिरी मात्र थोडी वेगळी होती.

आता मराठ्यांची दोन सत्ताकेंद्रे बनली होती. एक रायगडावर, तर दुसरे पन्हाळगडावर. त्यातला रायगड आधीच वेढ्यात होता. त्याला पन्हाळ्याकडून मदत मिळू नये यासाठी आणि या दोन्ही सत्ताकेंद्रात संधान बांधणे मराठ्यांना अवघड व्हावे यासाठी मधल्या भागात धुमाकूळ घालणे, तेथे वावरणाऱ्या मराठी सैन्याच्या तुकड्यांना आवरणे, त्यांना एकमेकांपासून दूर ठेवणे, बाहेरून मदत मिळू न देणे असे महत्त्वाचे आणि तितकेच जोखमीचे काम रुस्तुमखानावर सोपवण्यात आले. दोघांना वीस-वीस हजारांचे सैन्यबळ पुरवण्याचा हुकूम औरंगजेबाने देऊन टाकला.

वजीर आसदखानाला त्याच्या फर्जंदाला म्हणजेच इतिकदखानाला कुमक करण्यासाठी पाठवून औरंगजेबाने आपली छावणी कोरेगावजवळ हलवली. आपण सर्व योग्य ते मोहरे योग्य त्या ठिकाणी नेमलेले आहेत, बिनतोड डाव टाकलेला आहे. आता फक्त संपूर्ण फते होणे बाकी आहे, याची त्याला खात्री पटली होती. आता मराठ्यांचा पूर्ण पाडाव झाल्याची खूशखबर येण्याची तो वाट पाहू लागला.

८

राजाराम महाराजांना पन्हाळगडावर येऊन जेमतेम आठवडा झाला नाही तोच औरंगजेबाने आसदखानाला इतिकदखानाकडे कुमक करण्यासाठी पाठवले आहे. पन्हाळ्यावर मुकर्रबखानाला मुकर्रर केले आहे, तो कोकणातून परतण्याच्या तयारीला लागला आहे, अशा खबरी येऊन थडकल्या. पन्हाळ्यावरचे वातावरण गंभीर बनले. इथे आल्यावर सारे स्थिरस्थावर करून पुढच्या हालचाली ठरवायच्या, असा बेत होता. त्यासाठी निदान पावसाळा उलटेपर्यंत उसंत मिळेल, असा सर्वांचा अंदाज होता, पण तो फोल ठरला होता.

औरंगजेबाने ऐन पावसातदेखील आपल्या सरदारांना जराही थांबू दिले नव्हते. प्रतापगड, सिंहगड, राजगड, तोरणा, रोहिडा, लोहगड, पुरंदर, साल्हेर, त्रिंबक, माहुली यांसारखे किल्ले मोगलांनी अवघ्या चार महिन्यांत हस्तगत केले होते. मुकर्रबखानाने दक्षिण कोकण पूर्णपणे उद्ध्वस्त करून टाकले होते. खुद्द औरंगजेब कोरेगाव परिसरात ठाण मांडून बसलेला होता. शहाजादा आज्जम चाकणला, मातबरखान कल्याण-भिवंडीला, तर रुस्तुमखान सातारा परिसरात, असे सगळे जण मराठेशाहीचा मुलुख रगडीत होते.

रायगडाला वेढा पडलेला होताच, आता पन्हाळ्याला घेरा घालायचा. म्हणजे पूर्ण राजपरिवार कोंडीत पकडायचा हा मोगली डाव तर उघड दिसत होता.

मराठेशाही लवकरात लवकर संपवून आपली दख्खनची स्वारी आटोपती घेऊन उत्तरेत परतण्याची सर्वच मोगल सैन्याची इच्छा होती. तशीच त्यांची पावले पडत होती.

अशा परिस्थितीत सैन्य जमवून मोगलांना टक्कर देणे नुसते अवघडच नव्हे, तर जवळजवळ अशक्य कोटीतील होते. त्यामुळे पूर्वी ठरवल्याप्रमाणे दक्षिणेत चंदीतंजावरकडे जाणे हाच राजपरिवार सुरक्षित राहील, असा एकमेव मार्ग दिसत होता. दक्षिणेत जायचे निश्चित झाल्यावर, त्यापूर्वी तिथल्या राजकारणाविषयी जाणून घेणे महाराजांना आवश्यक वाटू लागले. त्यासाठी थोरल्या महाराजांसोबत त्यांच्या दक्षिण स्वारीत असलेल्या प्रल्हाद निराजी यांच्याकडून त्यांनी ते समजून घेण्याचे ठरवले. ते सांगू लागले,

"महाराज, थोरल्या छत्रपतींनी दक्षिणेत जाण्यापूर्वी रघुनाथपंत हणमंते यांचेकडून तेथील पूर्ण माहिती घेतली होती. आधी त्यांनी मला भागानगरला कुतुबशाहाकडे वकील म्हणून पाठवले. रायगडाहून निघाल्यावर ते सर्वप्रथम तेथेच गेले. कुतुबशाहाने छत्रपतींशी संधी केला. त्यानुसार त्याने त्यांना दरसाल एक लक्ष होनांची खंडणी, पुढच्या स्वारीसाठी पाच हजार सैन्य, तोफखाना आणि दारूगोळा पुरवण्याचे मान्य केले.

"त्यानंतर कोप्पळमार्गे श्रीशैलचे दर्शन घेऊन, पवित्र चक्रतीर्थात स्नान करून आम्ही सर्व जण तिरुपतीला गेलो. तेथून पेडापोलम येथे छावणी टाकून छत्रपतींनी चंदीचा किल्ला घेण्यासाठी सैन्य पाठवले. हा अत्यंत बळकट असा किल्ला केव्हाही स्वराज्याच्या उपयोगी पडेल हे त्यांनी तेव्हाच हेरलेले होते."

"खरंच पंत, आमच्या आबा महाराजांकडे केवढी दूरदृष्टी होती. आम्ही रोज त्यांचेविषयी एक-एक गोष्टी ऐकून अगदी नतमस्तक होऊन जातो. आता आम्हास दक्षिणेचे पुढील राजकारण समजून घ्यायचे आहे."

महाराज म्हणाले. प्रल्हाद निराजी पुढे सांगू लागले,

"होय महाराज, चंदीचा किल्ला तिथल्या आदिलशाही किल्लेदाराकडून तडजोडीने घेतल्यावर थोरले छत्रपती जातीने तेथे आले. त्यांनी रायाजी नलगे यांना किल्लेदार नेमले आणि चंदीच्या सुभ्याची सुभेदारी विठ्ठल शिवदेव अत्रे यांना दिली.

"त्यानंतर तिरुवन्नमलई येथे पूर्वी देवळे असलेल्या मशिदी पाडून त्यांचे पुन्हा देवळात रूपांतर करून छत्रपती वेलोरवर चालून गेले. तिथला किल्लेदार अब्दुल्लाखान कडवा निघाला. वेढा लांबला, तसे तिथून जवळ साजरा आणि गोजरा असे दोन किल्ले त्यांनी बांधून काढले. नंतर दोन वर्षे लढून वेलोर मराठ्यांच्या हाती आले. पुढे तिरुवाडी प्रांतात शेरखान नावाच्या पठाणाचा पाडाव करून छत्रपती तंजावरला गेले. तेथे सुरुवातीला थोडा संघर्ष झाला, पण रघुनाथपंतांच्या मध्यस्थीने गैरसमज

मिटला. दोन्ही बंधूंची भेट झाली. परत येताना गदग प्रांतातली काही ठाणी घेतली. चंदीच्या किल्ल्याला दक्षिणेतल्या राज्याचे मुख्य ठाणे करून छत्रपती परतले. त्यापूर्वी अनुभवी अशा रघुनाथपंत हणमंते यांना छत्रपतींनी आपल्या दक्षिणेतल्या राज्याची सुभेदारी दिली.''

आपल्या महान वडिलांच्या दक्षिणदिग्विजयाविषयी ऐकून राजाराम महाराजांना अगदी धन्य वाटले. आता त्यांचे दक्षिणेतल्या राजकारणाविषयीचे कुतूहल वाढले होते.

''पंत, आमच्या दादा महाराजांनीसुद्धा दोन वेळा दक्षिणेत स्वारी केली होती, असे ऐकले होते.''

''जी, महाराज.''असे म्हणून प्रल्हाद निराजींनी शंभूछत्रपतींच्या स्वाऱ्यांबद्दल सांगण्यास सुरुवात केली,

''महाराज, शंभूछत्रपतींनी गादीवर येताच रघुनाथपंतांना चंदीच्या कारभारी पदावरून दूर केले. त्यांच्या विरोधात झालेल्या कटात पंत सामील होते, असा त्यांना संशय होता. त्यांच्या जागी आपले दाजीसाहेब, हरजीराजे महाडिक यांना कारभारी पद आणि सुभेदारी दिली. त्यानंतर त्यांनी म्हैसूरच्या चिक्कदेवरायाविरुद्ध मोहीम काढली. त्यात त्यांना हुक्केरीचा बसाप्पा नाईक, तुमचे काका महाराज एकोजीराजे आणि कुतुबशहा यांनी साथ केली. हरजीराजे सोबतीला होतेच.''

''म्हणजे आमच्या दादा महाराजांनी दक्षिणेतल्या सर्व शक्ती एकत्र आणण्याचा प्रयत्न केला होता तर.''

''जी, महाराज. त्या वेळी शंभूछत्रपतींनी चिक्कदेवरायाचा पाडाव करून एक कोट खंडणी वसूल केली. नंतर त्यांनी त्रिचनापल्ली, श्रीरंगपट्टणमचा पाषाणकोट, कानडी आणि तामीळ प्रांतातले बावीस किल्ले आणि धर्मपुरी, होसूर, मदुरापर्यंतचा सारा मुलूख जिंकून घेतला. त्यांच्या धसक्याने तिलुगा, कोडग, मलायला इथल्या राजांनी न लढताच खंडण्या आणि सैन्यबळ देऊ केले. या मोहिमेमुळे आपला दक्षिणेकडचा मुलूख दुप्पट झाला.

''पण नंतर काही वर्षांनी हरजीराजे दाजीसाहेबांविषयी काही तक्रारी आल्या, काही गैरसमज झाले. त्यामुळे शंभूछत्रपती स्वतः पुन्हा दक्षिणेत आले. या वेळी त्यांनी मोरोपंतांचे बंधू केसो त्रिमल पिंगळे यांना कारभारावर देखरेख करण्यास पाठवून दिले. त्या दोघांचे तसे फारसे पटत नसावे असे ऐकले होते. ते अद्याप तेथेच आहेत.''

''खरंच, अशा वेळी आम्हाला दाजीसाहेबांचा मोठा आधार होणार आहे.''

महाराज म्हणाले. त्यावर प्रल्हाद निराजी काही बोलणार, तेवढ्यात रामचंद्रपंत आत आले. त्याच्याकडे पाहून काही खुशीची खबर असावी हे समजत होते.

"महाराज, संताजी आणि धनाजी पुन्हा मोठी लूट घेऊन आलेत." पंत म्हणाले.

या वेळी दोन्ही वीरांनी आणखी एक आकरित केले होते. रायगडाला वेढा घालून बसलेल्या इतिकदखानाला कुमक करण्यासाठी मोगलांचे सैन्य निघाले होते. त्यांच्यावर हल्ला करून त्यांनी बरेच हत्ती, घोडे, रसदीसह पळवले होते. ती सारी लूट घेऊन ते पन्हाळ्याजवळ आले होते. हे समजताच तिथले वातावरण एकदम उत्साही बनले. महाराजांनी किल्लेदार आणि कारभाऱ्यांना त्यांच्या स्वागताची तयारी करण्यास सांगितले. पन्हाळगड बऱ्याच दिवसांनी खुशीची लहर अनुभवत होता.

९

दुसऱ्या दिवशी पन्हाळगडाचा अवघा परिसर गजबजून गेला. विजयी सैनिक, हत्ती, घोडे, लुटीचे सामान यांनी गड भरून गेला. गडावर एखादा सण असल्यासारखे वातावरण होते. राजाराम महाराज प्रतापगडावर असताना याच वीरांनी औरंगजेबाच्या तंबूवरचे सोन्याचे कळस कापून आणले होते. त्यानंतर पुन्हा एकदा अभिमान आणि समाधान वाटावे असा दिवस आला होता.

संताजी आणि धनाजी महाराजांना भेटण्यासाठी सज्जाकोठीवर आले, तेव्हा महाराज कारभारी मंडळासह त्यांची वाट पाहतच होते. त्यांनी मुजरा करताच महाराज कौतुकाने म्हणाले,

"तुम्ही अगदी कमाल केलीत. मोगलांना चांगला झटका दिलात."

"होय महाराज, पण एक वाईट झालं. या छाप्यात आपले महादजीकाका जखमी झालेत."

"तरीच आम्हाला वाटलं, आमचे सेनापती कसे सोबत नाही आले? बरंच लागलंय का त्यांना?"

महाराजांनी काळजीने विचारले. त्यांनी महादजी नाईक पानसंबळ यांना सेनापती केले होते. अत्यंत विश्वासू, पराक्रमी आणि अनुभवी असलेल्या महादजींनी संताजी, धनाजी, विठोजी अशा नव्या दमाच्या मुलांना प्रोत्साहन दिले होते. आपला पराक्रम दाखवण्याची संधी दिली होती. तेच जखमी झाल्याचे ऐकून महाराज बेचैन होऊन गेले.

"होय महाराज, तसं बरंच लागलंय. त्यांचं वयबी झालंय. म्हनून त्यानला त्यांच्या गावी पोचवून हिकडं आलो."

धनाजींनी उत्तर दिले.

"चांगलं केलंत," महाराज म्हणाले. नंतर रामचंद्रपंतांकडे पाहून त्यांनी सांगितले,

"पंत, महादजींच्या घरी माणसं धाडून चवकशी करा. काय ते आम्हाला लागलीच सांगा."

"जी, महाराज." असे म्हणून पंतांनी ताबडतोब त्याची व्यवस्था केली.

महाराज पुन्हा संताजींकडे वळून म्हणाले,

"या वेळी वेढ्याच्या अगदी जवळ वजीर आसदखानाच्या नाकावर टिच्चून हमला केलात. तुमच्यासारखे आणखी चार वीर मिळाले तर औरंगजेबाला पळता भुई थोडी होईल."

"होय महाराज, अगदी खरं आहे आपलं. पण काय करणार! आपलीच मानसं गनिमाकडं रुजू व्हायला लागलीत."

संताजीच्या बोलण्यातला कडवटपणा जाणवत होता. त्यावर धनाजी म्हणाले,

"महाराज, मानसं म्हंजे अगदी जवळची खाशी मंडळीदेखील त्यांच्याकडं गेलीत."

हे ऐकल्यावर गणोजी शिर्के, महादजी निंबाळकर, अचलोजी, अर्जोजी जाधव यांसारख्या अगदी जवळच्या आप्तांची नावे महाराजांच्या नजरेसमोरून तरळून गेली. त्यांचा विषाद त्यांच्या चेहऱ्यावर उमटत होता. संताजी पुढे सांगत होते,

"नुसती त्यांच्या चाकरीत गेल्याची न्हाईत ही मानसं. आता त्या मुकर्रबखानासंग आपल्यावर चालून यायचा हुकूम दिलाय त्यांना औरंगजेबानं, येतील आपल्यावर चालून त्याच्यासंग."

हे ऐकून सारे ऐकणाऱ्या रामचंद्रपंतांचे डोळे चमकले. ते उत्साहात म्हणाले,

"हे एका अर्थी चांगलेच आहे. मोगलांच्या सैन्यात जर हे लोक असले तर त्याच्याशी संधान बांधून आपण काही साधू शकू."

"येवढं सोपं न्हाई त्ये पंत, औरंगजेबासारखा मानूस तसं कसं होऊन देईल?"

"म्हणजे?"

"अहो, त्यानं या सर्वांचे कबिले आपल्याजवळ छावणीत ठेवून घेतलेत. ते आपल्याला आतून का होईना काही मदत करत आहेत, असं नुसतं समजलं तरी..."

हे ऐकून सारे स्तब्ध झाले. तेव्हा राजाराम महाराज म्हणाले,

"औरंगजेबासारख्या कसलेल्या राजकारणी शासकाकडून यापेक्षा काय वेगळी अपेक्षा करणार? तो तर आपला शत्रूच आहे. पण आमची माणसं? त्यांनी असं वागावं? आमच्या आबा महाराजांनी किती मायेनं, विश्वासानं यांना जवळ केलं. त्यांनीच गनिमाला साथ करावी? दौलतीचं दुर्दैव, दुसरं काय?"

महाराजांच्या मनातली खंत त्यांच्या बोलातून उमटत होती. त्यातली व्यथा जाणवून रामचंद्रपंत हळुवारपणे म्हणाले,

"महाराज, तो औरंगजेब लाखांची सेना घेऊन साऱ्या मुलखात थैमान घालतोय. शंभूछत्रपतींना त्याने मारले, रायगडाला वेढा पडलाय, रोज एक-एक गड त्यांच्या ताब्यात जातोय, हे बघून जिवाच्या भीतीने गेली असतील..."

त्यांचे वाक्य पूर्ण होण्यापूर्वीच संताजी त्वेषाने म्हणाले,

"नुसतं जिवाच्या भीतीनं न्हवं पंत, लोभानं गेलीत. त्यो औरंग्या जाईल त्यानला वतन देतोय, रोख पैका देतोय, कुनाला खिलतीचा मान आन काय काय देतोय, ते घ्यायला चटावलीत. आन परक्याच्या पदरी जाऊन बसलीत."

"अगदी खरं बोललात. पैका आनी वतन ह्याच्यापुढं कसलं इमान आनी काय, असं झालंय त्यानला."

धनाजी जाधव संताजींच्या बोलण्याला दुजोरा देत म्हणाले. तेव्हा दोघांकडे पाहत महाराज म्हणाले,

"तुमच्यासारखे निष्ठावान, इमानी बहाद्दर आमच्यासोबत असताना अशा फितुरांची आम्हाला फिकीर नाही. पण आता आणखी जास्त माणसं मोंगलांच्या जाळ्यात सापडून गमावणार नाहीत, याची काळजी घ्यायला हवी."

"खरं आहे महाराज, अशा परिस्थितीतदेखील औरंगजेबाकडे न जाता अद्याप आपल्यासोबत राहिलेल्यांना आपल्याकडून दिलासा मिळायला हवा. अशी निष्ठावान माणसं हीच आपली खरी ताकद आहे. ती आपल्यासोबत टिकावीत यासाठी काहीतरी करायला हवं"

प्रल्हाद निराजी विचारपूर्वक म्हणाले. बैठकीतले वातावरण अतिशय गंभीर बनले. इतक्यात मुदपाकखान्यातून वर्दी आली. हे तसे श्रावणातले सणासुदीचे दिवस. पण संभाजी महाराजांचा काळ होऊन सहा महिनेदेखील उलटले नव्हते. त्यामुळे साधाच बेत होता. त्यासाठी सर्व जण उठले.

१०

दोनच दिवसांत खबर आली की, रुस्तुमखानाने औरंगजेबाच्या हुकमानुसार मराठी मुलखात धुमाकूळ घालायला सुरुवात केली आहे. त्याच्या अत्याचारामुळे गावेच्या गावे उठून जाऊ लागली होती. हे समजताच संताजी महाराजांना म्हणाले,

"महाराज, लई झाला आराम. आता आमी चलतो. त्यो रुस्तुमखान का कोन हाय त्याच्याकडं जरा बगाया पायजे."

"ठीक आहे. या तर, पण जपून राहा. तुमच्यावर मोठी भिस्त आहे दौलतीची."

"येवढी काळजी करनारं धनी असल्यावर काय? आता आमी त्या रुस्तुमखानाला कसं पळवून लावतो तेच बगा. येतो."

असे बोलून मुजरा करून संताजी बाहेर पडले. त्यांच्या ताठपणे चालणाऱ्या पाठमोऱ्या आकृतीकडे पाहत राजाराम महाराज म्हणाले,

"पंत, अशी दौलतीच्या कठीण वक्ताला जिवाची पर्वा न करता लढणारी माणसं पाहिली की आम्हालाही बळ येतं."

"होय महाराज, संताजी, धनाजी, विठोजी असे अनेक जण लढत आहेत. पण बाकीच्यांचे काय? त्यांना सोबत राखण्यासाठी काहीतरी करायला पाहिजे."

रामचंद्रपंतांच्या या बोलण्यावर विचार करत महाराज म्हणाले,

"गेले दोन दिवस आम्ही हाच विचार करतो आहोत. रात्री या विचारांनी आम्हाला धड झोपदेखील लागली नाही. पंत, आमच्या आबा महाराजांनी वतनदारी मोडून काढली. त्यासाठी अगदी जवळची माणसं दुखावली गेली तरी पर्वा केली नाही. आमच्या दादा महाराजांनी त्यांचंच धोरण पुढे चालू ठेवलं. अगदी शिर्के दाजीसाहेबांसारखे निकटचे पाहुणे दुरावले तरी त्यांनी त्यात बदल केला नाही. रयतेच्या भल्यासाठी त्या दोघांनी राबवलेलं धोरण बाकीच्या लोकांना पटत नाही, हे दौलतीचं दुर्भाग्यच म्हणायचं."

"पण महाराज, वतनाचा, मानाचा, पैक्याचा लोभ फार मोठा असतो. त्यापायी भल्याभल्यांची नियत बिघडते. त्याला काय करणार?" प्रल्हाद निराजी म्हणाले.

त्यावर महाराज शांतपणे म्हणाले, "त्यामुळे आम्हाला वाटू लागले आहे की, आता अशी वेळ आलेली आहे की, आपल्याला यातून गंभीरपणे काही मार्ग काढायला हवा. नाहीतर औरंगजेबाच्या रेट्याखाली चिरडून जाणारी रयत आणि लुटणारी दौलत टिकवून धरणे अवघड होईल."

बैठकीचा एकंदर नूर पाहून शंकराजी नारायण पुढे सरसावून म्हणाले,

"महाराज, आपण म्हणता तशी खरेच मोठी असाधारण स्थिती निर्माण झालेली आहे. दिवसागणीक आपला मुलूख कमी होत चाललेला आहे. महसूल जवळजवळ थांबलेला आहे. अशा वेळी सैन्य कसे सांभाळणार? मोठ्या लोकांचे एकवेळ ठीक आहे. ते मानासाठी, वतनासाठी झगडतील. पण साधा सैनिक तर पोटासाठीच लढणार. त्याचे इमान त्याच्या भाकरीशी आणि ते देणाऱ्या मालकाशी. तो ज्याच्या बाजूने जाणार, त्याच्याकडून लढायचे एवढेच त्याला माहीत."

"होय महाराज, हेच ओळखून औरंगजेबाने वतनदारांना हाताशी घेणे सुरू केलेले आहे."

प्रल्हाद निराजींनी त्यांचा मुद्दा उचलून धरला. सर्वांचे ऐकल्यावर राजाराम महाराजांच्या मनाची अवस्था मोठी अवघड झाली होती. थोरल्या छत्रपतींनी अत्यंत सुज्ञपणे वतनदारी आणि सरंजामशाही संपवण्याचे ठरवले होते. त्यात रयतेच्या भल्याचा विचार तर होताच, पण प्रसंगी हेच वतनदार राजाला डोईजड होऊन त्याला

आव्हान देऊ शकतात. यासाठी त्यांची ताकद मर्यादेबाहेर जाऊ न देणे हादेखील महत्त्वाचा विषय होता. त्यांनी एवढे विचारपूर्वक ठरवलेले धोरण बदलणे त्यांना पटत नव्हते.

त्यांच्या दादा महाराजांनी हेच धोरण कठोरपणे राबवले होते. त्यातून सैन्य बळकट झाले, पण वतनाची ओढ असणारे दुखावले गेले. काही जण त्याच लोभापायी शत्रूला मिळाले. तरी त्यांनी ते बदलले नव्हते. मग आता ते बदलणे योग्य होईल का, ही शंका सतत त्यांच्या मनात येत होती. तसे केले तर त्यात या दोघांचा उपमर्द झाला असे तर होणार नाही ना! शिवाय तसे करून जर उद्या अपयश पदरी आले तर सारे आपल्याबद्दल काय म्हणतील?

अशा अनेक उलटसुलट विचारांच्या भोवऱ्यात केवळ महाराजच नव्हे, तर अवघे कारभारी मंडळदेखील सापडले होते. अखेर नुसती चर्चा होऊन कोणताही निश्चित निर्णय न होता बैठक संपली.

११

बैठक संपवून महाराज आपल्या महालात आले. त्यांच्या मनातली खळबळ मात्र कमी झालेली नव्हती. ते असे विमनस्कपणे बसलेले असतानाच ताराबाई महालात आल्या. महाराजांना असे बसलेले पाहून त्यांना आश्चर्य वाटले. त्यांच्या जवळ येऊन बसत ताराबाईंनी विचारले,

''जिवाला बरं वाटत नाही का? असे का बसला?''

''नाही. तसं काही नाही. बरं आहे.''

राजाराम महाराज स्वत:ला सावरत म्हणाले. तरीही ताराबाईंनी विचारले,

''आम्हाला वाटलं, गेले दोन दिवस गडावर गडबड चाललेली होती. त्यामुळे दगदग होऊन आपली तबियत बिघडली की काय? खरंतर एवढी खुशीची बाब. आम्हाला वाटलं होतं आपण आनंदात असाल. पण आपण असे उदासपणे बसलेले दिसलात, काही आणखी दुसरी खबर आली आहे काय?''

''होय.'' राजाराम महाराज सांगू लागले, ''मुकर्रबखान नावाच्या सरदाराला औरंगजेबाने इथे पाठवायचं ठरवलं आहे हे तुम्हास ठावे आहे. त्याला यायला अजून वेळ आहे. पण त्याच्याआधी रुस्तुमखान नावाच्या दुसऱ्या एका सरदाराला आपल्या मुलखात धुमाकूळ घालण्यासाठी पाठवलंय.''

''मग?''

''संताजी लागलीच रवाना झालेत तिथं.''

''एवढंच ना? ते करतील त्याचा बंदोबस्त. आपण कशाला त्याचा एवढा घोर

लावून घेता?''

ताराबाई सहजपणे म्हणाल्या. अलीकडे पन्हाळ्याला आल्यापासून त्यांनी खासगीतला कारभार पूर्णपणे आपल्या ताब्यात घेतला होता. महाराजांच्या प्रथम पत्नी जानकीबाई रायगडावर वेढ्यात अडकलेल्या होत्या. महाराजांनी प्रयत्न करूनही त्या येऊ शकल्या नव्हत्या. त्यामुळे आता ताराबाईच राणीवशात थोरल्या होत्या. तिथला व्यवहार पाहण्याची जबाबदारी त्यांच्यावरच होती. मुदपाकाचा कारभार त्यांनी राजसबाईंवर सोपवला होता.

ताराबाईंना मात्र अंत:पुरातल्या कामाइतकीच राजकारणातल्या घडामोडी जाणून घेण्याची आवड होती. सध्या राज्यावर कोसळलेल्या भीषण संकटाची त्यांना पूर्ण जाणीव होती. त्यांचे पिताजी हंबीरराव मोहिते स्वराज्याचे सरसेनापती होते. ताराबाई त्यांच्या एकुलत्या एक लाडक्या कन्या. हंबीररावांनी त्यांना एखाद्या मुलाप्रमाणे घुडसवारी, तलवारबाजी यांचे शिक्षण दिले होते. त्यामुळे ताराबाईंना लष्करी हालचाली आणि मोहिमांविषयी आवड होती.

सदरेवरचे सर्व राजकारण अद्याप त्यांच्यापर्यंत पोहोचत नव्हते. तरीही आजूबाजूला घडणाऱ्या राजकीय घडामोडींची जाणीव त्यांना होती. या वेळी सदरेवर काहीतरी वेगळा, महाराजांना चिंतित करणारा विषय झालेला असावा. एवढे समजण्याइतपत त्या निश्चितच चतुर आणि चाणाक्ष होत्या. त्यामुळे त्यांनी पुन्हा विचारले,

''गेल्या दोन दिवसांत सदरेवर आणखी काही घडलेले दिसते. आम्ही पाहतो आहोत, आपल्याला रात्री नीट झोप आली नव्हती. बैचैन वाटलात, म्हणून विचारलं. काही आम्हाला सांगण्याजोगे असल्यास तेवढेच आपले मन मोकळे होईल.''

ताराबाईंच्या आर्जवभरल्या बोलांनी राजाराम महाराज विचारात पडले. त्याच्या मनाला पडलेला घोर ते तरी कोणाला सांगणार होते! त्यांच्या अगदी जवळचे, नात्यातले कोणी ज्येष्ठ माणूस आता राहिलेले नव्हते. आई, वडील, ज्येष्ठ बंधू, मामा सारेच काळाच्या ओघात निघून गेले होते. एकट्या येसूबाई तेवढ्या उरल्या होत्या. पण या वेळी त्या दूर रायगडावर वेढ्यात अडकलेल्या, त्यांची पुन्हा कधी भेट होईल, किंवा होणारही नाही अशी परिस्थिती होती.

नाही म्हणायला रामचंद्रपंत, प्रल्हाद निराजी, शंकराजी नारायण, महादजी पानसंबळ यांच्यासारखी ज्येष्ठ मंडळी कारभारी म्हणून लाभली होती. पण स्वामी आणि सेवक या नात्यांचा अडसर नकळत का होईना त्यांच्यामध्ये येत होता. दौलतीच्या दृष्टीने जरुरीची सल्लामसलत त्यांच्याशी करता येत होती. पण मनीचे गूज खोलून सांगावे अशी जवळीक होणे शक्य नव्हते.

त्यामुळे त्यांनी या वेळी ताराबाईंजवळ आपले मन मोकळे करण्याचे ठरवले.

''तारा, दौलतीची हालत कशी आहे हे तुम्ही जाणताच. दादा महाराजांचा काळ

झाला तेव्हापासून मोगलांचा धडाका साऱ्या मुलखात थैमान घालतोय. रोज आपला मुलूख त्यांच्या ताब्यात जातोय. उरलेल्या किल्ल्यांना वेढे बसलेत. रयत परागंदा होतेय. या सगळ्याचा परिणाम होऊन वसूल बराच कमी झालाय. हुजुरायतीची फौज तेवढी कशीबशी सांभाळली जात आहे.

"तारा, संताजी, धनाजी, विठोजी, महादजीकाका यांच्यासारखे काही जण जिवाटीनं लढा देत आहेत. पण एवढं आभाळच फाटलंय, त्याला ते तरी कुठं कुठं पुरे पडणार! हे सारं कमी म्हणून की काय, आपली अगदी जवळची माणसंसुद्धा आपल्याला सोडून त्या औरंगजेबाकडे जात आहेत."

बोलता बोलता मनातला क्षोभ अनावर होऊन ते बैठकीवरून उठले. कवाडाजवळ जाऊन पाठीमागे हात बांधून उभे राहिले. दूरवर कुठेतरी नजर रोखून पाहत ते पुढे म्हणाले,

"तारा, शिर्के दाजीसाहेब आधीच वतनासाठी दादा महाराजांशी भांडून वैऱ्याकडे गेले होते. आता तर जाधव, निंबाळकर, मोहिते यांसारखी आप्त मंडळी गनिमाच्या पदरी जाऊन बसलीत. आमच्या आबा महाराजांनी आणि थोरल्या मांसाहेबांनी ही सारी नाती कशासाठी जोडली? अडचणीच्या काळात त्यांचा आधार मिळावा म्हणून. पण आज अशा अडचणीच्या काळात यातले कुणी पाठबळ देणे तर दूरच राहिले, उलट गनिमाला साथ देत आहेत. आम्हाला याचंच फार वाईट वाटतंय."

राजाराम महाराजांच्या बोलांतली व्यथा ताराबाईंना जाणवली. त्या उठून त्यांच्या जवळ जाऊन उभ्या राहिल्या. त्यांच्याकडे पाहत राजाराम पुढे म्हणाले,

"सगळ्यात आम्हाला जास्त वाईट याचं वाटतं की, ही सारी त्या औरंगजेबानं पुढ्यात टाकलेल्या वतनाच्या तुकड्यासाठी त्याच्याकडे गेलीत."

त्यांच्या बोलण्यातली चीड आणि अगतिकता ताराबाईंच्या मनाला भिडली. त्या हळुवारपणे म्हणाल्या,

"गेली असतील. पण अखेरीस ती आपलीच माणसं आहेत. आपण त्यांना आपल्याकडे परत आणण्याचा प्रयत्न केला तर?"

"कशी आणणार? ती एकटी नाही गेलीत. तो औरंगजेब महाधूर्त आहे. त्याने त्यांचे कबिले आपल्या छावणीत स्वत:च्या ताब्यात ठेवलेत."

ते ऐकून ताराबाई सर्द झाल्या. आता नुकतेच कुठे राजकारणाचे वळसे त्यांना कळू लागले होते. त्यामुळे हे ऐकून त्यांना धक्का बसला. अवघ्या सहा महिन्यांपूर्वी रायगडाच्या राणीवशात निवांतपणे त्यांचे आयुष्य चाललेले होते. गेल्या काही दिवसांच्या धकाधकीतून त्यांना राजकारणाच्या उलाढाली थोड्याफार समजू लागल्या होत्या. त्यामुळे त्यांना हा धक्का चांगलाच बसला होता.

"मग आता काय करायचं ठरवलंय?"

त्यांनी स्वत:ला सावरत विचारले. तेव्हा महाराज सांगू लागले,

"आता जे गेलेत त्यांना परत आणणं अवघड आहे, पण जे अजून त्यांच्या जाळ्यात अडकलेले नाहीत त्यांना राखायला हवं. मघाशी सदरेवर या विषयातच बोलणं चाललेलं होतं."

"खरं आहे, पण हे घडणार कसं?"

"हाच सवाल आमच्या मनी उठला आहे. औरंगजेबाने सर्वांना वतनाची लालूच दाखवली आहे. पण आम्हाला तसे कसे करता येईल? आबा महाराजांनी आणि दादा महाराजांनी वतनदारीला कायम विरोध केला. त्यासाठी अगदी जवळच्या लोकांची नाराजी पत्करली. ते आपण एकदम कसं बदलायचं? समजा केलं आणि त्याचा विपरीत परिणाम झाला, तर त्याचा केवढा मोठा बोल आमच्या पदरी येईल. पण तसं नाही केलं, तर दौलतीचा सांभाळ करायला माणसं टिकवून धरणं अशक्य होईल. अगदी पेचात अडकल्यागत झालंय. त्यामुळे आम्ही बेचैन आहोत."

आता आता ताराबाईंना महाराजांच्या समोरच्या प्रश्नाचा पुरता उलगडा झाला. काही वेळ त्या विचारात पडल्या. नंतर म्हणाल्या,

"आपल्यापुढला पेच खरंच अवघड आहे. आम्हाला तुमचं फडावरचं राजकारण काही फारसं माहीत नाही. पण आम्हाला असं वाटतं की, आता काळ बदलला आहे. औरंगजेबासारख्या कसलेल्या, धूर्त गनिमाशी गाठ आहे. त्याने दिलेल्या शहाला काटशह देणं भाग आहे. त्यासाठी नाइलाजाने का असेना, धोरणात काही बदल करणं गरजेचं असेल तर करावे लागतील, असं वाटतं. आपण कारभारी मंडळींशी मसलत केल्यावर यातून नक्की मार्ग निघेल."

"हं. आम्ही उद्याच सर्वांशी बोलतो. बघू, काहीतरी ठरवू. पाहू कसं साधायचं ते."

दूरवर नजर रोखत महाराज म्हणाले. कवाडापासून दूर सरकत समईच्या वाती शांत करत त्या म्हणाल्या,

"चला तर मग आता. बरीच रात्र झाली. आराम करा. नाहीतर तबियत बिघडेल आपली."

महाराजांचे मन ताराबाईंशी बोलून हलके झाले होते. मनातले विचारांचे वादळ शमले होते. मंचकावर पडून त्यांनी डोळे मिटून घेतले. दोन रात्रींनंतर त्या रात्री त्यांना शांत झोप लागली.

१२

दुसऱ्या दिवशी महाराज थोडे उशिरा खलबतखान्यात पोहोचले. आदल्या दिवशीचा

वतनाचा विषय सर्वांच्या मनात होताच. हे लक्षात घेऊन त्यावर महाराजांनी स्वतःच बोलायला सुरुवात केली.

"आम्ही या वतनदारीच्या विषयावर बराच विचार केला. परिस्थिती दिवसेंदिवस बिघडते आहे. औरंगजेब मोठ्या झपाट्याने आपले किल्ले आणि मुलूख जिंकत चाललाय. अशाने पुरेसा महसूल मिळण्याएवढा मुलूख हाती राहणे, त्यातून सैन्य उभे करणे, सारे कठीण दिसते. अशा वेळी आपल्याकडच्या सरदारांना काही मोकळीक द्यावी असं आम्हाला वाटतं."

"महाराज, आपला सल्ला अगदी उचित आहे. आज आपली मातब्बर मंडळी त्यांच्या ताब्यातल्या मुलखाची वतनदारी मागण्यासाठी औरंगजेबाकडे जात आहेत. तो त्यांना आणखी मानाची, बक्षिसाची लालूच दाखवतो आहे. ते एकदा मोगलांचे वतनदार झाले की त्यांच्या अखत्यारीतला मुलूख आपोआपच मोगलांच्या ताब्यात जात आहे. शिवाय त्यांच्याकडचे सैन्य आयते मोगलांना मिळते आहे. त्यामुळे आपले राजकीय आणि लष्करी अशा दोन्ही बाजूंनी नुकसान होत आहे. यासाठी लवकर काहीतरी निर्णय घ्यायला हवा."

रामचंद्रपंतांनी सविस्तरपणे आपले म्हणणे मांडले. तेथे उपस्थित असलेल्या प्रत्येकाला ते पटत होते. तेव्हा प्रल्हाद निराजी त्याला पुष्टी देत म्हणाले,

"महाराज, सध्याची पूर्णपणे असाधारण परिस्थिती आणि मराठी लोकांच्या मनामध्ये पूर्वापार रुजलेली वतनाची आसक्ती याचा विचार करता काही नवे धोरण आपल्याला स्वीकारावे लागेल, असे दिसते. आता आपण योग्य तो निर्णय घ्यावा."

महाराजांना तिथे असलेल्या मंडळींचा कल कोठे आहे हे ध्यानी आले. हा विचार सर्वांना पटलेला पाहून ते म्हणाले,

"तुम्हा सर्वांचे म्हणणे आम्हास समजले आहे. औरंगजेबाच्या प्रत्येक चालीला त्याच्याच भाषेत चोख उत्तर दिले पाहिजे, त्याशिवाय त्याच्या शहास प्रतिशह देणे शक्य होणार नाही, असे आमच्या राणीसाहेबांचे मत होते. तेव्हा आता निर्णय घेण्यात आणखी उशीर करण्यात अर्थ नाही.

आम्ही आजच हुकूम देतो की, जे सरदार अद्याप मोगलांच्या गळाला लागलेले नाहीत, त्यांना तातडीने गाठा. त्यांना आमच्या वतीने असा कौल द्या की, त्यांच्या ताब्यात असलेल्या मुलखाच्या त्यांच्या नावे सनदा बनवून दिल्या जातील. त्याशिवाय त्यांनी गनिमाचा कोणताही मुलूख आपल्या अखत्यारीत आणला, तर तो त्यांनाच इनाम दिला जाईल. याचा अंमल करण्यास तातडीने सुरुवात करायची आहे."

"जशी आज्ञा महाराज."

असे म्हणून कारभारी मंडळाने महाराजांच्या आदेशाचे स्वागत केले.

छत्रपती शिवाजी महाराजांनी स्थापन केलेल्या मराठेशाहीवर आज अत्यंत

कठीण वेळ आलेली होती. तिचा सामना करण्यासाठी त्यांनीच ठरवून दिलेले धोरण बदलण्याचा निर्णय नाइलाजाने का होईना घेण्यात आला होता. स्वराज्य राखण्यासाठी प्राप्त परिस्थितीत योग्य वाटलेले एक मोठे धाडसी पाऊल उचलले गेले होते. भावी काळात त्या निर्णयाचा खोलवर ठसा उमटणार आहे, याची सर्व जबाबदारी आपल्यावर येणार आहे, याची पूर्ण जाणीव मनात बाळगून ते अमलात आणण्याचे ठरवून छत्रपती राजाराम महाराज आणि त्यांचे कारभारी मंडळ कामाला लागले.

◆

भाग ३

१

दोनच दिवस उलटले अन् पन्हाळ्यावर खबर येऊन थडकली. कोकणातून परतलेला मुकर्रबखान त्याच्या सैन्यासह छावणीतून बाहेर पडलेला आहे. हे समजताच चिंताग्रस्त झालेले कारभारी मंडळ महाराजांच्या महालाकडे आले. सर्वांना असे एकत्र आलेले पाहून काहीतरी विशेष आहे हे महाराजांनी ओळखले. त्यांनी इशारत करताच उपरणे सरसे करत रामचंद्रपंत सांगू लागले,

"महाराज, मुकर्रबखान मोठं सैन्य घेऊन कोल्हापूरच्या दिशेने निघतो आहे. पुढच्या आठवड्याभरात तो इथं पोहोचेल असा अंदाज आहे. आमचे छत्रपती पुन्हा एकवार वेढ्यात सापडण्याचा धोका निर्माण झालेला आहे. हे जाणवल्यामुळे आम्ही तातडीने आपल्याकडे आलो."

आता महाराजांच्या ध्यानी आले की सारे असे कशासाठी आले. ते विचारपूर्वक म्हणाले,

"हं. हे असे होणार हे ठरलेलेच होते. निदान पावसाळा उलटेपर्यंत सवड मिळेल असे वाटले होते, पण ठीक आहे. आता आम्हाला इथून लवकर निघावे लागणार हे उघड आहे. पण त्यापूर्वी बरंच काही ठरवावं लागेल. पंत, तुम्ही सगळ्या महत्त्वाच्या माणसांना ताबडतोब बोलावून घ्या. सर्वांशी बोलून तपशील ठरवावा लागेल."

"जी, महाराज." म्हणत रामचंद्रपंत कामाला लागले.

संताजी, धनाजी रुस्तुमखानाच्या बंदोबस्तासाठी गेले होते. खंडो बल्लाळ आणि काही फडावरची मंडळी इतर व्यवस्था करण्यासाठी बाहेर गेली होती. त्या सर्वांकडे हरकारे रवाना झाले. सर्व जण तातडीने पन्हाळ्यावर येऊन पोहोचू लागले. महाराज या काळात ताराबाईंसह अनेक जणांशी विचारविनिमय करत होते.

खलबतखान्यात बैठक बसली. या वेळी ताराबाई राणीसाहेब महाराजांसोबत आल्या होत्या. ताराबाईंची राजकीय समज उत्तम असल्याचे महाराजांना त्यांच्याशी चर्चा करताना ध्यानी आले होते. आजच्या बैठकीत तर मराठेशाहीच्या यापुढच्या काळातील धोरणाबद्दल निर्णय घ्यायचे होते, म्हणून त्यांनी मुद्दाम ताराबाईंना सोबत आणले होते.

बैठक अत्यंत गंभीर वातावरणात सुरू झाली. सर्वांवर नजर फिरवीत महाराजांनी बोलायला सुरुवात केली,

"दौलतीवर आलेल्या संकटाची माहिती तुम्हाला आहेच. गेल्या सहा महिन्यांत आम्हाला आधी प्रतापगड आणि नंतर इथं पन्हाळगडावर यावं लागलं. आज आता इथून जायची वेळ आलेली आहे. पण या वेळी फार दूर जावे लागणार आहे. त्यामुळे त्यापूर्वी काही महत्त्वाचे मोठे निर्णय घ्यावे लागणार आहेत. त्या विषयी गेले काही दिवस आम्ही सतत विचार करत आहोत. पंतांशी, राणीसाहेबांशी आणि इतर मंडळींशी मसलती करत आहोत. त्यातूनच काही बाबी आम्ही मनाशी ठरवल्या आहेत. पण त्यांना निश्चित स्वरूप येण्यापूर्वी आम्हाला तुम्हा सर्वांचे विचार जाणून घ्यायचे आहेत. याचा दौलतीच्या भविष्याशी संबंध असल्याने आम्हाला तुम्हा सर्वांच्या अनुभवाची आणि जानकारीची साथ हवी आहे. म्हणून सर्वांनी मोकळेपणाने बोलावे असं वाटतं."

काही क्षण कोणीही बोलले नाही. तेव्हा महाराजांनीच सरळ पहिल्या विषयाला हात घातला.

"आम्ही इतक्या दूर चंदीला जाणार. तिथून इथल्या हरएक मसल्याचा निकाल घेणं अवघड आहे. त्यामुळे आम्ही चंदीहून परत येईपर्यंतच्या काळातल्या इथल्या कारभारासाठी काही व्यवस्था करणं आम्हाला सर्वांत महत्त्वाचं वाटतं. पंत, तुमचा काय विचार?"

महाराजांनी रामचंद्रपंतांकडे पाहत विचारले. तेव्हा ते म्हणाले,

"महाराज, आपण चंदीला जाताना आपल्यासोबत कोण जाणार, आणि इथं कोण राहणार, हे आधी ठरले तर इथल्या व्यवस्थेबद्दल विचार करता येईल, असे आम्हास वाटते."

"बरोबर. मग या विषयी आपला काय सला?"

"महाराज, आम्हास वाटते, चंदीचा पल्ला अतिशय दूरचा. वाटेत संपूर्ण परका मुलूख, यामुळे प्रवास अधिक धोक्याचा आहे. पूर्वी रायगडाहून प्रतापगड आणि नंतर पन्हाळगड यापेक्षा बराच जास्त जोखमीचा. या दोन्ही वेळा आपला कबिला सोबत होता, परंतु या वेळी मात्र तो संगती नेणे आम्हाला इष्ट वाटत नाही. आपण स्वत: चंदीला सुखरूप पोहोचणे अधिक महत्त्वाचे आहे."

पंतांनी असे म्हणताच नकळतपणे सर्वांची नजर बैठकीत असलेल्या ताराबाईंकडे वळली. त्या जातीने तेथे असताना असे सुचवणे सोपे नव्हते. पण वेळेची गरज ओळखून पंतांनी हे धाडस केले होते. त्यांच्या बोलण्याला दुजारा देत प्रल्हाद निराजी म्हणाले,

''महाराज, पंतांचे बोलणे आम्हास उचित वाटते. त्याप्रमाणे आपण कबिला मागे ठेवणार असलात, तर मात्र तो अगदी सुरक्षित ठिकाणी ठेवावा लागेल. इथे केव्हाही वेढा पडू शकतो, त्यासाठी इथून जवळच असलेला खेळणा आम्हाला योग्य वाटतो. थोरले छत्रपतीसुद्धा इथल्या वेढ्यातून सुटल्यावर तेथेच गेले होते, हे आपण सारे जाणताच.''

त्यांची सूचना तशी पटण्यासारखी होती. खेळणा ऊर्फ विशाळगड हा किल्ला पन्हाळ्यापासून अवघ्या वीस कोसांवर होता. पण संपूर्ण डोंगराळ परिसर, घनदाट जंगल, गर्द झाडी, प्रवेशाचे दोन्ही मार्ग अत्यंत अरुंद, दोन्ही बाजूंना खोलखोल दऱ्या यामुळे खरोखरीच अतिशय दुर्गम होता. अशा बेलाग ठिकाणी आपला राणीवसा ठेवण्याची सूचना महाराजांना पटली. ते म्हणाले,

''केवळ आमचा कबिलाच नव्हे, तर आम्ही चंदीला गेल्यावर इथे कारभार पाहणाऱ्या मंडळींनीसुद्धा तेथे जावे. तिथून दौलतीचा कारभार पाहावा, हेच उत्तम होईल.''

महाराजांच्या सूचनेवर सर्वांनी मान डोलावली. तेच पुढे म्हणाले,

''इथल्या कारभाराविषयी आम्ही काही बाबी निश्चित केलेल्या आहेत. रामचंद्रपंत आणि शंकराजी नारायण यांचेकडे आम्ही पूर्वीच कारभार सोपवलेला होता. त्यांनी इथे राहून तो तसाच पुढे चालवावा. कामाच्या सोयीसाठी आम्ही मुलखाचे दोन भाग करत आहोत. घाटावर सातारा आणि कोकणात रायगड धरून सीमा आखाव्यात. त्यातील उत्तरेकडचा कारभार शंकराजी यांनी आणि दक्षिणेकडचा पंतांनी स्वतंत्रपणे पाहायचा आहे. त्यासाठी आम्ही दोघांना खास खिताब देत आहोत. रामचंद्रपंतांना 'हुकूमतपन्हा' आणि शंकराजी यांना 'राजाज्ञा' असे खिताब विशेष अधिकारासह देत आहोत. त्यांनी काढलेले हुकूमनामे हे आमच्या वतीने काढलेले आहेत, असे मानण्यात यावेत. तशी आज्ञापत्रे आणि वस्त्रे आम्ही नंतर चंदीहून पाठवून देऊ.''

राजाराम महाराजांनी हे शब्द उद्गारताच दोघे उठून त्यांच्यासमोर आले. त्यांना लवून मुजरा केला. पंत भारावल्या स्वरात म्हणाले,

''महाराज, आपण आमच्यावर फार मोठा भरवसा टाकलेला आहे. थोरल्या छत्रपतींच्या वेळेपासून केलेली सेवा सार्थकी लागली असे आज आम्हास वाटते. आपण दाखवलेल्या विश्वासाला जागण्याचा आम्ही प्राणपणाने प्रयत्न करू.''

''पंत, शंकराजी, आम्ही जाणतो की, इथे राहून कारभार करणं सोपं नाही.

औरंगजेबासारखा ताकदवान, धूर्त शत्रू दौलतीच्या छाताडावर नाचतो आहे. त्याला टक्कर द्यायची आहे. हे साधे काम नाही. त्यासाठी आम्ही आमच्या राणीसाहेब ताराबाई यांच्या पूर्ण अखत्यारीत एक राजमंडळ स्थापन करण्याचं ठरवलं आहे. त्यात तुम्हा दोघांबरोबर संताजी, धनाजी, परशुराम त्रिंबक आदी सर्व जण असतील. त्यांच्यासारख्या ताज्या दमाच्या, निष्ठावंत आणि कर्तबगार मंडळींची जोड आम्ही तुम्हाला देत आहोत.

"तुम्ही राज्याच्या दैनंदिन कारभाराबरोबर लष्करी मोहिमा, सैन्याच्या हालचाली, न्यायनिवाडा, खजिन्याचा बंदोबस्त, गडकोटांची देखरेख अशा अनेक अंगांनी राजमंडळाच्या सल्ल्याने कामकाज चालवायचे आहे."

महाराजांनी त्यांचा मनसुबा पुरा खोलून सांगितला. त्यानंतर बैठक बराच वेळ सुरू होती. राजमंडळाचे सर्व तपशील, जबाबदाऱ्यांचे वाटप करण्यात दुपार झाली. थाळ्याची वर्दी आली. जेवणानंतर थोडी विश्रांती घेऊन पुन्हा जमण्याचे ठरवून सारे जण उठले.

२

तीन प्रहर झाल्यावर बैठक पुन्हा जमली. मराठी मुलखातल्या कारभाराविषयीचे निर्णय घेऊन झाले होते. आता चंदीच्या प्रयाणाविषयी तपशील ठरवणे याचा विचार सुरू झाला.

पन्हाळा ते चंदी हा जवळजवळ तीनशे कोसांचा प्रवास. मध्ये पसरलेला सारा परका मुलूख. वेगळी भाषा, अनोळखी प्रदेश यामुळे तसा बराच जिकिरीचा. असा एवढा लांबचा पल्ला गाठायचा असेल तर त्यासाठी वाहने कोणती घ्यायची, कोणत्या साधनांचा वापर करायचा, सोबत किती व कोणकोणती माणसे घ्यायची, कोणता मार्ग अधिक सुरक्षित म्हणून निवडायचा, अशा अनेक बाबींचा विचार करणे आवश्यक होते.

रामचंद्रपंत आणि शंकराजी इथेच राहणार होते. त्यांनी विशाळगडावर राहून इथला कारभार पाहायचा हे निश्चित झालेले होते. त्यामुळे त्यांनी सोबत जाण्याचा प्रश्नच नव्हता. पण चंदीला जाण्याच्या जोडणीत त्यांच्या सल्ल्याला महत्त्व होते. रामचंद्रपंतांनीच बोलण्यास सुरुवात केली,

"महाराज, आपण रायगडाहून आणि प्रतापगडाहून निघताना घोड्यावरून निघाला होतात. कबिला मेण्यातून आला होता. तसेच या वेळीदेखील निघाला. पुढेमागे स्वारांच्या तुकड्या असतील. संताजी, धनाजींचे सैन्य वाटेत जागोजागी पेरलेले असेल, असा मोगलांचा होरा असणार."

“अगदी बरोबर.” प्रल्हाद निराजी म्हणाले, “म्हणूनच आपल्याला त्यांच्या अंदाजापेक्षा काही वेगळे करावे लागणार आहे. अगदी पूर्वी थोरले छत्रपती याच औरंगजेबाच्या कैदेतून निसटले होते, तेव्हा त्यांनी असाच वेगळा विचार केला होता. सुरुवातीला दक्षिणेला न येता आधी उत्तरेचा रस्ता धरला होता. संभाजी महाराजांचे मुंडण करून त्यांना इतर लोकांसोबत वेगळे पाठवले होते. या वेळी मोगल एका छत्रपतीचा शोध घेणार आहेत. तेव्हा त्यांना शंका येणार नाही, असे काहीतरी करून त्यांना चकवावे लागेल.”

दोघांचे बोलणे तसे विचार करायला लावणारे होते. त्याच वेळी शंकराजींनी आणखी एक मुद्दा मांडला.

“एवढ्या मोठ्या वाटचालीत बरेच मुक्काम पडणार. त्यामुळे मोगल सैनिक वाटेतल्या साऱ्या सराया, धर्मशाळा यांच्यात शोध घेणार. शिवाय, वाटेत महाराजांचे काही पाहुणे, नातेवाईक, आपले सरदार राहतात. त्यांच्या घरांवर नजर ठेवणार. तेव्हा त्या जागा टाळून राहण्यासाठी इतर जागा शोधाव्या लागतील.”

हा मुद्दा खरेच विचार करायला लावणारा होता. मसलतीला गंभीर वळण लागले होते. संताजींना वेगळीच काळजी पडली होती. ते म्हणाले,

“महाराजांच्या संरक्षणासाठी सैन्य सोबत नेता येणार नाही हे खरं, कारण त्यामुळे लागलीच संशय येईल. मग त्याचं कसं करायचं?”

“तोदेखील एक प्रश्न आहेच.”

रामचंद्रपंत विचार करत म्हणाले. हा सारा संवाद एवढा वेळ शांतपणे ऐकणारे, राजाराम महाराजांना अगदी लहानपणापासून सांभाळणारे येसाजी दाभाडे म्हणाले,

“आम्हाला एक सुचलंया. बगा तुमाला कसं वाटतंया.”

सर्व जण त्यांच्याकडे उत्सुकतेने पाहू लागले.

“सांगा ना काका, संकोच नका करू.”

राजाराम महाराज म्हणाले. तेव्हा ते सांगू लागले,

“आमच्या गावात एक जंगम स्वामी ऱ्हात्यात. गुदस्ता साली ते तिकडं दक्षिणेला यात्रेला गेले होते. त्यांच्या पंथातली बरीच लोकं त्यांच्यासंगट हुती. तिकडं त्यांच्या लोकांचं मठ हाईत. तिथं मुक्काम करायचीत. म्हंजी मला आपलं वाटतंय, आपलं म्हाराज तिथं स्वामी म्हनून ग्येलं आणि मठात ऱ्हायलं, तर तिथं त्यानला हुडकाया कोन जानार?”

येसाजींचे बोलणे ऐकून सर्व जण काही क्षण स्तब्ध झाले. एका कठीण कोड्याचा अचानक उलगडा व्हावा असे सर्वांना वाटले. प्रल्हाद निराजी मोठ्या खुशीत म्हणाले,

"महाराज, दाभाड्यांनी मोठी नामी शक्कल सुचवली. फक्त आता निघण्यापूर्वी लिंगायत स्वामींबद्दल, म्हणजे त्यांचा पोशाख, त्यांचे वावरणे याबद्दल, तसेच त्यांच्या मठांविषयी माहिती करून घ्यायला हवी. वेषांतर करायचं असलं तरी ते हुबेहूब जमलं पाहिजे, म्हणजे सहजासहजी कुणाला ओळखू येता कामा नये."

"खरं आहे," विचार करत महाराज म्हणाले. अचानक त्यांनी वळून पन्हाळ्याचे किल्लेदार त्र्यंबक भास्कर यांना विचारले, "इथं जवळ एखादा असा मठ आहे का, किंवा कुणाच्या माहितीत कुणी स्वामी आहेत का हे पाहा. वेळ कमी आहे. तुम्ही ताबडतोब निघा. या विषयातली संपूर्ण माहिती तातडीनं घेऊन या."

"जी, महाराज. येतो."

असे म्हणून त्र्यंबक भास्कर उठले. महाराजांना मुजरा करून लगबगीने बाहेर पडले. ते थोरल्या छत्रपतींनी विजापूरकरांकडून पन्हाळा जिंकून घेतला होता, तेव्हापासून तिथले किल्लेदार होते. आजूबाजूचा पूर्ण परिसर त्यांच्या चांगला माहितीचा होता. जवळच्याच एका मठाकडे ते निघाले.

आता महाराजांच्या सोबत कोणी कोणी जायचे, हे ठरवण्याची चर्चा सुरू झाली. फार मोठा गट न करता मोजकी माणसे बरोबर न्यायची हे नक्की झाले. संतांजी आणि धनाजी दोघेही इथल्या मुलखाच्या संरक्षणासाठी थांबणार होते. त्यामुळे मानसिंग मोरे, रूपसिंह भोसले यांच्यासारखे भालागिरी करण्यातले वीर, खंडेराव दाभाडे, खंडोजी कदम, बाजी कदम, संताजी जगताप, तसेच मालोजी आणि बहिर्जी घोरपडे हे संताजींचे लढवय्ये बंधू सोबत घेण्याचे ठरले.

कारभारी मंडळींपैकी प्रल्हाद निराजी, नीळकंठ मोरेश्वर, त्यांचा धाकटा भाऊ बहिरोपंत, कृष्णाजी अनंत, खंडो बल्लाळ, नीळकंठ कृष्ण पारसनीस, दानाध्यक्ष केशव पंडित आदी महाराजांच्या जवळची आणि विश्वासातली माणसे निवडली गेली. वाटेतील तसेच चंदीला पोहोचल्यावर लागणाऱ्या खर्चासाठी काही पैका आणि जडजवाहिर निवडून शिक्क्यांसह गाठोडी तयार करून ती गिरजोजी यादव याच्या ताब्यात देण्याचे ठरले.

या प्रमुख माणसांखेरीज अत्यंत विश्वासू असे सेवक, खिदमतगार निवडले गेले. ही नावे निश्चित झाल्यावर संपूर्ण प्रवासात एकमेकांच्या खबरी पोहोचवण्यासाठी मराठीसह कानडी उत्तम रीतीने जाणणारे नजरबाज नेमण्याची आज्ञा दिली गेली. सर्व विषयांची सांगोपांग चर्चा पूर्ण झाल्यावर बराच वेळ चाललेली, अत्यंत महत्त्वाची गुप्त अशी मसलत पार पडली.

३

आता अधिक वेळ दवडण्यात अर्थ नव्हता. मुकर्रबखान केव्हाही येऊन थडकेल अशी परिस्थिती होती. त्यामुळे लवकर निघण्याचे ठरत होते. पण पन्हाळ्यावरच्या ब्रह्मवृंदांनी वेगळा मुद्दा पुढे आणला. नवरात्र अगदी तोंडावर होते. महाराजांनी नवरात्रपूजन करून बाहेर पडावे असे त्यांचे म्हणणे होते.

"महाराज," रामचंद्रपंत सांगू लागले, "मुकर्रबखान आता कुठे दक्षिण कोकणातून बादशहाच्या छावणीत पोहोचला आहे. तिथून निघून मोगली थाटात इथवर यायला त्याला आणखी पंधरवडा सहज लागेल. तरी आपण इथे नवरात्र साजरे करून सीमोल्लंघन करून दक्षिणेस निघावे असे साऱ्यांचे म्हणणे आहे."

"पण पंत, आमच्या दादा महाराजांना जाऊन जेमतेम सहा महिने होत आहेत. यंदाचा कोणताही सण साजरा करण्याची आमची मन:स्थिती नाही. त्यामुळे नवरात्र परंपरा पाळण्यापुरते घरातल्या घरात करावे असे..."

कोणताही सण मोठ्या समारंभाने करावा असे महाराजांना वाटत नव्हते. परंतु त्यांना थांबवत प्रल्हाद निराजी म्हणाले,

"महाराज, आपल्या भावना आम्ही समजू शकतो. शंभूछत्रपतींचे बंधू या नात्याने आपले म्हणणे यथायोग्यच आहे. पण एका छत्रपतीसाठी त्यापलीकडील काही बाबी ध्यानी घेणे जरुरीचे आहे. महाराज, सहा महिने उलटले तरी रयत संभाजी महाराजांच्या भयानक मृत्यूच्या धक्क्यातून आणि औरंगजेबाच्या अत्याचारांच्या दणक्यातून सावरलेली नाही. आपण इथून जाणार हे तर ठरलेलेच आहे. त्यापूर्वी इथे आपल्यामागे उभे असलेले सरदार, गडकरी, वतनदार, तसेच आजूबाजच्या गावातल्या रयतेला बोलावून नवरात्र साजरे केले तर दौलतीतले निराशेचे, नाराजीचे वातावरण बदलण्यास मदत होईल. रयतेला दिलासा मिळेल, असे सर्वांना वाटत आहे."

त्यांचे सविस्तर बोलणे ऐकून राजाराम महाराज विचारात पडले. नुकतेच संभाजी महाराजांचे भरणीश्राद्ध घातले गेले होते. त्यामुळे ते थोडे विचलित झाले होते. पण आता कारभारी मंडळाचे म्हणणे ऐकल्यावर त्याप्रमाणे करणे हे एक राज्यकर्ता या नात्याने कर्तव्य आहे हे त्यांना जाणवले.

"ठीक आहे. मग होऊ द्या सारे रीतसर."

असे म्हणून त्यांनी नवरात्र साजरे करण्यास मान्यता दिली. कारभारी मंडळासह गडावरची इतर माणसेही मोठ्या उत्साहात तयारीला लागली. आश्विन शुद्ध प्रतिपदेला वरदायिनी जगदंबेच्या मंदिरात साग्रसंगीत पूजा बांधून नवरात्राला रीतसर सुरुवात झाली. रोज धूप, दीप, आरतीसह त्रिकाळ पूजन केले जात होते. रोज

नैवेद्यासाठी विविध पक्वान्ने बनवली जात होती. वेगवेगळ्या ठिकाणांहून अनेक क्षेत्रातली, शेकडो माणसे गडावर येऊ लागली. त्यांना सुग्रास भोजन, नृत्यगायन अशा अनेक प्रकारांनी संतुष्ट केले गेले.

आठवडाभर रोज होम, हवन, बली, सारे काही यथासांग सुरू होते. सातव्या रात्री देवीने महाराजांना स्वप्नात येऊन दर्शन दिले. शुभाशीर्वाद देत देवीने सांगितले,

"हे पुत्रा, तुझ्या भक्तीने मी अतिप्रसन्न झाले आहे. तू आता कोणतेही भय मनात आणू नकोस. उद्या अष्टमी आहे. त्या दिवशी तू अत्यंत श्रेष्ठ असे 'बिल्वशाखाप्रबोधिनी' व्रत कर. तुझे सर्व मनोरथ पूर्ण होतील. माझा तुला आशीर्वाद आहे की ऐन प्रसंगी दुष्ट लोक आणि शत्रू तुला ओळखू शकणार नाहीत अथवा इजा करण्यास समर्थ होणार नाहीत. तुझे कार्य निर्विघ्नपणे पार पडेल. तरी तू अगदी निर्धास्त राहा."

महाराजांनी सकाळी उठल्यावर सर्वांना आपले स्वप्न सांगितले. दौलतीचे दानाध्यक्ष केशव पंडित गडावर होते. त्यांनी अनेक विद्वान पुरोहितांना तत्काळ पाचारण केले. त्यांच्याकडून 'बिल्वशाखाप्रबोधिनी' व्रताचा विधी सिद्ध करवून घेतला.

व्रताची सांगता झाल्यावर खंडेनवमीच्या होमाची तयारी सुरू झाली. राजाराम महाराज भल्या पहाटे शुचिर्भूत होऊन होमाच्या ठिकाणी आले. प्रथम गणेशपूजन करून पुण्याहवाचन केले गेले. याज्ञिकांनी यज्ञकंकण बांधून होमास सुरुवात केली. मंत्रजागर झाल्यावर पूर्णाहुती देऊन पवित्र अग्नीत शुद्ध तुपाची धार सोडली. तसा अग्नी प्रज्वलित झाला. तेव्हा त्या तेजस्वी अग्निदेवतेकडे पाहून यज्ञाचे प्रमुख ऋत्विज महाराजांना सांगू लागले,

"महाराज, हा अग्नी अनेक प्रकारची शुभचिन्हे दाखवत आहे. यातून उडणाऱ्या ठिणग्या अति वेगाने धावत आहेत. त्यातून रथासारखा येणारा ध्वनी, उजव्या बाजूला झुकणाऱ्या या सुवर्णवर्णी अग्निज्वाळा, त्यातून उठणाऱ्या धुरातून निर्माण होणारा शुभाकार ही अशी सुचिन्हे दिसत आहेत. असा यज्ञ शुभफल देतो, असे शास्त्रात म्हटले आहे. महाराज, आपल्या इच्छित कार्यात आपल्याला मनाजोगे यश प्राप्त होईल, असा परमेश्वराचा कौल आपल्याला यातून मिळालेला आहे."

होमाची समाप्ती संपन्न झाली. महाराजांनी सर्वांना यथायोग्य दक्षिणा आणि देणग्या दिल्या. भरपूर द्रव्य आणि वस्त्रेभूषणे देऊन सर्वांना प्रसन्न केले. दौलतीच्या दूरदूरच्या भागातून आलेल्या प्रत्येकाला समारंभ पाहून अत्यंत समाधान वाटले. नवरात्रीची समाप्ती झाली. आता सर्व जण दसऱ्याच्या तयारीला लागले.

पन्हाळ्याच्या ईशान्येकडील माळावर सोने लुटण्याचा समारंभ होणार होता. तबक उद्यान आणि दुतोंडी बुरुज यांच्यामधल्या प्रशस्त जागेत सोन्याचा माळ

सजवला गेला. तेथे शमीवृक्षाचे पूजन करून आपट्याच्या पानांचे सोने लुटण्याची जय्यत तयारी करण्यात आली.

दसऱ्याच्या दिवशी शुचिर्भूत होऊन पूजा आटोपून महाराज दरबारात आले. दरबारातील कामकाज आवरले. त्यानंतर त्यांनी सर्वांसोबत गोडधोड पक्वान्नाचे भोजन केले. संध्याकाळी ब्रह्मवृंदांनी काढलेल्या मुहूर्तावर जिरेटोपासह संपूर्ण दरबारी पोशाखात महाराज सीमोल्लंघनासाठी सज्जाकोठीबाहेर पडले. मिरवणुकीच्या अग्रभागी सजवलेल्या हत्तीवर अंबारीत आरूढ झाले. खवाशीत बसलेल्या मानकऱ्यांनी चवऱ्या ढाळण्यास सुरुवात केली. माहुताने इशारा करताच हत्ती चालू लागला. मिरवणुकीला सुरुवात झाली.

महाराजांच्या मागून मानाप्रमाणे कारभारी मंडळ, सेनापती, सरदार, सैनिक पथके असा लवाजमा निघाला. रयत दुतर्फा उभी राहून महाराजांचा जयघोष करत होती. सोन्याच्या माळावर आल्यावर महाराजांनी रीतसर शमीवृक्षाची पूजा केली. आपट्याच्या पानांचे सोने लुटले. ते बाजूला होताच माणसांची एकच झुंबड उडाली. पाहता पाहता पानांचा डोंगर उधळला गेला. हाती लागेल ते घेऊन माणसे समाधानाने आपल्या घरी गेली.

महाराज सज्जाकोठीवर परतले. त्यांच्या पत्नींनी त्यांना ओवाळले. त्यानंतर बराच वेळ माणसे महाराजांना सोने देण्यासाठी येत होती. विजयादशमीचा सण पार पडला. रात्री थकून महाराज आपल्या महालात गेले. त्यांच्या दोन्ही पत्नी ताराबाई आणि राजसबाई त्यांची वाट पाहत होत्या. दमलेले महाराज मंचकावर बसले. त्यांच्या श्रांत मुद्रेकडे पाहत ताराबाई म्हणाल्या,

''फार थकवा आलेला दिसतो आहे आपल्याला. निवांतपणे सुमार व्हा.''

त्यावर निग्रहाने दोघींकडे पाहत महाराज म्हणाले,

''आम्ही श्रमी झाले आहोत हे खरे. पण आज आम्हाला तुम्हा दोघींशी फार जरुरीचं बोलायचं आहे.''

महाराजांच्या बोलांमधले गांभीर्य दोघींना जाणवले. त्या लक्षपूर्वक ऐकू लागल्या. महाराजांनी त्यांना मुकर्रबखान पन्हाळ्यावर चालून येत आहे. त्यामुळे त्या दोघींनी विशाळगडावर जायचे आहे. स्वत: महाराज तेवढे चंदीला जाणार आहेत हे सांगितले. ताराबाईंना याबद्दल कल्पना होती. पण राजसबाईंना ते ऐकून रडू कोसळले. त्या दिवशी उत्तररात्र उलटेपर्यंत महाराज आपल्या पत्नींची समजूत घालत होते.

४

राजाराम महाराजांचा राणीवसा विशाळगडाला जाण्याच्या तयारीला होता. कारभारी

मंडळ त्यांच्या कुटुंबकबिल्यासह सोबत जाणार होते, सर्व दप्तर न्यायचे होते. त्यासाठी रामचंद्रपंत आणि खंडो बल्लाळ यांच्या देखरेखीखाली कारकून मंडळी कामाला लागली होती. अगदी कमी वेळात सारे आवरायचे असल्याने थोडी धांदल उडाली होती.

राणीवशात ताराबाईंच्या देखरेखीखाली सामानाची बांधाबांध चालली होती. महाराज विशाळगडला न येता परस्पर चंदीला जाणार आहेत हे अगदी मोजक्या लोकांना माहीत होते. त्याचे गांभीर्य ताराबाईंना समजत होते. म्हणूनच त्यांनी अगदी राजसबाईंपासूनसुद्धा ते लपवलेले होते. त्यांच्या स्वत:च्या मनाची अवस्था तर मोठीच कठीण झालेली होती. आपण राजाराम महाराजांच्या सोबत जाणार नाही, याचे वाईट तर वाटत होतेच. त्याहीपेक्षा त्यांचा चंदीचा प्रवास किती खडतर आणि धोकादायक आहे याची त्यांना कल्पना होती. त्यात आपण त्यांना साथ करू शकत नाही याचे मोठेच शल्य मनी होते. पण आपल्या या भावना त्या कोणाजवळ व्यक्त करू शकत नव्हत्या, याची वेदना अधिक होती.

आवराआवर होईपर्यंत संध्याकाळ झाली. महाराज दिवसभर सदरेवरच्या कामात गुंतलेले होते. रात्रीचा थाळा घेऊन उशिरा ते आपल्या महालात आले. तेथे ताराबाई त्यांची वाट पाहत थांबल्या होत्या. त्यांनी पुढे येऊन दमलेल्या महाराजांचा मंदिल हाती घेतला. मंचकावर बसत महाराज ताराबाईंना म्हणाले,

"तारा, उद्या तुम्ही इथून जाणार. तिथून इथला सारा कारभार तुम्हालाच पाहावा लागणार आहे. पंत, शंकराजी आणि इतर मंडळी आहेतच. तरीही फडावरची आणि खासगीतली अशी दुहेरी जबाबदारी तुमच्यावर येणार आहे. राजमंडळाच्या प्रमुख या नात्याने तो तुमचा अधिकारदेखील आहे."

ताराबाईंना अश्रू आवरेनात. थकलेल्या पतीच्या पायावर हात फिरवीत त्या म्हणाल्या,

"आम्हाला नको तो कारभार आणि अधिकार. आम्हाला हे पाय सोडून राहावेसे वाटत नाही. आपल्याशिवाय नुसत्या अधिकाराची कसली शोभा! आम्हाला अजूनही कधीकधी वाटतं, यावं आपल्यासंगट. जे काही होईल त्याला एकत्र तोंड देऊ."

"तारा, आम्हाला तुमचं मन समजतं. पण परिस्थिती अशी आहे की, अशी जोखीम आम्ही नाही पत्करू शकत. तुम्ही शहाण्या आहात. जाणत्या आहात. वाटेत किती धोका आहे हेदेखील तुम्हाला ठाऊक आहे."

राजाराम महाराज समजुतीच्या स्वरात म्हणाले. पण ताराबाईंच्या मनाचा क्षोभ कमी होत नव्हता. प्रवासातल्या धोक्याचा उल्लेख ऐकल्यावर त्या अधिकच बिथरल्या.

"अशा वेळी तर आम्ही आपल्यासोबत असावं असंच खूप वाटतं. आपल्याला

जोखिमेत पाठवून आम्ही इथं खुशालीत राहावं हेच मुळी पटत नाही.''

''तारा, उलट तुम्ही इथं मोगलांच्या गराड्यात आहात. एकदा आमचा प्रवास पार पडला की, चंदीत आम्ही सुखरूप असणार. तुम्हाला इथं औरंगजेबाच्या विळख्यात राहून कारभार करायचा आहे.''

''पण आपण तिथं पोहोचेपर्यंत किती जिकिरीची वाटचाल करायची आहे. आम्हाला त्याचीच फार काळजी वाटते.''

ताराबाईंचे डोळे पुन्हा पुन्हा भरून येत होते. राजाराम महाराज त्यांना सांगू लागले,

''म्हणूनच आता तुम्ही खंबीर व्हायला हवं. तुम्हाला इथला कारभार पाहायचा आहे. फडावरचा, लष्कराचा, खासगीतला सारा मामला समजून घ्यायला हवा. तुम्हीच म्हणालात, इतकी जोखीम आहे. तर मग आम्हाला काही दगाफटका झाला तर कुणीतरी मागे नको का हे सारं सांभाळायला? ते काम तुम्हालाच करावं लागेल.''

हे ऐकल्यावर मात्र ताराबाईंचा बांध फुटला. त्या हमसून रडू लागल्या.

''नाही. असं काही होणार असेल तर आम्ही नाही जाऊ देणार आपल्याला.''

त्या कशाबशा म्हणाल्या. त्यांना पुढे बोलवेना. राजाराम महाराजांनी बराच वेळ त्यांची समजूत घातली. तेव्हा कुठे त्या शांत झाल्या.

दुसऱ्या दिवशी पहाटे देवदर्शन घेऊन महाराजांचा कबिला सर्व मंडळींसह विशाळगडला जाण्यासाठी बाहेर पडला. आश्विन पौर्णिमा जवळ आलेली होती. आभाळ निरभ्र होते. हवेत गारठा मात्र भरपूर होता. पालख्या सज्ज झाल्या होत्या. त्यातून खाशी मंडळी निघाली. सर्व जण राजदिंडीजवळ आले. पंतांसह सर्वांनी महाराजांना मुजरे केले. ताराबाई आणि राजसबाई महाराजांच्या पाया पडून पुन्हा पालखीत बसल्या. सर्वांत पुढे सैन्याची तुकडी, नंतर मेणे, पाठोपाठ कारभारी, मागे नोकरचाकर असे सारे मार्गावरून बाहेर पडले. राजदिंडी बंद झाली. महाराज माघारी वळले.

आता काही काळाकरता का होईना महाराजांची त्यांच्या सर्वच जिवलगांपासून ताटातूट झालेली होती. तेथे रायगडावर बाळराजे, येसूबाई, जानकीबाई, विशाळगडावर ताराबाई आणि बाकीचा राणीवसा, अन् चंदीच्या वाटेवर निघालेले ते स्वत: असा मराठ्यांच्या छत्रपतींचा परिवार त्रिस्थळी विभागला गेला होता. तिन्ही ठिकाणांहून मोगलांशी संघर्ष करत स्वराज्य राखण्याची शर्थ करणार होता. आपल्या पुढच्या चंदीच्या वाटचालीचा विचार करत ते सज्जाकोठीवर परतले.

५

विशाळगडावर सर्वांना सुखरूपपणे पोहोचवून रामचंद्रपंत मोजक्या माणसांनिशी रात्री उशिरा परतले. आता पुढचे वेध लागले होते. वेळ अगदी कमी आहे याची सर्वांना जाणीव होती. रात्रभर मसलत सुरू होती. कुणाला झोप कशी ती नव्हती. एक-एक दिवस महत्त्वाचा होता. मुकर्रबखान कोल्हापूरच्या अलीकडे एका मजलेवर येऊन थांबलेला होता. रुस्तुमखानाची कुमक येण्याची वाट पाहत होता. तो येताच केव्हाही पुढे कूच करेल अशी पक्की खबर होती.

अशा वेळी अगदी मोजक्या माणसांसह महाराजांनी गडाबाहेर पडणे तसे धोक्याचेच होते. पण ते अतिशय आवश्यक होते. म्हणून दुसऱ्या दिवशी पहाटेच सगळे निघाले. गडावर सर्वांना सांगितल्याप्रमाणे सर्व ज्योतिबाच्या डोंगराकडे गेले. आधी वर्दी असल्यामुळे पुजारी तयारीत होते. पूजा यथासांग पार पडली. सर्व मंडळी ओवरीत विसावली. एकीकडे महाप्रसादाची तयारी सुरू होती. त्याला थोडा अवधी होता.

ही संधी साधून महाराज मोजक्या माणसांसह देवळाच्या मागच्या दारातून निसटले. मोगलांचे हेर पाळतीवर असले तर त्यांना चुकवण्यासाठी ही खबरदारी घेतलेली होती. पूजा सुरू असतानाच येसाजी दाभाडे आणि गिरजोजी यादव आधीच बाहेर पडलेले होते. महाराजांसोबत फक्त रामचंद्रपंत, प्रल्हाद निराजी, संताजी आणि धनाजी एवढीच मंडळी होती. सर्व जण जवळच्या मठाकडे निघाले होते.

मठाजवळ येताच येसाजी आणि गिरजोजी सामोरे आले. मठाचार्य महाराजांची वाट पाहत आहेत असे त्यांनी सांगितले. महाराजांनी बाहेर जोडे काढले. पाय धुवून ते मठात गेले. त्यांनी स्वामी महाराजांना नमस्कार केला. त्यांनी महाराजांना आपल्याजवळ बसवून घेतले, अन् विचारले,

"दोन दिवसांपूर्वी पन्हाळ्याचे गडकरी भेटून गेले. आपण आमच्या भेटीस येणार आहात असे म्हणाले होते. काही विशेष?"

"जी, आमचे आपल्याकडे अतिशय महत्त्वाचे काम आहे."

राजाराम महाराज नम्रपणे म्हणाले. त्यावर मठाधीशांनी आश्चर्याने त्यांच्याकडे पाहत विचारले,

"आम्हासारख्या संन्याशाकडे छत्रपतींचे कसले काम? आम्हास समजले नाही."

त्यावर महाराजांनी रामचंद्रपंतांकडे सूचकपणे पाहिले. ते उठून बोलू लागले,

"महाराज, मराठी मुलखाची सध्याची स्थिती आपण जाणताच आहात. तरीही आम्ही त्याबद्दल थोडे आपणास सांगतो. औरंगजेबाने छत्रपती संभाजी महाराजांना पकडले, रायगडास वेढा घातला. त्यातून राजाराम महाराज निसटून आले. त्यानंतर

औरंगजेबाने संभाजी महाराजांना मारले. त्यांच्यामागे आता हेच आपले छत्रपती आहेत. म्हणून तो त्यांच्यामागे लागला आहे. आधी प्रतापगडावर आणि आता पन्हाळ्यावर त्यांना पकडण्यासाठी सैन्य पाठवले आहे. त्यामुळे महाराजांना इथून दुसरीकडे जाणे भाग आहे. आपले महाराज सुरक्षित राहणे हे आपल्या राज्यासाठी अत्यंत गरजेचे आहे. त्यामुळे छत्रपतींनी इथून दूर जावे असा विचार ठरलेला आहे.''

स्वामी महाराज लक्षपूर्वक सारे ऐकत होते. बोलता बोलता पंत क्षणभर थांबले. तेवढ्यात त्यांनी विचारले,

''पण या सगळ्यात आम्ही कसली मदत करणार?''

''तेच सांगतो.'' असे म्हणत पंत पुढे बोलू लागले, ''आता छत्रपतींनी दूर दक्षिणेत थोरल्या महाराजांनी स्थापन केलेल्या चंदीतंजावरच्या राज्यात जायचे ठरवले आहे. चंदीला आपला एक अत्यंत मजबूत किल्ला आहे. तिथे जायचे नक्की केले आहे. पण हे जाणे सोपे नाही. जवळ जवळ तीनशे कोसांची वाटचाल आहे. मध्यभागी संपूर्ण परका मुलूख. छत्रपती इथून निसटले की, मोगलांना ते लवकरच समजणार. ते मागावर येणार, हे उघड आहे. अशा वेळी पूर्ण खबरदारी घेतली नाही तर महाराज पकडले जाण्याचा धोका आहे.

''म्हणजे त्यांना लपत छपत वेष बदलून जावे लागणार. शिवाय एवढा दूरचा प्रवास करतांना अनेक ठिकाणी थांबावे लागणार. ती ठिकाणे सुरक्षित असली पाहिजेत. अशा अनेक बाबींचा खल करत असतांना एक विचार पुढे आला की महाराज जर आपल्या पंथाच्या वेषात निघाले तर ते योग्य होऊ शकेल. आपले मठ दक्षिणेत जागोजागी आहेत. तिथे मुक्काम करता येईल. असा काही मार्ग काढल्यास पकडले जाण्याची शक्यता राहणार नाही, असे वाटते. या कामी आपण आम्हाला मदत करावी. मार्गदर्शन करावे. अशी प्रार्थना करण्यासाठी आम्ही आलो आहोत.''

रामचंद्रपंतांचे सविस्तर कथन संपले. त्यावर स्वामी बराच वेळ शांतपणे काही काळ विचार करत थांबले. सर्व मंडळी आपल्याकडे मोठ्या अपेक्षेने पाहत आहेत याची त्यांना जाणीव होती. अखेर एक दीर्घ श्वास घेऊन ते गंभीरपणे म्हणाले,

''राज्यावरचे यवनांचे संकट आणि छत्रपतींच्या प्राणाचे मोल दोन्ही आम्ही जाणतो. अशा मोक्याच्या समयी त्यांना साथ देण्याचा योग लाभला याबद्दल आम्ही स्वत:ला भाग्यवान समजतो. यात मोठी जोखीम आहे हे खरे. तरीही आम्हास जे काही करता येईल ते आम्ही जरूर करू.''

स्वामी महाराज सहकार्य करण्यास तयार होते, हे ऐकून सर्वांच्या मनावरचा ताण कमी झाला. पहिला प्रश्न तरी सुटला होता. आता पुढचा तपशील ठरवण्यासाठी विचारविनिमय सुरू झाला.

६

स्वामींच्या बोलण्यामुळे महाराजांच्या सोबत चंदीला जाणाऱ्या मंडळींचा उत्साह वाढला. प्रल्हाद निराजी हे त्यांच्यातील अधिक अनुभवी. ते स्वामींना म्हणाले,

"स्वामी महाराज, आपल्या बोलण्यामुळे आमच्या मनावरचे खूप मोठे ओझे उतरले. आता आम्हाला अन्य काही बाबतीतली माहिती मिळाली तर बरे होईल. म्हणजे आपल्या पंथातील यात्रेकरूंचा वेष, त्यांचे वागणे, त्यांची भाषा, बोलणे, नित्य व्यवहार अशा काही बाबी समजून घ्याव्या लागतील. त्यासाठी..."

स्वामी महाराज हसले. म्हणाले,

"तो सर्व तपशील आमचे शिष्य आपल्याला समजावून सांगतील. परंतु आज प्रत्यक्ष छत्रपती आमच्याकडे आलेले आहेत, म्हणून काही मुख्य गोष्टी आम्ही स्वत: सांगू इच्छितो."

असे म्हणून राजाराम महाराजांकडे पाहत ते बोलू लागले,

"महाराज, जसे सर्वश्रुत आहे त्याप्रमाणे आमच्या पंथात शिवभक्तीला सर्वाधिक महत्त्व आहे. आम्हाला माहीत आहे की, आपल्या घराण्याला शिवभक्तीचा वारसा आहे. आपले पणजोबा मालोजीराजे भोसले यांनी घृष्णेश्वर ज्योतिर्लिंग मंदिराचा जीर्णोद्धार केलेला होता. आम्ही स्वत: आमच्या यात्रेच्या वेळी ते मंदिर पाहिलेले आहे. आपले पिताजी छत्रपती महाराजसाहेब नित्य लिंगपूजा करीत असत. तो बाण ते सतत जवळ बाळगत असत, अगदी मोहिमेत असतानाही त्याची न चुकता पूजा करत असत, असे आम्ही ऐकलेले आहे."

"होय, आता ती स्फटिकाची पिंड आमच्या जवळ आहे. रोज तिची पूजा केल्याखेरीज आम्ही काही मुखी घेत नाही."

राजाराम महाराजांनी सांगितले. त्यावर प्रसन्न मुद्रेने स्वामी पुढे बोलू लागले,

"बस्स. हेच तर सर्वांत महत्त्वाचे आहे. परंतु जर आपण जंगम स्वामींच्या वेषात जाणार असाल, तर मात्र आपल्याला आमच्या पंथाचे काही मौलिक आचारधर्म पाळावे लागतील. भगवे वस्त्र परिधान करावे लागेल. आमच्या आचारधर्माविषयी मी आपल्याला थोडे सांगणार आहे. आमच्या पंथात साधकाला अष्टावरणम्, षटस्थल आणि पंचयज्ञ अशा आचारधर्मांचे पालन करावे लागते.

अष्टावरणम् म्हणजे आठ आचरणपद्धती. त्या अशा आहेत. पहिले म्हणजे गुरूची आज्ञा पाळणे. दुसरे आहे नित्य लिंगपूजा करणे. तिसरे जंगमाविषयी श्रद्धा बाळगणे. चौथे अंगभर विभूती लावणे. पाचवे रुद्राक्षमाळा धारण करणे. सहावे आहे पादोदक किंवा तीर्थ घेणे. सातवे नैवेद्य दाखवून प्रसाद घेणे. आणि आठवे म्हणजे 'नम:शिवाय' या पंचाक्षरी किंवा 'ॐनम:शिवाय' या षडाक्षरी मंत्राचा जप करणे.

षटस्थल आणि पंचयज्ञ हे आचारधर्म दीक्षा घेतलेल्या साधकाला पाळावे लागतात. ते मी आपल्यासाठी सांगत नाही. पण अष्टावरणाचे आचरण करणे आपल्याला सहज शक्य आहे. त्यातील महत्त्वाची लिंगपूजा आपण करीतच आहात. इतर आचारातील रुद्राक्षमाळा धारण करणे, अंगाला आणि मस्तकाला तीन बोटांची विभूती लावणे, शिवनामाचा जप करणे या तीन गोष्टी आपण केल्या, आणि भगवा वेष धारण केला तर बाहेरचे काय इथलेही कोणी आपणास ओळखू शकणार नाही.''

सर्व जण मंत्रमुग्ध होऊन स्वामी महाराजांचे विवरण ऐकत होते. काही क्षण थांबून तेच पुढे म्हणाले,

''आपल्या नित्य आचरणात अडचण येऊ नये यासाठी आम्ही आमचे अत्यंत हुशार असे दोन शिष्य आपल्यासोबत देतो. ते आमच्या बहुतेक मठांमधल्या आचार्यांना ओळखतात. त्यामुळे तुमची कुठे मुक्कामाची अडचण होणार नाही.''

हे ऐकून सर्वांचे समाधान झाले. तरीही प्रल्हाद निराजी म्हणाले,

''स्वामी महाराज, आपण आपले शिष्य सोबत देत आहात हे अत्यंत चांगले आहे. तरीही एक शंका आहे. आमचा बहुतेक सर्व प्रवास कानडी मुलखातून होणार. त्यासाठी कानडी बोलणारं कोणी...''

त्यांचे बोलणे पूर्ण होण्यापूर्वीच स्वामी महाराज म्हणाले,

''तुमच्या सोबत जाण्यासाठी आम्ही निवडलेले दोन्ही शिष्य कानडी भाषा उत्तम जाणणारे, बोलणारे आहेत. आपण मुळीच काळजी करू नका.''

आता कोणतीही अडचण राहिलेली नव्हती. राजाराम महाराज भावविवश होऊन स्वामींना म्हणाले,

''स्वामी महाराज, आपण आमच्या अपेक्षेपेक्षा अधिक आशीर्वाद दिलात. इथून पुढे आम्ही स्वत: आणि ही दख्खनची भूमी कायम आपल्या ऋणात राहू.''

स्वामी महाराज उठून उभे राहिले. हसून म्हणाले,

''आमच्या धर्माप्रति आणि देशाप्रति एवढे करणे हे आमचे कर्तव्यच आहे. ठीक आहे. आम्ही आमच्या शिष्यांना आपलेकडे पाठवून देतो. त्यांच्याशी बोलून पुढचे सारे नीट ठरवून घ्या. आता आमच्या ध्यानाची वेळ झाली. येतो आम्ही.''

राजाराम महाराजांसह सर्वांनी त्यांना नमस्कार केला. आशीर्वाद देऊन ते ध्यानमंदिराकडे निघून गेले. पुढचा अर्धा प्रहर त्यांच्या शिष्यांशी बोलून सर्व तपशील ठरवला गेला. त्यानंतर सर्व जण पुन्हा ज्योतिबाच्या मंदिरात आले. तेथे महाप्रसाद तयार होता. पुजाऱ्यांनी नैवद्य दाखवला. प्रसाद घेऊन सर्व मंडळी पन्हाळ्यावर परतली.

७

पन्हाळ्यावर किल्लेदार त्र्यंबक भास्कर अस्वस्थपणे सर्वांची वाट पाहत होते. ते मोठ्या तणावाखाली होते. सकाळीच नजरबाजांनी खबर आणली होती. मुकर्रबखान ज्याची वाट पाहत होता ती कुमक येऊन पोहोचली होती. तो एक-दोन दिवसांत पूर्ण तयारीनिशी पन्हाळ्याला पोहोचेल असा खात्रीशीर निरोप आला होता. ते तातडीने रामचंद्रपंतांना भेटून म्हणाले,

"पंत, आता महाराजांना लगबग करायला हवी. एकदा वेढा पडला की, निसटणे अवघड होईल."

"ठीक आहे. आम्ही आताच महाराजांकडे जातो. आम्ही काय एखाद्या दिवसात इथून जाऊ. तुम्हाला पुढे वेढ्याला तोंड द्यायचे आहे. तयारीला लागा."

"जी, येतो."

असे म्हणून किल्लेदार आपल्या कामासाठी निघून गेले. पंत तडक सज्जाकोठीकडे निघाले. त्यांनी सारे महाराजांच्या कानी घातले. दिवसभर खलबते सुरू राहिली. फार मोठे धाडस करायचे होते. त्यातले छोट्यात छोटे तपशील अतिशय बारकाईने ठरवले होते. आता एकही दिवस वाया घालवणे परवडणारे नव्हते. निष्कारण वेढ्याच्या कोंडीत सापडणे मुळीच योग्य ठरले नसते, म्हणून दुसऱ्याच दिवशी पहाटे ब्राह्ममुहूर्तावर मठात पोहोचण्याच्या बेताने निघण्याचे ठरले.

चंदीला जाणाऱ्या कोणालाही त्या रात्री शांत झोप आली नाही. भल्या पहाटे उठून राजाराम महाराज तयार झाले. ते त्यांच्या महालाबाहेर आले. तोवर बाकीची मंडळी सज्ज होती. महाराजांनी गड सोडण्यापूर्वी सोमेश्वराचे दर्शन घेतले. एवढे मोठे धाडस पार पाडण्यासाठी त्याच्या आशीर्वादाची गरज होतीच.

महाराजांसोबत चंदीला जाणारे आणि विशाळगडी जाणारे सर्व जण एकत्रच बाहेर पडले. किल्लेदार त्र्यंबक भास्कर चार दरवाजापर्यंत निरोप देण्यासाठी आले होते. अवघ्या दोन-अडीच महिन्यांपूर्वी महाराज याच चार दरवाजातून प्रतापगडाहून इथे आले होते. आज त्यांना अशा परिस्थितीत इथून जावे लागत आहे, याची खंत त्यांना वाटत होती. त्यांनी मुजरा करताच महाराज त्यांना म्हणाले,

"तुम्हाला इथं मोगलांच्या वेढ्यात सोडून आम्ही जात आहोत. सध्या गनीम जोरावर आहे. जमेल तितके दिवस सांभाळा. जीव धोक्यात घालू नका."

"जी, महाराज. आपण आमची चिंता करू नये. सुखरूप चंदीस पोहोचावे एवढीच इच्छा."

"आम्ही विशाळगडी जात आहोत असे सर्वांना सांगावयाचे आहे, हे ध्यानी ठेवा."

''जी, महाराज.''

म्हणत त्र्यंबकपंतांनी पुन्हा एकवार महाराजांना मुजरा केला. महाराजांसह सारा काफिला बाहेर पडला. एवढ्या मोठ्या प्रवासाला जातानादेखील आपली काळजी करणाऱ्या धन्याच्या पाठमोऱ्या आकृतीकडे पाहून त्र्यंबकपंतांनी डोळे पुसले. चार दरवाजा बंद झाला. ते माघारी वळून पुढच्या वेढ्याला तोंड देण्याच्या तयारीला लागले.

गड उतरल्यावर सर्व जण मलकापुराच्या दिशेने निघाले. थोडे अंतर गेल्यावर मठाकडे जाण्याच्या रस्त्याचे वळण आले. राजाराम महाराज पालखीतून उतरले. तेथेच त्यांनी साधा पोशाख चढवला. आता पुढचा प्रवास पायी करायचा होता. पालखी रिकामीच विशाळगडावर जाणार होती. महाराजांना असे सामान्य माणसाच्या वेषात पायी निघालेले पाहून सर्वांच्या डोळ्यांत पाणी तरळले. न राहवून रामचंद्रपंत म्हणाले,

''महाराज, आपण असे पायी जाणार, अन् आम्ही मात्र घोड्यावरून...''

''असे कष्टी होऊ नका, पंत. आमच्या आबा महाराजांनी उभारलेले हे स्वराज्य राखण्यासाठी तुम्हासारखे कित्येक जण जीव धोक्यात घालत आहेत. या अवघड काळात नियतीनं छत्रपती पदाची जिम्मेदारी आमच्यावर टाकली. ती पार पाडण्यासाठी पायी चालत जाणे काय, याहून अधिक काही धोक्याचे काम करणे आमच्या भाग्यात असेल तर तेदेखील आम्ही जरूर करू. आमचे कर्तव्यच आहे ते.''

''ते खरे आहे महाराज, तरी पण.''

पंतांना गहिवरून आले होते. ते स्वत:ला सावरत म्हणाले,

''हे फार मोठे धाडस. आपली सतत चिंता लागून राहील. आता पुन्हा कधी, कुठे, कशी भेट होईल ते त्या भगवंतालाच ठाऊक. आपल्यासाठी त्याला साकडे घालणे एवढेच आता आमच्या हाती राहिलेले आहे.''

''पंत, तोच आपणा सर्वांना यातून बाहेर पडण्याचे बळ देईल. आपले मन आम्ही जाणतो. पण आता अधिक काळ इथं थांबणं इष्ट नाही. येतो आम्ही.''

असे म्हणून महाराज निघाले. त्यांच्या सोबत जाणाऱ्या मंडळींसह त्यांनी मठाचा रस्ता पकडला. ते दृष्टिआड झाल्यावर बाकीची मंडळी विशाळगडाकडे चालू लागली.

◆

भाग ४

१

राजाराम महाराज मठात पोहोचले तेव्हा स्वामी महाराज त्यांची वाट पाहत थांबलेले होते. त्याआधी रात्रभर मठातल्या कोणालाही झोप लागलेली नव्हती. बाहेर कधी पावले वाजतात याचा प्रत्येक जण अंदाज घेत होता. अखेर ब्राह्ममुहूर्तावर कुणीतरी आल्याची चाहूल लागली आणि सर्व सतर्क झाले. महाराजांसह तीसभर माणसे आत आली. वेळ न दवडता त्यांनी तयारीला सुरुवात केली.

महाराजांनी भगवी रेशमी वस्त्रे धारण केली. डोक्याला भगवे जाड सुती वस्त्र टापशीसारखे बांधले. त्यांच्या कपाळावर, दंडावर, छातीवर विभूतीची त्रिपुंड्रे काढली गेली. रुद्राक्षांच्या माळा गळ्यात रुळू लागल्या. मनगटात आणि हातात रुद्राक्षमाळा धारण केलेले उंचपुरे, गोरेपान, देखणे महाराज एखाद्या तेजस्वी साधकाप्रमाणे दिसू लागले.

इतरांपैकी काही जणांनी शिष्यांसारखे वेष परिधान केले. नोकरांनी शुभ्र धोतरे आणि उपरणे असा पेहराव केला. काही जणांनी व्यापाऱ्यांसारखे कपडे घातले. स्वामी महाराजांनी स्वहस्ते राजाराम महाराजांच्या गळ्यात लिंगधारण केले. महाराजांनी त्यांचे पूज्य पिताजी-शिवाजी महाराज यांच्या नित्यपूजेतील बाण नेहमीप्रमाणे सोबत आणला होता. त्याची यथासांग पूजा केली. त्याला दंडवत घातला. त्यांच्यासह सर्वांनी मठाधीशांचे दर्शन घेतले, आणि सर्व मंडळी एका महान देशकार्यासाठी मठाबाहेर पडली.

छत्रपतीच्या पोटी जन्म घेतलेला, वयाच्या एकोणीस वर्षांपर्यंत रायगडावर राजवैभवात सुरक्षितपणे वाढलेला राजपुत्र, आज त्याच छत्रपतींनी स्थापन केलेल्या स्वराज्याला वाचवण्यासाठी रानावनातून, दऱ्याखोऱ्या ओलांडत, नदी-नाले पालथे घालत काटेरी वाटेवरून निघाला होता. आपले जिवलग, साथीदार, सगेसोयरे यांना

मागे ठेवून, आपल्या मुलखापासून शेकडो कोस दूर, केवळ आपल्या महान पित्याने चेतवलेली स्वराज्यक्रांतीची ज्योत मालवू नये, यासाठी कराल शत्रूचा पदोपदी असलेला धोका स्वीकारून त्याची वाटचाल सुरू झालेली होती. केवळ अगदी मोजक्या साथीदारांच्या भरवशावर हे धाडसी पाऊल त्यांनी उचललेले होते.

सर्व जण मठातून बाहेर पडले. तेव्हा नुकतेच उजाडू लागले होते. आधी ठरल्याप्रमाणे दक्षिण दिशा न धरता, उगवत्या सूर्याला सामोरे धरून पूर्व दिशेने प्रवास सुरू झाला. निघण्याच्या अगदी थोडा वेळ आधी हा निर्णय झाला होता. तेव्हा महाराज म्हणाले होते,

"आम्ही ऐकले आहे की आमचे आबा महाराज जेव्हा आग्र्याहून निघाले होते तेव्हा त्यांनीदेखील सुरुवातीला दख्खनकडे मोहरा न वळवता, उलट ते उत्तरेकडे काही अंतर चालून गेले होते. आम्हालासुद्धा तसेच करावे असे वाटते."

"खरे आहे महाराज, आतादेखील आपल्याला मोगलांना असेच चकवावे लागेल. या वेळी आपण उत्तरेऐवजी पूर्वेला गेलो तर कुरुंदवाडजवळच्या संगमावर जाऊन देवदर्शन घेऊन, तीर्थस्नान करून पुढे जाता येईल."

शिवछत्रपतींसोबत आग्र्याला गेलेल्या प्रल्हाद निराजींनी सुचवले होते. त्याप्रमाणे निर्णय होऊन सर्व जण निघाले होते. थंडीला नुकतीच सुरुवात झालेली होती. हवेत प्रसन्न गारवा होता. पावले झपाझप पडत होती. उजाडू लागले तसे आजूबाजूचे सृष्टीचे वैभव नजरेला सुखावू लागले. चारी बाजूंना सपाट, कसदार, सुपीक राने डोलताना दिसत होती. ती पाहत पहिल्या दमात चार-पाच कोसांची मजल वेगात मारली गेली. थोड्या वेळाने उन्ह चढू लागले. तशी पावले रेंगाळू लागली.

त्याच वेळी दूरवर संपूर्ण निर्मनुष्य रस्त्यावर काही माणसे दिसू लागली. महाराजांसोबत असलेल्या माणसांनी त्यांना ओळखले. पन्हाळ्यापासून पूर्वेला असलेल्या वडगावहून धनाजी जाधवांनी त्यांना मुद्दाम धाडलेले होते. तिथून जवळच्या एका घरात ते थांबले होते. तेथे थोडी न्याहारी करून, अंमळ विश्रांती घेऊन निघायचे होते. धनाजींनी तेथे घोडी तयार ठेवलेली होती. त्यांच्यावर स्वार होऊन सर्वांनी कुरुंदवाड गाठले. तेथे पंचगंगा आणि कृष्णेच्या संगमात स्नान करून देवदर्शन घेतले.

कृष्णा नदी ओलांडून पार केल्यावर घोडी परत पाठवायची होती. धनाजींनी तेथेच महाराजांचा निरोप घेतला. भरलेल्या गळ्याने ते म्हणाले,

"महाराज, आज तरी आपली यापेक्षा अधिक सेवा करता येत नाही, याचं वाईट वाटतंय. वाटेत जागोजागी आपली मानसं हाईत, तरी जिवाला घोर वाटतोय."

"धनाजी, तुम्ही इथं राहणं तितकंच महत्त्वाचं आहे. काळजी घ्या. येतो आम्ही."

"जी, महाराज."

असे म्हणून मुजरा करून धनाजी माघारी वळले. महाराज जलदीने पावले उचलत पुन्हा पायी निघाले. पुढे आठ कोसांवर परत एकदा कृष्णा नदी ओलांडायची होती. दिवस बुडण्यापूर्वी तेथे पोहोचायचे होते. अखेर पुढचा प्रवास नीट पार पडून अंधार पडण्याच्या सुमारास सारे कुडची इथल्या मठात पोहोचले. एकंदर वाटचालीचा पहिला दिवस कोणत्याही अडचणीशिवाय पार पडला.

२

पहिली रात्र शांतपणे पार पडली. दुसऱ्या दिवशी मात्र दक्षिण दिशा पकडून प्रवास सुरू झाला. तिथून पुढे पंधरा कोसांवर घटप्रभा नदी ओलांडायची होती. चिकोडी, बागेवाडीमार्गे तेथे पोहोचेपर्यंत दुपार झाली. गोकाकजवळ घटप्रभा ओलांडून तिच्याकाठी सर्वांनी थोडा वेळ विसावा घेतला. मुरगोडचा प्राचीन मठ तिथून पंधरा कोसांवर होता. तेथे मुक्कामासाठी जायचे होते. वाटेत थोडा जंगलभाग लागत होता. त्यातून चालत जायचे असल्याने वाटेत फारसे न थांबता गेले तरी तोवर अंधार पडला होता.

आजचा पल्ला बराच मोठा होता. पायी चालणे झाल्यामुळे बरीच दमणूक झालेली होती. त्यामुळे या मठात दोन दिवस थांबायचे असे महाराजांनी ठरवले. विश्रांती झाल्यावर मुरगोडहून पुढे बैलहोंगलजवळ सर्वांनी मलप्रभा नदी ओलांडली. पुढे सौंदत्तीमार्गे नवलगुंदच्या मुक्कामावर येईपर्यंत काही अडचण आली नाही. तेथे मुक्काम करून पुढच्या चार दिवसात अनिगेरीमार्गे लक्ष्मेश्वरपर्यंत मजल मारली गेली.

पन्हाळा सोडल्यास आठवडा होऊन गेला होता. अद्याप तरी काही अडथळा आला नव्हता. इथवरचा प्रवास निर्वेधपणे पार पडलेला होता. तिथून बिदनूरच्या राज्यात पोहोचणे अत्यंत गरजेचे होते. त्यामुळे इथे मुळीच विश्रांती न घेता पुढचा प्रवास सुरू झाला. दुसऱ्या दिवशी लक्ष्मेश्वरहून निघून वरदा नदी ओलांडून अवघ्या दहा कोसांवर असलेल्या हवेरीला सर्व जण पोहोचले.

तेथे पूर्वी ठरल्याप्रमाणे संताजीने काही माणसे महाराजांच्या सोबतीला पाठवलेली होती. ती सामील झाली. बिदनूरपर्यंतचा सारा मुलूख मोगलांच्या अखत्यारीतला होता. त्यासाठी ही खबरदारी घेतली गेली होती. त्यांना सोबत घेऊन तातडीने राणीबेन्नूर गाठले गेले. आता बिदनूरची हद्द एका मुक्कामावर होती. त्यापूर्वी विश्रांती घेण्यासाठी थांबण्यात अर्थ नव्हता. अथक वाटचाल करत बिदनूरची राजधानी शिवमोग्याच्या अलीकडे कूदाली या तीर्थक्षेत्री मंडळी पोहोचली. तेथे तुंगा आणि भद्रा या दोन नद्यांच्या संगमक्षेत्री आद्य शंकराचार्यांचा पुरातन मठ होता. तेथे मुक्काम करायचे महाराजांनी ठरवले.

इकडे महाराज पन्हाळ्यावरून निसटल्याची खबर बादशहाच्या नजरबाजांनी छावणीत पोहोचवली. मुकर्रबखान पन्हाळगडाला वेढा घालण्याच्या तयारीत असताना त्याच्या सैन्याला चकवून मराठ्यांचा छत्रपती बाहेर पडला, हे समजल्याने औरंगजेब अतिशय संतापला. त्याने दक्षिणेकडच्या सर्व सुभेदारांना आणि सरदारांना त्यांचा माग काढण्याचे हूकूम पाठवले.

विजापूरला या वेळी सय्यद अब्दुल्लाखान नावाचा सुभेदार होता. तो आधी तिथला सुभेदार रहुल्लाखानाच्या हाताखाली काम करत होता. औरंगजेबाने रहुल्लाखानाला हैदराबादला पाठवल्यावर तो स्वत: सुभेदार बनला होता. औरंगजेबाचे राजाराम महाराजांना पकडण्याचे फर्मान आले तेव्हा तो पूर्वी विजापूरकरांच्या ताब्यात असलेले किल्ले घेण्याच्या कामगिरीवर होता. तेथे त्याला त्याच्या खबरगिरांनी महाराजांचा माग लागल्याचे कळवले. मराठ्यांचा राजा बिदनूरजवळच्या तीर्थक्षेत्री आलेला आहे. आधी त्याच्याजवळ अगदी कमी माणसे होती. पण आता दोनशेपेक्षा जास्त असून त्याने एका मठात आश्रय घेतलेला आहे, अशी माहिती त्याला समजली.

सय्यद अब्दुल्लाखानाने आपली मोहीम आवरती घ्यायचे ठरवले. आपला मोठा मुलगा हसनअली याला त्याने पुढे धाडून दिले. स्वत: त्याच्यापाठोपाठ निघाला. सलग तीन दिवस आणि तीन रात्री प्रवास करून तो बिदनूरच्या सरहद्दीवर येऊन पोहोचला. तेथे मोगलांचे सुभानगड आणि जारागड असे दोन किल्ले होते. तिथल्या किल्लेदारांच्या साथीने त्याने आपली छावणी टाकली.

काही झाले तरी आपण मराठ्यांच्या राजाला पकडायचेच या ईर्षेने दोघे बापलेक कामाला लागले. त्यांचे नजरबाज सारा परिसर पिंजून काढून लागले. पण काही माग लागेना. बिदनूरची राणी चेन्नम्मा महाराजांना मदत करत असेल, असे त्याला समजले. त्याने तसे औरंगजेबाला कळवून टाकले. बादशहा तिला समज देईल, त्यानंतर आपण सहज महाराजांना पकडू शकू, अशा विश्वासाने सय्यद अब्दुल्लाखान महाराजांचा शोध घेऊ लागला.

राजाराम महाराजांना पन्हाळा सोडून अवघे दहा-बारा दिवसच झाले होते. तेवढ्यातच हे संकट त्यांच्यापाशी येऊन उभे राहिले होते. पण त्यांना त्याची खबर नव्हती.

३

कितीतरी दिवसांनी महाराजांना मठाची निवांत सावली मिळालेली होती. अद्याप चंदी बरीच दूर होती. तेथे जाण्यापूर्वी विश्रांती घेऊन ताजेतवाने व्हावे, असे सर्वांना वाटत होते. सावधगिरी बाळगण्याचे भान मात्र त्यातल्या प्रत्येकाला होते.

दुसऱ्या दिवशी थोडेसे खाऊन महाराजांनी वामकुक्षी केली. दिवस उतरणीला लागल्यावर ते उठले. फिरत मठाच्या मागील बाजूला आले. तेथे खंडो बल्लाळ एका खिदमतगारासोबत त्यांची उठण्याची वाट पाहत बसले होते. चुल्ह्यावर पाणी तापत ठेवलेले होते. तेथे भिंतीच्या आडोशाने एक भला मोठा नहाणीचा दगड होता. त्याच्यावर मुलायम कापडाची जाड घडी घालून बैठक बनवलेली होती. तिथे बोट करत खंडो बल्लाळ महाराजांना म्हणाले,

"महाराज, या बसा इथं."

"इथं?"

"होय. आम्ही आपण उठण्याची वाट पाहत होतो."

"अरे पण..."

"ते काही नाही. आपले पाय पाहा कसे सुजलेत. दुखत असतील खूप. म्हणून म्हटलं, जरा कढत पाण्याने शेकलं तर बरं वाटेल."

महाराजांनी पाहिले. बाजूला एक घंगाळ आणि तांब्या ठेवलेला दिसत होता. चुल्हाण्यावरच्या भांड्यातून वाफा येत होत्या. त्यांच्या मनात आले, हे सर्व जण माझ्याइतकेच चालतात, शिवाय इतर कामे करतात. ते स्वत: किती थकत असतील. त्यांचेसुद्धा पाय दुखत असतील. तरीही आपली इतकी काळजी घेतात. त्यांना खंडो बल्लाळांचे मन मोडवेना. अधिक काही न बोलता ते त्या दगडावर बसले.

खिदमतगाराने हळुवारपणे पायावर हात फिरवत त्यावर गरम पाणी घातले. पायातल्या कळा हळूहळू कमी होऊ लागल्या. त्यांनी डोळे मिटून घेतले. अंग सैल सोडले. शरीराच्या थकव्याचा निचरा होऊ लागला. असाच काही वेळ गेला, अन् अचानक त्यांचे अंग ताठरले.

डोळे बंद असले तरी महाराजांचे मन सावध होते. त्यांना अगदी जवळ कुणीतरी कुजबुज करत आहे असा भास झाला. त्यांनी पुन्हा एकवार लक्षपूर्वक कानोसा घेतला. त्यांच्या पाठीमागे असलेल्या भिंतीकडे चोरटी हालचाल झाल्याचे त्यांना जाणवले. खिदमतगाराशी बोलत असलेल्या खंडो बल्लाळांना त्यांनी गप्प राहण्याची खूण केली. जिथे काहीतरी होत आहे असे जाणवले होते, त्या दिशेकडे इशारा केला.

खंडो बल्लाळ हळूच उठून त्या बाजूला गेले. त्यांनी सावधपणे अंदाज घ्यायला सुरुवात केली. ते हलकेच भिंतीच्या बाजूला सरकू लागले. बहुतेक त्यांची चाहूल लागली असावी, कारण बोलण्याचा आवाज अचानक एकदम बंद झाला. तिथून कुणीतरी गडबडीने निघून जात असल्याचे जाणवले. खंडो बल्लाळ धावतच बाहेर गेले. काही क्षणांत घोड्यांच्या टापांचा आवाज आला. खंडो बल्लाळांनी त्या दिशेने

धाव घेतली. तोवर घोडेस्वार दूर निघून गेले होते. ते स्वार कोणत्या दिशेने गेले याची चौकशी करून ते परत आले.

काहीतरी वेगळे घडते आहे हे राजाराम महाराजांच्या ध्यानी आले होते. ते गडबडीने उठले. पाय पुसण्यासाठी कोरडे वस्त्र घेऊन पुढे आलेल्या खिदमतगाराला ढकलून आत गेले. त्यांना असे आत आलेले पाहून सर्व जण गोळा झाले. महाराजांनी घडलेला प्रकार थोडक्यात सांगितला. तोवर खंडो बल्लाळ धापा टाकत तेथे पोहोचले. त्यांना सर्वांनी घेरले. ते सांगू लागले,

"महाराज घात झाला. ते दोघे जण होते. नक्कीच कुणी खबरगीर असणार. ते ज्या दिशेने गेले तिथेच या भागातल्या मोगल सुभेदाराचे ठिकाण आहे, असे समजले."

ते ऐकून काही क्षण सारे स्तब्ध झाले. प्रल्हाद निराजी स्वत:ला सावरत म्हणाले,

"खरं सांगताय?"

"अगदी खरं. महाराजांनाच त्यांची चाहूल लागली होती. त्यांनी इशारा केला म्हणूनच आम्ही त्यांच्यामागे धावलो."

"मग आता?"

प्रल्हाद निराजी उद्‌गारले. खरं म्हणजे हा प्रश्न तेथे असलेल्या प्रत्येकाच्या मनात उमटला होता. संताजी जगताप चट्‌कन पुढे येत म्हणाले,

"आता काय? आता लगेच इथून बाहेर पडणे."

सर्व जण महाराजांकडे पाहत होते. ते म्हणाले,

"होय. तयारीला लागा. वेळ दवडण्यात अर्थ नाही."

महाराजांची आज्ञा होताच सर्व जण गडबडीने तयारीला लागले. एकटे खंडो बल्लाळ तेवढे जागेवरून हलले नाहीत. महाराजांनी त्यांच्याकडे प्रश्नार्थक नजरेने पाहताच ते म्हणाले,

"महाराज, मी इथंच थांबतो."

"म्हणजे?"

महाराजांनी विचारले. प्रल्हाद निराजी ते ऐकून मागे वळले. तेव्हा खंडो बल्लाळ शांतपणे सांगू लागले,

"माझं जरा ऐकून घ्या. ते जर खरंच मोगलांचे खबरगीर असतील तर ते नक्कीच परत येतील. आल्यावर चौकशी करतील. त्यांनी मला पाहिलेलं आहे. मी दिसलो नाही तर त्यांना शंका येऊ शकते. शिवाय, त्यांना इकडे गुंतवण्यासाठी कुणीतरी थांबायला हवं. महाराज जवळपास गेले आहेत, लवकर परत येतील असे काहीतरी सांगून मी वेळ काढू शकतो. तेवढ्या वेळात आपण बरेच दूर जाऊ

शकाल.''

एकूण परिस्थिती पाहता त्यांचे म्हणणे पटण्यासारखेच होते. तरीही महाराजांनी न राहवून विचारले,

''पण जर त्यांनी तुमचं काही न ऐकता तुम्हाला पकडलं तर! तुमच्या जिवाला जोखीम...''

''ती तर केव्हाही आहेच. आम्ही शक्यतो त्यांना संशय येणार नाही असे पाहू. आमच्यावर भरवसा ठेवा. पण आता आणखी वेळ दवडू नका.''

महाराजांच्या मनात बरंच काही आंदोळत होतं. त्यांना आणखी काही सांगावं असंही वाटत होतं. पण खरंच तेवढाही वेळ नव्हता. खंडो बल्लाळ आणि तो खिदमतगार अशा दोघांना मागे ठेवून बाकीचे सर्व जण बाहेर पडले.

४

महाराज आणि इतर मंडळी दिसेनाशी झाल्यावर खंडो बल्लाळ मठाधीशांकडे गेले. महाराज गडबडीत गेले तेव्हा ते ध्यानगृहात होते. त्यामुळे त्यांचा निरोप न घेता जावे लागले होते. त्यामुळे स्वामी बाहेर आल्याक्षणी खंडो बल्लाळांनी त्यांना सारे काही सविस्तरपणे सांगितले. ते ऐकून स्वामी गंभीर झाले. त्यांनी खंडो बल्लाळांशी बोलून मोगल सैनिक खरंच मठात आले, तर काय करायचे हे ठरवले.

खंडो बल्लाळांनी इतर लोकांकडे चौकशी केल्यावर त्यांना समजले होते की त्या भागातले सुभानगड हे मुख्य गाव तेथून वीस कोसांवर आहे. तेथे सय्यद अब्दुल्लाखान नावाच्या सुभेदाराची छावणी आहे. जर ती माणसे खरंच खबरगीर असतील तर तो निश्चितपणे मठावर चाल करून येईल. निदान चौकशीसाठी कोणाला तरी पाठवून देईल. त्या सैनिकांना तिथे पोहोचण्यासाठी किती वेळ लागेल, तिथून लगेच परतायचे तर ते केव्हा येऊ शकतील, याचा विचार करता त्यांची झोप पार उडून गेली होती.

पहाटे उजाडण्यापूर्वीच ते उठून बसले. मठामागच्या विहिरीजवळ गेले. खिदमतगारदेखील त्यांच्यापाठोपाठ तेथे गेला. त्याने पाणी उपसून दिले. अंघोळ करून दोघे तेथे बसून कपडे धुवू लागले. त्याचा होणारा आवाज सोडल्यास सगळीकडे नीरव शांतता होती.

अचानक दूरवरून टापांचा अस्पष्ट आवाज ऐकू येऊ लागला. खंडो बल्लाळांचे हात थबकले. ते तेथेच बसून अंदाज घेऊ लागले. टापांचा आवाज वाढला. त्यांच्याच दिशेने कोणीतरी येत आहे हे समजेपर्यंत वीस-पंचवीस स्वारांनी मठाला घेरून टाकले. मठातली सर्व माणसे खडबडून जागी झाली. मठाधीश त्यांच्या

कक्षातून बाहेर आले.

स्वारांची तुकडी मठाबाहेर येऊन थांबली. तुकडीचा प्रमुख सरळ दोन स्वारांसह आता आला. स्वामींना पुढे आलेले पाहताच तो थांबला. त्याच्याकडे करड्या नजरेने पाहत स्वामींनी विचारले,

"कोण आपण? अशा अवेळी आमच्या मठात आलात?"

"आम्हाला पक्की खबर मिळाली आहे की तो मराठ्यांचा राजा रामा इथंच लपून बसलेला आहे."

"मराठ्यांचा राजा?"

"होय."

"शक्यच नाही. आमच्या मठात सर्व साधक आणि यात्रेकरू येतात. आमच्या धर्मातले."

स्वामींनी ठामपणे सांगितले. पण त्या माणसावर त्याचा काही परिणाम झाला नाही. उलट ताठपणे उभे राहून तो उर्मटपणे म्हणाला,

"तो रामा वेष बदलून या बाजूला आलेला आहे, अशी पक्की खबर आहे. आम्ही मठाची तलाशी घेणार आहोत. स्वामीजी, आम्ही तुम्हाला ओळखतो. तुमच्याबद्दल आमच्या मनात शक नाही. पण या वेळी तुम्ही आम्हाला अडवू नका. नाहीतर नाइलाजाने जबरदस्ती करावी लागेल."

ते ऐकताच पुढे सरसावू पाहाणारे स्वामी मुकाट्याने बाजूला झाले. सैनिकांनी मठाची कसून झडती घेतली. त्यांनी त्या खबरगिरांकडून ओळख पटवण्याचा प्रयत्न केला. पण त्यांना मठात कुणी आढळले नाही. तो सरदार परत फिरणार तोच मठाच्या मागच्या बाजूने आवाज आला.

"सापडले. इथं आहेत."

खबरगिरांनी खंडो बल्लाळांना ओळखले होते. त्यांनी सांगताच सैनिकांनी झडप घालून दोघांना पकडले. खबरगीर सांगत होते,

"हेच होते इथं मघाशी."

"दोघेच?"

"नाही. बरेच जण होते. त्यातल्या एका तरुण माणसाची हे दोघे सेवा करत होते. त्याला 'महाराज' असे म्हणत होते."

"मग कुठं गेले ते?"

त्या सरदाराने विचारले. त्यावर कोणी काही बोलेना. त्याने वळून स्वामींना विचारले,

"इथं आणखी मंडळी आली होती?"

"हा मठ आहे. इथं कितीतरी साधक, यात्रेकरू जात येत असतात."

"ते ठीक आहे. पण इथं होती ती माणसं कुठे गेली? ती देखील इतक्या उशिरा रात्री? आराम करून सकाळी जाण्याऐवजी रात्रीत गायब कशी झाली?"

"ते आम्ही कसं सांगणार?"

"तरी जाण्यापूर्वी काहीतरी सांगितलं असेलच की तुम्हाला? की तुम्हाला काही न सांगता गेले पळून?"

त्याने खोचकपणे विचारले. त्यावर काहीतरी आठवल्यासारखे करीत स्वामी म्हणाले,

"हां. जाण्यापूर्वी भेटले होते. तेव्हा त्यांनी त्यांना रामेश्वरी समुद्रात कार्तिकस्नान करावयाचे आहे. बराच दूरचा पल्ला आहे. कार्तिकस्नानाचे थोडेच दिवस उरलेत म्हणून गडबडीने जातो असे म्हणून निघून गेले."

ते ऐकल्यावर त्याने एकदा स्वामींकडे अविश्वासाची नजर टाकली. ते अविचलपणे उभे होते. तेव्हा तो सैनिकांना म्हणाला,

"ठीक आहे. हे सारं सुभेदारसाहेबांच्या कानावर घालायला हवं. या दोघांना ताब्यात घ्या. त्यांना सुभेदारसाहेबांसमोर पेश करतो. पुढं तेच ठरवतील काय करायचं ते."

स्वामींकडे पुन्हा एकवार करडी नजर टाकून तो निघाला. पाठोपाठ सैनिक दोन्ही कैदी बरोबर घेऊन बाहेर पडले. स्वामींनी एक दीर्घ नि:श्वास टाकला. एका फार मोठ्या संकटाला त्यांनी मोठ्या शिताफीने बगल दिली होती. राजाराम महाराज रामेश्वरी न जाता बंगळूरच्या दिशेने चंदीला निघाले होते. म्हणूनच मुद्दाम त्यांनी रामेश्वराची वाट दाखवली होती.

एक संकट कसेबसे पार पडले होते. पण महाराजांच्या दोन माणसांना सुभेदाराकडे पकडून नेले आहे, त्यांची स्वामींना काळजी वाटत होती. त्यांना जास्त त्रास होऊ नये, तसेच महाराजांचा पुढचा प्रवास सुखरूप पार पडावा, यासाठी शिवशंकराकडे प्रार्थना करण्यासाठी ते मठाच्या ध्यानगृहाकडे वळले.

५

सुभेदार सय्यद अब्दुल्लाखानाच्या गढीत चांगलीच धामधूम चालली होती. खबरगिरांनी बातमी दिल्यावर त्याने अर्ध्या रात्रीच त्याच्या एका सरदाराला सैनिकांची तुकडी घेऊन खास कामगिरीवर पाठवले होते. तो त्याच्या परतण्याची मोठ्या उत्सुकतेने वाट पाहत होता. बादशहा औरंगजेबाला मराठ्यांचा राजा दक्षिणेत पळून गेल्याचे समजले. तेव्हापासून त्याने त्याच्या दक्षिणेतल्या सर्व मोगल सुभेदारांची झोप उडवली होती. म्हणून सुभेदार सय्यद अब्दुल्लाखान त्याच्यामागे लागलेला होता.

आदल्या दिवशी संध्याकाळी खबरगिरांनी मराठ्यांच्या राजाला जवळच्या मठात पाहिल्याची खबर आणली होती. त्यामुळे तो अतिशय उत्तेजित झाला होता. आपण आता मराठ्यांच्या राजाला पकडून बादशहाकडे नेणार. बादशहा आपली मोठी सर्फराजी करणार. अशी स्वप्ने त्याला आतापासून पडू लागली होती. त्याच्या भरात त्याने मराठ्यांच्या राजाला पकडून घेऊन येत आहोत, असा निरोप देऊन बादशहाकडे स्वार रवानादेखील केला होता.

दिवस वर येऊ लागला तरी अजून पाठवलेले पथक परत आले नाही. खान अस्वस्थ होऊ लागला. इतक्यात बाहेर टापांचा आवाज ऐकू आला. एक नोकर धावत येऊन त्याला सांगू लागला.

''हुजूर, कैदी घेऊन आलेत.''

आता त्याला धीर निघेना. तो आपल्या दालनातून बाहेर सदरेवर आला. त्याला सैनिक दोन कैद्यांना घेऊन येत असलेले दिसले. त्याच्या खुशीला पारावार राहिला नाही. त्याचा सरदार पुढे आला. दोन्ही कैद्यांना पेश करून त्याने खानाला कुर्निसात केला. मान खाली घालून बाजूला गप्प उभा राहिला. सुभेदार गोंधळून गेला. तरीही त्याने उतावीळपणे विचारले,

''कहाँ है मराठोंका राजा?''

''वो नहीं मिला सरकार.''

सरदारने खाली मान घालून उत्तर दिले. ते ऐकताच सय्यद अब्दुल्लाखान किंचाळला,

''क्या? नहीं मिला? क्या बकते हो?''

''आम्ही तिथं पोहोचण्यापूर्वीच ते लोक निघून गेले होते.''

''फिर ये दोनो कौन?''

''या दोघांना त्या माणसाची खातिरदारी करताना आपल्या माणसांनी पाहिलं होतं. हा त्यांचे पाय धूत होता. हा दुसरा त्यांच्याशी 'महाराज' म्हणून बोलत होता. त्या माणसाची उमर आणि सुरत आपल्याला जे कळवलेलं आहे त्याच्याशी जुळत होतं, म्हणून तर...''

सरदार सविस्तरपणे सांगत होता. पण सय्यद अब्दुल्लाखानाला काही सुचत नव्हते. तो अडखळत बोलला,

''मग गेला कुठे तो? असा अचानक रात्रीत गायब झाला? या अल्ला, आता मी बादशहा सलामतला काय कळवू?''

सय्यद अब्दुल्लाखान डोके पकडून बैठकीवर बसला. सरदार पुढे सांगू लागला,

''हुजूर, आम्ही त्या मठातल्या स्वामींना विचारलं, तेव्हा त्यांनी संगितलं की तो माणूस खूप मोठा साधक आहे. आपल्या शिष्यांसह रामेश्वरच्या यात्रेला निघाला

होता. त्यांच्या धर्मात या महिन्यात कसलं तरी पाक स्नान करायचं असतं. त्याला फार वेळ नव्हता. म्हणून मुक्काम न करता रात्रीत सगळ्यांच्या बरोबर निघून गेला.''

ते ऐकून सय्यद अब्दुल्लाखानाला आशेचा किरण दिसला. त्याने विचारले,

''कुठे गेले म्हणालास?''

''रामेश्वरला.''

''ताबडतोब हाताशी मिळतील तेवढे स्वार घेऊन नीघ. ते पायी निघाले असतील तर नक्कीच सापडतील.'' खानाने हुकूम सोडला.

''जी हुजूर.'' तो म्हणाला, ''पण यांचं काय करायचं?''

त्याने खंडो बल्लाळांकडे इशारा करत विचारले. खान त्यांना जवळजवळ विसरून गेला होता. त्याने आता प्रथमच त्या दोघांकडे नीटपणे पाहिले.

''मी बघतो यांच्याकडे. तू निघ लवकर.''

तो म्हणाला. त्याला कुर्निसात करून सरदार बाहेर पडला. आता सुभेदाराने आपला मोर्चा कैद्यांकडे वळवला. तोवर त्याच्या सैनिकांनी दोघांवर आपला हात साफ केलेला दिसत होते. डोळे बारीक करून आपली भेदक नजर त्यांच्यावर रोखत त्याने विचारले,

''तुम कोन हो? वो लोग कहाँ गये? तुम नहीं गये उनके साथ?''

''नहीं हुजूर, मी एक व्यापारी आहे. लिंगय्या माझं नाव. कापडाचा व्यापार करतो. या माझ्या नोकराबरोबर इथल्या बाजारपेठेत खरेदी करण्यासाठी आलो होतो. मठात उतरलो होतो.''

''मग त्या महाराजाशी काय बोलत होता?''

''अहो, तिथं हे स्वामी महाराज दिसले. मोठे तपस्वी साधक आहेत. रामेश्वरला पायी यात्रेसाठी निघाले आहेत असं समजलं. आपल्या हातून त्यांची काही सेवा घडावी, म्हणून त्यांचे पाय धूत होतो. आम्हाला काय माहीत ते खरे कोण? नाहीतर हुजूर, आम्ही त्यांच्या जवळपासदेखील फिरकलो नसतो. खरं सांगतो आमचा काही संबंध नाही त्यांच्याशी.''

''सच कहते हो?'' त्याने पुन्हा दरडावत विचारले.

''बिलकुल सच सुभेदारसाहेब. आम्ही जर त्यांच्यासोबत असतो तर मागं कशाला राहिलो असतो. गेलो नसतो का त्यांच्यासोबत?''

हे ऐकून सुभेदार विचारात पडला. त्याला पळून निघालेल्या मराठ्यांच्या राजाला पकडायचे होते. त्याच्याशी काही संबंध नसलेल्या, समोर उभ्या राहिलेल्या कापडव्यापाऱ्यात त्याला काही रस उरला नव्हता.

''छोड दो इन दोनोंको । किसीको भी पकडके लाते हो ।''

त्याने रागात हुकूम केला. त्याला तीन-तीनदा लवून कुर्निसात करत खंडो

बल्लाळ म्हणाले,

"खूप मेहेरबानी सुभेदारसाहेब. आपण बडे रहेमदिल आहात."

पुन्हा पुन्हा त्याचे आभार मानत खंडो बल्लाळांनी खिदमतगारासह गढीबाहेर पाऊल टाकले, अन् सुटकेचा निश्वास टाकला. बाहेर ऊन रणरणत होते. दोघांनी उपाशीपोटी परतीचा रस्ता पकडला. मठात जाऊन स्वामींची भेट घेणे अगत्याचे होते. त्यांच्याकडे महाराजांविषयी काही कळेल का? महाराज आतापर्यंत सुभेदाराच्या मुलखापासून किती दूर गेले असतील. सुखरूप असतील का, असे अनेक प्रश्न मनात घोळवत ते मठाकडे निघाले.

६

मराठ्यांच्या राजाला विजापूरच्या सुभेदाराने तुंगभद्रेकाठी शिवमोग्याजवळच्या कूदाली येथे पकडले आहे, अशी खबर मोगल छावणीत आली. आनंदोत्सवाला एकच उधाण आले. संपली एकदाची दख्खनची मोहीम. आता घरी जायचे. या कल्पनेने मोगल सैनिक अक्षरश: नाचू लागले. नौबत झडू लागली. मोगल सरदार एकमेकांना मुबारकबाद देऊ लागले. छावणीतले लहानथोर आनंदून गेले.

या साऱ्या गदारोळात एकटा औरंगजेब तेवढा शांत होता. त्याने खबर ऐकल्याबरोबर सर्वांना डेऱ्याबाहेर घालवले. मंचकावरून खाली उतरून 'शुक्राना नमाज' पढला. अल्लाचे आभार मानले. त्याने आपल्यावर आणि आपल्या सल्तनतीवर अशीच मेहेरनजर ठेवावी, अशी प्रार्थना केली. त्यानंतर त्याने त्याचा वजीर आसदखान याला बोलावणे पाठवले. तो त्या वेळी रायगडाला वेढा घालून बसलेला त्याचा मुलगा इतिकदखान याला कुमक करण्यासाठी गेलेला होता.

बादशहाचा निरोप मिळताच आसदखान तातडीने छावणीत परतला. त्याला राजाराम महाराजांना पकडल्याची खबर समजली होती. बादशहाला कुर्निसात करून त्याने मोठ्या आनंदाने मुबारकबाद दिली.

"खाविंद, मुबारक हो। तो रामा सापडला असं समजलं. आपली दख्खनची मुहीम आता मुकम्मल झाली. आदिलशाही आणि कुतुबशाही आधी जिंकलेल्या आहेतच, आता मराठेशाहीसुद्धा बुडाली. सारा दख्खन आपल्या कबजात आला. ये कामयाबी आपको बहुत मुबारक हो।"

आसदखानाचा आनंद त्याच्या शब्दांतून ओसंडत होता. औरंगजेबाने त्याच्याकडे रोखून पाहत म्हटले,

"आसदखान, तुमची खुशी आम्हाला दिसते आहे. पण या खुशीत होश गमावून चालणार नाही. तो रामा पकडला गेला आहे असं नुसतं समजलंय. तो

अजून आमच्याकडे पेश झालेला नाही. म्हणूनच तुम्हाला बोलावून घेतलं. तुम्ही ताबडतोब तिकडे सैन्य पाठवून द्या. मराठ्यांचे ते संता आणि धना मोकाट सुटलेत. ते अशा वेळी गप्प बसणार नाहीत. त्यांच्या राजाला सोडवण्यासाठी जिवाचे रान करतील.''

''जी, हुजूर. आम्ही जातीनं जाऊन त्याला घेऊन येतो.''

आसदखान मोठ्या उत्साहात म्हणाला. त्याला मध्येच तोडत औरंगजेब म्हणाला,

''नाही. तुम्ही तिकडे जाऊ नका. दुसऱ्या सरदारांना पाठवून द्या. त्यांच्याबरोबर भरपूर सैन्य द्या. मराठ्यांना कमी लेखू नका. तुम्हाला त्यांनी नुकताच रायगडाजवळ चांगलाच झटका दिला होता. आठवतंय ना? तेव्हा त्यांना होशियारीने राहायला सांगा.''

''जी, हुजूर.''

आसदखान पडलेल्या आवाजात म्हणाला. तो निरोप घेण्यासाठी कुर्निसात करायला वाकणार तोच औरंगजेब म्हणाला,

''थांबा. तुमच्याकडे दुसरी महत्त्वाची कामगिरी सोपवायची आहे.''

''जी, हुजूर.'' आसदखान थबकत म्हणाला.

''त्या संभाच्या बायकोचा भाऊ. काय बरं नाव त्याचं!''

''गणोजी शिर्के''

''हां. त्याला बोलावून घ्या.''

''पण हुजूर, तो मुकर्रबखानासोबत पन्हाळ्याला गेलाय.''

''मग ताबडतोब माणसं धाडून त्याला माझ्यापुढे पेश करा. जा.''

''जी, हुजूर.''

म्हणत कुर्निसात करून आसदखान बाहेर पडला. पुढच्या डावपेचांची चक्रे डोक्यात घोळवत औरंगजेबाची बोटे पुन्हा एकवार हातातल्या जपाच्या माळेवरून भराभर फिरू लागली.

आसदखानाने ताबडतोब हालचाली केल्या. राजाराम महाराजांना आणायला सैन्य पाठवून दिले. गणोजी शिर्केंना आणायला माणसे धाडून दिली. औरंगजेबाचा हुकूम मिळताच गणोजी शिर्के छावणीत येऊन दाखल झाले. मुळीच उसंत न घेता आसदखानाने त्यांना औरंगजेबापुढे हजर केले.

''हुजूर, गणोजी शिर्के आलेत.''

आसदखान अदबीने म्हणाला. पुढे येऊन कुर्निसात करणाऱ्या गणोजींना औरंगजेब मोठ्या चौकस नजरेने न्याहाळत होता. हातातल्या माळेवरची बोटे चाळवत त्याने विचारले,

''तो रामा सापडल्याचे कळले असेलच.''

"जी, हुजूर. आताच वजीरसाहेबांकडून समजलं."

गणोजींनी खाली मान घालत होकार भरला. त्यांना अजून आपल्याला इतक्या तातडीने का बोलावले असावे याचा उलगडा होत नव्हता. ते असे विचारात गढलेले असतानाच औरंगजेब म्हणाला,

"आता तुम्ही ताबडतोब आसदखानासोबत रायगडी जायचं. तिथून एकटेच गडावर जा. तुमच्या बहिणीला तो रामा पकडला गेल्याची खबर द्या आणि तिला नीट समजावून सांगा की आता एकदा तो पकडला गेल्यावर तुम्ही कोणाच्या जिवावर लढणार? संभाला मरून आठ महिने झाले, एकट्यानं लढत अजून असा किती दिवस टिकाव धरणार? आज ना उद्या गडावरची बेगमी संपली की, हार मानावीच लागेल. त्यापेक्षा त्यांना आताच शरण यायला सांगा."

"पण हुजूर, त्यांच्या जानची हमी...?" गणोजींनी चाचरत विचारले. औरंगजेबाच्या निर्विकार चेहऱ्यावर किंचित स्मित उमटून गेले. त्याने अगदी आश्वासक शब्दांत सांगितले,

"क्यूं नहीं? त्या न लढता शरण आल्यावर जरूर देऊ. आदिलशहा आणि कुतुबशहा आहेत ना आमच्या छावणीत, पाहता आहात तुम्ही. तशीच त्यांची आणि त्यांच्यासोबत येणाऱ्या सर्वांची सन्मानाने राहण्याची व्यवस्था करू."

गणोजींचे त्याबाबत समाधान झाले. तरीही मान खाली घालत ते म्हणाले,

"हुजूर, पण एक मोठी अडचण आहे. संभाजीराजेंचा काळ झाल्यापासून आमची बहीण आमच्यावर खूप खफा झालेली आहे. ती कदाचित आम्हाला भेटायला मना करील."

"फिर?"

"हुजूर, आमची एक अर्जी आहे. छावणीत आमचा कबिला आहे. आमच्या पत्नी संभाजीराजेंच्या मोठ्या बहीण आहेत. आपण त्यांना सोबत नेण्याची इजाजत दिली, तर आमची बहीण त्यांना भेटायला मना करू शकणार नाही. एकदा गडावर पाय ठेवायला मिळाला की पुढचं आम्ही जमवून आणू."

औरंगजेब क्षणभर विचारात पडला. आपल्या तीक्ष्ण नजरेने त्याने गणोजींना जोखण्याचा प्रयत्न केला. त्याला त्यात काही गैर जाणवले नाही.

"ठीक आहे. फक्त तुमच्या बेगमना एकटीला घेऊन जा."

औरंगजेबाने परवानगी दिली. गणोजी उत्साहात म्हणाले,

"हुजूर, आपण ही कामगिरी आमच्यावर सोपवली. एवढा भरोसा दाखवला हाच आमचा मोठा सन्मान आहे असं आम्ही समजतो. आता पाहा चार दिवसांत रायगड आपल्या हवाली करतो."

"ठीक आहे."

असे तुटकपणे बोलत औरंगजेबाने डोळे मिटले. त्याची हातातल्या माळेवरची बोटे पुन्हा वेगाने फिरू लागली. पुन्हा एकदा कुर्निसात करून गणोजी शिर्के आसदखानासोबत बाहेर पडले. डेऱ्याबाहेर येताक्षणी त्यांनी आसदखानाला विचारले,

''वजीरसाहेब, आम्ही आजच रायगडी जाण्यासाठी निघतो. रायगड आताच तुमच्या ताब्यात आलेला आहे असे समजा. पण आम्हाला तुमच्याशी एक महत्त्वाचं बोलायचं होतं.''

''क्या बात है?''

''खाविंदांसमोर बोलायला अवघड वाटतं. पण आमच्या वतनाबद्दल त्यांना आठवण...''

गणोजी अवघडत म्हणाले, त्यावर आश्वासकपणे आसदखान म्हणाला,

''जरूर करू. बस, तुम्ही एवढी कामगिरी पार पाडा. पुढचा सारा जिम्मा आमच्यावर सोपवा. त्याची बिलकुल फिकीर करू नका. चला, आपल्याला लागलीच निघायला हवं.''

''जी.''

असे म्हणत मोठ्या समाधानाने गणोजी तेथून बाहेर पडले. छावणीत त्यांचा कबिला होता. तेथे जाऊन त्यांनी राजकुंवरबाईंना रायगडी जाण्याविषयी सांगितले. कित्येक दिवस छावणीत अडकलेल्या राजकुंवरबाईंना अखेर बाहेर जाण्याची मोकळीक मिळणार म्हणून बरे वाटले. दुसऱ्याच दिवशी पहाटे गणोजी आपल्या पत्नीसह रायगडाकडे कूच झाले.

रायगडाजवळ आल्यावर आसदखानाने वेढ्याचा प्रमुख, आपला मुलगा इतिकदखान याला राजाराम महाराज दक्षिणेत पकडले गेले आहेत हे सांगितले. वेढ्यातल्या सैनिकांमध्ये बातमी पसरली. अचानक तिथला माहोल बदलून गेला. सैनिक आनंदाने नाचू लागले. राजकुंवरबाईंना तेव्हाच हे समजले. त्या सुन्न होऊन गेल्या.

आसदखानाने गणोजी कोणत्या कामासाठी आलेले आहेत हे इतिकदखानाला सांगितले. आठ महिने वेढा घालून बसलेल्या, सतत संताजी, धनाजींचा त्रास सहन करणाऱ्या इतिकदखानाला ते ऐकून बरे वाटले. गणोजींचा प्रयत्न यशस्वी झाला, तर न लढताच रायगड जिंकला जाणार. मोहिमेचा प्रमुख या नात्याने आपल्याला त्याचे श्रेय मिळणार, या कल्पनेने तो अधिक खूश होऊन गेला.

७

रायगडावर येसूबाई मोठ्या नेटाने किल्ला लढवत होत्या. राजाराम महाराज पन्हाळ्यावरून निसटले आहेत, ते चंदीकडे निघाले आहेत. ते एकदा तिकडे सुखरूपपणे पोहोचले

की, संताजी, धनाजीसारख्या वीरांना आधार मिळेल. ते कदाचित आपल्याला सोडवतील. या आशेवर त्या स्वतः, जानकीबाई आणि सकवार आईसाहेब एक-एक दिवस ढकलत होत्या.

पाहता पाहता दिवस उलटत होते. कार्तिक अमावास्या आठवड्यावर आली. त्या दिवशी संभाजी महाराजांच्या मृत्यूला आठ महिने पूर्ण होणार होते. इतिकदखानाने ऐन पावसाळ्यातदेखील वेढा मुळीच ढिला पडू दिला नव्हता. आता कुठे थंडीला सुरुवात झाली होती. येसूबाई सकाळीच पूजाअर्चा आटोपून आपल्या महालात आल्या होत्या. त्या बाळराजेंना घेऊन येण्यासाठी कुणबिणीला हाक मारणार तोच एक हुजऱ्या महालात आला. मुजरा करत म्हणाला,

''गडाच्या चौकीतनं मानूस आलाय. शिर्के सरकार भेटायला आल्यात.''

गणोजी शिर्केचे नाव ऐकताच येसूबाईंच्या कपाळाला आठ्या पडल्या. हुजऱ्याकडे न पाहताच त्या कठोर स्वरात म्हणाल्या,

''आम्हाला त्यांना भेटायचं नाही असं कळवा.''

''पर त्यांच्यासंगट त्यांच्या राणीसाबबी आल्यात.''

राजकुंवरबाईंचे नाव ऐकताच येसूबाई विचारात पडल्या. त्या केवळ गणोजींच्या पत्नी नव्हत्या, तर खुद्द थोरल्या महाराजांच्या कन्या आणि संभाजी महाराजांच्या मोठ्या बहीण होत्या. त्यांना परत पाठवून त्यांचा अपमान करणे येसूबाईंना शक्य नव्हते.

''ठीक आहे. चौकीत कळवा की आम्ही फक्त खाशा स्वारींना आत सोडण्यास सांगितले आहे. वरकड कुणी संगट असतील तर त्यांना मना केले आहे, असे सांगा.''

त्यांनी हुजऱ्याला हुकूम केला. तो मुजरा करून निघून गेला. त्याच वेळी बाळराजेंसह महालात आलेल्या जानकीबाईंना त्या म्हणाल्या,

''आमचे दादासाहेब आलेत भेटाया. संगट थोरल्या दिवानसाहेबपण आल्यात. म्हणून आम्ही त्यांना गडावर घेण्यास राजी झालो. पाहू या. काय म्हणताहेत.''

''मग मी जरा मुदपाकाकडे पाहते.''

म्हणत जानकीबाई बाहेर पडल्या. येसूबाई विचारात पडल्या. संभाजी महाराज गेल्यावर गणोजींनी त्यांना भेटण्याचा प्रयत्न केला होता. पण प्रत्येक वेळी त्यांनी नकार कळवला होता. राजकुंवर बाईसाहेबांसह सारा कबिला औरंगजेबाच्या छावणीत आहे. त्याच्या परवानगीशिवाय त्यापैकी कोणालाही छावणी सोडता येत नाही हेसुद्धा त्यांना ठाऊक होते. आता अचानक गणोजी पत्नीसह आले होते. यात त्यांचा काहीतरी मनसुबा असणार यात त्यांना शंका नव्हती. पण तो काय असावा, याचा अंदाज येत नव्हता.

येसूबाई अशा विचारात गुंतलेल्या असतानाच राजकुंवरबाई महालात आल्या. एकेकाळी स्वराज्याची महाराणी असलेल्या, नित्य सौभाग्यालंकारांनी मढलेल्या आपल्या वहिनीला अशा अवस्थेत पाहून राजकुंवरबाईंना भडभडून आले. त्या आपल्या शूर भावाच्या आठवणीने व्याकूळ होऊन गेल्या. पुढे येऊन येसूबाईंच्या गळ्यात पडून त्यांनी हंबरडा फोडला. ते दृश्य पाहून बाजूला गंभीर मुद्रेने उभ्या असलेल्या गणोजींचेही डोळे पाणावले. दुःखाचा पहिला उमाळा ओसरल्यावर दोघी थोड्या शांत झाल्या. हे पाहून गणोजी पुढे आले. येसूबाईंकडे पाहत म्हणाले,

''आम्ही आपल्याला काहीतरी सांगण्यासाठी आलोय.''

''वाटलंच होतं आम्हाला. तुम्ही नुसते काही आमच्या भेटीसाठी येणार नाही. तुमच्या त्या बादशहाचा काहीतरी सांगावा आणलेला असणार. तो एकदा सांगून टाका. पण थांबा. आधी एक सांगा. आम्ही तुमच्याशी कोण म्हणून बोलायचं? आमचे भाऊ म्हणून की मोगलांचे सरदार म्हणून? म्हणजे आम्हाला तसं बोलायला बरं.''

येसूबाईंच्या बोलण्यातला राग, कडवटपणा उघड दिसत होता. त्याकडे लक्ष न देता मान अधिकच खाली घालत गणोजी म्हणाले,

''खबर फार वाईट आहे.''

त्यावर येसूबाईंनी नुसते प्रश्नार्थक नजरेने त्याच्याकडे पाहिले. गंभीर स्वरात गणोजी उद्‌गारले,

''असं समजलंय की, कर्नाटकात राजाराम महाराजांना मोगल सुभेदारानं पकडलेलं आहे. बादशहांनी त्यांना आणण्यासाठी सैन्य धाडून दिलंय.''

हे शब्द कानी पडताच वज्राघात झाल्यासारखी येसूबाईंची अवस्था झाली. त्यांचे सारे अवसान गळून पडले. ज्या एका आशेवर त्या गडावर एक एक दिवस कंठत होत्या, तीच नाहीशी व्हावी! काही क्षण त्या अगदी स्तब्ध बसून राहिल्या. नंतर त्यांच्या नकळत अगतिकपणाचे अश्रू त्यांच्या डोळ्यांतून वाहू लागले. त्यातून सावरत त्यांनी गणोजींकडे संशयाने पाहत विचारले,

''खरं सांगता?''

''होय. अगदी जगदंबेशपथ. अजून मनात शंका असेल तर तुमच्या माणसांकडून खातरजमा करून घ्या.''

एवढे बोलून गणोजी महालाबाहेर निघून गेले.

येसूबाईंनी चांगोजी काटकरांना बोलावून घेतले. मिळालेली खबर त्यांच्या कानी घालून तिची शहानिशा करण्यास सांगितले. तोपर्यंत गडावर कोणाच्याही कानी यातले काही पडू न देण्याची त्यांना समज दिली. त्यानंतरचा बराच वेळ असाच तणावात गेला. दुपार उलटण्याच्या सुमाराला जोत्याजी केसरकर, उद्धव जोगदेव

यांच्यासह चांगोजी काटकर महालात परतले. तिघांना एकत्र खाली माना घालून उभे राहिलेले पाहून येसूबाई काय ते समजून गेल्या. चांगोजी पडलेल्या आवाजात सांगू लागले,

‘‘‘खबर खरी आहे, राणीसाहेब. शिवाय, खाली वेढ्यात मोठा जल्लोष चाललाय. शिर्केसरकारांनी सांगितलेलं खरं आहे.’’

त्यांच्या बोलण्याचा अर्थ पुरता येसूबाईंच्या ध्यानी येण्यापूर्वीच जवळ बसलेल्या जानकीबाईंनी मोठ्याने हंबरडा फोडला. त्यांना कसे आवरावे तेच येसूबाईंना आणि राजकुंवरबाईंना समजेना. पाहता पाहता बातमी गडावर पसरली. अवघा रायगड दुःखाच्या कल्लोळात बुडून गेला.

इकडे विशाळगडावर राजाराम महाराज पकडले गेल्याची खबर मिळाली. रामचंद्रपंत आणि शंकराजी विचारात पडले. हे महाराजांच्या पत्नींच्या कानावर कसे घालावे हेच त्यांना उमगेना. आपसात विचारविनिमय करून त्यांनी निर्णय घेतला की, जोपर्यंत प्रत्यक्ष महाराजांना पकडलेले पाहणारे कुणी कळवत नाही तोपर्यंत हे दोघींना सांगायचे नाही. रामचंद्रपंतांनी सर्व नजरबाजांना याबाबत सक्त ताकीद देऊन ठेवली. त्यांनी काहींना औरंगजेबाच्या छावणीवर नजर ठेवण्यासाठी धाडले, तर काही जणांना कर्नाटकात गेलेल्या मोगल सैन्यावर लक्ष ठेवण्याची कामगिरी दिली. काही झाले तरी कर्नाटकात गेलेले मोगल सैन्य परत येईपर्यंत कोणालाही काही सुगावा लागू द्यायचा नाही, हे त्यांनी ठरवून टाकले.

८

इकडे राजाराम महाराजांसह मठातून बाहेर पडल्यावर सर्वांनी वेगाने दिवसभर चालत नदीकाठ गाठला. पावसाळा संपत आला होता तरी नदीला भरपूर पाणी होते. आधीच दमलेल्यांना एवढे रुंद पात्र पोहून जाणे अगदी अवघड वाटत होते. सर्वांनी वाळूत बैठक मारली. थोडा वेळ तिथे निवांत बसल्यावर झाल्या प्रकाराबद्दल विचार करण्याइतकी फुरसद मिळाली.

दिवस पार उतरणीला लागलेला होता. अंधारात नदीचा उतार समजणे कठीण होते. त्यामुळे रात्रीचा मुक्काम तिथेच नदीकाठी करावा लागणार हे उघड होते. तेव्हा खिदमतगारांनी तेथेच सामग्री गोळा करून पोटपूजेची तयारी सुरू केली. जबाबदार मंडळी पुढच्या विचारात गढलेली होती. थोड्या वेळाने प्रल्हाद निराजी महाराजांना म्हणाले,

‘‘महाराज असे काही घडू शकते याचा अंदाज आपल्याला होताच. अजून चंदीपर्यंत बरेच अंतर आहे. तरी आपल्याला येथून लवकरच हलावे लागेल.’’

"ते खरं आहे पंत. पण आम्हाला वाटतं, खंडो बल्लाळांची वाट पाहायला हवी. जर ती माणसं खरंच मोगलांचे नजरबाज नसतील, तर ते सकाळपर्यंत इथे येतील."

"आणि महाराज, जर असतील तर! उगीच धोका पत्करणे इष्ट नाही. आपला शोध घेणे चारी दिशांनी सुरू झालेले असणार. त्यांची वाट पाहण्यात वेळ दवडणे उचित नाही."

"ठीक आहे. उद्या सकाळपर्यंत पाहू काय होते ते. मग ठरवू."

असे म्हणून महाराजांनी विषय संपवला. ते अतिशय थकले होते. जलदीत चालत आल्यामुळे त्यांचे पाय दुखत होते. थोडी सूज आलेली होती. थोड्या वेळाने दोन घास खाऊन ते निद्राधीन झाले.

सुभेदार सय्यद अब्दुल्लाखानाने रामेश्वरच्या दिशेने सैन्य पाठवून दिले. थोडी चौकशी करून खंडो बल्लाळ आणि त्यांच्या सोबत असलेल्या माणसाला सोडून दिले. त्यानंतर शांतपणे विचार करत असताना त्याच्या मनात आले की, आपण त्या मठातून पकडून आणलेल्या माणसांवर वाजवीपेक्षा अधिक विश्वास तर नाही टाकला! त्या माणसांनी आपली दिशाभूल केलेली असली तर!

हा विचार मनात येताच त्याने आपला मुलगा हसन अलीखान याला तातडीने बोलावून घेतले. आपल्या मनातली शंका बोलून दाखवली. त्यावर उत्तेजित होत तो म्हणाला,

"अब्बाजान, तुमचा शक सही असू शकतो. कारण पातशहा सलामतचा संदेसा होता की, तो रामा त्याचे दक्षिणेतले राज्य असलेल्या चंदीकडे गेलेला आहे. तर तो त्या दिशेने निघाला आहे का हेदेखील पाहायला हवं. मी निघतो तिकडे लागलीच."

हसन अलीखानने मुळीच वेळ न दवडता स्वारांची जमवाजमव केली. तो दुसऱ्या दिवशी पहाटेच निघाला.

नदीकाठी विसावलेले राजाराम महाराज आणि त्यांचे साथीदार उजाडण्याची वाट पाहत होते. पहाटेच्या अंधूक प्रकाशात सर्वांनी गडबडीने अंघोळी उरकल्या. तेवढ्यात पहाऱ्यावरचे सैनिक धावत आले. दूरवर धूळ उडालेली दिसत आहे. बहुतेक घोडेस्वारांची तुकडी येत असावी, असा त्यांनी निरोप दिला.

सर्व जण काळजीत पडले. घोडेस्वार येऊन भिडले तर बाका प्रसंग येऊ शकतो, म्हणून कसेही करून आधी नदीपार होणे गरजेचे होते. स्वत: राजाराम महाराज चट्कन उठले. नदीच्या पात्राकडे चालू लागले. पाठोपाठ बाकीचे धावले. महाराज नदीच्या पाण्यात शिरले. पाहता पाहता पाणी त्यांच्या गुडघ्यावर येऊ

लागले. तरी ते थांबेनात तेव्हा बहिर्जी घोरपडे त्यांना आडवा येत म्हणाला,

"महाराज, पुढे अधिक खोल पाणी आहे. आपण भिजून जाल. आधीच चालून दमला आहात, आजारी पडाल. माझं ऐका जरा. माझ्या खांद्यावर बसा. मी आपल्याला आबदारपणानं पलीकडं घेऊन जातो."

महाराज संकोचले, म्हणाले,

"अरे पण असं कसं..."

पण बहिर्जीने त्यांचे काही ऐकले नाही. आपला भाऊ मालोजी याच्या मदतीने महाराजांना उचलून खांद्यावर घेतले. नदीपार नेले. पाठोपाठ सर्व जण पलीकडच्या तीरावर आले. तेवढ्यात अलीकडच्या तीरावर घोड्यांच्या टापांचा ध्वनी घुमला. हसन अलीखान त्याच्या सैन्यासह येऊन थडकला होता. त्याचे सैन्यबळ पाहून महाराज काळजीत पडले. एवढ्या मोठ्या तुकडीचा सामना करण्याजोगी ताकद त्यांच्या माणसांमध्ये नव्हती. हे लक्षात येताच प्रल्हाद निराजी म्हणाले,

"महाराज, गनिमाचे बळ थोर दिसते. आपण इथून निघावे."

"छे. छे. पंत, तुम्हा सर्वांना असे शत्रूच्या तोंडी देऊन आम्ही जाणार नाही. सारे एकत्र लढू."

महाराज निग्रहाने म्हणाले. तेवढ्यात रूपाजी भोसले आणि संताजी जगताप पुढे येऊन मुजरा करत म्हणाले,

"महाराज, आपण चलावे. आपण आमचे छत्रपती, मराठी राज्याचे प्राण आहात. आपण गनिमाच्या नजरेत येण्यापूर्वी निघावे. आम्ही त्यांना थोपवून धरू."

महाराजांना ते पटेना. ते रूपाजीला म्हणाले,

"रूपाजी, आज शत्रू बलवान आहे. त्यातून परका मुलूख. इथून जायचे तर चला, सगळे जाऊ."

तरीही रूपाजी ऐकेना. तो आपला हट्ट मुळीच सोडेना. बाकीची मंडळीसुद्धा त्याच्याशी सहमत होती. तेव्हा विचार करत महाराज प्रल्हाद निराजींना म्हणाले,

"पंत, शत्रूला नदीपार करण्यास अवधी आहे. पण आपले बळ कमी. अशा वेळी हातघाई करण्यापेक्षा आपण सर्वांनीच इथून तातडीने निघणे इष्ट. मात्र एकत्र जाण्यापेक्षा, वेगवेगळ्या वेषात, छोट्या गटांत विभागून निघावे, तरच या संकटातून पार पडता येईल असं आम्हाला वाटतं."

महाराजांचे म्हणणे त्यांना पटले. ते गडबडीने म्हणाले,

"महाराज, आपल्या सांगण्याप्रमाणे करतो. पण आपण बहिर्जीसह पुढे निघावे. वेळ गमावू नये."

"ठीक आहे पंत. ध्यानी ठेवा. उगीच गनीम अंगावर घेऊन प्राणहानी होऊ देऊ नका. सर्वांनी नंतर वेलोरला एकत्र यायचे आहे. आम्ही तिथे तुमची वाट पाहत असू

हे ध्यानी ठेवा. काळजी घ्या.''

प्रल्हाद निराजींना भरून आले. ते दाटल्या गळ्याने म्हणाले,

''महाराज, आता आमची चिंता करीत वेळ दवडू नये. आम्ही इथून शक्य तितक्या लवकर बाहेर पडतो. मात्र आपण आधी निघावे.''

''ठीक आहे. येतो आम्ही.''

असे म्हणून महाराज बहिर्जीसह निघाले. त्यानंतर काही जणांनी यात्रेकरूचा, काहींनी व्यापाऱ्याचा, बैराग्याचा, तर काही जणांनी चक्क भिकाऱ्याचा वेष घेतला. पोशाख बदलून सारे विविध गटांमधून चारी दिशांना पांगले. तर काही त्याच गावात मुक्काम करून राहिले. पाहता पाहता रूपाजी भोसले, संताजी जगताप, मालोजी घोरपडे, मानसिंग मोरे यांच्यासह काही सैनिक वगळता बाकीचे सर्व जण तिथून निसटले.

९

महाराजांना खांद्यावर घेऊन नदीपार करून आलेला बहिर्जी तसाच न थांबता पुढे निघाला. परंतु अशा अवस्थेत अधिक काळ चालणे शक्य नव्हते. थोडे अंतर गेल्यावर एका डेरेदार वृक्षाखाली त्याने महाराजांना खाली उतरवले. आजूबाजूला कोणी येते आहे का हे पाहू लागला.

निर्जन रस्त्यावर आजूबाजूला दूरवर कोणी दिसत नव्हते. पुढचे गाव अद्याप बरेच लांब होते. अशा वेळी काय करावे हा विचार करत दोघे थांबले होते. इतक्यात अचानक एक बैल जोडलेला एक्का त्यांच्या दिशेने येत असलेला दिसला. एक मध्यमवयीन रुबाबदार शेतकरी गाडी चालवत होता. गाडीला जोडलेला बैल चांगला पुष्ट आणि देखणा दिसत होता. एक्का पाहून बहिर्जीने महाराजांना विचारले,

''महाराज, या गाडीवानाला थांबवू का? पाहू या आपल्याला गावापर्यंत नेतो का?''

महाराज अद्याप भारावल्यासारखे त्या बैलाकडे पाहत होते. ते बहिर्जीला म्हणाले,

''बहिर्जी, हा बैल पाहा. इतका देखणा, राजबिंडा आहे की, नजर ठरत नाही. जणू काही शिवशंकराचे वाहन असलेला नंदीच आपल्या मदतीला धावून आला आहे असे वाटू लागले आहे.''

महाराज असे बोलत आहेत तोवर ती गाडी त्यांच्याजवळ येऊन थांबली. बहिर्जीने मोडक्या कानडीत त्याला गाडीत घेण्याविषयी विचारले. त्या माणसाने होकार देताच आधी महाराजांना काळजीपूर्वक वर चढवले. नंतर स्वत: उडी मारून

आत चढला. महाराजांच्या आणि बहिर्जींच्या वेषभूषेवरून गाडीवानाला ते यात्रेकरू आहेत असे वाटले. त्याने दोघांना गावाबाहेच्या शिवमंदिरात सोडले. तो नजरेआड होईपर्यंत महाराज त्याच्याकडे कितीतरी वेळ पाहत उभे होते.

तेथून थोड्या अंतरावर मोगल सुभेदार कासिमखानाचा मुलूख सुरू होत होता. त्यातून लवकर निसटणे आवश्यक होते. शिवाय, तेथून चंदी अद्याप बरीच दूर होती. एवढे अंतर पायी पार करणे किंवा बहिर्जींच्या खांद्यावरून जाणे दोन्ही अशक्य होते. हा विचार करून महाराजांनी वाहनाची व्यवस्था करण्याचे ठरवले. मंदिरात मुक्काम करून शीण उतरल्यावर त्यांनी बहिर्जीला तिथल्या बाजारपेठेत पाठवण्याचा बेत केला.

महाराजांनी सांगितल्याप्रमाणे व्यापारी असल्याचा बहाणा करून बहिर्जीने बाजाराचा फेरफटका केला. काही वस्तू आणि अन्नपदार्थ घेऊन तो परत आला. दुसऱ्या दिवशी आपण एक जवाहिरा असल्याचा बहाणा करून त्याने काही रत्ने खरेदी केली. त्यानंतर महाराजांनी त्याला घोडे खरेदी करण्यासाठी पाठवण्याचे ठरवले. त्यापूर्वी ते सांगू लागले,

''बहिर्जी, हे घोडे नीट पारख करून आणायला हवेत. आमचे दादा महाराज सांगत असत की, आमच्या आबा महाराजांनी त्यांना घोड्याचे महत्त्व समजावून सांगितले होते. 'यस्याश्वा तस्य साम्राज्यम्' असा एक श्लोक ते नेहमी म्हणत असत. आमचे वस्ताद सांगायचे त्या दोघांना घोड्यांची उत्तम पारख होती. तूसुद्धा उत्तम लक्षण असलेले घोडे घेऊन ये.''

''जी. महाराज, पण मला ही लक्षणं कशी समजायची?''

बहिर्जीने चाचरत विचारले. त्यावर हसत महाराज म्हणाले,

''आम्ही सांगतो. पण ते नीट ध्यानी ठेव. उंचीला भरपूर, मस्तकावर वरच्या दिशेने जाणारे भोवरे असलेले, उतरंड अथवा पायात बेडी नसलेले, उत्तम खोगीर कसून बांधून घेणारे ही साधारणपणे चांगल्या घोड्यांची लक्षणे मानली जातात. असे शुभलक्षणी घोडे वेगवान असतात. तू त्या दृष्टीने पाहणी करू लागलास की, व्यापारी समजून जातील की, तू जाणकार आहेस. ते तुला उत्तम, सुलक्षणी घोडे दाखवतील.''

''जी, महाराज.''

असे म्हणून बहिर्जी बाहेर पडला. थोड्या वेळाने तो घोडे आणि खाद्यपदार्थ घेऊन परतला. मनसोक्त भोजन करून दोघे घोड्यावरून पुढे निघाले.

कर्नाटकातील हा प्रदेश अतिशय सुंदर होता. अजून कडक थंडी पडलेली नव्हती. अतिशय उष्ण किंवा थंड नसलेले आल्हाददायक हवामान होते. पिकाला आलेली हिरवीगार राने, त्यातून डोकावणारे पिवळ्या रंगाचे तुरे, हिरव्या कुरणांतून

बागडणारे गायीगुरांचे, हरणांचे कळप, कुठे कुठे नाचणारे मोर पाहत वाटचाल करताना शीण जाणवत नव्हता. वाटेत एखाद्या शेतकऱ्याकडून काही घेतले, तर तो नको म्हणत असला तरी महाराज त्याला योग्य तो मोबदला देत होते.

अथक प्रवास करून दोघांनी कासिमखानाचा मुलूख पार केला. तुंगभद्रेजवळ घडलेल्या प्रकारानंतर साधुवेष धारण करणे शक्य नव्हते. त्यामुळे या सर्व प्रवासात दोघांनी व्यापारी वेष घेतला होता. औरंगजेबाचे लोक साधूंच्या टोळीचा शोध घेत असणार. केवळ दोघे जण, व्यापारी असल्यामुळे त्यांचा संशय घेतला जाणार नाही असा त्यांचा अंदाज होता. तरीही ते शक्य तितक्या सावधपणे तरीही वेगाने प्रवास करत होते.

शिवमोग्याजवळच्या कूदालीपासून बंगळूरपर्यंतचे अंतर पार झाले. आता वाटचालीचा अंतिम टप्पा नजरेत आला होता. बंगळूराहून तीस कोसांवर पालर नदी लागत होती. ती ओलांडली की, दक्षिणेतल्या मराठी राज्याची हद्द लागत होती. त्यामुळे बंगळूरात अधिक वेळ न रेंगाळता दोघांनी पालर नदी ओलांडून अंबूर हे गाव गाठले.

१०

आता राजराम महाराज सुरक्षित होते. तरीही साधुवेषात एका देवळात उतरले होते. हे गाव वेलोरचे सुभेदार बाजीराव काकडे यांच्या अखत्यारीत येत होते. त्यांच्याकडे महाराज आल्याची खबर पोहोचणे आवश्यक होते. तेथे बहिर्जीला पाठवण्याचे महाराजांनी ठरवले. ते बहिर्जीला म्हणाले,

"बहिर्जी, तू लागलीच वेलोरला जा. तिथले सुभेदार बाजीराव काकडे यांना भेटून सर्व सांग. ते पुढचे सारे व्यवस्थित करतील."

"पण महाराज, आपल्याला इथं असं एकल्याला सोडून..."

बहिर्जीने अडखळत विचारले. त्यावर हसत महाराज म्हणाले,

"बहिर्जी, आता कसली काळजी करता? हा मुलूख आपलाच आहे. इथले पुजारी आहेत आमच्या सोबतीला. तू जा बिनघोर."

महाराजांची आज्ञा प्रमाण मानून बहिर्जीने वेलोरची वाट पकडली. वेलोरचा किल्ला अतिशय बेलाग. तेथे पोहोचताच त्याने प्रवेशद्वारावरच्या पहारेकऱ्याकडून आत निरोप धाडला.

"मी बहिर्जी घोरपडे. सुभेदारांची छत्रपतींच्या विषयात तातडीने भेट घ्यायची आहे."

पहारेकऱ्याने आत वर्दी दिली. बाजीराव काकडेंनी बहिर्जीला प्रत्यक्ष पाहिलेले

नव्हते. महाराज पन्हाळ्याहून निसटले आहेत. ते दक्षिणेकडे निघाले आहेत हे त्यांना समजलेले होते. पण हा माणूस खरेच त्यांच्याकडून आलेला बहिर्जी घोरपडे आहे की, त्याचे नाव घेऊन आलेला गनिमाचा खबरगीर आहे हे कळल्याखेरीज त्याला आत घेणे बाजीरावांना योग्य वाटेना. त्याच्याकडे बहिर्जी आणि संताजींना ओळखणारी काही माणसे होती. त्यांना बोलावून बहिर्जींची ओळख पटवून घेतली. तेव्हाच बाजीरावांनी त्याला किल्ल्यात येऊ दिले. त्याचे स्वागत करत बाजीराव म्हणाले,

"या बहिर्जी, तुम्हाला थोडं ताटकळायला लागलं. पण काय करणार! वखतच असा आलेला आहे की, अशी खबरदारी घ्यावी लागते."

"खरं आहे सुभेदारसाहेब, शंभूछत्रपतींचा काळ झाल्यापासून असेच झाले आहे. तिकडच्या मुलखात तो साक्षात पातशहाच उरावर बसलाय. म्हणून तर महाराज इथं आलेत."

असे म्हणून त्याने पन्हाळा सोडल्यापासूनचा सारा वृत्तान्त थोडक्यात सांगितला. ते ऐकून बाजीरावांनी विचारले,

"मग आता महाराज कुठं आहेत?"

"इथून जवळच एका मंदिरात."

"आणखी कुणी नाही, एकटेच?"

"जी. मला आपल्याकडे पाठवून एकलेच थांबलेत."

ते ऐकून बाजीराव तट्कन उठले. त्यांनी तातडीने हुकूम सोडले. सोबत नेण्यासाठी स्वारांची तुकडी तयार करण्यास सांगितले. आपण आपल्या नव्या छत्रपतींसमोर प्रथमच जाणार, तेव्हा रिकाम्या हाताने कसे जायचे हा विचार करून त्यांनी नजराण्याची तबके तयार करण्यास सांगितली. सारा सरंजाम घेऊन ते बहिर्जीसह महाराजांकडे निघाले.

अवघ्या अर्ध्या घटकेत सारा लवाजमा देवळासमोर आला. आपले सुभेदार असे अचानक न कळवता कसे आले, हे देवळाच्या पुजाऱ्यांना कळेना. ते गडबडीने बाहेर आले. बावरून जाऊन दारात तसेच उभे राहिले. बाजीराव आणि बहिर्जी पायउतार झाले. दोघे देवळात महाराज जेथे बसले होते तिथे आले. महाराज साध्या बैठकीवर बसले होते. ते पाहून बाजीरावांना भरून आले. त्यांना जमिनीपर्यंत वाकून मुजरा करत ते भरल्या गळ्याने म्हणाले,

"महाराज, आपण इथं, अशा अवस्थेत, आमचा तर आमच्या डोळ्यांवर विश्वासच बसत नाही."

महाराज मंद हसत म्हणाले,

"तुम्ही का उगाच कष्टी होता? आता आम्ही आमच्या माणसात आलो. इथून पुढे सारं ठीक होईल."

सुरुवातीचा धक्का ओसरल्यावर बाजीरावांना जबाबदारीची जाणीव झाली. त्यांनी हाताखालच्या माणसांना बोलावून घेतले. नजराण्याची तबके महाराजांसमोर पेश केली. काही मंडळींना महाराजांची किल्ल्यातली व्यवस्था करण्यासाठी पुढे पाठवून दिले. स्वत: महाराजांसोबत थांबून राहिले. आता हे सर्व भयचकित नजरेने पाहणारे देवळाचे वयोवृद्ध मुख्य पुजारी पुढे आले. महाराजांचे चरण पकडून म्हणाले,

"क्षमा असावी महाराज, आम्ही आमच्या स्वामींस ओळखले नाही. मोठीच आगळीक घडली आमचे हातून."

"तुमची त्यात कोणतीही चूक नाही, गुरुजी. उठा, आम्ही वेलोरला गेल्यावर इथं परत येऊ. शिवशंकराला रुद्र घालायला. त्याच्या आशीर्वादानेच आम्ही येवढा मोठा पल्ला पार करू शकलो."

महाराज पुजाऱ्यांना उठवत म्हणाले. त्यावर डोळे पुसत ते म्हणाले,

"ते तर आमचे परमभाग्यच ठरेल."

महाराज बाजीरावांना म्हणाले,

"बाजीराव, आजच्या आज विशाळगडावर माणसं धाडून द्या. आमची तिथली माणसं काळजीत असतील. आम्ही इथं सुखरूप पोहोचलो आहोत हे कळवायला हवं."

"जी महाराज, आम्ही आजच आमचे सर्वांत चांगले घुडसवार पाठवून देतो."

बाजीराव नम्रपणे म्हणाले. घटकाभरातच महाराजांना वेलोरला नेण्यासाठी लवाजमा हजर झाला. नौबत, नगाऱ्यांच्या दणक्यात, उखळी, बंदुकांचे बार उडवत, जयघोष करत, मोठ्या थाटात छत्रपती राजाराम महाराज वेलोरच्या किल्ल्यात आले.

११

बाजीराव काकडेंनी राजाराम महाराज येऊन पोहोचल्याचा निरोप चंदीला कळवला होता. त्यानुसार दुसऱ्या दिवशी किल्लेदार रायाजी नलगे आणि सुभेदार विठ्ठल शिवदेव वेलोरला आले. त्यांनी आधी बाजीरावांची भेट घेतली. तिघे महाराजांकडे गेले. बाजीराव ओळख करून देत म्हणाले,

"महाराज, हे इथले सुभेदार विठ्ठलराव शिवदेव आणि हे चंदीचे किल्लेदार रायाजी नलगे. दोघेही थोरल्या महाराजांच्या वेळेपासून आपल्या सेवेत आहेत. आम्ही कालच त्यांच्याकडे सांगावा धाडला होता. ते आपल्यासमोर रुजू होण्यासाठी आले आहेत."

दोघांनी महाराजांना पुन्हा एकवार लवून मुजरा केला. पण काही न बोलता

गंभीर मुद्रेने गप्प उभे राहिले. महाराजांना त्याचे थोडे आश्चर्य वाटले. दोघे नुसते सडेच आलेले दिसत होते. सोबत काही नजराणा किंवा लवाजमा दिसत नव्हता. महाराजांना असे विचारात पडलेले पाहून बाजीराव म्हणाले,

"महाराज, गेल्या काही दिवसांत इथं काय घडले आहे हे आपणास माहीत नसावे."

महाराजांनी त्यांच्याकडे प्रश्नार्थक नजरेने पाहिले. तेव्हा बाजीराव पुढे बोलू लागले,

"महाराज, आपल्या हरजीराजेंचा एका महिन्यापूर्वी आजारात काळ झाला."

हे ऐकून महाराजांना मोठा धक्का बसला. हरजीराजे केवळ चंदीचे मुख्य सुभेदार नव्हते, तर त्यांच्या ज्येष्ठ सावत्रभगिनी अंबिकाबाईंचे पती होते. ते असे अचानक जातील असे त्यांना मुळीच वाटले नव्हते. काही क्षणांतच स्वत:ला सावरत ते म्हणाले,

"दाजीसाहेबांचा काळ झाला हे तर मोठेच विपरीत झाले. इथे आल्यावर आम्हाला त्यांचा आधार होईल असे वाटले होते. पण काय करणार अखेर परमेश्वराची इच्छा."

बाजीरावांकडे वळून महाराज म्हणाले,

"आमच्या अक्कासाहेब आणि त्यांच्या चिरंजीवांना आमचेकडून रिवाजानुसार दुखवटा पाठवून द्या. आम्ही तिथं आल्यावर त्यांच्या भेटीस जरूर जाऊ. अशा दु:खाच्या समयाला आमच्यापैकी कोणी त्यांचेजवळ नव्हते याचे वाईट वाटते."

महाराजांचे समजुतीचे बोलणे ऐकून सर्वांना बरे वाटले. तरी रायाजी आणि विठ्ठल शिवदेव चुळबुळ करत होते. ते पाहून महाराजांनी विचारले,

"आणखी काही सांगायचं आहे का?"

तेव्हा खाली मान घालून विठ्ठल शिवदेव म्हणाले,

"सांगण्यास अवघड वाटते आहे. परंतु बोलणे भाग आहे. किल्ल्यातील काही लोकांनी मातु:श्रींच्या मनात महाराजांविषयी काहीबाही भरवून दिले आहे. आपण तेथे आल्यावर त्यांच्या हातातील सर्व अधिकार काढून घेऊन खजिन्यासह बळकावणार आहात..."

हे कानी पडताच धक्का बसल्यागत होऊन महाराज म्हणाले,

"सांगता काय?"

"हे तर काहीच नव्हे, आपण त्या दोघांना कैद करणार किंवा सर्व काढून घेऊन हाकलून लावणार अशा कंड्यादेखील पसरल्या आहेत."

हे कानी पडल्यावर मात्र महाराज काही वेळ शांत बसले. नंतर विचार करत म्हणाले,

"आम्ही पाठवलेला दुखवटा अक्कासाहेबांना द्या. तेव्हा आमचा निरोप सांगा की, अशा प्रसंगी त्यांना त्रास होईल असे त्यांच्या मनाविरुद्ध काहीही आमचेकडून घडणार नाही. त्यांनी आमच्या बाजूने अगदी निश्चिंत राहावे. आमचे बरेच लोक अजून यायचे आहेत. ते येईपर्यंत आम्ही इथे वेलोरास काही दिवस राहणार आहोत. त्या त्यांच्या मर्जीला येईल तेथे त्यांच्या इच्छेनुसार राहू शकतात. छत्रपतींच्या थोरल्या भगिनीस योग्य असा सन्मान त्यांना दिला जाईल."

"जी, महाराज."

असे म्हणून बाजीरावांसोबत दोघे महाराजांना मुजरा करून बाहेर पडले. महाराजांच्या सौजन्यपूर्ण वागण्याने त्यांचे पूर्ण समाधान झाले होते. बाजीरावांनी दिलेला दुखवटा घेऊन ते चंदीला परत गेले.

१२

चंदीची माणसे निघून गेली. आता महाराजांना एकदम थकवा जाणवू लागला. बाजीरावांनी वैद्यांना बोलावणे पाठवले. त्यांनी महाराजांची प्रकृती तपासून सांगितले,

"महाराजांस काही आजार नाही. प्रवासाचा ताण आणि खाण्यातली आबाळ यामुळे अशक्तपणा आलेला आहे. त्यांना विश्रांती आणि नियमित आहार यांमुळे लवकर बरे वाटेल."

"महाराजांना शारीरिक त्रासाबरोबर मानसिक चिंता अधिक भेडसावत होत्या. मराठी मुलखात रायगडावर आणि विशाळगडावर मोगलांच्या तडाख्यात अडकलेले सर्व जिवलग, प्रवासात दुरावलेले सहकारी या सर्वांची चिंता त्यांना सतावत होतीच. त्यातच इथे आल्यावर हरजीराजेंचा मृत्यू झाल्याच्या बातमीमुळे त्यांच्या मनस्तापात अधिक भर पडली होती. त्यामुळे त्यांना त्रास होत होता.

मात्र, महाराजांना फार काळ वाट पाहावी लागली नाही. मंडळी एकापाठोपाठ वेलोरात येऊ लागली. प्रथम प्रल्हाद निराजी, नीळकंठ मोरेश्वर आणि त्यांच्यासोबत यात्रेकरूंच्या वेषात निघालेली माणसे येऊन पोहोचली. नंतर तुंगभद्रेजवळ मागे थांबलेले रूपसिंह भोसले आणि संताजी जगताप अशी मंडळी पोहोचली. त्यांनी सांगितलेल्या हकिकतीमुळे मात्र वेलोरातील सर्व जण अस्वस्थ झाले. त्यांच्याबरोबर लढणाऱ्या जवळजवळ ऐंशी लोकांना सय्यद अब्दुल्लाखानाच्या मुलाने कैद केल्यावर त्यांना विजापूरला पाठवले होते. तिथल्या तुरुंगवासातील त्यांचे हाल सांगून रूपसिंह म्हणाला,

"महाराज, सुरुवातीचे काही दिवस गेल्यावर आम्ही तुरुंगातल्या अधिकाऱ्यांना फितवले. आधी आम्ही थोडे जण बाहेर पडलो. बाकीची मागनं येणार होती. पण

बादशहाला त्याची खबर लागली. त्याने संतापून आतला पहारा बदलला. त्यामुळे त्यांना सुटायची संधी मिळाली नाही. ते तिथेच अडकले. आम्ही त्यांची वाट पाहून निघालो. लपतछपत विजापूरची हद्द पार केली. तिथं घोडी खरेदी केली आणि वेगळ्या वाटेनं इथं आलो.''

हे ऐकून सर्व जण सुन्न होऊन गेले. भरल्या गळ्याने रूपसिंह म्हणाला,

''मागं राहिलेल्यांचं काय झालं कुणाला ठावं. पन त्या औरंगजेबानं त्यांना जितं ठेवल्यालं असंल असं काही वाटत नाही.''

रूपसिंहाची हकिकत ऐकल्यावर कितीतरी वेळ सारे अबोलपणे बसून राहिले होते. पण पुढच्या दोन दिवसांत खंडो बल्लाळ त्यांच्या सोबतीच्या माणसासह आले अन् वातावरण पुन्हा बदलले. खंडो बल्लाळ प्रत्यक्ष समोर येताच महाराजांनी काळजीने विचारले,

''कसे आहात. फार त्रास झाला का?''

''थोडासा झाला. सय्यद अब्दुल्लाखानानं पकडून नेल्यावर चौकशी केली. पण आम्ही एकच ठेका धरला होता की, आम्ही कापडाचे व्यापारी आहोत. इतर कुणाला ओळखत नाही. मठात ते साधक दिसले, थोडं पुण्य पदरी पडावं म्हणून त्यांची सेवा केली. एवढाच आमचा संबंध. त्यांना कार्तिकस्नानासाठी जायची गडबड होती, म्हणून ते रात्रीतच कधीतरी निघून गेले असं समजलं. बाकी काही आम्हाला माहीत नाही. तेच सतत सांगितल्यावर त्याचा विश्वास बसला, अन् त्यानं आम्हाला सोडून दिलं.''

''बरं झालं. तुम्ही सुखरूप परत आलात. आम्हाला तुमची फार काळजी लागून राहिली होती.''

राजाराम महाराज मनापासून म्हणाले. ते निघून गेल्यावर महाराज बाजीरावांना म्हणाले,

''आमची बहुतेक मंडळी आलीत. आता फक्त गिरजोजी आणि त्याच्या सोबतीची माणसं तेवढी राहिली आहेत. त्याची वाट पाहत आणखी इथं थांबणं आम्हाला गरजेचं वाटत नाही. आम्ही आता चंदीस जावे म्हणतो.''

''जी, महाराज. आम्ही चंदीला निरोप पाठवून पुढच्या तयारीला लागतो.''

असे म्हणून बाजीराव निघून गेले. थोड्या वेळाने प्रल्हाद निराजी महाराजांकडे आले. महाराजांना म्हणाले,

''महाराज, आपले बिदनूरकडचे खबरगीर आलेत. त्यांनी सांगितलेले आपल्या कानी घालण्यासाठी आलो.''

''काही विशेष?''

''होय. आपल्याला पकडल्याचे समजल्यावर खूश झालेल्या औरंगजेबाला

आपण पुन्हा निसटून गेल्याचे जेव्हा समजले तेव्हा तो खूप चिडला. त्यातच राणीसाहेबांनी आपल्याला मदत केली होती हे त्याला समजले. तेव्हा त्याने चिडून जाननिसारखान, मतलबखान आणि सर्जाखान अशा मातब्बर लोकांना बिदनूरवर पाठवून दिले.''

''बरं मग?''

''कर्नाटकात वावरणाऱ्या संताजींना त्याची खबर लागली. मोगल सैन्याने बिदनूरची हद्द गाठण्यापूर्वीच त्यांनी हल्ला करून त्यांना पळवून लावलं.''

''अरे वा, संताजींनी मोठाच पराक्रम केला म्हणायचा. आम्ही उगाच नाही त्यांना मामलकत-इ-मदार असा खिताब दिला. पण आता औरंगजेब ते गेल्यावर पुन्हा राणी चेनम्मांना त्रास देणार.''

''नाही, तसे होणार नाही. त्यानंतर औरंगजेबाने त्यांच्याकडे आपला वकील पाठवून थोडी दमदाटी केली. तेव्हा राणीसाहेबांनी त्याच्याशी बोलणी करून दंडापोटी मामुली रक्कम देऊन ते प्रकरण मिटवून टाकले. हेच सारे सांगण्यासाठी खबरगीर आले आहेत.''

सारे सविस्तरपणे समजल्यावर महाराजांच्या मनावरचे ओझे उतरले. दोन दिवसांत चंदीच्या सुभेदारांनी मुहूर्त कळवला. सर्व जण चंदीला जाण्याच्या तयारीला लागले.

१३

राजाराम महाराजांचा चंदीला जाण्याचा दिवस उजाडला. राज्याचे छत्रपती त्यांच्या नव्या राजधानीत जाणार या घटनेचे महत्त्व जबाबदार मंडळींना माहिती होते. ते तसे प्रजेलाही समजावे, अशा रीतीने जय्यत तयारी केलेली होती. महाराजांनी पहाटेच उठून देवपूजा आटोपली. किल्ल्यातील मंदिरात देवदर्शन घेतले. आपल्या चंदीला नव्याने सुरू होणाऱ्या कारकिर्दीसाठी आशीर्वाद मागितले. मुहूर्ताची वेळ झाली. राजवेषातील महाराज मंदिराबाहेर आले. त्यांना पाहताच नौबत दणाणली. 'जय भवानी'चा गजर झाला. महाराजांच्या तसेच थोरल्या छत्रपतींच्या नावाचा जयघोष झाला. सर्वांची मानवंदना स्वीकारत महाराज पुढे आले. दारात सजवलेला सुलक्षणी घोडा उभा होता त्याच्याकडे वळले.

विशीत नुकते पदार्पण केलेले महाराज अत्यंत रुबाबदार दिसत होते. त्यांनी मस्तकी धारण केलेल्या सफेद जिरेटोपाचा शुभ्र मोत्यांचा तुरा मानेवर रुळत होता. भाळावर शिवगंध रेखलेले होते. त्यांनी अत्यंत सुरेख नक्षीदार कशिदागारी केलेला तलम रेशमी जामा परिधान केला होता. त्याच्यावरती जरी फतू त्यांना अतिशय

शोभून दिसत होती. महाराजांनी अनेक सोन्यामोत्याचे अलंकार घातले होते. त्यांनी गळ्यात घातलेली कवड्यांची माळ मात्र सर्वांचे लक्ष वेधून घेत होती. महाराजांनी कमरेला कसलेल्या भगव्या शेल्यात जरतारी मखमली म्यानात तलवार खोवलेली होती. पायात तंग विजार घातलेली होती. अशा दरबारी पोशाखात सजलेल्या आपल्या महाराजांना पाहून सर्वांच्या डोळ्यांचे पारणे फिटले.

सुवासिनींनी मंगलारती केली. महाराज पुढे आले. मोतद्दाराने सजवलेल्या घोड्याचे रेशमी कायदे घट्ट पकडले. भरजरी चढाव घातलेले पाय रिकिबीत रुतवून महाराजांनी घोड्यावर झेप घेतली. डावा हात तलवारीच्या मुठीवर ठेवली. उजव्या हातात कायदे घेऊन घोड्याला चाल दिली. त्याबरोबर प्रल्हाद निराजी, विठ्ठल शिवदेव आणि बाजीराव काकडे यांचे घोडे चालू लागले.

त्यांच्यापाठोपाठ पन्हाळ्याहून त्यांच्या सोबत आलेले बहिर्जी घोरपडे, मानसिंग मोरे, संताजी जगताप, रूपसिंह भोसले, बाजी कदम, खंडोजी दाभाडे अशी लढवय्यी मंडळी आणि त्यांच्या मागून खंडो बल्लाळ, कृष्णाजी अन्नंत, नीळकंठ मोरेश्वर, बहिरोपंत पिंगळे आणि नीळकंठ कृष्णा पारसनीस असे कारभारी मंडळींचे दळ निघाले.

लवाजमा चंदीची वाट चालू लागला. संरक्षणासाठी सशस्त्र घोडदळ सज्ज होते. मिरवणुकीच्या दुतर्फा रयत आपल्या नव्या छत्रपतींचे दर्शन घेण्यासाठी लोटली होती. मिरवणुकीवर सोन्यारुप्याच्या नाण्यांचा वर्षाव केला जात होता. ते राजवैभव आणि राजबिंड्या छत्रपतींना पाहून प्रजा समाधान पावत होती.

वेलोरहून चंदी पंधरा कोसांवर होते. घटकाभरात सारा लवाजमा चंदीपासून कोसभर अंतरावर आला. तेथे किल्लेदार रायाजी नलगे आणि कारभारी केसो त्रिमल स्वागतासाठी येऊन थांबलेले होते. त्यांना पाहताच सर्व जण थांबले. तेथे जरीपटक्याचा सजवलेला हत्ती उभा होता. माहुताने इशारा करताच त्याने महाराजांना पुढचे पाय दुमडून आणि सोंड उंचावून सलामी दिली. लवाजमा किल्ल्याकडे निघाला.

राजाराम महाराज किल्ल्याच्या प्रचंड प्रवेशद्वारात आले. त्या क्षणी चौघडा निनादला. नौबत दुमदुमली. शिंगांनी किलकारी दिली. जयघोषाने पंचक्रोशी दणाणून गेली. राजाराम महाराजांनी नजर वर केली. तेथे उंचच उंच अशा राजगिरीवरच्या बालेकिल्ल्यावर डौलाने फडकणारा भगवा त्यांच्या डोळ्यात भरला. त्याच क्षणी त्यांना रायगडावरच्या नगारखान्याची अतिशय तीव्रतेने आठवण झाली. नकळत त्यांचे डोळे पाणावले. काही क्षणांत त्यांनी स्वत:ला सावरले. दीर्घ श्वास घेत, ताठ मानेने आपल्या नव्या राजधानीत प्रवेश केला.

◆

भाग ५

१

चंदीचा किल्ला म्हणजे छत्रपती शिवाजी महाराजांना त्यांच्या दक्षिण दिग्विजयात लाभलेली सर्वांत अनमोल वास्तू. तीन डोंगरांवरचे तीन किल्ले पुन्हा एकवार एकत्र बंदिस्त केलेला असा एक बुलंद गड. मधल्या सर्वांत उंच असलेल्या बालेकिल्याला राजगिरी किंवा आनंदगिरी असे नाव दिलेले होते. इथेच कल्याणमहल नावाचा राजमहाल आणि इतर महत्त्वाच्या इमारती होत्या.

राजगिरीच्या उत्तरेकडच्या कमी उंचीच्या डोंगरावरच्या किल्ल्याला कृष्णगिरी आणि दक्षिणेकडच्या किल्ल्याला चंद्रगिरी किंवा चंद्रायणदुर्ग या नावांनी ओळखले जात होते. तिन्ही किल्ल्यांना स्वतंत्र मजबूत तटबंदी होती. त्यातून दुसऱ्या किल्ल्यात जाण्यासाठी दरवाजे होते. याशिवाय तिघांना मिळून एक मोठा तट बांधलेला होता. या पहिल्या तटानंतर वीस हात रुंदीचा, अत्यंत खोल, सतत पाण्याने भरलेला खंदक ओलांडल्यावर अधिक उंचीवर वेगळ्या पातळीवर बांधलेला दुसरा तट दिसायचा

राजगिरीच्या दक्षिणेला असलेला चंद्रगिरी थोड्या कमी उंचीचा होता. दोन्ही डोंगरांमध्ये एक रुंद दरी होती. ती इतकी खोल आणि दाट झाडी असलेली होती की त्यातल्या दरवाजाला शैतानदरी दरवाजा असे म्हणत होते.

पहिल्या तटाला गडाचे मुख्य प्रवेशद्वार होते. त्यातून गेल्यावर खंदक पार केल्यावर दुसऱ्या तटाचे उंचच उंच कमानीचे प्रवेशद्वार दिसायचे. त्याच्या चौकटीवर दक्षिणी पद्धतीचे भव्य 'कीर्तिमुख' कोरलेले होते, ते म्हणजे अतिउग्र दानवासारखा चेहरा असलेला मुखवटा होता. तो आतल्या वास्तूचे आणि तेथे राहणाऱ्या सर्व माणसांचे अशुभ शक्तींपासून रक्षण करतो, असा तिथल्या लोकांचा समज होता.

तिसरा तट प्रत्येक किल्ल्यासाठी स्वतंत्रपणे बांधलेला होता. दुसऱ्या आणि

तिसऱ्या तटांमध्ये मोठे मोकळे मैदान होते. तेथे गडावरच्या शिबंदीचा काही भाग कायम तैनात केलेला असायचा. हे मोठे मैदान पार करूनच कोणालाही तिन्ही किल्ल्यांसाठी बांधलेल्या दरवाजांपर्यंत पोहोचणे शक्य होत असे. हे तिन्ही कमानदार दरवाजेसुद्धा तीन वेगवेगळ्या कोनात बांधलेले असल्याने त्यांचे रक्षण करणे शक्य होत होते.

राजगिरीवर पोहोचण्यासाठी अशी सात प्रवेशद्वारे पार करावी लागत होती. असा हा चंदीचा अभेद्य किल्ला नवव्या शतकात चोल घराण्यातल्या राज्यकर्त्यांनी बांधला. त्यानंतर विजयनगरच्या शासकांनी त्याची पुनर्बांधणी करून तो अधिक बळकट बनवला. चंदीच्या नायक घराण्याने तेथे बरीच वर्षे राज्य केले. त्यांच्याकडून तो विजापूरकरांनी जिंकून घेतला. शिवाजी महाराजांनी चंदी जिंकण्यापूर्वी सतरा वर्षे तो त्यांच्या ताब्यात होता. त्या वेळी त्यांनी त्याला 'बादशहाबाद' असे नाव दिले होते. शिवाजी महाराजांनी त्याला त्याचे चंदी हे नाव परत बहाल केले त्याला आता एक तप उलटून गेले होते.

जरीपटक्याच्या निशाणाच्या हत्तीच्या पाठोपाठ राजाराम महाराजांनी किल्ल्यात प्रवेश केला. आता ऊन चढू लागले होते. राजाराम महाराज घोड्यावरून उतरून मेण्यात बसले. सारा लवाजमा गड चढू लागला. सात दरवाजे पार करून महाराज राजगिरीवरच्या बालेकिल्ल्यात पोहोचले. तेथे 'कल्याणमहल' या राजवाड्यात महाराजांचे निवासस्थान होते. त्याच्या समोर आल्यावर महाराज पायउतार झाले.

कल्याणमहलच्या बाहेरच्या पटांगणात कनाती लावून एक मोठा मंडप उभारलेला होता. तेथे अंथरलेल्या बिछायतींवर बरीच माणसे महाराजांची वाट पाहत थांबलेली होती. त्यात गडावरच्या वेगवेगळ्या खात्यातला अधिकारीवर्ग आणि शिबंदीतल्या पथकांचे प्रमुख, महाराजांना मानवंदना देण्यासाठी थांबलेले होते. त्यांनी रीतसर खडी ताजीम आणि तवाजीश दिली. त्याशिवाय गडावरचे रहिवासी, खिदमतगार, शागिर्द अशी मंडळी महाराजांचे दर्शन घेण्यासाठी मोठ्या आतुरतेने थांबलेली होती. त्यांनी दर्शन घेतल्यावर आनंदाने महाराजांचा जयजयकार केला. मोठ्या प्रसन्न मनाने महाराजांनी राजवाड्यात प्रवेश केला.

कल्याणमहलाच्या दिवाणखान्यात राजसदर सजवलेली होती. तेथे महाराजांनी मानकऱ्यांकडून नजराण्यांचा स्वीकार केला. समारंभ थोडक्यात उरकून महाराज आपल्या सुखदालनात विश्रांतीसाठी गेले. मराठी राज्याचे छत्रपती राजाराम महाराजांचा त्यांच्या नव्या राजधानीत मोठ्या थाटात प्रवेश झाला होता.

२

दोन प्रहर उलटल्यावर प्रतिनिधी प्रल्हाद निराजी, कारभारी केसो त्रिमल पिंगळे, खंडो बल्लाळ, गडकरी आदी मंडळी महाराजांकडे आली. महाराज दरबारी पोशाख उतरून साध्या सुती सफेद वेषात त्यांची वाट पाहत होते. त्या विषयी कोणी काही बोलणार तोच महाराज म्हणाले,

"आम्हाला आधी आमच्या अक्कासाहेबांना भेटायला जायचे आहे. त्यांना सर्वांत आधी भेटणे आमचे कर्तव्य आहे. त्यांच्या महालाकडे चला."

केसोपंतांनी मान हलवली. गडबडीने अंबिकाबाईंच्या कारभाऱ्यांकडे वर्दी पाठवली. थोड्या वेळाने सर्व जण त्यांच्या महालाकडे पोहोचले. महाराजांनी इतर मंडळींना बाहेरच्या दालनात थांबण्यास सांगितले. ते एकटेच आत महालात गेले.

महालात शांतता होती. एका बैठकीवर हरजीराजेंचा मंदिल आणि तलवार पुजलेली होती. तिथे एक दिवा तेवत होता. बाजूला हरजीराजेंचे चिरंजीव शंकराजी उभे होते. शंकराजी हे संभाजी महाराजांचे जावई म्हणजे त्यांच्या आणि येसूबाईंच्या ज्येष्ठ कन्या भवानीबाई यांचे पती. त्यांच्याकडे एक नजर टाकून महाराज धिमेपणाने पुढे आले. त्यांनी हरजीराजेंच्या स्मृतींना नम्रपणे वंदन केले. हात बांधून उभ्या असलेल्या शंकराजींच्या खांद्यावर हात ठेवला. त्यांच्याकडे भरलेल्या नजरेने पाहणाऱ्या शंकराजींना काय करावे हे समजत नव्हते. महाराजांनी पुढे येऊन त्यांना जवळ घेतले. त्यांच्या पाठीवरून हात फिरवला.

बाजूच्या बैठकीवर अंबिकाबाई बसल्या होत्या. शुभ्र बैठकीवर साध्या सुती वस्त्रात अलंकारविहीन अशा बसलेल्या अंबिकाबाईंच्या पांढऱ्या कपाळाकडे पाहून महाराजांचा ऊर भरून आला. ते हळुवारपणे बैठकीवर बसले. शंकराजी अंबिकाबाईंच्या जवळ येऊन उभे राहिले. दोघांकडे पाहत महाराज बोलू लागले,

"आम्ही वेलोरात आल्यावर आम्हाला दाजी महाराजांविषयी समजलं. तेव्हा धक्काच बसला. खरं म्हणजे आम्ही त्यांच्याच आधारासाठी इथंवर आलो. मोगलांशी झगडण्यासाठी त्यांच्यासारख्या पराक्रमी पुरुषाची साथ मिळेल, असं वाटलं होतं. पण परमेश्वराच्या मनात काही वेगळंच होतं, असं दिसतंय. तिथं दादा महाराज आणि इथं दाजी महाराज, दोघेही अचानक गेले. आम्ही एकटे पडलो."

त्यांचे हे शब्द कानावर पडताच अंबिकाबाईंनी मान उचलून वर पाहिले. त्यांची धारदार नजर महाराजांच्या मनाचा वेध घेत होती. त्यात पूर्णपणे अविश्वास भरलेला होता.

"काय? खरंच?"

नकळत अंबिकाबाईंच्या तोंडून उद्गार बाहेर पडले. महाराजांनी गोंधळून विचारले,

"म्हणजे? असं का विचारता, अक्कासाहेब?"

"नाही. काही नाही. आम्ही असंच बोललो."

अंबिकाबाई सावरून घेत म्हणाल्या. अधिक काही न बोलता थोडा वेळ थांबून महाराज परतले. अंबिकाबाई आणि शंकाराजींचे वागणे त्यांना फार तुटकपणाचे वाटले. त्याबद्दल ते त्या वेळी काही बोलले नाहीत. पण ते त्यांच्या मनाला लागून राहिले.

संध्याकाळी महाराज कारभारी मंडळासोबत रंगनाथ मंदिरात गेले. तेथे यथासांग पूजा बांधली. आपल्या नव्या राजधानीतल्या कारकिर्दीला त्या स्थानदैवताचे आशीर्वाद मागून ते महालात परतले. औरंगजेबाने उद्ध्वस्त केलेल्या मराठेशाहीला पुन्हा नवी उभारी देण्याचा अध्याय दक्षिणेत चंदीला मोठ्या उमेदीत सुरू झाला होता.

दुसऱ्या दिवशी दरबार भरल्यावर महाराजांनी केसो त्रिमल पिंगळे यांना बोलावून गेल्या काही महिन्यांतील घटनांबद्दल त्यांना विचारले. सुरुवातीला केसोपंतांनी बरेच आढेवेढे घेतले. पण नंतर जे सांगितले त्याने केवळ महाराजांनाच नव्हे, तर त्यांच्या सोबत आलेल्या सर्वांनाच धक्का बसला.

हरजीराजे आणि केसोपंतांचे तसे सुरुवातीपासूनच फारसे सख्य नव्हते. नंतर ते इतके वाढले होते की काही महिन्यापूर्वी त्यांनी केसोपंतांना कैदेत टाकले होते. परंतु जेव्हा ते गंभीरपणे आजारी पडले, आपण यातून वाचत नाही असे वाटू लागले तेव्हा त्यांनी स्वतःच केसोपंतांना कैदेतून सोडवून त्यांच्या हाती कारभार सोपवला. आधी संभाजी महाराजांच्या भयंकरपणे झालेल्या हत्येचे वृत्त आले. त्यापाठोपाठ हरजीराजेंचे आजारपणात निधन झाले. हे दोन्ही मृत्यू अकाली आणि अनपेक्षितपणे घडलेले. त्यामुळे चंदीमधल्या मंडळींचा मोठा गोंधळ उडाला होता.

त्यातच आता राजाराम महाराज गादीवर आले आहेत. ते इकडे येण्यासाठी निघाले आहेत. अशी खबर आली, आणि चंदीत वेगळी चक्रे फिरू लागली. काही जणांनी अंबिकाबाईंना चिथावले. महाराज इथे आल्यावर त्यांचे सर्व अधिकार काढून घेतील. कदाचित त्यांना आणि त्यांच्या कुटुंबीयांना कैदेत टाकतील, अशी भीती घातली गेली होती. त्यामुळे त्यांनी महाराजांना चंदीला येऊ देऊ नये, असेही सुचवले गेले. आधीच पतीच्या मृत्यूमुळे अतिशय अस्वस्थ असलेल्या अंबिकाबाईंना ते पटू लागले होते. त्यांनी महाराजांना अडवण्यासाठी सैन्याची तयारी करण्याचेदेखील ठरवले होते.

पण महाराजांनी वेलोरहून दुखवट्याचा अहेर आणि सांत्वनपर निरोप पाठवला. ते पाहून त्यांच्या मनातला प्रखर विरोध मावळला. गडावरची काही महत्त्वाची मंडळी नव्या छत्रपतींचे स्वागत करण्यासाठी उत्सुक आहेत, हेही त्यांच्या ध्यानी आले,

अन् त्या शांत झाल्या. तरीही त्यांच्या मनातली शंका पूर्णपणे फिटली नसावी, म्हणून त्या आपल्याशी तुटकपणे वागल्या असाव्यात, असे महाराजांना वाटले. ते सर्वांकडे एकवार नजर फिरवून शांतपणे पण दृढपणे म्हणाले,

"आज आमच्या अक्कासाहेब अत्यंत कष्टी आहेत. अवघ्या सहा महिन्यांच्या काळात त्यांनी त्यांचा छत्रपती असलेला पराक्रमी भाऊ आणि तितकाच शूर, पराक्रमी पती गमावला आहे. त्यांचे दु:ख फार मोठे आहे. अशा परिस्थितीत त्यांना आणखी क्लेष होतील, असे काहीही घडता कामा नये. त्या त्यांच्या कुटुंबासह त्यांच्या महालात मानाने राहू शकतात. त्यांचे चिरंजीव शंकराजी आमचे केवळ भाचे नाहीत, तर आमच्या दादा महाराजांच्या लाडक्या लेकीचे, भवानीबाईंचे पती आहेत. ते पूर्वीप्रमाणे त्यांचा सरंजाम बाळगू शकतात, असेही त्यांना कळवून टाका."

महाराजांचे बोल ऐकून चंदीमधल्या हरजीराजेंना मानणाऱ्या, त्यांचेविषयी प्रेम आणि निष्ठा असणाऱ्या माणसांच्या मनात त्यांचेविषयी आदर निर्माण झाला. महाराजांच्या चंदीमधल्या वास्तव्यात भविष्यामध्ये त्याचा बराच उपयोग होणार होता.

३

राजाराम महाराजांचा राणीवसा विशाळगडावर येऊन महिना होत आला होता. पन्हाळ्यापेक्षा हा गड अति दुर्गम. चारी बाजूंना घनदाट जंगल, आजूबाजूच्या वीस कोसांच्या घेऱ्यात कोणतीही वस्ती नाही, असा बाहेरच्या जगापासून पूर्णपणे तुटलेला. उंच पर्वतराजी, दाट झाडी, बिकट वाटा यामुळे कोणालाही तेथे पोहोचणे सहजशक्य होणार नाही असा होता.

विशाळगडदेखील तीन डोंगरांचा मिळून बनलेला होता. फक्त त्याला चंदीच्या किल्ल्यासारखी तटबंदी नव्हती. खरेतर तशी गरजदेखील नव्हती. दक्षिणेकडच्या उंच डोंगराला मारुती मंदिराचा डोंगर असे म्हणत असत. उत्तरेकडच्या डोंगरावर सपाट पठार होते, त्याला रणमैदान म्हणायचे. कारण तेथेच शत्रूशी चकमकी होत होत्या. दोन्ही डोंगरांच्या मधल्या सखल भागात अत्यंत सुरक्षित ठिकाणी राजवाडा होता. ताराबाई आणि राजसबाई तेथेच राहत होत्या. राजवाड्याच्या दक्षिणेला खोल दरी होती. तेथून कोणीही चढून वर येणे जवळजवळ अशक्य होते.

तिसऱ्या डोंगराला तास टेकडी असे म्हणत होते. तेथे प्रत्येक प्रहराला टोल देण्यासाठी एक भलीमोठी घंटा बांधलेली होती. तिचा आवाज साऱ्या गडावर घुमत असे. गडावरचे भूपालतळे हे बारा महिने पाण्याने भरलेले असायचे. ताराबाई आणि राजसबाईंचा बराच वेळ या तळ्याच्या काठी आणि मारुतीच्या देवळात जात होता.

दोघी सतत चिंतेत असायच्या. राजाराम महाराजांची अद्याप काही खबर नव्हती. दौलतीतून येणाऱ्या बातम्यादेखील चांगल्या नव्हत्या. पंधरा दिवसांपूर्वी पावनगड आणि पन्हाळा पडल्याचे समजले होते. तेव्हापासून तर त्यांना अधिकच काळजी वाटू लागली होती.

अशा परिस्थितीत धीर धरणे, परमेश्वराला शरण जाणे आणि चांगल्या घटनांची वाट पाहणे एवढेच आपल्या हाती आहे, याची त्यांना जाणीव होती. दोघींनी वाड्याच्या दालनाच्या खिडकीतून दरीतल्या अंधाराकडे पाहत कित्येक रात्री जागून काढल्या होत्या. गस्तीवरच्या सैनिकांच्या आरोळ्या, रातकिड्यांची किरकिर आणि तास टेकडीवरून वाजणारे टोल यांचीच तेवढी त्यांना सोबत होती.

एके दिवशी सकाळी रामचंद्रपंत नेहमीप्रमाणे त्यांच्या निवासातून सदरेकडे निघाले असताना कुणी जासूद बऱ्याच दूरवरून आल्याची वर्दी मिळाली. पंतांनी त्याला तातडीने बोलावून घेतले. जासुदाने आणलेल्या थैलीतला मजकूर वाचून आनंदाने त्यांना क्षणभर काही सुचेना. आपल्या मनावरचे मणामणांचे ओझे उतरल्यासारखे त्यांना वाटले. अखेर राजाराम महाराज पकडले गेल्याची वार्ता एक अफवाच ठरली होती. ते वेलोरला सुखरूप पोहोचल्याचे तिथले कारभारी बाजीराव काकडे यांनी कळवले होते. पंत तडक राणीमहालाकडे निघाले.

ताराबाई आणि राजसबाई नुकत्याच देवदर्शन करून परत येत होत्या. पंतांना आपल्या महालाकडे निघालेले पाहून त्या थबकल्या. पंत त्यांना म्हणाले,

''राणीसाहेब, महाराज वेलोरास सुखरूप पोहोचले आहेत. आताच खलिता आला. तेथून ते आठवड्याभरात चंदीला जातील असेही कळवले आहे.''

दोघींनी हात जोडून डोळे मिटून घेतले. देवाचे मनापासून आभार मानले. ताराबाई प्रसन्नपणे म्हणाल्या,

''पंत, खरेच, अगदी गोमटी खबर दिलीत. शंभूमहादेवाची कृपा. आठ दिसामागे पन्हाळा, पावनगड पडल्याचं ऐकल्यापास्नं मन हुरहुरत होतं. पण स्वारींचं एवढं मोठं धाडस अखेर यशस्वी झालं. तातडीनं पुरोहितांना बोलावणं पाठवा. आजच्या आज अभिषेक, पूजा घालण्यास सांगा. सगळीकडे ही खूशखबर कळवण्याची व्यवस्था करा.''

''जी, राणीसाहेब.''

असे म्हणत पंत बाहेर पडले.

''आम्ही मुदपाकाकडे जातो. गोडधोडाचं नैवद्याचं पाहतो.''

राजसबाई मोठ्या उत्साहात हसत म्हणाल्या. दोघींच्या चेहऱ्यावर कितीतरी दिवसांनी हसू उमटले होते. वातावरणातला ताण नाहीसा होऊन अवघ्या विशाळगडावर खुशीचा माहोल पसरला.

पण हे सुख फार काळ टिकले नाही. दोनच दिवसांत ती भयानक बातमी समजली. रायगड पडल्याची. सर्वांनाच जबरदस्त धक्का बसला. ताराबाई आधी सुन्न झाल्या. नंतर सावरत त्यांनी प्रश्न विचारला,

"कसं शक्य आहे हे? वर्षानुवर्षे आक्रमणाला तोंड देण्यास समर्थ असलेला रायगड पडलाच कसा?"

त्यावर पंत म्हणाले,

"राणीसाहेब, गड लढून नाही पडला. मोगलांनी वाटाघाटी करून ताब्यात घेतला. गडावरची सारी माणसं बंदी करून मोगलांच्या छावणीत नेलीत. जानमालाची हमी देऊन."

"पण असं का? अजून संताजी, धनाजी, विठोजी यांच्यासारखे लढवय्ये दौलतीसाठी जिवाची बाजी लावत आहेत. शिवाय, स्वारींनी चंदीला गेल्यावर काहीतरी नक्कीच केलं असतं. थोरल्या बाईंनी निदान त्याची तरी वाट पाहायची होती."

ताराबाई कळवळून विचारत होत्या. मराठ्यांची राजधानी न लढता मोगलांच्या हाती गेल्याची तडतड त्यांच्या बोलण्यातून व्यक्त होत होती. ते पाहून न राहवून रामचंद्रपंत म्हणाले,

"राणीसाहेब, क्षमा असावी. आम्ही एक बाब आपल्यापासून लपवली होती. बहुतेक हा त्याचाच परिणाम असणार."

"कोणती?"

"महाराज चंदीला गेल्यानंतर काही दिवसांनी ते मोगलांकडून पकडले गेल्याची खबर आली होती."

"काय?"

"जी. पण ती आपल्या कानावर कशी घालावी हे आम्हास समजेना. तेव्हा आधी त्या विषयी पूर्ण शहानिशा करण्याचे ठरवले. अखेर ती अफवाच ठरली."

"हं. म्हणजे औरंगजेबाने त्याचाच वापर केला असणार. थोरल्या बाईसाहेबांना स्वारीचाच अखेरचा आधार वाटत होता. तेच पकडले गेलेत असं समजल्यावर त्यांचा धीर सुटला असल्यास त्यात नवल ते काय?"

ताराबाई उद्वेगाने म्हणाल्या.

"होय. असंच घडलं असेल. पण राणीसाहेब, इतिकदखानाच्या सैन्यात राणीसाहेबांचे मोठे बंधू शिर्केसरकार तसेच ओझरड्याचे पिसाळ आहेत. त्यांनी पुढाकार घेऊन बोलणी केली. सर्वांच्या जीविताची हमी घेतली. तेव्हा गड ताब्यात दिला असं कळवलंय."

रामचंद्रपंत तपशील सांगत होते. पण ताराबाईंच्या मनाचे समाधान होत नव्हते.

''त्यांनी वाटाघाटीत हमी घेतली असेल. पण आमचा तरी त्या औरंगजेबावर बिलकूल भरोसा नाही. पण आपण तरी काय करू शकतो? पंत, आज आमच्या परिवारावरच नाही, तर साऱ्या मराठेशाहीवर हा मोठा घाला पडलाय. आता स्वामींना समजल्यावर ते काय करतात, यावर पुढचं ठरवावं लागेल.''

त्या सुस्कारा टाकत म्हणाल्या.

''जी. मग आता आम्हाला आज्ञा द्यावी. अधिक काही समजले तर येऊ.''

ताराबाईंनी नुसतीच मान हलवली. पंत बाहेर पडले. वखत तर मोठा कठीण आला होता. त्यातल्या त्यात राजाराम महाराज चंदीला सुरक्षित होते, एवढाच काय तो एकमेव दिलासा होता. त्याच्या आधारावर पुढची वाटचाल करायची होती. याच विचारात त्या बुडून गेल्या होत्या.

४

राजाराम महाराजांना चंदीला येऊन आठवडा झाला होता. त्यांची तब्येत चांगली सुधारली होती. त्यांनी सदरेवरच्या कारभारात लक्ष घालायला सुरुवात केली होती. मराठी मुलखातल्या बातम्या मात्र दिलासा देण्याजोग्या येत नव्हत्या. पावनगड, पन्हाळ्यासह इतर उरलेले किल्लेदेखील जिंकण्याचा सपाटा मोगलांनी चालवलेला होता. आता नाव घेण्यासारखे दोनच मोठे किल्ले राहिलेले होते. एक स्वराज्याची राजधानी रायगड आणि दुसरा होता विशाळगड. दोन्ही ठिकाणी राजपरिवारातील माणसे वेढ्यात अडकलेली होती. त्यांच्या मदतीसाठी लवकरात लवकर व्यवस्था करण्याच्या जोडणीला सर्व जण लागले होते.

महाराज नेहमीप्रमाणे सदरेवर जाण्यासाठी निघाले होते. तेवढ्यात त्यांना खुद्द प्रल्हाद निराजी, केसी त्रिमल, खंडो बल्लाळ आदी त्यांच्याचकडे येताना दिसले. त्यांचे पडलेले चेहरे आणि झुकलेल्या माना पाहून ते मनात चरकले. त्यांनी विचारले,

''काय झालंत पंत?''

''फार वाईट घडलं महाराज, रायगड पडला.''

''काय?''

महाराजांनी अविश्वासाने विचारले. त्यावर मान हलवत प्रल्हाद निराजी म्हणाले,

''जी, महाराज. आताच रामचंद्रपंतांकडून जासूद आलाय. त्यांनी कळवलंय.''

'रायगड पडला' या दोन शब्दांनी जणू वज्राघात व्हावा अशी महाराजांची अवस्था झाली. ते बसल्याजागी खिळून गेले. त्यांनी डोळे घट्ट मिटून घेतले, काहीच क्षण! पण त्या अल्पावधीत अनंत भावनांचा कल्लोळ त्यांच्या मनात उसळला.

एवढा बेलाग गड, पडलाच कसा! काय घडलं असेल तिथं? काय झालं असेल तिथल्या आपल्या माणसांचं? काय आणि किती वाटून गेलं त्यांना तेवढ्या वेळात. भावनावेगाने कासावीस होऊन त्यांनी डोळे उघडले. आपल्याकडे काळजीने पाहणाऱ्यांकडे भकास नजरेने पाहत विचारले,

"बितपसील समजला? रायगड असा कसा पडला?"

केसो त्रिमलांनी किंचित चाचरत थैलीतला मजकूर महाराजांना सांगितला. सारे ऐकून झाल्यावर महाराज म्हणाले,

"हं. म्हणजे आमच्या माणसांच्या शौर्यापेक्षा औरंगजेबाची हुशारी आणि मुत्सद्देगिरी श्रेष्ठ ठरली म्हणायची. ठीक आहे. या आता तुम्ही."

महाराजांनी त्यांना जाण्याची सूचना केली. पुन्हा डोळे मिटून घेतले. तरीही न राहवून प्रल्हाद निराजींनी विचारले,

"महाराज, आपली तबियत..."

"आम्ही ठीक आहोत. या तुम्ही."

एवढेच बोलून महाराजांनी मस्तक गिर्दीला टेकले. त्यात नुसता कल्लोळ माजला होता.

'रायगड'. मराठ्यांची राजधानी. आपल्या आबा महाराजांनी तख्तासाठी निवडलेला बुलंद गड. जेथे त्यांनी हिंदुपदपातशाहीची पताका रोवली असा बेलाग किल्ला. जेथे आपण आपल्या आयुष्याची उणीपुरी एकोणीस वर्षे काढली. जेथे आपल्या आईवडिलांचा काळ झाला, ती पुण्यभूमी. आज परक्यांच्या ताब्यात गेली!

मातोश्री सकवार आईसाहेब, वहिनीसाहेब, बाळराजे, आणि रायगडावरच आबासाहेबांनी जिच्याशी आपला मोठ्या थाटात विवाह घडवला, ती जानकी. सारी त्या औरंगजेबांच्या कैदेत गेली. त्याने सर्वांच्या जिवाची हमी दिली आहे, असं समजलं. पण त्याच्यासारखा माणूस खरंच दिलेला शब्द पाळील? तो कसा वागेल त्यांच्याशी, हा विचार नुसता मनात आला, तरी दादासाहेबांची आठवण येऊन आमच्या अंगावर शहारा येतो. त्या सर्वांचं तिथं कसं होत असेल!

अशा अनेक विचारांनी राजाराम महाराजांचे मन भोवंडून गेले होते. पण ते काय करू शकत होते? आता तर ते इतके दूर होते की, मनात असलं तरी काही करू शकत नव्हते. तशी ताकद आज तरी त्यांच्याकडे नव्हती. मनात उसळणाऱ्या आवेगाला थोपवण्याच्या अयशस्वी प्रयत्नाला झुगारून त्यांच्या डोळ्यांतून अश्रू पाझरू लागले. तो संपूर्ण दिवस त्यांनी असाच तळमळत काढला.

५

औरंगजेबाच्या कोरेगावच्या छावणीत रायगड जिंकल्याची बातमी आली, आणि एकच जल्लोष झाला. विजयाची नौबत सतत वाजवत ठेवण्याची त्याने आज्ञा दिली होती. इतिकदखान आणि वजीर आसदखान विजयी सेनेसह छावणीत आले, तेव्हा तर सर्वांच्या उत्साहाला उधाण आले होते. बादशहाने कैद्यांना कोणताही त्रास न देता मानाने आणावे असे कळवले होते. त्याप्रमाणे त्यांना आणले होते. बादशहाने त्यांना आपली शहाजादी झीनत हिच्या निगराणीखाली ठेवण्याची आज्ञा केली.

मराठ्यांची राजधानी जिंकल्याच्या खुशीत औरंगजेबाने खास दरबार भरवला. विजयी इतिकदखानाचा मोठा सन्मान करून त्याला 'झुल्फिकारखान' अशी पदवी दिली. त्याचा बाप वजीर आसदखान याला 'जुम्देतुलमुल्क' असे बिरुद बहाल केले. दोघांना सजवलेल्या अंबारीसह एक-एक हत्ती बक्षीस दिला. याशिवाय मानाचे पोशाख, हिऱ्या-मोत्यांचे अलंकार, दहा-दहा हजार सोन्याच्या अशर्फ्या आणि शेकडो घोडे बक्षीस दिले.

रायगडाच्या वेढ्यात कामगिरी केलेल्या सैनिकांना ढाली भरभरून सोन्याच्या अशर्फ्या मिळाल्या. तेथे कामी आलेल्या सैनिकांच्या विधवांना नगद रकमेच्या नेमणुका करून दिल्या गेल्या. बादशहाच्या या मुक्त उधळणीमुळे त्याला हा विजय किती महत्त्वाचा वाटत होता हेच दिसून येत होते.

सारी छावणी मोठ्या उत्साहात जश्नमध्ये सामील झाली होती. त्यात जिंकण्याच्या आनंदापेक्षा, आता इथं दक्षिणेत जिंकण्यासारखं काही उरलेलं नाही, तेव्हा लवकर आपल्या घरी परत जायला मिळणार याची खुशी अधिक होती. मराठ्यांच्या छत्रपतीला ठार मारले होते. राजधानी जिंकली होती. त्याचा मुलासह सर्व परिवार कैद झाला होता. त्याच्या आधी दक्षिणेतल्या दुसऱ्या दोन्ही सत्ता, आदिलशाही आणि कुतुबशाही संपवलेल्या होत्या. म्हणजेच बादशहाचा दक्षिणदिग्विजय मुकम्मल झाला, असे साहजिकच सर्वांना वाटत होते.

परंतु स्वत: बादशहा मात्र अत्यंत आतुरतेने राजाराम महाराजांना पकडून आणण्यासाठी गेलेल्या सैन्याची वाट पाहत होता. पण त्याची घोर निराशा झाली. राजाराम महाराज सापडले तर नव्हतेच, उलट अगदी सुखरूपपणे चंदीला पोहोचले होते. हे समजताच तो अतिशय चिडून गेला. रायगड जिंकल्याच्या त्याच्या आनंदावर सपशेल पाणी पडले होते. त्याने ताबडतोब इतिकदखानाला म्हणजेच आता नाव बदललेल्या झुल्फिकारखानाला बोलावून घेतले.

झुल्फिकारखान औरंगजेबाच्या डेऱ्यात आला, तेव्हाच त्याला तिथला तणाव जाणवला. त्याचा बाप वजीर आसदखान आधीच तेथे आलेला होता. त्याची गंभीर

मुद्रा आणि औरंगजेबाच्या हातातल्या माळेवरच्या बोटांची अस्वस्थ चाळवाचाळव पाहून काहीतरी महत्त्वाची मसलत असल्याचे त्याच्या लक्षात आले. त्याने वाकून कुर्निसात करताच त्याच्याकडे रोखून पाहत औरंगजेब म्हणाला,

"झुल्फिकार, तू आठ महिने झगडून रायगड घेतलास. मोठी कामयाबी मिळवलीस. पण एक कसूर झाली. तू तिथं घातलेल्या घेऱ्यातून तो सिवाचा दुसरा मुलगा रामा निसटला. पार चंदीला पोहोचला. हे तुला समजलं असेलच."

"जी, हुजूर."

"आता तुझं अर्धवट टाकलेलं काम तू पुरं करायला हवं. त्या रामाला खतम केल्याशिवाय हे मराठे खऱ्या अर्थाने संपणार नाहीत. तू ताबडतोब चंदीला निघण्याच्या तयारीला लाग."

"जो हुकूम."

असे म्हणून झुल्फिकारखान पुन्हा वाकून कुर्निसात करून बाहेर पडला. पण औरंगजेबाच्या बाजूला उभ्या असलेल्या आसदखानाला राहवले नाही. तो चाचरत बोलला,

"खाविंद, खफा होणार नसाल तर एक बात बोलू?"

"हुं."

बादशहाने त्याच्याकडे न पाहता नुसता इशारा केला.

"हुजूर, रायगड जिंकल्यापासून छावणीत खुशीचा माहोल आहे. जीतची खुशी तर आहेच, पण आता लवकर घरी जायला मिळणार अशी आशा त्यांना वाटतेय."

"तो?"

"नाही, म्हणजे तो रामा गेलाय तिकडे इतक्या लांब चंदीला. तो इतक्या दुरून काय करणार? त्यातून इथं एक विशाळगड सोडून आहेच काय त्यांच्याकडे? नाही राज्य, नाही सेना. तेव्हा आता ही एवढी मोठी मोहीम काढायची. शायद सिपाही नाराज तो नहीं..."

अचानक औरंगजेबाने वर पाहिले. आसदखानाचे पुढचे शब्द तोंडातच अडकले. त्याने मान आणखी खाली वळवली. त्याच्याकडे निरखून पाहत बादशहाने विचारले,

"सिपाहियोंका रहने दो, तुम्हारा क्या?"

त्यावर चपापून आसदखान म्हणाला,

"हमारा क्या? जिथं खाविंद तिथं आम्ही. तिथंच आमचं वतन."

"ते ठीक आहे. पण तुम्ही सल्तनतीचे वजीर. एवढा सियासतचा तजुर्बा आहे तुम्हाला. तुम्हाला तरी हे समजायला हवं होतं. तो रामा आखिर त्या सिवाचा बेटा आहे. आज कमजोर असेल, पण छोट्या चिंगारीलादेखील हवा मिळाली तर तिचा केवढा मोठा वणवा होतो. ये जानते हो ना तुम? तो तिथं राहून जादा ताकदवर

होण्यापूर्वी त्याला संपवायला हवं.''

''जी, हुजूर.''

आसदखान खजील होत म्हणाला. आता औरंगजेबाचा स्वर कठोर झाला.

''झुल्फिकारला ताबडतोब कूच करायची तैयारी करायला सांगा.''

''जी, हुजूर. येतो मी.''

असे म्हणून आसदखान गडबडीने डेऱ्यातून बाहेर पडला.

६

रायगड पडल्याची खबर चंदीला येऊन आठवडा झाला. आता महाराज चांगलेच सावरले होते. ते सदरेवर आले तेव्हा कारभारी मंडळी आधीच येऊन थांबली होती. त्यांच्याकडे पाहत महाराजांनी विषयाला हात घातला.

''आम्हाला वाटतं, आपल्याला सुरुवात सैन्याच्या उभारणीपासून करायला हवी. इथं शिबंदी कमी आहे. आपण इथं आल्याचं समजल्यावर औरंगजेब काही गप्प बसणार नाही. तेव्हा त्याचा मोर्चा इकडे वळण्यापूर्वीच आपल्याला सज्ज व्हावे लागेल.''

''जी, महाराज.''

राजाराम महाराजांचा बदललेला सूर ऐकून प्रल्हाद निराजी आनंदाने म्हणाले. त्यावर महाराज सांगू लागले,

''पण पंत, केवळ इथली शिबंदी वाढवून चालणार नाही. तिथं खजिना रिकामा आहे. रामचंद्रपंतांकडे मदत पाठवून द्यायला हवी.''

''होय, महाराज.''

प्रल्हाद निराजींनी होकार भरला. त्यावर महाराजांनी केसो त्रिमलांकडे पाहत विचारले,

''केसोपंत, खजिन्याची परिस्थिती कशी आहे?''

''उत्तम आहे महाराज, यंदा पर्जन्य मनासारखा झाला आहे. पिके चांगली आली आहेत. व्यापार उदीम ठीक चाललेला आहे. वसूल भरपूर झालेला आहे.''

केसोपंतांनी खाली मान घालून थोडक्यात उत्तर दिले.

केसोपंत सध्या चंदीच्या सुभ्याचे कारभारी होते. पण त्यांची कारभारी पदावरची कारकीर्द काही फारशी सुरळीत झालेली नव्हती. संभाजी महाराजांनी केसोपंत पिंगळे यांना कारभारी नेमून चंदीला पाठवले होते. पण त्यांच्यामुळे आपल्या अधिकाराचा संकोच झाला आहे, असे हरजीराजे यांना वाटल्याने त्यांच्या मनात सुरुवातीपासून पंतांबद्दल अढी बसली होती. पुढे तर केसोपंतांना कैदेत टाकेपर्यंत त्यांची मजल

गेली होती. ते जेव्हा अतिशय आजारी पडले तेव्हा त्यांनी स्वत:च केसोपंतांना सोडवले होते आणि पुन्हा त्यांच्या हाती कारभार सोपवला होता. त्यानंतर थोड्याच दिवसात हरजीराजेंचा काळ झाला होता.

या सर्व घटनांना फार दिवस झाले नव्हते. त्यामुळे आज जरी केसोपंत मुख्य कारभारी असले तरी पूर्वीच्या तुरुंगवासाच्या अनुभवामुळे ते सावधपणे वागत होते. अद्याप त्यांना महाराजांच्या स्वभावाचा अंदाज येत नव्हता. म्हणून दबून वागत होते. अगदी मोजक्या शब्दांत उत्तर देत होते.

तरीही त्यांच्या बोलण्यामुळे राजाराम महाराजांना हुरूप आला. ते केसोपंतांना म्हणाले,

"छान. मग आता कामाला लागा. सैन्यभरतीला सुरुवात करा. विशाळगडाला रामचंद्रपंतांना कळवा की, रायगड पडला म्हणून दिल टाकू नका. आपण पन्हाळगडी निर्णय घेतला होता त्यानुसार सर्व सरदार, जहागिरदारांना पत्रे पाठवा. आबा महाराजांच्या भरोशाच्या सर्वांना आमच्यातर्फे कौल देण्यास सांगा."

राजराम महाराजांचा उत्साह पाहून सर्वांना बळ आले. ते भराभर कामाला लागले. राजाराम महाराजांची पन्हाळगडावर असतानाच नागोजीराव आणि चांगोजीराव पाटणकर यांच्यासारख्या अनेक जणांना पत्रे धाडलेली होती. महाराज चंदीला सुखरूपपणे पोहोचल्याचे आता मराठी मुलखात समजले होते. तेव्हापासून त्यांना भेटण्यासाठी लोकांची रीघ लागली होती. हरजीराजेंच्या आजारपणामुळे आजूबाजूच्या मुलखातला मराठ्यांचा वचक कमी झाला होता. काही ठिकाणी पुंडपाळेगारीला ऊत आला होता. तेसुद्धा चंदीला महाराजांकडे येऊन रुजू होऊ लागले.

तंजावरहून महाराजांचे चुलतबंधू – एकोजीराजेंचे चिरंजीव शहाजीराजेंचे प्रतिनिधी येऊन भेटून गेले. दोघांनी एकमेकांना साह्य करण्याचे मान्य केले. रायगड पडल्यावर अवघ्या महिन्याभरात चित्र पालटू लागले. राज्यउभारणीच्या कामाला वेग आला. औरंगजेबाच्या रेट्यामुळे निष्प्रभ होऊन जवळजवळ मृतप्राय झालेल्या मराठेशाहीला जणू नवसंजीवनी मिळाली. स्वराज्याचा मामला थाटत चालला आहे, असे दिसू लागले होते...

७

विशाळगडावरचे निराशेचे वातावरण निवळू लागले होते. महाराजांनी रायगड पडल्याचा धक्का मागे टाकून कारभारात लक्ष घातल्याचे त्यांच्याकडून आलेल्या पत्रांमधून जाणवत होते. त्यांच्या आज्ञेप्रमाणे सर्वांना कौल देणारी पत्रे पाठवायला रामचंद्रपंतांनी सुरुवात केली होती. ते त्याच गडबडीत असताना एक जासूद गडावर

आला. त्याने सांगितलेले ऐकून ते गंभीर झाले, त्या वेळी खुद्द ताराबाई सदरेवर होत्या. त्यांच्याकडे पाहत पंत म्हणाले,

"राणीसाहेब, खबर चांगली नाही."

"काय झालंय?"

"महाराज चंदीला पोहोचल्याचं औरंगजेबाला समजलं. त्याने झुल्फिकारखानाला ताबडतोब तिथं चालून जायला सांगितलंय."

"हं. म्हणजे रायगड ज्याने घेतला तोच ना?"

"जी, राणीसाहेब."

हे ऐकून ताराबाई काही काळ स्तब्ध झाल्या. नंतर त्यांनी विचारले,

"चंदीहून काही खबर?"

"नाही. नवीन काही नाही. आधी तिथून आलेल्या खलित्यानुसार आम्ही काम करत आहोत."

"ठीक आहे. त्यांच्याकडे ही खबर मिळेलच. त्यांच्याकडून पुढली सूचना येईल. तेव्हा पाहू."

असे म्हणत त्या उभ्या राहिल्या. आपल्या महालाकडे संथपणे निघून गेल्या. रामचंद्रपंत पुन्हा आपल्या कामाला लागले.

औरंगजेबाने झुल्फिकारखानाला चंदीवर चालून जायला सांगितले आहे हे तिथे समजले. राजाराम महाराजांना कोठेही स्थिर राहून आपले बस्तान बसवू द्यायचे नाही, हे त्याने अगदी ठरवूनच टाकलेले दिसत होते. आधी प्रतापगड, नंतर पन्हाळा अशा दोन्ही ठिकाणी त्यांचा पाठलाग करून झाल्यावर आता त्याचा मोर्चा महाराजांच्या नव्या मुक्कामाकडे वळला होता.

अर्थात, हे तसे अपेक्षितच होते. तरीही ते समजल्यापासून चंदीतल्या तयारीला वेग आला. सैन्यभरती जोरात सुरू झाली. बंदुकांच्या खरेदीसाठी वलंदेजांशी संपर्क साधलेला होता. इतर शस्त्रे, तोफा आदी घेतली गेली. वाढलेल्या खर्चाची जोडणी करण्यासाठी केसोपंत कामाला लागले.

मराठी मुलखातून रोज नवीन माणसे येऊन भेटत होती. काही दुरावलेले तर काही औरंगजेबाच्या धास्तीने लांब गेलेले एकेक जण जवळ येत होते. बाजीराव जेधेंकडून रत्नाजी शिंदे आणि शंकराजी ढगे येऊन गेले. त्यांच्या पाठोपाठ हणमंतराव आणि सटवाजीराव निंबाळकर येऊन रुजू झाले. सदरेवरची कामे रोज उशिरापर्यंत चालू होती.

सदरेवरची कामे उरकून महाराज आपल्या महालात जायला निघणार तोच प्रल्हाद निराजी त्यांना म्हणाले,

"महाराज, एक विचारायचं होतं."

“काय म्हणता?”

महाराजांनी थबकून विचारले.

“चार दिवसांवर मकरसंक्रांत आहे. त्या दिवशी उत्तरायण सुरू होणार. या भागात संक्रांतीचं मोठं माहात्म्य आहे. या दिवशी समुद्रस्नान करणं मोठं पुण्यकारक मानतात. या पर्वणीचा आपण लाभ घ्यावा, अशी विनंती करायची होती.”

“खरंच पंत, चांगलं सुचवलंत. त्या निमित्ताने बाहेर पडता येईल. आम्ही इथं आल्यापासून कुठं गेलो नाही. इथल्या मुलखाची पाहणी करण्याचं अनेक वेळा मनी आलं, पण जमलं नव्हतं. ही चांगली संधी चालून आली आहे. आपण जरूर जाऊ या.”

असे मोठ्या उत्साहात बोलून महाराज आपल्या महालाकडे वळले.

महाराज जातीने समुद्रस्नानासाठी जाणार, हे ठरल्याने तयारी जोरात सुरू झाली. दोन दिवसांनी शेकडो स्वार आणि कारभाऱ्यांसह ते सागरतटी जाण्यासाठी चंदीबाहेर पडले. चंदीपासून समुद्र अवघ्या पंधरा कोसावर असल्याने अंधार पडण्यापूर्वीच सारा लवाजमा तेथे पोहोचला. थंडीचे दिवस होते तरी तिथली हवा चंदीपेक्षा कितीतरी उबदार होती.

संक्रांतीच्या दिवशी हवा प्रसन्न होती. आभाळ निरभ्र होते. पहाट होताच उगवत्या सूर्याचे कोवळे किरण सागरावर उतरले. निळ्याशार पाण्यावर सोनेरी रंगछटा चकाकू लागल्या. नीलवर्णी रेशमी महावस्त्रावर सोनेरी वेलबुट्टी काढल्यासारखे दिसणारे ते अलौकिक दृश्य पाहत महाराज समुद्रस्नानासाठी पाण्यात उतरले. पाण्यात बुडी मारून ते पूर्वेकडे तोंड करून उभे राहिले. उगवत्या तेजाचे दर्शन घेऊन त्याला अर्घ्य देण्यासाठी त्यांनी ओंजळीत पाणी भरले. हात उंचावून उच्च स्वरात गायत्री मंत्राचा घोष केला.

सूर्यकिरणांतून पसरणारा प्रकाश सागरलाटांवर स्वार होऊन आपल्याकडे वाहत येत आहे असे त्यांना वाटले. त्या स्वर्गीय निसर्गलीलेचा आस्वाद घेत महाराजांनी मनसोक्त जलक्रीडा केली. दोन दिवसांनी हा अत्यंत आगळा आनंदमय अनुभव घेऊन सर्व जण चंदीला परतले. तेव्हा एक नवी ताजगी, नवा उजागर त्यांच्या अंतरंगात सामावलेला होता.

८

महाराज समुद्रस्नानाहून परत आले. चंदीला साधनसामग्रीची जोडणी जोरात सुरू होती. बंदुका, लहानमोठ्या तोफा, मालवाहतुकीसाठी हत्ती, घोडे, बैल अशी जनावरे तसेच मोठे गाडे यांची खरेदी झाली. गडावर येणारे सामान दास्तानाला लावण्यासाठी

खंडो बल्लाळ आणि केसोपंतांच्या हाताखाली कारकून, लेखनिक, हिशेबनीस यांची मोठी फौज राबत होती.

एक महत्त्वाची बातमी त्याच वेळी आली. औरंगजेब त्याची कोरेगावजवळची छावणी उठवून विजापूरकडे निघाला आहे. हे ऐकून राजाराम महाराज म्हणाले,

"हे एका परीने चांगलंच झालं. झुल्फिकारखान आधीच इकडे येण्यासाठी निघालाय. आता खुद्द बादशहा साऱ्या छावणीसह विजापूरला गेला म्हणजे मराठी मुलखावरचा मोगलांचा दबाव कमी होईल. तिथल्या माणसांना थोडी हालचाल करायला मोकळीक मिळेल."

तिथला विचार करत त्यांनी केसोपंतांना विचारले,

"पंत, विशाळगडावर आता लवकर मदत पोहोचली पाहिजे. त्याची तयारी कुठवर आली?"

"महाराज, एक लक्ष होनांचा खजिना पाठवण्याएवढी व्यवस्था झाली आहे."

"छान." खूश होत महाराज प्रल्हाद निराजींकडे वळून म्हणाले,

"पंत, झुल्फिकारखान आतापर्यंत विजापूराहून पुढे आला असेल. त्याच्या येण्याच्या मार्गाची बित्तंबातमी मिळायला हवी, म्हणजे आपल्याला दुसऱ्या वाटेने खजिना पाठवता येईल."

"जी, महाराज. आपले नजरबाज आहेत त्या कामावर. त्यांना लागलीच बोलावून घेतो."

असे म्हणून प्रल्हाद निराजी कामाला लागले. लवकरच समजले की, झुल्फिकारखान रायचूर, कर्नूल, नंद्याळ या बाजूने पुढे निघाला आहे. त्यामुळे केसोपंतांना कोप्पळ प्रांतातून पाठवायचे ठरले. पुढच्या आठ दिवसांत मराठी मुलखात पत्रे रवाना झाली. संताजी आणि धनाजी यांनी केसोपंतांना तुंगभद्रेकाठी भेटावं. खजिना सुखरूपपणे पुढे घेऊन जावा, असे त्यांना कळवण्यात आले. रामचंद्रपंतांना सर्व तपशील कळवला गेला.

आता महाराजांना आपल्या राज्याच्या जुन्या निष्ठावंतांना कौल द्यावा, असे वाटले. त्यांना कारीच्या जेधेदेशमुख यांची आठवण आली. हे घराणे त्यांचे आजोबा शहाजी महाराज यांच्या वेळेपासून तीन पिढ्यांचे एकनिष्ठ सेवक. महाराजांनी खंडो बल्लाळांना बोलावून बाजी सर्जेराव जेधे यांना पत्र पाठवले. त्यात त्यांनी लिहिले,

'या प्रांती वर्तमान तर, यावरी, तिकडे जमाव लष्कर चाळीस हजार व हशम एक लक्ष पंचवीस हजार जमाव जाहला आहे.'

त्यापुढे केसोपंत त्रिमल आणि खजिन्याबद्दल माहिती देऊन महाराजांनी पुढे लिहिले,

'तरी तुम्ही आपली खातरनिशा राखोन, स्वामींच्या पायाशी एकनिष्ठता

करून, स्वामीकार्य साध्य होय ते करणे. गनिमाचा हिसाब काय आहे? गनिमाला तुम्ही लोकी केला आहे. ते तुम्हीच लोक राज्याची पोटतिडिक धरिता. तेव्हा औरंगजेबाची हिसाब धरीत नाही. ऐसे बरे समजून वर्तणूक करणे...'

चंदीला आल्यापासून अवघ्या पाच-सहा महिन्यांत एवढी ताकद उभी राहिली होती. सर्वांचा आत्मविश्वास इतका वाढीस लागला होता की, महाराज आता औरंगजेबासारख्या गनिमाचा हिसाब काय धरायचा, असा सवाल करून आपल्या माणसांची हिंमत वाढवू लागले होते.

अलीकडे सदरेवरील कामकाज संपेपर्यंत संध्याकाळ उलटून जात होती. खुद्द महाराज उशिरापर्यंत थांबत होते. कधीकधी तर मुदपाकाकडून रात्रीच्या थाळ्याची वर्दी आली तरी ते कामात बुडालेले असत. एके दिवशी सदरेवरची कामे उरकून महाराज आपल्या महालात निघाले तेव्हा बरीच रात्र झाली होती. त्यांच्या पाठमोऱ्या आकृतीकडे पाहत प्रल्हाद निराजी विचारात पडले. अलीकडे महाराजांचा एकटेपणा त्यांना जाणवू लागला होता. त्यांच्या पत्नी तिथे दूरदेशी विशाळगडावर राहिलेल्या होत्या. त्यांना इकडे आणण्याइतकी परिस्थिती अद्याप अनुरूप झालेली नव्हती. महाराजांच्या एकटेपणावर काय करावे याचा विचार करत ते बराच वेळ गढून गेले होते.

९

केसोपंतांना मराठी मुलखात जाण्यासाठी चांगला मुहूर्त पाहून दिवस ठरवला गेला. त्याआधी महाराजांनी त्यांच्या अत्यंत विश्वासातल्या गिरजोजी यादव याला बोलावून घेतले. त्याच्याकडे एक खास कामगिरी सोपवायची होती. त्याला समजावून सांगत ते म्हणाले,

"गिरजोजी, तुम्ही केसोपंतांसोबत जायचे आहे."

"जी, महाराज."

गिरजोजी नम्रपणे म्हणाले. महाराज पुढे सांगू लागले,

"केसोपंत तुंगभद्रेजवळ संताजी, धनाजींजवळ खजिना सोपवून परत येणार आहेत. पण तुम्ही खजिन्यासोबत पुढे विशाळगडी जायचं आहे. तुमची तिथली कामगिरी महत्त्वाची आहे. आमचं खानदानी सोनं आणि जडजवाहीर इकडे घेऊन यायचं आहे. नंतर कबिला येथे येताना त्यांच्याजवळ जोखीम नको. म्हणून आम्ही हे काम तुमच्या जिम्मेदारीवर देत आहोत."

"महाराज, आपण येवढा भरवसा ठेवला, हे आमचं मोठं भाग्य आहे. आम्ही

अगदी जिवापाड जपून आणू.''

गिरजोजींनी पुन्हा एकवार महाराजांना नम्रपणे खात्री दिली. महाराजांनी रामचंद्रपंतांना त्या विषयी गोपनीय खलिता तयार करून दिला. तो घेऊन महाराजांना मुजरा करून गिरजोजी कामगिरीवर निघाला. ठरलेल्या दिवशी केसोपंत लवाजम्यासह निघाले. त्यांच्यासोबत एक लक्ष होनांचा खजिना, बंदोबस्तासाठी पंधरा हजार संगीनस्वार आणि पंचवीस हजार हशम यांसह पाठवला होता.

केसोपंत निघून गेले. त्यानंतर आठवडाभरात होळीचा सण आला. किल्ल्यातल्या लोकांनी सण मोठ्या उत्साहात साजरा केला. प्रत्यक्ष छत्रपती किल्ल्यात असल्यामुळे रंगपंचमी अधिक रंगतदार झाली होती. महाराज लोकांचा आनंद पाहून उत्साहात भाग घेत होते. त्यांच्या मनात मात्र रायगडावरचा होळीचौकाच्या आठवणींनी फेर धरला होता. आपल्या महालात जुन्या स्मृती चाळवत ते कष्टी होत होते.

महाराजांनी दुसऱ्या दिवशी प्रल्हाद निराजींना आपल्या महालात बोलावले. ते गंभीरपणे सांगू लागले,

''पंत, या अमावस्येला दादा महाराजांना जाऊन वर्ष होईल. वहिनीसाहेब मोगलांच्या कैदेत. त्यांना तिथं त्यांचं वर्षश्राद्ध करायला कसं जमणार? आम्हाला वाटतं, आम्ही ते इथं करावं.''

''होय, महाराज. खरं आहे आपलं.''

प्रल्हाद निराजी नम्रपणे म्हणाले.

''मग त्याच्या तयारीला लागा. सारं व्यवस्थित विधीपूर्वक व्हायला पाहिजे. भरपूर दानधर्म करायला हवा. सगळी तजवीज नीट करून घ्या.''

महाराजांनी आज्ञा दिली. प्रल्हाद निराजी तयारीसाठी निघून गेले. संभाजी महाराजांचे श्राद्ध यथासांग पार पडले. होमहवन, धार्मिक विधी केल्यावर राजाराम महाराजांनी उदंड दानधर्म केला. दिवसभर कार्यात गुंतलेल्या महाराजांना रात्री आपल्या महालात गेल्यावर मात्र राहवले नाही. जुन्या आठवणींनी ते पार अस्वस्थ होऊन गेले.

खरंच, गेल्या अवघ्या एक वर्षात सारं होत्याचं नव्हतं होऊन गेलं होतं. महाराज विचारांच्या भोवऱ्यात अडकून गेले.

काय काय घडून गेलं अवघ्या या एका वर्षात! आमचे दादा महाराज मोगलांकडून पकडले गेले, आणि सर्वांच्या दशावताराला सुरुवात झाली. दादा महाराजांना भयंकर मृत्यूला सामोरं जावं लागलं. आम्हाला आमचं घर, आमचा रायगड सोडून परदेसी होऊन या इथं चंदीला यावं लागलं. वहिनीसाहेब, आईसाहेब, बाळराजे आणि जानकी तिथं मोगलांच्या कैदेत अडकली. विशाळगडावरचा कबिलासुद्धा लवकर आणणं जमत नाही आहे. सारे जिवलग दुरावले. आम्ही एकटे तेवढे इथं आल्यापासून

सर्व वेळ आम्हाला आणि आमच्या दौलतीला सावरण्याचा प्रयत्नात बुडून गेलोय.

अर्धी रात्र उलटली तरी महाराज एकटेच तळमळत होते. केव्हातरी पहाटे थकून त्यांचा डोळा लागला, तेव्हा गडावरची मंडळी नव्या वर्षाचे, पाडव्याचे स्वागत करण्याच्या तयारीला लागली होती.

१०

ताराबाईंना विशाळगडावर येऊन चार महिने होऊन गेले होते. आता थंडीचा कडाका कमी झाला होता. चंदीहून येणाऱ्या खलित्यांची वाट पाहणे, सदरेवर रामचंद्रपंतांसह कारभार पाहत त्यातले बारकावे समजून घेणे यात दिवस कसेबसे सरत होते. अलीकडे चंदीहून खलित्यांवर खलिते येऊ लागले होते. रामचंद्रपंत आणि इतर कारभाऱ्यांची धांदल उडाली होती. केसोपंत खजिना घेऊन निघाल्याचे वाचताच रामचंद्रपंत मोठ्या उत्साहात येऊन ताराबाईंना म्हणाले,

''राणीसाहेब, आनंदाची बातमी आहे. महाराजांनी तिथं सव्वा लक्ष सैन्य उभारलंय. खुद्द केसोपंत एक लक्ष होनांचा खजिना आणि चाळीस हजार सैन्य घेऊन निघाले आहेत. तुंगभद्रेजवळ त्यांना आणण्यासाठी संताजी आणि धनाजी यांना पाठवण्याची आज्ञा केली आहे.''

''बरं झालं. स्वारींचं चंदीला चांगलं बस्तान बसू लागलं. जगदंबेची कृपा.''

ताराबाई हात जोडीत म्हणाल्या. रामचंद्रपंत समाधानाने हसत उद्गारले,

''होय. आता आपल्या सरदारांना जोर येईल.''

संभाजी महाराजांचा काळ झाल्यापासून झाकोळून गेलेल्या स्वराज्यात पुन्हा एकवार आशेचे प्रकाशकिरण डोकावू लागले होते. हा खलिता आल्यापासून विशाळगडावर उत्साहाचे वातावरण निर्माण झाले होते. कारभारी मंडळ केसोपंतांकडे माणसे आणि सैन्य पाठवण्याच्या तयारीला लागले.

केसोपंत तुंगभद्रेजवळ सारी जोखीम संताजी आणि धनाजी यांच्या स्वाधीन करून परत निघून गेले. फक्त गिरजोजी यादव काही मंडळींसह विशाळगडावर आले. एक मोठी कामगिरी यशस्वीपणे पार पडली होती. पुढचे दोन आठवडे चंदीहून आलेला खजिना आणि सैन्य यांची व्यवस्था लावण्यात गेले. या निमित्ताने महाराजांनी नेमलेल्या राजमंडळातले बहुतेक जण विशाळगडावर जमले होते. बदललेल्या परिस्थितीत पुढचे धोरण ठरवणे गरजेचे होते. त्यासाठी राजमंडळाची बैठक घ्यायचे ठरले. प्रमुखस्थानी अर्थातच महाराणी ताराबाई होत्या.

बैठकीला सुरुवात झाली. रामचंद्रपंतांनी सर्वांचे स्वागत केले. खुद्द ताराबाईंनी मुख्य विषयाला हात घातला. त्या म्हणाल्या,

"स्वामींनी चंदीहून आपल्याला धन आणि सेना अशी दोन्ही गोष्टींची कुमक केलेली आहे. सध्या मोगल बादशहा इथला मुलूख सोडून विजापूरला छावणी घेऊन गेला आहे. त्यामुळे त्यांचा आपल्या भागावरचा रेटा थोडा कमी झालेला आहे. याचा लाभ आपण उठवावा असं आम्हाला वाटतं. तुम्ही सर्वांनी यावर आपलं म्हणणं मांडलंत की पुढचं सारं ठरवणं सोपं होईल."

ताराबाईंचे बोलणे ऐकून संताजींना हुरूप आला. ते उत्साहात म्हणाले,

"राणीसाहेब, साताऱ्याचा मसला आता हाती घ्यावा असं आम्हाला वाटतं. रुस्तुमखान विजापुरी म्हणजेच सर्जाखान. तो तिथं गेली चार महिने वेढा घालून बसलाय. तिथले किल्लेदार हंबीरराव मोहिते त्याला चांगलं तोंड देत आहेत. तसे ते आणखी काही महिने किल्ला सहज लढवू शकतील, हे आम्हाला ठाऊक आहे. कारण आमचं त्यांच्याशी संधान आहे. रुस्तुमखानासारख्या बलाढ्य सरदाराच्या छावणीवर हल्ला करून त्याला पळवून लावले, तर मोगलांना चांगलाच धक्का देता येईल असं आम्हाला वाटतं."

संताजींचा हा विचार धनाजींना अतिशय आवडला. ते जोरदार पाठिंबा देत म्हणाले,

"आम्हाला संताजींचा मशवरा पटतो आहे. साताऱ्याजवळचा सारा मुलूख त्यांच्या पायाखालचा आहे. आपण मोहिमेची काटेकोर आखणी करून हमला केला तर फते नक्की मिळेल."

ताराबाई, रामचंद्रपंत, शंकराजी आणि इतर सर्वांना हा मोहिमेचा विचार पसंत पडला. बऱ्याच काळानंतर एवढी मोठी मोहीम हाती घ्यायची होती. ती कोणत्याही परिस्थितीत यशस्वी व्हायला हवी, असा सर्वांचाच आग्रह होता. त्यासाठी पूर्ण शक्तिनिशी उतरायला हवे होते. म्हणून संताजी, धनाजी, रामचंद्रपंत आणि शंकराजी या चौघांच्या फौजा साताऱ्यात उतरवायचे असे ठरले.

अर्थातच रुस्तुमखानदेखील काही सामान्य सेनानी नव्हता. त्याचे खबरगीर मराठ्यांच्या चढाईचा तपशील त्याला कळवणार, याची कल्पना मराठी वीरांना होतीच. त्यामुळे या वेळी अगदी वेगळी, त्याच्यासारख्या मुरलेल्या लढवय्याच्यासुद्धा लक्षात येणार नाही अशी आखणी करायचे त्यांनी ठरवून टाकले. त्यात साताऱ्याचे किल्लेदार हंबीरराव मोहिते यांनादेखील सामील करून घ्यायचे ठरले.

बैठक संपली, तेव्हा सर्वांच्या मनात जोष उसळत होता. अवघ्या आठवड्याभरात सर्व तयारी करून सैन्य साताऱ्याच्या दिशेने निघालेदेखील.

११

इकडे झुल्फिकारखानची चंदीच्या दिशेने आगेकूच सुरू होती. वीस हजाराचे सैन्य आणि इतर वरकड मनुष्यबळ घेऊन तो मोगली सवयीप्रमाणे गजगतीने येत होता. तो जरी सावकाशपणे येत असला तरी त्याच्या आक्रमणाला तोंड देण्याच्या तयारीला लागणे क्रमप्राप्त होते. त्यासाठी आपले सैन्यबळ उभारण्याबरोबर दक्षिणेतल्या इतर काही राज्यकर्त्यांची साथ मिळवण्याचा प्रयत्न करावा, असा एक विचार पुढे आला.

दक्षिणेतल्या बऱ्याच छोट्या राज्यांच्या नरेशांशी शिवाजी महाराज आणि संभाजी महाराज यांच्या वेळेपासून मैत्रीचे संबंध होते. त्या सर्वांशी संपर्क साधण्यास आधीच सुरुवात झालेली होती. त्यातल्या काही जणांचे प्रतिनिधी महाराजांना भेटून नजराणे देऊन गेले होते. केवळ प्रतिनिधींच्या भेटीगाठीपर्यंत असलेले संबंध वाढवणे आता जरुरीचे होते. त्यासाठी स्वतः नरेशांना चंदीच्या दरबारात येण्याची आमंत्रणे धाडण्यास सुरुवात झाली. या प्रयत्नांना चांगला प्रतिसाद मिळू लागला. हे पाहून प्रल्हाद निराजी महाराजांना म्हणाले,

"महाराज, आपल्या बोलावण्यानुसार अनेक नरेश आपल्याकडे येऊ इच्छितात. तसा निरोप घेऊन त्यांचे जासूद येऊ लागले आहेत."

"वा पंत, हे चांगले झाले. त्यांना कळवून टाका की, आम्हीही त्यांचे स्वागत करण्यास उत्सुक आहोत."

"जी, महाराज."

असे म्हणून प्रल्हाद निराजी यांनी खंडो बल्लाळांना परतीचे खलिते तयार करण्यास सांगितले. ते खलिते आणि नजराणे घेऊन जासूद परत रवाना झाले.

चंदीतल्या दरबारमहालाची डागडुजी आणि सजावट गेले काही महिने केसोपंतांच्या निगराणीखाली जोरात सुरू होती. राजाराम महाराज हे हिंदुपदपातशाहीचे, मराठेशाहीचे छत्रपती, त्यांच्या दरबाराचा थाट त्यांच्या इतमामाला साजेल असा उभारला जात होता. त्याची तयारी पूर्ण होत आली होती. त्याबद्दल बोलतांना प्रल्हाद निराजी महाराजांना म्हणाले,

"महाराज, दरबारमहालाची तयारी जवळजवळ पूर्ण झालेली आहे. आता पाहुण्यांना भेटीचा दिवस कळवण्यास हरकत नाही. पण एका विषयात आपल्याला विचारायचे होते."

"मग बोला ना पंत, काय विचारायचे आहे?"

महाराजांनी विचारले. तेव्हा थोडे अडखळत प्रल्हाद निराजी म्हणाले,

“पाहुणे इकडचे, दक्षिणेचे, तेव्हा इकडच्या पद्धतीने त्यांचे स्वागत करावे लागेल.”

“मग करा त्याची तयारी. काय अडचण आहे?”

“म्हणजे महाराज, इकडे दरबारात नृत्य, गायन वगैरे असते. आपल्याकडे अशी रीत नव्हती.”

“बरं मग?”

“नाही. म्हणजे तसे करायचे असले तर तसे कलावंत बोलावावे लागतील.”

“हे पाहा पंत, इथे येणारा प्रत्येक पाहुणा जाताना खूशच होऊन जायला हवा. त्यासाठी जे काही करावे लागेल ते करा. त्यांना आपली ताकद, आपले वैभव, आपलं लष्करी सामर्थ्य जाणवेल. त्यांच्यावर त्याचा प्रभाव पडेल, अशी व्यवस्था व्हायला हवी. पंत आपल्याला मोगलांशी लढण्याची तयारी करायची आहे. तेव्हा त्यासाठी जे काही करावं लागेल ते जरूर करा.”

राजाराम महाराजांनी अगदी निक्षून सांगितले. परंतु प्रल्हाद निराजी विचारात पडलेले दिसले.

“ठीक आहे, महाराज, पाहतो आम्ही त्याबद्दल, चौकशी करावी लागेल.”

ते ऐकून काहीतरी आठवत महाराज म्हणाले,

“पंत, आम्हाला वाटतं, या बाबतीत आमचे तंजावरचे बंधू, शहाजीराजे यांची मदत होऊ शकेल. त्यांचे कारभारी, काय बरं नाव त्यांचं, त्र्यंबकराव, त्याच्याशी बोलून घ्या. बहुतेक काम होईल.”

“जी, महाराज. आजच त्यांना लिहितो. त्यांच्या सल्याने सारं रीतसर करतो.”

असे म्हणून प्रल्हाद निराजी त्या कामाला लागले.

दरबारमहालाची सजावट पूर्ण झाली. आकर्षक रंगरंगोटीमुळे महाल नव्यासारखा दिसू लागला. खिडक्यांना कशिदागारी केलेले रेशमी पडदे आणि तलम मलमली आडपडदे लागले. हंड्या, झुंबरे झळाळून उठली. जमिनीवर पाय रुतावे असे बहुमोल इराणी गालिचे अंथरले गेले. बिछायती, लोड, उशा रंगीत रेशमी खोळींनी आच्छादले गेले.

आता एक-एक नरेश, महाराजांच्या भेटीला येऊ लागले. प्रत्यक्ष भेटीच्या वेळी महाल चंदनी धूप आणि अगरबत्त्यांच्या सुगंधाने दरवळून जात होता. पाहुणे मराठ्यांच्या छत्रपतींना मौल्यवान नजराणे सादर करत होते. त्यांना परतीचे नजराणे देण्याचा उपचार पार पडल्यावर मधुर शरबते, स्वादिष्ट मिठायांचा आस्वाद घेत पाहुणे प्रसन्न होऊन जात होते. त्यांच्या मनोरंजनासाठी नृत्यगायन पेश केले जात होते. त्यानंतर लज्जतदार पक्वान्नांच्या मेजवानीचा आनंद घेत नवे राजकीय संबंध जोडले जाऊ लागले.

तंजावरच्या शहाजीराजेंचे कारभारी त्र्यंबकराव यांचे या कामी अतिशय मोलाचे साह्य लाभले होते. त्यांनी दरबारातील मनोरंजनासाठी उच्च दर्जाचे, कसबी कलावंत निवडून पाठवले होते. विविध कलाकुशल माणसांचे जथे चंदीला येऊन दाखल झाले होते. त्या सर्वांची राहण्याची उत्तम सोय गडावर केलेली होती.

त्यातली एक अत्यंत गुणी, देखणी कलावती महाराजांच्या मनात भरली. त्यांना तिचे इतके जबरदस्त आकर्षण वाटले की, ती केव्हा त्यांच्या अंत:पुरात जाऊन पोहोचली हे कोणाला समजलेदेखील नाही. सगुणाबाई महाराजांची लाडकी नाटकशाळा बनली.

तरुण वयातल्या महाराजांचा एकटेपणा तसा सर्वांना जाणवलेला होता. त्यांनी नाटकशाळा बाळगणेदेखील रूढीनुसार वावगे नव्हते. त्यातून त्यांचा कबिला दूरदेशी असल्याने ते साहजिकच वाटत होते. पण कारभारी मंडळींना त्यांच्या सगुणाबाईंशी असलेल्या जवळिकीची दखल घेणे भाग पडले. महाराजांच्या वर्तनाविषयी बाहेर अधिक बोलवा किंवा गवगवा होण्यापूर्वी त्यांचा रीतसर विवाह लावून देणे त्यांना योग्य वाटू लागले.

थोरल्या महाराजांच्या वेळेपासून अनेक खानदानी मराठा घराणी दक्षिणेत स्थायिक झालेली होती. प्रल्हाद निराजी, केसोपंत वगैरे जबाबदार मंडळींनी त्या कुटुंबांशी संपर्क साधून योग्य मुली पाहाव्यात असे ठरले. तंजावरच्या शहाजीराजेंच्या मदतीने सोयरिकी जुळवल्या गेल्या. राजाराम महाराजांचे आणखी दोन विवाह संपन्न झाले. चंदीमध्ये महाराजांचा राणीवसा नांदता झाला.

१२

दक्षिणेतल्या राजांची एकजूट करण्याच्या महाराजांच्या प्रयत्नांना हळूहळू यश येऊ लागले. चित्रदुर्गाचा राजा याचप्पा नायक, बिदनूरची राणी चेनम्मा, वाकिनखेड्याचा बेरड राजा पिड नायक असे काही जण पूर्ण सहकार्य करण्यासाठी तयार झाले. संभाजी महाराजांनी जिंकलेल्या तिलुगा, कोडग, मलायला या मांडलिक राजांनी पुन्हा खंडणी देण्यास सुरुवात केली. मोगलांनी कुतुबशाही बुडवल्यामुळे त्यांचे काही सरदार नाराज होऊन निष्क्रिय झाले होते. पण मोगलांविरुद्ध नवी आघाडी उघडली जात आहे, हे पाहून त्यांच्यापैकी इस्माइलखान मखा आणि सरदार महंमद सादिक महाराजांना येऊन मिळाले.

या सर्व घटनांविषयी खल करून पुढचे ठरवण्यासाठी राजाराम महाराज दरबारात बसले असता मराठी मुलखातून हरकारा आल्याचे समजले. प्रल्हाद निराजींनी त्याच्याकडून माहिती घेतली. त्याचे ऐकल्यावर त्याला सोबत घेऊन ते

दरबारात गेले. महाराजांना म्हणाले,

"महाराज, खबर मोठ्या खुशीची आहे. आपल्या सैन्याने साताऱ्याला मोठा विजय मिळवलेला आहे. मोगल सरदार रुस्तुमखानाला कैद करून मोठी लूट आणि दंडदेखील मिळवला. रामचंद्रपंतांनी खास जासूद पाठवला आहे."

हे ऐकून दरबारात आनंद पसरला. महाराज म्हणाले,

"आमच्या मुलखातून कितीतरी दिवसांनी खूशखबर आलेली आहे. त्या हरकाऱ्यासोबत काही सैनिक आले आहेत का हे पाहा. आम्हाला मोहिमेचा बितपशील ऐकायचा आहे."

"जी."

असे म्हणून प्रल्हाद निराजींनी हरकाऱ्यासह आलेल्या माणसांना बोलावून घेतले. भर दरबारात बोलावल्यामुळे ते गांगरून गेले होते. नंतर भीड चेपल्यावर त्यांनी मोहिमेचे जे वर्णन केले ते ऐकून सारा दरबार थरारून गेला. ते सांगत होते,

"महाराज, संताजीराव, धनाजीराव, शंकराजी सचिव आणि पंत कारभारी यांनी एकजुटीने मोहीम राबवली. झुंजाचा डाव संताजीरावांनी असा काही लावला होता की गनिमाचे काही चालले नाही. आपले सैन्य साताऱ्याजवळ येत आहे हे पाहून रुस्तुमखानाने त्याचे वेढ्यातले निवडक पाच हजार स्वार त्याचा मुलगा गालिबखान याच्यासह पुढे पाठवले. त्यांच्या आघाडीवर पाच हत्ती होते. आपल्या तिरंदाजांनी त्यांच्यावर बाणांचा जोरदार वर्षाव केला. त्यामुळे हत्ती बिथरले. उलटे फिरून आपलेच सैन्य तुडवू लागले. गालिबखानाचे सैन्य माघारी पळू लागले. हे पाहून वेढ्यातले उरलेले स्वार घेऊन खासा रुस्तुमखान चालून आला. आपल्या लोकांनी थोडा वेळ त्यांना अडवून धरले. पण नंतर माघार घेतली. रुस्तुमखान आपल्या सैन्याचा पाठलाग करू लागला.

"पण आपल्या सैन्याची माघार हा एक डाव होता. संताजीरावांनी कर्नाटकी बरकंदाजांची एक तुकडी मागे राखून ठेवलेली होती. रुस्तुमखान पाठलाग करत बराच दूर गेला, तेव्हा त्या राखीव सैन्याने त्याच्यावर मागून हल्ला चढवला. हे पाहून पुढे पळणारे सैन्य मागे वळले. रुस्तुमखान कोंडीत सापडला. त्यातच गोळीबारामुळे हत्तीवर बसलेल्या रुस्तुमखानाच्या कपड्यांनी पेट घेतला, आणि तो बेशुद्ध होऊन खाली कोसळला. आपले सरदार मानाजीराव मोरे यांनी त्याला झडप घालून पकडले आणि आपल्या छावणीत आणले."

"भले शाब्बास."

महाराज न राहावून म्हणाले, सैनिक क्षणभर थांबून पुढे बोलू लागला,

"आपला बाप कैद झालेला पाहून गालिबखान पुन्हा चालून आला. पण आपल्या सैन्याने केलेल्या बाणांच्या आणि गोळ्यांच्या वर्षावाने जायबंदी होऊन

त्याला मैदानात मृत्यू आला. हे पाहून त्याचे सैन्य उधळून गेले. पण महाराज, एवढ्यावर थांबले नाही. इकडे रुस्तुमखान वेढ्यापासून दूर गेलेला पाहताच आधी ठरल्याप्रमाणे किल्लेदार हंबीरराव मोहितेंनी किल्ल्याचे दरवाजे उघडले. तिथल्या उरल्यासुरल्या छावणीवर हल्ला चढवला. रुस्तुमखानाच्या तंबूत असलेली त्याची आई, बायको आणि मुले यांना ताब्यात घेतले. त्यांच्यासह सारी छावणी लुटून किल्ल्यात घेऊन गेले.

"तिकडे मराठ्यांच्या छावणीत कैद असलेल्या रुस्तुमखानाला आपला मुलगा गालिबखान मेल्याचे, तसेच त्याच्या आईसह इतर बायकामुले कैद झाल्याचे समजले. तो अगदी हादरून गेला. त्याने संताजीरावांना आपल्या बायकामुलांना सोडण्यासाठी आर्जव केले. संताजीरावांनी ते मान्य करून त्याला त्याच्या बदल्यात एक लक्ष होनांची मागणी केली. आपल्या बायकामुलांना ओलीस ठेवून रुस्तुमखान रकमेची जोडणी करण्यासाठी आपल्या जहागिरीत सांगोल्याला गेला. त्याने तातडीने तजवीज करून रक्कम संताजीरावांना अदा केली. त्यांनी त्याचा कबिला बाइज्जत त्याच्या हवाली केला."

हे सारे ऐकून महाराज बेहद्द खूश झाले. त्या हरकाऱ्यांना आणि सोबत आलेल्या सर्वांना बक्षिसी देण्याची आज्ञा करून ते म्हणाले,

"संताजींनी आमच्या आबा महाराजांची परंपरा राखली. युद्धातले कसब आणि दिलदारी या दोन्हींमध्ये. आता आम्हाला पूर्ण खात्री पटली की, औरंगजेब कर्नाटकात आहे, तोवर आमचे मराठे वीर आपला सह्याद्री त्याच्या तावडीतून सोडवतील."

सारा दरबार लढाईचा करीणा ऐकून भारावून गेला होता. औरंगजेबाला वाटले होते तसे संभाजी महाराजांच्या पश्चात मराठ्यांचे राज्य चुटकीसरसे बुडवता येणे आता शक्य नाही, हा विश्वास तिथल्या प्रत्येकाला वाटू लागलेला होता.

संताजींच्या साताऱ्याच्या पराक्रमाची वार्ता विशाळगडावर पोहोचली. दीर्घ काळानंतर एक सुखद घटना घडलेली होती. उत्साहाच्या वातावरणात रामचंद्रपंतांनी रुस्तुमखानाच्या फटफजितीचा तपशील सर्वांना ऐकवला. तेव्हा न राहवून ताराबाईंनी मोठ्या त्वेषाने विचारले,

"बरे झाले. पंत, रुस्तुमखानाला आमच्या वीरांनी चांगला धडा शिकवला. हा रुस्तुमखान म्हणजे आमच्या आबासाहेबांना वाईच्या झुंजात मारले होते, तो सर्जाखानच ना? आम्हाला फार कळत नव्हते तेव्हा, पण पुरती याद आहे तेव्हाची."

"होय राणीसाहेब. तोच तो विजापूरकरांकडून मोगलांकडे आलेला."

पंत म्हणाले. बोलता बोलता ताराबाईंना हंबीररावांच्या मृत्यूच्या वेळची परिस्थिती आठवली. सेनापती अचानक गेल्याच्या धक्क्याने हादरलेले शंभूमहाराज, ताराबाईंना कवटाळून त्यांचे सांत्वन करणाऱ्या येसूबाई, सुन्न झालेले सारे सैनिक, सारे काही

नजरेसमोर आले. नकळत त्यांचे डोळे ओलावले. आवेगाने त्या बोलू लागल्या,

"आमचे आबासाहेब, स्वराज्याचे सरलष्कर, त्यांनीच आम्हाला घुडसवारी, तलवारबाजी शिकवली. आम्हाला कळू लागल्यापासून ते सतत झुंजात, मोहिमेवर असलेलेच आम्हाला आठवतात."

हे ऐकून रामचंद्रपंतांना हंबीररावांचा पराक्रम आठवला. सतत अठरा हजार सैनिकांचे बळ पाठीवर घेऊन बुऱ्हाणपुरापासून मावळ कोकणापर्यंत साऱ्या मुलखात दौडणाऱ्या हंबीररावांचा मोठाच दरारा होता. ते म्हणाले,

"आम्ही तर असे ऐकले होते की, मोगलांना त्यांची एवढी दहशत होती की ते आपल्या दिशेने येत आहेत असे नुसते समजले तरी, 'भागो, भागो, हंबीर आया' असे म्हणत गनिमाचे सैन्य पळत सुटायचे."

"होय. आम्ही खूप लाडक्या त्यांच्या. आम्ही रायगडावर असताना कोणीतरी म्हणाले होते की, खुद्द औरंगजेब त्यांना 'आसमानसे चलनेवाला बिजलीका गोला' असं म्हणायचा. तेव्हा ते ऐकल्यावर आम्ही अभिमानाने फुलून गेलो होतो."

ताराबाई अद्याप आपल्या शूर वडिलांच्या आठवणीत रेंगाळल्या होत्या. त्यांचा चेहरा अभिमानाने तेजाळलेला होता. हंबीरराव मोहिते यांनी शिवछत्रपती आणि शंभूमहाराज या दोघांच्या काळात सेनापती पद भूषवले होते. घटका न् घटका न थांबता, न थकता वेगाने दौडी मारणाऱ्या हंबीररावांबद्दल खुद्द थोरले महाराज त्यांच्या घोड्यांच्या पायात विजेचा तोडा घातलाय असे मोठ्या कौतुकाने म्हणायचे. त्यांच्या आठवणींचा मनात आलेला पूर दूर सारत ताराबाईंनी पुढच्या कामाला हात घातला.

१३

मराठी मुलखात साताऱ्याच्या विजयाची वार्ता पसरली. संभाजी महाराज गेल्यापासून अवसान गाळून बसलेली मंडळी पुन्हा एकवार स्वराज्याच्या लढ्यात सामील होण्याचा विचार करू लागली. प्रत्यक्ष मोगलांना सामील झालेल्यांच्या मनातसुद्धा चलबिचल होऊ लागली. कारीला राहणारे बाजी सर्जेराव जेधे यांना आधी महाराजांनी पाठवलेले पत्र मिळालेले होते. त्यानंतर केसो त्रिमल मोठा खजिना आणि सैन्यासह दक्षिणेतून आल्याचे समजले. पाठोपाठ संताजींनी रुस्तुमखानासारख्या बलाढ्य मोगल सरदाराच्या केलेल्या ससेहोलपटीबद्दल समजले. आता मात्र बाजीरावांना राहवेना. त्यांनी आपल्या वतीने नाईकजी जेधे यांना चंदीला राजाराम महाराजांच्या भेटीसाठी पाठवून दिले.

नाईकजींनी चंदीला आल्यावर प्रथम प्रल्हाद निराजींची भेट घेतली. दुसऱ्या दिवशी ते दरबारात पेश झाले. बाजी सर्जेराव जेधे यांनी पाठवलेला नजराणा भेट

करून त्यांनी महाराजांना मुजरा केला. खाली मान घालून ते म्हणाले,

''महाराज आपण इतक्या दूर येऊन आठवणीने पत्र पाठवलंत, त्यामुळे बाजी सरकारांना अतिशय आनंद वाटला. त्यांनी स्वामींच्या चरणी अल्पशी भेट पाठवलेली आहे, तिचा स्वीकार व्हावा अशी प्रार्थना आहे.''

महाराज मराठी मुलखातून आलेल्या विजयी खबरींमुळे खूश होतेच, त्यात जेधेंकडून आलेल्या प्रतिसादामुळे अगदी प्रसन्नचित्त होऊन गेले. नजराण्याचा स्वीकार करत म्हणाले,

''कारीचे जेधे घराणे आमच्या आजोबांपासून गेल्या तीन पिढ्या आमच्या घराण्यासोबत आहे. हे घराणे अत्यंत निष्ठावंत, इमानी आहे, म्हणूनच आम्ही त्यांना याद केले. इथली सारी हकिकत कळवली. बाजीसुद्धा त्यांच्या वाडवडिलांप्रमाणे स्वराज्याच्या कार्यात आमच्या सोबत येतील, असा आम्हाला पुरा भरवसा होता.''

''जी, महाराज.''

असे म्हणून नाईकजी बाजूला सरकले. त्यांनी हळूच प्रल्हाद निराजींकडे पाहिले. पुन्हा मान खाली घालून उभे राहिले. काही क्षणानंतर प्रल्हाद निराजी म्हणाले,

''महाराज, काल नाईकजी आम्हास भेटले होते. त्यांना बाजींची दरखास्त आपल्यापुढे मांडायची इजाजत पाहिजे.''

''काय म्हणतात जेधेसरकार?''

महाराजांनी भुवया उंचावत विचारले,

''जेध्यांचे वतन पूर्वी रद्द केले होते. त्यानंतर सरकारातून रकमेचा पुरवठा होत होता. पण गेल्या सालापासून रक्कम मिळाली नाही. त्यातच मोगलांची धाड आली. मुलखाची खूपच खराबी झाली. वसूल होऊ शकला नाही. त्यामुळे त्यांना अतिशय त्रास झाला. प्रसंगी अन्न-वस्त्रास मोताद होण्याची वेळ आली. त्यातूनही त्यांनी शिकस्तीनं विचित्रगड मोगलांकडून सोडवला. आता ते आणखी जमाव करून आपले गडकोट जिंकून घेऊ इच्छितात. परंतु त्यासाठी त्यांची आपल्याकडे एक दरखास्त आहे.''

एवढे सविस्तरपणे सांगून प्रल्हाद निराजी थांबले. त्यावर हसत महाराज म्हणाले,

''बोला पंत, आम्ही ऐकतो आहोत.''

''त्यांना त्यांच्या घराण्याच्या पूर्वीच्या इनाम वतनाचे वसुलीचे हक्क परत मिळावेत, अशी त्यांची प्रार्थना आहे.''

महाराजांनी एकवार नाईकजींकडे पाहिले. ते खाली मान घालून सारे ऐकत होते. महाराज विचार करत म्हणाले,

"समजलो आम्ही. खरे तर आम्ही पन्हाळ्याहून चंदीला निघण्यापूर्वीच वतनांबद्दल निर्णय घेतलेला होता. ठीक आहे."

एवढे बोलून त्यांनी खंडो बल्लाळांकडे पाहत इनाम हुकमाचा मजकूर सांगायला सुरुवात केली.

'बाजी सर्जेराव जेधे देशमुख यांना राजाज्ञा ऐसाजे...' अशी सुरुवात करून त्यांनी नाईकजीच्या करवी केलेली विनंती आणि वतनाची माहिती यांचा उल्लेख करून आज्ञा केली की,

'स्वामींनी कृपाळू होवून पूर्वीचे हक्क चालवले पाहिजेत, म्हणून विदित केले, त्यावरून हक्क व इनाम तुम्हास देवविले असत. तर्फ मजकुराचे गाव लावणी करून दस्त आकार होईल त्याप्रमाणे मोईन बसवून घेत जाणे, ते जाणिजे.'

शिक्कामोर्तब होऊन वतनाचा हुकूम हाती घेऊन नाईकजी जेधे मोठ्या समाधानाने निघून गेले. त्यानंतर मराठी मुलखातून चंदीला माणसांची रीघ लागली. मराठ्यांची ताकद मराठी मुलखात वाढू लागली होती. चंदीहून छत्रपती त्यांना मोगलांशी झुंज देण्यासाठी त्यांची पूर्वीची जहागीरदार, देशमुख, देशपांडे, देशकुळकर्णी, खासनीस, मुतालिक, चौगुले वगैरे ज्यांची वतने काढून घेतलेली होती ती परत देऊ लागले.

म्हणजेच संभाजी महाराजांच्या मृत्यूनंतर सर्वांना वाटले होते, त्याप्रमाणे मराठी राज्य संपले नाही, संपणार नाही, उलट पुन्हा नव्या जोमाने उभे राहत आहे, हे सर्वांना पटू लागले होते. राजाराम महाराजांनी चंदीला येऊन अवघ्या काही महिन्यांत सारे चित्र पालटून टाकले होते. त्यामुळेच सगळीकडून चंदीकडे माणसांचा ओघ सुरू झाला.

त्यातले काही जण चंदीपर्यंत जाण्याऐवजी विशाळगडावर रुजू होऊ लागले. तेथे ताराबाईंच्या अधिपत्याखाली राजमंडळ कार्यरत होते. त्या राजमंडळाच्या निर्णयानुसार हुकूमतपन्हा या अधिकारात रामचंद्रपंत सनदा देऊ लागले. एकूणच वतनाच्या निमित्ताने का असेना, बरीच मंडळी परत आली. आता मराठा दौलतीची ताकद दिवसेंदिवस वाढू लागली.

१४

विशाळगडावर ताराबाईंची मन:स्थिती मोठी विचित्र झालेली होती. एकीकडे संताजी, धनाजी, विठोजी, शंकराजी मोठे पराक्रम गाजवत होते. साताऱ्यापाठोपाठ त्यांनी वाईचा कोट जिंकून घेतलेला होता. सारा मावळ परत घेण्याच्या जिद्दीने सारे झगडत होते, त्यात यशस्वी होत होते, याचा आनंद होता. तर दुसरीकडे झुल्फिकारखान

प्रचंड सैन्यासह चंदीकडे सरकतो आहे, त्याला बळ देण्यासाठी खुद्द औरंगजेब कर्नाटकात गेलेला आहे याबद्दल काळजी वाटत होती. तशी ती छत्रपतींनी इथून चंदीला जाण्यापूर्वीपासूनच वाटत होती. एकाच वेळी अनेक प्रकारच्या भावनांचा गोंधळ त्या एकाच वेळी अनुभवत होत्या.

त्यातच परिस्थितीच्या रेट्याने का असेना, शिवछत्रपतींनी आखून दिलेले वतनदारीविषयीचे धोरण बदललेले होते. वतनदारीच्या लोभाने दूर गेलेले अनेक जुने वतनदार स्वराज्यात परत येण्यासाठी धडपडत होते. ते चंदीला तसेच विशाळगडावर दोन्हीकडे जात होते. दोन्ही ठिकाणी सनदा दिल्या जात होत्या. परंतु त्यामधून काही घोटाळे होत आहेत असे हळूहळू त्यांच्या आणि रामचंद्रपंतांच्या लक्षात येऊ लागले होते.

एकाच ठिकाणची सनद दोघांना मिळणे, एकाच कामगिरीसाठी दोन्हीकडून इनामपत्रे मिळवणे असे फायदे उठवण्याचे प्रकार सर्रास होऊ लागले. त्याच्या काही तक्रारीदेखील येऊ लागल्या. हे सारे बरेच गंभीर आहे असे सर्वांना जाणवले. ताराबाईंच्या आधिपत्याखाली याचा विचारविनिमय करण्यासाठी तातडीने बैठक बोलावण्यात आली. बैठकीच्या सुरुवातीला रामचंद्रपंतांनी वतनासंबंधी होत असलेल्या पेचप्रसंगांची माहिती देताना सांगितले,

''छत्रपतींनी इथून चंदीला जाण्यापूर्वी काही महत्त्वाचे निर्णय घेतलेले होते. त्यात आधीचे धोरण बदलून सध्याच्या दौलतीच्या परिस्थितीत गादीशी निष्ठा राखून लढणाऱ्या सेनानींना वतनाच्या सनदा द्यायच्या. त्यातील उत्पन्नातून फौजा उभारून त्यांनी गनिमाला जेरीस आणायचे असे ठरले होते. तेव्हापासून अनेक सरदारांनी मोठा पराक्रम गाजवून वतने मिळवली आहेत, हे आपण सारे जाणताच. आपणसुद्धा अशी वतनपत्रे दिलेली आहेत. पण अलीकडे अशी काही प्रकरणे आमच्यासमोर आलेली आहेत की त्यामुळे नंतर मोठे पेच उभे राहातील असे वाटते. त्यातून काही बाका प्रसंग आला, आपले सरदार वतनासाठी एकमेकांत भांडू लागले तर त्यातून गनिमाचेच फावेल. म्हणून आपल्याला या विषयी काही ठोस निर्णय घेणे गरजेचे आहे.''

रामचंद्रपंतांनी सुरुवातीलाच सर्व विषय सविस्तरपणे मांडला होता. त्यावर बरीच चर्चा झाली. अखेरीस पुढचे धोरण ठरवले गेले. त्यात चार महत्त्वाचे नियम बनवले गेले.

पहिले म्हणजे, ज्यांनी शंभर कारींची सनद घेतलेली असेल, शिवाय जमिनीचे वतनपत्र घेतले असेल, त्यांना आधी त्यातील निम्मे द्यावे. बाकीचे कार्यसिद्धीनंतर द्यावे. दुसरे म्हणजे, ज्यांनी संपूर्ण गावाच्या मोकासा इनाम सनदा आणल्या असतील, त्यांना जर ती गावे वसलेली असतील तरच ती गावे द्यावीत. अन्यथा त्या बदल्यात

रक्कम द्यावी. तीदेखील कार्यभाग जाणून घेऊनच द्यावीत.

काही जणांनी बादशहाच्या कब्जातला भूभाग जिंकल्यावर त्याची इनामाची फर्माने घ्यायची होती. ती आधीच दिलेली असल्यास नंतर त्यांना त्या बदल्यात सध्या नवीन काही देऊ नये, असे तिसऱ्या निर्णयात म्हटले गेले.

देशपांडे, देशकत अशा मोठ्या उत्पन्नांच्या बाबतीत जर पूर्वीची बादशहाची फर्माने किंवा शिवाजी महाराज आणि संभाजी महाराजांची आज्ञापत्रे असून जर ते त्या उत्पन्नाचा प्रत्यक्ष भोगवटा घेत असतील तरच त्यांना त्या उत्पन्नाच्या नव्या सनदा द्याव्यात. अन्यथा काही देण्यात येऊ नये, असे चौथ्या महत्त्वाच्या कलमात ठरले.

अखेरीस हा तर्जुमा चंदीला महाराजांकडे पाठवून देण्यात आला. त्यांच्याकडून मंजुरी आल्यावर सर्व प्रकारच्या म्हणजे धर्मादाय, इनामती आणि इसाफती वतनांच्या बाबतीत ठरल्याप्रमाणे निर्णय घेण्यात येतील, असे निश्चित करण्यात आले. यामुळे परिस्थितीवर बऱ्याच अंशी नियंत्रण ठेवता येईल, अशी सर्वांना खात्री वाटू लागली.

बैठकीचे कामकाज संपले. बहुतेक मंडळी निघून गेली. सदरेवर ताराबाईंसोबत रामचंद्रपंत आणि त्यांच्या विश्वासातले मुतालिक परशुराम त्रिंबक राहिले होते. तेव्हा ताराबाईंनी आपल्या मनातला नाजूक विषय त्यांच्यासमोर मांडला.

''पंत, आम्हास इथं येऊन एक साल होत आले. आता दौलतीची हालत बरीच सुधारली आहे. तेथे चंदीस झुल्फिकारखानाचे संकट मस्तकी आहे, हे आम्हास ठाऊक आहे. तरीदेखील आम्हास इथे अधिक काळ थांबणे बरे वाटत नाही. तरी तुम्ही हे चंदीस कळवून आम्हास इथून नेण्याची व्यवस्था करण्यासाठी लिहा.''

रामचंद्रपंतांना ताराबाईंच्या मनःस्थितीची कल्पना होती. चंदीला महाराजांनी आणखी विवाह केलेले आहेत. इतकेच नव्हे, तर त्यांनी तेथे सगुणाबाई नावाची अत्यंत रूपसुंदर अशी नाटकशाळा बाळगलेली आहे, हे तेथून आलेल्या माणसांकडून पंतांना समजलेले होते. त्यांनी स्वतः ताराबाईंना त्यातले काही सांगितलेले नसले, तरी त्यातले बरेच काही झिरपत त्यांच्या आणि राजसबाईंच्या कानावर पडले होते. त्यामुळे दोघी तशा बऱ्याच अस्वस्थ झालेल्या होत्या. त्यांना आता चंदीला लवकरात लवकर जाण्याची निकड लागणे साहजिकच होते. हे सारे विचार क्षणार्धात पंतांच्या मनात येऊन गेले. ते ताराबाईंना म्हणाले,

''जी, राणीसाहेब. आम्ही आजच महाराजांकडे कळवतो. आपण इथून चंदीला जाणे सोपे नाही. एकतर प्रवास अतिशय दूरचा. वाटेत सर्व मोगली मुलूख. त्यातून जायचे तर त्यासाठी व्यवस्थित आखणी करायला हवी.''

''आम्हाला त्याची जाणीव आहे. तरीसुद्धा आम्हाला तिथे लवकर जायचे आहे. तसे कळवा.''

''जी.''

असे म्हणून रामचंद्रपंतांनी परशुरामपंतांना चंदीला पाठवण्याचा मजकूर सांगण्यास सुरुवात केली.

राजाराम महाराजांचे चंदीस जाणे अवघड आणि जिकिरीचे होतेच. पण कबिल्याचे जाणे त्याहून अनेक पटींनी कठीण आणि जोखमीचे होते. संपूर्ण मराठी राज्याची, राजघराण्याची प्रतिष्ठा त्यात गुंतलेली होती. त्यामुळे विशाळगड आणि चंदीतील जबाबदार मंडळींनी परस्परांशी विचारविनिमय करून त्याची तपशीलवार आखणी करणे आवश्यक होते. रामचंद्रपंतांनी चंदीला पत्र पाठवून त्याची सुरुवात केलेली होती. चंदीहून येणाऱ्या प्रत्युत्तराची महाराजांच्या राण्या मोठ्या आतुरतेने वाट पाहत होत्या.

१५

झुल्फिकारखान कोरेगावच्या छावणीतून निघाल्यापासून तब्बल सहा महिन्यांनी अखेर अर्काटला येऊन पोहोचला. कडाप्पापासून पुढे साऱ्या प्रवासात मोगल सैनिकांनी लुटालूट, जाळपोळ करून सारा मुलूख बेचिराख करून टाकला होता. चंदीहून राजाराम महाराज त्याच्या हालचालींवर नजर ठेवून होते. आता तो चंदीपासून बराच जवळ आल्याचे पाहून त्याला अडवण्याची वेळ आलेली आहे, असे त्यांना वाटले.

महाराजांनी कारभारी मंडळाची बैठक बोलावून सांगितले,

"आता झुल्फिकारखानाला अटकाव करण्याची वेळ आलेली आहे. आपल्या सर्व मित्रराज्यांकडे तातडीचे खलिते पाठवून द्या. खान चंदीला पोहोचण्यापूर्वी त्याला अडवायला हवं."

महाराजांची आज्ञा झाली. कारभारी कामाला लागले. सगळीकडे भराभरा निरोप गेले. तंजावर, बिदनूर, चित्रदुर्ग सगळीकडून सैन्य गोळा होऊ लागले. गुर्रमकोंड्याला एकत्र छावणी पडली. तेथून अर्काटच्या दिशेने कूच करण्याचा बेत ठरला.

झुल्फिकारखानाला अर्थातच या सर्व हालचालींची बित्तंबातमी मिळत होती. तो वेगाने निघाला. वेगवेगळ्या ठिकाणाहून येणाऱ्या फौजांचा एकमेळ होण्यापूर्वी त्यांना गाठले पाहिजे, हे त्याने ओळखले होते. तो गुर्रमकोंड्याच्या छावणीवर स्वतःच चालून गेला. दक्षिणी फौज मोठ्या शर्थीने लढली. पण झुल्फिकारखानाच्या सैन्यबळापुढे त्यांचे काही चालले नाही. मोगल सैन्याने महाराजांच्या संयुक्त फौजांना पळवून लावले. त्यांचा चंदीपर्यंतचा मार्ग मोकळा झाला.

ऐन उन्हाळ्यात झुल्फिकारखान चंदीला येऊन पोहोचला होता. तातडीने वेढा घालण्याचा त्याचा इरादा होता. पण चंदीचा किल्ला प्रत्यक्ष पाहिल्यावर मात्र त्याचा बेत ढासळला. हा किल्ला आपल्या कल्पनेपेक्षा अधिक भक्कम, बेलाग आणि वेढा

घालण्यास अवघड आहे हे त्याच्या ध्यानी आले. तीन कोसांपेक्षा अधिक मोठा विस्तीर्ण घेरा पाहून तो पेचात पडला. थोडे मागे जाऊन पेन्नार नदीच्या काठावर त्याने छावणी टाकली.

खरे म्हणजे चंदीच्या मोहिमेवर निघाल्यापासून झुल्फिकारखानाला अनेक अडचणींना तोंड द्यावे लागले होते. रसदीचा तुटवडा तर नेहमीच पडत होता. औरंगजेबाने त्याला मोठे सैन्य देऊन मोहिमेवर पाठवले होते खरे, पण रसदीचा पुरवठा मात्र वेळेवर आणि पुरेसा होत नव्हता. झुल्फिकारखानाने अनेकवार तक्रारवजा निरोप पाठवूनदेखील काही फरक पडत नव्हता. त्यामुळे वाटेत लुटालूट करत यावे लागले होते. त्यातच अनपेक्षितपणे दक्षिणी सैन्याचा मुकाबला करावा लागला होता. त्यात त्याचे काही सैन्य आणि दारूगोळा खर्ची पडला होता.

दारूगोळ्यासाठी त्याने युरोपियन व्यापाऱ्यांशी संपर्क साधला. चंदीपासून अवघ्या वीस कोसांवर पाँडिचेरीला फ्रेंचांची, तर कुनीमेंडू इथे इंग्रजांची वखार होती. झुल्फिकारखानाने त्यांच्याकडून मोठ्या प्रमाणावर दारूगोळा आणि शस्त्रे खरेदी केली. इतकेच नव्हे तर त्याने शंभर युरोपियनांना आपल्याकडे नोकरीला ठेवले.

झुल्फिकारखानाला चंदीजवळ येऊन तीन महिने झाले होते. एवढ्या काळात दारूगोळ्यासह सर्व तयारी पूर्ण करून तो पुन्हा एकवार चंदीजवळ आला. आता उन्हाळा कमी झाला होता. भाद्रपद नुकताच सुरू झाला होता. झुल्फिकारखानाने मोठ्या उमेदीने वेढा घालण्यास सुरुवात केली. त्यामुळे रायगड पडल्यावर अवघ्या वर्षाच्या आत स्वराज्याची ही नवी राजधानी मोगलांच्या वेढ्यात अडकली.

◆

भाग ६

१

विशाळगडावर दिवेलागणीची वेळ झाली होती. देवापुढे सांजवात लावून ताराबाई आपल्या महालाच्या कवाडापाशी उभ्या होत्या. आता पावसाचा जोर कमी झाला होता. अधूनमधून श्रावणसरी कोसळत होत्या. त्यामुळे सगळीकडे छान हिरवेगार दिसत होते. वातावरण कसे प्रसन्न होते. पण त्यामुळे ताराबाईंचे मन काही आनंदलेले नव्हते. गेले कित्येक दिवस त्या चंदीहून येणाऱ्या पत्राची वाट पाहत होत्या. त्याच विचारात गढलेल्या असतानाच हुजऱ्या आत आला. त्याने चंदीहून हरकारा आल्याची खबर दिली. ताराबाई तातडीने सदरेवर आल्या.

सदरेवरचे वातावरण एकंदर गंभीर होते. ते पाहून त्यांनी काळजीने रामचंद्रपंतांना विचारले,

"काही खास घडले आहे का पंत?"

"होय राणीसाहेब, अखेर चंदीला वेढा पडला."

"अरे देवा!"

अभावितपणे ताराबाईंच्या तोंडून उद्‌गार बाहेर पडला. त्यावर रामचंद्रपंत म्हणाले,

"राणीसाहेब, आज ना उद्या वेढा पडणार हे उघड होते. झुल्फिकारखान तेथे पोहोचल्यास तीन महिने होऊन गेले. आता बरीच बेगमी करून तयारीनिशी तो आलेला आहे, असे समजते. तरीदेखील वेढा म्हणावा तेवढा मजबूत नाही, असे म्हणतात."

"म्हणजे?"

"किल्ल्याचा विस्तार फार मोठा आहे. त्यामुळे मोगलांचे सैन्यबळ भरपूर असूनही सर्व वाटा बंद करणे त्यांना अशक्य झाले आहे. थोड्या अडचणीने का

होईना, आपल्या लोकांचे आत-बाहेर करणे सुरू आहे.''

"ते एक मात्र बरे झाले.''

ताराबाई थोड्या शांत होत म्हणाल्या. काही वेळाने विचार करत त्या म्हणाल्या,

"पंत, जर इतके सारे लोक जात-येत असतील तर आम्हाला जायला काही अडचण नसावी असे वाटते. आपण स्वारींना आमच्या तिथे जाण्याविषयी लिहिले होते, त्याचे काय झाले? आता तर स्वारी तिथे वेढ्यात अडकलेली असताना आम्हाला इथं मुळीच चैन पडणार नाही. तुम्ही पुन्हा एकदा त्यांना त्याबद्दल लिहा.''

"जी, राणीसाहेब.''

रामचंद्रपंत मान हलवत म्हणाले. त्यांनी त्या विषयी मजकूर सांगायला सुरुवात केली. त्याकडे एकवार पाहून ताराबाई उदासपणे आपल्या महालात परतल्या.

रामचंद्रपंतांचा हा खलिता चंदीला पोहोचला. महाराजांना त्यातली निकड जाणवली. त्याची गंभीरपणे दखल घेणे भाग होते. पण महाराजांचा कबिला एवढ्या दूर विशाळगडाहून चंदीपर्यंत सुरक्षितपणे आणणे सोपे नव्हतेच. महाराजांना त्याच विचारात गढलेले पाहून प्रल्हाद निराजी म्हणाले,

"महाराज, आपल्याला इथे कुटुंबापासून दूर आल्यास एक वर्ष होऊन गेले आहे. राणीसाहेबांना यावेसे वाटणे साहजिकच आहे. त्यातून इकडच्या खबरी तिथं पोहोचत असणारच. यामुळे त्यांना काळजी वाटत असणार. आता अधिक विलंब करणे उचित नाही.''

"आपले म्हणणे आम्हास पटते पंत, परंतु आता इथं नुकताच वेढा पडलाय. शिवाय, पार विशाळगडापासून इथवर येणे, एवढा पल्ला पार पाडून, ही काही साधी बाब नाही. उत्तर कर्नाटकाचा बहुतेक भाग मोगलांच्या ताब्यात आहे. खुद्द बादशहा विजापूर, गलगले भाग व्यापून राहिला आहे. त्याची तीन लक्षांची छावणी, तिच्या आजूबाजूने सतत घिरट्या घालणाऱ्या मोगल सैनिकांच्या तुकड्या, या सर्वांना चुकवून इथं येणं आम्हाला तरी अतिशय कठीण वाटतं.''

महाराजांनी खरोखरच वस्तुस्थिती मांडली होती. त्यांच्या बोलांतून त्यांना त्यांच्या राणीवशाविषयी वाटणारी आस्था आणि काळजीसुद्धा डोकावत होती. त्या दोघांचा संवाद ऐकणारे खंडो बल्लाळ म्हणाले,

"महाराज, आम्ही मध्येच बोलत आहोत, याबद्दल क्षमा असावी. आपण म्हणता त्याप्रमाणे उत्तर कर्नाटकातून राजपरिवार इथे आणणे खरोखरच फार अवघड आहे. त्यासाठी आपली हरकत नसेल तर आम्ही काही वेगळे सुचवू इच्छितो.''

"म्हणजे आपण नेमके काय सुचवत आहात? काही नीटसे समजले नाही. जरा उलगडून सांगता?''

प्रल्हाद निराजींनी उत्सुकतेने विचारले. तेव्हा खंडो बल्लाळ सांगू लागले,

“आमचे आजोळ कोकणात राजापुरास. तेथे लिंगो शंकर आणि विसाजी प्रभू हे आमचे दोघे मामा राहतात. त्यांचा तेथे मोठा सावकारीचा धंदा आणि व्यापारउदीम चालतो. त्यांच्या मालकीची काही तारवे आहेत. ती व्यापाराच्या निमित्ताने समुद्रावर ये-जा करीत असतात. त्यातून समुद्रमार्गे राजपरिवार बिदनूरच्या अखत्यारीतील बंदरापर्यंत आणता येऊ शकेल असे आम्हाला वाटते.”

“काय सांगता?”

“होय. हे सारे अगदी शक्य आहे. खरेतर हा विचार अनेक दिवसांपासून आमच्या मनात घोळत होता. आपल्या कानी घालण्यासाठी योग्य वेळ येत नव्हती. आज समक्ष विषय निघाला म्हणून बोललो. आपणास योग्य वाटले तर पुढचे तपशीलवार पाहता येईल. पंत, आमच्या मामांची छत्रपतींच्या घराण्यावर तीव्र निष्ठा आहे. त्यांचेकडून जे काही करता येईल ते करण्यास, प्रसंगी जीव धोक्यात घालावा लागला तरी त्यासाठी ते मागेपुढे पाहणार नाहीत, याची खात्री असू द्यावी.”

खंडो बल्लाळांचे सविस्तर बोलणे ऐकून सर्वांचे समाधान झाले. राजाराम महाराजांनी तत्काळ आज्ञा केली.

“पंत, हा सारा बेत ताबडतोब रामचंद्रपंतांना कळवून टाका. त्यांना जातीने राजापुरास जाऊन सर्व बाबींची पूर्ण शहानिशा करून घेण्यास सांगा. तसेच आपलेकडून राजापुरास प्रभूंकडे पत्र पाठवून ते या विषयात काय करू शकतील, हे विचारून घ्या. त्यांनी एकत्र येऊन सारे तपशीलवार निश्चित करून आम्हास लवकर कळवावे, असे सांगा.”

“जी, महाराज.”

असे म्हणून प्रल्हाद निराजी आणि खंडो बल्लाळ मोठ्या उत्साहात कामाला लागले. छत्रपतींच्या राजस्त्रियांना विशाळगडाहून चंदीला काही प्रवास समुद्रमार्गे आणि बाकीचा खुष्कीच्या मार्गाने करून आणण्याची एक अत्यंत अफलातून धाडसी योजना आकाराला येण्याची सुरुवात झाली.

२

चंदीला वेढ्यात अडकलेल्या महाराजांचे दिवस मोठ्या तणावात चाललेले होते. मराठी मुलखातून येणाऱ्या वार्ता तेवढ्या तावत्या उन्हात सावली मिळावी तसा थोडासा का होईना त्यांना दिलासा देत होत्या. असाच एके दिवशी शंकराजी नारायण यांच्याकडून खलिता आला. तो वाचून मंडळी आनंदून गेली. त्यांनी लिहिले होते,

‘आम्ही स्वारी करून वाईस आलो, वाई आणि प्रतापगड रगडून घेतले.’

इतकेच नव्हे तर जिंकलेल्या मुलखाचा कारभार आणि बंदोबस्त करण्यासाठी शंकराजींनी महादाजी सामराज याला वाई सुभ्यावर नेमले. त्याला सैन्य जमवून गनिमाच्या ताब्यातले इतर गड हस्तगत करण्यास सांगून ते स्वत: राजगड घेण्यासाठी निघाले होते. मराठ्यांनी गडाला घेरा घातलेले पाहून तिथला मोगल किल्लेदार अबुल खैर इतका घाबरला की, जीवदान देण्याचे वचन घेऊन त्याने राजगड सोडला. जवळच फिरोजजंगाची छावणी होती तेथे निघून गेला. राजगड असा न लढताच हाती आला. नंतर शंकराजींनी अशीच खटपट करून प्रचंडगड मिळवला.

त्याच वेळी रामचंद्रपंतांनी वाई प्रांतातले वैराटगड, पांडवगड, कमळगड आदी किल्ले स्वराज्यात दाखल केले. अवघ्या सहा महिन्यांत पन्हाळगडापासून राजगडापर्यंतचा सर्व मुलूख पुन्हा एकवार मराठ्यांच्या अमलाखाली आला. रामचंद्रपंतांनी सर्व मोहिमांची माहिती कळवताना शंकराजींची तारीफ करताना लिहिले होते,

'शेख निजामाने संगमेश्वरी ठाणे घातले, व सर्जाखान सातार्‍यास वेढा घालून बसला. त्यासी युद्धप्रसंग करून शंकराजीपंतांनी गनीम पराभवाते पावविला.'

महाराज शंकराजींच्या कामगिरीवर खूश होते. विशेषत: राजगड जिंकल्याच्या वार्तेने त्यांना अतीव समाधान लाभले होते. आपले जन्मस्थान परक्यांच्या ताब्यात असल्याचा त्यांच्या मनाचा सल आज दूर झाला होता.

त्याच वेळी राज्याच्या सचिव पदावर असलेले शंकराजी मल्हार नरगुंदकर महाराजांच्या भेटीस आले. त्यांनी भगवी वस्त्रे धारण केलेली होती. त्यांना वैराग्य आलेले असून ते संन्यास घेण्याच्या विचारात आहेत हे महाराज ऐकून होते. परंतु ते असे अचानक काषायवस्त्रात समोर आल्याचे पाहून महाराजांना धक्का बसला.

''महाराज, आम्ही उदईक ब्राह्ममुहूर्तावर काशीस प्रस्थान ठेवीत आहोत. आज्ञा असावी.''

शंकराजी नरगुंदकर महाराजांना विनम्रपणे अभिवादन करीत म्हणाले. महाराज आतापर्यंत सावरले होते. ते म्हणाले,

''ठीक आहे. जशी तुमची इच्छा. स्वत:ची काळजी घ्या.''

महाराजांना पुन्हा एकवार नमस्कार करून शंकराजी नरगुंदकर निघून गेले. काही क्षण दरबारात शांतता होती. तिला छेद देत प्रल्हाद निराजी म्हणाले,

''महाराज, नरगुंदकर तर गेले. पण त्याचेकडे सचिव पदासह सुरनिशीचा कार्यभार होता. एवढे महत्त्वाचे पद रिक्त ठेवणे इष्ट नाही.''

''होय. आम्ही त्याचाच विचार करीत आहोत. शंकराजी नारायण यांना आम्ही येतांना 'राजाज्ञा' हे पद दिलेले होते. ते समर्थपणे सांभाळून ते चांगली कामगिरी करत आहेत. त्यांनाच सुरनिशीसह सचिवपद द्यावे असे आम्हास वाटते. तुम्ही

तातडीने त्यांची नेमणूक केल्याचा सरंजाम पाठवण्याची व्यवस्था करा.''

''जी, महाराज.''

असे म्हणून प्रल्हाद निराजी आणि खंडो बल्लाळ कामाला लागले.

त्याच वेळी कोणी अनोळखी व्यक्ती महाराजांची तातडीने भेट मागत आहे, असे हुजऱ्याने प्रल्हाद निराजींना सांगितले. शहानिशा करण्यासाठी प्रल्हाद निराजी बाहेर गेले. अर्ध्या घटकेनंतर ते परत आले तेव्हा त्यांच्या चेहऱ्यावर खुशी झळकत होती. ते सांगू लागले,

''महाराज, ती माणसे वेढ्यातल्या मराठी सरदारांकडून आलेली आहेत.''

''कोणाकडून?''

''म्हसवडच्या नागोजीराव मानेंकडून.''

''काय म्हणतात नागोजीराव?'' महाराजांनी विचारले.

''ते स्वतः आणि त्यांच्याबरोबर आणखी काही मराठे सरदार आपलेकडे परत रुजू होऊ इच्छित आहेत. त्यांना आपला कौल हवा आहे.''

हे ऐकून महाराज खूश झाले. मोगलांकडे गेलेली आपली माणसे परत यावीत यासाठी प्रयत्न करावेत, असे धोरण आधीच ठरलेले होते. ही माणसे तर स्वतःच येऊ इच्छित होती.

मराठी मुलखातील बदलती परिस्थिती, महाराजांचे सुखरूप चंदीला येणे, तेथून आपल्या माणसांना बळ देण्याचा त्यांनी केलेला प्रयत्न यामुळे हा बदल घडलेला होता हे उघड होते. छत्रपती संभाजी महाराजांच्या मृत्यूनंतर औरंगजेबाने जो वरवंटा मराठी दौलतीवरून फिरवलेला होता, त्यातून शिवरायांनी स्थापन केलेले हे स्वराज्य तरून जाईल असे भल्याभल्यांना वाटले नव्हते. त्यामुळे काही जण जीव आणि वतन वाचवण्यासाठी, तर काही जण लोभापायी मोगलांकडे गेले होते. त्यात छत्रपतींशी अगदी जवळचे नातेसंबंध असलेली मंडळीदेखील मागे राहिलेली नव्हती.

परंतु गेल्या काही महिन्यांत सारे बदलू लागले होते. मराठी मुलखातल्या विजयाच्या वार्ता सगळीकडे पसरू लागलेल्या होत्या. ज्या वेगाने तेथे मोगलांकडून महत्त्वाचे किल्ले आणि मावळातला बराचसा मुलूख मराठी वीरांनी परत मिळवलेला होता, त्यावरून आता निदान मराठेशाही बुडत नाही ही भावना पक्की होऊ लागलेली होती. त्यामुळेच बहुतेक मोगलांकडे असलेल्या मराठी सरदारांच्या मनात चलबिचल सुरू झालेली असावी.

चंदीच्या वेढ्यात बरेच मराठी सरदार मोगलांकडून लढत होते. त्यांना तेथे असेच अस्वस्थ वाटू लागले होते. प्रत्यक्ष शिवछत्रपतींच्या पुत्राविरुद्ध लढणे त्यांना पटेनासे झाले असावे. त्यांनी एकत्र येऊन नागोजीराव मानेंच्या पुढाकाराने थेट चंदीच्या किल्ल्यात संधान बांधले होते. परत येण्याची इच्छा व्यक्त केली होती. हे

सर्व ऐकल्यावर राजाराम महाराजांनी खूश होत प्रल्हाद निराजींना सांगितले,

"पंत, ठीक आहे. त्यांना इथे येऊन आमचेकडे रुजू होण्यास सांगा. आपल्याला बलाढ्य मोगलांशी लढायचे आहे, जेवढी मिळेल तेवढी ताकद जमा करायला हवी."

"जी, महाराज. मी तसे त्यांना सांगतो."

असे म्हणून प्रल्हाद निराजी त्या मंडळींना निरोप देण्यासाठी बाहेर गेले. नागोजीराव मानेंना महाराजांचा कौल मिळताच ते अवघ्या आठवड्याभरात नेमाजी शिंदे आणि माणकोजी पांढरे यांच्यासह येऊन दाखल झाले. त्यांना महाराजांनी चंद्रायणदुर्ग आणि राजगिरी यांच्यामधल्या चक्राकुलम या तलावावरच्या बंदोबस्ताची कामगिरी दिली.

मराठी मुलखातील वीरांचा पराक्रम आणि कारभारी मंडळींची मुत्सद्देगिरी यामुळे चंदीला झु ल्फिकारखानाचा वेढा पडलेला असूनही वेढा पडल्यापासून अवघ्या तीन महिन्यांत तीन मोठे सरदार स्वराज्यात परत आले.

३

इकडे विशाळगडावर ताराबाई आणि राजसबाई चंदीहून येणाऱ्या निरोपाची अत्यंत आतुरतेने वाट पाहत होत्या. अखेर महाराजांकडून खलिता आला. त्यात त्यांनी राजापूरच्या खंडो बल्लाळांच्या नात्यातील प्रभू बंधूंच्या मदतीने राणीवसा पाठवून देण्याविषयीच्या योजनेबद्दल सविस्तरपणे लिहिले होते. त्यातला मजकूर वाचल्यावर एक मोठी समस्या व्यवस्थितपणे सुटणार याचा सर्वांना आनंद वाटला. ताराबाईंना हे समजल्यावर त्या रामचंद्रपंतांना म्हणाल्या,

"पंत, स्वामींना आम्हाला चंदीस नेण्याचा मार्ग मिळाला हे अगदी चांगले झाले. आता आपण लागलीच राजापुरास जावे हे बरे. आम्हास तेथे जाण्याची निकड आहे हे आपण जाणताच."

"जी, राणीसाहेब. आम्ही उदईकच येथून निघतो. सारा तपसील ठरवून येतो." पंत म्हणाले.

"जरूर या."

ताराबाई समाधानाने म्हणाल्या.

दुसऱ्या दिवशी रामचंद्रपंत अगदी मोजक्या विश्वासू मंडळींसह राजापुरास गेले. खंडो बल्लाळांचे मामा लिंगो शंकर आणि विसाजी शंकर प्रभू हे तेथील नामवंत व्यापारी असल्यामुळे त्यांचा वाडा शोधणे पंतांना मुळीच कठीण गेले नाही.

मधल्या काळात प्रभू बंधूंना खंडो बल्लाळांनी या विषयाचे पत्र पाठवले होते. या कामासाठी रामचंद्रपंत आपल्याकडे येतील याची त्यांना पूर्वकल्पना होती. त्यामुळे पंतांचे यथोचित स्वागत करून ते म्हणाले,

"आम्ही आपली वाटच पाहत होतो. आमचे भाचे खंडोजीराव यांनी आम्हाला कळवले आहे. आपण त्याच कामगिरीसाठी आलेले असणार."

"होय. आपण दोघे जाणताच की, ही बाब जितकी नाजूक आणि जबाबदारीची आहे, तितकीच प्रतिष्ठेचीही आहे. केवळ छत्रपतींच्या घराण्याचीच नव्हे तर अवघ्या मराठेशाहीची इभ्रत यात गुंतलेली आहे."

पंत अत्यंत गंभीरपणे बोलत होते.

"आम्हास त्याची कल्पना आहे. आपल्याप्रमाणे आमचीसुद्धा छत्रपतींच्या पायी पूर्ण निष्ठा आहे. त्यांच्यासाठी अशी महत्त्वाची कामगिरी करण्याची संधी आम्हास मिळते आहे हे आमचे परमभाग्यच आहे, असे आम्ही मानतो. आम्ही उभयता मातोश्रींना अगदी जिवापाड जपून घेऊन जाऊ याविषयी आपल्या मनात मुळीच शंका नसावी."

लिंगो शंकर मनापासून सांगत होते. त्यांच्या आत्मविश्वासपूर्वक बोलांनी रामचंद्रपंतांना बरे वाटले. त्यांना या कामगिरीचे गांभीर्य पूर्णपणे समजलेले आहे हे पंतांच्या ध्यानी आले. आणखी काही दिवस राजापुरात थांबून पुढची तयारी जातीने करायची असे त्यांनी ठरवून टाकले.

पंतांनी तिथल्या स्थानिक अंमलदारांकडून प्रभू बंधूंच्या व्यापाराबद्दल, व्यवहाराबद्दल, तिथल्या व्यापारपेठेतील त्यांच्या पतीबद्दल, समाजातल्या प्रतिष्ठेबद्दल सारी शहानिशा करून घेतली. जातीने त्यांच्या पेढ्या, मालाच्या वखारी, सागरातली तारवे यांची व्यवस्थित पाहणी केली. आपले पूर्ण समाधान झाल्यावर पंतांनी त्यांच्याशी इतर तपशील ठरवण्यास सुरुवात केली.

विशाळगडापासून चंदीपर्यंतच्या प्रवासाचा पहिला टप्पा होता, विशाळगडापासून राजापुरापर्यंत येण्याचा. त्यात काही फारशी अडचण नव्हती. कारण आता मधला जवळजवळ सर्वच मुलूख स्वराज्यात आलेला होता. त्याबद्दल बोलताना पंत म्हणाले,

"मातोश्रींना इथवर सुखरूप घेऊन येण्याची जबाबदारी आमची. त्याची आपण मुळीच काळजी करू नये. आपली इथली तयारी पूर्ण झाली की आम्ही त्यांना घेऊन येऊ. पुढचे कसे करायचे ते आपण सांगा."

"पंत, हा ऋतू समुद्रप्रवासासाठी अगदी उत्तम आहे. पावसाळ्यात वादळी वाऱ्यांची शक्यता असते. अशा वेळी बऱ्याचदा तारवे पाण्यात घालणे बंद केलेले असते. आता थंडीचे दिवस असले तरी सागरावर हवा नेहमीच उबदार असते.

त्यामुळे मातोश्रींना त्याचा त्रास होण्याची शक्यता आहे. काही अन्य शारीरिक त्रास, म्हणजे मळमळणे, पोटात ढवळणे, उलट्या होणे, चक्कर येणे असे होऊ शकते. त्यासाठी वैद्यराजांकडून काही औषधे घेऊन ती संग्रही ठेवणे उचित होईल. याशिवाय, नेहमी सागरावर जाणाऱ्या आमच्या खलाशी मंडळींना काही परंपरागत उपचार माहीत असतात. त्याचाही उपयोग होऊ शकतो.''

लिंगो शंकर अगदी सविस्तरपणे सांगत होते. त्यावर मान डोलावत पंत म्हणाले,

''आपण जातीने सोबत जात आहात, त्यामुळे या बाबींची चिंता आम्हाला फारशी वाटत नाही. त्यापेक्षा काही बाबी अधिक महत्त्वाच्या आहेत. तारवावरचे सर्व नोकर, वरकड चाकर, सर्व खलाशी आणि सर्वांत महत्त्वाचे म्हणजे मुख्य तांडेल यांची निवड अगदी कसोशीने करणे गरजेचे आहे. ही माणसे हुशार, अनुभवी हवीतच, त्यापेक्षा अत्यंत विश्वासू आणि निष्ठावंत असायला हवीत. ती काळजीपूर्वक निवडावी लागतील.''

''होय पंत, आम्ही त्या शोधात आहोतच. काळजी नसावी.''

''ते ठीक आहे. पण सोबत येणाऱ्या काही जबाबदार व्यक्तींना, निदान मुख्य तांडेल यांना तरी कामगिरीचे खरे स्वरूप विश्वासात घेऊन सांगावे लागेल. तेव्हा ते करताना खास काळजी घ्या.''

पंत अधिकारवाणीने सांगत होते.

''जी, पंत. आम्ही हे ध्यानात ठेवू.''

लिंगो शंकर गंभीरपणे म्हणाले.

त्यानंतर रामचंद्रपंत दोघा बंधूंसमवेत बंदरावर गेले. त्यांच्याकडच्या तारवांची पाहणी करून, तिथले एक अगदी नव्याने बांधलेले, त्यातल्या त्यात प्रशस्त असे जहाज तिघांनी पसंत केले. त्यात राजस्त्रियांच्या सोयीसाठी काही आवश्यक असे बदल करण्याच्या सूचना दिल्या गेल्या.

राजापुरातल्या भेटीचा सर्व तपशील पंतांनी चंदीला महाराजांकडे कळवून टाकला. अन् पुढच्या जोडण्या करण्यासाठी ते विशाळगडावर परतले. मधल्या काळात तारवांची दुरुस्ती आणि माणसांची व्यवस्था करण्यास प्रभू बंधूंना सांगितले होते. त्यांच्याकडून तयारी पूर्ण झाल्याचा निरोप आल्यावर पंत राज्ञीपरिवारासह राजापूरला जाणार होते. हे सर्व पंतांनी राण्यांना सविस्तरपणे सांगितले. ते ऐकल्यावर आता आपण लवकरच आपल्या पतीकडे जाणार आहोत, याची त्यांना खात्री पटली. दोघी मोठ्या समाधानाने तयारीला लागल्या.

४

विशाळगडावर महाराजांच्या राण्यांना चंदीला पाठवण्याची तयारी सुरू झाली होती. त्याच वेळी चंदीला बऱ्याच घटना अकस्मातपणे घडल्या. त्यामुळे दौलतीच्या कारभारासंबंधी काही महत्त्वाचे निर्णय घेणे महाराजांना आवश्यक झाले. महाराजांच्या भेटीसाठी चंदीला आलेले राज्याचे सेनापती महादजी नाईक-पानसंबळ यांची प्रकृती अगदी अचानक बिघडली. अल्प आजाराने तेथेच त्यांचा काळ झाला. जुन्या पिढीचा एक महत्त्वाचा दुवा निसटला. घरचे वडीलधारे मनुष्य जावे, असे दुःख महाराजांना झाले.

महाराजांनी पानसंबळांना सेनापती पद दिले होते, त्या वेळची परिस्थिती त्यांच्या डोळ्यांसमोर उभी राहिली. नुकताच छत्रपती संभाजी महाराजांचा भयानक मृत्यू झालेला होता. तेव्हाचे सेनापती म्हाळोजीराव घोरपडे त्यांच्या सोबत मोगलांशी लढताना धारातीर्थी पडले होते. अशा कठीण समयी सेनापती पदाची जबाबदारी महादजीकाका पानसंबळांनी स्वीकारली होती. त्यांनी अनेक तरुण, निष्ठावंत वीरांना स्वराज्यासाठी लढण्यासाठी प्रोत्साहन दिले होते. आता कुठे त्याची फळे दिसू लागली होती. परिस्थिती बदलू लागलेली होती. राज्याला उभारी येऊ लागली होती. अशा वेळी त्यांच्या अचानक झालेल्या मृत्यूमुळे अवघ्या दीड वर्षात पुन्हा एकवार सेनापती पद रिक्त झाले होते.

"महादजीकाका गेले. आमचा मोठा आधार गेला. कठीण काळात त्यांची मोलाची साथ आम्हाला लाभली होती. त्यांचे सर्व विधी योग्य त्या इतमामात करून घ्या. त्यांच्या घरच्या मंडळींना रीतसर दुखवटा पाठवून द्या."

महाराजांनी आज्ञा दिली.

आता नवीन सेनापती नेमण्याची वेळ आली होती. संताजी आणि धनाजी हे दोघे पंचहजारी सरदार या पदासाठी योग्य होते. दोघातून एकाची निवड करणे तसे अवघडच हाते. पण हा पेच रामचंद्रपंतांच्या शिफारशीमुळे सोपा झाला. त्यांनी संताजीरावांची जोरात शिफारस केली. महाराजांनी संताजी घोरपडे यांना पूर्वी 'मामलकत-मदार' ही पदवी दिलेली होती. आता 'जफ्तन मुलूख' या पदवीसह सेनापती पद आणि नौबत नगाऱ्याचा मान महाराजांनी त्यांना बहाल केला.

सेनापतींची नेमणूक करण्याच्या निमित्ताने अन्य काही पदे देण्याचा विचार महाराजांनी केला. आतापर्यंत रामचंद्रपंत, शंकराजी नारायण यांनी मराठी मुलखातला आणि प्रल्हाद निराजी, केसोपंत, निळो मोरेश्वर यांनी चंदी येथील कारभार चांगला सांभाळलेला होता. तरीही वाढता मुलूख आणि कारभार यासाठी रीतसर अष्टप्रधान

नेमण्याची निकड त्यांना वाटली. हा विषय त्यांनी काढताच सर्वांनी तो मोठ्या उत्साहात उचलून धरला. त्या वेळी श्रीकराचार्य कालगावकर हे अष्टपैलू विद्वान गृहस्थ चंदीला आले होते. ते म्हणाले,

''महाराज, आपला विचार अत्यंत स्तुत्य आहे. परंतु धर्मशास्त्रानुसार अभिषिक्त राजालाच अष्टप्रधानासह दरबार भरवता येतो. रायगडावर आपला मंचकारोहण सोहळा झालेला आहे हे सर्वांस ठाऊक आहे. तरीही त्या वेळेची परिस्थिती पाहता अष्टप्रधानांसह सर्व विधी यथासांग पार पडणे अशक्यच होते. तरी आपण यथाविधी पुन्हा एकदा येथे सिंहासनारोहण करावे असे आम्हास वाटते.''

त्यांचा विचार सर्वांनी उचलून धरला. आठवड्याभरातला एक उत्तम मुहूर्त पाहून राज्याभिषेक सोहळा पार पडला. त्या वेळी महाराजांनी सर्वांना मानाप्रमाणे पदे, वस्त्रे आणि सरंजाम दिला. रामचंद्रपंतांकडे 'हुकूमतपन्हा' हे पद होतेच. त्यांची अमात्यपदी नेमणूक करण्यात आली. नेमणुकीच्या खलित्यासोबत मंदिल, छडीदार चादर, जामेवार, किनखाप आणि जरीचा पटका ही मानाची वस्त्रे, ढाल-तलवार ही शस्त्रे तसेच वाहनासाठी घोडा, त्यासोबत शिरपेच, मोत्यांची कंठी, चौकडी, तुरा, हे जडजवाहीर, तसेच शिक्के-कट्यार, रुप्याच्या दांड्याची चवरी आणि कलमदान असे महत्त्वाचे जिन्नस पाठवले गेले.

प्रल्हाद निराजी यांचे वडील निराजी रावजी हे शिवछत्रपतींच्या अष्टप्रधान मंडळात न्यायाधीश होते. त्यांच्या नंतर प्रल्हाद निराजी यांनी त्याच पदावर काही काळ काम केलेले होते. त्यांना महाराजांनी अष्टप्रधानांव्यतिरिक्त 'प्रतिनिधी' हा अधिक प्रतिष्ठेचा हुद्दा दिला. त्यांना रामचंद्रपंतांइतकीच म्हणजे पंधरा हजार होनांची नेमणूक आणि अन्य सरंजाम बहाल केला. कोणत्याही राजपत्रावर प्रधानाचे उजवे बाजूस त्यांची मुद्रा उठवणे आवश्यक ठरवले गेले. प्रल्हाद निराजींच्या जागी बाळाजी सोनदेव यांची 'न्यायाधीश'पदी निवड केली गेली.

याशिवाय, 'सुमंत' या पदावर महादजी गदाधर तर रामचंद्र त्रिंबक पुंडे यांची 'मंत्री' आणि श्रीकराचार्य कालगावकर यांची 'पंडितराव' या पदांवर नेमणूक करण्यात आली. आणि निळोपंत मोरेश्वर यांना 'पेशवा' हे पद दिले गेले. कृष्णाजी अनंत सभासद यास त्यांचा मुतालिक नेमण्यात आले. 'सचिव'पदी शंकराजी नारायण यांची आणि 'सेनापती'पदी संताजी घोरपडे यांची महाराजांनी काही दिवसांपूर्वीच नेमणूक केलेली होती.

चंदीला आल्यावर अवघ्या वर्षभरात छत्रपती राजाराम महाराजांनी आपले अष्टप्रधानमंडळ पूर्णपणे कार्यरत करून स्वराज्याच्या कारभाराला दिशा देण्याचे काम पार पाडले.

५

विशाळगडावर रामचंद्रपंत अलीकडे अधिक व्यस्त झाले होते. चंदीहून सतत हरकारे येत होते. स्वराज्याचे सेनापती महादजी नाईक पानसंबळ यांचा काळ झाला होता. त्यानंतर राजाराम महाराजांनी जे नवे अष्टप्रधानमंडळ नेमले होते, त्यात पंतांना अमात्य पद दिले होते. त्यांचे तसेच शंकराजी नारायण यांना सचिव पदाचे आणि संताजी घोरपडे यांचे सेनापती पदाचे सरंजाम आणि मानाची वस्त्रे आदी चंदीहून आले होते. या सर्व बाबींच्या गलबल्यात राण्यांच्या चंदीच्या प्रवासाची तयारीसुद्धा एकीकडे सुरू होती.

ताराबाई आणि राजसबाईंच्या चंदीच्या प्रवासाच्या जोडणीत कोणतीही कसूर राहाणार नाही याकडे पंत अगदी डोळ्यांत तेल घातल्याप्रमाणे बारीक नजर ठेवून होते. समुद्रप्रवासानंतर भूमार्गावरच्या वाटचालीची चोख व्यवस्था करण्याचे कामही दुसरीकडे सुरू होते. त्यात कसलीही कसूर राहून चालणार नव्हती, याची प्रखर जाणीव त्यात गुंतलेल्या प्रत्येकाच्या मनात होती.

अखेर ज्याची सारे मोठ्या आतुरतेने वाट पाहत होते, तो निरोप राजापूरहून आला. प्रवासाची तयारी पूर्ण झाली होती. हे समजतासरशी रामचंद्रपंत चट्कन उठून उभे राहिले. ताराबाई राणीसाहेबांच्या महालाकडे चालू लागले.

ताराबाईंच्या महालात शांतता होती. चंदीला जायचे मनात घेतल्यापासून त्यांचे कारभारातले लक्ष कमी झाले होते. त्या सतत चंदीला लवकर जायचे या एकाच विचारात गुंतलेल्या असायच्या. अचानक पंत भेटीला आल्याची वर्दी आली. नक्कीच चंदीला जाण्यासंबंधी काही असणार या अपेक्षेने त्यांनी तातडीने पंतांना बोलावले. त्यांना हसऱ्या मुद्रेने मुजरा करत पंत म्हणाले,

''राणीसाहेब, राजापुराहून सांगावा आला आहे. सारी तयारी पूर्ण झालेली आहे. आपल्याला लवकर निघावे लागेल.''

ते ऐकताच ताराबाईंच्या मनाची अस्वस्थता एका क्षणात दूर झाली. त्या उत्साहात म्हणाल्या,

''आम्ही तर केव्हाच्या तयारीत आहोत.''

''ठीक आहे. आम्ही शास्त्रीबुवांकडे आधीच हरकारा पाठवलेला आहे. ते येतीलच इतक्यात. आम्ही त्यांचेकडून अगदी चांगला, पण जवळचा मुहूर्त काढण्यास सांगतो. आपला हा प्रवास काही साधासुधा नव्हे. मोठा धाडसाचा आणि जोखमीचा आहे. योग्य वेळ पाहून प्रस्थान ठेवावयास हवे.''

''खूप चांगली खबर दिलीत, पंत. आम्ही धाकट्या बाईंना सांगून तयारीला लागतो.''

“जी. येतो.”

असे म्हणून पंत बाहेर पडले. शास्त्रीबुवांनी पुढच्याच आठवड्यातला मुहूर्त काढून दिला अन् गडावर एकच गडबड उडाली.

ताराबाईंना विशाळगडावर राहायला येऊन एक वर्ष होऊन गेले होते. या काळात गडावरच्या कितीतरी व्यक्तींशी त्यांचे जिव्हाळ्याचे नाते निर्माण झाले होते. विशेषत: रामचंद्रपंतांच्या दोन्ही पत्नी जानकीबाई आणि काशीबाई, तसेच परशुरामपंतांच्या कुटुंबाशी अगदी स्नेहाचे ऋणानुबंध जोडले गेले होते. गडावरची आणखी कितीतरी कुटुंबे घरोब्याची झाली होती. त्या सर्वांना आपल्या राणीसाहेब आता चंदीला निघाल्या आहेत हे समजले. तेव्हापासून त्यांना भेटण्यासाठी महालात रीघ लागली.

प्रयाणाचा दिवस उजाडला. ऐन कडाक्याच्या थंडीत पहाटेच्या ब्राह्ममुहूर्तावर बाहेर पडायचे होते. मेणे सज्ज झाले होते. दोघी राण्या देवाला नमस्कार करून बाहेर आल्या. इतक्या भल्या पहाटेसुद्धा महालाचा दिवाणखाना गडावरच्या बायाबापड्यांनी भरलेला होता. जानकीबाई आणि काशीबाईंनी दोघींची ओटी भरली. भरल्या डोळ्यांनी सर्वांनी त्यांना निरोप दिला. सर्व जणी त्यांचा प्रवास सुखाचा व्हावा यासाठी प्रार्थना करत होत्या.

महालाबाहेर स्वत: रामचंद्रपंत निवडक स्वारांच्या तुकडीसह सोबत जाण्यासाठी तयार होऊन थांबले होते. राजापूरपर्यंतचा मार्ग पूर्णपणे मराठेशाहीच्या अखत्यारीत येत होता. धोका होण्याचा तसा काही फारसा संभव नव्हता. तरीही पंतांनी संरक्षणाची जय्यत तयारी ठेवलेली होती. मुहूर्ताची वेळ साधत सारे गडाबाहेर पडले, तेव्हा नुकतीच पूर्वा उजळू लागली होती.

गडाच्या पश्चिमेकडची वाट कोकणात उतरत होती. या वाटेला ‘मिठाचा रस्ता’ असे म्हणायचे. याच वाटेने कोकणाशी सारा व्यवहार चालायचा. गडावर तेथून येणाऱ्या मालातला सर्वांत महत्त्वाचा आणि आवश्यक पदार्थ म्हणजे मीठ. त्यावरून असे नाव पडले असावे. उगवत्या सूर्याला पाठीवर घेत सारा कफिला बाहेर पडला. अवघड पायवाटांवरून मेणेकरी जपून पावले टाकत वाट काढू लागले.

विशाळगडाहून राजापूरची अवघी वीस कोसांची मजल पार पडण्यास डोंगराळ वाटेमुळे जवळजवळ पूर्ण दिवस गेला. सपाटीवर उतरून येताच थंडी जशी काही पळून गेली होती. मेणेकरी तर घामाने थबथबून गेले होते. अखेर दिवस मावळतीला येण्याआधी थोडा वेळ सारे जण राजापूरच्या वेशीवर येऊन पोहोचले. तेथे लिंगो शंकर प्रभू लवाजम्यासह वाट पाहत थांबले होते. सर्वांचे यथोचित स्वागत करून ते त्यांना आपल्या वाड्यात घेऊन गेले.

दिवसभर घाटरस्त्याची वाटचाल करून सर्व जण दमले होते. दुसऱ्या दिवशी

पुढचा तपशील ठरवण्याचा विचार करून पंतांनी तेथेच मुक्काम केला. प्रभू बंधूंनी रामचंद्रपंतांना शब्द दिल्यानुसार सारी व्यवस्था चोख ठेवली होती. राजस्त्रियांच्या चंदीला जाण्याच्या अनोख्या प्रवासाचा पहिला टप्पा पार पडला होता.

६

दुसऱ्या दिवशी सकाळी बैठक बसली. लिंगो शंकर प्रभू तपशील सांगू लागले,

"पंत, राणीसाहेबांसोबत मी स्वत:, आमचे कारभारी दामाजी अनंत, धार्मिक कार्यासाठी रामभट पटवर्धन आणि शरीररक्षक तुकडीचे प्रमुख गणोजी झेंडे यांनी जावयाचे असे ठरले आहे. ही सर्व मंडळी पूर्णपणे खात्रीची आहेत."

"त्या विषयी आम्हास मुळीच शंका नाही. पण पुढचे काय? बंदरावर कधी निघायचे?"

रामचंद्रपंतांनी विचारले. त्यावर लिंगो शंकर गंभीरपणे म्हणाले,

"पंत, आमच्या इथल्या बंदरातून निघणे आम्हास इष्ट वाटत नाही."

"म्हणजे?"

"त्याचे असे आहे पंत, आमचे राजापूर तसे मोठे गाव आहे. फार मोठा व्यापार इथे चालतो. इथे परदेशी लोकांच्या वखारी आहेत. त्यांची बरीच गलबते बंदरावर असतात. त्यात बराच किमती माल असल्यामुळे वखारींत आणि गलबतांवर त्यांचा भरपूर बंदोबस्त असतो. अहोरात्र जागरूक असणाऱ्या त्यांच्या मंडळींच्या नजरेतून आपला लवाजमा सुटणे अवघड आहे. त्यातून आजकाल मोगल जोरावर आहेत. ही फिरंग्यांची जमात मोठी हुशार आणि व्यवहारी ताकदवानाला धार्जिणी राहणारी. त्यांनी आपली खबर शत्रूला दिली तर कठीण प्रसंग ओढवू शकतो."

लिंगो शंकर प्रभूंनी अगदी सविस्तरपणे सांगितले. पंत विचारात पडले. त्यांनी काळजीने विचारले,

"मग? तुम्ही काय ठरवलंत?"

"इथून जवळच अवघ्या दहा कोसांवर 'यशवंतगड' नावाचे छोटे बंदर आहे. तेथे आमची बरीच संबंधित माणसे आहेत. लहान बंदर असल्याने मोठी व्यापारी गलबते तेथे येत नाहीत. त्यामुळे आपल्यासाठी ते सुरक्षित ठरू शकेल, असे आम्हाला वाटते."

"वा, प्रभू. तुम्ही बराच विचार करून सारे ठरवलेले दिसते. ऐकून आमचे समाधान झाले. आता अधिक वेळ दवडणे इष्ट नाही."

"ठीक आहे. आमचे बंधू विसाजी तेथे थांबलेले आहेत. आजच निघू या."

अर्ध्या घटकेत सारा लवाजमा यशवंतगडाकडे निघाला. ताराबाई आणि राजसबाई

मेण्यातून निघाल्या होत्या. अधूनमधून त्याचे पडदे सारून दोघी कोकणाचे मनोहारी दर्शन घेत होत्या. निळ्याशार निरभ्र आभाळात आपल्या माना उंचावून डोकावणारी नारळी, पोफळीची झाडे, कळकाची बने, त्यातून डोकावणारी लाल मातीतली, जांभ्या दगडात बांधलेली, सुबक, नारळाच्या झावळ्यांच्या उतरत्या छपरांची घरे हे सारे पाहून मन प्रसन्न होत होते. त्या छोट्याशा घरांसमोरचे सारवलेले, स्वच्छ, सुरेख अंगण, त्यात लावलेली अबोलीची, मोगरीची झाडे लक्ष वेधून घेत होती. कुठे कुठे कुंपणावर मधुमालतीचे किंवा जाईजुईचे वेल बहरलेले दिसत होते. काजूच्या बागा आणि मोठ्या आमराया, त्यातली मोहराने लगडलेली झाडे, मोहराच्या मधुगंधाने मोहवत होत्या.

असा तीन घटका प्रवास करून अखेर मंडळी यशवंतगड बंदरावर आली, तेव्हा दिवस मावळतीला आला होता. तेथे रात्रभर मुक्काम करून दुसऱ्या दिवशी सकाळी निघायचे होते.

त्याप्रमाणे राजपरिवाराचे मेणे सागरकिनाऱ्यावर पोहोचले तेव्हा नुकते उजाडू लागले होते. मेण्यातून बाहेर पाऊल टाकताच क्षितिजाला भिडलेला तो निळाशार अफाट जलसंभार पाहून राण्यांचे डोळे दिपून गेले.

दूरवर काही छोटी गलबते, गुराबे, तारवे पाण्यावर विहरताना दिसत होती. रामचंद्रपंत लिंगो शंकर प्रभूंच्या पाठोपाठ निघाले. एका छोट्याशा होडक्यापाशी काही मंडळी उभी होती. विसाजी शंकर तेथे त्यांची वाट पाहत उभे होते. पंतांना पाहून नमस्कार करत ते म्हणाले,

"या. पंत, आम्ही आपलीच वाट पाहत होतो."

त्यांनी हाकारताच इतर मंडळी पुढे आली. त्यांची पंतांशी ओळख करून दिल्यावर विसाजींनी विचारले,

"चला. निघायचं?"

होकारार्थी मान हलवत पंत राण्यांचे मेणे थांबवले होते तेथे निघाले. दोघींना मुजरा करत विसाजी म्हणाले,

"मी विसाजी. खंडोजी चिटणिसांचा धाकटा मामा. आपल्यासोबत येणार आहे. यावे आपण."

काही न बोलता ओल्या वाळूवर आपली पावले रेखीत त्या निघाल्या. किनाऱ्यावर लावलेल्या एका छोट्या होडक्याकडे हात करत विसाजी म्हणाले,

"यातून जायचे आहे."

त्याच्या आकाराकडे पाहत अविश्वासाने पंतांनी विचारले,

"यातून जायचे? आपण तर दुसरे मोठे तारू पाहिले होते."

"होय पंत, ते काय दूर दिसते आहे. तिथे नांगर टाकून उभे केले आहे. तिथवर

यातून जायचे आहे. पंत, हे लहान बंदर आहे. इथे धक्का नाही मोठे जहाज लावण्यासाठी. एवढे मोठे तारू किनाऱ्यापर्यंत आणले, आणि इथल्या वाळूत फसले तर काढणे कठीण. म्हणून या मचव्यातून तिथेपर्यंत जावे लागेल.''

पंतांना त्यांच्या बोलण्यातला आशय समजला. त्यांनी मान हलवली. आधी सोबत जाणारे लिंगो शंकर प्रभू, गणोजी झेंडे आणि कुणबिणी मचव्यात चढल्या. त्यांच्यामागून जलदेवतेला हात जोडून प्रार्थना करून दोघी राण्यांनी कुणबिणींचा आधार घेत आत पाऊल ठेवले. मचवा लाटांवर हेलकावे खात बराच हालत होता. कसेबसे आतल्या फळ्यांवर सावरून बसत त्यांनी कडेच्या काठांना घट्ट पकडून ठेवले. ते पाहून तांडेलांनी लांब लांब काठ्या वाळूत खोल रोवत मचव्याला पाण्यात लोटण्यास सुरुवात केली. मचव्याने किनारा सोडला. आता मात्र दख्खनच्या पवित्र भूमीवरून खरोखरी आपले पाय सुटल्याची भावना दोघींच्या मनात दाटून आली, आणि नकळत त्यांचे डोळे भरून आले.

मचवा हलके हलके किनाऱ्यापासून आत उभ्या केलेल्या तारवापर्यंत गेला. सतत हेलकावणाऱ्या मचव्यापेक्षा ते बरेच स्थिर होते. सर्व जण त्याच्यावर चढल्यावर त्याचा नांगर काढला गेला. तसे ते पुढे जाऊ लागले. हळूहळू वेग वाढला, तसा किनारा दूर जाऊ लागला. तारवाच्या कठड्याशी उभ्या राहून दोघी राण्या किनाऱ्याकडे भरल्या डोळ्यांनी पाहू लागल्या. त्यांना निरोप देण्यासाठी आलेली मंडळी, किनाऱ्यालगतची घरे, नारळीपोफळींची झाडे, सारे भराभर मागे पडू लागले. काही वेळाने दिसेनासे झाले. तशा त्या हलकेच मागे वळल्या.

किनाऱ्यावरून रामचंद्रपंत, विसाजी शंकर आणि विशाळगडाहून निरोप देण्यासाठी आलेली मंडळी दूरवर हळूहळू लहान होत जात दृष्टिआड होणाऱ्या तारवाकडे पाहत बराच वेळ उभी होती. एका मोठ्या जबाबदारीच्या पहिल्या टप्प्यातून पंत पार पडले होते. पुढचे काही दिवस त्यांचे संपूर्ण लक्ष नजरबाजारांकडून येणाऱ्या खबरींकडे लागणार होते. राजपरिवार सुखरूप एकत्र आल्याचे समजेपर्यंत त्यांच्या जिवाला मुळीच स्वस्थता लाभणार नव्हती. पुढचे सारे व्यवस्थित पार पडावे अशी सागरेश्वराची मनोमन प्रार्थना करून ते विशाळगडाकडे परत निघाले.

७

आपल्याला आयुष्यात कधी समुद्रप्रवास करावा लागेल असे ताराबाई आणि राजसबाईंच्या स्वप्नातही कधी आलेले नसावे. अवघ्या दीड वर्षापूर्वी रायगडाहून बाहेर पडण्यापूर्वी जास्तीत जास्त त्यांच्या माहेरी तळबीडास किंवा कागलास जाणे होत होते. त्यानंतर रायगडाहून आधी प्रतापगड, तिथून पन्हाळा आणि नंतर विशाळगडावर जाणे झाले.

त्या वेळी काही अंतर पायी तर कधी मेण्यातून प्रवास घडला होता. परंतु जलप्रवासाचा योग मात्र अद्याप आला नव्हता. तो यानिमित्ताने आला होता.

किनारा पूर्णपणे दिसेनासा झाला. तशा दोघी त्यांच्यासाठी बनवलेल्या निवाऱ्याकडे निघाल्या. दिवस चढू लागला तसे सागराचे आणि आभाळाचे रूप पालटू लागले. दुपारी कुणबिणींनी रांधलेले खाऊन दोघींनी थोडीशी विश्रांती घेतली. संध्याकाळी निळ्याशार आभाळात उधळलेले संध्यारंग, पश्चिमेला क्षितिजावर समुद्रात बुडणारा लालशेंदरी सूर्यगोल हे निसर्गाचे अद्भुत विभ्रम त्यांनी यापूर्वी कधीच पाहिलेले नव्हते. कधी सागराची विविध रूपे पाहत, कधी पुढच्या प्रवासाचा विचार करत, तर कधी चंदीला गेल्यावर काय होईल, अशा अनेक प्रकारच्या विचारांत दिवस कसे सरले हे त्यांना समजलेही नाही.

सतत सात-आठ दिवस दक्षिणेच्या दिशेने गेल्यावर एके दिवशी तांडलाने तारू पुन्हा किनाऱ्याकडे वळवले. अखेर दूरवर पाण्याशिवाय काही वेगळे दिसू लागले. आधी नारळीपोफळीच्या हिरव्यागार पानांचे दर्शन झाले. नंतर तशीच झावळ्यांची घरे त्यातून डोकावू लागली. खोल समुद्रात न आढळलेली छोटी मासेमारीसाठी निघालेली गुराबे दिसू लागली. अखेर पांढऱ्याशार वाळूच्या गालिचाचे दर्शन होताच, तेथे बोट दाखवत तांडलाने घोषणा केली.

"हे पाहा, आले होनावर."

सर्व चाकरांची एकच गडबड उडाली. किनाऱ्यापासून सुरक्षित अंतरावर नांगर टाकला गेला. आधी एका मचव्यातून लिंगो शंकर आणि गणोजी झेंडे किनाऱ्यावर गेले. तेथे पेशवे निळो मोरेश्वर आणि गिरजोजी यादव त्यांची वाट पाहत उभे होते. त्यांना पाहताच आपल्या मनावरचे कितीतरी मोठे ओझे एकदम दूर झाल्यासारखे लिंगो शंकर प्रभूंना वाटले. पुढे येऊन त्यांना नमस्कार करत ते म्हणाले,

"मी लिंगो शंकर. खंडोजी चिटणिसांचा मामा."

"वाटलेच होते आम्हास. मी निळो मोरेश्वर आणि हे गिरजोजी यादव. छत्रपतींच्या राणीवशाचे मुख्य हवालदार."

एकमेकांची भेट, ओळखी झाल्या. पुढच्या प्रवासाचा बंदोबस्त बिदनूरच्या राणी चेन्नम्मा यांनी केलेला होता. लिंगो शंकरांनी इशारत केली. बाकीची सारी मंडळी दुसऱ्या मचव्यात बसून किनाऱ्यावर आली. त्यांना मुजरा करत निळो मोरेश्वर म्हणाले,

"आपण इथंवर सुखरूपपणे आलात ही परमेश्वराची कृपा. इथून पुढे आपल्याला नेण्यासाठी महाराजांनी आम्हास पाठवले आहे."

ते ऐकताच प्रभू म्हणाले,

"पंत, आता आमची जबाबदारी संपली. येतो आम्ही."

“प्रभू, असे लागलीच निघालात. आमच्यासवे एक मुक्काम तरी करायचा.” निळो मोरेश्वर आग्रहाने म्हणाले. त्यावर मान हलवत लिंगो शंकर म्हणाले,

“पंत, आम्हाला माल घ्यायला जायला हवे. इथले व्यापारी आमची वाट पाहत असतील. उगीच दुसरीकडे थांबलो तर कोणास संशय येऊ शकतो. आमच्या खंडोजीला सांगा. छत्रपतींनी आमच्यावर मोठा भरोसा टाकला. आम्ही यथाशक्ती सारे पार पाडले आहे. आता त्यात उगीच काही अडचण यायला नको. महाराजांना आमचा मुजरा सांगा. येतो.”

असे म्हणून दोन्ही राण्यांना मुजरे करून लिंगो शंकर आणि गणोजी झेंडे निघून गेले. ते दूर जाईपर्यंत सर्व जण त्याच्याकडे पाहत उभे राहिले. नंतर ताराबाईंकडे पाहत निळोपंत म्हणाले,

“चलावे राणीसाहेब. इथे आपल्या निवासाची सोय केलेली आहे.”

ताराबाईंनी मान हलवली. पुन्हा एकवार मेण्यात बसून त्या निघाल्या. सर्व जण मुक्कामाच्या ठिकाणी आले. थोडी विश्रांती झाल्यावर पंत ताराबाईंना म्हणाले,

“राणीसाहेब, इथली सारी व्यवस्था इथल्या राणीसाहेबांनी केलेली आहे.”

राणी चेन्नम्मा यांनी खरेच चांगली व्यवस्था केलेली होती. धास्तावणाऱ्या समुद्रप्रवासानंतर बऱ्याच दिवसांनी उत्तम सुखसोयी असलेला निवास लाभला होता त्यामुळे सुखावलेल्या ताराबाई मनापासून म्हणाल्या,

“विशाळगडाहून निघाल्यापासून प्रथमच आम्हास निवांत राहावयास मिळाले आहे. राणीसाहेबांना आमचेतर्फे धन्यवाद कळवा.”

“जी. राणीसाहेब, पण आपण इथे काही दिवस पाहुणचार घ्यावा. त्यानंतर पुढे आपल्या वाटेवर असलेल्या त्यांच्या राजवाड्यात काही दिवस राहावे असे त्यांनी निमंत्रण दिले आहे.”

“पंत, त्या आमच्यापेक्षा वडील आहेत. त्यांनी बोलावणे केले आहे म्हणजे खरे तर जायला हवे. पण आम्ही त्याचा या वेळी स्वीकार करू शकत नाही. आम्हाला इथे आणखी एकही दिवस थांबायचे नाही. कधी एकदा चंदीस जाऊ असे आम्हास झाले आहे. राणीसाहेबांस सांगावे, त्यांनी केलेल्या मदतीची आम्हास जाण आहे. योग असेल तर पुन्हा भेट होईल. आता मात्र आम्हास लवकर निघायचे आहे.”

“जी, राणीसाहेब.”

असे म्हणून निळो मोरेश्वर बाहेर पडले. पुढच्या तयारीला लागले. पुढच्या मुक्कामाच्या व्यवस्थेसाठी त्यांनी माणसे धाडून दिली. एकच दिवस होनावरात मुक्काम करून सर्व जण बाहेर पडले.

८

पुढची बरीचशी वाटचाल जंगलभागातून करायची होती. हा सर्व भाग दाट झाडी, जंगले, ओढे, नाले, टेकड्या यामुळे प्रवासासाठी बराच त्रासदायक असला तरी परिसर मोठा निसर्गरम्य होता. होनावरच्या पूर्वेला पन्नास कोसांवर असलेल्या शिवमोग्याला पोहोचण्यासाठी तब्बल दोन दिवस लागले. जसजसे पूर्वेकडे जावे तसतसे जंगल विरळ होत गेले. त्यामुळे तिथून पुढचा प्रवास तरी सुखकर होईल असे वाटू लागले.

शिवमोगा ही बिदनूरची राजधानी. तिथे राजवाड्यात राणीसाहेबांचे निमंत्रण असतानाही त्यात अडकून न पडता केवळ देवदर्शन घेऊन मंडळी पुढे निघाली. आता पुढचा मोठा टप्पा बंगळूरपर्यंतचा होता. जवळजवळ नव्वद कोसांचा. त्यासाठी वेदवती आणि अर्कवती या दोन मोठ्या नद्या ओलांडाव्या लागल्या होत्या. या प्रकारे मोठी दगदग सोसून आठवड्याभराने सर्व जण तेथे पोहोचले.

बंगळूरहून पन्नास कोसावर पालर नदी ओलांडली की दक्षिणेतल्या स्वराज्याची हद्द सुरू होत होती. त्यामुळे मुळीच न थांबता वेगाने त्या दिशेने प्रवास सुरू झाला. तेथे अंबूरचे सुभेदार वाट पाहत थांबले होते. पालर नदीचे पात्र ओलांडून त्यांच्या ताब्यात राण्यांना दिल्यावर निळो मोरेश्वरांनी मोठी जबाबदारी यशस्वीपणे पार पाडल्याबद्दल कृतार्थतेचा नि:श्वास सोडला. तेथे मुक्काम करून त्यांनी वेलोरला बाजीराव काकडे यांच्याकडे निरोप धाडला.

दुसऱ्या दिवशी बाजीराव काकडे जातीने लवाजम्यासह तेथे आले. सर्वांना मोठ्या सन्मानाने वेलोरच्या किल्ल्यात घेऊन गेले. सारे स्थिरस्थावर झाल्यावर ते ताराराणींना भेटून म्हणाले,

"राणीसाहेब, आम्ही छत्रपतींकडे आपण आल्याची खबर पोहोचवली आहे. आपण जाणताच की चंदीला घेरा पडलेला आहे. त्यासाठी मोठ्या सावधगिरीने पूर्ण बंदोबस्तात जावे लागेल. त्याच्या जोडण्या झाल्यावर ते आम्हाला कळवणार आहेत. तेथून खास पथक येईपर्यंत आपणास इथेच थांबावे लागेल."

"ठीक आहे."

ताराबाई समाधानाने म्हणाल्या.

लवकरच एक विशेष पथक चंदीहून आले. त्यांच्यासोबत सजवलेले दोन मेणे होते. छत्रपतींचा कबिला नेणे हे मोठे जबाबदारीचे काम. त्यासाठी व्यवस्थित मार्ग आखून सुरक्षितपणे जाणे आवश्यक होते. वेलोरहून चंदी अवघ्या पंधरा कोसांवर होती. साधारणपणे अंधार पडण्याच्या सुमारास तेथे पोहोचण्याच्या बेताने लवाजमा

निघाला. पार विशाळगडापासून सुरू झालेला छत्रपतींच्या राण्यांचा जगावेगळा प्रवास अनेक वळणे घेऊन आता त्याच्या अखेरच्या टप्प्यात आला होता.

चंदी जवळ येत होती. दिवस मावळतीला आला होता. उतरत्या उन्हाच्या प्रकाशातही चंदीच्या किल्ल्याची प्रचंड तटबंदी दुरून नजरेत भरत होती. राजगिरीच्या उंचच उंच बालेकिल्ल्यावर स्वराज्याचा भगवा ध्वज जरीपटक्यासह डोलत होता. दोन्ही राण्यांनी त्याच्याकडे डोळे भरून पाहिले. अभिमानाने त्यांचा ऊर भरून आला. सावधगिरीसाठी मुख्य प्रवेशद्वारातून न जाता चंद्रायणगिरीला वळसा घालून सारे पूर्वेकडे वळले. तिथल्या शैतानगिरी या गुप्त दरवाजातून किल्ल्यात प्रवेश केला. तेथून सर्व दरवाजे पार करत वर चढत असताना प्रत्येक ठिकाणचा कडेकोट बंदोबस्त, सुसज्ज चौक्या, पहारे पाहून आपण अत्यंत सुरक्षित आणि सुसज्ज अशा आपल्या राजधानीत आलो आहोत याची दोन्ही राण्यांना मनोमन खात्री पटली.

राजगिरीमधल्या कल्याणमहल या महाराजांच्या भव्य महालासमोर मेणे थांबले. दोघी उतरून बाहेर आल्या. तेथे येसाजी दाभाडे यांच्या पत्नी वाल्हाई कुणबिणींसह त्यांच्या स्वागतासाठी उभ्या होत्या. कुणबिणींनी त्यांच्या पायावर पाणी टाकून त्यांना ओवाळले. वाल्हाईंनी त्यांच्यावरून भाकरतुकडा उतरून टाकला. दोघींनी राजमहालात प्रवेश केला, तेव्हा खऱ्या अर्थी आपण इतक्या दिवसांनी का असेना आपल्या माणसात आल्याची भावना दोघींच्या मनात दाटून आली.

दोघी त्यांच्यासाठी खास बनवलेल्या महालात गेल्या. त्यांचे महाल झळझळीत चिराखदानांनी उजळले होते. तिथली अत्यंत वैभवशाली, देखणी सजावट पाहून त्या अगदी सुखावून गेल्या. रात्रीच्या थाळ्याच्या वेळी त्यांची राजाराम महाराजांशी भेट झाली. पुऱ्या दीड वर्षांनी त्या आपल्या पतीला पाहत होत्या. त्यांची सुधारलेली प्रकृती, वागण्याबोलण्यातला त्यांचा आत्मविश्वास, आणि मुद्रेवरचे जाणतेपण काही आगळेच दिसत होते. मूळचे मातृमुखी देखणे महाराज अधिकच रुबाबदार, राजबिंडे झालेले होते. आपल्या पतीचे हे रूप पाहिल्यावर कष्टमय प्रवासाचे सार्थक झाल्यासारखे त्यांना वाटले.

९

दुसऱ्या दिवशी सकाळी ताराबाई पूजा आटोपून आपल्या महालात बसल्या होत्या. तेवढ्यात वाल्हाई एका अत्यंत देखण्या तरुण स्त्रीसह त्यांना भेटण्यासाठी आल्या. ती पुऱ्या दिवसांची गरोदर अवघडलेली दिसत होती. ताराबाईंना नमस्कार करण्यासाठी ती वाकताच त्या गडबडीने म्हणाल्या,

''राहू द्या. बसा.''

ताराबाईंनी तिला बसण्यासाठी इशारा केला. ती कशीबशी बाजूच्या बैठकीवर बसली. ताराबाई कुतूहलाने तिच्याकडे पाहत होत्या. ती अत्यंत रूपवान होती. गंर्भारपणाने तिचे रूप अधिकच खुलले होते. तिने तिच्या अंगावर मोजकेच पण मौल्यवान दागिने घातले होते. ही चंदीतल्या कोणत्या तालेवाराच्या घरची स्त्री असावी याचा त्या विचार करत असतानाच वाल्हाईचे शब्द त्यांच्या कानी पडले,

''या सगुणाबाई.''

ते ऐकताच ताराबाईंच्या मस्तकात प्रकाश पडला. म्हणजे जिच्याबद्दल आपण ओझरते का होईना ऐकले होते, तीच ही महाराजांची लाडकी नाटकशाळा, हे त्यांच्या लक्षात आले. काही क्षण त्यांच्या मनात प्रचंड असूया, चीड दाटून आली. आपल्या काळजात खोल कुठेतरी कळ आल्याचे त्यांना जाणवले. मुळीच कल्पना नसताना ती अशी अचानक समोर आल्यामुळे त्यांना धक्का बसला होता. त्या काहीच बोलत नाहीत हे पाहून वाल्हाईच म्हणाल्या,

''आपण आल्यापासून भेटायचं म्हणत होत्या म्हणून घेऊन आले.''

ताराबाई आतापर्यंत सावरल्या होत्या. त्यांनी सगुणाबाईंच्या प्रकृतीची चौकशी केली. त्यांना त्यांच्या महालात जाऊन आराम करण्यास सांगितले. त्यांच्या तुटक बोलण्याने भांबावलेली वाल्हाई सगुणाबाईंना घेऊन निघून गेली. मग मात्र ताराबाई विचारात पडल्या.

त्यांना रायगडाची आठवण झाली. तेथे संभाजी महाराजांच्या अनेक पत्नी आणि उपपत्नी वावरताना त्यांनी पाहिलेले होते. येसूबाई त्यांच्याशी कशा वागत असत हे त्यांनी पाहिले होते. त्या स्वतः, जानकीबाई आणि राजसबाई या महाराजांच्या अन्य पत्नींसह तिथे राहत होत्या. छत्रपतींना अनेक पत्नी आणि उपपत्नी तसेच नाटकशाळा असणे गैर किंवा वावगे काहीच नव्हते. तशी रीतच होती. हे सारे ठाऊक असूनही आजची सगुणाबाईंची भेट त्यांना हलवून गेली होती.

वाल्हाई सगुणाबाईंना त्यांना भेटवण्यासाठी का घेऊन आल्या असाव्यात याचा विचार करत असताना एक महत्त्वाची बाब अचानक त्यांच्या ध्यानी आली. महाराजांच्या ज्येष्ठ पत्नी जानकीबाई आता मोगलांच्या कैदेत होत्या. त्यांची तेथून सुटका होऊन त्या कधी परत येतील हे कोणीही सांगू शकत नव्हते. म्हणजे सध्या तरी त्या स्वतः महाराजांच्या जेष्ठ पत्नी म्हणजेच महाराणी किंवा पट्टराणी बनल्या होत्या. त्यामुळे त्यांचा मान वाढला होता, तसेच जबाबदारीही वाढली होती.

तशी जबाबदारी घेणे त्यांना काही नवे नव्हते. महाराज विशाळगडाहून निघाले होते तेव्हा कारभार जरी रामचंद्रपंत पाहत होते तरी राजमंडळाच्या त्याच प्रमुख होत्या. त्या नात्याने अनेक महत्त्वाच्या मसलतीत त्यांनी जबाबदारीची भूमिका पार पाडली होती. त्यामुळे आता इथे चंदीला आल्यावर महाराणीच्या भूमिकेत येणाऱ्या

वेगळ्या प्रकारच्या कामाची माहिती करून घेण्याची त्यांना आवश्यकता वाटली. त्यांनी राणीवशाचे हवालदार गिरजोजी यादव यांना बोलावणे पाठवले.

गिरजोजीने दिलेल्या माहितीनुसार महाराजांच्या राणीवशात सगुणाबाईंखेरीज आणखीही काही नाटकशाळा होत्या. त्याशिवाय महाराजांनी काही रीतसर विवाहदेखील केले होते. त्यातल्या एक खानविलकरांच्या घराण्यातल्या अंबिकाबाई या होत्या. महाराजांच्या याच नावाच्या भगिनी चंदीत होत्या. त्यामुळे त्यांचे नाव बदलून अहिल्याबाई असे ठेवले होते. तरीही बहुतेक जण त्यांचा उल्लेख अंबिकाबाई असाच करत होते. ही सर्व माहिती देत असताना गिरजोजी म्हणाले,

"महाराजांच्या मोठ्या भगिनी अंबिकाराजे इथेच आहेत."

"बरे झाले आठवण केलीत. त्या आमच्या थोरल्या दिवाणसाहेब आहेत. त्यांना भेटायला जायलाच हवं. शिवाय, आमच्या भवानीबाईसुद्धा भेटतील. आमच्या जाण्याची व्यवस्था करा."

ताराबाईंनी आज्ञा केली.

"जी, राणीसाहेब."

असे म्हणून गिरजोजी बाहेर पडला. संध्याकाळी अंबिकाबाईंकडे जाण्यापूर्वी ताराबाईंनी त्यांच्याविषयीची सर्व माहिती त्यांच्याकडून सविस्तरपणे विचारून घेतली. नंतरच त्या त्यांच्याकडे गेल्या. ताराराणींनी एकंदर राणीवशाचा घेतलेला आढावा आणि केलेल्या कृती यावरून राजवाड्याला खरी धनीण मिळाल्याचे गिरजोजीला जाणवले.

पुढच्याच आठवड्यात सगुणाबाई प्रसूत झाली. तिला मुलगा झाला. राजाराम महाराजांचा नाटकशाळेपासून झालेला का असेना पण पहिला पुत्र. त्यातून त्याच्या आईसारखा गोरापान आणि देखणा, त्यामुळे महाराज प्रचंड खूश झाले. पुत्रजन्माची वार्ता सर्वप्रथम त्यांच्या कानी घालणाऱ्या वाल्हाईला त्यांनी दूधभातासाठी तळेगावची जमीन दान दिली.

बाळाचे बारसे मोठ्या थाटात साजरे केले. त्याचे नाव 'कर्णसिंह' असे ठेवले. चंदीत महाराजांच्या पुत्रजन्माचा मोठा सोहळा साजरा झाला. त्यांना स्वतःला लहानपणापासून सांभाळणारे येसाजी बिन बजाजी दाभाडे यांच्याशी त्यांचे एक अत्यंत जवळिकीचे नाते निर्माण झालेले होते. यानिमित्ताने त्यांना तळेगाव इनाम दिले. तसेच खंडोजी दाभाडे यांना तेथील पाच चाहूर जमीन दान केली.

१०

किल्ल्याला वेढा असूनही चंदीतले वातावरण मोठे खुशहालीचे होते. त्यानंतर दोन

महिन्याने आलेला पाडवा मोठ्या झोकात साजरा झाला. त्याच वेळी मोगलांकडून त्यांच्याकडे आलेला नागोजी माने महाराजांच्या भेटीसाठी आला. या वेळी त्याने मोगलांच्या पदरी असलेला आपला मेहुणा अमृतराव निंबाळकर याला सोबत आणले होते. दोघे दरबारात पेश होताच महाराज म्हणाले,

''वा नागोजी. तुम्ही तर अगदी मोगलांच्या छावणीला खिंडार पाडायचा चंगच बांधलेला दिसतोय. याआधी नेमाजी शिंदे आणि माणकोजी पांढरेंना आणलंत. आज अमृतरावांना घेऊन आलात.''

''महाराज, आम्हीसुद्धा आधी वाट चुकून तेथे गेलो होतो. आमची चूक आम्ही सुधारली. आपणदेखील आमची कदर केलीत. वऱ्हाड, खानदेशचा मुलूख जिंकल्यावर त्याची चौथाई दिली. आता अशाच गनिमाच्या पदरी असलेल्या आपल्या माणसांना परत आपल्यात आणतो आहे इतकेच.''

''खरे आहे. यांना माणकोजींना जेथे पाठवले आहे तेथेच कामगिरीवर नेमून द्या.''

महाराजांनी आज्ञा केली. माणकोजी किल्ल्यातल्या चक्राकुलम् या तलावाजवळच्या छावणीत होते. अमृतराव निंबाळकर तेथेच आपल्या स्वारांसह रवाना झाले. त्यानंतर महाराजांनी प्रल्हाद निराजींना विचारले,

''आणखी काय खबर?''

त्यावर हसऱ्या मुद्रेने प्रल्हाद निराजी म्हणाले,

''खबर चांगली आहे. वेढ्यातल्या मोगल सैन्याची हालत एकदम वाईट झालेली आहे. आधीच बादशहा फारसे काही पाठवत नाही. त्यातून जे काही येते ते आपली माणसे मध्येच छापे टाकून त्यांच्यापर्यंत पोहोचू देत नाहीत. त्यामुळे त्यांना फाके पडू लागले आहेत. त्यातच आतापासूनच कडक उन्हाळ्याची चाहूल लागलेली आहे. त्यामुळे पाण्याचे साठे आटू लागले आहेत. आधीच भुकेने व्याकूळ झालेल्या लोकांना आता पाण्यासाठी वणवण करावी लागते आहे. झुल्फिकारखान अगदी हैराण झाल्याचे समजते.''

हे सारे ऐकणारे नागोजी म्हणाले,

''पंतांचं सांगणं अगदी खरं आहे. अमृतराव तेच सांगत होते. पण बरे झाले. आता त्या झुल्फिकारखानाला समजलं मराठ्यांना हरवणं किती कठीण आहे ते. विजापुराहून निघाला होता तेव्हा मोठी बढाई मारत होता की, चुटकीसरशी चंदीचा पाडाव करीन. आता त्याच्या छावणीतले आमच्यासारखे कितीतरी सरदार बाजूला निघून गेले आहेत. उरलेल्यांना खायला, प्यायला देणं याला जमत नाही. बादशहा कुमकही करत नाही आणि रसदही देत नाही त्याला, मग लढतोय कसला?''

नागोजींच्या स्वरांत उपहास भरला होता. एकंदरीत वेढ्यातील सैन्याकडून

लवकर काही हालचाल होईल असे दिसत नव्हते. त्यामुळे चंदीत तशी शांतता होती.

त्यानंतर अवघ्या महिन्याभरात नागोजींनी अमृतरावापाठोपाठ आणखी एक भक्कम मोहरा मोगलांच्या गोटातून काढून आणला. त्याचे नाव हणमंतराव घोरपडे. हा अत्यंत पराक्रमी लढवय्या स्वत:ची बरीच मोठी फौज बाळगीत होता. तो नम्रपणे महाराजांना म्हणाला,

"महाराज, आम्ही आमचे सैन्य आणि आमचे बंधू कृष्णराव यांच्यासह आपलेकडे रुजू होऊ इच्छितो."

महाराजांनी विचार केला. हणमंतराव बरीच मोठी फौज पदरी बाळगून आहे. त्याच्या सोबत त्याचा भाऊ कृष्णराव घोरपडेसुद्धा तसाच पराक्रमी आणि सरंजाम बाळगून होता. या दोघांचा दौलतीसाठी योग्य प्रकाराने उपयोग व्हायला हवा, असे महाराजांना वाटले. त्यांची तडफ आणि तयारी पाहून एक अत्यंत महत्त्वाकांक्षी विचार त्यांच्या मनात चमकून गेला. ते म्हणाले,

"हणमंतराव, आज आमच्याकडे बऱ्यापैकी सैन्यबळ जमलेले आहे. संताजी, धनाजी वगैरे मंडळी मोगलांना इकडे चांगलेच जेरीस आणत आहेत. रामचंद्रपंत, शंकराजी आदी तिथला कारभार उत्तम प्रकारे बघत आहेत. त्यामुळे आता आम्हाला वाटतं, आपणच मोगलांच्या उत्तरेकडच्या भागात मोहीम उघडावी. मराठवाडा, वऱ्हाड भागाच्याही पुढे माळव्यापर्यंत धामधूम करून त्याला जेरीस आणावे म्हणजे त्याची आपल्या मुलखावरची पकड ढिली होईल."

"महाराज, माळवा अगदी सुपीक भाग. तिथल्या स्वाऱ्यांनी दौलतीच्या उत्पन्नात भर पडेल हे आणखी वेगळेच."

हणमंतराव मोठ्या उत्साहात म्हणाले.

"मग काय जाणार माळव्यात?"

"जी, महाराज."

हणमंतराव आणि त्यांचे बंधू कृष्णराव एका सुरात म्हणाले. त्यावर महाराज म्हणाले,

"माळवा म्हणजे उत्तरेचे प्रवेशद्वार. एकदा तिथवर गेल्यावर दिल्लीपर्यंत धडक मारणे काही अशक्य नाही तुम्हाला. होय ना?"

महाराजांच्या बोलण्यावर सगळेच एकदम स्तब्ध झाले. ते खरेच गंभीरपणे बोलत आहेत का, असा संभ्रम त्यांच्या मनात निर्माण झालेला होता. प्रल्हाद निराजी थोडे अवघडत म्हणाले,

"महाराज, दिल्लीपावेतो?"

"हो. काय हरकत आहे? उत्तरेचा बादशहा इथे दक्षिणेत येतो, तर आपण

उत्तरेत का नाही जाऊ शकत?''

महाराज पुन्हा म्हणाले. सारा दरबार अजून विचारात गढलेला असतांना हणमंतराव म्हणाले,

''महाराजांनी आमच्यावर विश्वास ठेवून कामगिरी सोपवली तर आम्ही ती पार पाडण्यासाठी आमचे सारे काही पणाला लावण्यास तयार आहोत.''

''ठीक आहे. अर्थात एकदम काही दिल्ली गाठायची नाही. त्याआधी तुम्हाला टप्प्याटप्प्याने पुढे जायचे आहे. जमेल तेवढा मुलूख आपल्या राज्याच्या सत्तेखाली आणायचा आहे. त्यासाठी तुम्हाला कुल सहा लक्षाचा सरंजाम काही अटींसह देण्याचा आमचा इरादा आहे.''

''जी, महाराज. हा तर आमचा मोठा सन्मानच झाला.''

हणमंतराव आणि कृष्णराव पुढे येत मुजरा करून नम्रपणे म्हणाले.

महाराजांनी इच्छा व्यक्त केल्याप्रमाणे पत्र तयार करण्यात आले. त्यात सुरुवातीला त्यांच्याविषयी नागोजीराव माने आणि रामचंद्रपंत पंडित अमात्य यांनी सांगितले आहे की, महाराष्ट्रधर्म पूर्ण रक्षावा असा तुमचा मनोदय आहे. त्यावरून स्वत: महाराजांनी तुमच्या मनातील संकल्प जाणून हा सरंजाम तुम्हाला देऊ केलेला आहे, असे लिहिले. पुढे हणमंतराव घोरपडे यांना पाच लक्षांचा आणि त्यांचे बंधू कृष्णराव घोरपडे यांना एक लक्षाचा सरंजाम देण्याचा तपशील मांडण्यात आला.

सारा दरबार थक्क होऊन गेला होता. प्रत्यक्ष दिल्ली काबीज करण्याची कल्पना मनात येणे आणि त्याला अनुसरून योजना आखणे, तेदेखील आपण मोगलांच्या वेढ्यात चंदीला असताना याचेच सर्वांना मोठे नवल तसेच कौतुकही वाटत होते. अर्थात, मनातली इच्छा आणि तिची पूर्तता या वेगळ्या बाबी असल्या तरी त्यातून महाराजांच्या आकांक्षांची झेप व्यक्त झाल्यामुळे सर्वांच्या मनातला त्यांच्याबद्दलचा आदर अधिक वाढला.

११

चंदीप्रमाणे इकडे मराठी मुलखात सैन्य मोठे विजय मिळवत होते. आता उत्तर कर्नाटकाच्या सखल भागात त्यांनी धुमाकूळ घालायला सुरुवात केली होती. आतापर्यंत बहुतेक लढाया सह्याद्रीच्या परिसरात डोंगर-दऱ्यांच्या आधाराने होत होत्या. पण आता संताजी, धनाजींच्या नेतृत्वाखाली हळूहळू मराठी वीर मैदानी लढाईच्या तंत्रात तरबेज होऊ लागले होते.

कर्नाटकाच्या उत्तर सरहद्दीचा भाग सांभाळण्याची जबाबदारी औरंगजेबाने जाननिसारखान आणि तहव्वूरखान या जोडगोळीकडे दिलेली होती. विजापूरचा

अत्यंत कर्तबगार असा वजीर सलाबतखान याची ही दोन्ही मुले उत्तर कर्नाटकातले मोगल राज्य मोठ्या हिमतीने राखत होती.

संताजींनी त्यांचा दरारा मोडून काढायचे ठरवले. त्यांच्या छावणीवर ते दोघे बेसावध असतांना अत्यंत वेगाने येऊन त्यांनी हल्ला चढवला. निकराची लढाई झाली. त्यात मोगल सैन्याचा मोठा दणदणीत पराभव झाला. खासा जाननिसारखान जखमी झाला तरी निसटून गेला. पण तहव्वूरखान इतका जखमी झाला होता की, त्याला उठून निसटणे शक्य झाले नाही. मग त्याने एक शक्कल लढवली. युद्धक्षेत्रावर अनेक मृत सैनिक मातीने बरबटून पडलेले होते. आपले अंग आणि तोंड तसेच मातीने माखून घेऊन तो त्यांच्यात मिसळून निपचित पडून राहिला. त्यामुळे त्याचा जीव वाचला. या लढाईत इतर अनेक नामांकित सरदार कैद झाले. युद्धसामग्री, दारूगोळा लुटला गेलाच, पण मोगलांची मोठीच मानहानी झाली होती. अवघ्या सहा महिन्यांत सर्वच आघाड्यांवर मराठ्यांची आगेकूच आणि मोगलांची पीछेहाट झालेली होती.

अशा बातम्या सर्व बाजूंनी आल्यामुळे औरंगजेबाच्या छावणीतला माहोल मात्र खूप तणावाचा झालेला होता. कुठूनही चांगली खबर येत नव्हती. इतर आघाड्यांपेक्षा त्याचे अधिक लक्ष चंदीच्या वेढ्यावर होते. तेथे मराठ्यांचा छत्रपती मोगलांच्या घेऱ्यात होता. झुल्फिकारखानासारखा रायगड जिंकून देणारा मोहरा तेथे पणाला लावलेला होता. तरीही अद्याप त्याच्या मनासारखे काही घडत नव्हते. उलट, झुल्फिकारखानाकडून सतत मदतीसाठी तगाद्यांवर तगादे लावले जात होते.

या वेळचा निरोप मात्र निर्वाणीचा होता. वेढ्यात अन्न, पाणी, दारूगोळा, पैका अशी सगळ्याच गोष्टींची कमतरता झालेली आहे. सैन्याचे उपाशीपोटी हाल होत आहेत. आणखी काही दिवस अशी परिस्थिती राहिली, तर वेढा लढवणे तर दूरच, पण नुसता चालू ठेवणेसुद्धा जमणार नाही, असे झुल्फिकारखानाने कळवले होते. त्यामुळे त्याची काळजी वाटण्याऐवजी बादशहाचा राग मात्र वाढला होता. आता एकट्या झुल्फिकारखानाकडून चंदीची मोहीम पार पडेल असे त्याला वाटेनासे झाले होते. त्याला आणखी कोणा समर्थ सेनानीची जोड द्यावी, असा विचार त्याच्या मनात आला. त्याने झुल्फिकारखानाचा बाप आणि सल्तनतीचा वजीर आसदखान याला तातडीचे बोलावणे पाठवले. मोहिमेवर असलेला आसदखान टाकोटाक निघून विजापूरला बादशहासमोर हजर झाला. त्याला पाहून औरंगजेब म्हणाला,

"आसदखान, आम्ही झुल्फिकारला चंदीला पाठवले त्याला आज दीड वर्ष होऊन गेलंय. पहिले सात महिने तर त्याने तेथे पोहोचण्यासाठी लावले. एकदाचा तिथं पोहोचल्यावर तिथल्या फुटकळ लोकांनी केलेला अटकाव मोडून काढल्यावर वेढा घालण्यापूर्वी पुढचे तीन महिने घालवले. त्यालासुद्धा आठ महिने होऊन गेले,

तरी फते मिळवणे तर दूरच, उलट आम्हालाच सारखे मागणीचे तगादे सुरू असतात. आम्हाला आता वाटू लागलेय की त्याला बहुतेक हे जमणार नाही.''

खाली मान घालून उभ्या असलेल्या आसदखानाने नुसती मान हलवली. त्याच्याकडे रागाने पाहत बादशहाने विचारले,

''काय कमी ताकद दिली होती आम्ही त्याला? तब्बल पंधरा हजारांचं उभं घोडदळ, कडवे रजपूत सरदार आणि लढाऊ पेंढाऱ्यांचं सैन्य दिलं होतं. याला हाताखालची माणसेसुद्धा राखता नाही आली. कितीतरी जण त्या रामाकडे निघून गेली. आधी त्या मराठ्यांची ताकद किती कमी होती. अवघे सहा-सात हजारांचं घोडदळ आणि जेमतेम पाच हजारांचं पायदळ, तेव्हा त्यांना जिंकायला याला जमलं नाही. मग आता काय जमणार? म्हणून आता आम्हाला वाटतं, त्याला कुमक करायला हवी.''

''जी, जहाँपन्हा.''

आसदखान कसाबसा म्हणाला. त्यावर त्याच्याकडे डोळे बारीक करून पाहत औरंगजेब म्हणाला,

''आम्हाला वाटतं तुम्ही स्वत: तिकडे जावं. जा तयारीला लागा.''

अचानकपणे झालेल्या आज्ञेने भांबावून गेलेल्या आसदखानाने नुसती मान हलवली, आणि तो बाहेर पडला.

काही वेळाने विचार करताना बादशहाला अचानक आठवले, त्याची धाकटी, लाडकी बेगम उदेपुरी गेले कित्येक दिवस सतत भुणभुण करत होती की, तिचा मुलगा, बादशहाचा सर्वांत धाकटा शहाजादा कामबक्ष याला एखादी मोठी मोहीम द्यावी. सध्या तो वाकिणखेड्याला बेरड राजा पिडनायक याचा बंदोबस्त करण्यासाठी गेला होता. वाकिणखेड्याच्या नायकाने राजाराम महाराजांना मदत केल्यामुळे औरंगजेबाचा त्याच्यावर रोष झालेला होता. पण बेरड नायकासारख्या छोट्या मोहिमेवर अगदी शहाजाद्याने जाण्याची गरज नाही, इतर कोणीही मोठा सरदार ही कामगिरी पार पाडू शकला असता, असे बेगम उदेपुरीचे म्हणणे होते. कामबक्षाला चंदीच्या मोहिमेवर पाठवले तर तिचे समाधान होईल असे औरंगजेबाला वाटले.

अर्थात, औरंगजेबासारखा मुत्सद्दी शासक कोणतेही राजकीय निर्णय केवळ भावनेच्या बळावर घेणे शक्य नव्हते. स्वत: औरंगजेब तसा मुळात संशयी. आसदखान आणि झुल्फिकारखान दोघे बापलेक. तिथे दूर दक्षिणेत राहून आपणच दिलेल्या सैन्याच्या जोरावर त्यांनी बंड केले तर! तेव्हा त्यांच्यावर अंकुश ठेवण्यासाठी आपला खास माणूस तिथे असला पाहिजे. हा हेतू मनात धरून कामबक्षाला चंदीला पाठवण्याचा निर्णय त्याने पक्का केला.

बादशहाच्या हुकमानुसार चंदीला जाण्याच्या तयारीला लागलेल्या आसदखानाला

त्याने बोलावून घेतले आणि सांगितले,

''आसदखान, आम्हाला चंदीची मोहीम लवकर संपवायची आहे. त्यासाठी तुम्हाला आणखी कुमक करावी अशी आमची इच्छा आहे. आम्ही आमचा धाकटा शहाजादा कामबक्षाला तुमच्यासोबत द्यायचे ठरवले आहे. सध्या तो वाकिणखेड्याला छावणी टाकून बसलेला आहे. त्याला चंदीला येण्यासाठी आम्ही हुकूम पाठवतो आहे.''

''जी, जहाँपन्हा.'' कुर्निसात करत आसदखानाने विचारले, ''म्हणजे आम्ही आधी वाकिणखेड्याला जाऊन नंतर पुढे जायचे का?''

''नाही. तुम्ही तुमच्या ठरलेल्या मार्गाने जा. शहाजादे तुम्हाला वाटेत गाठतील. निघा लागलीच.''

होकारार्थी मान हलवत आसदखान बादशहाला कुर्निसात करून बाहेर पडला.

आसदखान काही झाले तरी गेली कित्येक वर्षे मोगल सल्तनतीचा वजीर होता. औरंगजेबाचा स्वभाव आणि राजकारणाची पद्धत चांगल्या प्रकारे जाणत होता. कामबक्षाला आपल्यासोबत पाठवण्यात त्याचा नेमका कोणता हेतू आहे हे न समजण्याइतका तो दूधखुळा नक्कीच नव्हता. कामबक्षाच्या येण्याविषयी झुल्फिकारखानाला सावध करण्यासाठी का असेना, त्याला आता चंदीला लवकर जाण्याची निकड भासू लागली. म्हणून तो तातडीने चंदीला जाण्याच्या तयारीला लागला.

१२

चंदीला वेढा घालून बसलेल्या झुल्फिकारखानाची अवस्था मात्र फारच वाईट झालेली होती. आसदखानाच्या सूचनेवरून त्याने कांचीचा सुभेदार अलिमर्दानखान याच्याकडे मदत मागितली होती. त्याने मदत पाठवली होती, पण ती अतिशय तुटपुंजी होती. बादशहाने त्याचा वालिद आसदखान आणि शहाजादा कामबक्ष यांना त्याच्या मदतीसाठी पाठवले आहे, हे त्याला समजले होते. पण प्रत्यक्ष हाती मात्र काही पडत नव्हते. तो अधिकच अडचणीत येत होता.

आणखी एक महिना असाच उलटला. झुल्फिकारखानाने वेढा घालून बरोबर एक वर्ष झाले होते. सुरुवातीला दक्षिणेतल्या राजांनी एकत्र येऊन त्याला अडवले होते. त्यांना त्याने पळवून लावले होते. हे एकमेव यश सोडले, तर त्याच्या पदरी फारसे काही पडले नव्हते. त्याने येताना तीस हजारावर फौज आणली होती. त्यातली बरीचशी त्याच्या जवळ शिल्लक राहिलेली नव्हती. त्यातले बरेच जण फुटून मराठ्यांकडे परत गेले होते. काही जण झुंजात कामी आले होते. आता तर बरीच माणसे उपासमारीने आणि आजाराने मरू लागली होती. जनावरांचे हाल तर

पाहवत नव्हते.

बादशहाकडे खलित्यांवर खलिते धाडूनदेखील हवी तशी मदत येत नव्हती. कधी पाठवलीच तर मराठ्यांच्या स्वारांच्या तुकड्या छापे घालून ती मधल्यामध्ये लुटून नेत होती. एकंदरीत झुल्फिकारखानाची मोठीच हैराणगत झालेली होती.

अखेरीस नाइलाजाने झुल्फिकारखानाने वेढा उठवण्याचा निर्णय घेतला. आणखी माणसे फुकाफुकी खर्ची घालणे त्याला परवडण्यासारखे नव्हते. सारी छावणी उठवून त्याने चंदीच्या ईशान्येला पंधरा कोसांवर असलेल्या वांदिवाश येथे हलवली. चंदीचा वेढा आपोआप उठला. मराठ्यांच्या दक्षिणेत मोगलांशी घडत असलेल्या संग्रामाचा पहिला अध्याय अशा रीतीने पार पडला होता.

भाग ७

१

वर्षभर चाललेला वेढा उठवून झुल्फिकारखान वांदिवाशला गेला अन् गडावरच्या मंडळींनी सुटकेचा श्वास टाकला. तो काही कायमचा गेलेला नाही, याची कल्पना असली तरी वातावरण खुशहालीचे बनले होते. आतापर्यंत चोरून असलेला माणसांचा राबता पुन्हा राजरोसपणे सुरू झाला होता. अशातच पुरंदराकडचे काही बेरड आणि कोळी चंदीला आले होते. इतक्या दूरवरून आलेल्या मंडळींना महाराजांनी दुसऱ्या दिवशी दरबारात बोलावून घेतले अन् प्रल्हाद निराजींना विचारले,

"पंत, काय म्हणत आहेत आमची मावळातली मंडळी?"

पंतांनी इशारा केला. सगळे जण पुढे आले, महाराजांना मुजरा करून बाजूला उभे राहिले. पंत सांगू लागले,

"महाराज, शंकराजींनी जवळजवळ सारा मावळ पुन्हा आपल्या अखत्यारीत आणलेला आहे. अगदी थोडेच गड घ्यायचे बाकी आहेत. त्यातलाच एक पुरंदर. तो अद्याप मोगलांकडे आहे. ही मंडळी तिथलीच आहेत. खास आपल्याला भेटण्यासाठी आलेली आहेत. आपण आज्ञा दिल्यास पुरंदर जिंकून देण्याची त्यांची इच्छा आहे."

"पंत, ही माणसं इतक्या दूरवरून आलेली आहेत. म्हणजे त्यांची काही योजना असेल."

"जी, महाराज."

असे म्हणून प्रल्हाद निराजी यांनी त्यांच्याशी झालेले बोलणे सविस्तरपणे महाराजांच्या कानावर घातले. महाराज पाहत होते. त्या आलिशान दरबारात त्यांच्या रयतेतली ती सामान्य माणसे अगदी बावरून गेलेली दिसत होती. एका कोपऱ्यात अवघडून उभी होती. त्यांच्या नजरेत उमेद मात्र दिसत होती. महाराजांनी आज्ञा केली,

"शंकराजींना कळवा. आम्ही या मंडळींना पुरंदर घेण्यासाठी कौल दिलेला

आहे.''

त्यानंतर त्या माणसांकडे वळून पाहत महाराज म्हणाले,

''तुम्हा लोकांना दौलतीच्या कामाबद्दल इतक्या दूरवर येऊन बोलावेसे वाटले, हेच खूप मोठे आहे. आता पुरंदर लवकरच स्वराज्यात येईल, याविषयी आमचे मनात बिलकूल शंका नाही. त्यापेक्षा तुमच्यासारख्या आमच्या रयतेला आमच्याबद्दल इतका भरोसा वाटतो, जिव्हाळा वाटतो हे अधिक मोलाचे आहे.''

त्या बेरड आणि कोळी लोकांचा जीव भरून आला. आपले प्रत्यक्ष छत्रपती आपल्याला भेटले, इतकेच नव्हे, तर आपल्याशी बोलले हे पाहून आपण इथवर आल्याचे सार्थक झाल्यासारखे त्यांना वाटले. त्या सर्वांना परत जाण्यापूर्वी पोशाख देऊन त्यांचा सन्मान करावा असे सांगितल्यावर तर त्यांना काय करावे हे सुचेना. महाराजांना वारंवार जमिनीपर्यंत झुकून मुजरे करून ते बाहेर पडले.

त्यानंतर महाराज खंडो बल्लाळांना म्हणाले,

''शंकराजींना असेही कळवा की, मावळातली सर्व जुनी वतने परत करावीत. या विषयी रामचंद्रपंतांसदेखील कळवून टाका.''

''जी, महाराज.''

असे म्हणत खंडो बल्लाळ खलिता पाठवण्याच्या कामाला लागले. महाराज दरबारच्या पुढच्या कामकाजाकडे वळले.

''महाराज, एक फारशी चांगली खबर नाही.'' प्रल्हाद निराजी सांगू लागले, ''झुल्फिकारखान इथून वेढा उठवून निघून गेला, तो सरळ तंजावरवर चालून गेला होता. तिथली लूट करून तो आता त्रिचनापल्लीच्या दिशेने निघालेला आहे.''

''हं. तंजावरकरांनी आपल्याला परत मदत करू नये, याचा तो बंदोबस्त करतो आहे.''

राजाराम महाराज गंभीरपणे म्हणाले. तेवढ्यात केसोपंत आत येत म्हणाले,

''महाराज, आत्ताच एक अतिशय महत्त्वाची खबर आलेली आहे. औरंगजेबाने झुल्फिकारखानाचा बाप, वजीर आसदखान याला इकडे निघण्याचा हुकूम केलेला आहे. तो बरेच मोठे सैन्य आणि भलीमोठी सामग्री घेऊन इथे येण्याच्या तयारीला लागलेला आहे, असे समजते.''

हे ऐकताच दरबारात एकदम सन्नाटा पसरला. बादशहाने अगदी आपल्या वजिरालाच जय्यत तयारीनिशी पाठवले आहे, ही बाब साधी नव्हतीच. पण महाराज म्हणाले,

''सध्या बादशहाची छावणी गलगले इथं आहे. इतक्या दूरवरून मोगली थाटात इथंवर यायला त्याला चार-सहा महिने तरी सहज लागतील. झुल्फिकारखानाचा अनुभव आपल्याला आहेच. तोपर्यंत तयारी करायला भरपूर सवड आहे. तेव्हा

आतापासूनच त्याची काळजी करू नका.''

महाराजांचे म्हणणे खरे होते. नाहीतरी झुल्फिकारखानाने वेढा उठवला होता तो अडचणीत येऊनच. याचा अर्थ तो काही कायमचा नक्कीच जाणार नव्हता. बादशहाने त्याला चंदी जिंकून घेऊन मराठ्यांच्या राजाला पकडून किंवा ठार करून मराठेशाही पार संपवण्याची कामगिरी दिलेली होती. त्यामुळे दक्षिणेतच थांबून पुन्हा जय्यत तयारी करून, योग्य संधीची वाट पाहून तो पुन्हा हल्ला करणार हे उघड होते. आसदखानाची मोठी कुमक मिळाल्यावर तर त्याला चांगलेच बळ मिळणार होते. त्याच्या प्रतिकाराची तयारी करण्याचा विचार प्रत्येकाच्या मनात होता. आता श्रावण महिना सुरू होता. दसरा उलटताच सर्व बेगमी करण्याचा बेत ठरवून दरबार उठला.

२

औरंगजेबाने आसदखानाला चंदीला जाण्याची आज्ञा केल्यावर तो शक्य तितक्या लगबगीने गलगल्याहून निघाला. जेमतेम एक-दोन मजला गेल्यावर त्याला समजले की झुल्फिकारखानाने अखेर चंदीचा वेढा उठवला आहे. सध्या तो आणखी दक्षिणेकडे तंजावर आणि त्रिचनापल्लीकडे लूट करण्यासाठी गेलेला आहे. म्हणजे आता अगदी गडबडीने तेथे पोहोचण्याची आवश्यकता राहिलेली नव्हती. शिवाय, त्याला वाटेत शहाजादा कामबक्ष भेटणार होता. त्यामुळे तो आरामात दरमजल करत निघाला.

शहाजादा कामबक्ष वाकिणखेडा येथे वेढ्यात होता. त्याला बादशहाचा चंदीला जाण्याचा निरोप आल्यावर आपल्या हाताखालच्या रहुल्लाखान या सरदारावर त्याने तिथला मोर्चा सोपवला आणि चंदीला निघायच्या तयारीला लागला. वाटेत कडाप्पा येथे आसदखानाला भेटायचे, नंतर दोघांनी एकत्र चंदीला जायचे आहे, असा एकंदर बेत असल्याचे त्याला कळवलेले होते. त्याप्रमाणे त्याने कडाप्पाच्या दिशेने कूच केले.

निघाल्यापासून तब्बल अडीच महिन्यांनी आसदखान कडाप्पाला पोहोचला. कामबक्ष अजून तिथे येण्यास वेळ होता. आसदखान तेथे छावणी टाकून त्याची वाट पाहू लागला. तसे पाहता आसदखान शहाजादा कामबक्षापेक्षा वयाने आणि नात्याने वडील होता. तरीही तो मोगल सल्तनतीचा राजपुत्र आणि औरंगजेबाचा लाडका मुलगा होता. त्यामुळे आसदखान त्याच्या स्वागताच्या तयारीला लागला.

शहाजादा कामबक्ष एका मजलेवर आल्याची खबर आली. आसदखानाने त्याचा जवळचा नातेवाईक आणि अत्यंत पराक्रमी सरदार सय्यद काकरखान याला शहाजाद्याचे

स्वागत करण्यासाठी पुढे पाठवून दिले. निवडक सैनिकांच्या तुकडीसह दोन कोस पुढे जाऊन त्याने शहाजाद्याची आगवानी केली. खडी ताजीम, तवाजू सारे रीतसर पार पडले. परंतु शहाजाद्याचा मिजाज काही वेगळाच दिसला. सय्यद काकरखानासारख्या ज्येष्ठ सरदाराला मानाने वागवणे तर दूरच, उलट काहीतरी क्षुल्लक बाबीवरून त्याने त्याचा अपमान केला. शहाजाद्याच्या उद्धट वागण्याने दुखावलेला काकरखान आपली कामगिरी पार पाडून शहाजाद्याला छावणीत घेऊन आला.

आसदखानाने शहाजाद्यासाठी खास सजवलेल्या डेऱ्यात त्याचे स्वागत केले. शहाजादा फारसे मोकळेपणाने बोलत नव्हता. प्रवासातल्या थकव्यामुळे असे होत असावे असे आसदखानाला वाटले. त्याने थोडक्यात स्वागताचा समारंभ आटोपात घेतला. नंतर त्याला लष्करखानाकडून आधी घडलेला प्रसंग समजला. त्यामुळे तो थोडासा चिंतेत पडला.

चंदीला निघण्यापूर्वी विश्रांती घ्यावी यासाठी कडाप्पाला मुक्काम पडला होता. तेव्हा कामबक्षाला असे जाणवू लागले की, इथे आपल्यापेक्षा आसदखानाला जास्त मान मिळतो आहे. कामबक्ष शहाजादा असला तरी आसदखान कामबक्षाच्या उमरीपेक्षा अधिक काळ मोगल सल्तनतीचा वजीर होता. अत्यंत अनुभवी आणि वयाने वडील म्हणजे सत्तरीच्या घरातला होता. त्यामुळे अर्थातच सर्व जण त्याला मान देत होते. पण आपण प्रत्यक्ष शहेनशाहाचा मुलगा असताना इतर कोणाला आपल्यापेक्षा अधिक मान मिळतो आहे, हे त्याला खटकू लागले होते.

स्वत: कामबक्ष जेमतेम विशीतला तरुण असून अननुभवी होता, शिवाय हलक्या कानाचासुद्धा होता. त्याच्या भोवती सतत खुशमस्कऱ्यांचे कोंडाळे असायचे. ते त्याच्या मनातला अहंकार फुलवत त्याला चिथावत होते. त्यातूनच सय्यद लष्करखानाच्या अपमानासारखे प्रसंग घडत होते. आता तर खुद्द आसदखानाबद्दल त्याला असूया वाटू लागली होती.

कडाप्पाहून चंदीला जाण्याचा प्रवास सुरू झाला. सुरुवातीला आघाडीवर आसदखान आणि कामबक्ष हत्तीवर असायचे. असे एक-दोन मुक्काम पडले. नंतर एकदा कामबक्षाला घोड्यावर बसण्याची लहर आली. आता शहाजादा घोड्यावर आणि वजीर हत्तीवर असे होणे काही शक्य नव्हते. त्यामुळे नाइलाजाने का असेना, आसदखानालासुद्धा घोड्यावर बसून प्रवास करावा लागला.

आसदखान तसा मुळातला दरबारी राजकारणी. तो त्याचा मुलगा झुल्फिकारखान याच्यासारखा लढवय्या नव्हे. त्याला तशी घुडसवारीची फारशी सवय नव्हती. त्यातून त्याची उमर सत्तरीची. त्याला ही घोडदौड काही केल्या सोसवत नव्हती. त्याचा त्रास कामबक्षाच्या ध्यानी आला. त्याने उरलेला सारा प्रवास घोड्यावरून करायचा हे ठरवून टाकले.

त्यामुळे तिथून पुढे तब्बल ऐंशी कोसांची दौड आसदखानाला अशी घोड्यावरून करावी लागली. सत्तरीच्या घरातल्या आसदखानाच्या पाठीचे पार धिरडे होऊन गेले. त्याचे अंग प्रचंड दुखू लागले. त्याने एक-दोन वेळा स्वत: कामबक्षाला हत्तीवरून जाण्यासाठी सुचवून पाहिले. पण कामबक्षाने त्याच्याकडे दुर्लक्ष केले. त्यामुळे आपल्याला त्रास व्हावा म्हणून तो मुद्दाम हे करतो आहे, असा आसदखानाचा पक्का ग्रह झाला. तो अतिशय दुखावला गेला.

अशा प्रकारे औरंगजेबाने चंदी जिंकण्यासाठी मोठ्या उमेदीने जे दोन मोहरे दक्षिणेत पाठवले होते, त्यांच्यात चंदीला पोहोचण्यापूर्वीच दुफळीची बीजे रोवली गेली होती.

३

झुल्फिकारखान तंजावर आणि त्रिचनापल्लीहून भरपूर लूट घेऊन वांदिवाशला परत आला. आसदखान आणि कामबक्ष येईपर्यंत आता काही ददात नव्हती. ते दोघे कडाप्पाला एकत्र येऊन पुढे निघाले आहेत, साधारणपणे महिन्याभरात चंदीला पोहोचतील असा निरोप आल्यापासून तर त्याच्या उत्साहाला उधाण आले होते. ते आले की जोरदारपणे चंदीवर एल्गार करायचा, असे झुल्फिकारखानाने ठरवून टाकले होते.

पण अचानकपणे निसर्गाने त्याच्या उत्साहाला ग्रहण लावले. मार्गशीर्षाचा महिना होता. एके दिवशी अकस्मात वादळी वारे वाहू लागले. ध्यानीमनी नसताना धुवाधार पाऊस पडू लागला. झुल्फिकारखानाच्या सैनिकांनी छावणीच्या सभोवती चर खणलेले होते. ते पाण्याने पूर्णपणे भरून वाहू लागले. नंतर तर पावसाचा जोर इतका वाढला की, भरलेल्या चरांमधून धान्याची पोती, युद्धसाहित्य इतकेच नव्हे तर नंतर जनावरे आणि माणसेदेखील वाहून जाऊ लागली. जोराच्या वाऱ्याने तंबू उधळले गेले. धान्याचे गाडे, दारूगोळा सारे काही उद्ध्वस्त झाले.

झुल्फिकारखानाने एवढ्या मेहनतीने लढून मिळवलेले साहित्य असे त्याच्या डोळ्यांदेखत नष्ट झाले. सारी छावणी होत्याची नव्हती झाली. हे पाहून तो अगदी हताश होऊन गेला. त्याने तातडीने आसदखानाकडे हरकारे पाठवून मदतीची मागणी केली. आसदखान अद्याप चंदीपासून बराच दूर होता. सारी छावणी उठवून तातडीने जाणे शक्य नव्हते. पण मदत पाठवणे तर जरुरीचे होते. त्यासाठी तो जातीने कामबक्षाच्या डेऱ्यात जाऊन म्हणाला,

''झुल्फिकारखानाकडून हरकारा आलेला आहे. तेथे वादळ आणि पावसामुळे त्याच्या छावणीची पुरती वाताहत झालेली आहे. काही वाचलेले नाही. त्याने

तातडीने मदत मागितली आहे. आपल्याला काहीतरी करायला हवे.''

खुद्द वजीर आसदखान आपल्या मुलाला मदत करावी, यासाठी आपल्याकडे आलेला आहे हे पाहून कामबक्षाला बरे वाटले. त्याचा अहंकार सुखावला. तो अगदी प्रौढपणाचा आव आणून म्हणाला,

''वजीरसाहेब, आपण बिलकूल परेशान होऊ नका. आम्ही ताबडतोब काहीतरी इन्तजाम करतो. आमचे खास असामी राव दलपत बुंदेला याला पाठवून देतो.''

त्याने लागलीच रजपूत राजा राव दलपतला बोलावून घेतले. सर्व समजावून सांगत हुकूम केला,

''तुम्ही भरपूर अन्नधान्य आणि इतर गरजेच्या गोष्टी घेऊन टाकोटाक निघा. आपली चंदीजवळची छावणी अडचणीत आहे. त्यांना लवकर मदत मिळायला हवी.''

राव दलपत लागलीच कामाला लागला. त्याने गोपालसिंग चंद्रावत आणि यशवंत दळवी यांना सोबत घेतले होते. अशा वेळीसुद्धा राजकारण करायला आसदखान विसरला नाही. राव दलपतबरोबर आपल्या खास विश्वासातल्या मालोजी घोरपडे आणि सिद्दी सलामखान यांना त्याने जोडून दिले. भरपूर साहित्य घेऊन रजपूत दळ वेगाने दौडत निघाले. अपेक्षेपेक्षा लवकर मदत आल्याचे पाहून झुल्फिकारखानाला बरे वाटले. त्याने आपली छावणी सावरली.

राव दलपत बुंदेला आणि इतर सरदारांकडून झुल्फिकारखानाला समजले की, आसदखान आणि कामबक्ष भरपूर मोठे सैन्य आणि युद्धसाहित्य घेऊन महिन्याभरात तेथे येऊन पोहोचतील. त्यामुळे झालेले नुकसान आणि त्रास विसरून तो पुन्हा चंदीवर हमला करायचे बेत करू लागला.

चंदीच्या किल्ल्यातील मंडळी झुल्फिकारखानाच्या छावणीची वादळात झालेली वाताहत पाहत होती. पावसामुळे आणि वाऱ्यामुळे पूर्ण पडझड झाल्याने ते लवकर सावरतील असे त्यांना वाटत नव्हते. पण ज्या वेगाने रजपूत दळ मदत घेऊन आले, त्याचे मात्र त्यांना मोठे आश्चर्य वाटले. कारण मोगल सैन्याच्या हालचाली सहसा इतक्या जलद होत नसत. त्याचबरोबर अतिशय मोठे बळ, प्रचंड मोठा तोफखाना यासह आसदखान आणि कामबक्ष लवकरच येत आहेत, अशी पक्की खबर मिळाली होती. त्यामुळे गडावरचे वातावरण चिंताग्रस्त झाले.

मोगल सैन्य निघाल्याचे समजल्यापासून राजाराम महाराजांनी अनेक जणांकडे सहकार्यासाठी निरोप पाठवले होते. फिरंग्यांकडून दारूगोळा खरेदी केला होता. तंजावरकरांकडून मदत मिळावी यासाठी शहाजीराजेंचे कारभारी त्र्यंबकराव कामाला लागले होते. तंजावरकरांनी विचार केला की, ज्याअर्थी झुल्फिकारखानासारख्या खंद्या सेनानीला बादशहाने खुद्द शहाजादा आणि वजीर अशी अव्वल कुमक

पाठवलेली आहे, त्याअर्थी त्याचा इरादा केवळ चंदी जिंकून थांबण्याचा नसावा. दक्षिण सागरापर्यंतचा मुलूख आपल्या साम्राज्याला जोडण्याची त्याची आकांक्षा असावी.

म्हणजे एकदा चंदी पडली की, आपल्यासह इतर राजांवर त्याची धाड येणार. हा सर्व विचार करून तंजावरनरेशांनी महाराजांना मोठी मदत पाठवली. चंदीतली परिस्थिती सुधारली. महाराजांना मोठा दिलासा मिळाला. या सर्व कठीण काळात मराठी मुलखातील बातम्याच तेवढ्या हुरूप वाढवणाऱ्या होत्या. महाराजांना भेटून गेलेल्या बेरड आणि कोळी वीरांनी पुरंदर जिंकला होता. आता पुणे परगणा जवळजवळ पूर्णपणे स्वराज्याच्या अखत्यारीत आलेला होता. महाराजांनी पुणे प्रांतावर सरसुभेदार म्हणून गंगाजी नारायण याला नेमण्यासाठी शंकराजींना कळवून टाकले.

दुसरीकडे संताजी आणि रामचंद्रपंत यांनी एकत्र मोहीम काढून कर्नाटकातला भुदरगडपासून हुक्केरीपर्यंतचा मुलूख जिंकून घेतला. चिकोडी भाग काबीज करून त्यांनी त्या भागात मराठेशाहीची पावले घट्ट रोवली. या सर्व खबरीमुळे प्रत्यक्षात काही लाभ होत नसला तरी चंदीतल्या मंडळींचे मानसिक बळ वाढत होते.

पाहता पाहता महिना उलटला. आसदखान आणि कामबक्ष वांदिवाशला झुल्फिकारखानांच्या छावणीत येऊन पोहोचले. त्याने आधी वेढा उठवला होता, त्याला अवघे पाच महिने झाले होते. आता पुन्हा एकवार मोगल आक्रमण चंदीच्या उंबरठ्याशी येऊन पोहोचले होते.

४

मोगल सैन्याच्या छावणीची व्यवस्था लावण्यासाठी झुल्फिकारखानाच्या डेऱ्यात प्रमुख सरदाराची बैठक जमली होती. चंदीपासून काही अंतरावर बऱ्याच टेकड्या होत्या. त्यातल्या 'सिंघावरम' या टेकडीवर पूर्वीच्या वेढ्याच्या वेळी स्वत: झुल्फिकारखानाचा मुक्काम होता. त्याबद्दल सांगताना झुल्फिकारखान आसदखानाला म्हणाला,

''ही टेकडी म्हणजे अगदी महफूस जगह आहे. आम्हाला वाटतं, तुमचा आणि शहाजादेसाहेबांचा डेरा तिथे उभारता येईल. तिथून तुम्हाला वेढ्यातल्या साऱ्या सैन्यावर नजर ठेवता येईल.''

आसदखान आणि कामबक्ष दोघांनाही ही सूचना पटली. त्यांच्यासह सर्व महत्त्वाच्या सेनानींचे डेरे तेथे घातले गेले. आता झुल्फिकारखान प्रत्यक्ष वेढ्याच्या तयारीला लागला. किल्ल्याचा मुख्य दरवाजा पश्चिमाभिमुख होता. इस्माइलखान

आणि काकरखान यांच्यासारख्या अनुभवी सरदारांच्या साहाय्याने त्याने आपले सैन्य किल्ल्याजवळ न्यायला सुरुवात केली. छोट्या तोफा, हत्ती, घोडे, सामान वाहून नेणारी जनावरे सारे हळूहळू पुढे सरकू लागले. त्यांच्यामागून सैनिकांनी आपले मोर्चे बांधायला सुरुवात केली. आणखी पुढे सरकून तोफांचा हल्ला करायला सुरुवात करायचा झुल्फिकारखानाचा बेत होता.

मोगलांच्या हालचालींवर किल्ल्यातील मंडळींचे तटाच्या आडून पूर्ण लक्ष होते. सर्व साहित्य पुढे सरकवून व्यवस्थित चौक्या पडेपर्यंत आतून कसलीही हालचाल झाली नाही. सारे नीट लागेपर्यंत रात्र झाली. दुसऱ्या दिवशी पहाटे वेढ्यातले सैनिक दमून गाढ झोपलेले असतांना अचानक किल्ल्यातून तोफांची आणि बंदुकीच्या गोळ्यांची सरबती सुरू झाली. अर्धवट जाग्या झालेल्या सैनिकांना सावरायची जराही संधी मिळाली नाही. हल्ला इतका तीव्र होता की, ते जीव घेऊन मुख्य तळाकडे सुसाट पळत सुटले.

याच संधीची वाट पाहणाऱ्या मराठ्यांनी सरळ गडाचे दरवाजे उघडले. तेथे सज्ज असलेले सैनिक वेगाने बाहेर पडले. त्यांनी उरल्यासुरल्या मोगल सैनिकांना तेथून पळवून लावले. त्यांच्यामागून आणखी एक तुकडी बाहेर आली. त्यांनी तळावर मोगल सैनिकांनी मागे सोडलेले सारे साहित्य हत्ती, घोड्यांसह ताब्यात घेऊन किल्ल्यात न्यायला सुरुवात केली.

झुल्फिकारखानाने मांडलेल्या वेढ्याची आघाडीची फळी पूर्णपणे उद्ध्वस्त झाली होती. हे सारे इतक्या वेगाने घडले की, त्यांच्यासह सारेच गोंधळून गेले. अशा प्रकारच्या प्रत्युत्तराची त्यांना अपेक्षाच नव्हती. पहिल्याच फटक्यात मोगलांचे बरेच नुकसान झाले होते. हे पाहून आसदखानाने त्याच्या डेऱ्यात सर्व मुख्य मंडळींची बैठक बोलावली. झुल्फिकारखान सांगू लागला,

"गेल्या खेपी आम्ही याच ठिकाणी आमच्या वेढ्याचा तळ टाकला होता. त्या वेळी गडावरच्या तोफांचा मारा आमच्यापर्यंत येत नव्हता. आता त्यांनी केलेल्या माऱ्यावरून एक बाब लक्षात येते की, मधल्या काळात मराठ्यांनी लांब पल्ल्याच्या तोफा मिळवलेल्या दिसतात. त्यामुळेच त्यांना असा हमला करता आला असावा."

"म्हणजे आता वेढा आणखी लांब अंतरावरून घालावा लागणार."

लष्करखान म्हणाला. पण झुल्फिकारखानाचे त्याच्याकडे फारसे लक्ष नव्हते. त्याला वेगळीच काळजी वाटत होती. तो विचार करत म्हणाला,

"वेढा काय आणखी अर्धा कोससुद्धा मागे घेता येईल. आम्हाला त्याची फिकीर नाही. गडावरच्या तोफांचा पल्ला आपल्याला अजून माहीत नाही. सिंघावरम टेकडी फारशी दूर नाही. शहाजादेसाहेब आणि वालिदसाहेबांची जान खतऱ्यात येते की काय याची आम्हाला काळजी वाटते."

"बिलकुल सही. त्याचे काहीतरी करायला हवे."

राव दलपत बुंदेला म्हणाला. त्याने सुचवले,

"खानसाहेब, इथून वांदिवाशच्या दिशेने काही अंतरावर 'अलीमदद' ही टेकडी आहे. त्या दोघांचे डेरे तेथे हलवता येतील."

ही सूचना झुल्फिकारखानाला एकदम पटली. तो म्हणाला,

"राजाजी, बहोत बढिया सुझाव दिलात. त्या दोघांचे डेरे तातडीने तेथे हलवून घ्या. त्या दोघांच्या हिफाजतीसाठी तुमच्याच सैन्याची एक तुकडी तेथे तैनात करून घ्या. त्यांची जिम्मेदारी आम्ही तुमच्यावर सोपवतो. आम्ही मात्र आमचा इथला सिंघावरमचा मुक्काम हलवणार नाही."

ताबडतोब त्या दोघांचे शाही तंबू अलीमदद टेकडीवर हलवण्याचा हुकूम दिला गेला. पुन्हा एकवार वेढ्याची तयारी सुरू झाली. पूर्वीच्या जागेपासून जवळजवळ अर्धा कोस मागे घेऊन चौक्या उभारल्या गेल्या. या वेळी अधिक संख्येने सैनिक वेढ्यात घातले गेले. मेट्या अगदी थोडे अंतर ठेवून रचल्या गेल्या. धमधमे उभारून त्यांच्यावर तोफा चढवायला सुरुवात झाली, अन् अचानक मागच्याच प्रकाराची पुनरावृत्ती झाली. गडावरून तोफा आणि बंदुकींचा मारा सुरू झाला. पुन्हा मागच्या वेळेसारखी सैन्याची पळापळ झाली. मराठ्यांनी पुन्हा एकवार सामान लुटले.

त्या वेळी झुल्फिकारखान राव दलपतबरोबर अलीमददवर शाही डेऱ्यांची व्यवस्था पाहायला गेला होता. हा प्रकार दोन वेळा घडल्यामुळे त्याची गंभीरपणे दखल घेणे भाग होते. आसदखानाने आपल्या डेऱ्यात बोलावून झुल्फिकारखानाला विचारले,

"या मराठ्यांनी इतक्या लांब पल्ल्याच्या तोफा कुठून मिळवलेल्या आहेत याचा तपास करा. आपल्याला त्याचा काहीतरी बंदोबस्त करायला हवा."

"इथून जवळच पाँडिचेरीला फिरंग्यांच्या वखारी आहेत. त्यांच्याकडून घेतल्या असाव्या."

झुल्फिकारखानाने माहिती पुरवली. त्यावर गंभीरपणे आसदखान म्हणाला,

"त्याचे काहीतरी करायला हवे. ते आम्ही पाहतो. तुम्ही तुमच्या कामाला लागा."

आपण जातीने हजर असताना असा प्रकार घडला, याचा सल आसदखान आणि कामबक्ष दोघांनाही वाटत होता. पुढच्या हालचाली ठरवण्यापूर्वी मराठ्यांना कमी न लेखता विचारपूर्वक चाल ठरवण्याची वेळ आता त्यांच्यावर आलेली होती.

५

चंदीच्या किल्ल्यातले वेढा पडण्यापूर्वी असलेले तणावाचे वातावरण आता निवळले होते. पहिल्याच दोन हमल्यात मिळालेल्या यशामुळे सारे खुशीत होते. दोन्ही खेपेत भरपूर लूट मिळालेली होती. त्यापेक्षा महत्त्वाचे म्हणजे, मोगलांना असा सज्जड इशारा मिळालेला होता की, कितीही मोठे सैन्य आणले, अगदी प्रत्यक्ष मोगल सल्तनतीचा शहाजादा आणि अत्यंत बुजुर्ग वजीर अंगावर चालून आले तरी मराठे डरत नाहीत. उलट, डटून त्यांचा मुकाबला करतात. धाडस, शौर्य आणि डावपेच यापैकी कशातही कमी पडत नाहीत. राजाराम महाराज आणि त्यांच्या सहकाऱ्यांना सध्यापुरता तरी एवढा दिलासा पुरेसा होता.

याच सुमारास राणीमहालात एक आनंदाची घटना घडली. महाराणी राजसबाई यांना कन्यारत्न प्राप्त झाले. मुलीचे अत्यंत देखणे, गोरेपान रूपडे पाहून महाराजांना आपल्या मातोश्री महाराणी सोयराबाई यांची तीव्र आठवण झाली. कन्येचे नाव 'सोयराबाई' असे ठेवण्यात आले. ही कन्या म्हणजे महाराजांचे पहिले औरस अपत्य. तिच्या प्राप्तीची शुभवार्ता राणीमहालाचा मुख्य हवालदार आणि महाराजांचा अत्यंत विश्वासू सेवक गिरजोजी यादव याने त्यांना दिली होती.

गिरजोजीवर महाराजांचा आधीपासूनच अत्यंत भरवसा आणि लोभ होता. रायगडावरून जानकीबाई आणि शाहूराजेंना आणण्याची कामगिरी असो की, चंदीला येतांना खजिना आणणे असो. प्रत्येक जोखमीच्या कामगिरीच्या वेळी महाराजांच्या नजरेसमोर एकच नाव यायचे, ते गिरजोजी यादवचे. त्या त्या वेळी महाराजांनी त्याला बक्षिसे दिलेली होती. पण यापेक्षा त्यांना अधिक काहीतरी द्यावे असे नेहमी त्यांच्या मनात येत असे. त्यासाठी ही वेळ योग्य आहे असे वाटल्याने महाराजांचे खासगीतले जवळचे सेवक बाजी कदम आणि येसाजी दाभाडे यांनी महाराजांकडे विनंती केली की, गिरजोजीस कराड परगण्याची देशमुखी द्यावी.

महाराजांनी गिरजोजीला कराड परगणा न देता उंब्रज महालातील तीस गावे आणि तारगाव महालातील चोवीस गावांची देशमुखी बहाल केली. गिरजोजीने शेरणी म्हणून दोन हजार होन सरकारात भरले. नंतर त्याला रीतसर वतनपत्रे मिळाली.

असे आनंदाचे प्रसंग साजरे होत असले तरी वेढ्याचा विषय सतत सर्वांच्या मनात होता. सुरुवातीलाच झालेले हल्ले, त्यात झालेले नुकसान याची दखल झुल्फिकारखानासारखा लढवय्या गंभीरपणे घेणार हे उघड होते. त्याची पुढची चाल काय असेल याकडे त्यांचे लक्ष लागले होते. मोगलांच्या गोटात अशीच अस्वस्थता होती. सर्व सरदारांच्या बैठकीत झुल्फिकारखानाने आपले म्हणणे मांडले,

"आपल्याला गडाच्या मुख्य दरवाजाबरोबर इतर ठिकाणी आणखी काही मोर्चे तयार करून चारी बाजूंनी हमले चढवायला हवेत, असे मला वाटते."

"बिलकुल दुरुस्त खयाल." आसदखान आपल्या मुलाची सूचना उचलून धरत म्हणाला, "तुम्ही सारे इतके दिवस इथे आहात. तुम्हीच सांगा नवीन आघाड्या कुठे कुठे उघडायच्या."

झुल्फिकारखानाने याचा आधीच विचार केलेला होता. तो म्हणाला,

"गडाच्या दक्षिणेला चंद्रायणदुर्ग आहे. तो तसा राजगिरीपेक्षा उंचीला कमी आहे. तेथे नवी आघाडी उघडावी असे आम्हाला वाटते. हा किल्ला आणि राजगिरीच्या तटबंदीत 'शैतानदरी' नावाचा दरवाजा आहे असे आम्हाला समजले आहे. तसेच त्याच्यापासून अर्ध्या कोसावर 'चिक्कलीदुर्ग किंवा चामरटेकडी' नावाचा आणखी एक लहान पण अत्यंत उंच आणि दुर्गम किल्ला आहे. तेथेच दक्षिणेतल्या इतर राजांकडून आलेली मदत जमा करून गडावर जाते. त्यांचा संपर्क तोडायचा प्रयत्न करण्यासाठी हा मोर्चा महत्त्वाचा आहे. मी स्वत: तो सांभाळणार आहे."

झुल्फिकारखानाचा बेत सर्वांना पसंत पडला. तो तातडीने तयारीला लागला. त्याने बरेच मोठे सैन्य तिकडे हलवले. मोठमोठे चर खणून घेतले. वाळूच्या पोत्यांचे उंच धमधमे रचले. त्याच्यावर तोफा चढवून घेतल्या आणि गोळीबार सुरू केला. गडावरच्या लोकांनी त्यांची हालचाल आधीच टिपलेली होती. त्यांनी बराचसा दारूगोळा आणि सैन्य आधीच तेथे आणून ठेवले होते. त्यामुळे लागलीच प्रतिकार केला गेला. तरी आता दोन आघाड्या झाल्यामुळे गडावरून होणारा प्रतिकार कमी तीव्र झाला होता.

पुढचा जवळजवळ महिनाभर रोज अशा चकमकी घडत होत्या. आता झुल्फिकारखानाला सामग्री अपुरी पडू लागली. मराठ्यांच्या सैन्याच्या तुकड्या उत्तर कर्नाटकात धुमाकूळ घालतच होत्या. त्यामुळे बादशहाने पाठवलेली रसद मधल्या मध्ये मारली जात होती. त्याचा फटका मोगल सैन्याला बसत होता. झुल्फिकारखानाने पुन्हा एकदा बैठक भरवली, आणि सांगितले,

"आपल्याला धन, धान्य, दारूगोळा अशा सर्वच बाबींची मोठी चणचण भासते आहे. गडावर मात्र या सर्व गोष्टी आजूबाजूच्या सुपीक प्रदेशातून पुरवल्या जात आहेत. त्यामुळे मी इथला सारा मुलूख पिंजून काढून या लोकांना अशी अद्दल घडवतो की त्यांनी पुन्हा मराठ्यांना मदत करता कामा नये."

त्याचे म्हणणे अर्थातच सर्वांना पटले. तरी अजून आसदखान अस्वस्थ होता. धनधान्याची बेगमी यातून होईल, पण दारूगोळ्याचे काय, हा प्रश्न त्याला सतावत होता. त्यासाठी इंग्रजांना पत्र लिहावे असे त्याने ठरवले. या पत्रात दारूगोळ्याची मागणी करतानाच त्याने राजाराम महाराजांना त्यांनी मदत करू नये यासाठी

समजसुद्धा दिली.

'आम्हाला आता लवकरच फते मिळणार आहे हे निश्चित आहे. अशा वेळी तो शक्तिहीन झालेला दुर्दैवी राजाराम तुमच्याकडे आश्रय मागण्यासाठी येईल. तेव्हा तुम्ही त्याला मदत करू नये. उलट, त्याला पकडून आमच्या ताब्यात द्यावे. ही तुमची मोगल बादशहासाठी मोठी कामगिरी ठरेल.'

आसदखानाने पत्र हरकाऱ्याकडून पाठवून दिले. झुल्फिकारखान रसदीची व्यवस्था करण्यासाठी बाहेर पडला. त्याने झपाट्याने आजूबाजूच्या गावांवर धाडी घालण्यास सुरुवात केली. गावेच्या गावे बेचिराख करून तेथल्या माणसांची धरपकड सुरू केली. पुरुष, बायका, मुले, म्हातारे कोणालाही सोडायचे नाही, असे झुल्फिकारखानाने त्याच्या सैनिकांना बजावले होते. त्यांनी आठ हजारांवर माणसे कैद केली. त्यांना सरळ बाजारात गुलाम म्हणून विकून टाकले. त्यातून पैसा उभा केला.

अवघ्या पंधरा दिवसांत इतका धुमाकूळ घालून, भरपूर पैका आणि धनधान्य मिळवून झुल्फिकारखान आपल्या छावणीत परतला. त्याने पुन्हा दक्षिणेकडची आघाडी स्वत:कडे घेऊन त्या बाजूने प्रखर हल्ले चढवले. महिनाभर रोज चकमकी झडत होत्या. त्यांनी चंदीची पुरती कोंडी करून टाकली होती. आत कसलाही पुरवठा होऊ शकत नव्हता. अधूनमधून एखादी मराठ्यांची तुकडी रसद घेऊन येणाऱ्या टोळीवर हमला करून लुटालूट करत होती. एवढे सोडले, तर एकूणच मोगलांची सरशी होत असलेली दिसत होती. फक्त निर्णायक हल्ला करणे मात्र त्यांना अद्याप जमले नव्हते.

६

वेढा सुरू होऊन पाच महिने झाले. शहाजादा कामबक्ष प्रत्यक्ष युद्धक्षेत्रापासून थोड्या दूर असलेल्या अलिमदद टेकडीवरच्या आपल्या शाही डेऱ्यात बसलेला होता. सकाळचे कोवळे ऊन सरत आलेले होते. चढत्या दिवसाची उष्णता हळूहळू वाढू लागली होती. डेऱ्याच्या दारावर लावलेल्या वाळ्याच्या पडद्यांवर चाकरांनी थंड पाणी मारले होते. त्यावरून वाऱ्याची झुळूक गेली की काही काळापुरती की होईना गार हवा डेऱ्यात खेळायची. तरीही शहाजाद्याची अस्वस्थता काही कमी होत नव्हती.

शाही डेऱ्याच्या चारही बाजूंना तळपत्या तेगी घेऊन पहारेकरी उभे होते. स्वत: शहाजादा डेऱ्याच्या मध्यभागी ठेवलेल्या आलिशान बैठकीवर बसलेला होता. औरंगजेबाची अत्यंत लाडकी काश्मिरी बेगम उदेपुरी हिचा हा मुलगा, आईसारखाच अतिशय देखणा आणि नाजूक होता. खरेतर दक्षिणेतल्या उन्हाळ्याला आता कुठे सुरुवात झाली होती. तरीही तो अगदी त्रासून गेला होता. नेहमीच्या मखमली किंवा

भरजरी जाम्याऐवजी तलम मलमलीचा अंगरखा त्याने घातलेला होता. चाकराने त्याच्यासाठी हुक्का भरून ठेवलेला होता. पण त्याच्याकडे त्याचे लक्ष नव्हते. तो कसल्या तरी विचारात गढलेला होता. इतक्यात चाकराने पुन्हा येऊन थंडगार वाळ्याचे सरबत आणून समोरच्या नक्षीदार तिवईवर ठेवले आणि वर्दी दिली की त्याचे नेहमीचे शागिर्द आले आहेत.

शहाजाद्याला बरे वाटले. त्याने इशारा करताच सारे आत आले. त्याला कुर्निसात करून उभे राहिले. त्यांना बसण्याची खूण करत शहाजाद्याने शरबताचा घोट घेतला अन् म्हणाला,

''काय ही दख्खनची हवा. आम्हाला आताच सहन होत नाही. कधी ही मोहीम संपते, आणि आम्ही आमच्या अम्मीजानसह कश्मीरला जातोय असं आम्हाला झालंय. इतके महिने झाले इथं येऊन, पण जंगचा निकाल काही लागत नाही.''

''शहाजादेसाहेब, आपल्याला इथे येऊन अवघे पाच-सहा महिने झालेत. पण तो झुल्फिकारखान इथं आल्याला आता दोन वर्षे होतील. गड कठीण आहे हे ठीक आहे, पण वेढा कडक केलाय. गनीम लवकर शरण येईल असं म्हणत नुसता वेळ काढतोय.''

एक शागिर्द बोलला.

''मतलब? ते आपल्या कामात कुचराई करत आहेत असं म्हणायचंय तुम्हाला?''

शहाजाद्याने कपाळाला आठ्या घालत विचारले, त्यावर तो सरसावून म्हणाला,

''आपणच पाहा, एवढे मोठे सैन्य, प्रचंड दारूगोळा, खुद्द सल्तनतीचे वजीर आणि शहाजादे यांची दिम्मत पाठीशी असताना गड सर होत नाही, याचा अर्थ काय? ''

''तुम्हाला नेमकं काय म्हणायचंय?''

शहाजाद्याने थोड्या कडक स्वरात विचारले. तेव्हा तो चाचरत म्हणाला,

''आमच्या असे कानी आले की, त्या मराठ्यांच्या राजाशी खानसाहेबांचे आतून संगनमत असावे.''

''नामुमकीन, आम्हाला यकीन होत नाही. खानसाहिब तो हमारे वालिदसाहबके मौसेरे भाई आहेत. याच मराठ्यांच्या तख्ताचा गड त्याने मोठ्या शर्थीने जिंकला होता. तो असे करणे आम्हाला शक्य वाटत नाही.''

शहाजादा अविश्वासाने बोलत होता. त्यावर तो आवाज हळू करत म्हणाला,

''हुजूर, इतना ही नहीं, असंही बोललं जातंय की, खुद्द वजीरसाहेब त्याला शामील आहेत.''

''नहीं. हमे नहीं लगता की, वो ऐसा कुछ करेंगे। तुम लोग कुछ भी कहते हो।''

शहाजादा चिडचिड्या स्वरांत म्हणाला. तसा आसदखानाविषयी त्याच्या मनात

बराच आकस होता. पण तो एवढी मोठी गद्दारी करेल यावर त्याचा विश्वास नव्हता. शहाजाद्याचा एकंदर नूर पाहून दुसरा शागिर्द चपापून म्हणाला,

"आपले म्हणणे बिलकुल दुरुस्त आहे, शहाजादेसाहेब, आम्ही काय, छावणीत फिरताना कानावर पडलं, ते आपल्याकडे रुजू केले. आमच्याही मनात येत होतं की, एवढा कडक वेढा असून गड एवढ्या मजबुतीने कसा लढतोय. म्हणून बोललो."

बोलता बोलता तो उठून उभा राहिला. शहाजाद्याची परवानगी घेऊन बाहेर पडला. शहाजादा मात्र त्याचे बोलणे आठवत विचारात पडला. शागिर्दाचे बोलणे त्याला पटले नव्हते तरी त्यातून संशयाचे बीज त्याच्या मनात चांगलेच रोवले गेले होते.

७

आसदखान अस्वस्थपणे आपल्या डेऱ्यात येरझाऱ्या घालत होता. त्याच्या कानी जे पडले होते, ते ऐकून तो अगदी बेचैन होऊन गेला होता. त्याने सिंघावरम टेकडीवर मुक्कामाला असलेल्या झुल्फिकारखानाला भेटायला येण्यासाठी तातडीचा निरोप दिला होता. त्याची वाट पाहत होता. झुल्फिकारखानाला आपल्या वडिलांनी आपल्याला असे टाकोटाक का बोलावले आहे, अशी काळजी वाटल्याने तो लागलीच आला. आल्याआल्याच त्याने विचारले,

"क्या हुआ अब्बाजान, तुरंत येण्यासाठी कळवलंत. सारी खैरियत आहे ना?"

"नहीं. वहीं तो नहीं है।"

आसदखान चिडून म्हणाला. झुल्फिकारखानाने पुन्हा एकदा विचारल्यावर तो हात पसरून म्हणाला,

"बडा जालीम सवाल उठा है हमारी नेकीपर । क्या हम कभी बादशहा सलामतसे गद्दारी कर सकते हैं?"

आसदखानाच्या बोलण्यातून संताप उसळत होता. रागापेक्षा त्यात दुखावलेपण अधिक होते. आयुष्यातली उणीपुरी पन्नासावर वर्षे त्याने मोठ्या निष्ठेने मोगल सल्तनतीची सेवा केली होती. त्यावरच शंका घेतली गेल्यामुळे तो बिथरला होता. त्याचा आताचा एकंदर अवतार झुल्फिकारखानालाही नवा होता. त्याने पुन्हा विचारले,

"कोणी उठवला आहे सवाल?"

"कोई एक हो कहूं? साऱ्या छावणीत लोक बोलत आहेत की, आपण मराठ्यांच्या राजाला शामील झालेले आहोत."

"क्या?"

''हां. और इसीलिये तो आपल्या ताकदवान फौजेचा मुकाबला करू शकतो आहे, असे म्हणत आहेत.''

''नामुमकिन.'' झुल्फिकारखान त्वेषाने म्हणाला, ''माझ्याकडचे तरी कोणीही असे बोलणे शक्य नाही. इतकी वर्षे माझ्यासोबत इथं परमुलखात ते लढत आहेत. त्यांच्या मनात असं कधीच येणार नाही.''

दोघे विचारात पडले. थोड्या वेळाने गंभीर स्वरात आसदखान म्हणाला,

''मला वाटतं, हे सारं शहाजाद्यासोबत आलेल्यांपैकी कोणीतरी उठवलेलं दिसत आहे. म्हणजे आता आपण अधिक सावध राहायला हवं. हे आरोप जर खोटे ठरवायचे असतील तर वेढा अधिक बळकट करायला हवा, आणि लक्षात ठेवा, शहाजाद्याच्या माणसांपासून जपून राहा.''

''जी. अब्बाजान, आम्ही होशियार राहू.''

असे म्हणून झुल्फिकारखान तेथून बाहेर पडला. दुसऱ्या दिवसापासून त्याने किल्ल्यावरील आक्रमण प्रखर बनवले. चंदीची पुरती कोंडी करून टाकली. त्याचा परिणाम होऊन किल्ल्यात अन्नधान्याची आणि दारूगोळ्याची मोठी चणचण निर्माण झाली. वेढ्याला पाच महिने पूर्ण झाले होते. सारे साठे आधीच संपत चालले होते. त्यामुळे राजाराम महाराजांनी पाँडिचेरीच्या फिरंग्यांकडून माल खरेदी करायचे ठरवले. त्यासाठी आपले दोन मराठे सरदार तेथे पाठवून दिले.

झुल्फिकारखानाला त्याच्या नजरबाजांकडून याबद्दल समजले. त्याने तातडीने काकरखान आणि रसूलखान या सरदारांना त्यांच्यावर पाठवून दिले. ते वेगाने पाँडिचेरीला निघाले. त्यांनी मराठी सैन्याला पाँडिचेरीला पोहोचण्यापूर्वीच गाठले. मोठी धुवाधार लढाई झाली. मराठी सैन्य पूर्णपणे बेसावध सापडले होते. शिवाय मोगल संख्येने भारी होते. शर्थीच्या झुंजीत मोगलांचा रसूलखान आणि दोन्ही मराठे सरदार मृत्युमुखी पडले.

या लढाईत मराठ्यांचे मोठे नुकसान झाले. अन्नधान्य आणि दारूगोळा तर मिळाला नाहीच, उलट दोन उमदे वीर कामी आले. पण एवढ्याशा विजयाने मोगल सैन्यात मोठा उत्साह संचारला. सारा तपशील समजल्यावर आसदखान मात्र गंभीर होऊन झुल्फिकारखानाला म्हणाला,

''मी त्या पाँडिचेरीच्या फिरंग्यांना पत्र पाठवून सांगितले होते की, मराठ्यांना मदत करू नका. नाहीतर त्याचे परिणाम चांगले होणार नाहीत. तरीही त्यांनी मराठ्यांना साहित्य देऊ केले हे ठीक नाही.''

''अब्बाजान, ते बोलून चालून व्यापारी लोक. त्यांना व्यवहाराशी संबंध. त्यांना सर्व जण सारखेच.''

''हो, पण आपण ते तसे चालू देता कामा नये. हिंदोस्तानच्या बादशहाला

डावलून जर त्या मराठ्यांच्या राजाला ते मदत करणार असतील, तर त्यांना चांगलीच समज द्यायला हवी.''

आपण लिहिलेले पत्र डावलून गोऱ्यांनी मराठ्यांशी व्यवहार करून बादशहाचा अपमान केला आहे असे आसदखानाच्या मनाने घेतले. काही झाले तरी तो बादशाही सल्तनतीचा वजीर होता. त्याच्या सहीशिक्क्याचे पत्र डावलले गेले होते याचा त्याला अतिशय राग आलेला होता. त्याने दुसरे अधिक खरमरीत पत्र लिहून त्यांना समज दिली आणि थोडी लालूचही दाखवली. त्याने इंग्रज वखारवाल्यांना लिहिले,

'राजारामाचा पाडाव आता निश्चित आहे. तो पळून जाण्याचा प्रयत्न करणार, त्या वेळी त्याला तुमच्याकडून साथ मिळता कामा नये. तुमच्याप्रमाणे फ्रेंच आणि पोर्तुगीज यांनीसुद्धा असेच करण्यासाठी तुम्ही प्रयत्न करावेत. मोगल सम्राट याबद्दल तुमची कदर करतील.'

या दुसऱ्या पत्रानंतर गोरे लोक यापुढे मराठ्यांना मदत करणार नाहीत, याची आसदखानाला खातरी वाटत होती. तो झुल्फिकारखानाला म्हणाला,

''हे गोरे लोक मोठे हुशार आणि धूर्त आहेत. इतक्या दुरून येऊन इथे उगाच व्यापार करत नाहीत. त्यांचे नजरबाज सगळीकडे वावरत असतात. ते त्यांना नेमाने इकडच्या खबरी कळवत असतात. त्यामुळे नुसत्या पत्रावर ते दाद देतील असे नाही. तेव्हा आपल्या सैन्याचा जोर वाढलेला आहे, असे त्यांना दिसले पाहिजे.''

झुल्फिकारखानाला ते पटले. तो जोरात म्हणाला,

''जी. उद्या सकाळपासूनच येल्गार करतो.''

एवढे बोलून तो बाहेर पडला. त्याने खरोखरीच दुसऱ्या दिवशी जोरदार आक्रमण केले. किल्ल्याच्या एका बुरुजाच्या अगदी जवळ जाऊन गोळीबारी करायचे आदेश दिले. स्वतः झुल्फिकारखान जातीने मैदानात उतरल्यामुळे सैनिकांना हुरूप आला. गोलंदाजांनी तोफा पुढे सरसावल्या. जबरदस्त मारा सुरू केला. पाहता पाहता बुरुजाच्या भिंतींना तडे जाऊ लागले. किल्ल्यातल्या मंडळींना बुरुजावरचा हल्ला किती जोराचा आहे हे समजेपर्यंत बरेच नुकसान झाले होते. तास-दोन तासांत त्याची एका बाजूची भिंत कोसळली. मोठे खिंडार पडले.

तोपर्यंत किल्ल्यातली मंडळी सावध झाली होती. त्यांनी शिबंदीचा बराचसा भाग तिथे हलवला होता. खिंडारातून आत घुसू पाहणाऱ्या मोगल सैनिकांवर त्यांनी जोरात उलट मारा केला. त्यांना इतके मागे ढकलले की, ते त्यांच्या आधीच्या मोर्च्याच्या जागेपर्यंत मागे गेले. रात्र झाल्यावर चकमक थांबली. पण किल्ल्यातल्या लोकांना झोप नव्हती. रात्रभर खपून त्यांनी ते खिंडार बुजवले.

८

तसे पुढचे काही महिने रोजच चकमकी सुरू होत्या, त्यात कधी मराठ्यांची तर कधी मोगलांची सरशी व्हायची. दोन्हीकडच्या रसदी मारल्या जात होत्या. पारडे दोन्हीकडे जवळजवळ सारखेच फिरत होते. पण बुरुजावरच्या हल्ल्यामुळे त्याचा तोल थोडा का असेना मोगलांकडे झुकला होता. त्यामुळे चंदीतले वातावरण तंग झाले होते. आधी पाँडिचेरीला पाठवलेल्या सैन्याचा झालेला पाडाव, त्यात दोन खंद्या वीरांचा झालेला मृत्यू याचा धक्का बसलेला होता. त्यातच या हल्ल्याची भर पडली. गडावरची सामग्री झपाट्याने कमी होत होती याची चिंता होतीच. त्यासाठी राजाराम महाराजांनी बैठक बोलावली होती. तेथे खल चालू असतानाच मराठी मुलखातील हरकारे आल्याचे समजले. त्यांनी दिलेल्या रामचंद्रपंतांकडील खबरींनी बैठकीतला तणाव थोडा निवळला. त्यांनी कळवले होते,

'परशुराम त्रिंबक यांनी दोन वर्षांच्या अथक प्रयत्नांनी अखेर सुलतानढवा करून पन्हाळा पुन्हा स्वराज्यात परत आणलेला आहे. तसेच संताजी आणि धनाजींनी जवळजवळ सारा उत्तर कर्नाटक आपल्या कबजात घेतलेला आहे. वीस हजारांवर फौजेसह ते साऱ्या मोगलाईत धुमाकूळ घालत आहेत.'

हे ऐकून महाराज प्रसन्नपणे म्हणाले,

"चला, बऱ्याच दिवसांनी काही गोमटी खबर मिळाली. आणखी काय म्हणत आहेत पंत?"

त्यावर प्रल्हाद निराजी म्हणाले,

"त्यांनी आपल्या सूचनेनुसार मिरज प्रांताचे सुभेदार खंडोबा यादव यांना कळवले आहे की, सरसेनापती संताजीराव घोरपडे यांना मिरज कर्यातीमधील सत्तावीस महालांची देशमुखीची सनद द्यावी. ती त्यांना दिलेली आहे. याशिवाय, आपल्यासोबत चंदीला आलेले पंतांचे काका आबाजी सोनदेव हे तेथे सुखरूप पोहोचले आहेत, आता ते त्यांच्या कल्याण प्रांताच्या सुभेदारीवर रुजू झाले आहेत."

सारे ऐकल्यावर महाराज म्हणाले,

"आमचे सेनापती आणि इतर सरदार मराठी मुलखात तसेच कर्नाटकात तलवार गाजवीत आहेत हे चांगलं आहे. पण आता त्यांनी आपल्याला इथे कुमक करण्याची अतिशय गरज आहे. तरी तिथल्या मोहिमा आवरत्या घेऊन ताबडतोब इकडे निघून येण्यासाठी त्यांना कळवून टाका."

"जी, महाराज."

असे म्हणून खलिते लिहायला खंडो बल्लाळांनी सुरुवात केली.

हरकारे कितीही जलदीने गेले तरी आपल्या मोहिमा आवरून, वाटेतल्या

मोगलांच्या अडथळ्यांना पार करून येईपर्यंत बराच काळ लागणार होता. सध्याचा प्रश्न काही त्यामुळे सुटणार नव्हता. त्यासाठी महाराजांनी दक्षिणेतल्या आपल्या मित्रराज्यांकडे मदतीसाठी खलिते पाठवले. पण कोठूनही मनासारखा प्रतिसाद येत नव्हता. मोगल जोरावर आहेत हे दिसत होते. चंदी आता केव्हाही पडेल अशा बोलवा साऱ्या दक्षिणेत पसरल्या होत्या. त्याचा परिणाम म्हणून की काय, मदतीचा ओघ पूर्णपणे थंडावला होता.

आणखी थोडे दिवस कसेबसे गेले. मोगलांचा रेटा वाढत चाललेला होता. परिस्थिती हाताबाहेर चाललेली दिसत होती. आता हरकाऱ्यांवर न विसंबता जातीने बाहेर पडल्याशिवाय काही गत्यंतर नाही हे महाराजांच्या ध्यानी आले. त्यांनी स्वत: संधी पाहून बाहेर पडून तंजावरला जाण्याचा निर्णय घेतला.

९

राजाराम महाराजांना मदतीसाठी जातीने बाहेर पडावे लागत आहे, याची दक्षिणेतल्या मराठी सरदारांनी मोठी खंत वाटू लागली. आधी अरणी, वेलोर या भागातले अंमलदार त्या भागातून वसूल करून चंदीला पाठवत होते. पण मध्यंतरी झुल्फिकारखानाने त्यांच्या भागात धुमाकूळ घालून हजारो माणसांना पकडून विकले होते. ऐन पिके हाती यायच्या वेळेला हे झाल्यामुळे मोठी अडचण निर्माण झाली होती. त्यामुळे या सरदारांनी मोगलांच्या रसदी लुटायचे ठरवले.

त्याच वेळी मोगलांच्या छावणीकडे पाच हजार बैलांची रसद निघाल्याची खबर मिळाली. चिडलेल्या मराठी सरदारांनी त्यांच्यावर हल्ला चढवला. त्यातले तीन हजार बैल सामानासह पळवले. दुसऱ्या एकाने तर वेढ्यातल्या एका मोगल सरदाराच्या गोटावर हमला करून त्याची लूट केली. त्यात त्याने सामग्री लादलेले चार हजार बैल आणि एक चांदीचा नगारखाना मिळवला.

राजाराम महाराज तंजावरला गेलेले असतांना संताजी आणि धनाजी उत्तर कर्नाटकात धुमाकूळ घालत होते. आधी त्यांनी बेळगावकडे मोर्चा वळवला. त्या परिसरातली छोटीमोठी मोगल ठाणी आणि गढ्या जिंकून ताब्यात घेतल्या. उभ्या पिकांमधून घोडी घालून त्यांची नासधूस केली. अखेर बेळगावच्या किल्ल्याला वेढाही घातला. पण एका जागी फार वेळ थांबणे मुळी त्या दोघांच्या युद्धतंत्रात बसतच नव्हते. त्यामुळे तेथून आज्जमनगरच्या भागातून नासधूस करत ते थेट धारवाडपर्यंत गेले. तेथे थोडा वेळ थांबून परत बेळगावला आले.

बादशहा औरंगजेबाला संताजी आणि धनाजी यांनी उत्तर कर्नाटकात घातलेल्या धुमाकुळाबद्दल समजले. तो अतिशय चिडला. एकतर अजून चंदीला तसे काही

मनासारखे घडत नव्हते. त्यातच हा संताजी, धनाजीचा उपद्रव चालू झालेला होता. म्हणून त्याने कासिमखानाला त्यांच्या मागावर पाठवून दिले. कासिमखानाने त्यांचा पाठलाग सुरू केला. बेळगावहून धारवाड, तिथून परत बेळगाव, पुन्हा धारवाड, तिथून नरगुंद अशा वेगवान हालचाली करत मराठी सैन्याने त्याची पुरती दमछाक केली. नरगुंदहून संताजी, धनाजी गोविंदगडाकडे वळले, तेव्हा कासिमखान त्यांच्यामागून गदग प्रांतात शिरला. तिथल्या जमीनदारांकडून मदत मिळवण्याचा त्याने प्रयत्न केला, तरी मराठी सैन्याला गाठणे काही त्याला शक्य झाले नाही.

इकडे राजाराम महाराजांची परिस्थिती पुन्हा एकदा अवघड बनत चालली होती. तंजावरहून आणलेली रसद झपाट्याने कमी होऊ लागली होती. दुसरीकडून कोठूनही पुरवठा होत नव्हता. संताजी, धनाजींना तिथल्या मोहिमा सोडून चंदीला येण्यासाठी कळवले होते. पण त्यांचे येणे लवकर होईल असे काही दिसत नव्हते. मोगलांचा जोर तर दिवसेंदिवस वाढतच चाललेला होता. अखेर या परिस्थितीत काय करावे हा निर्णय घेण्यासाठी त्यांनी सर्वांना बोलावून घेतले. महाराज गंभीरपणे सांगू लागले,

''कामबक्ष आणि आसदखान आल्यापासून गेले दहा महिने आपण वेढ्याला तोंड देत झगडतो आहोत. पण वेढा अधिकच बळकट होऊ लागलेला आहे. आज सकाळीच समजले की, गडाच्या मुख्य दरवाजाला भिडण्याएवढा त्यांचा जोर वाढलेला आहे.''

महाराज विशद करत होते ती परिस्थिती सारेच जाणत होते. सर्व जण चिंताग्रस्त मुद्रेने ऐकत होते. कोणी काही बोलत नाही, हे पाहून महाराजच पुढे म्हणाले,

''आम्ही संताजी आणि धनाजींना त्यांच्या तिथल्या मोहिमा आवरत्या घेऊन येथे येण्यासाठी कळवले आहे. पण तिथे बादशहाने कासिमखानाला त्यांच्या मागावर सोडलेले असल्यामुळे त्याला चुकवून यायला त्यांना अजून काही अवधी लागेल असे दिसते. पण तोपर्यंत मोगलांना थांबवणं सध्या तरी अवघड दिसतंय. काही करून वेळ मारून न्यायला हवी. त्यासाठी आपण सुलूख करायची तयारी दाखवावी, असे आम्हाला वाटते.''

महाराजांनी सारे सविस्तरपणे सांगून मांडलेली सूचना उत्तमच होती. प्रल्हाद निराजी म्हणाले,

''महाराज, खरेच, आपला सुलूख करायचा विचार उत्तम आहे. आपण तशी तयारी दाखवली तर मोगलांचा रोजचा हल्ला बंद होईल. किल्ल्यातल्या शिंबदीला थोडी उसंत मिळेल. बोलणी बरीच लांबवत नेली आणि तोवर संताजी, धनाजी सैन्यासह येऊन पोहोचले तर काय सारे चित्रच पालटू शकेल.''

सुलूख करण्याच्या बेताला सर्वांनी दुजोरा दिला. पुढच्या दोन दिवसांत तहाचा प्रस्ताव घेऊन दौलतीचे प्रधान निळो मोरेश्वर निवडक मंडळींसह मोगल छावणीत गेले.

१०

मराठ्यांचा तहाचा प्रस्ताव मोगलांच्या छावणीत पोहोचला. सारे मोगल सरदार अतिशय खूश झाले. सतत दोन वर्षांच्या संघर्षानंतर झुल्फिकारखानाला प्रथमच एवढे मोठे यश प्राप्त झाले होते. आसदखानाला मोठे समाधान वाटले. शहाजादा कामबक्षाला तर कधी एकदा ही मोहीम संपते, आणि कधी आपण पुन्हा आपल्या आधीच्या सुखासीन जीवनाकडे जातो असे झाले होते. झुल्फिकारखान सांगू लागला,

"मराठ्यांनी सुलूख करण्याची तयारी दाखवली आहे. आपण त्याचा विचार करायला हरकत नाही असे आम्हाला वाटते. त्यातून कार्तिक महिना तोंडावर आहे. गेल्या दोन्ही साली आम्हाला याच काळात जोरदार पावसाचा आणि वादळाचा सामना करावा लागला होता. या भागात याच दिवसांत वादळी वारे वाहतात असे इथले जाणकार सांगतात. त्याला तोंड द्यावे लागण्यापूर्वीच सुलूख करून इथून निघालेले बरे."

त्याच्या बोलण्यातला दुजोरा देत आसदखान म्हणाला,

"आमच्या खबरीनुसार संताजी आणि धनाजी हे मराठ्यांचे महाउपद्रवी सेनानी सध्या धारवाड, नरगुंद भागात धुमाकूळ घालत आहेत. दोघांकडे वीस-वीस हजारांची खडी फौज आहे. आतापर्यंत त्यांनी रुस्तुमखानापासून पार जाननिसारखानापर्यंत अनेकांना हात दाखवलेला आहे. सध्या कासिमखान त्यांच्या मागावर आहे. त्याला चुकवून ते इथे आले तर आपली मोठीच अडचण होऊ शकते. म्हणून लवकरात लवकर सुलूख करून इथून निघावे असे आम्हालाही वाटते."

शहाजादा कामबक्षाला या राजकीय चर्चेत आणि लष्करी डावपेचात काही रस नव्हता. त्याला लवकर परत जायचे होते. त्याने अर्थातच सुलूख करायला पाठिंबा दिला. पण सुलूख करण्याचा निर्णय घेण्याचा अधिकार या तिघांपैकी कोणाकडेही नव्हता. त्यामुळे तहाचा प्रस्ताव आसदखानाने बादशहाकडे पाठवून त्यासाठी कौल मागितला.

औरंगजेबाकडे आसदखानाने पाठवलेला तहाचा प्रस्ताव पोहोचला. त्याने तो अतिशय संतापला. एकतर इथे कर्नाटकात संताजी, धनाजी आटोपत नव्हते. तिथे मराठी मुलखात किल्ले परत जिंकून घेण्याचा सपाटा चालूच होता. या साऱ्याचे मूळच नाहीसे करावे, मराठ्यांचा छत्रपती म्हणवणाऱ्या राजारामाला संपवून टाकावे

या हेतूने त्याने झुल्फिकारखानाला चंदीला पाठवले होते. दोन वर्षे वाया घालवून, अमाप पैका खर्च करून, आता तोच झुल्फिकारखान राजारामाशी सुलूख करावा असे म्हणतोय. त्याचा बाप आसदखान, सल्तनतीचा एवढा तजुर्बेकार वजीर त्याला संमती देतो. हे सारेच बादशहाला संताप आणणारे होते.

त्याने खरमरीत शब्दांत प्रत्युत्तर पाठवले. त्यात सरळ धमकीच दिली की, सुलूख करण्याचा विचार जरी तुम्ही मनात आणलात, तर किल्ला पडेपर्यंत तुमच्या शाही तंबूचे दोर कापून उघड्यावर राहून लढण्याचा हुकूम देण्यात येईल. तेव्हा किल्ला पूर्णपणे जिंकून ताब्यात घ्या. ती मराठ्यांची राजधानी उद्ध्वस्त करा. त्यांच्या राजाला संपवून टाका.

हा शाही हुकूम हातात पडताच झुल्फिकारखान तर हतबुद्ध होऊन गेला. त्याच्यापेक्षा त्याचा बाप, आसदखान जास्तच हादरून गेला. तो अनेक वर्षे मोगल सल्तनतीचा वजीर असल्यामुळे त्याची खास माणसे बादशहाच्या जवळ होती. त्यांच्याकडून मोगल दरबारचा हालहवाल त्याला कळत असे. त्याने तेथून माहिती मिळवली. तेव्हा त्याला समजले की, खुद्द बादशहाच्या मनात झुल्फिकारखानाबद्दल संशय निर्माण झालेला आहे. गेली दोन वर्षे चंदीला वेढा असूनही किल्ल्यात नियमित रसदीचा पुरवठा कसा काय होतो! म्हणजे राजाराम महाराजांना आडून मदत होत असावी, असे काही लोकांनी त्याच्या मनात भरवले होते.

आसदखानाला बादशहाचा संशयी स्वभाव माहीत होता. झुल्फिकारखानाचे मराठ्यांच्या राजाशी अंतर्गत सूत जुळवले आहे. त्यामुळेच त्याने राजारामाचा पूर्ण पाडाव न करता तहाचा प्रस्ताव पाठवला आहे, असे वाटल्यामुळेच त्याने इतका कडक निरोप पाठवलेला आहे हे त्याच्या लक्षात आले. पण आता पुन्हा वेढा आवळायचा ठरवले तरी त्यात पूर्वीइतका जोर येणार नाही. त्यातच पावसाळा तोंडावर आलेला. संताजी, धनाजी दक्षिणेकडे निघाल्याची आलेली खबर, या साऱ्या घडामोडींमुळे आसदखान आणि झुल्फिकारखान हे बापलेक साऱ्याच प्रकाराचा वेगळ्या पद्धतीने विचार करू लागले. चंदीच्या वेढ्याच्या राजकारणाचे वेगळे वळण लागणार असा रंग दिसू लागला.

११

मोगल छावणीत सुलूख करण्याचे कळवल्यामुळे तब्बल नऊ महिने चाललेली लढाईची धामधूम थांबली होती. औरंगजेबाकडून तहाला मान्यता मिळाली की, वाटाघाटी सुरू होणार होत्या. त्यामुळे चंदीत शांतता होती. महाराज कितीतरी दिवसांनी निवांतपणे त्यांचे लाडके दीड वर्षाचे कर्णसिंह आणि छोट्या सोयराबाईंच्या

बाळलीला पाहत रमत होते. ते असेच कुटुंबीयांसोबत रमलेले असतांना प्रल्हाद निराजी भेटीस आल्याची वर्दी आली. ते असे अवेळी आले म्हणजे काहीतरी विशेष असणार हे महाराजांनी ताडले. ते उठून तातडीने पंतांसह खलबतखान्याकडे निघाले.

कारभारी मंडळातली मोजकी मंडळी तेथे आधीच जमली होती. महाराज आल्यावर बैठकीला सुरुवात झाली. प्रतिनिधी प्रल्हाद निराजी सांगू लागले,

''झुल्फिकारखानांकडून जासूद आला आहे. त्यांनी कळवले आहे की, बादशहाने सुलूख नाकारला आहे.''

हे ऐकताच बैठकीत सन्नाटा पसरला. थोडा वेळ थांबून प्रल्हाद निराजी म्हणाले,

''त्यांचा आणखी एक सांगावा आहे, तो अधिक महत्त्वाचा वाटतो.''

''एकदा सुलूख फेटाळल्यावर आणखी काय?''

थोड्या त्रासिक स्वरात निळोपंत उद्‌गारले. इतर मंडळींच्या मनात तसेच भाव असल्याचे दिसत होते. तेव्हा महाराजांनीच विचारले,

''काय म्हणत आहेत खानसाहेब?''

''या जासुदाचे म्हणणे आहे की, त्यांना आपल्याशी दोस्ती करायची आहे.''

''काय?''

अभावितपणे सर्वांच्या तोंडून उद्‌गार उमटला. सर्वांनाच मोठा धक्का बसला होता. महाराजांनी मात्र अत्यंत गंभीरपणे विचारले,

''तुम्ही शहानिशा केलीत?''

''जी, महाराज. त्यांनी आपल्यासाठी नजराण्याची भेट पाठवली आहे.''

कोपऱ्यातल्या नक्षीदार जरतारी रेशमी वस्त्राने झाकलेल्या एका तबकाकडे प्रल्हाद निराजींनी इशारा केला. महाराजांनी खूण करताच त्या तबकावरचे आवरण दूर केले गेले. त्यात लखलखीत सुवर्णमोहरांच्या ढिगावर एका मखमली वस्त्रावर ठेवलेला टपोऱ्या बसरा मोत्यांचा बहुमूल्य कंठा सर्वांच्या नजरेत भरला.

''ते ठीक आहे, परंतु असा निरोप आणि नजराणा पाठवण्यामागचा हेतू समजायला हवा.''

बराच वेळ सारे पाहत असलेले केसोपंत म्हणाले,

''औरंगजेबाने सुलूख न करण्याचा हुकूम दिलेला असताना आपल्यावर चढाई करायचे सोडून झुल्फिकारखान आपल्याशी दोस्ती करायचे म्हणतो, याचा अर्थ काय समजायचा? त्याला बादशहाविरुद्ध बंड करायचे आहे, त्यासाठी आपली साथ पाहिजे असे मानायचे?''

''नाही. आम्हाला तसे वाटत नाही.'' महाराज म्हणाले, '' बादशहाची ताकद अफाट आहे. आपल्याजवळच्या अवघ्या पंधरा-वीस हजारांच्या सैन्याच्या बळावर झुल्फिकारखान त्यांच्यापुढे टिकू शकणार नाही. त्याचा काहीतरी वेगळा हेतू

असणार. सध्या त्याचा बापही त्याच्याबरोबर आहे. तो तसा राजनीतीत मुरलेला आहे. त्यांनी दोघांनी मिळून काहीतरी वेगळा विचार केलेला असणार. आम्हाला वाटते त्याच्या दोस्ती करण्याच्या इच्छेला आपण होकार दिला की, ते त्यांची चाल सांगतील. मग त्यानुसार आपणही आपले धोरण ठरवू.''

महाराजांच्या सूचनेनुसार जासुदाकडून निरोप पाठवला गेला. तसेच त्याने आणलेल्या नजराण्याला साजेसा परतीचा नजराणाही सोबत दिला गेला. त्याला प्रतिसाद मात्र लगोलग आला. झुल्फिकारखानाचे एकंदर म्हणणे होते की, तो वेढा जारी ठेवणार होता. प्रसंगी निकराचे हल्ले चढवणार होता. पण निर्णायक हमला करणार नव्हता. तसेच मराठ्यांनीसुद्धा प्रतिकार करायचा. पण दोन्ही बाजूंनी कोणाचाही पाडाव केला जाणार नाही. दोघेही अधूनमधून एकमेकांच्या रसदी मारतील. पण पूर्ण नाकेबंदी करणार नाहीत. तसेच आपसातली ही मसलत अगदी मोजक्या माणसांपर्यंत असावी. कारण दोन्ही बाजूंचे नजरबाज सतर्क आहेत. खासकरून झुल्फिकारखानाला जास्त काळजी घेण्याची गरज होती. कारण त्याच्या सैन्यात कामबक्ष आणि काही कडवे रजपूत सरदार होते.

या त्याच्या मागणीवर बराच विचार झाला. प्रल्हाद निराजी म्हणाले,

''म्हणजे अंतर्गत समझोता करून संघर्षाचे नाटक चालू ठेवायचे. हे धोरण ठरवण्याच्या मागे काय कारण असणार, त्याचा विचार करायला हवा. झुल्फिकारखानाने हे सर्व आसदखानाच्या सल्ल्याने ठरवलेले आहे, हे उघड आहे. म्हणजे मोगल दरबारात अशा काही गोष्टी घडत असणार की, त्यामुळे त्याला आपल्या मुलाने आणखी काही काळ इथे दक्षिणेत राहावे असे वाटत आहे.''

''ते सारे आपल्याला यथावकाश समजलेच. सध्या तरी आपल्या हे फायद्याचे आहे. आम्ही इथे आल्यापासून गेली दोन-तीन वर्षे सतत धावपळ, वेढे, लढाया यातच आहोत. आपल्याला काही काळ तरी सवड मिळेल हे सर्वांत महत्त्वाचे आहे. शिवाय, या समझोत्याचा आपल्या मराठी मुलखातल्या हालचालींशी काही संबंध येत नाही. त्यामुळे तिथल्या कारवाया निर्वेध चालूच राहातील, तेही चांगलेच आहे.''

महाराज म्हणाले. एकंदरीत दोन्ही बाजूंनी वेगवेगळ्या कारणांनी का होईना ही तडजोड मान्य झाली. तिचा राजकीय आणि लष्करी फायदा दोघांना होणार होता.

मोगल बादशहा त्या वेळी काहीसा अडचणीत होता. तो बराच काळ दक्षिणेत अडकल्यामुळे सल्तनतीच्या दुसऱ्या भागात शत्रू डोके वर काढू लागले होते. कोणत्याही भागात शांतता नव्हती. राजस्थानात दुर्गादास राठोडने दुर्जनसिंह हाडाच्या मदतीने अजमेरच्या सुभेदारावर हल्ला करून त्याचा पाडाव केला होता. माळवा बंडखोरांच्या कारवायांनी ग्रासलेला होता. आग्र्याला राजाराम नावाच्याच एका जाटाने उच्छाद मांडला होता. या सर्वांचे पारिपत्य करण्यासाठी औरंगजेबाने आपले शहाजादे

आणि नातू तेथे पाठवले होते. हे सारे आसदखानाने झुल्फिकारखानाच्या कानावर घातले असणार. म्हणजे दक्षिणेतली मोहीम संपल्यावर बादशहा काही आपल्याला छावणीत स्वस्थ आराम करू देणार नाही. मग उगाच कुठेतरी दूर पर्शियात किंवा राजस्थानच्या वाळवंटात जाऊन पडण्यापेक्षा परिचयाच्या झालेल्या दक्षिणेत, राजाराम महाराजांच्या संगनमताने जमेल तितका काळ काढावा, असे त्याला वाटले असेही अगदी साहजिक होते.

आणखी एक फार मोठे कारण होते, ते औरंगजेबाच्या प्रकृतीचे. पंचाहत्तरी उलटलेल्या बादशहाची तबियत अलीकडे फारच नाजूक झाली होती. त्या विषयी सतत काही अफवाही उठत होत्या. त्याचे खरेच काही बरेवाईट झाले, तर वारसांचा झगडा होणे अटळ होते. त्यात कुणा एकाची बाजू घेऊन उतरणे धोक्याचे होते. उत्तरेतल्या त्या सत्तासंघर्षात अडकण्याऐवजी इथे दक्षिणेतल्या मोगली मुलखावर ताबा मिळवून स्वतंत्र राज्य स्थापन करता येण्याची शक्यता त्याला वाटत होती. यात राजाराम महाराजांनी साथ दिल्यास त्यांच्या दोन्हीकडच्या राज्यांना तोशीस न देण्याच्या बोलीवर हे साध्य करता येईल, असाही खान पितापुत्रांचा विचार होता. त्यासाठी आतापासून महाराजांशी सलोख्याचे संबंध निर्माण करण्याची गरज त्यांना वाटत होती.

१२

चंदीला या अंतर्गत राजकारणाच्या घडामोडी चालू होत्या त्याच वेळी संताजी आणि धनाजी कासिमखानाला चुकवत गोविंदगडाच्या दिशेने निघाले होते. त्यांना चंदीला लागलीच येण्याचा महाराजांचा निरोप मिळाला म्हणून त्यांनी आपला मोहरा चंदीकडे वळवला.

प्रथम धनाजी आपल्या सैन्यासह चंदीजवळ पोहोचले. किल्ल्याचे मुख्य प्रवेशद्वार पश्चिमेला होते. अर्थातच त्यामुळे काकरखान, लष्करखान, इस्माइल मखा यांसारखे मोगलांचे खंदे सेनानी ती आघाडी सांभाळत होते. इतका मोठा बंदोबस्त असल्यामुळे त्या बाजूने कुणी हल्ला करील असे त्यांना वाटत नव्हते. धनाजींनी नेमके हेच हेरले आणि नेमका तेथेच हल्ला करायचे ठरवून टाकले.

धनाजीचे सैन्य त्या दिशेने झेपावले. त्याचा वेग असा होता की, एखाद्या वादळी झंझावाताप्रमाणे ते कधी मोगली छावणीवर कोसळले हे वेढ्यातल्या सैन्याला समजलेच नाही. ते अगदी बेसावध होते. स्वत:ला सावरून शत्रूचा प्रतिकार करणे त्यांना शक्य नव्हते. हे पाहून त्या अनुभवी मोगल सेनानींनी अपल्या सैनिकांना वेढा उठवून तातडीने मुख्य तळाकडे जायचा हुकूम दिला. सैनिक गडबडीने आपले

मोर्चे उठवून निघाले. त्यातले लष्करखान आणि काकरखानाचे सैनिक लगबगीने तेथून निघून गेले. पण इस्माइलखान मखाच्या लोकांनी आवरण्यासाठी बराच वेळ घेतला. ते धनाजींच्या सैन्याच्या तडाख्यात सापडले.

मराठी सैन्य प्रचंड वेगाने त्यांच्यावर चालून गेले. त्यांच्या झपाट्याला तोंड देण्याइतके धाडस शत्रुसैन्यात राहिलेले नव्हते. ते माघार घेत मुख्य तळाकडे पळू लागले. मराठी सैन्याने त्यांना गाठले. जोरदार चकमक उडाली. त्यात मोगलांचा यशवंतराव दळवी नावाचा सरदार मारला गेला. उरलेल्या सैन्यासह इस्माइलखान अगदी तळाच्या जवळ पोहोचला. पण तोपर्यंत फार उशीर झाला होता. अंधार पडू लागला होता. त्याला लढायला जमेना. तो जखमी होऊन हत्तीवरून खाली कोसळला. मराठी सैनिकांनी त्याला घेरून कैद केले. त्याचे काही सैन्य मारले गेले, बाकीचे पळून गेले.

धनाजींना मोठा विजय मिळाला. या लढाईत दोन हत्ती, पाचशे घोडे आणि इस्माइलखानासारखा महत्त्वाचा कैदी हाती सापडला होता. या साऱ्यासह धनाजी वाजत गाजत गडावर गेले. वेढा पडल्यापासून सहा महिन्यांनी आज प्रथमच चंदीत विजयाची नौबत दणाणली होती. महाराजांनी प्रचंड उत्साहात विजयी वीरांचे स्वागत केले.

याच वेळी संताजी चंदीच्या उत्तरेला कांचीपुरमपासून दहा कोसांवर असलेल्या कावेरीपाक या किल्ल्याजवळ होते. कांचीपुरम हे चंदीपासून पंचवीस कोसावरचे मोगलांचे मुख्य ठिकाण होते. तिथून वेढ्यातल्या सैन्याला रसद पुरवली जात होती. तिथला मोगल सरदार अलिमर्दानखान हा त्याची व्यवस्था पाहत असे. रसदीचा मार्ग सुरक्षित ठेवणे, प्रसंगी मोठा साठा न्यायचा असला तर तो जातीने पोहोचवणे अशी जबाबदारी त्याच्यावर होती. त्या वेळी बरीच मोठी रसद घेऊन तो स्वत: दीड हजाराच्या फौजेसह चंदीकडे निघाल्याची खबर संताजींना मिळाली.

संताजींनी आपल्या नेहमीच्या गनिमी काव्याच्या तंत्राने अलिमर्दानखानाला चकवण्याचे ठरवले. त्यांनी त्याचा चंदीला जाण्याचा मार्ग हेरला. आपले मुख्य सैन्य वाटेवरच्या एका आडवळणी बिकट जागी आणून ठेवले. अगदी निवडक असे दोन हजार स्वार घेऊन ते निघाले. असे अचानकपणे खुद्द संताजी आपल्याला आडवे येतील असे अलिमर्दानखानाला वाटले नव्हते. पण अगदी आपल्याइतकेच सैन्य समोर आलेले पाहून त्याला चेव आला. त्याने स्वत:च संताजींवर हल्ला चढवला. थोडीशी हाणामारी झाल्यावर घाबरल्याचा आव आणून मराठी सैन्य पळू लागले. अलिमर्दानखान खूश होऊन त्यांचा पाठलाग करू लागला. त्याला पाठीवर घेत संताजींनी त्याला अलगदपणे आपल्या मुख्य सैन्याच्या कचाट्यात आणून सोडले. त्यांना चारी बाजूने घेरले. मोठी धुमश्चक्री उडाली.

अलिमर्दानखानाच्या सैन्यात बहेलिया लोकांचे पायदळ मोठ्या प्रमाणात होते. मोगल सैन्याची पीछेहाट होते आहे हे पाहिल्यावर ते सरळ फितले, आणि मराठी सैन्यात सामील झाले. मराठ्यांचा विजय अधिकच सोपा झाला. खासा अलिमर्दानखान संताजींच्या हाती लागला. त्याचबरोबर पाच हत्ती, तीनशे उमदे घोडे आणि वाहतुकीच्या जनावरांसह भरपूर रसद मराठ्यांच्या हाती आली. धनाजींनी केलेल्या हल्ल्याच्या दुसऱ्याच दिवशी हा दणका बसला होता. मराठ्यांच्या या दोन खंद्या वीरांनी लागोपाठ दोन दिवशी मिळवलेल्या या विजयांमुळे झुल्फिकारखानाची दोन वर्षांची मेहनत अक्षरशः वाया गेली होती.

संताजींनी अलिमर्दानखानासह लुटीचे सर्व साहित्य चंदीला पाठवून दिले. त्यानंतर कांचीपुरमवर पूर्ण ताबा मिळवण्यासाठी महाराजांनी सुभेदार केशव रामण्णा यांना एक हजार घोडदळ आणि तितकेच पायदळ देऊन तेथे पाठवून दिले. त्यांना वाटेत मोगलांकडून थोडा प्रतिकार झाला. पण त्यांना पळवून लावून केशव रामण्णांनी उलट मोगल सैन्याचा नौबत, नगारा, झेंडे आणि चाळीस घोडे हस्तगत केले.

अवघ्या दोन महिन्यांपूर्वी मोगलांकडे राजाराम महाराजांनी तहाची मागणी केली होती. प्रत्यक्षात तह करावा लागला नाही, तरी त्याची बोलणी सुरू केल्यामुळे त्यांना हवी असलेली सवड मिळाली होती. महाराजांची ही शक्कल चांगलीच कामी आली होती. संताजी आणि धनाजींना चंदीला येण्यासाठी सवड मिळाली होती. मोगल सैन्य पार अडचणीत आले होते. महाराजांच्या मुत्सद्देगिरीचा आणि दरबारी राजकारणाचा एक प्रकारे मोठा विजय झाला होता.

१३

आता मोगल सैन्य कोंडीत सापडले होते. धनाजी आणि संताजीच्या सैन्याने साऱ्या छावणीला घेरले होते. वेढ्यालाच जणू दुसरा वेढा पडला. त्यामुळे वेढ्यातल्या सैन्याचा बाहेरच्या जगाशी संपर्कच तुटला. त्यांना बाहेर काय घडते आहे हे काही समजत नव्हते. त्यातूनच नवनवीन अफवांचा जन्म होऊ लागला. एके दिवशी तर कहरच झाला. औरंगजेब बादशहाचा मृत्यू झाल्याचे वृत्त सगळीकडे पसरले. इतकेच नव्हे तर शहाजादा मुअज्जमने तख्त हासिल केले आहे. तो आता त्याच्या वालिदांच्या पावलावर पावले टाकत आपल्या भावंडांविरुद्ध लष्करी कारवाई करण्यासाठी निघालेला आहे. त्यांना कैद करण्याच्या किंवा मारून टाकण्याच्या बेतात आहे, अशी बोलवा उठली.

हे सारे शहाजादा कामबक्षाच्या कानावर आले. तो तर पारच बिथरून गेला.

त्याला काय करावे हे सुचेना. आपले वडील गेल्याचे दु:ख करायचे की जीव वाचवायचा प्रयत्न करायचा हेच त्याला समजत नव्हते. त्याच वेळी त्याला त्याच्या नेहमीच्या दोस्तांनी सल्ला दिला की, त्याने राजाराम महाराजांशी संधान बांधून मराठ्यांची मदत मिळते का हे पाहावे. राजकारणाचा कसलाही तजुर्बा नसलेला, हलक्या कानाचा शहाजादा मराठ्यांच्या मदतीने दिल्लीच्या तख्तावर बसण्याचे स्वप्न पाहू लागला. त्याने त्यासाठी आपल्या विश्वासातल्या माणसाकडून चंदीला महाराजांकडे खलिता पाठवून दिला.

त्याच वेळी संताजी आणि धनाजी एवढे मोठे विजय मिळवून आल्यामुळे किल्ल्यातील शिबंदीलाही मोठा उत्साह वाटू लागला होता. त्यांनी सर्वांनी एकत्र येऊन वेढ्यातल्या मोगल सैन्यावर हल्ला करण्याचे ठरवले. झुल्फिकारखान आपल्या डेऱ्यात आसदखानासह काही बोलत बसलेला असताना अचानक एक नजरबाज गडबडीने तेथे आला. आणि धापा टाकत म्हणाला,

"वजीरसाब, गनीम किलेसे निकलकर हमला कर रहा है।"

"क्या?"

असे म्हणत झुल्फिकारखान बैठकीवरून उठला. बाहेर येऊन पाहतात तो सगळीकडे एकच पळापळ सुरू झाली होती. चंदीच्या किल्ल्याचे मुख्य प्रवेशदार उघडून मराठी सैन्य बाहेर झेपावले होते. वेढ्याचे मोर्चे उद्ध्वस्त होऊ लागले होते. मराठी सैन्याचे वाढलेले धाडस पाहून दोन्ही खानांना मोठेच आश्चर्य वाटले. संताजी आणि धनाजींच्या झपाट्याबद्दल माहिती असलेले मोगल सैनिक त्यांना प्रत्युत्तर देण्याऐवजी नुसते पळत सुटले होते. आपल्या पळत सुटलेल्या लोकांची लंगडतोड होणार हे दोन्ही खानांनी ओळखले. परिस्थिती इतकी अवघड होती, तरी कामबक्षाची फौज मात्र जागची हलली नव्हती. अखेर इतक्या वर्षांत पहिल्यांदाच झुल्फिकारखानाला जातीने शस्त्र हाती घेऊन लढण्यासाठी उतरावे लागले होते. त्यामुळे तिथल्या निदान काही सैनिकांनी वांदिवाशच्या मुख्य तळापर्यंत घेऊन जाण्यात त्याला यश मिळाले होते. या हल्ल्यात आठ हत्ती, चारशे घोडे, चौदा पितळी तोफा आणि भरपूर दारूगोळा एवढा ऐवज मराठ्यांच्या हाती पडला.

आपल्या डेऱ्यात परतलेला झुल्फिकारखान रागाने अगदी चरफडत होता. गेल्या कित्येक वर्षांत त्याला अशी माघार घ्यायची वेळ आली नव्हती. या पराभवाचे एक मुख्य कारण होते, शहाजादा कामबक्षाचा असहकार. त्या विषयी तो आसदखानाशी बोलणार इतक्यात चंदीहून त्याचा खास खबरगीर आल्याची वर्दी आली. तो सांगू लागला,

"शहाजादेसाहेबांनी छत्रपतींशी संधान बांधण्याचा प्रयत्न केलेला आहे."

"काय?"

दोघा बापलेकांनी एकदमच विचारले. तेव्हा तो म्हणाला,

''शहाजादेसाहेबांनी आपल्या दोघांना पकडून मराठ्यांच्या ताब्यात द्यायचे. त्याच्या बदल्यात छत्रपतींनी त्याला दिल्लीच्या तख्तावर बसण्यास मदत करायची. तसेच अगदी आणीबाणीचा प्रसंग आल्यास आपल्या गडावर पनाह द्यावी, असा खलिता गडावर पाठवला आहे.''

''मग?''

''त्यांनी त्याला अजून काही कौल दिलेला नाही. आपल्याला खात्री पटावी यासाठी शहाजाद्याने त्यांना पाठवलेला खलिता दिलेला आहे.''

''ठीक आहे. ये तू. छत्रपतींना आमचा शुक्रिया कळव.''

असे म्हणत खलिता हातात घेत झुल्फिकारखानाने त्याला निरोप दिला. दोघे बापलेक विचारात बुडाले. वेळ आणीबाणीची होती. बादशहाच्या मृत्यूबाबतचे कानी आल्यावर आसदखानाने ताबडतोब आपले खास विश्वासातले खबरगीर तातडीने बादशहाच्या छावणीकडे खरे काय घडले आहे हे पाहण्यासाठी दौडवले होते. पण कामबक्षाच्या आततायीपणामुळे त्यांना आताच काहीतरी हालचाल करणे भाग होते. अगदी बादशहाचा काळ झालेला असला, तरी कामबक्षासारख्या दुबळ्या आणि मूर्ख शहाजाद्याला साथ देणे त्यांना योग्य वाटत नव्हते. नुकताच त्याच्या साथ न देण्यामुळे झालेल्या पराभवाची जखमही ताजी होतीच. या घडीला तरी त्याला मराठ्यांकडे जाण्यापासून थांबवणे अतिशय गरजेचे होते. दोघांनी तेच करायचे ठरवले.

१४

शहाजादा कामबक्ष अलिमदद टेकडीवरच्या शाही डेऱ्यात बसून चंदीच्या किल्ल्यातील निरोपाची मोठ्या आतुरतेने वाट पाहत होता. आपल्या डेऱ्याकडे कुणी येत आहे का, याची चाहूल घेत होता. त्याने गडावर राजाराम महाराजांकडे माणूस पाठवला होता. तेथून होकार आला की, चंदीसारख्या मजबूत किल्ल्याचे संरक्षण, संताजी, धनाजी यांसारख्या लढवय्यांची लष्करी साथ आणि खुद्द मराठ्यांच्या छत्रपतींचे पाठबळ एवढे सारे असल्यावर आपल्याला मोगल बादशहा बनण्यापासून कोणीही अडवू शकणार नाही, याची त्याला खात्री वाटत होती.

एकदा या सर्वांसह बादशही छावणीपर्यंत पोहोचले की पुढचे सारे सोपे होते. तेथे त्याची आई, औरंगजेबाची सर्वांत आवडती बेगम, उदेपुरी होती. छावणीत सर्वांना तो बादशहाचा किती लाडका आहे हे माहीत होते. त्यामुळे तिथल्या शाही फौजेत फूट पडेल. बरेच सरदार आपल्यामागे उभे राहतील. हे एवढे झाले की

दिल्लीचे तख्त दूर नव्हतेच, असे मनोरथाचे इमले बांधण्यात कामबक्ष गुंग झाला होता.

अचानक बाहेरून काही आवाज ऐकू आले. कामबक्ष आपल्या बैठकीवर बसला. एकदम घोड्यांच्या टापांचा ध्वनी घुमला. पाठोपाठ तलवारींचा खणखणाट, आरडाओरडा आणि प्रचंड गोंधळ उडाल्याचे ऐकू आले. नेमके काय चालले आहे, हे पाहण्यासाठी कामबक्ष उठणार, तोच नंगी तलवार हातात घेऊन खुद्द झुल्फिकारखान वादळासारखा त्याच्या डेऱ्यात घुसला. त्याच्या मागोमाग आलेल्या हत्यारबंद सैनिकांनी कामबक्षाला घेरा घातला. काय होते आहे हे लक्षात येण्यापूर्वीच त्याची बाजूला ठेवलेली तलवार आणि कमरेचा बिचवा काढून घेतला गेला.

काहीतरी भयानक घडते आहे हे ध्यानी येताच कामबक्ष गांगरून गेला. त्याच्या तोंडून शब्दही फुटेना. त्याच्या डेऱ्याभोवती भक्कम पहारे बसवून आसदखान डेऱ्यात आला. त्याला पाहून कामबक्षाला अखेर शब्द सापडले. त्याने थरथरत पण रागाने विचारले,

"ये क्या हो रहा है?"

"पहले तुम बताओ, ये क्या है?"

कामबक्षाने राजाराम महाराजांना पाठवलेला खलिता फडकवत आसदखानाने त्यालाच उलट विचारले. त्याच्या हातात तो खलिता पाहून कामबक्षाला जबर धक्का बसला. त्याच्याकडे तो डोळे विस्फारून पाहत असतानाच आसदखानाने गर्जना करत म्हटले,

"सल्तनतीच्या दुश्मनाशी हातमिळवणी करणाऱ्या गद्दाराला आम्ही कैद करत आहोत."

खान बापलेकांनी आपल्याला कैद केले आहे हे लक्षात येताच कामबक्ष हादरून गेला. पण त्याही परिस्थितीत आपण मोगल सल्तनतीचा शहाजादा आहोत याचे भान सुटलेले नव्हते. त्याच्या तोऱ्यात त्याने आसदखानाला विचारले,

"मला कैद करता? मी कोण आहे हे माहीत आहे ना? मी बादशहाचा सर्वांत लाडका शहाजादा आहे. कोण तुम्ही? मला अटक करण्याची तुम्हाला हिंमतच कशी झाली?"

हे ऐकल्यावर मात्र आसदखानाचा तोल सुटला. कामबक्षाकडे तिरस्काराने पाहत तो म्हणाला,

"शहाजादा? तू कसाला शहाजादा? नाचीचा पोर तू. तुझी काय लायकी माझी हिंमत काढायची?"

आसदखानाच्या तोंडून बाहेर पडलेले हे अत्यंत कडवट उद्गार ऐकून झुल्फिकारखान थक्क झाला. त्यामागे कामबक्षाने ही मोहीम सुरू झाल्यापासून त्याला दिलेला त्रास,

त्याचा केलेला अपमान आहे. त्याचाच हा असा स्फोट झाला होता. हे त्याला माहीत होते, तरीही हे प्रकरण असेच पुढे जाणे योग्य वाटले नाही. तो आसदखानाला शांत करत म्हणाला,

"अब्बाजान, तुम्ही कशाला त्या पोराच्या नादी लागता? चला, आपल्याला अजून बरेच काही निस्तरायचे आहे."

दोघांनी कामबक्षावर कडक पहारे बसवले. त्याच वेळी तिथल्या माणसांना झुल्फिकारखानाने कामबक्षाला नीट मानाने वागवण्याच्या सूचना दिल्या. अन् ते तिथून निघाले.

बादशहा औरंगजेबाचा मृत्यू झाल्याची अफवा अद्याप जोरात होती. निश्चित काही समजत नव्हते. आपले सर्वांत वेगवान स्वार आसदखानाने छावणीकडे पाठवले होते. ते परत आल्याशिवाय पुढची दिशा ठरवणे अवघड होते. खरेच तसे काही घडले असले, तर पुढचे राजकारण कोणते वळण घेईल, त्यात आपल्याला काय भूमिका असेल याचा विचार करत दोघे झुल्फिकारखानाच्या डेऱ्याकडे निघाले.

इकडे चंदीला मात्र अगदी उत्साहाचे वातावरण होते. अनेक महिन्यांच्या संघर्षानंतर आता कुठे जरा शांतता मिळाली होती. ऐन दसरा, दिवाळीच्या सणाच्या काळात मोगल जोरावर होते. अवघ्या दोन महिन्यांपूर्वी मोगल सैन्य किल्ल्याच्या मुख्य दरवाजापाशी येऊन भिडले होते. त्यामुळेच तर तहाची बोलणी सुरू करायची वेळ आली होती. पण धनाजी जाधव वेढ्यातल्या मोगल सैन्यावर हमला करून प्रचंड लूट आणि इस्माइलखान मखासारखा कैदी घेऊन गडावर आले आणि सारा माहोल बदलून गेला. आता अन्नधान्य, चारावैरण, दारूगोळा साऱ्या चीजवस्तूंची रेलचेल झाली होती. गडावर सणासारखे वातावरण निर्माण झाले.

धनाजींना चंदीला येऊन आठ दिवस झाले होते. महाराज सदरेवर बसले असता प्रधान नीळकंठ मोरेश्वर त्यांना म्हणाले,

"महाराज, याचप्पा नायक आपल्या भेटीसाठी आले आहेत."

"असे अवचित आले? काय काम काढले?"

"इस्माइलखानाची माणसे त्यांना भेटण्यासाठी गेली होती. त्याला सोडवण्यासाठी त्याने आपल्याकडे रदबदली करावी अशी त्यांनी त्याला गळ घातली आहे, असे याचप्पाने आम्हाला सांगितले आहे."

"हुं. तुम्हीच त्या वेळी मध्यस्थी करून त्या दोघांना आमचेकडे रुजू केले होते. पण जरा मोगलांची सरशी होत आहे हे पाहून इस्माईल लगेच त्यांच्याकडे गेला. आतादेखील त्याने याचप्पाकरवी तुम्हालाच मध्ये घातले आहे. पण आता आम्हाला या विषयात काही बोलायचे नाही. तुम्ही यासाठी धनाजींशी बोला. ते ठरवतील काय

करायचे ते.''

''जी, महाराज.''

असे म्हणून नीळकंठ मोरेश्वर तेथून निघून गेले.

इस्माइलखान मखा आणि याचप्पा नायक हे दोघे मूळचे गोवळकोंड्याच्या कुतुबशाहाचे सरदार. मोगलांनी कुतुबशाही बुडवल्यावर त्यांच्याविषयी राग मनात धरून ते राजाराम महाराजांना सामील झाले होते. त्यांच्यासाठी त्या वेळी नीळकंठ मोरेश्वर यांनीच मध्यस्थी केली होती. त्यानंतर वर्षभरात झुल्फिकारखानाला आसदखान आणि कामबक्षाची कुमक मिळाली. मोगलांची ताकद अशी वाढलेली पाहून इस्माइलखान फुटून त्यांना सामील झाला. मराठ्यांविरुद्ध लढतांना कैद झाला. आता त्याला आपल्या सुटकेसाठी याचप्पा आणि नीळकंठ मोरेश्वर यांच्याशी असलेले संबंध आठवले होते.

सारा मसला धनाजीरावांसमोर गेल्यावर त्यांनी विचार केला. इस्माइलखान काही फार मोठा मोगल सरदार नव्हे. त्याला मारून तसा काही मोठा लष्करी फायदा होणार नव्हता. त्यापेक्षा त्याच्याकडून भरपूर खंडणी घेऊन त्याला सोडून द्यावे असे त्यांना वाटले. महाराजांशी बोलून त्यांनी एक लक्ष पागोडा एवढी रक्कम घेऊन त्याला सोडून दिले.

एकंदरीत संताजी, धनाजी यांनी मोगल सैन्याची केलेली वाताहत, औरंगजेबाच्या मृत्यूची अफवा आणि शहाजादा कामबक्षाचा खान पितापुत्रांशी झालेला संघर्ष, त्यातून झालेली त्याची कैद या सर्व घटनांमुळे मोगलांच्या छावणीतल्या सैनिकांचे मनोधैर्य खचून जाऊ लागले होते. एकंदरीत मोगल-मराठा संघर्षाचे चंदीतले पारडे आता जवळजवळ पूर्णपणे मराठ्यांच्या बाजूने झुकले होते.

१५

मोगल छावणीत निर्माण होणाऱ्या रोजच्या समस्यांनी झुल्फिकारखान अगदी वैतागून गेला होता. आधी वेढ्यातल्या सैनिकांचे मनोधैर्य खचू लागलेले होतेच, त्यात आता अन्नधान्याचा तुटवडा भासू लागलेला होता. त्याने स्वत: दोन वेळा साऱ्या अडचणींवर मात करत स्वत: वांदिवाशला जाऊन रसदीचा इंतजाम केला होता. पण आता सभोवती घिरट्या घालत असलेल्या मराठी वीरांकडून सतत रसद मारली जात होती. त्यामुळे सैनिकांची उपासमार होऊ लागली होती. अखेर झुल्फिकारखानाने तिसऱ्यांदा वांदिवाशला जायचा धाडसी प्रयत्न करायचे ठरवले.

मोठ्या हिकमतीने तो तेथे पोहोचला. तिथल्या वंजारी व्यापाऱ्यांकडून धान्य विकत घेण्याची बोली केली. दुसऱ्या दिवशी सामान घेऊन निघायचे होते. पण

उपासमारीने हैराण झालेल्या त्याच्या तुर्की सैनिकांनी रात्रीच त्या वंजाऱ्यांच्या वखारीवर हल्ला चढवून तिथले धान्य लुटले. त्यांचे हे धाडस पाहून खुद्द झुल्फिकारखान थक्क होऊन गेला. त्या व्यापाऱ्यांकडचे उरलेले धान्य खरेदी करून तो चंदीकडे परत निघाला.

झुल्फिकारखानाच्या हालचालींकडे कावेरीपाकला असणाऱ्या संताजींचे पूर्णपणे लक्ष होते. ते आपल्या वीस हजारांच्या सैन्यासह वांदिवाशपासून अवघ्या सात कोसांवर असलेल्या देसूर या गावी येऊन थांबले होते. रसद घेऊन परत निघालेल्या मोगल सैन्यावर त्यांनी हल्ला चढवला. झुल्फिकारखानाने संताजींकडचे सैन्यबळ पाहून आपले काही स्वार मदत आणण्यासाठी पुढे पाठवून दिले आणि स्वत: देसूरच्या किल्ल्याचा आश्रय घेतला.

त्याच्या बरोबर असलेल्या राव दलपत बुंदेलाचे रजपूत सैन्य मात्र हल्ल्याची पर्वा न करता पुढे जात राहिले. संताजी त्याच्या मागे लागले. त्यांनी डोंगराच्या आडाने त्यांच्यावर बंदुकीच्या गोळ्यांचा वर्षाव सुरू केला. त्यालाही दाद न देता रजपूत सैन्य पुढे निघाले होते. पण तेथे असलेल्या चिखलाने भरलेल्या भातशेतीच्या खाजणात ते फसले. त्यांना पुढे सरकता येईना. तरीही त्यांचे दैव बलवत्तर होते म्हणून तोपर्यंत अंधार पडला. त्यामुळे त्यांची पुरती लंगडतोड व्हायची होती ती तेवढी वाचली.

तोपर्यंत झुल्फिकारखानाने पुढे पाठवलेल्या स्वारांनी सर्फराजखान या मोगल सरदाराला देसूरला घडत असलेला प्रकार सांगितला. तो तातडीने सहा हजारांचे बळ घेऊन त्यांच्या मदतीला धावून आला. त्याच्या मदतीने झुल्फिकारखान कसाबसा आपल्या छावणीपर्यंत परत जाऊ शकला. तरीही या सर्व धावपळीत आणलेले बरेचसे धान्य लुटले गेले, काही चिखलात पडून खराब झाले. त्यामुळे एवढी धडपड करूनही मोगल सैन्याची उपासमार सुरूच राहिली.

आता मात्र झुल्फिकारखानाचा पूर्ण नाइलाज झाला. त्याने हा प्रश्न सोडवण्यासाठी सर्व सरदारांची बैठक बोलावली. त्याने सुचवले,

"आम्हाला वाटतं, माणसांची आणखी उपासमार करणे शक्य नाही. वांदिवाशला त्यांनी कशी दंगल केली हे पाहिलेलंच आहे. त्यामुळे सैन्य वाचवण्यासाठी राजाराम महाराजांकडे मदतीचा हात मागावा, माणसांना सुखरूपपणे वांदिवाशला जाऊ द्यावे अशी मागणी करावी. आपलं काय म्हणणं?"

त्याने आसदखानाकडे पाहत विचारले. केवळ दरबारी राजकारणी असलेल्या आसदखानाने होकारार्थी मान डोलावली. पण राव दलपत बुंदेलाला ते पटले नाही. तो विरोध करत म्हणाला,

"नहीं. हम नहीं मानते । मला माहीत आहे की बादशहांकडून काही मदत

आलेली नाही. त्यांच्या बाबतीत खरे काय ते अजून नक्की समजलेले नाही, तरीही ही अशी माघार घेणे आम्हाला मंजूर नाही. आप क्या कहते हैं?''

त्याने दाऊदखान पन्नी वगैरे अन्य सरदारांकडे पाहत विचारले. त्या सर्वांचा कल आपल्या बाजूने असल्याचे जाणवल्यामुळे तो पुढे म्हणाला,

''आपकी दिक्कत हम जानते हैं। माझ्याकडे साधारण तीस-चाळीस हजारांपर्यंतचे जवाहीर, सोनेनाणे आहे. ते हवे तर मी खर्चासाठी देतो. पण माघार घेणे योग्य होणार नाही, असे आमचे म्हणणे आहे.''

झुल्फिकारखान मोठ्या अडचणीत सापडला. राव दलपतचे म्हणणे डावलणे त्याला शक्य नव्हते. तो तसा कुणी सामान्य सरदार नव्हता. राजपुतान्यातल्या दतिया संस्थानाचा तो राजा होता. औरंगजेबाच्या दरबारातला एक मान्यवर उमराव होता. त्या वेळी साऱ्यांचा कल पाहून त्याने बैठक आटोपती घेतली. पण त्यामुळे प्रश्न सुटत नव्हता. दिवसेंदिवस परिस्थिती बिकट होत चालली होती. एकीकडे राव दलपतसह इतर सरदारांचा विरोध, दुसरीकडे अद्याप औरंगजेबाबद्दल निश्चित काही समजले नव्हते त्याचा गोंधळ आणि कामबक्षाला केलेली अटक या साऱ्यात भरीला उपाशी असलेल्या सैनिकांमध्ये वाढत असलेला असंतोष असा चारी बाजूंनी तो कोंडीत सापडला होता. अखेर त्याने आसदखानाचा सल्ला घेऊन गुप्तपणे राजाराम महाराजांकडे आपला एक विश्वासू जासूद पाठवून माघार घेऊ देण्याविषयी मागणी केली.

१६

झुंज आता अगदी वेगळ्या टप्प्यावर आले होते. अवघ्या दोन महिन्यांपूर्वी ज्या मराठ्यांना सुलूख करण्याची मागणी करावी लागली होती त्यांच्याकडे दयेची याचना करण्याची वेळ आता मोगलांवर आली होती. याच विषयात चर्चा करण्यासाठी महाराजांनी खलबतखान्यात बैठक बोलावली. बैठकीचा विषय आणि झुल्फिकारखानाची मागणी या विषयी प्रल्हाद निराजी सांगू लागले,

''या महिन्याभरात झुंजाची बदललेली परिस्थिती आपण सारे जाणताच. मोगल बादशहांचा काळ झाल्याची खबर आलेली आहे, त्याची अद्याप शहानिशा झालेली नाही. त्यातच झुल्फिकारखानाने माघार घेऊ द्यावी, अशी मागणी केलेली आहे. तसा त्यांचा खास जासूद आलेला आहे. त्याबद्दलच आपण इथे जमलो आहोत.''

सर्व जण महाराजांकडे पाहू लागले. ते म्हणाले,

''सध्या मोगल छावणीची अवस्था फारच वाईट झालेली आहे. त्यांची चांगलीच कोंडी झालेली आहे. अन्नाअभावी बरीचशी जनावरे आणि माणसेसुद्धा मृत्युमुखी पडू

लागलेली आहेत. अशा परिस्थितीत आपली माणसे वाचवण्यासाठी त्यांना वांदिवाशला जाऊ द्यावे, अशी झुल्फिकारखानाची मागणी आहे. त्यांच्याकडे वाहतुकीला जनावरे उरलेली नाहीत, ती आपण पुरवावीत, त्यापोटी येणाऱ्या खर्चाची रक्कम आणि वर काही नजराणा देण्यास ते तयार आहेत, असे त्यांनी कळवले आहे.''

हे ऐकल्यावर काही क्षण शांतता पसरली. धनाजी जाधव महिन्याभरापासून चंदीतच होते. या काळातल्या बऱ्याचशा लष्करी हालचाली त्यांच्याच सांगण्यानुसार होत होत्या. ते आले होते तेव्हाची, अवघ्या महिन्याभरापूर्वीची अवस्था आठवत ते म्हणाले,

''इतक्या लवकर मोगलांवर अशी वेळ येईल असे वाटले नव्हते. त्याआधी आपण केलेली सुलूख करायची मागणी त्यांनी डावलली नसती, तर त्यांच्यावर ही वेळच आली नसती. काही झालं तरी झुल्फिकारखान आपल्या अधिकारात सुलूख करू शकत नाही, म्हणूनच त्याने नुसती माघार घेण्याबद्दल विचारले असणार.''

प्रधान नीळकंठ मोरेश्वर हलकेच म्हणाले,

''काही असले तरी मोगलांच्या या मागणीत आपला विजयच आहे, असे आम्हास वाटते.''

सर्वांकडे नजर फिरवत महाराज म्हणाले,

''आम्हाला वाटते, बादशहाविषयी निश्चित काही समजेपर्यंत थांबावे. ते जे काही कळेल त्यावरून साऱ्याच बाबींना वेगळे वळण लागू शकते. शिवाय, आपले सेनापती अद्याप इथे आलेले नाहीत. त्यांच्याशी मसलत करून आमचा निर्णय कळवू असे खानास सांगावे.''

सर्वांना पटण्यासारखेच असल्याने त्यावर कोणी बोलले नाही. महाराजांचा निरोप घेऊन जासूद परत गेला. वेढ्याचा विषय आता संपल्यात जमा झाला होता.

त्याच वेळी औरंगजेबाकडची खबर घेऊन आसदखानाने मोगल छावणीत पाठवलेले हरकारे परत आले. त्यांनी खबर आणली होती की, बादशहा खरेच अतिशय आजारी होता. एके दिवशी त्याची तब्येत फारच बिघडली होती. शाही हकिमांनी जवळजवळ त्याची आशा सोडली होती. त्यामुळे तो मेल्याची अफवा उठली होती. पण तशाही अवस्थेतून तो अगदी आश्चर्यकारकरीत्या बरा झाला होता. अजून नियमितपणे दरबारात येत नसला तरी त्याच्या जिवावरचा धोका टळला होता.

बादशहाबद्दलचे वृत्त समजल्यावर झुल्फिकारखानाने कामबक्षाची सुटका केली. कारण आता बंडाळीचे मूळच नाहीसे झाले होते. पण त्यामुळे त्याचा आजचा प्रश्न काही सुटत नव्हता. पुढच्या आठवड्याभरात मोगल छावणीची हालत अधिकच बिघडली. रोज आपले सहकारी उपासमारीने आणि हगवणीसारख्या आजाराने डोळ्यांदेखत मरताना पाहून वेढ्यातले लोक बिथरू लागले होते. त्यांच्यातली अस्वस्थता

झुल्फिकारखानाला जाणवली, अखेर राव दलपतचा विरोध पुन्हा एकवार डावलून उघडपणे परतीचा निर्णय त्याने घेतला. त्याचा जासूद पुन्हा गडावर आला.

या वेळी झुल्फिकारखानाने त्याच्याबरोबर एक लक्ष रुपयांच्या सुवर्णमुद्रा आणि पागोडा या दक्षिणेकडच्या चलनाच्या साठ हजाराच्या किमतीचे जडजवाहीर महाराजांकडे पाठवले. आता महाराजांना त्याची दखल घेणे भाग पडले. संताजी अजून आलेले नव्हते. तरीही त्यांच्यासाठी न थांबता झुल्फिकारखानाची मागणी मान्य करण्याचे सर्वांच्या मताने ठरवले गेले. एक हत्ती, दोन घोडे, काही उंट आणि वाहतुकीसाठी दोन हजार बैल पाठवून द्यायचे निश्चित झाले. त्याप्रमाणे तयारी सुरू झाली. दुसऱ्या दिवशी तयारीनिशी जासूद परत जाण्यासाठी तयार झाला. तेवढ्यात वेढ्याकडून मोठमोठे आवाज ऐकू येऊ लागले. काहीतरी मोठी गडबड झाल्याचे गडावरच्या मंडळींच्या ध्यानी आले. खुद्द महाराजांसह अनेक जण तातडीने राजगिरीच्या बालेकिल्ल्याच्या तटाजवळ आले.

तेथे प्रचंड गोंधळ माजला होता. वेढ्यातल्या गोलंदाजांच्या तुकडीत एकच धावपळ चालली होती. काही जण तोफांवर घण घालून त्यांना निकामी करत होते. काही जण असतील त्या जनावरांवर हाती मिळेल ते सामान लादून निघण्याच्या तयारीत होते. काही जण मोठमोठ्याने ओरडत इतरांना निघायला सांगत होते, अन् पाहता पाहता वेढ्यातल्या गोलंदाजांची आणि बरकंदाजांची एक तुकडी वांदिवाशाच्या दिशेने निघालीदेखील. झुल्फिकारखानाच्या परवानगीची वाट न पाहता तिथून निघण्याचा निर्णय त्यांनी घेतलेला दिसत होता. ते पाहून जासुदाने मिळेल ते साहित्य घेऊन छावणीकडे धाव घेतली.

त्या वेळी झुल्फिकारखान आसदखानासह आपल्या अलिमदद टेकडीवरच्या डेऱ्यात त्याचा माणूस गडावरून येण्याची वाट पाहत बसलेला होता. गोलंदाजांच्या तुकडीतल्या सैनिकांनी त्याला निर्वाणीचा निरोप पाठवलेला होता की, 'आता इथे वेढ्यात राहून उपाशीपोटी मरण्यापेक्षा आम्ही वांदिवाशकडे जाण्यासाठी बाहेर पडतो. वाटेत मराठी सैन्याने अडवले तर एक वेळ लढून मरू, पण आता आणखी इथे थांबणे शक्य नाही.'

हा निरोप समजल्यापासून झुल्फिकारखान अतिशय अस्वस्थ झाला होता. आता या कोंडीतून सुटणे केवळ राजाराम महाराजांनी मदत केली तरच शक्य आहे, याची त्याला कल्पना होती. म्हणूनच तो त्यांच्याकडे पाठवलेल्या माणसांची मोठ्या आतुरतेने वाट पाहत होता.

तेवढ्यात एक हरकारा तातडीने त्याच्याकडे आला. त्याने गोलंदाजांची एक तुकडी वांदिवाशकडे निघाल्याची खबर दिली. झुल्फिकारखानाला हा खूप मोठा धक्काच होता. आपल्या हुकमाशिवाय आपले सैनिक असे काही करू शकतील,

असे त्याला कधी वाटलेच नव्हते. तो तडक तिकडे निघाला. तोपर्यंत दुपार होत आली होती. तेथे उरलेले सैनिकदेखील भुकेपोटी हैराण झाल्याने पार बिथरले होते. त्यांना कसे थांबवावे हे झुल्फिकारखानाला सुचत नव्हते. त्याच वेळी गडावर गेलेला जासूद महाराजांनी दिलेल्या सामग्रीसह तेथे येऊन पोहोचला. त्याचेसोबत पाठवलेली जनावरे, अन्नसाठा पाहून झुल्फिकारखानाला हायसे वाटले.

महाराजांनी पाठवलेल्या या मदतीमुळे तो मोठ्या नामुश्कीतून वाचला होता. जमेल ते सामान त्या जनावरांवर लादून तेथून बाहेर पडायचा हुकूम त्याने दिला. रात्र पडण्यापूर्वी त्यांना वांदिवाशला पोहोचायचे होते. नौबत, नगारे वाजवीत प्रचंड उमेदीने आलेले मोगल सैन्य मोठ्या नामुश्कीने माघारीची वाट चालू लागले. भुकेकंगाल झालेले सैनिक, चाकर, बुणगे यांच्याचबरोबर कैदेतला शहाजादा कामबक्ष यांना घेऊन मोगलांचा सेनापती झुल्फिकारखान, सल्तनतीचा वजीर असलेल्या त्याच्या बापासह चंदीला घातलेला वेढा उठवून नाइलाजाने का असेना वांदिवाशच्या तळावर परत निघाला होता.

१७

राजगिरीच्या तटावरून महाराजांसह सर्व जण वेढ्यातल्या सैन्याची उडालेली दैना पाहत होते. महाराजांना चंदीला येऊन तीन वर्षे पूर्ण झाली होती. एवढ्या काळात तब्बल दोन वेळा वेढा उठवून माघार घ्यायची नामुश्की झुल्फिकारखानासारख्या लढवय्यावर आली होती. पहिल्या खेपेला पूर्णपणे तयारी नसल्यामुळे आणि साधनसामग्रीचा पुरवठा वेळेत न झाल्यामुळे त्याला माघार घ्यावी लागली होती. या खेपेची परिस्थिती वेगळी होती. औरंगजेबाने भरपूर साधनसामग्रीसह मोठे सैन्य पाठवले होते. खुद्द सल्तनतीचा वजीर आसदखान आणि शहाजादा कामबक्ष यांची प्रतिष्ठा पणाला लागलेली होती. काही काळापूर्वी तर त्यांनी महाराजांना इतके कोंडीत पकडले होते की, मराठ्यांना तहाची मागणी करावी लागली होती.

पण महाराज आणि त्यांच्या मुत्सद्दी कारभाऱ्यांनी डावपेचात मोगलांवर मात केली होती. एकीकडे त्यांनी मोगलांना तहाच्या बोलण्यांमध्ये गुंतवून कठीण वेळ मारून नेली होती. तर दुसरीकडे संताजी आणि धनाजी यांनी योग्य वेळी येऊन रणांगणावर त्यांची पार दाणादाण उडवली होती. एकंदरीत दरबारी आणि मैदानी अशा दोन्ही प्रकाराच्या राजकारणात मराठे मोगलांना भारी ठरले होते, यात शंकाच नाही. त्यामुळेच त्यांच्या अत्यंत शक्तिशाली अशा सैन्याला पराभूत होऊन माघारी जावे लागले होते. चंदीला मिळालेल्या या यशाप्रमाणे मराठी मुलखातसुद्धा तिथल्या वीरांची घोडदौड सुरूच होती. बराचसा मावळ आणि उत्तर कर्नाटकाचा मुलूख त्यांनी

परत जिंकून घेतलेला होता.

संभाजी महाराजांच्या मृत्यूनंतर पाहता पाहता मराठेशाही नेस्तनाबूद करण्याचे औरंगजेबाचे स्वप्न असे उधळले गेले होते. शंभू छत्रपतींच्या बलिदानामुळे खचून न जाता उलट त्यातून मराठ्यांनी प्रेरणा घेतली होती. समर्थ अशा मोगल साम्राज्याला आव्हान देण्याची हिंमत त्यांच्यात आली होती. सुसज्ज सैन्य आणि साधनसंपत्ती असे काहीही हाताशी नसताना, मराठे बलाढ्य अशा मोगल सम्राटाशी लढा देण्यासाठी उसळी मारून उठले होते. खुद्द छत्रपती राजाराम महाराज, त्यांचे कर्तबगार, मुत्सद्दी अष्टप्रधान मंडळ, आणि पराक्रमी, निष्ठावंत शूर सेनानी यांच्या बळावर मराठी सत्ता पुन्हा एकवार भक्कमपणे उभी राहिली होती.

◆

भाग ८

१

मोगलांचा तब्बल सहा महिने चालू असलेला वेढा अखेर उठला होता. झुल्फिकारखानासारख्या कसलेल्या सेनापतीला माघार घ्यावी लागली होती. त्यामुळे चंदीत अगदी आनंदोत्सव साजरा होत होता. त्यातच सेनापती जफ्तनमुलुख संताजी घोरपडे गडावर दाखल झाले. त्यांच्या कांचीपुरम इथल्या अलिमर्दानखानाविरुद्ध गाजवलेल्या पराक्रमाच्या आणि देसूरला झुल्फिकारखान आणि राव दलपत यांच्या उडवलेल्या भंबेरीच्या कथा आधीच गडावर पोहोचल्या होत्या. त्यामुळे त्यांचे अगदी दणक्यात स्वागत झाले.

स्वतः संताजी मात्र नाराज होते. चांगल्या कचाट्यात सापडलेल्या झुल्फिकारखानाचा समूळ पाडाव करून त्याला संपवायचे सोडून त्याला धर्मवाट दिली, हे त्यांना पटले नव्हते. दुसऱ्या दिवशी प्रतिनिधी प्रल्हाद निराजी यांना भेटल्यावर आपल्या मनातली खळबळ त्यांनी उघडपणे व्यक्त केली,

''पंत, महाराजांनी त्या झुल्फिकारखानाला असंच कसं जाऊ दिलं? आमचा तर विश्वासच बसत नाही.''

त्यांच्या बोलण्यातला त्रागा पंतांना जाणवला. त्यांनी शांतपणे विचारले,

''मग काय करायला पाहिजे होते, संताजीराव?''

''काय म्हणजे? आम्ही तर त्याची छावणी उधळून लावून त्याचा पुरता पाडाव करायचा असे ठरवले होते. त्याने कैदेत ठेवलेल्या त्या औरंगजेबाच्या पोराला ताब्यात घेऊन ठेवले असते तर त्यालाबी समजलं असतं आम्ही मराठे काय आहोत ते. आम्ही देसूरला त्यांची सारी रसद पार लुटून टाकली होती. अशी उपाशी माणसं संगं घेऊन तो झुल्फिकार असा कितीसा टिकणार होता आमच्यापुढं? त्याला पार ठेचायचा सोडून असाच सोडून दिला.''

संताजी चिडून आवेगात बोलत होते. त्यावर समजुतीच्या स्वरात प्रल्हाद निराजी म्हणाले,

"आपले म्हणणे अगदी खरे आहे. इथल्या काही मंडळींचेदेखील असेच मत होते."

"मग?"

"सर्वांनी एकत्र बसून खल केला आणि हा निर्णय घेतला."

"म्हंजे?"

संताजींच्या रागात आता आश्चर्याची भर पडली होती. एवढा काय विचार करून असा निर्णय घेतला गेला असावा, हे त्यांच्या ध्यानी येईना तेव्हा पंत सांगू लागले,

"असे बघा संताजीराव, एकट्या झुल्फिकारखानाचा पाडाव केला म्हणजे काही आपला मोगलांशी असलेला सामना संपणार आहे, असे नाही. त्यानंतर औरंगजेब पुन्हा आणखी एखादा मातब्बर सरदार अधिक भरपूर सैन्य आणि सामग्रीसह पाठवून देणार, हे तर निश्चित आहे. मग जर शत्रूचा पूर्णपणे पाडाव होत नसेल, निर्णायक युद्ध होणार नसेल, तर सर्व शक्ती लावून लढण्यात काय बरे हशील? या वेळी विजय मिळाला, तरी पुन्हा नव्या स्वारीला तोंड द्यावेच लागणार. शिवाय, त्या वेळी नव्याने तयारी करण्यासाठी लागणारी सवड औरंगजेबासारखा गनीम देईल याची काय खात्री?

आता शहाजादा कामबक्षाच्या कैदेबद्दल म्हणाल, तर तो प्रत्यक्ष औरंगजेबाचा मुलगा, त्यातून सर्वांत लाडका. तेव्हा बादशहाच्या मरणाच्या वावड्या उठलेल्या होत्या. म्हणून खान पितापुत्रांनी ते धाडस केले. आता त्यांनाच त्याचे काय फळ मिळेल ते दिसेल. पण आपण तसे केले असते तर काय होऊ शकते, याचा नुसता विचार करून पाहा म्हणजे तुमच्या ध्यानी येईल. कदाचित चिडून खुद्द बादशहा सर्वशक्तिनिशी लाखोंच्या सैन्यबळासह आक्रमण करू शकतो. शिवाय, आपल्या मुलाला पकडल्याचा राग त्याने तेथे त्याच्या कैदेत असलेल्या आपल्या माणसांवर काढला तर? म्हणून असा सर्व विचार करून तूर्तास सबुरीने घ्यायचे असे ठरले. मोगलांची माघारीची मागणी मान्य केली."

प्रल्हादपंतांनी एवढे सविस्तरपणे सांगूनही समजूत काही पटत नव्हती. त्यांच्या एकूण स्वभावानुसार त्यांना ते मानवणारे नव्हते. शिवाय, ते स्वत: मराठी राज्याचे सेनापती होते. त्यांना न सांगता एवढा मोठा लष्करी निर्णय घेतला गेला, याची त्यांना मोठी खंत वाटत होती. ते नाराजीच्या सुरात म्हणाले,

"पण आमच्याशी एकवार तरी बोलायला हवं होतं महाराजांनी. मग सांगितलं असतं आमच्या मनातलं."

"संताजीराव, महाराजांकडे मोगलांची मागणी आल्यावर त्यांनी ती लागलीच मान्य केली नाही. आपण इथं नव्हता, तेव्हा त्यानंतर काय ते सांगू, असेच सांगितले होते. पण वेढ्यातले सैनिक खानाला न जुमानता स्वत:च बाहेर पडले, त्यामुळे आणखी थांबायला वेळच नव्हता."

एवढे सारे ऐकल्यावर संताजी त्या वेळेपुरते गप्प बसले. पण नंतर त्यांनी या विषयात खंडो बल्लाळ, केसोपंत आदी मंडळींशी बोलण्याचा प्रयत्न केला. बहुतेकांचे मत एकसारखे असल्याचे त्यांच्या ध्यानी आले. उलट त्यांनी घडलेली घटना कशी योग्य हेच संताजींना सांगण्याचा प्रयत्न केला. त्यातच ते येण्यापूर्वी जवळजवळ महिनाभर धनाजी गडावर होते. तेच तेथून युद्धाचे डावपेच ठरवत होते, हेही समजले. त्यांच्या नाराजीत अधिकच भर पडली.

दुसऱ्या दिवशी संताजी महाराजांना भेटण्यासाठी गेले. तेव्हा आपले म्हणणे त्यांच्याजवळ मांडायचे त्यांच्या मनी असावे. पण ते या विषयात काही बोलणार तोच प्रल्हाद निराजी तेथे आले. त्यांना असे अचानक आलेले पाहून महाराजांनी विचारले.

"अवचित आला पंत, काही खास खबर दिसते."

"जी, महाराज. औरंगजेबाने कासिमखानाला अलिमर्दानखानाच्या जागी कांचीपुरमचा सुभेदार नेमले आहे, असे समजते. मोगल छावणीतून शहाजादा आलमसह तो कडाप्पाला निघाला आहे. तेथून भरपूर रसद घेऊन तो पुढे कांचीपुरमला जाणार आहे. तेथून त्याने झुल्फिकारखानाला कुमक करायची असा त्याला हुकूम दिलेला आहे, असे समजते."

"हं. म्हणजे औरंगजेबाची तब्बेत नुसती सुधारलीच नाही, तर चांगली ठणठणीत झालेली दिसते."

महाराज हसत म्हणाले. बाजूला उभे असलेले संताजी सारे ऐकून महाराजांना म्हणाले,

"महाराज, आम्ही इथं मोठ्या उमेदीने आलो होतो. इथलं ऐकून नाराज झालो. पंतांनी, चिटणिसांनी बरंच काही सांगितलं, पर ते काही पटलं नाही. आपल्याशी बोलून परत जावं म्हनत होतो. पन आता तो कासिमखान हिकडे यायला लागलाय. त्याला आधीच गाठायला हवं. आम्हाला तिकडं जायला पायजे."

"जरूर जा. आज आमच्यासंग थाळ्याला थांबा. उद्या जा."

महाराज म्हणाले. पण संताजी उठून मुजरा करत म्हणाले,

"नाही महाराज, ते परत कवातरी करू. आता उगंच वेळ दवडण्यात अर्थ नाही. आज्ञा द्या. येतो आम्ही."

एवढे बोलून ते तेथून तातडीने निघून गेले. त्यांच्या ताठ चालीच्या पाठमोऱ्या आकृतीकडे पाहत महाराज कौतुकाने म्हणाले,

"पाहिलेत पंत, कितीही नाराज झाले तरी संताजी हाडाचे शिपाईगडी आहेत. मैदान दिसलं की मारलीच उडी."

दोघांच्या मनावरचा ताण थोडा का होईना कमी झाला होता. ते दौलतीच्या इतर विषयांबद्दल बोलू लागले.

२

महाराज आज नेहमीपेक्षा लवकर आपल्या महालात आलेले आहेत, हे समजताच ताराबाई लगबगीने तेथे गेल्या. त्यांच्या हातून मंदिल आणि शेला घेत त्यांनी विचारले,

"सेनापती आले होते असं समजलं. आम्हाला वाटलं, स्वारींसोबत थाळ्याला थांबतील. पण ते परत गेल्याचं कुणीतरी म्हणालं."

"हं."

एवढेच बोलून महाराज मंचकावर बसले. ताराबाईंनी हातातल्या वस्तू तबकात ठेवल्या. मागे वळून पाहतात तो महाराज गंभीर मुद्रेने बसून राहिलेले दिसले. ते पाहून त्यांनी विचारले,

"आपण काही बोलत नाही. संताजी लागलीच निघून गेले. काही घडले आहे का?"

"होय. इथे वेढा मागे घेतल्याचे समजल्यावर औरंगजेबाने कासिमखानाला शहाजादा आलमसह भरपूर सैन्य आणि रसद देऊन दक्षिणेत पाठवले आहे. शहाजादा कडाप्पाला थांबणार आहे. कासिमखान झुल्फिकारखानाला कुमक करण्यासाठी पुढे येणार आहे, अशी खबर आहे."

"मग?"

"संताजी त्याचाच समाचार घेण्यासाठी तातडीने गेले आहेत."

"एवढंच ना! संताजी त्याला चांगलाच धडा शिकवतील. पण त्यात विचारात पडण्यासारखं काय आहे?"

ताराबाईंनी विचारले. तेव्हा महाराज म्हणाले,

"नाही तारा, गनिमाची आम्हाला फिकीर नाही. पण संताजी आमच्यावर नाराज आहेत, हे काही ठीक वाटत नाही."

"नाराज? आपल्यावर?"

ताराबाईंनी अविश्वासाने विचारले. त्यावर महाराज म्हणाले,

''होय. आम्ही झुल्फिकारखानाला सोडून दिले हे त्यांना पटले नाही. आम्ही त्याचा पूर्ण पाडाव करावा. त्याने कैद केलेल्या कामबक्षाला ताब्यात घ्यावे, असेही त्यांचे म्हणणे होते.''

''पण तसं करणं म्हणजे शेकडो कोसावर असलेल्या औरंगजेबाला सरळ अंगावर घेणे, असे झाले असते हे सांगितलं नाही का त्यांना?''

ताराबाईंनी आश्चर्याने विचारले. तेव्हा महाराज म्हणाले,

''अनेकांनी सांगितले, पण त्यांना पटायला हवे ना! हे खरे आहे की, धनाजी आणि संताजी वेळेवर आले. त्यामुळे मोगलांना माघार घ्यावी लागली. ते त्याचा पुरता पाडावदेखील निश्चितच करू शकले असते. पण त्यामुळे कोणते मोठे राजकारण साधले असते असे नाही. हे त्यांना अनेकांनी सांगितले. पण त्यांना पटलेले दिसत नाही.''

''ठीक आहे. तरीदेखील ते गनिमाशी लढण्यासाठी गेले आहेत. म्हणजे फार काही बिघडलेले आहे असे वाटत नाही.''

''तारा, संताजीराव म्हणजे रांगडा शिपाईगडी. मैदान मारण्यात अख्ख्या दख्खनमध्ये त्यांचा हात कोणी धरू शकणार नाही. पण दरबारी राजकारण वेगळे असते. आम्हांला त्याचाही विचार करून निर्णय घ्यावे लागतात.''

''अगदी खरं, म्हणूनच तर छत्रपतींना अष्टप्रधान मंडळ आहे मसलतीसाठी. प्रधान, अमात्य, प्रतिनिधी, सेनापती साऱ्यांचे विचार घेऊन डावपेच ठरवावे लागतात. जाऊ दे. सेनापती आपलेच आहेत. त्यांना पटेल नंतर सारं.''

ताराबाई म्हणाल्या. पण महाराजांच्या मनाचे अजून समाधान होत नव्हते. मंचकावरून उठून हात पाठीमागे बांधून फेऱ्या मारत ते सांगू लागले,

''ते ठीक आहे. आमची काळजी वेगळीच आहे. संताजीराव सरळ मनाचे आहेत. त्यांनी आपल्या मनाचा सल उघडपणे बोलून दाखवला. कदाचित त्यांच्या सोबत असणाऱ्या बऱ्याच जणांच्या मनात हा विषय असू शकतो. संताजीराव कितीही नाराज झाले, तरी छत्रपतींच्या गादीशी त्यांची पक्की निष्ठा आहे. आमचा त्यांच्यावर पूरा भरवसा आहे. पण तोच सर्वांबद्दल देता येत नाही. त्यातून बेदिली निर्माण झाली तर! त्याचीच चिंता वाटते.''

''तसे झाले तर संताजीरावच त्यांची समजूत काढतील. आपण अति विचार करून त्या विषयी अधिक त्रास करून घेऊ नये. सारी आपलीच माणसे आहेत. चार दिवस गेले की आपोआप शांत होतील.''

ताराबाई खात्रीपूर्वक बोलत होत्या. त्यानंतर दोघे बराच वेळ इतर विषयांवर बोलत राहिले. ताराबाई अवघ्या अठरा वर्षांच्या होत्या. तरी त्यांना राजकारणाची उत्तम जाण होती. मुळात त्यांना त्याची आवड होती. त्यातच त्या विशाळगडावर

असताना त्यांना कारभाराचा चांगला अनुभवसुद्धा मिळालेला होता. त्यानंतर चंदीपर्यंतचा जलप्रवास, त्या अनुभवातून जगाकडे पाहण्याची दृष्टी जात्याच हुशार असलेल्या ताराबाईंना आलेली होती. महाराज स्वत:ही त्यांच्याशी दरबारी बाबींबाबत बोलत असत.

बोलता बोलता तिन्हीसांज उलटली. मुदपाकाकडून थाळ्याची वर्दी आली. मनमोकळी चर्चा झाल्यामुळे प्रसन्न मनाने महाराज जेवण करण्यासाठी उठले.

३

संताजींनी चंदीहून निघाल्यापासून अवघ्या आठवड्यात कासिमखानाला कांचीपुरमपासून बऱ्याच अलीकडे गाठले. अचानक जोरदार हल्ला चढवून पळवून लावले. झुल्फिकारखान आयत्या वेळी त्याच्या मदतीला पोहोचला नसता, तर त्याच्यावर अधिक बिकट प्रसंग ओढवला असता. महाराजांना सारा करिणा सांगताना खबरगीर बोलत होता,

"महाराज, तो कासिमखान बाकी चलाख. आपले सेनापती देवळावर हल्ला करणार नाहीत, हे ओळखून तो कांचीपुरमच्या देवळातच लपून बसला. सेनापती तो बाहेर पडायची वाट पाहत होते. पण तेवढ्यात वांदिवाशहून खानसाहेब तेथे मोठी फौज घेऊन आल्याचे समजल्यावर सेनापतींनी त्याची पाठ सोडली, अन् तो वाचला."

चंदीला आधीच खुशीचा माहोल होता. त्यातच कासिमखानावरच्या विजयाची भर पडली. हे सारे कमी होते म्हणून काय अमृतराव निंबाळकरांनी झुल्फिकारखान कासिमखानाच्या मदतीसाठी आपल्या छावणीपासून दूर गेलेला आहे हे पाहून तिच्यावर हल्ला चढवून छावणीची पार वाताहत करून टाकली. संताजी आणि अमृतराव दोघेही एकाच वेळी भरपूर लुटीसह चंदीला आले. आपल्या वीरांच्या पराक्रमामुळे महाराज अगदी निहाल होऊन गेले होते. तेथे मराठी मुलखातले मराठी वीर असाच पराक्रम गाजवत होते. सारा मावळ, कोकण आणि उत्तर कर्नाटकाचा भाग आणि दक्षिणेतले चंदीचे राज्य एवढ्या साऱ्या मुलखावर शिवछत्रपतींचा भगवा आणि जरीपटका दिमाखात फडकू लागला होता. राजाराम महाराज या सर्व घटनांनी अतिशय खूश होऊन गेले. त्यांनी खास दरबार भरवण्याचे ठरवून टाकले.

या दरबाराचा थाट काही औरच होता. दरबारमहाल उत्कृष्टपणे सजवलेला होता. पहाटेपासूनच सनईचौघड्याच्या मंगल सुरांनी माहोल प्रसन्न केला होता. सर्व दरबारी मानकरी आणि अष्टप्रधान आपापल्या जागी स्थानापन्न झाले. नौबत दणाणली. अल्काबांच्या पुकाऱ्यात, तुताऱ्यांच्या निनादात, तेवीस वर्षे उमरीच्या देखण्या तरण्याबांड छत्रपतींनी दरबारात प्रवेश केला. सर्वांचे मुजरे झेलत ते स्वराज्याच्या

तख्तावर विराजमान झाले. अवघ्या तीन वर्षांत मराठी वीरांनी लष्करी तसेच राजनैतिक पातळीवर मोठे यश मिळवले होते, त्याच्यामुळे झालेला आनंद आणि अभिमान सर्वांच्या मुद्रेवर दाटून आलेला दिसत होता.

महाराजांनी सर्वप्रथम सेनापती संताजी घोरपडे, धनाजी जाधवराव, अमृतराव निंबाळकर अशा सेनानीची सर्फराजी केली. त्यानंतर त्यांनी मोठ्या उत्साहात एक महत्त्वाची आणि महत्त्वाकांक्षी घोषणा केली.

'आम्ही आज असे ऐलान करीत आहोत की, गोवळकोंड्याच्या आणि कर्नाटकाच्या अखत्यारीतील बराचसा मुलूख आता आपल्या मराठी राज्याच्या अखत्यारीखाली आलेला आहे. आम्ही आज केशव रामण्णा यांना त्यावर सुभेदार म्हणून नामजद करीत आहोत. त्यांना गोवळकोंडा आणि कर्नाटकातील बाकीचा मुलूख ताब्यात घेण्याचा हुकूम देत आहोत.'

यामुळे दरबारात अभूतपूर्व असे चैतन्य निर्माण झाले. प्रत्येक जण अपूर्व उत्साहाने सळसळत होता. त्यानंतर महाराजांनी दरबाराला उद्देशून छोटेखानी भाषण केले. त्यात पुढच्या मोहिमेची घोषणा करून टाकली.

''त्रिचनापल्लीच्या नायकाने मागल्या वेढ्याच्या काळात मोगलांना साथ दिलेली होती. त्याला योग्य शासन करण्याचा आमचा इरादा आहे. तसेच चंदावराचे आमचे बंधू शहाजीराजे यांनी आम्हास वेळोवेळी मोलाची मदत केलेली आहे. त्यांची आम्हाला प्रत्यक्ष भेट घ्यायची आहे. पुढच्या काळातल्या राजकीय तसेच लष्करी हालचालींबद्दल त्यांच्याशी बोलणे महत्त्वाचे आहे. सध्या औरंगजेबाने आसदखान आणि कामबक्ष यांना परत बोलावले आहे. इथली माघार आणि कामबक्षाला केलेली कैद याबद्दल तो काय म्हणतो हे पाहून त्याचा पुढील काही हुकूम येईपर्यंत झुल्फिकारखान काही करेल असे वाटत नाही. त्यामुळे आपल्याला या संधीचा फायदा घ्यायला हवा. आम्ही जातीने या मोहिमेवर जाणार आहोत.''

भर दरबारात महाराजांनी केलेले ऐलान आणि ते जातीने येणार आहेत हे ऐकून साऱ्या सरदारांत चैतन्याचे उधाण आले. सेनापती संताजींना तर अगदी स्फुरण चढले. ते महाराजांना म्हणाले,

''महाराज, आपण आम्हाला पुढे जाण्याची आज्ञा द्यावी. आम्ही आमच्या घोडदळानिशी जाऊन वेढा घालतो, आपण मागून सावकाश यावे.''

''ठीक आहे.''

असे म्हणून महाराजांनी त्यांना पुढे जाण्यास परवानगी दिली. दरबार आटोपला. मुळीच उसंत न घेता संताजी त्रिचनापल्लीला रवाना झाले. पाठोपाठ लवाजम्यासह महाराजांनी तेथे जायचे असे ठरले.

४

राजाराम महाराज चंदीला आल्यावर वेढा पडण्यापूर्वी संक्रांतीच्या समुद्रस्नानासाठी गेले होते. त्यानंतर एक-दोन वेळा चंदावरास गेले होते. मधल्या बऱ्याच काळात वेढा असल्याने फारसे बाहेर पडले नव्हते. मोहिमेवर तर ते इथे आल्यापासून याआधी कुठे गेले नव्हते. पण आता परिस्थिती बदलली होती. झुल्फिकारखानाला माघार घ्यायला लावल्यापासून सामान्य सैनिकांपासून मोठ्या सरदारांमध्ये उत्साह सळसळत होता. त्यामुळे असे विजिगीषू सैन्य घेऊन महाराज दक्षिणेत आल्यापासून प्रथमच मोहिमेवर निघाले होते.

मुहूर्त काढला गेला. प्रयाणाची तयारी झाली. सर्वप्रथम महाराणी ताराबाईंनी रणवेषातील महाराजांना ओवाळले. त्यानंतर राजसबाई, अंबिकाबाई यांच्यासह सवाष्णींनी ओवाळले. महालाबाहेर येऊन महाराज सजवलेल्या हत्तीवर आरूढ झाले. प्रधान निळो मोरेश्वर खवाशीत मोर्चेल घेऊन बसले. रणवाद्यांच्या गजरात महाराज युद्धासाठी त्रिचनापल्लीला निघाले. वसंतऋतूला नुकतीच सुरुवात झालेली होती. ऊनताप अद्याप सुरू झालेला नव्हता. संताजींनी आधीच पुढे जाऊन तेथे वेढा घातलेला होता. तेथे छावणीत त्यांनी महाराजांसाठी खास डेरा बनवून घेतला होता. आणखी काही दिवसांनी वाढणारा उन्हाचा कडाका ध्यानात घेऊन डेऱ्याला वाळ्याचे पडदे लावलेले होते. आत सारी शाही व्यवस्था केलेली होती.

महाराज एका मजलेवर आल्याचे समजल्यावर सेनापती संताजीराव जातीने त्यांचे स्वागत करण्यासाठी पुढे गेले. त्यांना सन्मानाने छावणीत घेऊन आले. डेऱ्यात आल्यावर चाकरांनी थंडगार शरबत पेश केले. महाराज ते घेत असताना संताजीराव सांगू लागले,

"महाराज, आम्ही नायकाची पुरती कोंडी केलेली आहे. आता प्रत्यक्ष आपण आलेले आहात. म्हणजे लवकरच त्याच्यावर मात करता येईल."

हे ऐकून महाराजांच्या प्रवासाचा शीण दूर झाला. थोड्या वेळाने विश्रांती झाल्यावर ते पाहणी करण्यासाठी बाहेर पडले. संताजींनी वेढा खरोखरीच अगदी मजबूत केलेला होता. अगदी गवताची काडीदेखील किल्ल्याच्या आत जाणे अवघड होते. नायक लवकरच जेरीस येईल असे वाटत होते. पण त्रिचनापल्लीचा हा नायक तसा चांगलाच चिवट निघाला. तो वेढ्याला चांगले तोंड देत होता. त्यामुळे वेढा जारी राहिला.

महाराजांना त्रिचनापल्लीला येऊन आठवडा झाला. एके दिवशी अचानक प्रल्हाद निराजी आणि निळोपंत त्यांच्याकडे आले. त्यांच्याकडे पाहताच काहीतरी गडबड आहे हे महाराजांच्या ध्यानी आले. ते त्या वेळी संताजींशी वेढ्याच्या पुढच्या

हालचालींविषयी बोलत होते. त्यांना पाहताच महाराजांनी विचारले,

"काय झालंय, पंत? काही खास खबर?"

त्यावर काही न बोलता त्यांनी महाराजांची नजर टाळली. संताजींकडे एक कटाक्ष टाकत ते घुटमळले. दोघेही काही बोलेनात. ते पाहून संताजी समजले. त्यांनी आपल्या रोखठोक स्वभावाप्रमाणे विचारले,

"आमच्यासमोर बोलायचं नसंल, तर सरळ सांगा. आम्ही जातो."

"नाही. तसं काही नाही. पण..."

प्रल्हाद निराजी गुळमुळीतपणे म्हणाले, आता खुद्द महाराज मध्ये पडत म्हणाले,

"पंत, सांगून टाका. एकदा काय ते."

"जी, महाराज." पंत पडलेल्या आवाजात सांगू लागले, "बहिर्जी घोरपडे आणि याचप्पा नायक आपल्या स्वारांसह छावणी सोडून गेलेत."

"काय?"

संताजींनी जवळजवळ ओरडतच विचारले. त्यांना फार मोठा धक्का बसला होता. आपला धाकटा भाऊ आपल्याला काहीही कळू न देता इतके मोठे धाडस करेल असे त्यांना मुळीच वाटले नव्हते. सर्व जण आपल्याकडे पाहत आहेत हे त्यांना जाणवले. ते गुदमरल्या स्वरात म्हणाले,

"बहिर्जी नाराज होता हे मला ठाऊक होतं. पण एकदम येवडी मोठी मजल मारंल असं वाटलं नव्हतं."

"म्हणजे? तो नाराज होता हे तुम्हाला माहीत होते?"

महाराजांनी संताजींकडे रोखून पाहत विचारले. तेव्हा ते सांगू लागले,

"महाराज, त्याच्यासारखे आणि माझ्यासारखे अनेक जण तसे नाराज आहेत. हातात सापडलेला गनीम असा सोडून दिलेला बऱ्याच जणांना आवडलेलं न्हाई. पण एकदम बंडाळी करण्यापतर कुणाची मजल जाईल, असं काही वाटलं नव्हतं. याचप्पा स्वत: नायकापैकी एक आहे. म्हणून त्याला ही इथली मोहीम फारशी पसंत नसावी. त्यानंच बहिर्जीला भडकवलं असणार?"

सारे शांतपणे पाहणारे निळोपंत विचार करत म्हणाले,

"याचा अर्थ असा आहे महाराज की, आणखी काही जण असाच विचार करत असतील. तसे असेल तर त्यांच्याशी बोलायला हवे."

"खरे आहे महाराज, याबद्दल काहीतरी करायला हवे."

सर्व जण महाराजांकडे पाहत होते. ते अद्याप बंडाळीच्या धक्क्यातून सावरलेले नव्हते. ते व्यथित स्वरात म्हणाले,

"आम्ही इथे आल्यापासून किती आनंदात होतो. चंदीला आल्यापासूनची

आमची पहिली मोहीम. तुम्ही सारे आमच्या सोबत आहात, विजय असा समोर दिसत आहे. अशा वेळी हे घडावे? याचप्पा नायक तर परकाच होता. पण बहिर्जी? विश्वास बसत नाही. खरेच, तुम्ही सारे ते दिवस आठवून पाहा. दादासाहेबांचा नुकताच काळ झाला होता. वेढ्यात अडकलेले रायगड आणि विशाळगडासारखे दोन-तीन किल्ले सोडून हाती काही राहिले नव्हते. मोठ्या उमेदीने इथे आलो, तर दाजीसाहेबांचा काळ झालेला. आमच्या अक्कामहाराजांपासून सर्वांच्या मनी आमच्याबद्दल संशय. अशा वेळी तुम्हासारख्यांच्या साथीने हे आबा महाराजांचे राज्य इथे आणि मराठदेशी उभे राहावे यासाठी सारे झटत आहेत. आता जरा कुठे यश हाती येऊ लागले आहे. त्याचा आनंद घ्यायच्या वेळी नेमके बंडाळीने डोके वर काढले आहे. खरेच, दुफळी, भाऊबंदकी, आपसातले हेवेदावे यांचा आम्हा मराठ्यांना शापच आहे की काय, असेच आता आम्हाला वाटू लागले आहे.''

महाराजांचे ते बोलणे संताजींच्या मनाला खूप लागले. ते ताड्‌कन उभे राहत म्हणाले,

''महाराज, आपण अधिक कष्टी होऊ नये. आम्ही पाहतो काय करायचं ते. चला पंत.''

''येतो महाराज.''

असे म्हणत सगळे बाहेर पडले. याचप्पाच्या जाण्याविषयी महाराजांना फार वाईट वाटले नव्हते. पण बहिर्जींचे बंड त्यांच्या मनाला अतिशय लागले होते. आता अनेक आठवणीतून बहिर्जी त्यांच्या मनासमोर येऊ लागला होता.

संताजीसोबत त्यांच्या प्रत्येक लढाईत सोबत आघाडीवर राहणारा, त्यांच्या खांद्याला खांदा भिडवून झुंजणारा, बादशहाच्या छावणीवर केलेल्या धाडसी हल्ल्याच्या वेळी जिवावर उदार होऊन गनिमाला भिडलेला बहिर्जी महाराजांना आठवला. त्याच पराक्रमासाठी त्यांनी त्याला 'हिंदूराव' हा खिताब दिला होता. त्यानंतर पन्हाळ्याहून चंदीला येताना त्याने दिलेली साथ तर कधीही न विसरता येण्याजोगी होती.

पाठीवर गनीम घेऊन महाराजांसह तुंगभद्रा ओलांडायची होती. त्या वेळी महाराज नदीच्या पाण्यात भिजू नयेत म्हणून त्यांना बलदंड बाहूंनी उचलून खांद्यावर घेऊन दौडणारा बहिर्जी. त्यानंतर वेलोरला पोहोचेपर्यंत एकट्याने साथ करणारा बहिर्जी. अशी त्याची कित्येक रूपे त्यांना नजरेसमोर उभी राहिली. ते अंत:करणातून अगदी हलून गेले. असा आपला बहिर्जी बंड करून, आपल्याला सोडून दूर गेलेला आहे, परका झाला आहे, हे स्वीकारणे त्यांना अवघड जात होते.

पण बहिर्जी गेला तो गेलाच. संताजींना त्याची समजूत घालून त्याला परत आणण्यासाठी सवड मिळाली नाही. वेढा जारी राहिला. पुढच्या पंधरवड्यातच त्रिचनापल्लीचा नायक जेरीला आला. त्याने तहाची बोलणी सुरू केली. त्याच्याकडून

भरपूर खंडणी घेऊन मोहीम यशस्वीपणे पार पडली. तेथून महाराज आपल्या चुलत बंधूंच्या म्हणजेच शहाजीराजेंच्या भेटीस तंजावरला निघाले.

शहाजीराजेंनी विजयी राजाराम महाराजांचे जोरदार स्वागत केले. तेथे मोठ्या थाटात काढलेल्या मिरवणुकीने जाऊन महाराज तंजावरच्या ऐश्वर्यसंपन्न राजवाड्यात विसावले. ऐन उन्हाळ्यात त्रिचनापल्लीच्या वेढ्यात महिनाभर राहिल्यावर विसाव्याची गरज होतीच. दोन दिवसांनी शहाजीराजेंनी महाराजांच्या सन्मानार्थ भव्य दरबार भरवला. नजराण्यांची देवाणघेवाण झाल्यावर शहाजीराजे मोठ्या नम्रपणे महाराजांना म्हणाले,

"आपल्या बलाढ्य शत्रूचा पाडाव करून छत्रपती राजाराम महाराज आज आमच्या दरबारात आलेले आहेत. आम्ही आमच्या या बंधूंचे इथे मन:पूर्वक स्वागत करत आहोत. सर्वांच्या साक्षीने आज आम्ही त्यांना वचन देतो की, आमच्या ताकदीनुसार आम्ही नेहमीच त्यांची पाठराखण करत राहू."

दरबारात उपस्थित असलेल्या सर्वांनी दोन्ही राजपुरुषांचा उच्च स्वरात जयजयकार केला. पुढचे काही दिवस तंजावरकरांचा मनसोक्त पाहुणचार घेऊन महाराज चंदीला परतले, तेव्हा संताजींच्या सैन्यासह अन्य वीस हजारांचे बळ त्यांचे सोबत होते.

५

चंदीला आल्यावर आणखी काही चांगल्या बातम्या महाराजांची वाट पाहत होत्या. तब्बल तीन वर्षांच्या संघर्षानंतर अखेर पन्हाळा हस्तगत करण्यात परशुरामपंतांना यश आले होते. झुल्फिकारखानाने माघार घेतल्यापासून एकापाठोपाठ चांगल्याच खबरी येत होत्या. त्यामुळे एकंदर माहोल खुशीचा होता. वरवर सारे सुरळीत चालले आहे असे दिसत होते, तरी बहिर्जीच्या बंडाचा सल मात्र काही केल्या महाराजांच्या मनातून जात नव्हता. त्रिचनापल्लीला असताना संताजी म्हणाले होते की, ते बहिर्जीची समजूत काढून त्याला परत आणतील. पण तेथून चंदीला येऊन बरेच दिवस झाले तरी ते त्या दृष्टीने फारसे काही करताना दिसत नव्हते. त्यामुळे महाराज थोडे नाराज होते. तरी एकदा संताजींजवळ हा विषय काढायचे महाराजांनी ठरवले होते.

एके दिवशी संताजींसह सर्व जण दरबारात हजर असताना महाराजांनी त्यांच्याकडे हा विषय काढला. तेव्हा संताजींनी आपली नाराजी उघडपणे व्यक्त केली. ते म्हणाले,

"बहिर्जीने बगावत केली हे अतिशय गैर झालं हे आम्हाला मंजूर आहे. तरी आम्ही अजून म्हणतो की, आम्हाला वाटत होतं तसं केलं असतं, गनिमाशी सुलूख

केला नसता तर मुळात बंडाळीच झाली नसती. पण इथं आमचं आईकतंय कोण? आनी आम्हालाच कोण पुसत नाही, मग बाकीच्यांचं काय? आम्ही काय नुसते नावाचे सेनापती. झुंजाचं सारं दुसरीच मानसं ठरवतात.''

त्यांच्या बोलण्याचा रोख कुठे होता, हे सर्वांना समजत होते. तरीही त्यांची समजूत काढत महाराज म्हणाले,

''तसं नाही आहे, संताजी. तुमची वाट पाहतच आम्ही थांबलो होतो. तसं खानाला कळवलंदेखील होतं. पण मग परिस्थिती हाताबाहेर जाते म्हटल्यावर निर्णय घ्यावा लागला. तुम्हाला चिटणिसांनी, प्रतिनिधींनी सारं सांगितलं आहे ना?''

''त्ये सारं लई आईकलंय. साऱ्यांचं आईकतच आलोय. खरं आमाला काय वाटतंय त्ये कोन आयकून घेत न्हाई. आमच्या म्हनन्याला कोन इचारतंय?''

''तसं नाही संताजी. आम्ही सगळ्यांचं ऐकूनच निर्णय घेतो. तुम्हीच मोकळेपणाने बोलला नाहीत. नाहीतर बहिर्जींच्या मनात असं काही होतं हे तुम्ही सांगितले असते आधीच, तर कदाचित एवढे मोठे बंड उभे नसते राहिले.''

महाराजांच्या बोलण्याने संताजी आणखीच भडकले. झुल्फिकारखानाशी केलेल्या तहामुळे ते नाराज होतेच. पण खरा राग आपण सेनापती असून आपला सल्ला घेतला नाही यापेक्षा आपल्यापेक्षा धनाजींच्या मताला अधिक महत्त्व मिळत आहे या कल्पनेने आलेला होता. त्यातच बहिर्जीने केलेल्या बंडासाठीसुद्धा अप्रत्यक्षपणे आपल्यालाच जबाबदार धरले जात असल्याचे वाटल्याने त्यांचा तोल सुटला. ते एकदम भडकून म्हणाले,

''महाराज, आमच्यावर तुमचा एवढाबी इस्वास नसंल, तर आम्हाला असलं नुसतं शोभेचं सेनापती पद दिलंय तरी कशाला?''

संताजी आपल्या स्वभावाप्रमाणे रोखठोक शब्दांत बोलले. पण ते ऐकून सारा दरबार सर्द झाला. वातावरण अगदी तापत चालले होते. तरी पुढे येत प्रल्हाद निराजी म्हणाले,

''संताजीराव, आदब राखा. आपल्यासारख्या निष्ठावंत सेनापतीने सारे समजून घेऊन बोलायला हवं, अहो, राजकारणाचे डावपेच वेगळे असतात. त्यात कुणा एकाच्या मताने जाऊन चालत नसते, हे तुम्हीही जाणताच.''

प्रल्हाद निराजींचे मध्येच आपल्याला टोकणे तर संताजींना मुळीच आवडले नाही. ते अधिकच चिडून जात म्हणाले,

''हे बघा पंत, ही तुमची असली गुळगुळीत बोलणी काही आम्हाला समजत नाहीत, आनी पटतबी नाहीत. तुमचे ते राजकीय डावपेच का काय ते कळतबी नाहीत. मग नुसतं लढायचंच असलं तर काय साधा शिपाईगडी म्हणून लढू की. हवंय कुनाला तुमचं असलं नावाचं सेनापती पद. हे घ्या तुमचं तुम्हाला परत.''

असे म्हणून त्यांनी आपल्याकडची शिक्का-कट्यार काढून सरळ महाराजांसमोर ठेवली. ते पाहून सारा दरबार थक्क झाला. काय करावे हे कोणालाच सुचेना. कोणी भानावर येऊन काही बोलण्यापूर्वीच संताजी ताडताड पावले टाकत भर दरबारातून निघून गेले.

संताजी कितीही शूर आणि पराक्रमी असले, तरी भर दरबारात प्रत्यक्ष छत्रपतींशी वाद घालणे, सेनापती पद असे भिरकावून देणे तेथे असलेल्या कोणालाही आवडण्यासारखे नव्हते. हा प्रत्यक्ष राजसिंहासनाचा अपमान आहे असेच सर्वांना वाटले. काही क्षण दरबारात नि:शब्द शांतता पसरली. थोडा वेळ असाच गेल्यावर धीर धरून प्रल्हाद निराजी म्हाणाले,

''सेनापतींचे आजचे वागणे अत्यंत आततायीपणाचे झाले. त्यांची नाराजी समजू शकते, पण भर दरबारात सर्वांसमोर छत्रपतींशी वाद घालणे, एकापरीने बहिर्जींच्या बंडखोरीचे समर्थन करणे कदापि उचित नाही.''

दरबार आतापर्यंत सावरलेला होता. संताजींशी विशेष जवळीक असणारे प्रधान निळोपंत चाचरत म्हणाले,

''संताजीरावांचे आजचे वागणे, असे शिक्का-कट्यार टाकून जाणे थोडे चुकलेच. पण आपण त्यांचा सरळ आणि संतापी स्वभाव जाणतोच. त्यानुसार ते बोलले आणि वागले. तथापि बहिर्जींप्रमाणे ते बंडखोरी करणार नाहीत. त्यांच्या पराक्रमाइतकीच छत्रपतींच्या गादीविषयीची त्यांची निष्ठा अजोड आहे. त्यांच्याविषयी काही करण्यापूर्वी याचा विचार व्हावा, अशी आमची आपल्याला विनंती आहे.''

त्यावर कोणीही काही प्रतिक्रिया दिली नाही. थोड्या वेळाने प्रल्हाद निराजी म्हणाले,

''निळोपंतांचे म्हणणे खरे आहे. तरीही शत्रू असा कायमचा दारात उभा असताना आणि राज्यकारभाराच्या दृष्टीने सेनापती पद रिक्त राहणे उचित नाही. त्यासंबंधी छत्रपतींनी लवकरच योग्य निर्णय घ्यायला हवा, असे आम्हाला वाटते.''

प्रल्हाद निराजींनी तेथे असलेल्या बहुतेकांच्या मनातीलच भावना बोलून दाखवलेली होती. आता सर्वांची नजर महाराजांकडे वळली. ते समोर पडलेल्या शिक्का-कट्यारीवर नजर खिळवून नि:शब्दपणे एकटक पाहत होते. त्यांनी सावकाशपणे वर पाहत दरबारातील मंडळींकडे पाहिले. आता पुन्हा सर्वांच्या माना खाली झुकलेल्या दिसत होत्या. अस्वस्थपणा वाढत चाललेला होता हे त्यांच्या ध्यानी आले. पाहता पाहता त्यांची नजर डावीकडे गेली. तेथे उभ्या असलेल्या धनाजींवर खिळली. त्या क्षणी त्यांचा निर्णय झाला. ते अत्यंत संयत परंतु ठाम स्वरांत म्हणाले,

''धनाजींचा पराक्रम संताजींच्या तोडीचा आहे. त्याला विचारीपणाची आणि संयमाची साथ आहे. ते राज्याचे सेनापती होण्यासाठी योग्य आहेत असे नेहमीच

आम्हाला वाटत होते. परंतु अमात्य रामचंद्रपंत आणि निळोपंतांचे झुकते माप संताजींच्या बाजूने पडले. त्यामुळे आम्ही त्यांना सेनापती पद दिले होते. जाधवरावांनी त्याबद्दल कधीही नाराजी दाखवली नाही, उलट त्यांच्या साथीने मोठमोठ्या मोहिमा पार पाडल्या. सियासतीच्या मामल्यात त्यांचा सला नेहमीच मोलाचा असतो. त्यामुळे आम्हास वाटते की, आपल्या राज्याचे नवे सेनापती होण्याची जिम्मेदारी त्यांच्यावर सोपवावी.''

दरबारातील बहुतेकांना महाराजांचा निर्णय पसंत पडल्याचे दिसत होते. महाराजांनी इशारत केली. धनाजी जाधवरावांसाठी सेनापती पदाची वस्त्रे आणवली गेली. चिटणिसांनी आज्ञापत्र तयार केले. हुजऱ्यांनी सर्व महाराजांच्या समोर पेश केले. महाराजांनी धनाजींनी पुढे येऊन छत्रपतींच्या गादीला त्रिवार मुजरा करीत त्यांचा नम्रपणे स्वीकार केला. मराठी राज्याला नवा सेनापती मिळाला.

६

बहिर्जीने केलेले बंड, संताजींनी भर दरबारात वाद घालून सोडलेले सेनापती पद अशा घटनांनी राजाराम महाराजांना बराच मनस्ताप झालेला होता. कुणी एखाद्या बाबतीत नाराज असणे वेगळे, अन् उघडपणे बंड करणे वेगळे. त्यांना एक राज्यकर्ता म्हणून त्याच्याकडे दुर्लक्ष करून चालणार नव्हते. बंडखोरांना अद्दल घडवणे जरुरीचे होते. त्यामुळे बंडखोरांविषयी बित्तंबातमी काढण्यासाठी महाराजांनी नजरबाजांना कामाला लावले होते. लवकरच खबर आली,

'वेलोरच्या पश्चिमेला बारा कोसांवर सातगड हा किल्ला आहे. तो याचप्पाचा पिढीजाद किल्ला असल्याने त्याने बहिर्जीसह तेथे मुक्काम ठोकलेला आहे. तिथून जवळच त्यांच्या सैन्याची छावणी पसरलेली आहे.'

सातगडचा किल्ला वेलोरपासून अगदी जवळ होता. तेथे राहून नंतर महाराजांच्या रयतेला त्रास देण्याचा त्यांचा विचार असावा, असे ध्यानी येताच महाराजांनी ताबडतोब हमला करण्याचा निर्णय घेतला. त्यांनी सर्वांना बोलावून ऐलान केले,

''चला, लागलीच कूच करायचे आहे. आम्ही जातीने येणार आहोत.''

खुद्द महाराज जातीने सैन्यासह इतक्या तातडीने चालून येतील असे बंडखोरांना मुळीच वाटले नव्हते. ते तसे बेसावध सापडले. सैन्यबळ दोन्हीकडे समान होते, तरीही प्रत्यक्ष छत्रपती समोर असल्याने बहिर्जीकडचे सैनिक लढायला तयार होईनात. हे पाहून बंडखोर पळत सुटले. महाराजांना आणखी एक विजय मिळाला.

वेलोरात काही दिवस राहून महाराज चंदीला परतले, तेव्हा आणखी काही आनंदाच्या वार्ता त्यांची वाट पाहत होत्या. त्या विषयी निळोपंत सांगू लागले,

"महाराज, आपण वेलोरात होता तेव्हा आपले सरदार नवाजी नाईकवाडे आणि विठोजी करके या दोघांनी सिंहगड घेतला. हा मावळातला किल्ला घेणे तसे सोपे नव्हते. खबरगीर सांगत होते. त्यांनी भर पावसात रात्रीच्या अंधारात शिड्या लावून दोरांच्या साह्याने चढून जाऊन हल्ला केला. गनीम बेसावध होता, तरीही मोठीच हातघाई झाली. अखेर गड सर झाला."

हे वर्णन ऐकून महाराज खूश झाले. त्याच वेळी त्यांचे मन क्षणात भूतकाळात फिरून आले. ते अत्यंत प्रसन्न होऊन म्हणाले,

"या बाबतीतले आमच्या मावळी लोकांचे कसब काही आगळेच आहे. आम्ही लहान असताना ऐकले होते की, आमच्या तानाजीकाकांनी हाच गड अशाच प्रकारे जिंकला होता. गेल्या साली परशुरामपंतांनी पन्हाळा असाच घेतला होता तेव्हाही आम्हाला ही आठवण आली होती. आजही तानाजीकाका आणि कोंडाजी फर्जंद यांच्या तोडीचे वीर आमच्याकडे आहेत हे आता मोगलांना कळून येईल."

त्यानंतर वळून खंडो बल्लाळांना महाराजांनी आज्ञा केली,

"विशाळगडावर पंतांकडे खलिता पाठवून नाईकवाडे आणि करके यांची सर्फराजी करावयाचे कळवून टाका."

महाराजांनी परशुरामपंतांचा विषय काढला होता, त्याला धरून प्रल्हाद निराजी म्हणाले,

"महाराज, परशुरामपंतांनी पन्हाळा घेतल्यानंतर लगेच औरंगजेबाने शहाजादा मुईऊद्दीन या आपल्या नातवाला तिकडे पाठवले होते. गेले वर्षभर तो तिथे वेढा घालून बसलेला आहे. नंतर त्याने लुत्फुल्लाखानाला त्याच्या मदतीला पाठवले. तो आळत्याला मुक्काम ठोकून तिथून वेढ्याला रसद पुरवतो आहे. आता तर बादशहाने तेथे सफशिकनखानासारख्या तोफखान्यावरच्या प्रमुखाला आणखी चार तुकड्यांसह पाठवले आहे असे समजते."

"पंत, पन्हाळा म्हणजे कर्नाटकाचे प्रवेशद्वार. आम्ही इथे असल्यामुळे बादशहाने विजापूर, गलगले या भागात वावर ठेवलेला आहे. पण मराठी मुलखावर ताबा टिकवायचा असेल, तर पन्हाळा परत मिळवायला हवा हे त्याला माहीत आहे. त्यासाठी तो प्रयत्न करणारच. पण आपले परशुरामपंत त्यांना चांगली टक्कर देतील याची आम्हाला खात्री आहे. रामचंद्रपंत जवळच विशाळगडावर आहेत, शिवाय शंकराजी, धनाजी आहेत, ते प्रसंगी त्यांना साथ देतील. तेथली आम्हाला फिकीर नाही. बरे, मोगलांच्या आघाडीवरची काय खबर?"

महाराजांनी विचारले. त्यावर प्रल्हाद निराजी माहिती देऊ लागले,

"महाराज, शहाजादा कामबक्ष आणि आसदखान इथून गेल्यावर बादशहाला सांगून आपल्याला मोठी कुमक पाठवतील, असे झुल्फिकारखानाला वाटले होते.

त्याऐवजी आपण वेलोरला असताना खबर आली होती की, खुद्द आसदखानाचा काळ झालेला आहे, आणि बादशहाने लुत्फुल्लाखानाला आणि बहादूरखानाला झुल्फिकारखानाच्या जागी नामजाद केले आहे.''

''बरे, मग?''

''त्या सगळ्या अफवाच निघाल्या. झुल्फिकारखानाने पाठवलेल्या खबरगिराने कळवले की, आसदखान बराच आजारी पडला होता त्यातून हा गैरसमज पसरलेला होता. त्याचे खरे कारण वेगळेच आहे असे समजले.''

''कोणते?''

''कामबक्ष आणि आसदखान इथून निघाल्यानंतर गुलबर्ग्यापासून दक्षिणेला पंचवीस कोसांवर असलेल्या सागर या गावी पोहोचले. तेव्हा बादशहाने तेथे निरोप पाठवून दोघांना पुढे येण्यास मनाई केली होती. कामबक्षाने आपली थोरली बहीण शहाजादी झीनत हिच्या मध्यस्थीने बादशहाची भेटीची परवानगी मिळवली. त्यामुळे तो एकटाच पुढे गेला. आसदखान तेथेच राहिला. कामबक्षाने आसदखान आणि झुल्फिकारखानाबद्दल औरंगजेबाला बरेच वाईटसाईट सांगितले. त्यामुळे बादशहाने आसदखानाला आपण बोलावल्याखेरीज भेटीस येऊ नये असे कळवले. याचा बराच मनस्ताप झाल्यामुळे आसदखान आजारी पडला होता. त्यातून ही अफवा उठली होती असे समजले.''

आसदखानाविषयीच्या या बातम्या समजल्यामुळे झुल्फिकारखान बराच दुखावला गेला होता. त्याचा मोहिमेचा सारा हुरूप मावळून गेला होता. तो वांदिवाशला छावणी टाकून स्वस्थपणे बसून राहिला होता. हे सर्व समजल्यामुळे महाराजसुद्धा काही काळ कुटुंबासोबत रमून गेले.

७

महाराजांशी वाद झाल्यावर संताजी चंदीहून बाहेर पडले. ते आपल्या वीस हजारांच्या सैन्यासह थेट मराठी मुलखात पोहोचले. साताऱ्याजवळच्या महादेवाच्या डोंगरावर काही दिवस मुक्काम करून राहिले. त्याच वेळी मोगल सरदार हिंमतखान आपल्या भागात गडबड करतो आहे, साताऱ्यापासून आग्नेयेला तीस कोसांवर भोपाळगडाच्या परिसरात तो हणमंतराव निंबाळकर आणि बहिर्जी पांढरे यांच्या मागावर निघालेला आहे असे त्यांना समजले. संताजी त्यांना मदत करण्यासाठी लागलीच निघाले.

बहिर्जी आणि याचप्पाचे बंड मोडून काढल्यावर आता लवकर चंदीला फारसे काही घडणार नाही असे वाटून धनाजीसुद्धा मराठी मुलखात आले. त्यांनी विशाळगडावर जाऊन रामचंद्रपंतांची भेट घेतली. तेव्हा त्यांना असे समजले की, पन्हाळ्याला

शहाजादा मुईऊद्दीन गेले वर्षभर वेढा घालून बसलेला होताच. आता लुत्फुल्लाखान आणि सफशिकनखान यांना मोठ्या कुमकेसह पाठवल्यापासून परशुरामपंतांना रसदीची मोठी अडचण निर्माण झाली होती. त्यांनी रामचंद्रपंत आणि शंकराजी नारायण यांच्या साथीने त्यांना मदत करायची योजना ठरवली. अशा रीतीने मराठ्यांचे दोन्ही सर्वश्रेष्ठ सेनानी आपापल्या सैन्यबळासह मराठी मुलखात आल्यामुळे लष्करी हालचालीचे केंद्र चंदीहून दुसरीकडे हलले.

धनाजी, विशाळगडापाशी रामचंद्रपंत आणि शंकराजी यांच्यासह सैन्याची जुळवाजुळव करत आहेत हे शहाजादा मुईऊद्दीन याला समजले. दहा हजारांवर जमाव तेथे गोळा झाल्याचे समजल्यावर तो अस्वस्थ झाला. त्याने वेढ्यातले बरेचसे सैन्य त्यांचा समाचार घ्यायला पुढे पाठवून दिले. त्यामुळे वेढा विस्कळीत होण्याचीच वाट पाहत असलेल्या मराठी सैन्याच्या दुसऱ्या तुकडीने किल्ल्यात भरपूर रसद बिनबोभाटपणे पोहोचवून दिली. पन्हाळ्यावर परशुरामपंताकडे वर्षभर पुरेल एवढा साठा पुरवण्यात मराठे यशस्वी झाले.

इकडे संताजी हिंमतखानाच्या मागे निघाले. त्यांना वाटेत नजीबखानाने अडवले. संताजींनी त्याला सपाटून मार दिल्यावर तो भोपाळगड परिसरातून निघून गेला. तरीही संताजी स्वस्थ बसले नाहीत. ते हिंमतखानाचा पाठलाग करत त्याला माणगावपाशी भिडले. हिंमतखानासोबत हमीदुद्दीनखान आणि ख्वाजाखानासारखे सरदार होते. घमासान लढाई झाली. त्यात कोणालाही निखळ विजय मिळाला नाही. पण दोन्ही बाजूंचे मोठे नुकसान मात्र झाले. आता पुढे काय करायचे यावर तिन्ही खानांमध्ये मतभेद झाले. ते वेगवेगळ्या वाटेने निघाले. हमीदुद्दीनखान आणि ख्वाजाखान चार हजार स्वारांसह बेरारकडे निघालेल्या अमृतरावाच्या मागे गेले. हिंमतखान एकटाच संताजीच्या मागावर राहिला.

संताजींनी सहा हजार स्वारांसह प्रचंड वेगाने मालखेड गाठले. तेथून सात हजारांची चौथाई वसूल केली. संताजी हिंमतखानाला आटोपत नाहीत हे पाहून औरंगजेबाने नांदेडचा सुभेदार अब्दुल्लाखान याला हिंमतखानाच्या मदतीला पाठवून दिले. हिंमतखानाने पाठलाग चालूच ठेवला. संताजी मालखेडहून पुढे तोरगल डोंगरातल्या बेरडांच्या भागात गेले. तेथून हैदराबादकडे सरकण्याचा त्यांचा बेत होता. पण हिंमतखानाने पाठलाग सुरूच ठेवला. त्यामुळे सैन्याला छावणी टाकण्यासाठी उसंत मिळेना. अखेर सतत दौड करून दमलेल्या सैनिकांसह संताजींनी अलूरच्या गढीत मुक्काम केला.

हिंमतखानाने गढीला वेढा घातला. सलग दोन महिने शेकडो कोसांचा पाठलाग करून अखेर हिंमतखानाने संताजींना गाठले होते. इतक्या कष्टानंतर शेवटी आपण संताजींना गाठलेच, इतकेच नाही तर गढीत चांगलेच कोंडीत पकडले याच्या

आनंदात तो गुंग होता. पण असे अडकतील ते संताजी कसले? एके दिवशी वेढ्यातली मंडळी खुशीत दंग असताना त्यांनी संधी साधून त्यांना गुंगारा दिला, अन् वेगाने मराठी मुलूख गाठला. हिंमतखानाची इतक्या दिवसांची मेहनत अक्षरश: वाया गेली.

चंदीला महाराजांना आपल्या दोन्ही शूर सेनानींनी रण गाजवून मिळालेल्या यशाच्या खबरी मिळाल्या. त्याच सुमारास राणीवशात सगुणाबाई आणि ताराबाईंनी पाठोपाठ दोन कन्यारत्नांना जन्म दिला. या सर्व चांगल्या घटना घडत असतानाच एके दिवशी खुद्द प्रधान निळोपंत महाराजांच्या महालात भेटीस आले. ते सांगू लागले.

''महाराज, एक मोठी खबर आहे.''

महाराजांनी नुसतेच भुवया उंचावून प्रश्नार्थक नजरेने त्यांच्याकडे पाहताच ते म्हणाले,

''याचप्पा नायक मोगलांकडे गेला. झुल्फिकारखानाने त्याला बादशहाकडून मोठी जहागीर मिळवून द्यायची लालूच दाखवली म्हणून तो गेला असे समजले.''

''आणि बहिर्जी?''

''ते नाही गेले. महाराज, आपले घोरपडे घराणे स्वभावाने तापट असले तरी सरळ मनाचे आणि इमानी. ते नाही गनिमाला मिळायचे. संताजी इथून रुसून गेले खरे, पण शत्रूला नाही मिळाले. ते तिथे मराठी मुलखात लढत आहेत, हे आपण जाणताच. तसेच बहिर्जी झुल्फिकारखानाकडे गेले नाहीत ही पक्की खबर आहे.''

याचप्पा बरेच दिवसांपासून झुल्फिकारखानाच्या संपर्कात होता. झुल्फिकारखानाने त्याच्यासंबंधी बादशहाकडे रदबदली करून त्याला सहा हजार स्वारांची मनसब आणि तीन लक्ष उत्पन्नाची जहागीर मिळवून दिलेली होती. याचप्पाने परस्पर केलेला कारभार समजल्याने बहिर्जी बिथरून गेले असणार. सोबतीने बंड केलेला याचप्पा असा अचानक दूर गेलेला पाहून त्यांना आता काय करावे हे सुचत नसणार, असा निळोपंतांचा अंदाज होता. त्यांनी तसे महाराजांसमोर मांडल्यावर महाराज म्हणाले,

''खरे आहे तुमचे. तुमचे त्यांच्याशी नेहमीच मैत्रीचे संबंध होते. तुम्हीच ते कुठे आहेत हे पाहून त्यांना गाठा. ही तशी मोलाची माणसे, पंत. काही मनमुटाव झाला, रुसून दूर गेली तरी त्यांना परत आणायचा प्रयत्न करायला हवा.''

आपल्या मनातल्या विचारांना समजून घेऊन महाराजांनी त्यासाठी मोकळेपणाने कौल दिल्यामुळे निळोपंतांना बरे वाटले. अवघ्या पंधरवड्यात प्रतिनिधी प्रल्हाद निराजी यांच्यासह बहिर्जींना गाठून पुन्हा स्वराज्यात आणण्यात त्यांना यश मिळाले. मराठेशाहीतले एक बंड असे निकाली निघाल्याने सर्वांनाच मोठा आनंद झाला.

८

पौष महिना असूनही फारशी कडक थंडी नव्हती. राजगिरी सर्वांत उंच डोंगरावर असल्याने सकाळी हवेत गारवा असायचा. अंगावर पातळशी शाल पांघरून राजाराम महाराज देवदर्शनाला प्रल्हाद निराजींसोबत निघाले होते, तेव्हा दोघांमध्ये गेले वर्षभरात घडलेल्या घटनांविषयी बोलणे चालले होते. झुल्फिकारखानाशी तह केल्याला पाहता पाहता वर्ष उलटले होते. या संपूर्ण वर्षात महाराजांनी दोन मोठ्या मोहिमा काढल्या होत्या. दोन्ही वेळा चांगले यश मिळाले होते. संताजींचा रुसवा आणि बहिर्जींचे बंड यामुळे थोडा मनस्ताप झाला होता, हे खरे. पण संताजी रुसले तरी मराठेशाहीसाठी लढणे त्यांनी जारी ठेवले होते, अन् बहिर्जी तर परत आले होते.

महाराजांना एकंदरीत वर्ष बरे गेले होते. झुल्फिकारखानाची परिस्थिती मात्र अवघड झाली होती. त्याचा वालिद, आसदखान याच्याबद्दल औरंगजेब काही निर्णय घेत नाही तोवर तो स्वत: बऱ्याच मोठ्या तणावाखाली वावरत होता. वांदिवाशला छावणी टाकून स्वस्थ बसण्याखेरीज काही करू शकत नव्हता. नाही म्हणायला याचप्पा नायकासारखा मोहरा महाराजांकडून फोडून आपल्याकडे वळवल्याचे श्रेय त्याने मिळवले होते. बहिर्जी मात्र त्याच्या गळाला लागले नव्हते. हे सर्व बोलणे सुरू असतानाच खुद्द निळोपंत त्यांच्याकडे येताना दिसले. काहीतरी महत्त्वाचे घडलेले असल्याचे जाणवल्याने दोघे थबकले. निळोपंत सांगू लागले,

"आताच खबर आली की, अखेर बादशहाने आसदखानाला माफ केले आहे. इतकेच नव्हे, तर त्याची वजिरीदेखील त्याला परत बहाल केली आहे. फक्त कामात कुचराई केल्याबद्दल त्याच्याकडचा साठ लक्षाचा मुलूख तेवढा जप्त केला, असे समजले."

"आम्हाला असेच होईल असे वाटले होते. काही झाले तरी आसदखान बादशहाच्या मावशीचा नवरा आहे. शिवाय, गेली कित्येक वर्षे सल्तनतीचा वजीर आहे. अशा माणसाला सहजासहजी सोडणे शक्य नव्हते, हे आम्ही आधीच जाणले होते. बरे. आणखी काय खबर?"

बोलत बोलत सारे महालात पोहोचले. अंगावरची शाल काढून ठेवून बसत महाराजांनी विचारले. त्यावर ते म्हणाले,

"झुल्फिकारखानाला पुन्हा वेढा जारी करण्याचा हुकूम दिल्याचे समजते."

"हं. म्हणजे आता त्याला काहीतरी हालचाल करावी लागणार. आपल्या नेहमीच्या माणसांकडून त्यांच्याशी संपर्क जारी ठेवा. अर्थात, आसदखानाकडून त्याला काय इशारा मिळतो आहे त्यावर झुल्फिकारखानाचे पुढचे पाऊल असणार."

"पण महाराज, आसदखान आता निदान काही काळ तरी स्वत:ला आणि

आपल्या मुलाला बादशहाच्या गैरमर्जीपासून वाचवण्याचा प्रयत्न करणार. त्यातून काय घडेल ते पाहायला हवे.''

प्रल्हाद निराजी विचार करत म्हणाले.

''त्यासाठीच त्यांच्या हालचालीवर नजर ठेवायला हवी. तुम्ही त्याची व्यवस्था पाहा.''

महाराज म्हणाले. त्यावर मान हलवीत त्यांना मुजरा करून दोघे बाहेर पडले.

महाराजांचे म्हणणे अगदी खरे होते. या वेळी आसदखान अगदी नशिबाने अधिक कडक कारवाई न होता वाचला होता. चंदीला झालेली हार बादशहाच्या जिव्हारी लागलेली होती. तशीच शहाजादा कामबक्षाला झालेली अटक त्याला सहन होणारी नव्हतीच. पण सर्वांत अधिक काळजी त्याला वाटत होती ती दोन्ही खानांनी मराठ्यांच्या राजाशी केलेल्या समझोत्याची. या बाबतीत शहाजादा कामबक्षाच्या शब्दापेक्षा अधिक पुरावा नव्हता. त्यामुळे त्याला अधिक कडक कृती करता येत नव्हती.

शहाजादा आणि आसदखान यांचा एकमेकांशी असलेला बेबनाव बादशहाला माहीत होता. त्यामुळे त्याच्या बोलण्यावर पूर्णपणे विसंबून असा मोहरा दूर करणे त्याला योग्य वाटले नसावे. म्हणून लढाईतल्या पराभवाचे प्रायश्चित्त म्हणून खर्चापोटी आसदखानाच्या खासगी जहागिरीतून साठ लक्षाचा मुलूख तेवढा जप्त केला. त्याला आणि झुल्फिकारखानाला पूर्वीच्याच जबाबदारीच्या कामाला जुंपून घेण्यास सांगितले. त्यानुसार त्याने आसदखानाला पुन्हा वजीर पदाची जबाबदारी सोपवली आणि झुल्फिकारखानाला चंदीच्या आघाडीवर पुन्हा जोमाने लढण्याचा हुकूम दिला होता.

आता चंदीला पुन्हा वेढा पडण्याची शक्यता निर्माण झालेली होती. त्यासाठी तयारी करण्यासाठी महाराजांनी बैठक बोलावली. पण तेथे चर्चा सुरू होण्यापूर्वीच समजले की, झुल्फिकारखान आपल्या सैन्यासह चंदीकडे न येता पूर्वेकडे निघालेला आहे. याचाच अर्थ असा होता की, तो आता लवकर चंदीवर हमला करणार नव्हता हे निश्चित झाले होते. त्यामुळे चंदीतली मंडळी निश्चिंत झाली.

झुल्फिकारखान आपली छावणी उठवून पूर्वेला पाँडिचेरीच्या दिशेने निघाला. त्यापूर्वी त्याने राव दलपत बुंदेला याला पेरुमुक्कुल या डोंगरी किल्ल्याला वेढा घालण्यासाठी पाठवून दिले आणि स्वत: किनारपट्टीच्या दिशेला वळला. पाँडिचेरीतल्या फिरंग्यांच्या वखारीवर हल्ला करून दारूगोळा आणि पैका मिळवण्याचा त्याचा बेत होता. या त्याच्या मोहिमेत याचप्पाला त्याने आघाडीवर ठेवले होते. किनारपट्टीवरचे लहान लहान किल्ले सहजपणे जिंकत तो अवघ्या महिन्याभरात कडलोरला येऊन पोहोचला. त्याच वेळी पेरुमुक्कुलचा किल्ला जिंकून राव दलपत बुंदेला त्याला तिथे

येऊन मिळाला.

झुल्फिकारखानाची वाढती ताकद पाहून त्रिचनापल्लीचा नायक त्याला कडलोरला भेटण्यासाठी आला. त्याचा राजाराम महाराजांनी जिंकलेला मुलूख परत मिळवून देण्यासाठी साथ द्यावी अशी त्याने गळ घातली. त्रिचनापल्लीचा हा नायक मोगलांचा जुना मित्र होता. त्याने झुल्फिकारखानाला गेल्या तीन वर्षांत बऱ्याच वेळा साहाय्य केले होते. त्याची परतफेड करण्याची संधी घेत अवघ्या आठवड्याभरात झुल्फिकारखानाने त्याचा मुलूख जिंकून दिला. आता वाढलेल्या सामर्थ्यानिशी तो तंजावरवर स्वारी करण्यासाठी निघाला.

९

झुल्फिकारखानाच्या हालचाली आणि त्याची वाढती ताकद यामुळे राजाराम महाराज काहीसे अस्वस्थ होऊ लागले होते. त्याच वेळी मराठी मुलखात घडत असलेल्या काही घटनांबद्दल माहिती मिळाल्याने ते अधिक नाराज झाले होते. संताजी चंदीला महाराजांशी भर दरबारात वाद घालून निघून गेले होते, हे रामचंद्रपंतांसह सर्वच प्रमुख मंडळींना समजले होते. त्यामुळे अर्थातच त्यांच्या मनात संताजींविषयी नाराजी असणे साहजिकच होते. त्यातच ते मराठी मुलखात आल्यावर पंतांना न भेटता सरळ परस्पर मोहिमेवर निघून गेले. त्यामुळे पंतांची नाराजी अधिकच वाढली. त्यांनी त्याबद्दल मोठे परखड पत्र लिहून ती संताजींना स्पष्टपणे कळवली. हे सारे समजल्यामुळे महाराज व्यथित होऊन गेले. ते दुसऱ्या दिवशी प्रल्हाद निराजी आणि निळो मोरेश्वर यांच्या जवळ आपल्या भावना व्यक्त करत म्हणाले,

"संताजी इथून मनमुटाव करून तिथल्या दौलतीत गेले, हिंमतखानासारख्या सेनानीला पाठीवर घेऊन दोन महिने लढले, हे सारे ठीक झाले. पण तिथेच असलेले पंत अमात्य, शंकराजी आणि धनाजी यांच्याशी जुळवून घेण्याचे तेवढे त्यांना जमत नाही. औरंगजेबासारखा एवढा मातब्बर शत्रू आपल्या राज्याच्या उरावर नाचतो आहे. अशा वेळी सर्वांनी एकदिलाने राहायला नको का?"

महाराजांच्या मनातली व्यथा दोघांना जाणवली. प्रधान निळो मोरेश्वर म्हणाले,

"महाराज, आपले म्हणणे अगदी खरे आहे. अशा वेळी आपसांत कलह होता कामा नये. रुसलेले बहिर्जी परत आलेले आहेत. तसेच संताजींचीसुद्धा नाराजी दूर करता येईल, असे आम्हाला वाटते."

"पण कसे?"

"आम्हाला वाटते, पंतअमात्य, शंकराजी, धनाजीराव आणि खुद्द संताजी सारे तिथे मराठी मुलखात आहेत. त्यामुळे सर्वांशी चांगले संबंध असणाऱ्या कोणा मुरब्बी

असामीस इथून पाठवल्यास काम होईल असे आम्हास वाटते.''

प्रल्हाद निराजींनी आपले मत मांडले. ते सर्वांना पटले. विचारांती महाराजांनी विठ्ठल नीळकंठ या जाणत्या असामीस बोलावून सांगितले,

''तुम्ही इथून लगोलग निघा. विशाळगडावर अमात्य आहेत. त्यांच्याशी विचारविनिमय करून संताजी आणि इतर मंडळींमधले वाद मिटतील असे पाहा.''

''जशी आज्ञा.''

असे म्हणून विठ्ठल नीळकंठ जाण्याच्या तयारीला लागले.

त्याच वेळी तंजावराहून जासूद आलेला आहे. तो महाराजांना तातडीने भेटू इच्छित आहे अशी वर्दी आली. शहाजीराजेंचा काही महत्त्वाचा निरोप असावा हे लक्षात येताच महाराजांनी त्याला लागलीच बोलावून घेतले. त्याने सांगितले की,

'झुल्फिकारखानाने तंजावरवर हल्ला केलेला आहे. त्याच्याकडे आधीपासून राव दलपत बुंदेला, याचप्पा नायक यांच्यासारखे लढवय्ये होतेच. पण आता त्रिचनापल्लीच्या नायकाचे बळ साथीला आल्याने त्यांची ताकद अतिशय वाढलेली आहे. त्यामुळे तंजावरकर मोठ्या अडवणीत सापडले आहेत. तरी आपण लवकर कुमक पाठवावी असे त्यांनी सांगितले आहे.'

महाराजांनी त्या वेळी त्यांच्याकडे असलेला सर्वांत कर्तबगार सेनानी म्हणजेच बहिर्जी घोरपडे याला बोलावून शहाजीराजेंना मदत करण्यासाठी तंजावरला जाण्याची आज्ञा केली. बहिर्जी ताबडतोब तयारी करून बाहेर पडले. पण त्याचा काही उपयोग झाला नाही. बहिर्जी तंजावरला जाऊन पोहोचण्यापूर्वीच शहाजीराजेंनी झुल्फिकारखानाच्या ताकदीपुढे शरणागती पत्करली होती. बहिर्जी अर्ध्यातूनच परत आले. तंजावरबद्दल समजल्याने चंदीतले वातावरण अधिक गंभीर झाले होते. महाराजांनी तातडीने बैठक बोलावली. सर्व जण आल्यावर त्यांनीच सुरुवात केली.

''चंदावराहून नुकत्याच परतलेल्या बहिर्जींनी खबर आणली आहे की, आमचे चुलतबंधू शहाजीराजे यांनी झुल्फिकारखानापुढे शरण यायचे ठरवले आहे. गेल्या काही महिन्यांत झुल्फिकारखानाची ताकद चांगलीच वाढलेली आहे. याचप्पा आधीच मिळाला होता. नंतर त्रिचनापल्लीचा नायक त्याच्या जोडीला आला. कडलोरपासून ते पार पेरुमुक्कुलपर्यंत पूर्व किनाऱ्यावरचे सर्व किल्ले जिंकल्यावर आता त्यांनी तंजावरकरांना नमवले. त्यामुळे आमचा मोठा आधार गेला आहे. या सर्व परिस्थितीचा विचार करण्यासाठी आम्ही आज सर्वांना इथे बोलावले आहे.''

महाराजांच्या बोलांनी बैठकीतले वातावरण गंभीर बनले. तरी प्रधान निळो मोरेश्वर म्हणाले,

''पण महाराज, तंजावरकरांनी शरणागती पत्करली असली, तरी सुलूख करण्यासाठी वेळ लागणारच. आपण जाणतो की, झुल्फिकारखान काही आपल्या

अखत्यारीत सुलूख करू शकत नाही. म्हणजेच बादशहाला कळवून त्याची मंजुरी येईपर्यंत त्याला तंजावरला थांबून राहणे भाग आहे. त्याला निदान दोन महिने लागतील. तेवढी सवड आपल्याला मिळू शकेल.''

महाराजांनी प्रल्हाद निराजींकडे पाहिले. ते बोलू लागले,

''महाराज, आम्हास वाटते, परिस्थिती अधिक अवघड आहे. संताजी, जाधवराव, हणमंतराव, अमृतराव असे सारे महत्त्वाचे सेनानी मराठी मुलखात आहेत. आपण विठ्ठल नीळकंठांना संताजीराव आणि इतरांशी बोलण्यासाठी पाठवले आहे. त्याचे अद्याप काही समजले नाही. एकंदरीत परिस्थिती आम्हाला ठीक वाटत नाही.''

''पण महाराज, झुल्फिकारखान काही एकदम मोठे आक्रमण करणार नाही. फारतर त्याबद्दल एकदा अंदाज घेतला तर बरे होईल.''

निळोपंत झुल्फिकारखानाशी असलेल्या महाराजांच्या अंतर्गत सलोख्याला उद्देशून म्हणाले. ते ध्यानी येऊन महाराज म्हणाले,

''तुम्ही म्हणता ते खरे असले, तरी प्रत्येक वेळी सारे काही एकट्या झुल्फिकारखानाच्या इच्छेनुसार होईल असे नाही. त्याच्या सैन्यात राव दलपत आणि दाऊदखानासारखे कडवे मोगल सरदार आहेत. ते त्याला गप्प बसू देतील असे नाही. त्यांच्याकडे गेले तीन महिने लढून सतत विजय मिळवलेले सैन्य आहे. ते आणखी मोठा विजय मिळावा यासाठी उत्सुक असणार. शिवाय, आसदखानाकडून आपल्या मुलाला काही सूचना आलेल्या असतील. त्याला तसेच वागावे लागेल.''

''पण मग महाराज...'' प्रल्हाद निराजी म्हणाले, ''विठ्ठलपंतांकडून काही समजेपर्यंत तरी वेळ मारून न्यायला हवी.''

त्यांचे म्हणणे अगदी खरे होते. झुल्फिकारखानाशी बोलणी सुरू करून काही उपयोग होणार नाही हे पूर्वीच्या अनुभवावरून समजलेले होते. त्याच्याकडे त्या विषयी कोणताही निर्णय घेण्याचा अधिकार नव्हता. त्यामुळे तो मार्ग चोखाळता येणार नव्हता. तेव्हा विचार करत महाराज म्हणाले,

''अशा परिस्थितीत आम्हाला एकच मार्ग दिसतो आहे. तो म्हणजे, खुद्द बादशहाकडे बोलणी करण्यासाठी माणसे पाठवून द्यायची. तेथे प्रत्यक्ष जाऊन बोलणी करून परत येईपर्यंत बराच काळ जाईल. तेवढ्या वेळात संताजींकडचा मामला मिटेल. शिवाय, आपल्याला अन्य तयारी करण्यास सवड मिळेल.''

महाराजांचा हा विचार सर्वांना पटला. आता तहाच्या अटींची चर्चा सुरू झाली. कलमे अशी ठेवायची की, औरंगजेबाला महाराजांच्या इराद्याविषयी संशय येता कामा नये. त्याच वेळी ती सहजासहजी मान्य होण्यासारखी नसावीत, म्हणजे तो तहाला तयार होणार नाही. शेवटी असे कळवायचे ठरले की,

'संभाजी महाराजांच्या मृत्यूच्या वेळी ताब्यात असलेल्या संपूर्ण मुलखाचा ताबा

त्यांनी आम्हाला द्यावा. त्याचा कारभार पाहण्यासाठी पाच हजारांची तैनात ठेवण्याची परवानगी द्यावी. आम्ही बादशहाचे प्रतिनिधी म्हणून या भागाचा कारभार पाहू, असे बादशहाला सांगायचे.'

"पण महाराज, बादशहाने आपल्या अटी कबूल केल्या तर?"

काही जणांनी शंका व्यक्त केली. त्यावर हसून महाराज म्हणाले,

"ते मुळीच शक्य नाही. औरंगजेब आमच्याशी कदापि सुलूख करणार नाही, हे आम्ही केव्हाच ओळखलेले आहे. गेल्या खेपेच्या त्याच्या नकारामुळे ते पक्के झाले आहे. तेव्हा हा सुलूख नाकारला जाणार हे नक्की. फक्त बोलणी सावकाशपणे करावीत म्हणजे आम्हाला तेवढीच सवड मिळेल. चला, तयारीला लागा."

बैठक संपली तरी प्रल्हाद निराजी, निळो मोरेश्वर, खंडो बल्लाळ आदी मंडळी मसुदा तयार करण्यासाठी मागे थांबली. दोनच दिवसांत महाराजांचे वकील निवडक माणसांसह बादशहाकडे गलगल्याला निघाले.

१०

औरंगजेबाकडे माणसे पाठवली होती त्यांना पंधरवडा लोटला होता. झुल्फिकारखान तंजावरला बादशहाच्या उत्तराची वाट पाहत थांबलेला होता. नजीकच्या काळात काही मोठ्या हालचाली होतील, असे लक्षण दिसत नव्हते. तरीही महाराजांना महालात अस्वस्थपणे येरझाऱ्या घालताना पाहून ताराबाईंना नवल वाटले. त्यांनी महाराजांना विचारले,

"येवढा कसला घोर लागला आहे आपल्याला? खान काही एवढ्यात येत नाही. गलगल्याच्या माणसांना अजून बराच वेळ आहे यायला. तरी आपण इतके अस्वस्थ दिसताय."

"खानाची आम्हाला एवढी फिकीर नाही, हे खरे. पण आमचे लक्ष मराठी मुलखातून येणाऱ्या सांगाव्याकडे लागून राहिले आहे. संताजी आणि अमात्य यांच्यातला मनमुटाव दौलतीसाठी उचित नाही. तो लवकर मिटावा एवढेच वाटते."

"आम्हीदेखील त्याबद्दल ऐकलं, खरेतर संताजी अमात्यांच्या मर्जीतले. आम्हाला वाटलं होतं ते इथून निघून गेल्यावर सरळ विशाळगडी त्यांच्याकडेच जातील. पण ते तिथे न जाता सरळ मोहिमेवर गेले. आपल्यावर रुसले होते त्याचे कारण सर्वांना ठाऊक आहे. पण पंतांशी त्यांचा कशावरून मनमुटाव झाला असेल हे समजत नाही."

"पंतांनी आमच्याच सूचनेनुसार मोगलांकडून परत आलेल्या आपल्या माणसांना कौल दिले. त्यांच्यावर काही मोहिमा सोपवल्या, हे त्यांना आवडले नाही."

"ते आम्हास माहीत आहे. परंतु औरंगजेबाच्या एवढ्या मोठ्या सैन्यबळाला तोंड द्यायचे, तर मिळेल तिथून माणूसबळ वाढवले पाहिजे, हे आपले म्हणणे कोणासही पटावे असेच आहे."

ताराबाई आग्रहपूर्वक म्हणाल्या. त्यावर उदासवाणे हसत महाराज म्हणाले,

"त्यांना ते पटत नाही हाच तर मुद्दा आहे त्यांच्या नाराजीचा. त्यातच त्यांच्या मनाविरुद्ध झुल्फिकारखानाला धर्मवाट दिली. त्यामुळे ते नाराज झाले. आपण विठ्ठलपंतांना पाठवलेले आहे, पाहू या, काय होते ते."

महाराजांच्या सुरातली वाढती काळजी पाहून ताराबाईंनी विषय बदलला.

दोनच दिवसांनी बातमी आली की विठ्ठल नीळकंठांची शिष्टाई सफल झालेली आहे. त्याबद्दल प्रल्हाद निराजी सविस्तरपणे सांगत होते,

"असे समजते की, विठ्ठलपंत धनाजीराव आणि संताजींना साताऱ्यात भेटले. अमात्यांनी त्यांच्या वतीने परशुरामपंतांना पाठवले होते. तेथे चौघांची बैठक झाली. त्या वेळी शंकराजी नारायण सचिवसुद्धा होते. धनाजीरावांनी आपले सेनापती पद संताजीरावांना परत देण्याचे मान्य केले. येसाजी मल्हार यांना उपसेनापती पद द्यावयाचे असेही ठरले. त्यानंतर संताजी आधी ठरल्याप्रमाणे अमृतराव निंबाळकरांसह कर्नाटक भागात निघून गेले. पुढची मोहीम त्यांनी अमात्यांसोबत एकत्रितपणे करायची असे ठरले आहे."

"चला, म्हणजे एक प्रश्न मिटला. मात्र आम्हाला धनाजीरावांच्या मनाच्या मोठेपणाचे कौतुक वाटते. त्यांच्या समजूतदारपणामुळे हा बखेडा मिटायला मदत झाली. चिटणिसांना सांगून नव्या हुद्द्यानुसार हुकूमनामे काढून पाठवून द्या."

महाराज मोठ्या समाधानाने म्हणाले. चिटणीस कामाला लागले. महाराज आपल्या महालात येताच ताराराणींना प्रसन्नपणे सांगू लागले,

"चला. अखेर तंटा मिटला. विठ्ठलपंतांची शिष्टाई सफल झाली."

"बरं झालं. तुमचा एक घोर मिटला. कसं झालं सगळं?"

ताराबाईंनी उत्सुकतेने विचारले. तेव्हा महाराज म्हणाले,

"धनाजीरावांनी आपले सेनापती पद संताजींना देऊ केले. आता संताजी कर्नाटकाच्या मोहिमेवर गेलेत. परत आल्यावर अमात्यांसह एकत्रितपणे मोहीम काढणार आहेत."

"धन्य आहे धनाजीरावांची. त्यांचं कौतुक करायला हवं."

ताराराणी मनापासून म्हणाल्या.

"त्यांच्यासारखा हाताखालच्या माणसांना सांभाळून घेणारा, इतकेच नव्हे तर गनिमाच्या सेनानींशीसुद्धा सलोख्याने वागणारा मुत्सद्दी लढवय्या आमच्याकडे आहे, हे दौलतीचे भाग्यच आहे. आमच्या आजींच्या, जिजाऊ मांसाहेबांच्या माहेरचा,

शिंदखेडच्या जाधव घराण्याचा हा वारस त्यांच्या शूर खानदानाला शोभेल असा पराक्रमी तसाच विचारी आहे.''

महाराज स्वत:शीच बोलल्याप्रमाणे खुशीत येऊन मोकळेपणाने बोलत होते. त्यांच्या तणावरहित देखण्या मुखाकडे ताराराणी पाहतच राहिल्या. दौलतीतले कारभारी आणि सेनानी यांच्यातला हा तंटा अधिक न वाढता दिलजमाई होऊन सुटला याचा दोघांना आनंद झाला होता.

११

उन्हाळ्याला सुरुवात झाली तसे राजकीय वातावरण तापू लागले. राजाराम महाराजांनी औरंगजेबाकडे सुलूख करायला गलगल्याला पाठवलेली मंडळी परतली. अपेक्षेप्रमाणे बादशहाने सुलूख नाकारला होता. महाराजांचे वकील सांगत होते,

''महाराज, आम्ही आपल्याकडून सुलूख करण्यासाठी आलो आहोत हेच आधी कोणाला पटत नव्हते. पण नंतर वजीर आसदखानाला ते पटवून दिल्यावर त्याला खूप बरे वाटले. त्याने आम्हाला दरबारात पेश केले, तेव्हा सुरुवातीला बादशहासुद्धा अखेर मराठ्यांचा राजा आपल्याला शरण आलेला आहे, या कल्पनेने खूश झाला होता. आम्ही नजराणा पेश केला. आसदखानाने आमचे म्हणणे त्याच्या कानी घातले. तेव्हा त्याने काहीच प्रतिक्रिया दिली नाही. पण नंतर नकार कळवला.''

''आम्हाला त्याची अटकळ होतीच. आम्हाला ज्याच्यासाठी फुरसद हवी होती ते आमचे काम झाले.''

महाराज समाधानाने म्हणाले. ते मोगली छावणीविषयी अधिक चौकशी करू लागताच मात्र वकील खाली मान घालून म्हणाले,

''महाराज, आम्ही बराच प्रयत्न केला. पण आम्हाला आपल्या माणसांच्या जवळसुद्धा जायला मिळाले नाही. आसदखानाची माणसे सतत आमच्यावर नजर ठेवून होती. निदान कुणीतरी दुरून का असेना नजरेला पडेल, अशी आशा वाटत होती. पण तेदेखील घडले नाही.''

गलगल्याला इतक्या दूर प्रत्यक्ष औरंगजेबाच्या छावणीत काही दिवस राहायला मिळूनदेखील तेथे कैदेत असलेल्या आपल्या राजकुटुंबाची एखादी झलक तरी पाहायला मिळावी असे वाटणे साहजिकच होते. पण तसे न घडल्याचे त्यांच्या मनाला डाचत होते. ते पाहून महाराज त्यांना म्हणाले,

''तुम्ही आपली कामगिरी चांगली पार पाडलीत. या बाबीवरून कष्टी होऊ नका. लांबच्या पल्ल्यावरून आला आहात. जावा, सुमार व्हा.''

महाराजांना मुजरा करून ते निघून गेले. महाराजांनीही सर्वांच्या नकळत एक

सुस्कारा सोडला. काही काळ ते तिथल्या आपल्या जिवलगांच्या आठवणीत गढून गेले.

त्याच वेळी तंजावरचे खबरगीर तिथली वार्ता घेऊन आल्याचे समजले. झुल्फिकारखानाने औरंगजेबाकडून शहाजीराजेंसाठी मागितलेला कौलनामा त्याने कुबुल केला होता. रीतसर शाही फरमान घेऊन माणसे तंजावरला येऊन पोहोचली होती. झुल्फिकारखानाने मोठ्या थाटात फरमानबाडीचा सोहळा साजरा केला होता. ऐन वैशाखाच्या ऊनतापात तो समारंभ पार पाडताना शहाजीराजेंना किती त्रास झाला असेल, याचा अंदाज महाराजांना होता. पण या सगळ्यातून आपण दक्षिणेत काही स्वस्थ बसलेलो नाही. पाँडिचेरीपासून पूर्व किनाऱ्यावरचे सर्व किल्ले आपण जिंकले आहेत. इतकेच नव्हे तर तंजावरकरांना नमवले आहे, हे झुल्फिकारखानाला बादशहाला दाखवायचे होते. त्यात आपण यशस्वी झालेलो आहोत या खुशीत त्याने फरमानबाडीचे सारे सोपस्कर रीतसर करवून घेतले होते.

त्यानंतर खबरगीर तहाची कलमे सांगू लागले. शहाजीराजेंनी सालीना तीस लक्ष खंडणी देण्याचे कबूल केले होते. त्यापैकी वीस लक्ष त्यांनी रोख दिले होते. उरलेल्या रकमेच्या वसुलीसाठी त्यांनी काही मुलूख तोडून दिलेला होता. त्याचा तपशील समजल्यावर मात्र महाराज पार हैराण होऊन गेले. शहाजीराजेंनी कुलमनारगुडी, श्रीमुशान, तित्तागुडी, चिन्नानूर, ऐलावनासोर, कलाकुराची आणि पंडालम् हा मुलूख आणि सितानूर, तुंगनूर आणि पालमकोटा हे किल्ले मोगलांना दिले होते.

त्यात पालमकोटाचे नाव असलेले ऐकून सर्वांनाच मोठा धक्का बसला. पालमकोटाशिवाय महाराजांकडे तारण असलेला काही मुलूखही शहाजीराजेंनी मोगलांना दिलेला होता. ते ऐकून सुरुवातीला राजाराम महाराज संतापले. पण काही वेळाने शांत होत ते म्हणाले,

"आमच्या बंधूंचा बराच नाइलाज झालेला असणार. त्याशिवाय ते असे करणार नाहीत. ते काही का असेना आपल्याला गप्प बसून चालणार नाही. बाकीच्या भागाचे नंतर पाहू. पण पालमकोटा तरी लागलीच परत घ्यायला हवा. ताबडतोब तिथे सैन्य पाठवून द्या."

महाराजांचा एवढा आक्रमक पवित्रा पाहून सर्वांना बरे वाटले. दुसऱ्याच दिवशी मराठी सैन्याची एक तुकडी पालमकोटाची वाट चालू लागली. पाहता पाहता त्यांनी पालमकोटावर ताबा मिळवला. त्या वेळी झुल्फिकारखान तंजावरला फरमानबाडीच्या सोहळ्यात गुंतला होता. त्याला पालमकोटाची खबर समजताच त्याने राव दलपत बुंदेला याला तेथे पाठवून दिले. राव दलपत आपल्या कडव्या रजपूत सैन्यासह निघाला. पालमकोटाजवळ येताच त्याने आधी त्याच्या समोरचे पेट्टा हे मोक्याचे ठाणे ताब्यात घेतले. तेथून किल्ल्यावर हल्लाबोल केला.

तब्बल सहा दिवस सतत गोळाबारी चाललेली होती. आपण या माऱ्यापुढे फार काळ टिकाव धरू शकणार नाही, हे मराठ्यांनी ओळखले. किल्ला एकदा मोगलांच्या ताब्यात गेल्यावर आपली कत्तल होणार हे जाणून रात्रीच्या अंधाराचा फायदा घेऊन किल्ला सोडून त्यांनी चंदी गाठली. महाराजांनी न रागावता उलट त्यांचे स्वागतच केले.

त्यानंतर आलेल्या खबरगिरांनी पक्की बातमी दिली की,

'औरंगजेबाने झुल्फिकारखानाला कळवले आहे की, महाराजांनी त्यांच्याकडे सुलूख करण्यासाठी माणसे पाठवली होती. त्याने त्यांची मागणी फेटाळून लावलेली आहे. तुझा तंजावरचा सोहळा आटोपला की तू ताबडतोब चंदीवर हल्ला करून त्याचा पूर्णपणे पाडाव कर, असा हुकूमसुद्धा दिलेला आहे.'

हे ऐकून चंदीमधले वातावरण मोठे गंभीर बनले. पालमकोटाच्या प्रकारानंतर झुल्फिकारखानाला स्वस्थ बसून चालणार नव्हते. आता तो लवकरच पुन्हा एकदा चंदीला वेढा घालणार हे निश्चित झाले होते.

१२

भाद्रपद संपत आला होता. शिलंगण साजरे करून फौजा घेऊन बाहेर पडण्यास वेळ होता. पण औरंगजेबाच्या हुकमानुसार झुल्फिकारखान चंदीच्या दिशेने निघाल्याची खबर होती. संताजी आणि धनाजी यांच्यासह सर्वांचे वाद मिटले असले, तरी ते प्रत्यक्ष येऊन पोहोचेपर्यंत किल्ला लढवावा लागणार होता. त्यांना तसेच निंबाळकर, पाटणकर अशा सरदारांना तातडीचे निरोप पाठवण्याचे काम चालू होते. त्याच वेळी काहीतरी महत्त्वाची खबर घेऊन एक खबरगीर तेथे आला. त्याने जे सांगितले ते ऐकून सारे सुन्न झाले. तो सांगत होता,

"महाराज, झुल्फिकारखानाने याचप्पा नायकाला त्याच्या कबिल्यासह ठार केलंय."

"काय?"

अभावितपणे बहुतेकांच्या तोंडून उद्गार उमटला.

"जी."

त्याने खाली मान घालत सांगितले.

बहिर्जीसोबत बंड करून बाहेर पडलेला याचप्पा नायक अवघ्या नऊ महिन्यांपूर्वी मोगलांना मिळाला होता. खुद्द झुल्फिकारखानाच्या शिफारशीवरून औरंगजेबाने त्याला सहा हजारांचा सरंजाम आणि तीन लक्षांची जहागीर दिली होती. त्यानंतरच्या झुल्फिकारखानाच्या पूर्व किनाऱ्यावरच्या मोहिमेत तो सतत आघाडीवर होता.

त्रिचनापल्लीच्या नायकाच्या सोबतीने तंजावरवर केलेल्या चढाईत त्याचा पुढाकार होता. या सर्व मोहिमेत त्याला मोठे महत्त्वही दिले गेले होते. म्हणूनच या बातमीमुळे सर्वांना धक्का बसला होता.

त्यानंतर जी सविस्तर हकिकत समजली ती तर अगदी कल्पनेच्या पलीकडची होती. खबरगीर सांगत होता,

"तंजावरच्या विजयानंतर त्याच झपाट्यात चंदीवर चालून जावे, असे याचप्पाचे म्हणणे होते. बादशहाकडून तहाचे फर्मान येईपर्यंत तंजावरला थांबून राहणे त्याला पटले नव्हते. पालमकोटावरच्या हल्ल्यानंतर तरी झुल्फिकारखान ताबडतोब चंदीवर चालून जाईल, असे त्याला वाटले होते. पण तसे न झाल्यामुळे झुल्फिकारखान मुद्दाम चालढकल करत आहे अशी त्याला शंका आली. त्यामुळे त्याने अंदाज घेत याबद्दल चौकशी सुरू केली. आपला संशय खरा आहे असे दिसल्यावर मात्र त्याने या प्रकरणाचा पुरा छडा लावायचे ठरवले, तेव्हा त्याला मराठ्यांशी खानाने केलेल्या गुप्त समझोत्याबद्दल समजले. मोठ्या उत्साहात त्याने हे सारे बादशहाला कळवायचे असे ठरवले. त्याप्रमाणे पत्र देऊन एक खास माणूस औरंगजेबाच्या छावणीत पाठवूनदेखील दिला. वजीर आसदखानाचे चंदीकडून येणाऱ्या प्रत्येक माणसाकडे लक्ष असायचे. याचप्पाने पाठवलेले पत्र बरोबर त्याच्या हाती सापडले. त्याने ते आपल्या बादशहाच्या हाती पडणार नाही याची व्यवस्था करून सारे झुल्फिकारखानाला कळवले.

चिडलेल्या झुल्फिकारखानाने उलट याचप्पावरच गद्दारीचा आरोप करत सर्व छावणीच्या साक्षीने आधी त्याचा शिरच्छेद केला. नंतर त्याच्या कबिल्यातल्या सर्वांची कत्तल करायचा हुकूम दिला."

कसाही असला तरी याचप्पा शूर होता. मराठ्यांसोबत काही वर्षं मोगलांशी लढला होता. त्याचा असा शेवट झालेला ऐकून महाराज म्हणाले,

"चार सालांपूर्वी आमच्या निळोपंतांनी याचप्पा आणि इस्माइलखान मखा यांना आमच्याकडे आणले होते त्याची आज आठवण झाली. आम्ही इथे आल्यावर इथले जे काही नरेश आमच्या साथीला आले त्यात हा नायक आघाडीवर होता. नंतर मोगलांकडे गेलेल्या इस्माइलखानाला धनाजीरावांनी पकडल्यावर त्यानेच पंतांकरवी मध्यस्थी करवली होती. आठवते ना पंत?"

"होय महाराज." निळोपंत म्हणाले, "याचप्पा शूर होता, पण चंचल होता. आपण वांदिवाशचा केलेला सुलूख अनेकांना पटला नाही. पण बंडावा त्यानेच केला. बहिर्जींना आपल्या नादी लावले. त्यांना सोडून झुल्फिकारखानाला गाठले. त्याने एवढी सुभेदारी मिळवून दिली तरी त्याच्याविरुद्ध बादशहाकडे तक्रार करून मोगल बादशहाला स्वत: अतिनिष्ठावान असल्याचे दाखवण्याचा प्रयत्न केला.

अशा अनेक दरडींवर पाय ठेवणाऱ्या माणसाची अखेर अशीच व्हायची.''

निळोपंतांच्या बोलण्यात कडवटपणा पूर्णपणे भरलेला होता. त्यावर महाराज म्हणाले,

''याचप्पाचा असा तिथे घरादारासह विनाश होणार होता, म्हणूनच त्याला मोगलांकडे जाण्याची बुद्धी झाली. आपण झुल्फिकारखानाशी निकराची लढाई करत नाही यासाठी त्यांनी बंड केले. आता झुल्फिकारखान आपल्यावर चढाई करत नाही, म्हणून त्याच्याविरुद्ध तक्रार केली. याचप्पा हाडाचा लढवय्या, पण झुंजाचे सारेच डावपेच काही रणांगणावर आखले जात नाहीत, त्याला कितीतरी पदर असतात, हे समजून घेण्यात तो खूप कमी पडला. आपण औरंगजेबाला पाठवलेले कोणतेही पत्र आधी आसदखानाच्या नजरेखालून जाणार एवढे साधे त्याच्या ध्यानी आले नाही. त्यातून त्याचा घात झाला.''

त्यावर कोणी काही फारसे बोलले नाही. प्रल्हाद निराजींनी विषय बदलत झुल्फिकारखान चंदीपासून अवघ्या एका मजलेवर आल्याची खबर नुकतीच हाती आल्याचे सांगितले. त्यामुळे बैठकीचा नूरच बदलून गेला.

झुल्फिकारखानाने या वेळी चंदीच्या दक्षिणेकडून चढाई करायचे ठरवले होते. तिथल्या पाळेगारांची महाराजांना नेहमी मोठी मदत असायची. त्यामुळे वेढ्याची दक्षिण बाजू नेहमी दुबळी पडायची. त्यामुळे त्याने त्यांना हुसकून लावायची मोहीम हाती घेतली होती. त्यामुळे चंदीचे त्या बाजूचे मोर्चे खिळखिळे होऊन गेले. त्यानंतर पुढे येऊन त्याने वेढा घालण्यास सुरुवात केली. अशा रीतीने चंदीला मोगल सैन्याचा अपेक्षेप्रमाणे तिसऱ्यांदा वेढा पडला.

◆

भाग ९

१

याच कालावधीत मराठी मुलखात बऱ्याच घटना घडल्या होत्या. आधी विठ्ठल नीळकंठ यांच्याबरोबर ठरले होते, त्याप्रमाणे संताजी कर्नाटकाची मोहीम पार पाडून परत आले. त्याच वेळी धनाजी जाधवराव आणि हणमंतराव निंबाळकर वसंतगडाला वेढा घालून बसले होते. संताजी तळबीडला आले. तेथून दोन कोसांवर त्यांची छावणी पडलेली होती. ठरल्याप्रमाणे तळबीडला रामचंद्रपंत, धनाजी, हणमंतराव आणि संताजी एकत्र भेटले. स्वत: संताजींचे दहा हजार, धनाजीराव आणि हणमंतरावांचे दहा हजार आणि रामचंद्रपंतांची फौज असा अफाट सेनासागर त्या परिसरात एकवटलेला होता. पुढच्या संयुक्त मोहिमेची आखणी केली गेली. वसंतगड, वारुगड आणि साताऱ्यापासून पंधरा कोसांवर असलेला महिमानगड अशा तीन किल्ल्यांवर हमला करायची योजना तयार झाली.

धनाजी आणि हणमंतराव यांनी आधीच वसंतगडाला वेढा घातलेला होता. त्यांनी तीच मोहीम पुढे सुरू ठेवायची, रामचंद्रपंतांनी वारुगडाला वेढा घालायचा आणि संताजींनी मोगलांकडून येणाऱ्या कुमकेचा समाचार घ्यायचा असा सारा बेत ठरला. रामचंद्रपंत वारुगडाला वेढा घालण्यासाठी निघून गेले. तळबीडला अदानी नावाचा मोगल ठाणेदार होता. एवढ्या मोठ्या प्रमाणावर जमा झालेले सैन्यबळ पाहून त्याने औरंगजेबाकडे मदतीची मागणी केली. औरंगजेबाने हमीदुद्दीनखानाला तेथे जाण्याची आज्ञा केली. पण तो तेथे येऊन पोहोचण्यापूर्वी मराठ्यांनी वसंतगड जिंकून घेतलेला होता.

इकडे रामचंद्रपंतांनी वारुगडाला वेढा घातला होता. तिथून जवळच भाळवणीला हिंमतखानाची छावणी होती. त्याने आपल्याजवळच्या सैन्याची एक तुकडी तेथे पाठवून दिली. पण पंतांजवळचा जमाव पाहून त्या तुकडीतल्या लोकांचे पुढे यायचे

धाडस झाले नाही. रामचंद्रपंतांनी वारुगड सहजपणे ताब्यात घेतला आणि ते तिथून अडीच कोसांवर असलेल्या महिमानगडाकडे वळले. पक्का वेढा घालून त्यांनी गडाचे सारे मार्ग रोखून धरले. रसद बंद पाडली. तिथल्या किल्लेदाराला मदत करावी असा औरंगजेबाचा हुकूम असूनही हिंमतखानाने त्याची भाळवणीची छावणी उठवून अकलूजला नेली. हे पाहून औरंगजेबाने मीर आतिशखानला तोफखान्यासह पाठवून दिले. त्याच्या सोबत हमीदुद्दीनखानाचे बाराशे स्वार आणि नुकताच मराठ्यांच्या कैदेतून सुटून त्याच्याकडे आलेल्या इस्माइलखान मखाला तेथे पाठवून द्यायचे ठरवले.

मराठ्यांच्या धडकेचा मोगल सरदारांनी इतका धसका घेतलेला होता की, कोणी मोगल सरदार सुखासुखी त्यांना अंगावर घ्यायला धजत नव्हता. हे लक्षात आल्यामुळे औरंगजेबाने हमीदुद्दीनखानाला सुवर्णालंकाराने सजवलेला घोडा देऊन त्याचा मोठा सत्कार केला. भरपूर तोफा, मोठा बारुदखाना आणि आठ हजार अशरफ्यांचा खजिना देऊन अकलूजला हिंमतखानाकडे पाठवून दिले. एवढे मोठे बळ मिळाल्यावर हिंमतखान मोठ्या उत्साहात म्हसवडमार्गे निघाल्याचे वृत्त समजल्यामुळे महिमानगडाला वेढा घालून बसलेले मराठी सैन्य तिथून परतले.

विठ्ठल नीळकंठांनी दिलजमाई करून घडवून आणलेली संयुक्त मोहीम यशस्वीपणे पार पाडली होती. सारे आपापल्या ठिकाणी परतले. संताजीसुद्धा नेहमीप्रमाणे महादेवाच्या डोंगरावर परतले. या मोहिमेचे सविस्तर वृत्त चंदीला समजले, तेव्हा वसंतगड, वारुगड यांच्यासारखे साताऱ्यापासून मोक्याच्या अंतरावर असलेले किल्ले जिंकले गेल्याच्या आनंदापेक्षा आपली महत्त्वाची मंडळी एकत्र आल्याचा आनंद मोठा होता.

२

झुल्फिकारखानाने चंदीला वेढा घातला होता खरा, पण त्यात पूर्वीसारखा आक्रमकपणा आणि एकोपा राहिलेला नव्हता. वेढ्याच्या सुरुवातीलाच याचप्पाच्या मृत्यूचे सावट पडले होते. त्यातच इतर सरदारांच्या कुरबुरीसुद्धा वाढल्या होत्या. राव दलपत बुंदेला आणि किशोरीसिंग हाडा हे रजपूत सरदार आधीपासून झुल्फिकारखानावर नाराज होते. किशोरीसिंग हाडाने तर परत जाण्यासाठी औरंगजेबाकडे मागणी केलेली होती. त्यातच एक मोठे प्रकरण घडले. छावणीतले नजरबाज सांगत होते,

"महाराज, आपल्याकडे येत असलेले दहा उंट दाऊदखानाच्या माणसांनी पकडले. त्यांच्या पाठीवरच्या गोणी सोन्याचांदीच्या नाण्यांनी भरलेल्या होत्या. ते उंट मोगलांचे असून चंदीला सामान घेऊन निघालेले आहेत, असे त्याला वाटले. हे

काम झुल्फिकारखानाचेच आहे असा त्याचा दावा होता. त्यावरून त्याची झुल्फिकारखानाशी बरीच बाचाबाची झाली होती. या दोघांमधल्या भांडणामुळे वेढ्यातले सेनानी पार बिथरलेले आहेत.''

त्याच्यात भरीस भर म्हणून नवीन अफवा उठू लागल्या होत्या. दाऊदखानाने उंट पकडल्याबद्दल बादशहाला कळवताना आपली शंकासुद्धा व्यक्त केल्यामुळे औरंगजेब खूप चिडलेला आहे आणि त्याने झुल्फिकारखानाला पकडून कैद करण्याचा हुकूम दिलेला आहे अशी भुमका उठली. त्यामुळे गोंधळ अधिकच वाढला होता. हे सारे समजल्यावर महाराज म्हणाले,

''औरंगजेब खानसाहेबांविरुद्ध एवढे मोठे पाऊल उचलेल असे आम्हाला वाटत नाही. तो काही कुणी सामान्य शिलेदार नाही. मोगलांचा दक्षिणेतला सेनापती आहे. बादशहाचा अतिशय जवळचा नातेवाईक आहे. त्यातून तसे काही करायचेच असेल, तर त्याने झुल्फिकारखानाच्या वरच्या हुद्द्यावरच्या एखाद्या उमरावाला बरेच मोठे सैन्य देऊन पाठवून दिले असते. आपला निर्णय त्याच्याच हाताखाली लढणाऱ्यांकडे कळवला नसता. हीसुद्धा अशीच बोलवा ठरेल, असे आम्हाला वाटते.''

अखेर महाराजांना वाटत होते तसेच झाले. तीसुद्धा अफवाच ठरली. या सर्व कटकटींमुळे झुल्फिकारखान पार वैतागून गेला होता. तरी त्याने आपला वेढा जारी ठेवला होता. शिवाय, आपल्या सरदारांना हुरूप यावा यासाठी त्याने त्यांच्या समोर नवे डावपेच मांडले. तो म्हणाला,

''आपण सुरुवातीलाच काही पाळेगारांना हुसकून लावले खरे. पण एक अशी महत्त्वाची गोष्ट आमच्या ध्यानी आलेली आहे की, चंदीच्या दक्षिणेला वेट्टावलम् या ठिकाणी जे पाळेगार आहेत ते मराठ्यांसाठी रसद पुरवण्याचे काम करतात. त्यांच्या मदतीने ती रसद चिक्कलीदुर्ग किंवा चामरटेकडी या चंदीच्या दक्षिणेकडच्या छोट्या किल्ल्यात साठवली जाते. तिथून गरजेनुसार गडावर पोहोचवली जाते. ही रसदीची वाट जर बंद कायमची करायची असेल तर त्या पाळेगारांचा आधी बंदोबस्त करायला हवा.''

त्याचा हा विचार सर्वांना पटला. पाहता पाहता मोगलांच्या फौजा वेट्टावलम्च्या परिसरात धुमाकूळ घालू लागल्या. पाळेगारांची ताकद मोगलांच्या झुंडीपुढे कमी पडली. त्यांनी झुल्फिकारखानाला हल्ले थांबवण्याची विनंती केली. त्याने ते मान्य करताना पाळेगारांनी इथून पुढे मराठ्यांना मदत न करता मोगलांना सामील व्हावे, अशी अट घातली. पाळेगारांनी ती मान्य केली. त्यानंतर त्यांच्याच मदतीने मोगलांनी मराठ्यांच्या त्या भागातल्या चौक्या मोडून काढल्या. वेढा अधिक भक्कम झाला.

चंदीवर याचा परिणाम लगेचच झाला. तेव्हा गडावर जेमतेम दोन महिने पुरेल इतकीच रसद शिल्लक होती. दक्षिणेकडचा हक्काचा मार्ग बंद झाला होता. तसेच

गडावर शिंबदीही कमी होती. नुकत्याच परत आलेल्या बहिर्जी घोरपडे याच्या व्यतिरिक्त कोणी मोठा सरदार चंदीमध्ये नव्हता. अशा परिस्थितीत मराठी मुलखातून संताजी, धनाजी नाईक-निंबाळकर यांच्यासारख्या नामजद सरदारांनी येऊन वेढा उठवणे गरजेचे झाले होते. आधी मुख्य सरदारांना पत्रे धाडली होती. त्या वेळेपेक्षा परिस्थिती अवघड झाली. म्हणून पुन्हा एकवार सर्वांना तातडीने पत्रे रवाना करण्यात आली. त्यापैकी मुधोजी नाईक-निंबाळकरांना लिहिले होते,

'कर्नाटक प्रांती गनिमाने सख्ती बहुत करून भोवताली स्थले घेतली. सांप्रत बेटवालही पालेगारांच्या भेदे करून गनिमाने हस्तगत केले. स्वामीचे लोक झाडीत होते ते गनीम पैसला देखोन निघोन आले. या उपरी आजी अगर उदीया इतिकियात चंदीचे तटाजवली येवून कोटास बिलगोन एलगारच करणार. अैशाच येथे राजश्री हिंदुराव घोरपडे ममलकत-मदार, समशेरबहादूर हे आदिकरून स्वामी संन्निध आहेती. हे गनिमास नतिजा पावावयाचा तैसा पाववितील. गुमान धरीत नाहीत. परंतु गनिमास मारून चालवावे, फौज बुडवावी या गोष्टीस देशीची फौज आली पाहिजे. त्यास फौज घेऊन येणे म्हणून राजश्री संताजी घोरपडे सेनापती, राजश्री धनाजीराव सरलष्कर यास व तुम्हास पत्रे उदंड पाठवली. परंतु अद्याप फौज घेऊन येता ऐसे दिसेनासे झाले आहे. येथे तो निदान प्रसंग प्राप्त आहे. जरी एक महिनियात फौजेनिसी येता तरी राज्य राहाते. स्वामी समाधान पावताती. तुम्हा लोकांस येश येते. तरी फौजेस यावया विलंब लागतो तरी महिनियाउपर उबार नाही. राज्य बुडते. मग तुम्ही स्वामींचे सेवक असोनु कोणा प्रयोजनाचे? स्वामी आपले राज्यरक्षण करायचे तैसे करतील. परंतु तुम्हा लोकांचे बरे होणार नाही...'

अशीच पत्रे इतर सरदारांना पाठवून चंदीतली मंडळी देशावरून फौजा येण्याची वाट पाहत वेढ्याला तोंड देत राहिली.

३

चंदीला पुन्हा वेढा पडलेला आहे. महाराजांनी त्यासाठी अनेक सरदारांना तेथे सैन्यासह येण्यासाठी लिहिलेले आहे. परंतु सेनापती संताजींसह कोणी तेथे निघालेले नाही, हे शंकराजी नारायण यांना समजल्यावर ते नाराज झाले. अलीकडच्या काळात उभयतांचे संबंध चांगले झालेले होते. त्यांनी जातीने संताजींकडे जाऊन या विषयावर बोलायचे ठरवले. संताजी भेटताच ते म्हणाले,

''आम्हास समजले की, चंदीस घेरा पडलेला आहे. महाराजांनी त्यासाठी पत्रे पाठवलेली आहेत.''

''होय.''

"मग अद्याप कोणी गेलेले दिसत नाही."

त्यावर संताजी काही बोलले नाहीत. शंकराजींच्या ध्यानी आले की, पुन्हा त्यांचे काहीतरी बिनसलेले आहे. ते करड्या स्वरात म्हणाले,

"संताजी, आपली राजधानी आणि छत्रपती संकटात असताना तरी आपण आपले आपसातले मनमुटाव बाजूला ठेवायला हवेत. सेनापती या नात्याने याची मुख्य जबाबदारी तुमच्यावर येते. सैन्य काय फक्त मुलुखगिरी करण्यासाठी नाही. लष्कर सांभाळण्याइतकेच किंवा त्याहीपेक्षा ते अधिक महत्त्वाचे आहे, हे तुमच्यासारख्या एवढ्या सेनापतीच्या हुद्द्यावर असणाऱ्यांना आम्ही सांगावे लागते हे बरे नव्हे."

संताजी शंकराजींच्या स्पष्ट बोलण्यावर काही प्रत्युत्तर देऊ शकले नाहीत. ते गोंधळून तसेच स्वस्थ बसून राहिले. त्यामुळे शंकराजीच पुढे म्हणाले,

"आम्हास समजले. गेले खेपी तुम्ही चंदीला गेलात, तेव्हा आपण शह मारला या गुर्मीत स्वामींशी अमर्यादेने वागलात. नाही ते मुद्दे घातलेत. आम्ही सांगतो हे लक्षात ठेवा, ही बेमानी आहे. संकटाच्या समयी स्वामीस मदत करणे हे आपले कामच आहे. तसे होत नसेल तर आपण सेवक असून काय कामाचे?"

शंकराजींचे हे खडे बोल ऐकून सरळ मनाचे संताजी पार विरघळून गेले. त्यांना म्हणाले,

"आपण आणि अमात्यपंत आम्हास वडील, आपण जसे सांगाल तसेच आम्ही करू."

ते ऐकून शंकराजी म्हणाले,

"ठीक आहे तर. दसरा तोंडावर आहे. त्यानंतर लागलीच तुमच्या फौजा चंदीकडे जाण्यास निघायला हव्यात. तुमच्यासोबत हणमंतराव निंबाळकर, आमचे मावळातले सरदार यांना घ्या. आमचे येसाजी मल्हार अनुभवी आहेत, त्यांच्याकडे मुतालकी देतो."

सारी जोड करून पंधरा हजारांचे घोडदळ आणि दहा हजाराच्या पायदळाची शंकराजींनी व्यवस्था केली. ते समाधानाने परत गेले.

संताजींनी शिलंगण साजरे केले. लगेच भरपूर दारूगोळा आणि साहित्यासह मराठी फौजा घेऊन साताऱ्याहून गोवळकोंड्याकडे कूच केले. त्यांच्या तयारीची माहिती औरंगजेबाला होतीच. त्याने हिंमतखानाला त्यांच्या पाठलागावर पाठवून दिले. तसेच हैदराबादचा सुभेदार रुस्तुमदिलखान याला येणाऱ्या आक्रमणाची सूचना देऊन हुशार राहण्यास सांगितले. संताजींचे सैन्य नेहमीप्रमाणे वेगात निघाले. हिंमतखान पाठलाग करतच होता. कित्येक कोस हा पाठलाग चाललेला होता. पण या धावपळीला हिंमतखानाचे साथीदार कंटाळले. एक-एक जण गळू लागले. पण हैदराबादजवळ गेल्यावर रुस्तुमदिलखानाची ताजी कुमक त्याला मिळणार, हे ध्यानी

आल्यावर संताजी गोवळकोंड्याचा मुलूख सोडून विजापूरकडे वळले.

हे समजताच औरंगजेबाने गाझीउद्दीनखान आणि चिनकिलिचखान यांना हिंमतखानाच्या मदतीला पाठवले. आता सतत धावपळ करून संताजींची फौज कंटाळली होती. त्यातच हिंमतखान काही पाठ सोडत नव्हता. अखेर पनुरजवळ दोन्हीकडच्या सैन्याची गाठ पडली. तेथे थोडीशी झडप झाली. नंतर नळदुर्गजवळ चांगलीच हातघाई झाली. त्यात दोघांचेही नुकसान झाले. तिसरी झडप रायचूरजवळ झाली. त्यातही बरेच नुकसान झाल्याने संताजी महादेव डोंगरात परतले.

इकडे चंदीला वेढा पडून महिना झाला होता. सुरुवातीला पाळेगारांवरच्या मोगलांच्या आक्रमणामुळे काही काळ शांत बसलेल्या मराठ्यांच्या सैन्याच्या तुकड्यांनी आता वेढ्याच्या पश्चिमेकडच्या चौक्यांवर जोरदार हल्ले चढवण्याचे सत्र सुरू केले. त्यामुळे त्याबाजूचे मोगल सैनिक हैराण होऊन गेले. त्यांची तक्रार झुल्फिकारखानाकडे आली. त्याला वेढा सोडण्यासाठी चांगलेच निमित्त मिळाले. या खेपी होणारे हल्ले हे वेढ्याच्या पश्चिमेकडून होत आहेत. त्याला लागणारी सारी कुमक चंदीपासून पश्चिमेला एकवीस कोसांवर असलेल्या 'चांगमन' या मराठ्यांच्या किल्ल्यावरून मिळते आहे. तेव्हा तो किल्ला घेणे अत्यंत आवश्यक झालेले आहे, असे सांगून त्याने तो घेण्याचा निर्णय जाहीर केला. त्याची पूर्वतयारी करण्यासाठी वांदिवाशच्या छावणीत जावे लागेल असे म्हणत वेढा उठवला. सरळ वांदिवाशची दिशा पकडली. तिथून आपण चांगमन जिंकण्यासाठी कूच करणार आहोत असे ऐलान केले.

अशा रीतीने कोणतीही लढाई न करता तसेच सुलूखही न होता अवघ्या दीड महिन्यात चंदीला तिसऱ्यांदा पडलेला वेढा आपोआपच उठला. वेगळ्या पद्धतीने का असेना, झुल्फिकारखानाने आपल्याशी केलेला समझोता चालू ठेवलेला आहे हे पाहून राजाराम महाराज निश्चिंत झाले.

४

झुल्फिकारखानाचा वेढा उठल्यामुळे पुढचे दोन-तीन महिने तसे शांततेत गेले. पौषातली थंडी जाणवू लागली होती. दरबारातली नेहमीची कामे उरकून महाराज महालात पोहोचले, तेव्हा ताराबाई काहीतरी महत्त्वाची तयारी करण्यात गुंतलेल्या होत्या. कुणबिणी आणि नोकरांची लगबग चाललेली होती. महाराजांना आलेले पाहून सर्व जण बाहेर निघून गेले. महाराजांनी पाहिले, एका बाजूला अहेराची ताटे मांडलेली दिसत होती. ते पाहून त्यांनी विचारले,

"बरीच मोठी तयारी केलेली दिसते. आपण जातीने लक्ष देताय म्हणजे कुठेतरी

मोठे कार्य असणार.''

''जी.'' प्रसन्नपणे हसत ताराबाई म्हणाल्या, ''आताच निळोपंतांच्या मंडळी येऊन गेल्या. विशाळगडाहून सांगावा आलाय. अमात्यांना चिरंजीव झालेत. साखरथैली पाठवलीय. त्या बारशासाठी जाणार आहेत. आत्या आहेत ना. मोठा मान आहे त्यांचा. त्यांच्यासोबत आपलादेखील बाळंतविडा पाठवायला हवा. त्याची तयारी करत होतो.''

''छान झाले. अमात्यांची अनेक वर्षांची खंत दूर झाली.''

महाराज मोठ्या आनंदाने म्हणाले.

रामचंद्रपंतांना बरीच वर्षे मूल नव्हते. त्यांचे वय आता पंचेचाळिशीच्या घरात आले होते. त्यांच्या प्रथम पत्नी जानकीबाई यांच्या पोटी त्यांना अवघ्या दोन वर्षांपूर्वी ठकूताई हे प्रथम कन्यारत्न प्राप्त झाले होते. त्यानंतर आता पहिला मुलगा झाला होता. जानकीबाई या शिवछत्रपतींचे अमात्य मोरोपंत पिंगळे यांच्या कन्या आणि राजाराम महाराजांचे प्रधान निळोपंत यांच्या भगिनी. त्यामुळे दोन्हीकडून नाते असल्यामुळे त्यांच्याकडे साखरथैली आणि बारशासाठीचे आमंत्रण आले होते.

ताराबाईंचा जानकीबाईंशी अगदी रायगडावर असल्यापासूनचा परिचय होता. त्यानंतर विशाळगडावर असताना त्यांच्याशी तसेच पंतांच्या द्वितीय पत्नी कृष्णाबाई यांच्याशी चांगला घरोबा झालेला होता. हे ठाऊक असल्यानेच निळोपंतांच्या पत्नी ताराबाईंना बारशाचे आमंत्रण देण्यासाठी जातीने आल्या होत्या. म्हणूनच ताराबाईंनी सोन्याच्या बाळलेण्यांसह साग्रसंगीत बाळंतविडा तयार करून घेतला होता.

निळोपंत सहकुटुंब विशाळगडावर जाण्यासाठी निघाले, तेव्हा महाराजांनी जानकीबाईंच्या नावे दूधभातासाठी मौजे केळोशा तर्फ खानापूर या गावाचे इनामपत्र करून दिले. शाही बाळंतविडा आणि इनामपत्र घेऊन निळोपंत विशाळगडी रवाना झाले. दोन महिन्यांनी ते परतले तेव्हा समजले की पंतांच्या चिरंजीवाचे नाव भगवंतराव असे ठेवले होते.

याच वेळी गोवळकोंड्याच्या मोहिमेवरून परत आलेले संताजी पुन्हा बाहेर पडले होते. या वेळी खुद्द शंकराजी नारायण त्यांच्या सोबत होते. वीस हजाराच्या फौजेसह दोघे नासिक, त्रिंबकहून खानदेशाच्या दिशेने निघाले. त्यांनी सुरुवातीला औरंगाबादच्या उत्तरेला चाळीस कोसांवर असलेल्या धरणगाव येथे धडक मारली. तिथून ते सरळ बुऱ्हाणपुराकडे गेले. तिथे वेढा घालून त्यांनी तिथल्या सुभेदाराकडे चौथाईची मागणी केली. तो सुभेदार मोठा कडवा निघाला. उलटे आव्हान देऊन त्याने लढाई पुकारली. अर्थातच मराठी फौज जिंकली. त्यांनी बुऱ्हाणपुराची लूट केली.

हे औरंगजेबाना समजल्यावर त्याने गाझीउद्दीनखान याला तेथे पाठवून दिले.

पण त्यापूर्वीच संताजी तिथून निसटले. आता सुरतेवर हल्ला करायचा त्यांचा बेत होता. तो आयत्या वेळी बदलून त्यांनी नंदुरबारकडे आपला मोहरा वळवला. वेढा घालून चौथाई मागितली. तिथल्या मोगल सुभेदारानेही दाद दिली नाही. वेढा लांबत चालला. सैनिकांना अन्नपाण्याचा तुटवडा जाणवू लागला. त्यामुळे संताजींनी वेढा उठवून परत फिरायचा निर्णय घेतला. परतीचा मुलूख लुटत ते साताऱ्याकडे निघाले.

शंकराजी नासिक, त्रिंबकमार्गे परत निघाले. त्यांना वाटेत खबर मिळाली की, कर्नाळा घाटातून एक मोठा कबिला मोगलांसाठी रसद घेऊन निघाला आहे. तो घाटात अडवून ती लुटण्याचे त्यांनी ठरवले. हे समजल्यावर मातबरखानाने त्यांचा पाठलाग करून त्यांना गाठले. घमासान लढाई झाली. त्यात शंकराजींसोबत लढणारा अमृतराव निंबाळकर याचा भाचा मारला गेला. मोगलांनी बरीचशी रसद परत मिळवली. शंकराजी परत मावळात आले. या तीन महिने चाललेल्या दोन्ही मोहिमांमध्ये थोडे नुकसान झाले, तरी भरपूर लूट मिळवण्यात दोघेही यशस्वी झाले होते.

५

अद्याप वैशाखाला सुरुवात व्हायची होती. चंदीला मात्र जरा लवकरच उन्हाचा कडाका जाणवायला सुरुवात व्हायची. कुठे कुठे वसंताची कोवळी पालवी फुटलेली दिसायची, तर कुठे एखादा पांगारा बहरलेला दिसायचा. बाकी सगळीकडे नुसती रखरख जाणवत होती. हे सारे आपल्या महालाच्या खिडकीतून न्याहाळत ताराबाई महाराजांची पूजा आटोपण्याची वाट पाहत उभ्या होत्या. महाराज बाहेर येऊन दरबारासाठी निघणार, एवढ्यात बहिर्जी त्यांना भेटायला आल्याची वर्दी आली.

"या वेळी काय काढले हिंदुरावांनी? पाठवा त्यांना."

ताराबाईंच्या हातून आपला मंदिल घेऊन तो मस्तकावर नीट बसवत महाराजांनी हसत आज्ञा दिली. बहिर्जी महालात आले. त्यांच्या पाठीमागून हातात काही तबके घेऊन सेवक आत आले. तबके महाराजांच्या पुढ्यात ठेवून मुजरा करून निघून गेले.

"हे काय काढलंत?"

तबकाकडे पाहत ताराबाईंनी विचारले. उभयतांना मुजरा करत बहिर्जी म्हणाले,

"दोघा लेकांची लग्नं काढलीत. परळीला पाहुण्यांकडे कार्य ठेवलंय. आवंदाच्या वैशाखात करनार हाय. त्याची अक्षत आणलीय."

बहिर्जींनी अक्षतेचे ताट महाराजांच्या पुढे केले. त्याला स्पर्श करून स्वीकार करत महाराजांनी विचारले,

“अरे वा! छान. मग कधी निघताय तुम्ही?”

ताराबाईंनी इशारत केली. कुणबिणींनी अक्षतेचे आणि अहेराची तबके आत नेली. त्या स्वत: परतीचा अहेर काढण्यासाठी आत जायला वळणार तोच बहिर्जी म्हणाले,

“आम्ही नाही जाणार लग्नाला.”

“म्हणजे?”

ताराबाईंनी आत जाता जाता थबकत विचारले, तेव्हा ते म्हणाले,

“होय. आम्ही जाणार नाही. आमची इथे जरुरी आहे. बादशहाने झुल्फिकारखानाला मोठा खजिना पाठवल्याची खबर आलेली आहे. त्याने वेढा उठवलेला असला, तरी तो इथंच आजूबाजूला वावरतो आहे. त्याच्या मनात कधी काय येईल हे सांगता येत नाही. दादासाहेबांसह सारे मोठे सरदार मोहिमांमध्ये गुंतलेत. दुसरं इथं कुणी नाही. अशा वक्ताला आम्हाला इथनं हलणं शक्य नाही.”

बहिर्जींच्या बोलांमधला निर्धार ऐकून दोघे थक्क झाले. तरीही महाराजांनी विचारले,

“मग लग्नाचे कसे करणार?”

“दादासाहेब आणि वहिनी आहेत. त्यांनीच ठरवलंय सगळं. तेच करतील.”

“बहिर्जी, तुमची स्वामिकार्यावरची निष्ठा खरेच अजोड आहे. तुमच्यासारख्यांच्या बळावरच हे राज्य आम्ही पुन्हा उभं करू शकलो आहोत.”

भारावल्या स्वरात महाराज म्हणाले. दोघांकडे कौतुकाने पाहत ताराबाई म्हणाल्या,

“आम्ही परळीला लग्नाला पाठवण्यासाठी अहेर आणि भेटी तयार करून देतो. परळीला जाणाऱ्या तुमच्या माणसांकडून लागलीच पाठवून द्या. मुहूर्ताच्या आधी पोहोचायला हव्यात.”

“जी.”

असे म्हणून बहिर्जी निघून गेले.

हेच बहिर्जी काही दिवसांपूर्वी रुसून बंड करून दूर निघून गेले होते, या गोष्टीवर आता कोणाचा विश्वासही बसला नसता. ते म्हणत होते ते खरेच होते. धनाजी, रामचंद्रपंत, शंकराजी, हणमंतराव आदी मंडळी वेगवेगळ्या आघाड्यांवर गुंतलेली होती. संताजी नुकतेच नंदुरबार, सुरत असा मोठा पल्ला मारून परतले होते. सोयरीक त्यांच्या मंडळींनीच जुळवलेली होती. कार्य पार पाडण्यास ते समर्थ होते. बहिर्जींनी चंदीला थांबणे आवश्यक होते.

वैशाखात संताजींनी मुरार आणि सिधाजी या आपल्या दोघा पुतण्यांच्या, बहिर्जींच्या मुलांच्या लग्नाचा बार मोठ्या थाटात उडवून दिला.

६

या काळात मोगलांच्या गोटात बऱ्याच महत्त्वाच्या घटना घडत होत्या. त्यातली एक होती, औरंगजेबाचा मोठा शहाजादा मुअज्जम याच्याबद्दलची. त्याला औरंगजेबाने कबिल्यासह कैद करून आपल्याजवळ गुलालबारमध्ये अनेक वर्षे ठेवले होते. त्याबद्दल खबरगीर सांगत होते,

"महाराज, शहाजाद्याला बादशहाने अचानक एके दिवशी कैदेतून मुक्त केले. मनसब देऊन 'बहादूरशाहा' असा खिताब बहाल केला. काही अमीर सोबत जोडून दिले. आणि मोठा जश्न करून वाजतगाजत त्याला उत्तरेकडे धाडून दिले आहे."

हे वृत्त ऐकून सर्व जण विचारात पडले. औरंगजेबाच्या या कृतीचा आपल्या बुद्धीनुसार अर्थ लावण्याचा प्रयत्न करू लागले. काही वेळाने महाराज म्हणाले,

"याचा अर्थ आम्हाला वाटतो तो असा की, आता औरंगजेब स्वत: लवकर उत्तरेत जाऊ इच्छित नाही. खुद्द मोगल बादशहा अनेक वर्षे इथे दक्षिणेत आहेत. त्यामुळे उत्तरेत अनेक ठिकाणी बंडाळी होण्याची परिस्थिती निर्माण झालेली आहे, असे समजले होते. शहाजादा आज्जम आणि त्याची मुले इथे अनेक आघाड्यांवर लढत आहेत. त्यांची बादशहाला इथे गरज आहे. शिवाय, कोणतीही जबाबदारी घेण्यासाठी शहाजादा कामबक्ष किती निरुपयोगी आहे हे सारेच जाणतात. म्हणून उत्तरेत कोणीतरी तोलामोलाची असामी पाठवणे औरंगजेबाला आवश्यक वाटले असावे. त्यातून नाइलाजाने का असेना त्यांनी हे एवढे मोठे पाऊल उचललेले असावे."

"म्हणजे औरंगजेब एकदा उत्तरेबद्दल निश्चिंत झाले की, आपली सारी ताकद इथे लावणार."

प्रल्हाद निराजी काळजीच्या सुरात म्हणाले.

त्याच वेळी मोगली छावणीबद्दलची आणखी एक महत्त्वाची बातमी आली. शहाजाद्याची पाठवणी केल्यावर थोड्याच दिवसांत औरंगजेबाने आपली छावणी गलगल्याहून सोलापूरजवळ भीमेच्या काठी असलेल्या ब्रह्मपुरी येथे हलवली होती. मराठी सत्तेचे केंद्र अद्याप कर्नाटकात असताना घेतलेला हा निर्णय विचार करायला लावणारा होता. काही जणांना यात बादशहाचा काहीतरी डाव असावा असे वाटत होते. पण खबरगिरांच्या म्हणण्यानुसार विजापूर भागात गेल्या साली पाऊस कमी झाल्यामुळे प्रचंड दुष्काळ पडलेला आहे. नद्या, तळी, विहिरी सारी अगदी कोरडी ठणठणीत पडलेली आहेत. त्यामुळे छावणी भीमा नदीच्या काठी हलवली होती.

ते ऐकून प्रल्हाद निराजी म्हणाले,

"होय महाराज, असेच असावे. कारण छावणी तेथे हलवली असली, तरी बादशहांचे लक्ष दक्षिणेवरून कमी झाल्याचे वाटत नाही. नुकत्याच हाती आलेल्या खबरीनुसार झुल्फिकारखानाच्या फौजेत तैनात असलेल्या सय्यद ऐवज याची मनसब वाढवली गेली आहे. तसेच किशोरीसिंग हाडा याला बादशहाने गुर्जबंदाराकडून वाजतगाजत खिल्लत पाठवून दिलेली आहेत. खुद्द झुल्फिकारखानाला खूश करण्यासाठी जी भेट पाठवली आहे ते ऐकून तर आम्हाला मोठीच गंमत वाटली."

"म्हणजे?" महाराजांनी आश्चर्याने विचारले. त्यावर हसत प्रतिनिधी म्हणाले,

"सहा करंड्या भरून कोकणातले हापूस आंबे पाठवले आहेत. आमच्या माहितीनुसार इथे येईपर्यंत त्यातले बरेचसे नासूनसुद्धा गेले होते."

ते ऐकून बऱ्याच जणांच्या चेहऱ्यावर हास्य उमटले. पण महाराज मात्र गंभीर स्वरात म्हणाले,

"आम्हाला वाटते, या सगळ्यातून औरंगजेबाला असे दाखवून द्यायचे आहे की, त्याचे इथल्या मोहिमेकडील लक्ष मुळीच कमी झालेले नाही. हे पाहा, झुल्फिकारखान दक्षिणेत आला त्यास पाच वर्षे पूर्ण झालेली आहेत. अमाप धन आणि मनुष्यबळ इथे पणास लागले आहे. छोट्यामोठ्या लढाया करणे, आजूबाजूचे किल्ले आणि परिसर जिंकणे, लुटालूट करणे यात अधिक वेळ न दवडता झुल्फिकारखानाने सरळ चंदीवर हल्ला करून ती जिंकावी, यासाठी तो सर्व प्रकारची दडपणे आणि आमिषे यांचा वापर करत आहे. आता खानसाहेब काय करण्याचे ठरवत आहेत यावर मात्र बारीक नजर ठेवावी लागेल असे दिसते."

मसलतीचा माहोल गंभीर बनला. झुल्फिकारखानाच्या छावणीतल्या बातम्या अधिक तपशीलवारपणे मिळाव्यात यासाठी आणखी काही तरबेज नजरबाज नेमण्याची सूचना करून बैठक उठली.

७

पुढचे दोन महिने उलटले. आता आषाढ सुरू झाला होता. मराठी मुलखात या वेळी जोराचा पाऊस सुरू झालेला असतो. चंदीच्या परिसरात त्याला येण्यास अजून अवधी होता. झुल्फिकारखानाचा वेढा नसल्याने मराठी मुलखातली माणसे मुक्तपणे जात येत होती. एके दिवशी म्हसवडचे सरदार नागोजीराव माने आणि त्यांचे चिरंजीव सुभानजी महाराजांच्या भेटीसाठी चंदीला आले. ते दोघे नाराज असल्याचे समजल्याने प्रतिनिधी प्रल्हाद निराजी यांनी त्यांची भेट घेतली. त्यांच्याकडून जे समजले त्याने तेदेखील अस्वस्थ झाले. त्यांनी दोघांना दुसरे दिवशी दरबारात सादर करायचे ठरवले.

महाराजांना मुजरा करून नागोजीरावांनी आपली व्यथा सांगायला सुरुवात केली.

“महाराज, आम्ही आपल्याकडे आलो. आपण आम्हाला कौल दिलात. आम्ही स्वत: आपल्याकडे रुजू झालो. तसेच आमच्यासारखे मोगलांकडे असलेले पांढरे, निंबाळकर, हणमंतराव घोरपडे यांच्यासारखे अनेक मातब्बर सरदार आपल्याकडे परत आणले. आपण आम्हा सर्वांवर एवढा भरवसा ठेवलात. पण आपले सेनापती काही आमच्यावर विश्वास दाखवीत नाहीत. हे आमचे चिरंजीव सुभानजी. हे आपल्या पाच हजार स्वारांसह त्यांच्या सोबत कित्येक दिवसांपासून लढत आहेत. पण सेनापतींनी अचानक एके दिवशी त्यांच्या स्वामिनिष्ठेबद्दल अंदेशा घेऊन त्यांना पाने देऊन सरळ निघून जाण्यास सांगितले. आता आपणच सांगा, आम्ही काय करायचे?”

राजाराम महाराजांनी आश्चर्याने नागोजीराव आणि त्यांच्या बाजूला उभ्या असलेल्या उमद्या, बांड्या तरुणाकडे पाहत विचारले,

“पण असे अचानक सेनापतींनी असे का बरे केले? काहीतरी कारण असणारच. काय झालंय?”

त्यावर प्रल्हाद निराजी सांगू लागले,

“महाराज, संताजीराव, धनाजीराव असे काही सरदार आपल्यासोबत सुरुवातीपासून आहेत. पण त्यांच्यासह आपली सर्वांची ताकद मोगलांच्या अफाट ताकदीपुढे कमी पडणार हे जाणून मोगलांकडे गेलेल्या आपल्या काही लोकांना आपण मानाने परत घेतले. पण त्यांच्या निष्ठेविषयी सेनापतींना नेहमीच शंका वाटते. त्यांचे शत्रूच्या गोटात जुने लागेबांधे आहेत. त्यातून दगाबाजी होऊ शकते, असे त्यांना वाटते. त्यातूनच हे घडले आहे.”

“ते ठीक आहे. त्यांना तसे वाटत असेलही. तरीही ते विनाकारण असे काही करतील असे आम्हाला वाटत नाही. आता तसे काही घडले आहे का?”

“होय. तसे काहीसे घडले आहे. अमृतराव निंबाळकर हे सुभानजींचे मामा. त्यांचा त्यांचे चुलते मुधोजीराव यांच्याशी फलटणच्या जहागिरीचा तंटा आहे. आपण मध्यंतरी मुधोजीरावांना जहागिरीचा काही भाग दिल्यापासून अमृतराव काहीसे नाराज आहेत. त्याचा फायदा उठवण्यासाठी मोगल सरदार बहादूरखान आणि हमीदुद्दीनखान यांनी त्यांना एक अरबी घोडा आणि पोशाख भेटीदाखल पाठवला होता. त्याचबरोबर ते मोगलांकडे गेले तर बादशहा त्यांना फलटणची पूर्ण जहागीर देतील असा निरोप दिला होता.”

“बरे मग?”

“तरीही अमृतराव काही त्यांच्याकडे गेले नाहीत. पण त्यांच्या हाताखालचे

पाचशे स्वार अधिक रोजमुऱ्याच्या आशेने हमीदुद्दीनखानाकडे गेले असे समजते.''

''हे सारे होतच असते. पण या साऱ्याचा सुभानजीशी काय संबंध?''

''तेच तर आम्ही म्हणतो.'' नागोजीराव मध्येच म्हणाले, ''अमृतराव जरी सुभानजींचे मामा असले तरी ते आणि त्यांचे स्वार आपल्या मर्जीचे मालक आहेत. त्यातून त्यांनी स्वत: काही गैर केलेही नाही. तरी त्यासाठी त्यांना जिम्मेदार धरून बोलायचे. त्याबद्दल जाबसाल केले की, सेनापतींचा अपमान करता असे म्हणून हाती पाने देऊन कुठेही निघून जा, असे म्हणायचे, हा कोणता न्याय महाराज?''

त्यांची तक्रार ऐकून महाराज काही काळ विचारात पडले. संताजी स्वत: कितीही निष्ठावंत, शिस्तप्रिय असले तरी सतत दुसऱ्यांच्या इमानीपणाबद्दल संशय मनात धरणेही काही बरोबर नव्हते. त्यातून अशी मातब्बर माणसे दुखावली जाऊन गनिमाच्या गळाला लागली, तर ते दौलतीच्या दृष्टीने परवडणारेदेखील नव्हते. महाराजांना असे विचारात पडले असतांनाच नागोजीरावांनी आपली आणखी एक तक्रार मांडली,

''आणखी एक बाब महाराजांच्या कानी घालायची होती. आपण आज्ञा केली, त्याप्रगाणे आम्ही वऱ्हाडातल्या अंबड, मानवत, वाशीम भागातली मोगलांची ठाणी उठवली. तिथला मोगल सुभेदार अलिमर्दानखानाला धारेवर धरले. वऱ्हाडातल्या जमीनदारांनी, मोकासदारांनी आमच्याकडे वसूल भरायचा, आम्ही तो पंतांकडे भरायचा. त्यांनी त्याच्या वराता परत पाठवल्या की, आम्ही त्यातून आमचे सैन्य सांभाळायचे, मुलूख राखायचा असे ठरले होते. होय की नाही?''

''अगदी दुरुस्त आहे तुमचे. मग तकरार काय आहे?''

''वसूल भरणा करून बराच काळ लोटला तरी वरातांचा ऐवज पावत नाही. मग आम्ही काय करायचं? वतनं, मोकासे नुसते नावावर असून काय उपयोग? पंतांना याबाबत आपल्याकडून एकदा सांगितलं गेलं तर बरं.''

हे सारे ऐकल्यावर महाराज खंडो बल्लाळांना म्हणाले,

''ताबडतोब रामचंद्रपंतांना लिहून नागोजीरावांच्या वरातांच्या मामल्यात लक्ष घालण्यास सांगा. तसेच त्यांना सेनापतींचा सुभानजींशी झालेला खटला सविस्तरपणे कळवून त्यांचे सख्य करून द्यावे असेही कळवा.''

''जी, महाराज.''

असे म्हणून खंडो बल्लाळांनी मजकूर लिहायला सुरुवात केली. अमात्यांना पत्र लिहून झाल्यावर महाराजांनी खुद्द संताजीरावांना लिहून त्यात त्यांनी सुभानजीची भेट घ्यावी. त्यांच्याशी बोलून समाधान करून घ्यावे. त्यानंतर आणाशपथा घेऊन त्यांना त्यांच्या स्वारांसह आपल्याकडे सामील करून घ्यावे. स्वामी आणि दौलत अडचणीत असताना जवळ आलेली माणसे जोडून घेऊन त्यांना भरवसा देणे जरुरीचे आहे,

असे कळवले.

पत्रे रवाना झाली. महाराजांनी आपले म्हणणे ऐकून घेतले, त्यावर कारवाई केली हे पाहून माने पितापुत्रांचे समाधान झाले. दरबारातले इतर कामकाज उरकून महाराज आपल्या महालात परतले तरी त्यांचे मन मात्र संताजी आणि अन्य सरदारांतील वाढत्या बेबनावामुळे बेचैन झाले होते.

८

मराठी मुलखात पावसाचा जोर थोडा कमी होताच संताजी, धनाजी आदी सेनानींनी मोहिमा सुरू केल्या. संताजींनी खटाववर धडक मारली आणि वेढा घातला. तिथला मोगल ठाणेदार रामचंद्र तसा मोठा कडवा होता. पण त्याची ताकद कमी होती. म्हणून औरंगजेबाने भरपूर सामग्री आणि सैन्य देऊन हमीदुद्दीनखानाला त्याच्याकडे पाठवून दिले. हे समजल्यामुळे तो अर्ध्या वाटेवर असतांनाच संताजींनी वेढा उठवला आणि ते बुध, पाचेगाव लुटत किकलीच्या दिशेने निघून गेले. हमीदुद्दीनखानाची धडपड वाया गेली.

इकडे धनाजींनी खानदेशात धडक मारली होती. त्यांची फौज मलकापुरापर्यंत आल्याचे नुसते समजताच बुऱ्हाणपुराचा सुभेदार इनायतखान घाबरून गेला. त्याने औरंगजेबाकडे मदतीसाठी माणसे पाठवून दिली. त्यांनी अशीरगड आणि होशंगाबादच्या सुभेदारांना त्याला कुमक करण्याचा हुकूम केला. पण ते येऊन पोहोचण्यापूर्वीच धनाजी भरपूर लूट घेऊन माळव्याकडे वळले होते.

या सर्व विजयी वार्ता ऐकत असतानाच एके दिवशी एक हरकारा अत्यंत महत्त्वाची बातमी घेऊन आल्याचे समजले. त्याला जलदीने बोलावून घेतल्यावर त्याने जे सांगितले त्याने सर्वांना मोठा धक्का बसला. तो खाली मान घालून मुजरा करीत म्हणाला,

''महाराज, जाधवराव सरकारांचा थोरला फर्जंद चंदनवंदन किल्ल्याजवळ झालेल्या जंगमध्ये कामी आला.''

ते ऐकल्यावर महाराजांना काही क्षण काही सुचलेच नाही. धनाजी जाधवरावांचा थोरला मुलगा संताजींसोबत असतो, एवढेच त्यांना ठाऊक होते. त्याला कधी पाहिलेलेदेखील त्यांना आठवत नव्हते. पण धनाजीरावांसाठी हा फार मोठा धक्का असणार होता हे मात्र खरे.

''पण हे असे झाले तरी कसे?''

प्रल्हाद निराजींनी विचारले. हरकाऱ्याने सारा तपशील सांगण्यास सुरुवात केली.

संताजी खटावचा वेढा उठवून किकली गावाजवळ छावणी करून थांबले होते. औरंगजेबाने पाठवलेला हमीदुद्दीनखान खटावला पोहोचला, त्याला कुमक करण्यासाठी त्याच्याच मागणीवरून औरंगजेबाने चीनकिलिचखान आणि खानाजादखान यांना मोठे सैन्य घेऊन पाठवून दिले होते. त्यासह तो संताजींच्या मागे निघाला. किकलीच्या जवळच असलेल्या चंदनवंदन किल्ल्याच्या पायथ्याशी असलेल्या वाड्यांवर त्यांनी अचानक हल्ला चढवला. तेथे जाळपोळ सुरू केली.

संताजींना किकलीच्या छावणीत हे समजले. ते लागलीच तेथे धावून गेले. तेथे फतेउल्लाखान आणि नाहरखान यांची जेमतेम दीड-दोन हजारांची दिम्मत गोंधळ घालत होती. हातघाईला सुरुवात झाली. मराठ्यांची सरशी होणार हे उघड दिसत होते. तेवढ्यात अचानक खासा हमीदुद्दीनखान त्याचे नव्या दमाचे तब्बल सात हजाराचे सैन्य घेऊन तेथे आला.

एवढी मोठी कुमक गनिमाला मिळालेली पाहून संताजींनी आपल्या लोकांना माघार घेण्यास सांगितले. पण विठोजीराव चव्हाण आणि धनाजीरावांचा फर्जंद हे शत्रूच्या गोटात अगदी आतवर घुसले होते. त्यांना चट्‌कन बाहेर पडता येईना. अखेर मोठ्या शिकस्तीने जखमी सैनिकांसह बाहेर पडण्यात विठोजीरावांना यश आले. ते सर्व जखमींना किल्ल्यात घेऊन गेले. पण जाधवरावांच्या लेकाला एवढ्या जखमा झाल्या होत्या आणि इतके रक्त वाहिले होते की त्याला वाचवणे शक्य झाले नव्हते.

सारा करीणा ऐकून दरबार स्तब्ध झाला होता. त्यातून सावरत महाराजांनी विचारले,

''जाधवरावांना कधी समजले?''

''त्यांची छावणी तिथून जवळच होती. तिथं माणसं धाडून त्यांना झालेलं कळवलं. तेव्हा ते म्हणाले, आधी गनिमाला मारून काढू या. ते लागलीच आपली पाच हजारांची सेना घेऊन दौडत आले आणि सेनापतींसह गनिमाच्या तळावर तुटून पडले. तोवर त्याला फतेउल्लाखानाची मदत आली होती. दोन्ही बाजूंनी मोठी निकराची लढत झाली. आपल्या लोकांनी मोगलांच्या सैन्याला पळवून लावले. नंतरच जाधवराव किल्ल्यात गेले आणि आपल्या लेकाला अग्नी दिला.''

हे सांगताना हरकाऱ्याचा आवाज कापत होता.

''कोणत्याही बापाला आपल्या मुलाचे क्रियाकर्म करावे लागणे यापरते मोठे दुःख नाही. आता कुठे आहेत जाधवराव? आम्हाला दुखवटा पाठवायला हवा त्यांच्याकडे गावी.''

महाराजांनी दुःखभरल्या स्वरात विचारले. त्यावर मान हलवत हरकारा म्हणाला,

''पण महाराज, ते गावी गेलेच नाहीत.''

''काय?''

धक्का बसून प्रल्हाद निराजींनी विचारले. तेव्हा तो सांगू लागला,

“जी. ही खबर समजताच पंतअमात्य धनाजीरावांच्या समाचारासाठी चंदनवंदन किल्ल्यात आले. तिसऱ्या दिवशी राख सावडून झाल्यावर जाधवराव त्यांना म्हणाले की, त्यांना घरी न जाता लागलीच मोहिमेवर निघायचे आहे. अमात्य आणि सेनापती यांनी त्यांची समजूत घालण्याचा प्रयत्न केला. त्यांना घराकडे जाण्यासाठी सांगितले. पण धनाजीराव त्यांचे ऐकनात. तेव्हा असे ठरले की, धनाजीरावांनी रामदुर्गाकडे जाऊन पुढे कर्नाटकाकडे मोहरा करायचा. सेनापती आपल्या घरी जाऊन दसरा करून त्यांच्यापाठोपाठ येतील. त्याप्रमाणे जाधवराव त्याच दिवशी रामदुर्गाकडे निघून गेले.”

“धन्य आहे जाधवरावांची. एवढं डोंगराएवढे दु:ख मागे सारून ते लढाईला बाहेर पडले.”

असे म्हणत बेचैन झालेले महाराज बैठकीवरून उठले. वळून प्रल्हाद निराजींना त्यांनी सांगितले,

“आमचे दोन्ही वीर मराठी मुलखातून मोगलांना हाकून लावून कर्नाटकाकडे निघालेले आहेत. आम्हाला त्यांच्या हालचालींची बित्तंबातमी रोजच्या रोज मिळण्याची व्यवस्था करा. तिथले बेडर आणि नायक यांच्याशी आमची दोस्ती आहे. शिवाय, गदग, कोप्पळ येथे आपले मांडलिक आहेत. त्यांच्याशी संपर्क साधून आमच्या लोकांना मदत करायला कळवून टाका.”

एवढे बोलून महाराज बाहेर पडले. प्रतिनिधी आणि इतर मंडळी कामाला लागली. महाराज आपल्या महालात गेले. तेथे ताराबाई त्यांची वाट पाहतच होत्या. धनाजीरावांच्या चिरंजीवांचा काळ झाल्याचे त्यांनाही समजले होते. त्यांना सारा तपशील सांगून महाराज म्हणाले,

“तारा, दुसरा एखादा पुत्रशोकाने व्याकूळ होऊन हतबल झाला असता. पण जाधवराव घरी जाऊन शोक करण्याऐवजी झुंजाला निघून गेले. खरंच, अशा वीरांच्या जिवावरच आम्ही आमच्या आबा महाराजांनी उभारलेले हे राज्य पुन्हा राखू शकतो आहोत. त्यांच्या गावी दुखवटा पाठवायला हवा.”

“जी. आम्ही आधीच गोपिकाबाईंकडे दुखवटा धाडायची जोडणी केलेली आहे.”

ताराबाई म्हणाल्या. थोडा वेळ थांबून विचार करत त्या म्हणाल्या,

“महाराज, आणखी एक बाब आपल्या ध्यानी आली आहे का? या झुंजात त्या मोगल सरदाराने नेमके आपल्या सेनापतींचे युद्धतंत्र वापरले आहे. आधी थोडे सैन्य पुढे पाठवायचे, नंतर मोठ्या जमावानिशी हमला करून गनिमाला कोंडीत पकडायचे. याच तंत्राने सेनापतींनी अनेक लढाया जिंकल्या आहेत. पण या खेपी तेच त्यांच्याविरुद्ध

वापरले गेले.''

ताराबाईंच्या युद्धशास्त्राच्या जाणकारीचे महाराजांना कौतुक वाटले. ते हसत म्हणाले,

''ते त्यांच्याही ध्यानी आले असेलच. पण आम्हाला खात्री आहे, ते याचा वचपा नक्कीच काढतील.''

त्यानंतर दोघे बराच वेळ पुढच्या मोहिमा आणि औरंगजेबाच्या हालचाली यावर चर्चा करीत बसले.

९

इकडे धनाजी आपला तरणाबांड मुलगा गमावल्याचे दुःख दूर सारत रामदुर्गाकडे निघाले. तिथला मोगल किल्लेदार लच्छीराम गौड हे समजताच घाबरून गेला. त्याने मदतीसाठी औरंगजेबाकडे ब्रह्मपुरीला माणसे धाडून दिली. औरंगजेबाने खटावला थांबून राहिलेल्या खानाजादखानाला रामदुर्गाकडे जाण्याचा हुकूम केला. तो अकलूजमार्गे निघाला आहे हे समजताच धनाजींनी आपला मोहरा सरळ त्याच्याकडे म्हणजेच अकलूजकडे वळवला.

इकडे संताजी दसऱ्याचे सीमोल्लंघन करून भूपाळगडावर आले. तेथून ते विजापूरमार्गे रामदुर्गकडे निघाले. संताजी आणि धनाजी दोघेही कर्नाटकाकडे निघाल्याचे औरंगजेबाला समजताच त्याने हिंमतखानाला रामदुर्गाकडे जाण्यास सांगितले. त्याच वेळी धनाजींनी खानाजादखानाला अकलूजजवळ थोपवल्याचे औरंगजेबाला समजले. त्याने ताबडतोब विजापूरचा सुभेदार लष्करखान याचा मुलगा नुस्त्रतुल्लाखान याला हिंमतखानासोबत रामदुर्गाकडे संताजी आणि धनाजींना अडवण्यासाठी पाठवून दिले. पण त्या दोघांनी रामदुर्ग गाठण्यापूर्वीच संताजी वेढा उठवून हंपीमार्गे गदगला येऊन पोहोचले.

कर्नाटकात गदग आणि कोप्पळसारखी मराठ्यांची काही मांडलिक राज्येही होती. गदगचा सुभेदार महादजी शंकर आणि इतर राज्यांचे सुभेदार त्या भागात नेमलेले होते. मधल्या काळात मराठ्यांचे इकडे दुर्लक्ष झाल्यामुळे ते खंडणी वेळेवर देत नव्हते. संताजींनी त्यांना सर्वांना चांगलेच खडसावल्यावर त्यांनी भरपूर धान्य, दारूगोळा आणि सैन्यबळ दिले. ते घेऊन जय्यत तयारीनिशी संताजींनी तुंगभद्रा ओलांडून चित्रदुर्गाकडे झेप घेतली. तोपर्यंत धनाजी अकलूजला खानाजादखानावर जरब बसवून रामदुर्गाकडे परत निघाले. पण संताजी तिथून पुढे चित्रदुर्गाकडे गेल्याचे त्यांना समजले. त्याबरोबर त्यांनी उत्तर कर्नाटकाकडे आपला मोर्चा वळवला.

मराठ्यांचे दोन्ही प्रमुख सेनानी भरपूर सैन्यबळासह कर्नाटकात उतरले आहेत,

हे औरंगजेबाला समजले. त्याने तोडीस तोड देण्याचा डाव आखला. त्याने त्याचा दक्षिणेचा सुभेदार कासिमखान याच्याकडे मराठ्यांविरुद्ध आखलेल्या मोहिमेचे नेतृत्व दिले. कासिमखान स्वत: कसलेला लढवय्या सेनानी तर होताच, शिवाय त्याच्या मदतीला इतर मोठ्या नामजद मोगल सरदारांची फळीच उभी करण्याचे औरंगजेबाने ठरवले. खानाजादखान आधी खटावला होता. धनाजींना अडवण्यासाठी तो अकलूजपर्यंत आलेला होता. तिथून पुढे तो ब्रह्मपुरीला छावणीत गेला होता. तो औरंगजेबाचा अगदी जवळचा संबंधी होता. औरंगजेबाची मावशी सलिहा बेगम हिची मुलगी हमीदाबानो हिचा मुलगा रहुल्लाखान याचा हा मुलगा. त्याला युद्धाचा मोठा अनुभव होता. त्यालाच संताजीवर पाठवण्याचे बादशहाने ठरवून टाकले.

खानाजादखानाच्या सोबतीला औरंगजेबाने शाही तोफखान्याचा प्रमुख सफशिकनखान याला सुसज्ज तोफखाना आणि बारूदखान्यासह जोडून दिले. त्याशिवाय मुहंमद मुरादखान, सैय्यद असालतखान, मिर्झा हसन असे अनेक शूर सेनानी त्यांच्या सैन्यासह त्याला सामील झाले होते. त्याच्या दिमतीला बादशहाच्या खास विश्वासातले, त्याच्या हप्त चौकीतले निवडक सैनिक आणि मनसबदार जोडून दिले होते. इतकेच नव्हे तर शहाजादा कामबक्षाकडचे दहा हजारांचे लढाऊ घोडदळ खानाजादखानाला दिले होते.

या सैन्यबळाशिवाय शेकडो तोफा, प्रचंड ताकदीचा बारूदखाना, दाणागोटा आणि धान्य याचा मोठा साठा, अनेक उंट, हत्ती, जनावरे, इतर वरकड साहित्यासह हजारो खिदमतगार, बुणगे असा सरंजाम बादशहाने दिलेला होता. खानाजादखानाच्या कर्नाटकाच्या वाटेवर येणाऱ्या सर्व मोगली ठाण्यांना जमेल तेवढे माणूसबळ आणि सामग्री पुरवण्याचे हुकूम त्याने सोडले होते. असे सुसज्ज चतुरंग दळ घेऊन खानाजादखान झपाट्याने चित्रदुर्गाच्या दिशेने निघाला.

कासिमखानाला असदखानाकडून बादशहाचा हुकूम मिळाला तेव्हा तो अधोनीच्या किल्ल्यात होता. तो तिथून तातडीने निघाला आणि झपाट्याने पस्तीस कोसांचे अंतर पार करून बेल्लारीमार्गे चलकेरी या गावी आला. तिथून उत्तरेला पाच कोसावर असलेल्या तलाकू या गावाजवळ त्याने आपली छावणी टाकली. तेथे थांबून तो आपल्या मदतीला येणाऱ्या शाही सैन्याची वाट पाहत थांबला.

खानाजादखान हा औरंगजेबाच्या शाही कुटुंबातला अत्यंत जवळचा नातेवाईक आहे, त्याचा बराच लाडकाही आहे असे कासिमखानाला समजले. त्यामुळे बादशहाला खूश करण्यासाठी त्याच्या या भाच्याचे आपण अगदी भव्य स्वागत करावे असे त्याच्या मनाने घेतले. हे एकदा पक्के ठरवल्यावर तो मोठ्या उत्साहात कामाला लागला.

त्याने तलाकू आणि चलकेरी यांच्या बरोबर मध्यभागी जागा निवडली. तेथे

खानाजादखानाचे जोरदार स्वागत करून जंगी मेजवानी द्यायचा बेत त्याने आखला. मधोमध खुद्द खानाजादखानासाठी भव्य शामियाना उभारला गेला. तसेच त्याच्या आजूबाजूला अन्य सरदारांसाठी डेरे उभारायचे असे त्याने ठरवले. त्यासाठी अधोनीच्या किल्ल्यातून सारी सामग्री आणि मनुष्यबळ आणायचे ठरले. शामियाने सजवण्यासाठी रेशमी आणि मखमली वस्त्रांचे तागेच्या तागे, कर्नाटकी कसबी कारागिरांच्या कशिदागारीने नटलेले पडदे, बिछायती, लोड, तक्के मागवले गेले. बहुमोल, अगदी पाय रुततील असे इराणी गालिचे अंथरले गेले.

शामियानांमध्ये नक्षीदार चिराखदाने, सुरया, तस्ते, चांदीची तबके, नक्षीदार प्याले अशा वस्तू मागवल्या गेल्या. शाही खाना बनवण्यासाठी कुशल खानसामे बोलावून घेतले गेले. त्यांना लागणारे काजू, मनुका, पिस्ता, बदाम, विविध मसाल्यांचे पदार्थ, मिठाया, उत्तमोत्तम मोसमी फळे अशा सर्व सामानाचे ढीग येऊन पडू लागले. शामियान्याच्या छताला शोभिवंत हंड्या, झुंबरे लावून झाली. ही सारी तयारी खास आपल्या देखरेखीखाली पूर्ण करून कासिमखान मोठ्या समाधानाने तलाकू येथे असलेल्या आपल्या छावणीत परतला.

त्याच्या छावणीपासून अवघ्या सहा कोसांवर संताजींचा तळ होता. तेथे त्यांचे स्वतःचे बारा हजारांचे पायदळ आणि दहा हजारांचे घोडदळ होते. त्याशिवाय मांडलिकांनी आणि बेडरांनी दिलेले हजारो कडवे बर्कंदाज त्यांच्याकडे होते. एवढे मोठे सैन्य घेऊन ते तेथे थांबून राहिले होते. स्वतःच्या सामर्थ्यावर फाजील विश्वास असणाऱ्या कासिमखानाला त्याची कल्पना होती, पण पर्वा वाटत नव्हती. दोन्ही बाजू नजीकच्या भविष्यात होणाऱ्या संग्रामाच्या तयारीत होत्या. पण कासिमखान मात्र आपला विजय झालेलाच आहे असे गृहीत धरून लढाईची तयारी करण्याऐवजी शाही मेजवानीच्या तयारीत गुंतलेला होता.

१०

चंदीला राजाराम महाराजांकडे मोगलांच्या कर्नाटकातील हालचालींचा तपशील येऊ लागला. खानाजादखान ब्रह्मपुरीच्या छावणीतून निघाल्यापासून त्याचे सैन्य पुराच्या पाण्यासारखे फुगत गेले होते. पन्नास हजारांवर सैन्यबळ, छोट्यामोठ्या शेकडो तोफा, अमाप दारूगोळा, अनेक नामांकित सरदार अशा जय्यत तयारीनिशी तो निघालेला होता. विशेष म्हणजे या वेळी नेहमीप्रमाणे आरामात न येता हे चतुरंग दळ मोठ्या वेगाने दक्षिणेकडे सरकू लागलेले होते. हे सारे ऐकून बेचैन झालेल्या महाराजांनी दरबार बोलावला. प्रल्हाद निराजींनी सारी माहिती दिली. ते म्हणाले,

"औरंगजेबाने एवढे मोठे बळ कर्नाटकात पाठवले आहे याचा अर्थ असा होतो

की, तो आता आरपारची लढाई करण्याच्या प्रयत्नात आहे. खानाजादखान एकदा कासिमखानाला भेटला की, त्यांचे बळ आणखी वाढेल. संताजी या वेळी तिथेच आहेत, पण त्यांचे आणि आपल्या मांडलिकांचे तसेच बेडरांचे बळ एकत्र केले तरीसुद्धा ते गनिमाच्यापेक्षा बरेच कमी आहे. म्हणून या विषयात बोलण्यासाठी आज आपण जमलो आहोत.''

हे ऐकताच दरबारातील वातावरण गंभीर झाले. त्यावर महाराज म्हणाले,

''औरंगजेब एवढ्यावर गप्प बसेल असे आम्हाला वाटत नाही. हिंमतखान बसवापट्टणला आहे. त्यालाही तो कासिमखानाला कुमक करण्यासाठी पाठवेल असे वाटते. तो तिथे पोहोचला तर परिस्थिती अधिक अवघड होईल. त्याला अडवणे आवश्यक आहे. त्या भागातल्या आपल्या सुभेदारांना तेथे सैन्य धाडण्यासाठी कळवून टाका.''

''जी, महाराज.''

प्रल्हाद निराजी म्हणाले, खंडो बल्लाळांनी तसे खलिते लिहिण्यास सुरुवात केली. महाराज पुढे म्हणाले,

''संताजी आणि धनाजींना कर्नाटकात अडवल्यावर औरंगजेब झुल्फिकारखानावर त्याने इथे हालचाल करावी यासाठी दडपण आणणार. तेव्हा तो काय करत आहे यावर लक्ष ठेवायला हवे.''

महाराज हे बोलत आहेत तोच एक हरकारा काही महत्त्वाची खबर घेऊन आल्याचे समजले. महाराजांनी त्याला सरळ दरबारात बोलावून घेतले, तो मुजरा करीत म्हणाला,

''महाराज, झुल्फिकारखान आपल्या बऱ्याच फौजेसह वेलोरकडे निघालेला आहे.''

''हं. त्यांना असे काही करणे आवश्यकच आहे. आम्हाला फारसा त्रास द्यायचा नाही. त्याच वेळी आपल्या बादशहाला आपण काहीतरी करत आहोत हे दाखवायचे म्हणजे असे काही करावे लागणारच. पण आम्हाला त्याची फारशी काळजी वाटत नाही. आपला वेलोरचा किल्ला अगदी बेलाग आहे. खुद्द आमच्या आबा महाराजांनासुद्धा त्याने तब्बल दीड वर्षे झुंज दिली होती. शिवाय, आमचे बाजीराव काकडे पूर्ण भरवशाचे आहेत.''

''ते खरे आहे महाराज, पण बाजीरावांकडे आता शिबंदी बरीच कमी आहे. पावसाळा तोंडावर आहे. म्हणजे किल्ल्यात फार तर पावसाळा उलटेपर्यंतची बेगमी केलेली असणार. त्यामुळे ते जास्तीत जास्त तीन महिने तग धरू शकतील असे वाटते.''

प्रधान निळोपंत म्हणाले. त्यावर महाराजांनी आज्ञा केली,

"पंत, संताजी, धनाजी आणि इतर सरदारांकडे तातडीचे हरकारे पाठवा. वेलोरला बाजीरावांना मदत करायला हवी."

हरकारे तातडीने रवाना झाले. धनाजींना निरोप मिळाला तेव्हा ते रामदुर्गाहून पुढे संताजींच्या मागे कर्नाटकात निघाले होते. महाराजांचा सांगावा मिळाल्यावर त्यांनी आपला मोहरा बदलला. धारवाड, दावणगिरीमार्गे ते वेलोरकडे निघाले. चलकेरीला कासिमखानाची छावणी होती. तिच्या जवळून त्यांचे सैन्य इतक्या वेगात निघून गेले की कुणाला समजलेही नाही. कासिमखानाला जेव्हा हे समजले तेव्हा आता संताजींना धनाजींची कुमक मिळणार नाही, याचा उलट त्याला आनंदच वाटला.

धनाजी वेलोरजवळ आल्याचे झुल्फिकारखानाच्या छावणीत समजले अन् एकच घबराट पसरली. तीन वर्षांपूर्वी त्यांनी चंदीच्या वेढ्यावर आक्रमण करून जी दाणादाण उडवली होती, ज्याप्रकारे इस्माइलखान मखाला पकडून कैद केले होते त्याच्या आठवणी अजून ताज्या होत्या. आपल्या लोकांची बेचैनी झुल्फिकारखानाच्या ध्यानात आली. त्याने आपला सारा सरंजाम, कबिला, बुणगे, नोकरचाकर आदी राव दलपतसारख्या विश्वासू सरदाराच्या ताब्यात दिले. त्याला सर्वांसह अर्काटच्या किल्ल्यात पाठवून दिले. वेढ्यातले लढाऊ सैन्य तेवढे गोळा करून तो धनाजींना भिडण्यासाठी बाहेर पडला.

धनाजी वेलोरचा वेढा उठवण्यासाठी आले होते. ते त्यांचे काम न लढताच परस्पर पार पडले होते. त्यांना झुल्फिकारखान वेढा उठवून त्यांना भिडण्यासाठी येत आहे हे समजल्यावर ते तिकडे न वळता चंदीकडे निघाले. झुल्फिकारखान पाठलाग करू लागला. ते पाहून धनाजी चंदीची दिशा बदलून दक्षिणेला तिरुवाडीच्या रोखाने निघाले. थोडा वेळ त्यांचा पाठलाग करून खान अर्काटला परत गेला.

११

महाराज वेलोरच्या बातमीकडे लक्ष ठेवून होते. धनाजींनी वेलोरचा वेढा उठवलेला आहे. तेथून पुढे ते तसेच तिरुवाडीला गेलेले आहेत, हे त्यांना समजले. बाजीराव काकडेंवरचे संकट दूर झाले याबद्दल त्यांना समाधान वाटले. या विषयी ते बोलत आहेत तेवढ्यात कर्नाटकातून हरकारा आल्याचे समजले. त्याला महाराजांनी तातडीने बोलावून विचारताच तो म्हणाला,

"कासिमखान अधोनीहून चलकेरीला आला होता. आता तेथून उत्तरेला पाच कोसावर तलाकू येथे त्याने छावणी टाकलेली आहे. खानाजादखान तेथून एका मजलेवर आलेला आहे. त्याच्या सोबत शाही तोफखान्याचा प्रमुख सफशिकनखान, मिर्झा हसनसारखे मोठे घोडदळ असलेले सरदार आणि शहाजादा कामबक्षाच्या

दिम्मतीपैकी दहा हजार असा एकूण जवळजवळ साठ हजारांचा जमाव आहे.''

मोगलांच्या या प्रचंड चतुरंग दळाची माहिती ऐकून बेचैन झालेल्या महाराजांनी काळजीने विचारले,

''आपल्या सैन्याची काय परिस्थिती?''

''महाराज, सेनापती मोगलांच्या तळापासून अवघ्या सहा कोसावर छावणी टाकून बसलेले आहेत. त्यांच्याकडे गनिमाच्या मानाने अगदी कमी म्हणजे निम्म्याने जमाव आहे.''

''मग?''

''सेनापती तिथून निघून न जाता गनिमाशी दोन हात करण्याच्या पक्क्या इराद्याने तिथेच उभे ठाकलेले आहेत.''

''वा. खरंच, दुसरा एखादा असता तर शत्रूचे एवढं मोठं सैन्य जमा होण्याच्या आतच तिथून निघून गेला असता. पण आमचे संताजी त्यातले नाहीत. पण या वेळी आम्हाला त्यांची जास्त काळजी वाटते आहे. कसं आहे, आमच्या मराठी मुलखात डोंगरदऱ्यांच्या आधाराने छोट्या-छोट्या तुकड्यांनी छापे टाकून गनिमाला जेरीस आणणे वेगळे आणि खुल्या मैदानात त्यांच्या चतुरंग दळाशी लढणे वेगळे. पण जर त्यांनी असे ठरवलेच आहे याचा अर्थ त्यांच्या मनात काहीतरी आगळा बेत शिजत असणार.''

संताजीच्या युद्धकौशल्याबद्दल महाराजांच्या मनात पूर्ण विश्वास होताच, पण त्यांच्या मनात काळजीदेखील डोकावत होती. ते विचार करत म्हणाले,

''मोगल सरदार हिंमतखान तिथून तीस कोसांवर बसवापट्टणला आहे. आम्ही यापूर्वी त्याला गनिमाची मदत करता येऊ नये यासाठी आपल्या त्या भागातल्या सरदारांना कळवण्यास सांगितले होते. आता पुन्हा एकदा त्यांना आणि सर्व मांडलिक, बेडर आणि नायकांनासुद्धा हिंमतखानाला अडवण्यासाठी आणि सेनापतींना जमेल ती साथ देण्यासाठी कळवून टाका.''

''जी, महाराज.''

असे म्हणत सारे कारभारी मंडळ कामाला लागले.

मोगल आणि मराठ्यांच्या संघर्षाचा केंद्रबिंदू आता कर्नाटकाकडे सरकला होता. तलाकू-चलकेरी येथे लढणारे संताजी आणि झुल्फिकारखानाला पाठीवर घेऊन तिरुवाडीला वेढा घालून बसलेले धनाजी या दोघांच्या हालचालींवर महाराजांचे सारे लक्ष एकवटले होते. दोन्हीकडची माहिती घेऊन त्यांना जमेल ते साह्य करण्याची व्यवस्था करण्यात ते व्यग्र होऊन गेले होते.

१२

कासिमखान त्याच्या तलाकू येथील छावणीत स्वागताची जय्यत तयारी करून खानाजादखानाची मोठ्या आतुरतेने वाट पाहत होता. त्याच्यासारख्या बादशहाच्या अगदी जवळचा नातेवाईक असलेल्या खानदानी उमरावाचा अतिशय थाटामाटात सत्कार समारंभ करायचा, त्यानंतर एवढ्या प्रचंड सैन्यबळाच्या जोरावर संताजींचा सहजपणे पाडाव करायचा, त्याबद्दल बादशहाकडून शाबासकी मिळवायची. मान-मरातब, खिल्लत, जमलेच तर आणखी वरचे पद मिळवायचे अशी स्वप्ने त्याला पडू लागलेली होती.

खासा खानाजादखान एका मजलेवर आल्याचे कासिमखानाला समजले. त्याने अगदी जातीने वाजतगाजत पुढे जाऊन त्याची थाटात आगवानी केली. त्याला मानाने तलाकू येथील आपल्या तळावर आणले. तेथेही खुद्द खानाजादखानासाठी खास भव्य शामियाना उभारलेला होता. त्याच्या बाजूला इतर महत्त्वाच्या सरदारांचे तंबू टाकलेले होते. तलाकूच्या आजूबाजूच्या दोन कोसांच्या घेऱ्यात छावणी पसरलेली होती.

प्रवास करून आल्यावर दिवसभर आपल्या लोकांची व्यवस्था लावण्यात सारे सरदार थकून गेले होते. स्वत: खानाजादखान मात्र संध्याकाळी कासिमखानाबरोबर छावणीची पाहणी करून आला. त्या रात्री त्याच्या शामियान्यात कासिमखानाने काही खास सरदारांसह उंची मद्य आणि स्वादिष्ट भोजनाची तयारी करून ठेवलेली होती. त्याचा समाचार घेता घेता कासिमखान त्याने योजलेल्या जश्न आणि मेजवानीबद्दल सांगू लागला. पण खानाजादखानाला मात्र त्याच्यापेक्षा गनिमाला म्हणजे संताजीला गाठण्याची अधिक ओढ होती. त्याने त्याबद्दल विचारताच हात उडवत कासिमखान म्हणाला,

"आप उसकी इतनी फिक्र क्यूं करते हो, खानसाहब? तो इथून जवळ अगदी सहा कोसांवर थांबलेला आहे. आपल्या निम्म्याने जमाव आहे त्याच्याकडे. मला तर वाटतं, आपलं एवढं मोठं बळ पाहून तो पळूनच जाईल घाबरून."

"नहीं कासिमखान, हम ऐसा नहीं चाहते। तो जिथे असेल तिथे त्याला गाठून संपवून टाकण्याचा इरादा आहे आमचा. इसी तमन्नाको लेकर हम यहाँ आये है।"

त्याचा तो आवेश पाहून खूश झालेला कासिमखान म्हणाला,

"इन्शाल्ला. आपकी मनशा जरूर पूरी होगी । लेकिन खानसाहेब, आपण ते सारे उद्याचा जश्न पार पाडल्यावर पाहू. तो संताजी कुठं जातोय. त्याला आपण गाठूच. पण आपण एवढी सफर करून आला आहात. आज खाना झाल्यावर आपण आराम फर्मावावा असे वाटतं."

कासिमखान आपल्या आवाजात जमेल तितके मार्दव आणि नम्रता आणून बोलला. जेवण साग्रसंगीतपणे पार पडले. कासिमखान आपल्या डेऱ्यात परतला. दमलेला होता, तरीही दुसऱ्या दिवशीच्या जश्नचे विचार त्याच्या मनात घोळत होते. बरीच रात्र उलटल्यावर त्याचा डोळा लागला. पहाऱ्यावरचे मोजके सैनिक सोडले तर बाकीची छावणी दमलेल्या जनावरासारखी अस्ताव्यस्तपणे निसूर होऊन पसरली होती.

संताजींची तिथून जवळच असलेली छावणी मात्र पूर्णपणे जागी होती. गनिमाच्या हालचालींची सारी बित्तंबातमी त्यांच्याकडे येत होती. आपल्यापेक्षा जवळजवळ दुप्पट बळ आणि प्रचंड साधनसामग्रीसह सज्ज होऊन गनीम इतक्या जवळ आलेला आहे, हे पाहून गर्भगळित होण्याऐवजी संताजींना अधिक चेव आला होता. मोगलांना चारीमुंड्या चीत करण्यासाठी ते डावपेच आखत होते. त्यातही त्यांची नजर तलाकू इथल्या मौल्यवान पेशखान्यावर खिळलेली होती.

अत्यंत पेशकिमती ऐवज असलेली तो पेशखाना हस्तगत करण्याचा त्यांचा मनोदय होता. त्यामुळे एकाच वेळी अनेक गोष्टी साधता येणार होत्या. भले मोठे घबाड हाती लागणार होते. बादशहाला त्याच्या नातलगांमार्फत खूश करण्याचा कासिमखानाचा डाव उधळला जाणार होता, अन् त्याच वेळी गनिमाच्या जोषात आलेल्या लष्कराच्या उत्साहाला ग्रहण लावता येणार होते. हे सारे ध्यानी घेत त्यांनी पद्धतशीरपणे एक अत्यंत धाडसी बेत आखला होता. त्याची अंमलबजावणी करायची वेळ आता आली होती.

१३

रात्रीचे दोन प्रहर उलटले. पेशखान्यासोबत पाठवलेल्या माणसांनी दुसऱ्या दिवशीच्या कार्यक्रमाची बऱ्याच उशिरापर्यंत जागून जय्यत तयारी केली. मग सकाळी लवकर उठायचे असल्यामुळे ते झोपून गेले. पेशखान्यामध्ये बऱ्याच मौल्यवान वस्तू असल्यामुळे कासिमखानाने दीड हजार हत्यारबंद बांडे जवान तेथे तैनात केले होते. पण इथून जवळच आपली एवढी मोठी छावणी आहे, तर कोण कशाला चोरी करायचे धाडस करणार असा विचार करून पहाऱ्यावरच्या चौक्यातले लोक सोडून सारे जण निवांतपणे झोपून गेले.

हीच संधी साधायची असे ठरवून दबा धरून बसलेल्या विठोजी चव्हाण आणि मकाजी देवकाते या दोन अव्वल वीरांनी पाच हजार स्वारांनिशी पेशखान्यावर हल्ला चढवला. अर्धवट झोपेत असलेले मोगल सैनिक अवघ्या प्रहरभराच्या हाणामारीत

मारले गेले. त्यानंतर मराठ्यांनी सावकाशपणे पेशखान्यातल्या किमती सामानाची लूट करून ते आपल्या तळावर हलवले. उरलेल्या वस्तूंना आग लावून देऊन ते परतले. त्यांनी तेथे काम करत असलेले नोकरचाकर आणि बुणगे यांना मात्र त्यांनी हात लावलेला नव्हता. अचानक झालेला हल्ला, लूट आणि आगीने केलेला विध्वंस पाहून ती गरीब माणसे घाबरून तलाकू येथे मुख्य तळाकडे ओरडत पळत सुटली.

कासिमखान पहाटेच्या गाढ साखरझोपेत दुसऱ्या दिवसाची स्वप्ने पाहत गुंगला होता. अचानक झालेल्या आरडाओरड्याने त्याची तंद्री भंगली. धडपडत उठलेल्या खानाच्या कानी पेशखाना लुटला गेल्याची खबर एखादा हातोड्याचा घण मस्तकावर आदळावा अशी कोसळली. काही क्षण त्याला काही सुचलेच नाही. त्यानंतर स्वतःला कसेबसे सावरत त्याने आपल्या स्वारांना तयार व्हायचा हुकूम दिला. आपले सहा हजारांचे घोडदळ घेऊन तो पेशखान्याकडे दौडू लागला. त्याच्या मागोमाग दोन हजाराचे पायदळ धावत होते.

साधारण कोसभर अंतरावर डोंगराची रांग होती. त्यांच्या पलीकडून धुमसणाऱ्या आगीचे लोळ आणि आभाळात चढणारे धुराचे ढग दिसू लागले. ते दृश्य पाहून तर कासिमखानाच्या मनात संतापाचा आगडोंब उसळला. आग पाहिल्यामुळे थबकलेल्या आपल्या सैनिकांना त्याने ओरडून पुढे जाण्याचा हुकूम केला. ते सावरून निघणार तोच टेकड्यांच्या आडून हणमंतराव धोंड आणि हणमंतराव निंबाळकर अशा नामजद सेनानींसह खुद्द मराठ्यांचे सेनापती संताजी दहा हजारांच्या घोडदळासह त्यांच्या समोर आले. त्यांनी त्याच्या दोन्ही बगलांवर चाल केली.

अनपेक्षितपणे झालेल्या हल्ल्यामुळे कासिमखानसुद्धा काही क्षण गांगरून गेला. तसा तोही काही साधासुधा योद्धा नव्हता. औरंगजेबाने 'गझनफर गाझी' अशा बिरुदाने नावाजलेला बहाद्दर गडी होता. त्याने मागे छावणीत असलेल्या खानाजादखानाकडे माणसे धाडून दिली. स्वतःला लागलीच सावरून तो मराठी सैन्यावर तुटून पडला. चार प्रहर हाणामारी झाली तरी कुणी हटेना. दिवस माथ्यावर आला. मराठ्यांनी मोगल सैन्याची पार कोंडी करून टाकली होती. पुढे टेकड्या आणि आग, मागे मराठी वीर अशी कासिमखानाची अवस्था झाली.

कासिमखानाने पाठवलेल्या लोकांनी जे सांगितले त्यावर खानाजादखानाचा तर विश्वासच बसेना. जर कालच कासिमखानाने सांगितल्याप्रमाणे मराठ्यांचे सैन्य त्यांच्यापेक्षा खरोखरच निम्म्याने कमी होते, तर ते असे अचाट धाडस करूच कसे शकतात हे त्याला समजत नव्हते. सारे काही त्याच्या कल्पनेच्या पलीकडचे होते. पण आता त्याबद्दल अधिक विचार करत बसायला त्याच्याकडे वेळ नव्हता. हाताशी येतील ते स्वार घेऊन तो कासिमखानाला कुमक करण्यासाठी धावला.

मराठ्यांची तिसरी फळी याच क्षणाची वाट पाहत थांबलेली होती. खानाजादखान पुरेसा दूर गेल्याची खात्री झाल्यावर गणोजी जाधव, बाजी कोळेकर, जनाजी जाधव, गोविंदराव पंचहजारी आणि चांदजीराव पाटणकर असे एकापेक्षा एक खंदे वीर आपापल्या स्वारांसह छावणीवर तुटून पडले. बहुतेक सारे घोडदळ आणि लढाऊ पायदळ दोन्ही खानांसोबत निघून गेले होते. उरलेल्यांनी फारसा प्रतिकार केलाच नाही. छावणीतील हजारो उमदी घोडी, जनावरे, दारूगोळा, धान्यगोटा असे सारे काही तिथल्याच जनावरांवर लादून जवळच असलेल्या मराठी छावणीत पाठवले गेले. उरलेल्या वस्तू आणि तंबूंना आग लावून देण्यात आली.

मागच्या बाजूला छावणीतून उठणाऱ्या आगीच्या ज्वाळा पाहून कासिमखान पुरता हबकून गेला. पुढे आणि मागे दोन्हीकडे उसळलेला आगडोंब आणि साऱ्या बाजूंनी चेपणारे मराठे वीर अशा परिस्थितीतही तो नेटाने लढत होता. त्यातच मोगल छावणीतली लूट सुखरूपपणे आपल्या छावणीत पोहोचवून गोविंदराव पंचहजारी आणि चांदजी पाटणकर परत येऊन त्याच्या पिछाडीला भिडले. अखेर पूर्ण अंधार पडल्यावरच लढाई थांबली. आदल्या रात्री दोन प्रहरी सुरू झालेला, जवळजवळ अठरा तास चाललेला संग्राम त्या दिवसापुरता का होईना शांत झाला.

रात्री काहीशी सवड मिळाल्यावर कासिमखान लढण्याचे सोडून आता या मराठ्यांच्या कचाट्यातून कसे सुटावे याचा विचार करू लागला. पुढेमागे आग आणि इतर बाजूंनी सैनिकांनी त्याला कोंडीत पकडलेले होते. मराठ्यांची छावणी युद्धभूमीच्या पश्चिमेला होती. म्हणजे ती बाजू काही धरता येत नव्हती. हे लक्षात येताच दुसऱ्या दिवशी झुंज सुरू होताच कासिमखानाने पूर्व दिशेला आपला मोहरा वळवण्याचे ठरवले. सारी ताकद तिकडे एकवटली. तेथून जवळच असलेली दोड्डेरीची गढी कसेही करून गाठायची असे त्याने ठरवून टाकले. त्या दिवशी संध्याकाळपर्यंत तिथवर पोहोचण्यात त्याला यश लाभले.

दोड्डेरीच्या किल्लेदाराला याची खबर लागली होतीच. एवढी मोठी झुंड आपल्या दाराशी आलेली पाहून त्याने चक्क गढीचे दरवाजे लावून घेतले. सतत दोन दिवस लढलेल्या भुकेल्या माणसांना सामावून घेणे, त्यांना अन्नपाणी पुरवणे त्याच्या कुवतीबाहेरचे होते. ते पाहून थकलेल्या सैनिकांनी जवळच असलेल्या तलावाच्या काठी थंडीवाऱ्यात उघड्या मैदानावर आपला तळ टाकला. अन्न मिळाले नाही तरी तळ्यातल्या पाण्याच्या आधाराने कसाबसा आपला धीर आणि जीव टिकवण्याचा प्रयत्न करू लागले. त्यांचा पाठलाग करत आलेले मराठी सैन्य काही अंतर सोडून त्यांना घेरा घालून बसले.

दुसरी रात्र कशीबशी पार पडली. तिसऱ्या दिवशी सकाळी कासिमखानाने गेल्या दोन दिवसांत झालेल्या सर्व घटनांचा आढावा घेतला. तेव्हा त्याच्या लक्षात आले

की, या दोन दिवसांत त्याचे जवळजवळ निम्मे सैन्य कामी आले होते. त्याने मोठ्या कष्टाने जमा केलेली साधनसामग्री, जडजवाहीर, अन्नधान्य सारे काही एकतर लुटले तरी गेले होते किंवा जाळून टाकले गेले होते. अवघ्या दोन दिवसांत संताजी आणि त्यांच्या मराठी वीरांनी त्याचे एवढे मोठे नुकसान केले होते.

१४

त्या वेळी औरंगजेब ब्रह्मपुरीला होता. खानाजादखानाने तातडीने काही हरकारे मदतीसाठी तेथे पाठवून दिले होते. त्यांनी सांगितलेल्या हकिकतीवर सुरुवातीला कोणाचाही विश्वास बसत नव्हता. आपल्या एवढ्या प्रचंड चतुरंग दळाला इतक्या सहज कोणी हरवू शकेल हे पटणे तसे कठीण होते. औरंगजेबाने मात्र लागलीच हालचाली केल्या. छावणीतच असलेल्या हमीदुद्दीनखान याला मोठी फौज देऊन लागलीच निघण्यास सांगितले. तसेच हैदराबादहून रुस्तुमदिलखानाला आणि अकलूजला असलेल्या लुत्फुल्लाखानाला दोड्डेरीला जाण्याचे हुकूम पाठवले.

काही झाले तरी या तिघांपैकी कोणीही किमान आठवड्यापूर्वी तेथे पोहोचू शकत नव्हते. याच काळात तेथे अडकलेल्या मोगल सैनिकांची दुर्दशा अतिशय वाढत चालली होती. खायला अन्न नाही, लढायला दारूगोळा नाही, गढीचे दरवाजे काही उघडत नाहीत, मराठ्यांचा घेरा तेवढा पक्का बसलेला. अशा परिस्थितीत ते पार हतबल झाले होते. नुसते तलावाचे पाणी पीत तरी किती दिवस तग धरणार! आज ना उद्या शरण येतीलच. आपण फक्त त्याची वाट पाहत राहायची, असे संताजींनी ठरवून टाकले.

आणखी दोन दिवस उलटले. पाचव्या दिवशी गढीच्या किल्लेदाराला कसेतरी पटवून फक्त कासिमखान, खानाजादखान आणि सफशिकनखान यांनी एकदाचा गढीत प्रवेश मिळवला. तिथली एकंदर परिस्थिती तर अगदीच वाईट होती. हे पाहून ते हबकून गेले. त्यातच खुद्द कासिमखानाचा त्याच रात्री मृत्यू झाला. कुणी म्हणाले, एवढे मोठे अपेश आल्याने त्याने आत्महत्या केली. तर कुणी सांगत होते की त्याला अफूचे जबरदस्त व्यसन होते. ती काही दिवस न मिळाल्याने आकडी येऊन तो मेला. काही का कारण असेना, मोगलांचा दक्षिणेतला एक मोठा लढवय्या सुभेदार नाहीसा झाला एवढे मात्र खरे.

खानाजादखानाला मात्र अजूनही आपल्याला कुठून तरी मदत येईल असे वाटत होते. दोड्डेरीहून अवघ्या तीस कोसांवर बसवापट्टणला हिंमतखान होता. तेथेही त्याने मदतीसाठी माणसे पाठवली होती. हिंमतखानाला तिथून येण्यासाठी निदान दोन दिवस लागतील. तोवर वाट पाहावी असे त्याने ठरवले होते. हे संताजींना

समजताच आपल्या सैन्याची एक तुकडी घेऊन ते त्याला अडवण्यासाठी निघाले. पण ते अर्ध्या वाटेत असतानाच त्यांना समजले की, राजाराम महाराजांनी परस्पर सैन्य पाठवून त्याला रोखले होते. त्यामुळे ते परत फिरले. परत येत असताना आपल्या महाराजांचे आपल्या हालचालींवर लक्ष आहे. इतकेच नव्हे तर ते येणारे संकट हेरून आपल्याला मदत करतात, याचे समाधान त्यांच्या मनात होते.

आणखी दोन दिवस उलटले. आता गढीतला अन्नसाठा पार संपून गेला. तलावातले पाणी अपुरे पडू लागले. त्यातच इतक्या लोकांनी त्याच्या काठाशीच सारे विधी केल्यामुळे ते दूषित बनले. त्यामुळे बऱ्याच जणांना उलट्या, हगवण यांनी ग्रासले. त्यात कित्येक जण दगावले. त्यामुळे उरलेले सैनिक बंडाच्या पवित्र्यात येऊ लागले. हे पाहून नाइलाजाने खानाजादखानाने तहाची बोलणी करायला सुरुवात केली.

संताजींनी त्याच्याकडे भरपूर मोठी खंडणी मागितली. ती मिळेपर्यंत कासिमखानाचा आणि त्याच्या दिवाणाचा मुलगा यांना ओलीस ठेवून घेतले. बरेच काही आधी पेशखान्याच्या आणि छावणीच्या लुटीत मिळाले होतेच. आता उरलेले सर्व हत्ती, घोडे, उंट, तोफा, बंदुका आणि इतर शस्त्रे, जडजवाहीर, रोकड, सुवर्णमुद्रा असे अक्षरश: लक्षावधींचे साहित्य ताब्यात घेतले. सर्वांना नि:शस्त्र केले. अंगावरच्या वस्त्रांशिवाय आता त्यांच्याकडे काही राहिले नव्हते.

त्यानंतर हरलेल्या सैन्यावर अत्याचार न करता संताजींनी उलट त्यांना अन्नपाणी दिले. खानाजादखानासारख्या खानदानी लढवय्याला त्यात आपल्या सुटकेच्या समाधानापेक्षा शर्मिंदगी अधिक वाटत होती. त्याला पराजित सैन्यासह बसवापट्टणला जाण्यासाठी धर्मवाट करून पाठवून संताजी दोड्डेरीला मुक्काम करून राहिले. या झुंजातल्या निर्विवाद विजयामुळे मोगलांच्या मैदानी लढायांतील वर्चस्वाला आणि कर्नाटकातील सत्तेला जबरदस्त धक्का बसला होता एवढे निश्चित.

१५

दोड्डेरीच्या विजयाची बातमी चंदीला समजली. महाराज अगदी निहाल होऊन गेले. त्यात कर्नाटकातला मोगल सुभेदार कासिमखान कामी आला. खानाजादखानासारख्या शाही खानदानातल्या उमरावाचे सर्वस्व हस्तगत केले गेले. त्याला पार भिकाऱ्यागत करून त्याच्यावर नामुष्कीचा तह लादला गेला. अशा प्रकारचा अगदी अविश्वसनीय वाटावा असा पराक्रम संताजींच्या नेतृत्वाखालील मराठी सैन्याने घडवला होता. हे ऐकून महाराज म्हणाले,

"सेनापतींचा हा विजय अतिशय मोठा आहे. आता मोगलांना समजले की,

मराठे पहाडी गडांच्या आधाराने डोंगरदऱ्यात लढण्यात माहिर होतेच. आता ते मैदानी मुलखातले जंगही तितक्याच कौशल्याने जिंकण्यात तरबेज झालेले आहेत. तिथे संताजी दोड्डेरीला वेढा घालून बसलेले आहेत, इथे धनाजींनी तिरुवाडीला घेरा घातलेला आहे. आम्हाला रोजच्या रोज दोन्हीकडचे सारे समजले पाहिजे.''

''जी, महाराज.''

असे म्हणून निळोपंत आणि प्रल्हाद निराजी कामाला लागले.

दोनच दिवसांत खबर आली की, खानाजादखानाच्या तातडीच्या निरोपामुळे औरंगजेबाने त्याच्या छावणीतला सरदार हमीदुद्दीनखान, हैदराबादचा सुभेदार रुस्तुमदिलखान आणि अकलूजचा लुत्फुल्लाखान यांना दोड्डेरीकडे जाण्याचा हुकूम दिला होता. पण ते येऊन पोहोचण्यापूर्वीच खानाजादखानाने शरणागती स्वीकारली होती. तो बसवापट्टणला निघाला होता. त्याच्या मदतीला आलेले सैन्य त्याला कनकगिरीला भेटले. त्यांनी खानाजादखानाला सर्व मदत पुरवून अधोनीला पोहोचवले. नंतर सर्व जण बसवापट्टणला निघाले आहेत. तेथे एकत्र येऊन हिंमतखानाला सोबत घेऊन संताजींवर हमला करण्याचा त्यांचा बेत आहे.

हे ऐकून महाराज म्हणाले,

''ते बसवापट्टणला पोहोचण्यापूर्वीच आमचे संताजी त्यांना गाठून त्यांचा निकाल लावतील असा आम्हाला भरोसा आहे.''

त्याच वेळी धनाजी तिरुवाडीला वेढा घालून बसले होते, तिथून खबरगीर आला होता. त्याच्या म्हणण्यानुसार गढी लहान असूनही तिथला किल्लेदार इब्राहिमखान घोरी आणि फौजदार सआदतमंदखान गढी चांगली लढवत होता. धनाजीरावांकडे लांब पल्ल्याच्या तोफा नाहीत. तशा तोफा मिळाल्या तर गढीवर हमला करण्यास बळ येईल, असे त्यांचे म्हणणे आहे. महाराजांनी आपल्या जवळच्या दोन लांब पल्ल्याच्या तोफा त्यांच्याकडे ताबडतोब पाठवून देण्यास सांगितले.

त्याच वेळी चंदीच्या जवळच्या हालचालींवर नजर ठेवणारे खबरगीर आले. त्यांनी सांगितले,

''महाराज, आम्हाला समजले आहे की, झुल्फिकारखानाला त्याच्या बादशहाकडून बरेच दिवसांत पैक्याचा पुरवठा झालेला नाही. त्याच्या सैन्याचा गेल्या दोन महिन्यांचा रोजमुराही थकलेला आहे. त्यामुळे त्यांनी पाँडिचेरीला तांब्रांकडे एक लक्ष होनांचे कर्ज मागितले आहे. त्यासाठी आपले जडजवाहीर तारण द्यायची तयारी दाखवली आहे.''

''मग त्यांनी काय सांगितले?''

प्रल्हाद निराजींनी विचारले. त्यावर तो म्हणाला,

''त्यांनी अजून तरी काही कौल दिलेला नाही.''

हे सारे ऐकून महाराज म्हणाले,

"आम्हाला नाही वाटत ते खानसाहेबांना कर्ज देतील. आसदखानाला औरंगजेबाने माफ केले असले तरी त्याची नाराजी पूर्णपणे गेलेली नाही. म्हणूनच तो इकडे पैका पाठवत नसावा. शिवाय, नाराज औरंगजेबाने दुसरा कुणी सरदार त्यांच्याजागी पाठवला, तर आपण दिलेले कर्ज परत मिळणार नाही असेही त्यांना वाटणे साहजिक आहे. ते लोक पक्के व्यापारी आहेत. उगीच कोणा सत्ताधाऱ्याला दुखावणे किंवा बुडीत होईल असा व्यवहार ते करतील असे वाटत नाही."

झुल्फिकारखानाची परिस्थिती खरेच गेल्या काही काळापासून बरीच खालावली होती. बादशहाने कामबक्षाला आणि नंतर आसदखानाला माफ केले असले, तरी झुल्फिारखानावरची त्याची नाराजी अद्याप कमी झालेली नव्हती. मधल्या काळात राव दलपतचा मुलगा रामचंद्र आणि किशोरीसिंग हाडाचा मुलगा भीमसिंग परत गेले होते. त्यामुळे त्याच्याकडचे सैन्य कमी झाले होते. शिवाय, बादशहाचे लक्ष कर्नाटकातल्या संघर्षावर एकवटल्याने त्याने इकडे दुर्लक्ष केले असण्याची शक्यता होती.

या सर्व बाबींवर थोडा वेळ विचारविनिमय होऊन दरबार आटोपला.

१६

दोड्डेरीला असलेल्या संताजींना औरंगजेबाने पाठवलेले सैन्य निघाल्याचे समजले. हिंमतखानाच्या युद्धकौशल्याची त्यांना पूर्ण कल्पना होती. त्या वेळी त्याच्याकडे अगदी अपुरे म्हणजे जेमतेम दोन हजारांचे सैन्य होते. म्हणूनच तो गप्प बसला होता. एकदा एवढे मोठे बळ हाताशी आल्यावर त्याला आवरणे अवघड होईल, म्हणून त्यांनी आपल्या वीस हजारांच्या सैन्याचे दोन भाग केले. त्यातले अर्धे दोड्डेरीला वेढ्यात ठेवले. बाकीचे दहा हजार स्वार घेऊन ते जातीने बसवापट्टणवर चालून गेले.

हिंमतखान बाकी नावाप्रमाणे हिमतीचा खरा. आपल्या तुटपुंज्या सैन्यानिशी हत्तीवर स्वार होऊन तो संताजींना सामोरा गेला. पण त्यांच्या प्रचंड सैन्यबळापुढे त्याचे काही चालले नाही. तो स्वत: भयंकर जखमी होऊन हत्तीवरून खाली पडला. त्याचा सरदार बाकी बेग याने त्याला किल्ल्यात नेले. पण प्रचंड रक्तस्राव होऊन तो मरण पावला. बाकी बेग मात्र तेथून निसटून सरळ ब्रह्मपुरीला औरंगजेबाकडे निघून गेला. संताजी बसवापट्टणला वेढा घालून बसले.

हिंमतखानाचा मृत्यू हा मोगलांना बसलेला प्रचंड मोठा धक्का होता. औरंगजेबाच्या सर्व सरदारांमध्ये संताजींना वेगात, डावपेचात आणि धाडसात तोडीस तोड ठरू

शकेल असा तो एकमेव मोगल वीर होता. औरंगजेबाचा दूधभाऊ आणि जवळचा सहकारी बहादूरखान याचा हा मुलगा, बादशहाच्या अत्यंत आवडत्या सरदारांपैकी एक होता. आधी खानाजादखानासारख्या उमरावाचा दारुण पराभव, त्यानंतर दख्खनचा सुभेदार कासिमखान याचा मृत्यू आणि आता हिंमतखानासारखा अव्वल मोहरा गमावल्यामुळे मोगलांच्या कर्नाटकातल्या सत्तेचा पार कणाच मोडून पडला होता.

गेल्या संपूर्ण वर्षात मोगलांना सर्व ठिकाणी अपयश आणि नुकसानीला सामोरे जावे लागले होते. आपला नातू शहाजादा मोईउद्दीन याला खान झमान, फतेहखान, राजा उदवतसिंग यांच्यासारख्यांची कुमक देऊनही पन्हाळा जिंकण्यात यश येत नाही हे पाहून औरंगजेबाने त्याला परत बोलावले होते. त्यानंतर आपला मुलगा शहाजादा बेदारबख्त याला तेथे पाठवून दिले. त्याला आता दहा महिने होत आले तरी पन्हाळा जिंकता आला नव्हता.

दुसरीकडे झुल्फिकारखानाने वेलोरला घातलेला वेढा धनाजीने उठवला होता. नंतर त्यांनी तसेच पुढे दक्षिणेला जाऊन तिरुवाडीला वेढा घातला होता. तो उठवणे अद्याप झुल्फिकारखानाला जमले नव्हते. त्याच्या आधी मराठी मुलखातल्या साऱ्या प्रमुख मराठी सरदारांनी आणि कारभाऱ्यांनी सातारा परिसरातले महत्त्वाचे किल्ले जिंकून घेतले होते.

या सगळ्यावर कळस चढवला होता तो मराठ्यांचा सरसेनापती संताजी यांनी. दोड्डेरीच्या लढाईत आपल्यापेक्षा दुप्पट संख्येने असलेल्या मोगलांच्या चतुरंग दळाला त्यांनी चारी मुंड्या चीत केले होते. कासिमखान आणि हिंमतखानासारख्या अव्वल लढवय्याला यमसदनी धाडले होते. आता ते दोड्डेरी आणि बसवापट्टणला वेढा घालून बसले होते.

हे सारे ब्रह्मपुरीला बादशहा औरंगजेबाला समजले. तेव्हा तो अतिशय चिडून गेला. त्याने हमीदुद्दीनखान आणि रुस्तुमदिलखानाला आधीच धाडून दिलेले होते. पण हिंमतखानाच्या मृत्यूची खबर मिळाल्यावर अधिक काही करण्याची त्याला गरज वाटली. त्याने पन्हाळ्याला वेढा घालून बसलेल्या शहाजादा बेदारबख्त याला तिथला वेढा फिरोजजंगावर सोपवून तातडीने निघून कर्नाटकात जाण्याचा हुकूम दिला. तोपर्यंत मयत सुभेदार कासिमखानाच्या स्वारांची आणि मालमत्तेची तजवीज करण्यासाठी मुहम्मद जाफर याला पुढे पाठवून दिले. तसेच संताजी चंदीकडे यायला निघाले, तर त्यांना अडवण्याची कामगिरी झुल्फिकारखानाने करण्यासाठी त्याला कळवून टाकले.

हे सारे चंदीला समजल्यावर महाराज म्हणाले,

"म्हणजे गनिमाचे बरेच मोठे बळ कर्नाटकात उतरणार आहे. आपल्याला त्याची फिकीर करायची गरज नाही. ते येऊन पोहोचण्याआधीच संताजी दोन्ही गढ्या

काबीज करून येतील.''

सारे जण संताजींच्या पराक्रमामुळे उत्साहात होते. महाराजांप्रमाणे संताजींनाही तसेच वाटत होते. पण दोन्ही गढ्या मोठ्या चिवटपणे लढत होत्या. खुद्द संताजी बसवापट्टणच्या वेढ्यात होते. तरीही तिथले किल्लेदार मुहम्मद ऐवज, सय्यद अझमतुल्लाखान आणि फौजदार दाऊद दिलनाक चिवटपणे गढी लढवत होते. आपला एवढा शूर सरदार हिंमतखान याचा मृत्यू डोळ्यांदेखत झालेला पाहूनही ते मुळीच खचून गेलेले नव्हते. तशीच परिस्थिती दोड्डेरीची होती.

संताजींचे युद्धतंत्र वेगाचे, धावपळीचे, त्यामुळे त्यांच्याकडे मोठ्या, लांब पल्ल्याच्या तोफा नव्हत्या. त्यामुळे गढीच्या तटावर तोफा डागून तटाला खिंडार पाडणे, त्यातून शिरून सुलतानढवा करणे त्यांना जमत नव्हते. आता फक्त घेरा पक्का करून आतल्या माणसांना जेरीस आणायचे असा बेत करून ते तेथे थांबून राहिले होते. तर किल्ल्यातली मंडळी त्यांच्या बादशहाकडून येणाऱ्या मदतीची वाट पाहत होती.

१७

इकडे धनाजी वेलोरचा वेढा उठवून चंदीच्या दक्षिणेला वीस कोसांवर असलेल्या तिरुवाडीला घेरा घालून बसले होते. त्यांच्यासोबत अमृतराव निंबाळकर आणि गोविंद पंडित होते. त्यांच्या मदतीला चंदीहून लांब पल्ल्याच्या तोफा पाठवल्या गेल्या आहेत हे समजल्यावर झुल्फिकारखानाने दाऊदखान पन्नीला तीन हजार खडे घोडदळ देऊन तिरुवाडीला पाठवून दिले.

दाऊदखान अधिक जवळ आला तर आपली कोंडी होईल हे धनाजींच्या ध्यानी आले. ते वेढ्यातले निम्मे सैन्य घेऊन त्याला सामोरे गेले. झुंजाला तोंड फुटले. मोगल बंदुकधारी स्वार आणि तोफखाना भारी ठरले. धनाजींचा अगदी जवळचा सहकारी, नाणेघोळचा देशमुख, गंगाजी बाबर लढताना कामी आला. त्यातच खबर आली की, दाऊदखानाच्या पाठोपाठ खुद्द झुल्फिकारखान तितकेच सैन्य घेऊन निघाला आहे. त्यामुळे धनाजींनी वेढ्यातले सारे सैन्य गोळा करून तिरुवाडी सोडली. ते चंदीच्या दिशेने निघाले. वाटेत आडव्या आलेल्या झुल्फिकारखानाने त्यांचा थोडा वेळ पाठलाग केला. पण पुढे ते चंदीच्या रोखाने निघून गेलेले पाहिल्यावर तो अर्काटला निघून गेला.

दुसऱ्या दिवशी धनाजी दरबारात पेश झाले, तेव्हा त्यांचे स्वागत करत महाराज म्हणाले,

''धनाजी, तुम्ही वेळेवर येऊन वेलोरचा वेढा उठवलात, आमच्या बाजीराव

काकडेंना आणि आम्हालाही दिलासा दिलात. तीन सालांमागे असेच येऊन तुम्ही चंदीचा घेरा फोडला होता. इस्माइल मखाला पकडून आणले होते, त्याची आठवण आली. वेढा उठल्याचे सांगण्यासाठी वेलोरहून बाजीरावांचा जासूद येऊन सांगून गेला, तेव्हापासून आम्ही तुमची वाट पाहत आहोत.''

"होय महाराज, पाठीवर गनीम घेऊन इकडे येण्यापेक्षा आम्ही दक्षिणेकडे वळलो. आपण इथून तोफा पाठवल्या, पण दाऊदखान आणि पाठोपाठ झुल्फिकारखान येत असल्याचे समजले म्हणून घेरा उठवून निघून आलो.''

"बरे केलेत. उगीच लढून माणसे गमावण्यापेक्षा निघून आलात ते बरेच केले.''

महाराज मनापासून म्हणाले. धनाजी मात्र उदासपणे म्हणाले,

"पण महाराज, तिथे झालेल्या हातघाईत आमचे गंगाजी बाबर पडले. आमचा फारा दिसांचा साथीदार गेला.''

महाराजांना त्यांच्या बोलण्यातले दु:ख जाणवले. तेव्हा आठवले की, धनाजींचे चिरंजीव गेल्यावर ते प्रथमच भेटत होते. ते भावपूर्ण स्वरांत म्हणाले,

"झुंजाचे हेच एक वाईट असते. फते मिळाली तरी गमावलेल्या जिवांच्या दु:खाचे ओझे मनावर राहते. तुमच्या थोरल्या चिरंजीवांचा काळ झाल्याचे समजले. पण त्यानंतर तिसऱ्याच दिवशी तुम्ही मोहिमेवर निघून गेलात असे समजले. खरंच, एवढा मोठा दु:खाचा डोंगर उरावर घेऊन तुम्ही कसे बाहेर पडलात?''

महाराजांचे ते मायेने आणि कौतुकाने ओथंबलेले शब्द ऐकून धनाजींना भरून आले. अवघ्या पाच महिन्यांपूर्वी झालेल्या आपल्या लाडक्या लेकाच्या मृत्यूच्या आठवणीने त्यांचा जीव कळवळला. मान वळवून स्वत:ला आवरत ते म्हणाले,

"महाराज, झुंजात लढणे हा तर आपला मराठ्यांचा धर्मच आहे. त्यात त्या दिवशी रणदेवतेने नेमकी आमच्या लेकाच्या जिवाची मागणी केली. गेला तो. लई वाईट वाटलं. पन महाराज, पोरगं आपल्या जिवाची पर्वा न करता दौलतीसाठी लढलं. संताजीसारख्या जांबाज लढवय्यानं त्याचं कवतिक केलं. सोनं झालं त्याचं. एका बापाला यापरास आनखी काय पाहिजेल असतंय!''

मनातले कढ आवरत धनाजी बोलत होते. महाराजांनी उठून पुढे येत त्यांच्या खांद्यावर हात ठेवला. त्यांना मुजरा करत गुदमरलेल्या आवाजात धनाजींनी त्यांचा निरोप घेतला. त्यांच्या पाठमोऱ्या आकृतीकडे पाहत सारा दरबार काही काळ स्तब्ध झाला होता. आपल्या आसनावर बसत महाराज म्हणाले,

"नाणेघोळचे देखमुख, गंगाजी बाबर तिरुवाडीच्या जंगमध्ये दौलतीच्या कामी आले. त्यांच्या सेवेचा मजुरा करायला हवा.

"होय महाराज, माझे त्या विषयी धनाजीरावांशी बोलणे झाले आहे. गंगाजींचा

चिरंजीव महादजी यास यापूर्वी स्वामिकार्यासाठी हुकूमतपन्हांनी कराडमधले केळोशी हे गाव दिलेले आहे. त्याच्या बाजूचे दांडोली हे गाव इनाम द्यावे असे वाटते.''

महाराजांनी त्याला मंजुरी दिली. उदासीचे सावट घेऊन दरबार संपला.

१८

संताजींनी बसवापट्टणला वेढा घालून महिना उलटला. गढीतली मंडळी अद्याप दाद देत नव्हती. त्यातच औरंगजेबाने पाठवलेला हमीदुद्दीनखान बारा हजारांची फौज घेऊन अवघ्या दोन मजलांवर येऊन पोहोचल्याचे समजले. त्याच्या प्रचंड सैन्यबळाची आणि बुलंद तोफखान्याची माहिती संताजींना मिळालेली होती. त्याला अधिक जवळ येऊ देणे धोक्याचे होते. त्यामुळे आपलीच कोंडी झाली असती, हे लक्षात घेऊन वेढ्यातल्या अर्ध्या सैन्यासह ते त्याला अडवण्यासाठी निघाले. बसवापट्टणपासून आठ कोसांवर हरिहरजवळ काकरगोला इथे दोन्ही सैन्यांची गाठ पडली. थोडीशी झटापट झाल्यावर अनुभवी संताजींच्या ध्यानात आले की, गनिमाच्या तोफखान्याची ताकद भारी आहे. त्यांनी पद्धतशीरपणे माघार घेतली. हमीदुद्दीनखानाने चार कोसांपर्यंत त्यांचा पाठलाग केला. नंतर मराठी स्वारांच्या वेगामुळे त्याने त्यांचा नाद सोडला.

संताजींनी माघारी वळून बसवापट्टणचा वेढा उठवला. ते परत निघाले. मागाहून येणाऱ्या हमीदुद्दीनखानाने आपली एक तुकडी त्यांच्यावर पाठवली. तेथे जाऊन दोड्डेरीचा वेढा उठवला. संताजींनी वेढा उठवला हे आपल्याला मिळालेले मोठे यश असल्याच्या तोऱ्यात हमीदुद्दीनखान वाजतगाजत बसवापट्टणला पोहोचला. संताजी चित्रदुर्गाच्या दिशेने निघाले. त्याच वेळी यांना खबर मिळाली की, झुल्फिकारखानाच्या सततच्या तगाद्यामुळे अखेर त्याच्या बादशहाने त्याला पंधरा लक्षाचा खजिना पाठवलेला आहे. त्यामुळे तो लुटता येईल का या बेताने संताजी चंदीच्या दिशेने निघाले.

खानाजादखानाने खुद्द संताजींना एकदा नव्हे, तर दोन वेळा कसे पळवून लावले आणि कसे बसवापट्टणसह दोड्डेरीचा वेढा उठवण्यास त्याला भाग पाडले याची कहाणी अगदी रंगवून औरंगजेबाला कळवली. सततच्या दारुण अपयशाच्या बातम्यांनी बेजार झालेल्या बादशहाच्या मनाला त्यामुळे रखरखत्या वाळवंटात हिरवळ दिसावी असा आनंद झाला. त्याने अत्यंत खूश होऊन त्याला 'बहादूरखान' असा खिताब जाहीर केला. त्यासोबत भरजरी खिल्लत, शिरपेच आणि तलवारीसह शाही फर्मान बसवापट्टणला पाठवून दिले.

याच वेळी मोगल शहाजादा बेदारबख्त औरंगजेबाच्या हुकमाने पन्हाळ्याहून दक्षिणेकडे निघाला होता. आधी त्याला औरंगजेबाने झुल्फिकारखानाच्या जागी

पाठवले आहे अशी बातमी आली होती. पण हमीदुद्दीनच्या पाठोपाठ महिन्याभरातच बेदारबख्त आपल्या वीस हजारांच्या फौजेसह बसवापट्टणला आला. तेथेच थांबून राहिला. बादशहाने झुल्फिकारखानासाठी पाठवलेला खजिना त्याच्याकडे निघाला. हे पाहून त्या अफवाच होत्या. बेदारबख्त हिंमतखानाच्या आणि कासिमखानाच्या जागी कर्नाटकाचा कारभार पाहणार. चंदीचा मोर्चा यापुढेही झुल्फिकारखानच सांभाळणार हे स्पष्ट झाले.

शहाजादा बेदारबख्त आणि हमीदुद्दीनखानाला भरपूर सैन्य, दारूगोळा आणि बुलंद तोफखान्यासह दक्षिणेत पाठवणे, हमीदुद्दीनखानचा खिताब आणि खिल्लत देऊन गौरव करणे. झुल्फिकारखानावरची नाराजी बाजूला ठेवून उलट त्याला मोठी आर्थिक मदत पाठवणे हे सर्व करून बादशहा औरंगजेबाने आपली दक्षिणेतली उद्ध्वस्त झालेली आघाडी पुन्हा एकदा मजबूत करण्याचा प्रयत्न केला होता, हे मात्र खरे.

कर्नाटकातल्या या सर्व घटनांचा आढावा घेतल्यावर महाराज म्हणाले,

''हमीदुद्दीनखानाच्या एवढ्याशा पराक्रमाचा त्याच्या बादशहाने केवढे कौतुक केले. यावरून झालेला पराभव किती त्याच्या मनाला लागला असेल हे दिसून येते. त्याने आता कर्नाटकातल्या त्याच्या मुलखाची चांगली मजबूत डागडुजी केलेली आहे. याचा परिणाम होऊन त्याचे मराठी मुलखावरचे दडपण कमी झाले, तर ते तेवढे आपल्या फायद्याचे ठरू शकते.''

''मराठ्यांचे छत्रपती इथे दक्षिणेत आहेत. त्यामुळे औरंगजेब त्याचे दक्षिणेतले धोरण कडकच ठेवणार यात शंकाच नाही. त्यासाठी आपल्याला अधिक तयारी करायला हवी.''

धनाजींनी विचार मांडला. त्याच वेळी ब्रह्मपुरीच्या छावणीतले खबरगीर तेथे आले. ते सांगत होते,

''दोड्डेरीच्या लढाईत पराभूत झालेले मोगल उमराव आणि सरदार छावणीत पोहोचले, तेव्हा बादशहाने त्यांना भेटसुद्धा नाकारली. शिवाय परस्पर त्यांच्या दूरदूरच्या मुलखात नेमणुका करून दिल्या. खाशा खानाजादखानाची बिदरचा किल्लेदार आणि फौजदारपदी नेमणूक केली. त्याच्या सोबत आलेला तोफखान्याचा प्रमुख सफशिकनखानाची माळव्यात धामुनीच्या फौजदारीवर पाठवणी केली. मुहम्मद मुरादखानाला गुजरातमध्ये गोधऱ्याची फौजदारी आणि सय्यद असलातखानाला रणथंबोरची किल्लेदारी दिली. तसेच इथल्या राव दलपत बुंदेलाचा मुलगा रामचंद्र याची गढनमून्याच्या ठाणेदारीवर नेमणूक केलेली आहे. किशोरीसिंग हाडाचा नातू भीमसिंग याला त्याच्या स्वतःच्या वडिलांच्या रिकाम्या जागी म्हणजे बदामीच्या फौजदारपदी पाठवून दिलेले आहे.''

या सर्व महितीवर थोडा वेळ विचार करून महाराज म्हणाले,

"नाराज होऊन औरंगजेबाने सर्वांची भेट नाकारली हे समजण्यासारखे आहे. पण नेमणुका करताना त्याने त्या नेमक्या माळव्यात आणि राजपुतान्यात केलेल्या आहेत, हे लक्षात घेण्यासारखे आहे. त्याच्यासारखा राज्यकर्ता कितीही रागात असला तरी राजकीय निर्णय विचार करूनच घेणार, हे निश्चित. आम्हाला असे वाटते की, एवढ्या साऱ्यांना त्याने त्या मुलखात पाठवले आहे, तेही त्यांच्या सरंजामासह याचा अर्थ त्या भागात काही गडबड चालली असावी. ते काही का असेना, आता आपल्याला त्यांच्यापेक्षा इकडे बेदारबख्त आणि हमीदुद्दीनच्या हालचालींवर लक्ष ठेवायला हवे."

"होय महाराज, आम्ही आपल्या नजरबाजांना अधिक जागरूक राहायला सांगतो."

यावर अधिक चर्चा न होता दरबार संपला. महाराज त्यांच्या महालात पोहोचले. अंधार व्हायला अजून वेळ होता. होळी नुकतीच पार पडलेली होती. दिवस मोठे होत होते. बेदारबख्त आणि हमीदुद्दीनखान मोठ्या बळानिशी दक्षिणेत उतरले होते. त्यासाठी आता एकदा संताजी आले की नवीन सैन्यउभारणीपासून बऱ्याच बाबी हाती घ्याव्या लागणार होत्या. त्याचा विचार करत ते बसले असताना गडावर रात्र उतरली. राजगिरी आणि चंद्रगिरीच्या मधल्या जागेत धनाजींची छावणी पसरलेली होती. नंतर तिथे पेटलेल्या दिवट्यांच्या हालचाली पाहत ते बराच वेळ कवाडाशी उभे राहिले होते.

१९

शहाजादा बेदारबख्त चैत्राच्या सुरुवातीलाच बसवापट्टणला येऊन दाखल झाला होता. आपण पन्हाळ्याला काही करू शकलो नाही. त्यामुळे आपल्याला आपल्या वडिलांनी इथे पाठवले आहे हे त्याच्या मनाला लागले होते. त्यामुळे कर्नाटकात आल्यावर लगेच काहीतरी करून दाखवायचे असे त्याने ठरवले होते. अद्याप पावसाळा सुरू व्हायला तब्बल दोन महिने बाकी होते. त्याआधी एखादी मोहीम यशस्वी करायचा त्याचा बेत होता. संताजी आपल्या चाळीस हजारांवरच्या विजयी सेनेसह चंदीच्या दिशेने निघालेले होते. त्यांची कळ काढायची काही शहाजाद्याची हिंमत नव्हती. तेव्हा त्याला कर्नाटकातल्या काही सरदारांनी सांगितले,

"हुजूर, त्या संताजीची एकट्याची ताकद काही इतकी मोठी नाही. त्याला आपल्या इथले नायक आणि बेडर साथ देतात, म्हणून तो या मुलखात येऊन एवढ्या मोठ्या मोहिमा करू शकतो."

हे ऐकल्यावर शहाजादा जोषात येऊन म्हणाला, ''मग आपण त्यांना चांगलाच सबक शिकवायला हवा. हिंदोस्थानच्या बादशहाच्या खिलाफ जायची त्यांची हिंमत होतेच कशी? आम्हाला त्यांची सारी माहिती हवी.''

त्यावर उत्साहात येऊन बसवापट्टणचा किल्लेदार म्हणाला,

''हुजूर, आपल्या वेढ्यात चित्रदुर्गाचा नायक ब्रह्माप्पा याने आपले पाच हजारांवर करोल बरकंदाज संताजीला दिलेले आम्ही पाहिले होते. त्याचा बंदोबस्त करायला हवा. संताजी त्याचा मुलूख सोडून पुढे चंदीला निघून गेलेले आहेत. ते त्याला मदत करू शकणार नाहीत. ही वेळ आपण साधली तर त्याला निश्चितपणे नमवता येईल, असे आम्हाला वाटते.''

बाकीच्या सर्वांचा विचार घेऊन शहाजाद्याने ब्रह्माप्पा नायकाविरुद्ध मोहीम काढायचे ठरवून टाकले.

संताजी चित्रदुर्गमार्गे चंदीजवळ येऊन पोहोचेपर्यंत औरंगजेबाने झुल्फिकारखानाला पाठवलेला खजिना आधीच त्याच्याकडे सुखरूपपणे पोहोचला होता. त्याने तो अर्काटच्या किल्ल्यात नेलादेखील होता. हे समजल्यावर चिडलेल्या संताजींनी सरळ अर्काटवर हल्ला करायचे ठरवले.

हे समजताच झुल्फिकारखान जातीने किल्ल्याबाहेर येऊन त्यांना भिडला. संताजींच्या नेहमीच्या डावपेचांप्रमाणे त्यांच्या सैन्याची तुकडी थोडीशी हाणामारी करून झाल्यावर आपला मोहरा फिरवून पळू लागली. झुल्फिकारखानाने त्यांचा तब्बल तेरा कोस पाठलाग केला. अरणीजवळ खुद्द संताजी आणखी काही सैन्यदळासह सामोरे आले. तेथे हातघाई सुरू झाली. चांगले प्रहरभर लढल्यावर झुल्फिकारखान सावध झाला. आतापर्यंत त्यालाही संताजींचे युद्धतंत्र परिचयाचे झाले होते.

आपल्या सैन्याची तीन भागात विभागणी करायची. प्रथम एक छोटी तुकडी पाठवायची. थोडा वेळ लढून झाल्यावर त्यांनी पळ काढायचा. गनिमाचे सैन्य पाठीवर घेऊन त्यांनी ते पुढे थांबलेल्या मोठ्या तुकडीपर्यंत न्यायचे. तेथे गनिमाची दमछाक झाल्यावर ताज्या दमाची तिसरी तुकडी त्यांच्या अंगावर सोडायची. तिने थकलेल्या शत्रूच्या सैन्याचा सफाया करायचा. ही दुसरी तुकडी आहे, म्हणजे आता संताजींची तिसरी तुकडी केव्हाही येऊन कोसळू शकते. मग मात्र आपले काही खरे नाही. हे ध्यानी येताच झुल्फिकारखानाने पद्धतशीरपणे माघार घ्यायला सुरुवात केली.

हळूहळू घोडदळ मागे घेत त्याने मोठ्या शिताफीने आपला तोफखाना पुढे सारला. त्याच्या दणक्याने मराठे नरमले. संताजी आपल्या तिसऱ्या फळीची वाट पाहत होते. पण त्यापूर्वीच ही संधी साधून झुल्फिकारखानाने वेगाने अर्काट गाठले. संताजींनी त्यांचा पार अर्काटपर्यंत पाठलाग केला. पण त्यापूर्वीच आपल्या लोकांसह

झुल्फिकारखान किल्ल्यात पोहोचला होता.

आधी संताजींनी अर्काटला वेढा घालायचे ठरवले होते. पण नुकताच भरपूर मोठा खजिना आणि रसद तेथे पोहोचली होती. किल्ल्यात शिबंदीही पाच हजारांच्या वर होती. अशा परिस्थितीत वेढा कितीही काळ लांबण्याची शक्यता होती. गेले सहा महिने सतत लढलेल्या आपल्या माणसांना अशा मोहिमेत अडकवणे त्यांना योग्य वाटले नाही. या झुल्फिकारखानाबरोबरच्या हातघाईत तसे फारसे काही हाती लागले नव्हते. उलट, थोडेफार नुकसानच सोसावे लागले होते. या सर्व बाबींचा विचार करून झुल्फिकारखानाचा नाद सोडून ते चंदीकडे निघाले.

◆

भाग १०

१

नगारे, नौबतींच्या गजरात आपली विजयी चाळीस हजारांची फौज घेऊन जफ्तनमुलुख सेनापती संताजी घोरपडे चंदीला पोहोचले. महाराजांसह सर्वांनी त्यांचे मोठ्या थाटात स्वागत केले. कासिमखान, खानाजादखान, सफशिकनखान आणि हिंमतखान अशा एकाहून एक जबरदस्त पराक्रमी मोगल सरदारांना त्यांनी शिकस्त दिलेली होती. कासिमखान आणि हिंमतखान या दोन भक्कम खांबांवर कर्नाटकातील मोगल सत्तेचा तोल सांभाळलेला होता. दोड्डेरीच्या आणि बसवापट्टणच्या लढायांमध्ये तेच संताजींनी पार ढासळून टाकले होते. त्यामुळे त्यांचे असे जंगी स्वागत होणे साहजिकच होते.

पुढच्या आठवडाभरात छावणीची व्यवस्था लावणे, मोहिमेचे हिशेब करणे वगैरे कामे पार पडली. आता त्यांना पुढच्या मोहिमेचे वेध लागले होते. दरबारात यावर बोलत असताना चंदीच्या दक्षिणेच्या बाजूने चढाई करावी, असा एक विचार पुढे आला. तेव्हा संताजी म्हणाले,

"नुसते दक्षिणेकडे जाण्यापेक्षा पूर्वेला पार किनारपट्टीपर्यंत झेप घ्यावी असे आम्हाला वाटते."

पण संताजीराव, एवढ्या मोठ्या दोन्ही आघाड्यांवर मोहिमा काढायच्या तर मोठे बळ लागेल."

धनाजींनी आपला विचार मांडला. त्यावर संताजी म्हणाले,

"त्याला काय हरकत आहे? तुमचे आणि आमचे एकत्रित बळ काही कमी नाही. शिवाय, इथे जमलेल्या सरदारांच्या दिम्मती आहेतच की."

"ते खरे आहे. पण आता कर्नाटकातील बदललेली परिस्थिती तुम्ही जाणताच. त्यामुळे दुसरीकडे मोठ्या मोहिमा काढल्या तर इथे अडचण होऊ शकते."

आपण ठरवलेल्या बेतात धनाजी मुद्दाम अडथळा आणत आहेत, अशा

कल्पनेने संताजी अस्वस्थ झाले. कपाळाला आठ्या घालत त्रासलेल्या सुरात त्यांनी विचारले,

"म्हणजे? म्हणणे काय आपले?"

"तुम्हाला ठाऊक आहेच की, औरंगजेबाने शहाजादा बेदारबख्ताला वीस हजारांवर सैन्य घेऊन बसवापट्टणला पाठवून दिले आहे. तिथे अधोनीला हमीदुद्दीनखान तीस हजार सैन्य घेऊन ठाण मांडून बसलाय. शिवाय, झुल्फिकारखान अर्काटच्या किल्ल्यात राहून वांदिवाशच्या आजूबाजूच्या परिसरात वावरतो आहे. त्यामुळे इथे त्याच्या बंदोबस्तासाठी कोणीतरी थांबायला हवे."

धनाजी सांगत होते ती खरे तर वस्तुस्थितीच होती. पण आधीच नाराज झालेले संताजी झुल्फिकारखानाचे नाव कानी पडताच उसळून म्हणाले.

"त्या झुल्फिकारखानाला आम्ही तीन सालांमागचं संपवलं असतं. पण तुमचं कचखाऊ राजकारण आड आलं. आता तो बसलाय इथं चांगला मुरून, आणि त्याच्यापायी आमच्या मोहिमेचा विचका होतोय."

"संताजीराव कशाला मागल्या गोष्टी उगाळायच्या? या विषयातला आपला वाद काही संपायचा नाही. आपण आपलं आताच्या मोहिमेबद्दल बोलू."

धनाजीराव समजुतीच्या स्वरात बोलले. पण संताजी अजून रागातच होते. ते म्हणाले,

"कशाला उगाळायच्या म्हणजे? आमचं त्या वेळी ऐकलं असतं, तर आज त्याचा विचार करायची वेळ नसती आली."

आता मात्र धनाजींना राहावले नाही. ते प्रतिवाद करत म्हणाले,

"संताजीराव, त्या वेळी तुम्हाला जे सांगितलं होतं तेच आज परत एकदा सांगतो. अहो, झुल्फिकारखान म्हणजे काही मोगल बादशहा नव्हे. एकदा हरला की, मोगलांचा समूळ पराभव व्हायला. त्या औरंगजेबाकडे त्याच्यासारखे एकाहून एक पराक्रमी कितीतरी लढवय्ये आहेत. कित्येक लक्षांची सेना आहे त्याच्याकडे. एकाला दूर केले की, दुसरा जास्त मोठी फौज घेऊन हजर होतो. आताचंच पाहा ना, तुम्ही दोड्डेरीला कासिमखानाला मारलंत. खानाजादखानाला पळवून लावलंत. मग काय झालं? बादशहाने आणखीनच जास्त फौज देऊन हमीदुद्दीनखानाला आणि रुस्तुमदिलखानाला पाठवून दिलंय. तुम्ही हिंमतखानाला मारलंत, बादशहाने लागलीच शहाजादा बेदारबख्ताला भरपूर सैन्य देऊन ताबडतोब धाडून दिलं. तुम्ही झुल्फिकारखानालाही नक्कीच हरवलं असतं, पण त्यानंतर अधिक मोठ्या बळासह औरंगजेबाने दुसऱ्या अशाच एखाद्या मातब्बर मोगल सरदाराला पाठवून दिलं असतं. शिवाय, त्याला कदाचित झुल्फिकारखानासारखं वळवता आलं नसतं. नाही का?"

धनाजींनी मुद्देसूदपणे सविस्तर सारे मांडल्यामुळे संताजी आणखीनच चिडले.

तावातावाने उठत म्हणाले,

"हे तुमचं राजकारणी बोलणं आम्हाला नका सांगू. आम्हाला ते समजतबी नाही आनी पटतबी नाही. आम्हाला फकस्त गनीम समोर आला की, त्याला संपवायचं एवढंच समजतं. त्याच्याबद्दल काय बोलायचं असंल तर बोला. नाहीतर निघालो आम्ही."

तसाच उभ्याउभ्या महाराजांना मुजरा करून ते दरबाराबाहेर पडले. असा प्रकार काही प्रथमच घडत होता असे नव्हे. तरीही या वेळच्या त्यांच्या आवेशाकडे पाहून सारे अवाक् झाले होते.

धनाजी हतबुद्ध होऊन महाराजांकडे पाहू लागले. तेव्हा महाराज त्यांना म्हणाले,

"जाधवराव, जाऊ दे. आहे त्यांचा स्वभाव तापट. शांत झाले की, येतील परत. तेव्हा ठरवा मोहिमेचं."

महाराजांनी सारे समजुतीने घेतले होते. पण दरबारातील काही मंडळींना संताजींचे वागणे बरेच खटकले होते. ते एकमेकांकडे पाहत आपसात चुळबुळ करत होते. अखेर न राहवून अमृतराव निंबाळकर म्हणाले,

"महाराज, सेनापतींची खुद्द आपल्या हुजुरात ही भाषा आहे. मग बाहेर ते इतर लोकांशी कसे वागत असतील याची आपण कल्पना करावी. आमचा भाचा सुभानजी मानेला क्षुल्लक कारणावरून कसे वागवले होते, हे आपणास ठाऊक आहेच. ते कधी कोणाचाही मुलाहिजा ठेवत नाहीत. लहानसहान बाबींवरून कुणाला फटक्यांची शिक्षा देणे, हत्तीच्या पायी देणे असे त्यांच्या छावणीत सर्रास चालते. त्यांना कोणाचा धाक नाही. कसलाही धरबंद नाही. आम्हाला वाटते, आपण याची दखल घ्यायला हवी."

अमृतरावाने आपल्या मनातली बऱ्याच दिवसांची साचलेली खदखद बाहेर काढली. तरीही शांतपणे महाराज म्हणाले,

"आपण म्हणता आहात ते सारे खरे आहे. पण ही वेळ भांडणे, आपसांतले, हेवेदावे करण्याची नाही. या वेळी शांत राहा."

महाराजांच्या आवाहनाला मान देऊन सारे त्या वेळी गप्प बसले. महाराज इतर कामकाजाकडे वळले.

२

संताजी दरबारातून रागारागात निघून गेले. ते पुढचे आठ दिवस आलेच नाहीत. याची दखल घेऊन महाराजांनीच विषय काढला,

"सेनापती आजही आलेले दिसत नाहीत."

"जी, महाराज. आम्हाला वाटले होते, त्यांची नाराजी दूर झाली की येतील. पण या वेळचे लक्षण काही वेगळेच दिसत आहे."

प्रल्हाद निराजी म्हणाले. त्यावर प्रधान निळोपंत म्हणाले,

"सेनापतींच्या मनात काहीतरी खदखदत असावे, असे आम्हाला वाटते. या वेळी ते लहानसहान बाबींवरून चिडत आहेत. परवा लुटीच्या हिशेबावरून त्यांचा हिशेबनिसांशीदेखील काही मनमुटाव झाल्याचे ऐकले होते."

"हेही काही प्रथमच होते आहे असे नाही. पण पंत, तुमचे सेनापतींशी चांगले सलोख्याचे संबंध आहेत. तुम्हीच त्यांच्याशी बोलून का पाहत नाही?"

प्रल्हाद निराजींनी नुसते असे सुचवताच निळोपंत हात झटकत म्हणाले,

"आम्हास त्या भरीस घालू नका. त्यापेक्षा चिटणिसांवर ही कामगिरी सोपवावी हे बरे. सेनापती त्यांचा शब्द मोडतील असे वाटत नाही."

त्यांची सूचना सर्वांना पटली. त्याच दिवशी खुद्द महाराजांच्या सांगण्यावरून खंडो बल्लाळ संताजींच्या छावणीकडे रवाना झाले.

दोन दिवस संताजींची समजूत घालून खंडो बल्लाळांनी एकदाचे त्यांना दरबारात येण्यासाठी राजी केले. संताजी आले खरे, पण महाराजांना मुजरा करून गंभीर मुद्रेने हाताची घडी घालून बाजूला ताठ उभे राहिले. त्यांच्या एकंदरीत बाण्यावरून ते अजून पुरते निवळले नसल्याचे उघड दिसत होते. तरीही महाराजांनी विचारले,

"आला नाहीत आठवड्याभरात?"

"हुं. कशाला यायचं? आम्हाला, आमच्या म्हणण्याला काही मान नसंल तर कशाला यायचं? आम्ही काय नुसते नावाचे सेनापती. निर्णय मात्र दुसरेच घेतात."

बोलता बोलता त्यांनी आपली नजर धनाजींकडे रोखली होती. त्याच्याकडे दुर्लक्ष करत महाराज म्हणाले,

"तुमचा काहीतरी गैरसमज होतो आहे, सेनापती."

महाराजांच्या शांतपणामुळे संताजी अधिकच बिथरले. महाराज आपल्या म्हणण्याकडे, आपल्या रागाकडे जाणूनबुजून दुर्लक्ष करत आहेत. आपल्याला महत्त्व देत नाहीत, असे त्यांना वाटले. त्यामुळे चिडून ते म्हणाले,

"कसला गैरसमज? आम्ही सुचवलेली प्रत्येक बाब इथं डावलली जाते. एवढ्या बलाढ्य कासिमखानाला, हिंमतखानाला आम्ही संपवलं, मग त्या झुल्फिकारला संपवणं असं कितीसं अवघड होतं? पण आमचं आइकतंय कोन?"

"संताजी, किती वेळा तोच विषय काढणार? झुल्फिकारखानाचा मसला वेगळ्या राजकारणाचा आहे. तुम्हाला त्याबद्दल अनेक वेळा समजावून सांगितलेलं आहे. तरीसुद्धा..."

''त्ये आम्हीबी लई वेळा आइकलंय. आमी तिथं जीव हातावर घेऊन लढायचं. आनी हे तुमचे कारभारी इथं दरबारात आरामात बसून त्याचं काय करायचं ते ठरवणार. त्यांचं काय जातंय फुकटचं शहाणपण शिकवायला? राजकारण करत्यात म्हणं.''

हे बोलत असताना त्यांनी कारभारी मंडळाकडे नजर टाकली. महाराजांचे बोलणे तोडून संताजींनी केलेली शेरेबाजी ऐकून ते चिडले. प्रल्हाद निराजी म्हणाले,

''सेनापती, असे बोलणे आपल्याला शोभत नाही. महाराजांच्या अष्टप्रधान मंडळात आपणदेखील एका महत्त्वाच्या हुद्द्यावर आहात. आपले सर्वांचे म्हणणे विचारात घेऊन अखेर महाराज योग्य तो निर्णय घेतात. तो आपण सर्वांनी मान्य करायलाच हवा.''

''तो आम्हाला पटत नसला तर? महाराज इतरांचं सारं आइकतात. आमचं मात्र डावलतात. गनिमाच्या दारात गेलेली मानसं परत घेऊ नका असं आम्ही म्हटलेलं होतं. तरी त्यांना घेतलं. ते आम्हाला बिलकूल आवडलं नव्हतं. ही सगळी बिनभरवशाची निसरडी माणसं. कधी कुठं सरकतील याचा नेम नाही. काय करायची आपल्याला असली माणसं? आम्ही कुठं कमी आहोत? पण नाही. त्यानला अगदी पायघड्या घालून आवतन करायचं. थोरल्या महाराजांचा रिवाज मोडून त्यानला जहागिऱ्या, वतनदाऱ्या द्यायच्या. हे आम्हाला नाही बरं वाटत. पण आमचं काय म्हणणं, आम्हाला त्याच्याबद्दल काय वाटतंय, याचा कोण विचार करतंय?''

त्या वेळी दरबारात असे बाहेरून आलेले अनेक सरदार होते. संताजींनी आपल्या रोखठोक स्वभावानुसार त्यांची कुणाची पर्वा न करता केलेल्या टिप्पणीमुळे त्यातल्या बऱ्याच जणांना आलेला संताप जाणवल्यामुळे महाराज म्हणाले,

''संताजी, म्हणून त्यांच्या निष्ठेबद्दल अविश्वास दाखवून सारखा त्यांचा अपमान करायचा का? तुम्ही शूर आहातच. पण त्या औरंगजेबाच्या तीन लाखांवर असलेल्या फौजेला एकटे कुठंवर पुरणार होतात? त्यासाठी आपलं माणूसबळ वाढवायला नको होतं का? मग पदरी पोख्त जमाव असलेली माणसं जवळ केल्याशिवाय आपली ताकद कशी वाढणार होती? खरं तर तुम्ही सेनापती, तुम्ही या माणसांना जवळ करून दौलतीच्या कामाला लावायचं. तर ते सोडून तुम्हीच त्यांच्याशी उभा दावा धरता, त्यांचा ऊठसूट अपमान करता. तेही दौलतीसाठी आपले जीव पणाला लावून लढतात. तरी तुम्ही सारखं त्यांच्या निष्ठेविषयी शंका बाळगता, हे असं कसं चालेल?''

महाराजांचा सुरुवातीचा शांत स्वर आता तापू लागला होता. त्यांनी त्या सरदारांनी बाजू लावून धरलेली पाहून संताजी अधिकच भडकले. हातवारे करत म्हणाले,

“निष्ठा? कोणाच्या निष्ठा? कसल्या निष्ठा? या असल्या वेळ बघून बाजू बदलणाऱ्या माणसांच्या? आणि त्यांना बळ देणाऱ्या या तुमच्या कारभाऱ्यांच्या? आम्ही तिकडे दौलतीसाठी जीव पणाला लावत असताना आमच्या विरुद्ध तुमचे कान भरणाऱ्यांच्या? यांच्या कसल्या आल्या आहेत निष्ठा?”

हे त्यांचे बोलणे ऐकून दरबारातील कारभारी आणि सरदार अस्वस्थ झाले. दरबारातले बिघडते वातावरण पाहून महाराजांना आता अधिक शांत राहणे शक्य नव्हते. त्यांची मुद्रा संतप्त झाली. दोघांचाही बदलता नूर पाहून सारा दरबार मात्र नि:शब्द होऊन गेला होता.

३

आता सगळ्याच प्रकाराला अगदीच वेगळे वळण लागले होते. भर दरबारात संताजी महाराजांशी करत असलेले जाबसाल कोणालाही आवडले नव्हते. पण खुद्द महाराज समोर असल्याने त्यांना नुसत्या मुठी वळत बसण्याखेरीज काही करणे शक्य नव्हते. महाराजांचाही इतका वेळ राखलेला संयम आता सुटत चालला होता. ते संताजींकडे रोखून पाहत कडक शब्दांत बोलू लागले,

“संताजी, तुम्ही खूप शूर आहात, पराक्रमी आहात हे खरे. पण केवळ त्याच्याच जिवावर मराठी दौलत उभी आहे असे जे तुम्हाला वाटते, तो तुमचा मोठा गैरसमज आहे. खुद्द धनाजी तर आहेतच. पण त्याशिवाय पार माळव्यापासून ते चंदीपर्यंत कितीतरी वीर आज मोगलांशी तसेच प्राण पणाला लावून लढत आहेत.

“तिथे मराठी मुलखात शंकराजी नारायण, रामचंद्रपंत, परशुराम त्रिंबक यांच्यासह अनेकांनी लढून सारा मावळ आणि कोकणपट्टा परत स्वराज्यात आणलेला आहे. आमचे सेनासाहेबसुभा परसोजी भोसलेंनी साऱ्या वऱ्हाड आणि गोंडवनातून मोगलांना हुसकून लावले आहे. सरलष्कर सिधोजीराव नाईकनिबाळकरांनी गोदावरीच्या खोऱ्यात आपला अंमल बसवला आहे. सेनाधुरंधर खंडेराव दाभाडेंनी खानदेश गुजरातपासून ते बागलाणापर्यंतच्या मुलखाला पालाण घातलेलं आहे. याशिवाय बाजीराव जेधे, नागोजी माने, आटोळे, विश्वासराव पवार, दिनकरराव थोरात, विठोजी चव्हाण हिंमतबहाद्दर, हणमंतराव घोरपडे, अमृतराव निंबाळकर, नागोजी आणि चांदजी हे पाटणकर बंधू, अशी आणखी कितीतरी मंडळी जागोजागी मोगलांच्या सत्तेला तोंड देत आहेत. या सर्वांचा हातभार लागलेला आहे म्हणूनच एवढ्या बलाढ्य मोगल सेनेविरुद्ध हे राज्य टिकून राहिले आहे, हे आम्हाला तरी विसरता येणार नाही. यांच्यातल्या बाहेरून आलेल्या प्रत्येकाच्या विषयी तुम्ही मनात आकस बाळगता, त्यांच्या निष्ठा खोट्या आहेत असे म्हणत राहता. अशा सतत त्यांच्याविषयी शंका

घेतल्या तर ते कसे दौलतीसाठी प्राण पणाला लावून लढतील? आणि म्हणूनच केवळ तुम्ही तसे म्हणता म्हणून आम्ही तसे मानू शकत नाही.

"शिवाय, राज्य काही फक्त लढणाऱ्यांच्या जिवावर चालत नाही. तसे असते तर आमच्या आबा महाराजांनी त्यांचे अष्टप्रधान मंडळ नेमलेच नसते. कारभार करण्यासाठी, सलामसलतीसाठी दरबारात मुत्सद्दी असतात. त्यांना सतत हिणवून बोलणे तुमच्यासारख्याला शोभत नाही."

एरव्ही कमी बोलणाऱ्या, अत्यंत शांत स्वभावाच्या महाराजांचे सविस्तर पण मुद्देसूद बोलणे ऐकून दरबार स्तब्ध झाला होता. सर्वांसमोर झालेल्या त्या प्रकारामुळे संताजी पार बिथरून म्हणाले,

"एवढं आमचं काही पटत नव्हतं, तर कशाला मानसं पाठवून बोलावून घेऊन आम्हाला परत सेनापती केलंत? आम्ही गेलोच होतो की ते सोडून!"

"पाहिलंत, हे असं तुमचं बोलणं असतं. दुसऱ्यांचं म्हणणं समजून न घेता वागण्याच्या तुमच्या स्वभावामुळे तुम्ही कित्येक वेळा तुमच्या पाठीशी उभ्या राहाणाऱ्यांनासुद्धा अडचणीत आणता. त्यांची नाराजी ओढवून घेता. आमच्याकडे तुमची शिफारस पंतअमात्यांनी केलेली होती. पण तुमचं त्यांच्याशीही पटलं नाही. आम्ही असेही ऐकले होते की, पूर्वी आबा महाराजांच्या वेळी तुम्ही तुमच्या अशा आततायी स्वभावामुळे, हंबीरराव मामासाहेबांना आणि खुद्द त्यांनादेखील अडचणीत आणले होते. त्या वेळी त्यांनी तुम्हाला काही दिवस मुजऱ्याला मना केले होते. आम्हाला वाटलं होतं की, तो तुमचा तरुणपणाचा स्वभाव असेल, आता वयानुसार त्यात बदल झालेला असेल, पण तसे काही झालेले दिसत नाही. तुम्ही आजही तसेच वागून सर्वांची इतराजी ओढवून घेत आहात."

महाराजांचे हे बोल आणि त्यांनी मागच्या प्रसंगाचा केलेला उल्लेख हे सारे संताजींच्या अगदी वर्मी लागले. ते सहन न झाल्याने अचानक पुढे येऊन त्यांनी आपली शिक्का-कट्यार महाराजांच्या पुढ्यात टाकली. कोणाच्या काही लक्षात येण्याआधीच ताडताड पावले टाकत ते दरबारातून निघून गेले.

४

संताजी रागाने दरबारातून निघून गेल्याच्या धक्क्यातून दरबार सावरण्यापूर्वीच महाराज मसनदीवरून जे उठले ते थेट आपल्या महालात आले. त्यांना असे अवेळी आलेले पाहून चाकरांची धांदल उडाली. त्यांचा एकंदरीत रागरंग पाहून त्यांच्यापुढे यायचे कोणाला धाडस होईना. अखेर त्यांना लहानपणापासून सांभाळणाऱ्या येसाजी दाभाडे यांना निरोप गेला. येसाजींनी तातडीने येऊन पाहिले तर महाराज विमनस्कपणे

मंचकावर बसून एकटक खिडकीतून बाहेर पाहत बसले होते. त्यांच्या जवळ जाऊन येसाजींनी हाक मारली,

"महाराज."

महाराजांनी रागाने तिकडे वळून पाहिले. त्यांना त्या वेळी तरी तिथे कोणीही नको होते. पण येसाजींना पाहताच त्यांचा पारा उतरला. मनावरचा ताण थोडा निवळला. ते काही बोलले नाहीत. तेव्हा येसाजी खिडकीबाहेर पाहत म्हणाले,

"हवा लईच गरम झालीया. नुसती रखरख. सकाळधरनं दरबारात हायसा. जरा सुमार व्हा."

त्यांनी खाली बसून महाराजांच्या पायातले जोडे उतरवण्यास सुरुवात केली. तरीही काही न बोलता पाय वर घेऊन महाराज मंचकावर कलंडले. ते पाहून येसाजी म्हणाले,

"पडा वाईच. मी पडद्यांवरून पानी माराया सांगतो. म्हंजी जरा गार वाटंल."

त्यांच्याकडे एकवार पाहून महाराजांनी आपले अंग सैल सोडले. डोळे मिटून घेतले. येसाजींनी चाकरांना सांगून वाळ्याच्या पडद्यांवर पाणी मारून घेतले. महालात किंचित गारवा पसरला. तरीही येसाजी जाणून होते की, केवळ त्याच्यामुळे महाराजांच्या मनातला क्षोभ काही कमी होणार नाही. त्यांनी ताराराणींना निरोप धाडला.

काही क्षणांत ताराराणी महालात आल्या. अलगद महाराजांच्या बाजूला बसल्या. त्यांच्या पायावर हळुवारपणे हात फिरवत म्हणाल्या,

"दरबारात घडलेले सारे आमच्या कानी आलेले आहे. आपल्याला त्यामुळे त्रास होणे साहजिकच आहे. पण काय करणार? सारे कसे आपल्या मनासारखे होणार? कधीतरी असे प्रसंग येणारच."

त्यांचा आवाज ऐकून महाराजांनी डोळे उघडले. चट्‌कन उठून बसत म्हणाले,

"तुम्ही कशाला आलात इथे? वैद्यराजांनी आराम करायला सांगितले आहे ना? उगीच दगदग केलीत."

ताराराणी मंदपणे हसल्या. त्यांना नुकताच नववा महिना सरला होता. तशा अवघडलेल्या अवस्थेत भराभर चालत आल्यामुळे त्यांचा देखणा चेहरा घामाने डंवरला होता. तो पदराच्या शेवाने पुसत त्या म्हणाल्या,

"सदरेवर काय घडते आहे याच्याकडे आमचे लक्ष होतेच. पण गोष्टी या टोकाला जातील, असे वाटले नव्हते. अखेर सेनापतींची समजूत पटली नाहीच, आणि ते पुन्हा एकवार शिक्का-कट्यार टाकून गेले, असे समजले. पाठोपाठ आपण तडक महालात निघून आल्याचा सांगावा आला. मग नाही राहवले आम्हाला."

"हं. खरं आहे तुमचं. वाद या टोकाला जाईल असे आम्हालाही वाटले नव्हते.

पण काय करणार? तुम्ही संताजींना ओळखताच. एकदा एखादी बाब डोक्यात घेतली की, तिथे तडजोड नाहीच.''

महाराज नि:श्वास सोडत म्हणाले. बोलता बोलता ते मंचकावरून उठले. त्यांनी खिडकीजवळ जाऊन बाहेर पहिले. संताजींची छावणी दूरवर पसरलेली दिसत होती. मध्यभागी असलेल्या संताजींचा डेऱ्यावरचे घोरपडीचे निशाण उठून दिसत होते. त्याच्याकडे एकवार नजर टाकून ते माघारी वळले. पाठीमागे हात बांधून फिरत बोलू लागले,

''गेली तीन वर्षे आम्ही त्यांची समजूत काढत आहोत. तेव्हाही ते असेच चिडून शिक्का-कट्यार टाकून निघून गेले होते. तेव्हा ती जिम्मेदारी आम्ही जाधवरावांकडे सोपवलेली होती. पण एवढा थोर रणगाजी दौलतीच्या कामातून दूर जाऊ नये म्हणून आम्ही त्यांची समजूत काढली. त्यांच्याबरोबर जातीने मोहिमेवर गेलो. पण त्याच सुमारास बहिर्जी दूर गेले तेव्हा हे पुन्हा बिघडले. शेवटी इथून विठ्ठलपंतांना पाठवून आम्हाला त्यांची समजूत घालावी लागली.

खरंतर, धनाजीरावांचं मन मोठं, त्यांनी सर्वांच्या शब्दाखातर दौलतीचे हित बघून आपले सेनापती पद संताजींना परत केलं. इतकंच नाही, तर आपला थोरला मुलगा त्यांच्या हाताखाली दिला. तो झुंजात कामी आला तेव्हा त्या दु:खापेक्षा संताजींनी त्याच्या पराक्रमाचे केलेले कवतिक त्यांना जास्त थोर वाटले.

त्यानंतर ते पुन्हा रुसले. त्या वेळी शंकराजींनी त्यांची समजूत काढली. सोबतीने मोहीम काढून मग त्यांना इथे धाडून दिले. धनाजींनी गेल्या खेपेप्रमाणे पुढे येऊन वेलोरचा वेढा उठवला. संताजींनी कर्नाटकात खूप मोठा पराक्रम केला, यात शंकाच नाही. पण म्हणून हरखेपी आपण म्हणू तेच दुसऱ्यांनी ऐकावे असे म्हणायचे, सतत कारभाऱ्यांना, इतर सरदारांना हिणवत राहावयाचे, भर दरबारात वाद घालायचे, रुसायचे, निघून जायचे, मागून आम्ही त्यांची समजूत घालत बसायचे. आता तुम्हीच सांगा तारा, हे असे किती वेळा करायचे? संताजी अगदी थोर लढवय्ये आहेत, सेनापती आहेत हे खरे. पण आम्हालाही छत्रपती म्हणून इतर जबाबदाऱ्या आहेत. आम्हाला खानदेशापासून चंदीपर्यंतची मराठी दौलत सांभाळायची आहे. त्यासाठी लढणारा, राबणारा हरएक माणूस आम्हाला जोडावा लागतो, राखावा लागतो. हे त्यांनी समजून नको घ्यायला?''

बोलता बोलता महाराज काही क्षण थांबले. आपल्या मनातला क्षोभ बोलून व्यक्त केल्यावर त्यांना हलके वाटेल असे वाटल्याने ताराराणींनी त्यांना अडवले नाही.

''तारा, आम्ही सहा वर्षांपूर्वी इथे आलो होतो तेव्हा काय होते आमच्या हाती? तिकडे मराठी मुलखात अवघे पाच-सहा गड हाती राहिलेले होते. त्यातला रायगडही लगेच पडला. सेनापती कामी आलेले. जवळ सेना नाही, ती उभी

करायला हाती धन नाही, ते मिळवण्यासाठी वसुलीला हातात मुलूख नाही, अशी बिकट अवस्था होती. अशा वेळेला स्वत:च्या पागा बाळगणारे लोक जवळ करायचे ठरवले. गनिमाच्या पदरी असलेल्या लढवय्यांना जवळ केलं, त्यांना पदं दिली, सरंजाम दिले, पदव्या दिल्या. त्या साऱ्यांचा हातभार आहे, म्हणून तर एवढ्या बलाढ्य मोगलांना टक्कर देतो आहोत. पण हे त्यांना पटतंच नाही. या सर्वांच्या निष्ठेबद्दल सतत शंका घेत राहतात.

"शिवाय, राज्य काही केवळ लढणाऱ्यांच्या जिवावर चालत नाही ना? शत्रूशी लढताना, तह करताना त्याचे डावपेच आखावे लागतात. प्रसंगी बोलणी सुरू ठेवून, तर कधी चक्क माघार घेत, वेळ येईल तशी धोरणे ठरवावी लागतात. तर कधी दौलतीच्या हितासाठी आपल्याला न पटणाऱ्या मार्गानेही जावे लागते. आम्ही सलामसलतीसाठी आमच्या आबा महाराजांप्रमाणे अष्टप्रधान नेमले. पण मुत्सद्यांचे सल्ले हे त्यांना दुबळे दरबारी राजकारण वाटते. त्यांचाही ते पदोपदी अपमान करतात. आम्ही याबद्दल त्यांना समजावण्याचा प्रयत्न केला, तर ते पटवून तर घेत नाहीतच, उलट आमच्याशी जाबसाल करतात."

बोलता बोलता महाराज पुन्हा थांबले. मंचकावर येऊन बसले. ताराराणींकडे स्थिर नजरेने पाहत दृढ स्वरात म्हणाले,

"आज ते पुन्हा एकवार तसेच निघून गेले आहेत. या खेपी आम्ही पक्के ठरवले आहे की, आता त्यांची समजूत काढण्यासाठी काही करायचे नाही. आजपर्यंत खूप झाले. यापुढे नाही."

एका दमात एवढे सारे बोलल्यामुळे आणि भावनावेगाने महाराजांचा श्वास फुलला होता. ताराराणींनी पुढे केलेला पाण्याचा तांब्या एका दमात रिता करून ते शांत झाले. आतापर्यंत काही न बोलता, सारे ऐकत असलेल्या ताराराणी म्हणाल्या,

"आम्हाला आपले सारे म्हणणे पटते आहे. पण महाराज, आज त्यांच्या जवळ फार मोठं सैन्यबळ आहे. एवढे हत्यारबंद मनुष्यबळ सेवेतून दूर गेले, तर त्यामुळे दौलतीचे मोठे नुकसान होईल. शिवाय ते धोक्याचेही आहे. खुद्द संताजीच्या निष्ठेविषयी आमच्या मनात मुळीच शंका नाही. पण इतरांचे काय? तो मोगल बादशहा तेथे वतने, खिल्लती, सरंजाम यांची लालूच दाखवून माणसं फोडायला टपलेला आहेच. त्याचाही विचार करायला हवा."

ताराराणींचे आधाराचे जाणते बोल ऐकून महाराजांना बरे वाटले. ते विचार करत म्हणाले,

"होय. तुमचे म्हणणे दुरुस्त आहे. आम्ही या विषयी इतरांशी बोलून काय करायचे ते ठरवू."

अचानक काहीतरी ध्यानात आल्यासारखे वाटून ते ताराराणींना म्हणाले,

''तुम्ही किती वेळ अशा अवघडून बसला आहात. आमच्या ध्यानीच आले नाही. थांबा, आम्ही कोणाला तरी बोलावून घेतो.''

महाराजांनी हाक मारली. त्यासरशी बाहेर इतका वेळ थांबून राहिलेले येसाजी आणि वाल्हाई आत आले. ताराराणी त्यांच्यासोबत त्यांच्या महालात निघून गेल्या. महाराज पुन्हा आपल्या विचारात बुडाले.

५

ती रात्र गडावर सर्वांनाच बेचैनीची गेली. पहाटे पहाटे महाराजांचा डोळा लागला होता. तरीही नेहमीच्या सवयीप्रमाणे सकाळी उठून आपली आन्हिके उरकून ते कवाडापाशी गेले, अन् त्यांना धक्काच बसला. काल जेथे संताजींची छावणी पसरलेली होती, तेथे आता कोणीही नव्हते. रातोरात संताजी त्यांच्या सैन्यासह निघून गेले होते. नगारे, नौबत, घोषणा असा कसलाही आवाज न करता एवढा मोठा जमाव चंदीमधून निघून गेला होता. महाराजांना सारा मामला मोठा गंभीर वाटला. त्यांना ताराराणींचे शब्द आठवले. ताबडतोब निरोप पाठवून सर्व प्रमुख मंडळींना त्यांनी सदरेवर बोलावून घेतले.

अर्ध्या घटकेत कारभारी, धनाजीराव, गडकरी यांच्यासह सर्व मुख्य सेनानी सदरेवर जमा झाले. महाराज गंभीर स्वरात बोलू लागले,

''आम्ही एवढ्या जलदीने तुम्हाला कशासाठी बोलावले आहे, याचा अंदाज तुम्हा सर्वांना आला असेलच. दरबारात वादविवाद होतात. सर्वच काही प्रत्येकाच्या मनासारखे घडते असे नाही. पण त्यामुळे कोणी इतके टोकाचे वागत नाही. काल संताजी आमच्याशी दरबारात वाद घालून गेले. आम्हाला वाटले, दोन-चार रोजात शांत होतील. पुन्हा पुढच्या मोहिमेच्या तयारीला लागतील. पण ते सरळ त्यांच्या सैन्यासह निघून गेलेले आहेत. आम्हाला ही बाब काही साधी वाटत नाही.''

महाराज जे बोलत होते तेच विचार तेथे जमलेल्या प्रत्येकाच्या मनात घोळत होते. नीळकंठ मोरेश्वर सांगू लागले,

''संताजींचे सैन्य इथून निघाले आहे हे आम्हाला अर्ध्या रात्री चौकीवरच्या शिपायांनी सांगितले. आम्ही जातीने तेथे जाऊन खातरजमा केली. तोवर किल्लेदार आणि प्रतिनिधी यांना समजले. आम्ही तिघे एकत्र येईपर्यंत अर्ध्यापेक्षा अधिक जमाव बाहेर पडलेला होता.''

''होय महाराज. येसाजी म्हणाले की, आपला नुकताच डोळा लागलेला आहे म्हणून उठवले नाही. पण ते नेमके कुठे चाललेले आहेत हे पाहण्यासाठी काही नजरबाजही धाडून दिलेले आहेत. तसेच त्यांचा अशा रीतीने निघून जाण्यामागे

नेमका काय इरादा आहे, हे जाणून घेण्यासाठी त्यांच्याकडच्या काही सरदारांच्या गोटात आपली खास माणसे धाडलेली आहेत. त्यांच्याकडून दुपारपर्यंत सारा तपशील समजेल.''

प्रल्हाद निराजींनी सांगितले.

''ठीक आहे. काही समजले की, आम्हाला कळवा. नंतरच बोलू.''

असे म्हणून महाराज पुन्हा त्यांच्या महालात गेले.

संपूर्ण गडावर तणाव पसरला होता. घडलेल्या प्रकाराची दबक्या आवाजात चर्चा चाललेली होती. आपल्या महालात महाराज ताराराणींसह काय घडते आहे याचा विचार करत होते.

दिवस मावळता मावळता समजले की, संताजी कांचीच्या दिशेने निघाले आहेत. अजून त्यांची दौड सुरू होती. त्यामुळे ते नेमके कुठे जाऊन थांबणार आहेत हे समजत नव्हते. ती रात्र सर्वांना आदल्या रात्रीपेक्षा अधिक अस्वस्थ करणारी होती. महाराजांनी धड जेवणदेखील घेतले नव्हते. साऱ्या ताणतणावामुळे ताराराणींची तब्येत अधिक नाजूक बनली होती.

दुसऱ्या दिवशी सकाळी निश्चितपणे खबर आली की, कांचीजवळच्या आयेवारकुटी या गावाजवळ संताजींनी छावणी टाकलेली आहे. त्यांच्या छावणीतल्या सरदारांकडे पाठवलेल्या माणसांकडून समजले की, संताजी सध्या तरी कोणाचे काही ऐकण्याच्या मन:स्थितीत नाहीत. तेव्हा मात्र हे सारे प्रकरण हाताबाहेर चालले असल्याचे महाराजांच्या ध्यानी आले. त्यांनी तेथे असलेले सर्व सेनानी, मुत्सद्दी यांची तातडीची बैठक बोलावण्यास सांगितले.

६

दुसऱ्या दिवशी दरबार भरला. प्रतिनिधी प्रल्हाद निराजी, प्रधान निळोपंत मोरेश्वर, केसोपंत त्रिमल, खंडो बल्लाळ चिटणीस, सुमंत शंकराजी मल्हार आदी कारभारी मंडळी, धनाजी जाधवराव, अमृतराव आणि हणमंतराव हे निंबाळकर बंधू, तिमाजी घाटगे, आधी नेहमी संताजींसोबत असणारे पाटणकर बंधू, असे अनेक नामजद सरदार, किल्लेदार रायाजी नलगे आणि चंदीमधली अन्य महत्त्वाची माणसे जमली होती.

प्रल्हाद निराजी यांनी सुरुवात केली,

''गेल्या काही दिवसांत काय घडले आहे हे तुम्हा सर्वांना माहीत आहेच. सेनापतींचे दरबारात होणारे मतभेद काही नवे नाहीत. तीन सालांमागे ते असेच रागाने आपली शिक्का-कट्यार टाकून निघून गेले होते. पण त्यानंतर ते असे दूर निघून गेले नव्हते. या खेपी मात्र सारे वेगळे घडले आहे. सेनापती आपली सारी फौज घेऊन

कोणालाही न सांगता निघून गेलेले आहेत. या अशा आगळ्या परिस्थितीविषयी विचारविनिमय करण्यासाठी आज महाराजांनी सर्वांना बोलावले आहे.''

एवढे बोलून ते थांबले. आता सर्वांची नजर महाराज काय बोलतात याच्याकडे लागली होती. महाराजांनी बोलायला सुरुवात केली,

''इथली परिस्थिती किती अवघड आहे हे तुम्ही सारे जाणता. तो शहाजादा बेदारबख्त बसवापट्टणला आलेला आहे. आधी तेथे हिंमतखानाकडे जेमतेम दोन-तीन हजारांची शिबंदी असायची. आता बेदारबख्ताकडे खडी तीस हजारांची फौज औरंगजेबाने दिलेली आहे. त्याच्या बळावरच त्याने आल्याबरोबर ब्रह्माप्पा नायकाला नमवले. संताजीशी चार हात करून हमीदुद्दीनखान आणि सफशिकनखान अधोनीला थांबलेत. त्यांच्याकडे खडा तीस हजार शिपाई आणि बुलंद तोफखाना आहे. इकडे झुल्फिकारखान अर्काटला थांबून राहिलाय. त्याने सतत तगादा केल्यामुळे त्याच्या बादशहाने त्याला पंधरा लक्षांचा खजिना नुकताच पाठवलेला आहे. आता त्याला आपण काहीतरी कारवाई केल्याचे दाखवावे लागेल, नाहीतर औरंगजेब इथली मोहीम बेदारबख्तच्या हाती देऊन त्याला माघारी बोलावण्यास मागेपुढे पाहणार नाही, हे त्याला माहीत आहे.

शिवाय, दक्षिणेत आता आपल्याला मदत करू शकतील असे फारसे कोणी राहिलेले नाहीत. तंजावरच्या शहाजीराजेंना झुल्फिकारखानाने नमवून आपले मांडलिक केलेले आहे. चित्रदुर्गाच्या ब्रह्माप्पाला नुकतेच बेदारबख्ताने धाकात आणले आहे. इतर मांडलिक आणि बिदनूरच्या राणीसाहेबांची ताकद कितीशी आहे, हे तर तुम्हाला ठाऊक आहेच आणि अशा परिस्थितीत संताजी त्यांच्या साऱ्या सैन्यासह निघून गेले आहेत, हे दौलतीच्या दृष्टीने अतिशय धोक्याचे आहे असे आम्हाला वाटते.''

बोलता बोलता मध्येच थांबून अचानक चांदजी पाटणकर यांच्याकडे पाहत महाराजांनी विचारले,

''पाटणकर, तुम्ही संताजीरावांसोबत होतात. तेव्हा सांगा बरे, किती जमाव असेल त्यांच्याकडे.''

प्रत्यक्ष महाराजांकडून अचानक असा सवाल येईल, अशी कल्पना नसल्याने आधी चांदजी गांगरून गेले. नंतर स्वत:ला सावरत ते सांगू लागले,

''महाराज, त्यांच्याकडचा जमाव खरेच खूप मोठा आहे. चाळीस हजारांपर्यंत तरी सहज असेल. खुद्द संताजीरावांचे वीस हजार, विठोजी चव्हाण, गोविंदराव पंचहजारी, मकाजी देवकाते असे पंचहजारी सरदार आणि गणोजीराव जाधव, जनाजी जाधव, तुकोजी गाढवे, हणमंतराव धोंड, बाजी कोळेकर, जावजी आढळराव, तुकोजी खोमणे असे शे-पाचशे स्वारांचे कितीतरी सरदार आहेत. या साऱ्यांचे मिळून आणखी दहा-पंधरा हजारांचे बळ तरी सहज असेल.''

चांदजी पाटणकर विचार करत, आठवत हिशेब करत सांगत होते. ते ऐकून अस्वस्थ झालेले धनाजी जाधवराव म्हणाले,

"महाराज, एवढे मोठे बळ दौलतीच्या कामातून निघून गेले तर अवघड होईल. गनीम मातबर आहे. अशा वेळी आपली एवढी ताकद आपल्यातून गेली तर त्यातून उलट गनिमालाच मदत होईल."

इतका वेळ काही न बोलता सर्व काही ऐकणारे निळोपंत म्हणाले,

"महाराज, मराठी दौलतीचे सेनापती भांडून दूर गेले आहेत, हे गनिमाला समजण्यास मुळीच वेळ लागणार नाही. आपल्याला सर्वांना संताजीरावांच्या निष्ठेबद्दल शंका नाही. पण इतरांचे काय? शिवाय, आता जेथे त्यांची छावणी आहे तेथून अर्काट जवळ आहे. स्वत: झुल्फिकारखान कदाचित काही हालचाल करणार नाही. पण दाऊदखान पन्नी, राव दलपतसारखे काही कडवे मोगल सरदार काही गप्प बसतील असे वाटत नाही. याचा विचार करता इतर कोणी त्यांना गाठण्याआधी आपणच सर्वांशी संधान बांधायला हवे, असे आम्हाला वाटते."

आता प्रल्हाद निराजींनाही राहावले नाही. ते म्हणाले,

"हा तिढा खरेच फार अवघड बनलेला आहे. कारण संताजीरावांची समजूत घालणेही काही सोपे नाही. तसा प्रयत्न या वेळीही करून झालेला आहे. होय ना चिटणीस?"

त्यांनी खंडो बल्लाळांकडे पाहत विचारले. स्वामिनिष्ठ चिटणिसांनी आपली मान खाली घातली. काही क्षण दरबारात नीरव शांतता पसरली. अखेर महाराज निश्चयपूर्वक म्हणाले,

"आम्ही आता ठरवले आहे की, यापुढे त्यांची समजूत काढण्यासाठी कोणीही जायचे नाही. हरखेपी त्यांनी वाद घालायचे, रुसून निघून जायचे, इतरांनी त्यांची समजूत काढायची, हे असे किती वेळा आणि कुणी कुणी करायचं? आता बस्स झालं. त्यांना स्वत:ला यायचे असेल तर येतील. आमचेकडून या वेळी कोणी जाणार नाही, हे निश्चित."

महाराजांचे ते निग्रही बोल सर्वांना हलवून गेले. पण मग आता करायचे काय? हा प्रश्न तिथल्या प्रत्येक व्यक्तीच्या मनात घर करून राहिला होता. अखेर धनाजी जाधवराव म्हणाले,

"आता खरा प्रश्न संताजीरावांपेक्षा त्यांच्यापाशी असलेल्या सैन्यबळाचा आहे. सध्या ते त्यांच्या अखत्यारीत असले, तरी ते मराठी दौलतीसाठी लढण्याकरता जमा झालेले आहे. त्यातले कोणी गनिमाकडे गेले, तर फार अवघड होईल. त्यामुळे काहीही करून ते परत आपल्याकडे आले पाहिजे. त्यासाठी आपण तिथवर गेलो, तर आपले सरदार आपल्याकडे येतील असे आम्हाला खात्रीने वाटते."

त्या वेळी दरबारात असलेल्या बहुतेकांना त्यांचा विचार पटला. पण इतक्या दूर नेण्यासाठी चंदीमध्ये तसे फारसे सैन्य नव्हते. गडावरची शिबंदी अवघी आठ-दहा हजारांची होती. धनाजींचे सहा हजारांचे घोडदळ, पाटणकर आणि निंबाळकर बंधू, तिमाजी घाटगे आदींची मिळून आठ-दहा हजारांची दिम्मत, म्हणजे जास्तीत जास्त पंचवीस हजारांच्या आत-बाहेर जमाव होत होता. त्यातली चंदीवरची शिबंदी हलवणे काही योग्य नव्हते. याचाच अर्थ, जायचे असल्यास जेमतेम पंधरा हजारांचे बळ हाताशी होते.

हे पाहून महाराज म्हणाले,

"आपण काही लढण्यासाठी निघालेलो नाही. तरीही हा मामला काही साधासुधा नाही. दुसऱ्या कोणाच्या हाती सोपवणे आम्हास इष्ट वाटत नाही. त्यामुळे आम्ही जातीने आयेवारकुटीस जाणार आहोत. चला, तयारीला लागा!"

दरबार आटोपला. सर्व जण कुचाच्या तयारीला लागले.

७

त्या रात्री बराच वेळ महाराज ताराराणींशी सर्व घटनेबद्दल बोलत होते. त्यादेखील गेल्या काही दिवसांत गढूळलेले चंदीतले वातावरण पाहत होत्या. आता तर संताजी आणि त्यांना मानणारे सरदार एकीकडे, तर महाराज, त्यांचे कारभारी, धनाजीराव आणि त्यांना मानणारे सरदार दुसरीकडे असा सरळ सरळ दुहीचा माहोल तयार झाला होता. त्यातून निर्माण झालेले समज-गैरसमज दूर होण्याऐवजी वाढतच गेल्यामुळे आजचा प्रसंग ओढवलेला होता. ताराराणींना युद्धशास्त्राची आणि राजनीतीची चांगली जाण होती. त्यामुळे प्रसंगाचे गांभीर्य त्यांनी ओळखलेले होते. महाराजांना निरोप देण्यापूर्वी त्या इतकेच म्हणाल्या,

"झाला प्रकार आपण फार जिवास लावून घेऊ नये. छत्रपतींचा सेनापतींशी वाद होणे काही नवे नाही. तसेच ते केवळ आपल्याच बाबतीत घडते आहे असे नाही. आम्ही ऐकले होते की, आबा महाराजांचे त्या वेळचे त्यांचे सेनापती नेताजीकाका यांच्याशी संबंध अतिशय बिघडले होते. ते इतके की, अगदी जवळचे नातेवाईक असूनही ते सरळ गनिमाला सामील झाले होते. तशी वेळ काही आपल्यावर येणार नाही. तरीही आपण वेळेवर हालचाल करणे गरजेचे आहे. आपण स्वत: जातीने जात आहात हे चांगलेच आहे. ते समजल्यावर संताजी आपला विचार नक्कीच बदलतील, असे आम्हाला वाटते."

ताराराणी मनापासून सांगत होत्या. तरीही त्यांच्या प्रकृतीकडे पाहून महाराजांचे पाऊल अडखळत होते. ते ध्यानी घेत त्याच पुढे म्हणाल्या,

''आपण आमची काळजी करू नये. इथे बरीच माणसे आहेत. खासकरून वाल्हाई आहेत. तेव्हा निर्धास्त राहा. उलट आम्हाला आपलीच काळजी वाटत आहे. इतके कडक ऊन आहे. जपून जा आणि आपली माणसे परत घेऊन या.''

''ठीक आहे. येतो आम्ही.''

असे म्हणून महाराज निघाले. त्यांच्या सोबत सैन्य चंदीबाहेर पडले. पण या वेळी मोहिमेवर जाताना असतो तसा उत्साह नव्हता. ही काही गनिमावर करायची चढाई नव्हती. आपसातल्या भांडणातून आणि रुसव्यातून होणारे मराठी दौलतीचे नुकसान टाळण्याचा एक अगतिक प्रयत्न होता.

सैन्य आयेवारकुटीच्या दिशेने निघाले. वैशाख वणवा संपत आलेला होता. उन्हाळा अद्याप कडक होता. त्यासाठी सकाळी लवकर प्रस्थान ठेवले गेले. कांची येईपर्यंत दुपार उलटत आली होती. वाटेत रणरणते ऊन, रखरख, त्यातच पडलेला वारा यामुळे चांगलेच गदमदत होते. आयेवारकुटीपासून जवळ काही अंतरावर आल्यावर महाराजांनी धनाजीरावांना बोलावून म्हटले,

''आपण थोडे अलीकडेच थांबावे, असे आम्हाला वाटते.''

''जी, महाराज.''

असे म्हणून धनाजी छावणी टाकण्याच्या कामाला लागले. सैन्य आयेवारकुटीच्या अलीकडे पाच कोसावर थांबले. मधोमध महाराजांचा डेरा टाकला गेला. त्याच्या चारही बाजूंनी पाटणकर, निंबाळकर, घाटगे आणि स्वत: जाधवरावांचा असे डेरे उभारले गेले. सारे स्थिरस्थावर होईपर्यंत दिवस मावळत आला होता. त्यानंतर महाराजांच्या डेऱ्यात प्रमुख सरदारांची बैठक सुरू झाली.

महाराज मधोमध बसले होते. त्यांच्या उजव्या हाताला धनाजीराव आणि पाटणकर बंधू तर डाव्या बाजूला निंबाळकर बंधू, तिमाजी घाटगे आणि इतर सरदार उभे होते. महाराजांनी इशारा करताच जाधवराव बोलू लागले,

''महाराज, आपण इथवर आलो आहोत. एवढेच सैन्य सोबत घेऊन आलो आहोत. त्याचे कारण उघड आहे की, आपण जातीने सोबत आहात, तेव्हा आपल्या सुरक्षेसाठी एवढी दिम्मत सोबत असणे गरजेचे आहे. खास करून अर्काट इतक्या जवळ असताना एवढी खबरदारी घेणे गरजेचे आहे. पण संताजींचा जर गैरसमज झाला की, आपण त्यांच्यावर चालून आलो आहोत, तर मात्र अवघड आहे. तशी हातघाईची वेळ येईल असे वाटत नाही, पण आलीच तर आपले बळ त्यांच्या बळाच्या तुलनेत बरेच कमी आहे, याची आपण दखल घ्यायला हवी.''

''होय. आम्हाला त्याची कल्पना आहे. पण तशी वेळच येणार नाही, असे आम्हाला वाटते.''

''आपण आधीच आपली माणसे त्यांच्या छावणीत सोडलेली आहेत. महाराज

जातीने इथवर आलेले आहेत हे समजले की, संताजीरावदेखील आपला रुसवा सोडतील असे आम्हाला वाटते.''

चांदजी पाटणकर आशेने भारलेल्या स्वरांत म्हणाले. त्यानंतर महाराजांनी निर्णय घेतला की,

''ठीक आहे आपण काही दिवस इथेच थांबून काय काय घडते हे पाहू या.''

बैठक संपली. सर्व जण आपल्या डेऱ्यात परतले.

पुढच्या दोन दिवसांत संताजींकडून काही समजले नाही. पण इतर हालचाली वाढल्या. मकाजी देवकाते, विठोजी चव्हाण, बाबूराव पवार यांसारख्या प्रमुख सरदारांशी संधान बांधण्यात महाराजांच्या माणसांना यश आले. मात्र अजून कोणाकडून निश्चित काही समजत नव्हते. त्यांचे मन वळण्याची वाट पाहत थांबायला महाराज तयार होते.

आपल्या छावणीत वावरणारे महाराजांचे नजरबाज चाणाक्ष आणि अनुभवी संताजींच्या नजरेतून सुटलेले नव्हते. प्रत्यक्ष महाराज आल्यामुळे आपल्या सरदारांच्या मनात सुरू झालेली चलबिचल त्यांच्या ध्यानी आली, अन् ते सावध झाले. त्यांच्याशी मकाजी देवकाते वगैरे एक-दोघांनी समजुतीने घेण्याविषयी बोलण्याचा प्रयत्न केला. पण त्यामुळे ते आणखीनच बिथरले. महाराज आपल्या सरदारांना आपल्यापासून फोडत आहेत, असा त्यांचा पक्का समज झाला. त्याच तिरमिरीत त्यांनी महाराजांच्या तळावर हमला करण्याचा निर्णय घेतला. तशी तयारी सुरू केली.

८

महाराजांना आयेवारकुटीला येऊन आठ दिवस झाले होते. अचानक भल्या पहाटे एक नजरबाज धनाजी जाधवरावांच्या डेऱ्यात आला. त्याने दिलेली खबर ऐकून धनाजींना धक्काच बसला. कसेही झाले तरी संताजी असे काही करतील, त्यातून प्रत्यक्ष महाराज छावणीत असताना तर असे शक्यच नाही, असे त्यांना खात्रीपूर्वक वाटत होते. पण खबर तर पक्की होती. त्यामुळे त्यांनी सर्व सरदारांकडे तातडीचे निरोप पाठवले आणि स्वत: महाराजांच्या डेऱ्याकडे निघाले.

धनाजींनी दिलेली खबर ऐकून महाराजांसह सर्वच जण थक्क होऊन गेले.

''काय सांगताय काय धनाजीराव? आमचा तर विश्वासच बसत नाही.''

महाराज म्हणत होते. धनाजी खाली मान घालून म्हणाले,

''आम्हालाही असंच वाटत होतं. पण दुर्दैवानं खबर पक्की आहे.''

ते ऐकून अमृतराव निंबाळकर चिडून म्हणाले,

''संताजीरावांचा आमच्यावर तर कधीच लोभ नव्हता. उलट ते नेहमी आमचा

रागराग करायचे. त्यातून त्यांनी माझ्या भाच्याला कसा त्रास दिला होता, ते सर्व जण जाणता. पण आता प्रत्यक्ष महाराज येथे आहेत हे माहीत झाल्यावर त्यांना भेटायला येणे तर दूर, उलट ते सरळ छावणीवर हल्ला करणार असे समजले. म्हणजे हे मात्र अति झाले. आम्हाला तर हे उघडउघड बंडच वाटते.''

त्यांना शांत करत धनाजीराव म्हणाले,

''अमृतराव, ही वेळ हे सारे बोलत बसण्याची नाही. आता या क्षणी काय करायचे हे ठरवण्याची आहे. मिळालेल्या खबरीनुसार संताजी खरंच येऊन भिडले तर फार कठीण प्रसंग ओढवेल. त्यांच्याकडे खरोखरीच मोठं बळ आहे.''

हे ऐकून चांदजी पाटणकर म्हणाले,

''आम्ही संताजीरावांसोबत बऱ्याच मोहिमा केलेल्या आहेत. त्यांची झुंजाची पद्धत आम्ही चांगली जाणतो. त्यावरून सांगतो, ते त्यांच्याकडचे सारे सैन्य एकदम घेऊन येणार नाहीत. ते आधी त्यांच्या एखाद्या खास असामीस सैन्याची छोटी तुकडी देऊन पुढे पाठवतील.''

''होय महाराज, पाटणकर सांगत आहेत ते अगदी खरे आहे. आपण आपले सारे सैन्य घेऊन त्यांना भिडलो तर थोडीशी चकमक करून त्यांचे स्वार माघार घेतील. मग पाठलाग करणारे आपले स्वार अलगद त्यांच्या मुख्य सैन्याच्या तावडीत सापडतील. हे त्यांचे नेहमीचे युद्धतंत्र आहे.''

धनाजी म्हणाले. हे ऐकून उत्तेजित झालेले अमृतराव पुढे येत म्हणाले,

''महाराज, मग आपण कोणीही तेथे जाण्याची तसदी घेऊ नका. आपण आज्ञा द्या. मी माझ्या स्वारांसह पुढे जातो. त्यांना पळवून लावून परत येतो.''

ते ऐकून महाराज म्हणाले,

''तुमचे म्हणणे ठीक आहे. पण एकटे न जाता तिमाजी घाटगेंना सोबत घ्या. आपले हणमंतराव गरज पडली तर तुम्हाला कुमक करतील. पण अमृतराव, जाण्यापूर्वी एक गोष्ट ध्यानात ठेवा. ही लढाई गनिमाशी नाही. समोरून येणारे आपलेच आहेत आणि झुंजात मातब्बर आहेत. तेव्हा जपून राहा.''

''जी, महाराज.''

असे म्हणून ते बाहेर पडले. अवघ्या अर्ध्या घटकेत अमृतराव निंबाळकर आणि तिमाजी घाटगे आपल्या सैन्यासह महाराजांचा जयजयकार करत आयेवारकुटीच्या दिशेने कूच करत निघाले.

साधारण दोन कोसांची दौड झाली असेल, अचानक संताजींनी पाठवलेल्या सैन्याशी गाठ पडली. अपेक्षेप्रमाणे स्वत: संताजी मागे थांबले होते. त्यांनी त्यांच्या सैन्याची तुकडी पुढे पाठवलेली होती. तरीही ती अमृतरावांच्या सैन्यापेक्षा भारी होती.

दोन्हीकडचे वीर एकमेकांवर तुटून पडले. स्वत: अमृतराव मोठा नावाजलेला

योद्धा होता. मोगल सरदारदेखील त्याला वचकून असायचे. तो मोठ्या हिरिरीने लढत होता. पण त्या दिवशी विरुद्ध बाजूचे बळ खूपच जास्त होते. त्याच्यापुढे त्याची ताकद कमी पडली. त्याला रक्तबंबाळ अवस्थेत चारी बाजूंनी घेरले गेले. तो पकडला गेला. ते पाहून तिमाजी घाटगे पुढे आला. पण त्याचेही काही चालले नाही. तो धारातीर्थी पडला. ते पाहून अमृतरावांच्या माणसांनी तिमाजीचे शव घेऊन आपल्या छावणीकडे धाव घेतली. पाठोपाठ बरेच सैन्य तळावर आले. तिमाजींचा मृतदेह पाहून महाराजांच्या छावणीत एकच गोंधळ माजला.

९

महाराजांना आपण पाठवलेल्या सैन्याची झालेली वाताहत समजली. ते अतिशय अस्वस्थ झाले. तिमाजी घाटगेंचा बळी गेल्याचे पाहून धनाजी चिडून म्हणाले,

"आम्हाला आज्ञा द्या, महाराज. आम्ही लागलीच जाऊन त्यांचा समाचार घेतो. अमृतरावांना सोडवून आणतो."

सारा प्रकार पाहून महाराज बेचैन झाले होते. तरीही ते त्यांना थांबवत म्हणाले,

"नाही जाधवराव, आज संताजी भानावर नाहीत. जे घडते आहे त्याचे काय परिणाम होतील, याचा विचार करण्याच्या परिस्थितीत ते नाहीत. पण आम्हाला मात्र विचारानेच वागावे लागेल. धनाजी, आज झुंज करण्यासारखी अवस्था नाही. त्यांचे बळ खरोखरीच खूप मोठे आहे. त्यांच्याशी सामोपचारानेच घ्यावे लागेल. पण त्यासाठी तुम्हाला पाठवणे योग्य होणार नाही. कारण त्यांचा तुमच्यावर तर खास राग आहे. तुम्हाला सेनापती व्हायचे आहे. म्हणून तुम्ही आम्हाला त्यांच्याविरुद्ध भडकवता, असे त्यांना वाटते."

"तसे असते तर महाराज, आपण दिलेले सेनापती पद आम्ही विठ्ठलपंत आले होते तेव्हा स्वत: परत दिलेच नसते."

"होय. पण त्यांना त्याची जाण नाही. त्यांच्याजवळची माणसे त्यांना सारखे भडकवत असतील की, आम्ही तुमचे ऐकून सारे निर्णय घेतो. मग भाबड्या स्वभावाचे संताजी भडकतात."

महाराज आणखी पुढे बोलणार तेवढ्यात एक हरकारा गडबडीने येत म्हणाला,

"घात झाला महाराज. फारच वाईट खबर आहे. पकडून नेलेल्या अमृतरावांना सेनापतींनी हत्तीच्या पायी दिले आहे आणि ते स्वत: सैन्यानिशी इकडे येण्यासाठी निघत आहेत."

या बातमीचा महाराजांना जबरदस्त धक्का बसला. हरकाऱ्याला बाहेर जाण्यास सांगून त्यांनी काही क्षण डोळे घट्ट मिटून घेतले. धनाजी मोठ्या अपेक्षेने ते काय

सांगतील याची वाट पाहत होते. महाराजांनी डोळे उघडले, तेव्हा त्यांच्या चेहऱ्यावर निग्रही शांतपणा दिसत होता. ते धनाजींना दृढ स्वरात म्हणाले,

"धनाजी, आम्ही आता काय सांगतो आहोत, ते ध्यान देऊन ऐका. आम्हाला वाटतं, आता तुम्ही इथून तातडीने निघावे."

"काय? आपल्याला इथं असं एकटं सोडून?"

"होय. आज संताजी खरोखरीच भानावर नाहीत. नाहीतर आमच्यावर चालून येण्याचा अविचार त्यांनी केला नसता. आम्हाला आता पुढचा विचार करायला हवा. तुम्ही ताबडतोब मराठी मुलखाकडे जायला निघा. तेथे जाताना वाटेत आपले मांडलिक आणि मित्रराज्यातल्या लोकांना इथली माहिती देऊन त्यांनी संताजींशी कोणताही संबंध ठेवायचा नाही हे सांगा. तसेच रामचंद्रपंत, शंकराजी यांनाही इथल्या बंडाव्याबद्दल सांगा."

"जशी आपली आज्ञा महाराज. पण आपल्याला असं सोडून जाणं आमच्या मनाला पटत नाही. शिवाय, आपल्याला अशा परिस्थितीत सोडून पळून गेलो असा आयुष्यभर बोल येईल ते वेगळंच."

धनाजी कळवळून सांगत होते. त्यावर आग्रहपूर्वक महाराज म्हणाले,

"तुम्ही आमची मुळीच काळजी करू नका. काही झाले तरी, संताजी आमच्या जिवावर उठणार नाहीत, असा आम्हाला विश्वास आहे. पण तुमच्या बाबतीत तसे होईल याची आम्हाला खात्री नाही. अमृतरावांसारखा त्यांचा तुमच्यावरही विशेष राग आहे. आम्हाला त्या बाबतीत धोका पत्करायचा नाही. बोल लागण्याबद्दल म्हणाल, तर ते कसेही लागतातच. त्याचा विचार करून चालत नाही. वेळ येईल तसे निर्णय घ्यावे लागतात. तुम्ही आता आणखी उशीर करू नका. लागलीच निघा. आमची आज्ञा आहे तुम्हाला."

शेवटचे शब्द उच्चारताना महाराजांचा स्वर कठोर झाला होता.

"जी, महाराज."

असे म्हणून नाइलाजाने धनाजी तेथून बाहेर पडले.

त्यांच्या दूर दूर जाणाऱ्या पावलांचा आवाज ऐकत महाराज तसेच बैठकीवर बसून राहिले. थोड्या वेळाने धनाजींचे घोडदळ निघून गेल्याचा आवाज आला. आता अगदी थोडे सैन्य तेथे राहिलेले होते. बाकीच्या सरदारांना बोलावून महाराजांनी सांगितले,

"संताजी आलेच तर त्यांचा कोणीही प्रतिकार करायचा नाही. आम्हाला या भांडणात आपल्याच लोकांचे आणखी जीव गमावायचे नाहीत."

काही न बोलता मान हलवत सगळे बाहेर पडले. महाराज डेऱ्यात एकटेच गेल्या काही दिवसांत घडलेल्या अनपेक्षित घटनांचा आढावा घेत बसले. मधूनच ते

चंदीला असलेल्या आपल्या कुटुंबीयांच्या, विशेषत: ताराराणींच्या आठवणींनी अस्वस्थ होत होते. असाच जेमतेम अर्धा प्रहर लोटला असेल, अचानक त्यांच्या डेऱ्याच्या पहाऱ्यावरचा प्रमुख दबकचतच आत आला. थरथरत्या आवाजात महाराजांना म्हणाला,

"महाराज, सेनापतींच्या माणसांनी छावणीला घेरा घातलाय."

क्षणात सारे काही महाराजांच्या ध्यानी आले. आपला स्वर शक्य तितका स्थिर ठेवत त्यांनी त्याला तेथून निघून जायला सांगितले. काही क्षणांत त्यांचा डेरा सशस्त्र माणसांनी वेढल्याचे पायरव ऐकू आले. महाराज अवसान गळाल्यागत बैठकीवर बसले. त्यांनी आपले डोळे घट्ट मिटून घेतले. दीर्घ श्वास घेऊन ते पुढे येणाऱ्या प्रसंगासाठी आपल्या मनाला तयार करू लागले.

राजाराम महाराजांना त्यांच्या छत्रपती पदाच्या पुऱ्या साडेसहा वर्षांच्या कारकिर्दीत अगदी सुरुवातीपासून कित्येक अवघड प्रसंगातून जावे लागले होते. पण आपसातल्या बेदिलीतून निर्माण झालेला आजचा हा प्रसंग सर्वांत दु:खदायक असा होता. असा काळाकुट्ट दिवस अनुभवावा लागला, याची तीव्र खंत त्याच्या मनाला लागून राहिली होती.

१०

आता लढाई संपली होती. एका छत्रपतीविरुद्ध त्याच्या सेनापतीचा, एका धन्याविरुद्ध त्याच्या चाकराचा विजय झाला होता. संताजींच्या सैनिकांनी महाराजांच्या डेऱ्याभोवती पहारे बसवले होते. पण त्यांच्यापैकी एकाचीही त्यांच्या समोर जाण्याची हिंमत होत नव्हती.

संध्याकाळ झाली महाराजांच्या चाकरांनी आत येऊन चिराखदाने उजळली. पण महाराजांनी त्यांच्याकडे पाहिलेही नाही. थोड्या वेळाने त्यांच्यासाठी थाळा पाठवला गेला. पण महाराजांनी त्यातील अन्नाला स्पर्शही केला नाही. रात्रभर सर्वत्र विचित्र शांतता पसरलेली होती.

पहाटे महाराजांनी नेहमीप्रमाणे उठून आपली आन्हिके उरकली. स्नान करून आपल्या आबा महाराजांच्या नित्य सोबत असलेल्या पूजेच्या बाणाची पूजा करून डोळे मिटून हात जोडले. त्याच वेळी डेऱ्यात कुणीतरी आल्याचा आवाज आला. महाराजांनी डोळे उघडले, पाहतात तो समोर संताजी हात जोडून उभे होते. ते पाहून महाराजांनी मान फिरवली.

"मुजरा महाराज."

संताजी पुढे येत नम्रपणे म्हणाले. महाराजांनी मान वर करून त्यांच्याकडे पाहिले. त्या क्षणी संतापाची तीव्र लाट त्यांच्या मनात उसळली. प्रत्यक्ष छत्रपतींच्या

छावणीवर हल्ला करण्याची, डेऱ्याभोवती पहारे बसवण्याची यांची हिंमत! अन् एवढे सारे करून वर साळसूदपणे आता मुजरा करून हात जोडून उभे राहिले आहेत. अतीव संतापाने ते मनातून जळत होते. धगधगत्या नजरेने त्यांनी संताजींकडे पाहिले. तेव्हा खाली मान घालून पडलेल्या आवाजात संताजी म्हणाले,

"महाराज, आम्हाला काही आपल्याविरुद्ध झुंज करायचं नव्हतं. आमच्याबद्दल आपले कान भरणाऱ्यांना धडा शिकवावा यासाठी आम्हाला हे करावे लागले. आमचा नाइलाज होता."

महाराजांनी काही न बोलता पुन्हा एकदा संतापाने त्यांच्याकडे आणि दारावरच्या पहारेकऱ्यांकडे पाहिले. त्यांचा रोख ध्यानी येऊन संताजी म्हणाले,

"हातघाईच्या गडबडीत स्वारांकडून आपल्याला कुठे इजा होऊ नये, म्हणून आपल्यावर पहारे बसवले होते. आपल्याला ताब्यात घेण्याचा हेतू नव्हता आमचा."

हे ऐकून तर महाराजांचा राग आणखीनच वाढला. त्यांना संताजींचे ते बोलणे तद्दन मानभावीपणाचे आणि खोटे वाटले. एकंदर घडलेला प्रकार इतका त्यांच्या जिव्हारी लागला होता की, अतीव संतापाने त्यांच्या तोंडून एक शब्दही फुटत नव्हता. ते पुन्हा तोंड फिरवून गप्प बसून राहिले.

त्यावर अधिक काही न बोलता संताजी बाहेर येऊन तडक त्यांच्यासाठी तयार केलेल्या डेऱ्यात गेले. तेथे एकटेच बसून विचार करताना त्यांचे डोके भणभणू लागले. झाल्या प्रकाराचा खरा अर्थ त्यांना आता उमगू लागला होता. मराठी दौलत वाचवण्यासाठी वर्षानुवर्ष एकत्र खांद्याला खांदा लावून लढणारे वीर एकमेकांचा जीव घेण्यासाठी उठले होते. मोगलांना मातीत मिळवण्याची ईर्षा बाळगणारे लढवय्ये आज आपसात भिडले होते. राजकारणातले छोटेमोठे वाद, गैरसमज, मतभेद या टोकाला कसे गेले, क्षुल्लक ठिणग्यांचा वणवा कधी झाला, हे उमगलेच नाही. पण आता मात्र पुरे. हे थांबायला हवं.

हा विचार मनात येताच ते ताड्कन उठले. त्यांनी आपल्या खास माणसांना बोलावून घेतले. महाराजांना चंदीला मानाने सुखरूप पोहोचवण्याची तयारी करण्यास सांगितले. सारी सज्जता पूर्ण झाल्यावर ते पुन्हा महाराजांकडे गेले. मुजरा करून म्हणाले,

"महाराज, जे घडू नये ते घडले. पण आता आम्ही आपल्याला चंदीला पोहोचवण्याची तयारी केलेली आहे. अर्काट इथून जवळच आहे. तेथे गनिमाचा तळ आहे. त्यांना समजले तर धोका होईल म्हणून आमच्या खास बरकंदाजांचे पथक आपल्यासोबत देत आहोत. ते आपल्याला तिथवर सोडून परत येतील."

अपमानाने आणि संतापाने जळणारे महाराज काही न बोलता बैठकीवरून उठले. डेऱ्याबाहेर हत्तीण उभी होती, तेथे आले. माहुताने त्यांना लवून मुजरा केला.

महाराज हौद्यातल्या अंबारीत बसले. त्यांचे खासगत चाकर खवाशीत बसले. संताजींनी महाराजांना मुजरा केला. पण त्यांनी तिकडे पाहिलेही नाही. संताजींनी माहुताला इशारत केली, तशी हत्तीण चालू लागली. त्याचबरोबर पुढेमागे चारही बाजूंनी कडवे बरकंदाज महाराजांच्या संरक्षणासाठी दौडू लागले.

जाणाऱ्या पाठमोऱ्या महाराजांकडे पाहून संताजींचा ऊर भरून आला. आता पुन्हा त्यांच्या दर्शनाला जाणे, मराठ्यांच्या मसनदीला मुजरा करणे आपल्या भाग्यात असेल का, या विचाराने त्यांना गलबलून आले. जे घडले ते कोणामुळे आणि कशामुळे घडले, यापेक्षा ते तसे घडायला नको होते, हा एकच विचार एकाच वेळी त्यांच्या आणि तेथे असलेल्या प्रत्येकाच्या मनात उमटलेला होता. कारण काही का असेना, एकदा आपल्या छत्रपतीविरुद्ध शस्त्र उगारल्यावर यापुढे आपल्याला कोणीही बंडखोरच म्हणणार याची तीव्र बोचरी जाणीव त्यांच्या मनाला झालेली होती. त्यामुळे त्यांच्या अंत:करणाला प्रचंड वेदना होत होत्या.

आजच्या या प्रसंगातून निर्माण झालेला, कधीही भरून न येणारा हा दुभंग मराठी दौलतीच्या हिताला फार मोठा धक्का देणारा ठरणार आहे, यात मात्र कोणालाही शंका वाटत नव्हती.

११

चंदीला दिवस मावळण्यापूर्वी पोहोचायचे या बेताने महाराजांचा काफिला चाललेला होता. आयेवारकुटीला जे काही घडले होते, त्यामुळे परतीची वाटचाल मोठ्या उदासपणे चाललेली होती. जे घडले होते त्याचे भविष्यामध्ये कशा प्रकारे परिणाम होतील याचा विचार प्रत्येक जण आपल्या परीने करत होता. एकूण माहोल गंभीर होता.

चंदीच्या अलीकडे साधारण पाच कोसांवर असतांना अचानक दुरून नगारे, नौबतीचा दणदणाट करीत कोणीतरी येत असल्याचे ऐकू आले. आयेवारकुटी येथे काय घडले आहे हे एव्हाना चंदीला नक्कीच समजले होते. महाराज काही एखादा मोठा विजय संपादन करून येत नव्हते. त्यामुळे खरेतर असे जंगी स्वागत होण्याची अपेक्षा नव्हती. चौकशीसाठी पुढच्या पहाऱ्यावरचे सैनिक तेथे दौडत गेले. त्यांनी खबर आणली की, ती चंदीहून आलेली आपलीच माणसे आहेत. मग हे असे स्वागत कशासाठी होत आहे याचा महाराजांसह सर्वांना विचार पडला.

पाहता पाहता मिरवणूक नजरेच्या टप्प्यात आली. सजवलेल्या हत्तीवर जरीपटक्यासह रेशमी भगवे निशाण फडकत होते. पुढे नौबत दणाणत होती. त्याच्या मागून छोटेसे घोडदळ शिस्तीत येत होते. महाराज दृष्टीस पडताच सारे थांबले. मोजक्या माणसांसह

गिरजोजी यादव पुढे आले. महाराजांजवळ येताच ते पायउतार झाले. त्यांच्यामागे असलेल्या नोकराच्या हातात सोन्याच्या तबकात मखमली साखरथैली होती. ती त्यांनी महाराजांना पेश केली. त्यात अत्यंत आनंदाची बातमी होती. महाराणी ताराबाई प्रसूत होऊन त्यांना पुत्ररत्न प्राप्त झाले होते. महाराजांना पहिला औरस पुत्र झाला होता. त्यांना पाच वर्षांपूर्वी सगुणाबाई या नाटकशाळेच्या पोटी कर्णसिंह हा पहिला मुलगा झाला होता. त्यानंतर बऱ्याच मुलींच्या पाठीवर हा चिरंजीव जन्माला आला होता.

या वार्तेने आयेवारकुटीला झालेला सारा मनस्ताप एका क्षणात पुसून गेला. महाराज वाजतगाजत गडावर गेले. तेथे सर्वांनी त्यांचे अभिनंदन केले. त्यानंतर महाराज ताराराणींच्या महालात गेले. ताराराणींचा चेहरा आनंदाने आणि अभिमानाने फुलून आला होता. आज त्यांनी छत्रपतींच्या घराण्याला वारस दिलेला होता. संभाजी महाराजांचे पुत्र युवराज शाहू यांच्यानंतर तब्बल एका तपानंतर भोसले घराण्यात पुत्रजन्म झाला होता. ते भाग्य आपल्याला लाभल्याचे समाधान त्यांच्या श्रांत मुद्रेवर झळकत होते. तेथे थोडा वेळ थांबून महाराज आपल्या महालात परतले. आज दोन दिवसांनी त्यांनी मनापासून थाळा घेतला. गेल्या कित्येक रात्रींच्या तणावानंतर त्यांना त्या दिवशी शांत झोप लागली.

दुसऱ्या दिवशी सकाळी दरबार भरण्यापूर्वीच खबर आली की, संताजींच्या सैन्यातला एक अव्वल सरदार मकाजी देवकाते महाराजांकडे रुजू होण्यासाठी येत आहे. महाराजांनी त्याला दरबारात येण्याची परवानगी दिली. मकाजी त्यांना मुजरा करत खाली मान घालत म्हणाले,

"महाराज, आपण जातीने आयेवारकुटीच्या छावणीत आहात, हे समजले तेव्हाच आम्हाला आपल्याकडे यायचे होते. आम्ही सेनापतींशी तसे बोलण्याचा प्रयत्न केला. आम्हाला तशी संधी मिळण्याच्या आधीच सेनापतींनी हातघाईला सुरुवात केली. आम्ही आपले चाकर. मराठी दौलतीसाठी लढावे म्हणून आम्ही तलवार हाती घेतली. ती आपल्याच माणसांवर चालवावी हे काही आम्हाला पटले नाही. आपण परत आल्याचं समजलं, म्हणून मागोमाग आलो. तरी आपण आम्हाला आपल्याकडे रुजू करून घ्यावं असं मागनं आहे."

त्यांचे ते बोलणे ऐकून महाराजांना समाधान वाटले. त्यांनी मकाजीला रुजू करून घेण्याची आज्ञा दिली. ते समाधान पावले. महाराजांना मुजरा करून निघून गेले. महाराज म्हणाले,

"पाहिलंत पंत, मकाजींसारखी माणसं काही एखाद्या व्यक्तीसाठी लढत नाहीत, त्यांचे इमान मराठ्यांच्या गादीशी आहे. ते असेच वागणार."

"खरे आहे महाराज, गेले महिनाभर राज्याला लागलेले ग्रहण सुटल्याचा

आम्हाला भास होत आहे. आपले चिरंजीव शुभलक्षणी, चांगल्या पायगुणाचे आहेत म्हणायचे. आता सारे ठीक होईल.''

''होय पंत, पण या आनंदाच्या भरात ज्यांनी आमच्यासाठी जीव पणाला लावले त्यांचा विसर पडून नाही चालणार. आता आम्ही कितीही काही दिले तरी झालेले नुकसान काही भरून येणार नाही. तरी त्यांच्या वारसांच्या आयुष्याची तरतूद करणे आमचे कर्तव्य आहे.''

''जी, महाराज. तिमाजी घाटगे आणि अमृतराव यांच्याकडे दुखवटे पाठवले आहेत.''

प्रल्हाद निराजी म्हणाले. महाराजांनी आपल्या भावाच्या बलिदानाची आठवण केलेली पाहून हणमंतरावांना गहिवरून आले. ते भरल्या गळ्याने म्हणाले,

''आपण बंधूंची येवढी आठवण ठेवली, हेच आमच्यासाठी खूप आहे. धनाजीरावांनी आपण इथे सुखरूप येईपर्यंत आपली साथ सोडायची नाही, असे सांगितले होते. आता आम्हाला घरी जाण्याची आज्ञा व्हावी. तिथे सारी वाट पाहत असतील. शिवाय, धनाजीराव तिथेच आहेत. त्यांना जोड द्यायला हवी.''

महाराजांनी त्यांना जाण्यास अनुमती दिली. नंतर महाराज पुढे म्हणाले,

''या झुंजात आपल्याला चांदजी पाटणकर यांची मोलाची साथ मिळाली. त्यासाठी रहिमतपूरच्या जवळची जमीन त्यांना इनाम द्यायची, असे आम्ही ठरवले आहे.''

महाराजांच्या त्या बोलांनी दरबारातल्या मंडळींचे समाधान झाले. त्यामधून त्यांना आपल्या माणसांबद्दल वाटणारी आस्था आणि प्रेम व्यक्त होत होते.

बाराव्या दिवशी बाळाचे बारसे करण्यात आले. ताराराणींच्या आग्रहाखातर बाळाचे नाव महाराजांच्या थोर वडिलांच्या नावाप्रमाणे 'शिवाजी' असे ठेवण्यात आले.

१२

आयेवारकुटीच्या प्रसंगाला महिना उलटला. महाराज दरबारात इतर ठिकाणांच्या घडामोडींचा आढावा घेत होते. धनाजी आयेवारकुटीहून निघाले ते थेट कोप्पळला महाराजांचा मांडलिक होता त्याच्याकडे गेले होते. तिथल्या वृत्तांची माहिती देत खंडो बल्लाळ म्हणाले,

''महाराज, कोप्पळचे हवालदार नमाजी गायकवाड यांनी कळवले आहे, जाधवराव चिक्कोडीमार्गे मराठी मुलखाकडे जाण्यासाठी निघालेले आहेत. तिथला सुभेदार हणमया देसाईला त्यांनी तसे कळवले आहे.''

हे सांगून खंडो बल्लाळ पुढे म्हणाले,

''तसेच सचिव शंकराजी यांचेकडूनही खबरगीर आलेला आहे. त्यांनी कळवले

आहे की, नवाजी नाईक बलकवडे यांनी कोरीगड घेतलेला आहे. पूर्वी दोन वर्षांपूर्वी तो आपल्या माणसांनी घेतला होता. पण तिथला मोगल सुभेदार अली बेग याने तो लगेच परत मिळवला होता. नवाजींनी वेढा घातल्यावर जुन्नरचा सुभेदार मन्सूरखान याने मोठा जमाव आणि तोफखाना घेऊन आपल्या मुलाला त्यांचेवर पाठवले होते. नवाजी यांनी त्यांस वाटेतच अडवून त्याचा पाडाव केला. नंतर कोरीगडावर ताबाही मिळवला.''

''नवाजीसारख्या शूर आणि धाडसी वीरांचे कौतुक करायला हवे. तसा खलिता लागलीच पाठवून द्या.''

महाराज खूश होऊन म्हणाले.

आठवड्याभरात धनाजींबाबत पुढची खबर आली. ते विजापूरमार्गे मराठी मुलखाकडे निघाल्याचे मोगल बादशहाला समजले. त्याने लुत्फुल्लाखानाला त्यांच्या पाठीमागे पाठवले. तोपर्यंत धनाजी खटावजवळ वर्धनगड येथे पोहोचले होते. लुत्फुल्लाखानाने तिथवर त्यांचा माग काढत वर्धनगडाला वेढा घातला. आजूबाजूच्या मुलखाचा नाश केला. पण नंतर स्वत:च वेढा उठवून त्याने इंदापूरजवळ छावणी टाकली. त्याचा वेढा उठताच धनाजी तेथून बाहेर पडून तातडीने त्याच्या टप्प्याबाहेर निघून गेले होते. हे समजल्यावर लुत्फुल्लाखानाने त्याच्या हाताखालच्या रिझवानखान याला परिंड्याकडे पाठवून दिले. नंतर आपली छावणी उठवून तो चिकोडीला निघून गेला. मराठी मुलखातल्या अशा बातम्यांनी महाराजांना बरे वाटले.

संताजी मात्र अद्याप चंदीच्या आसपासच्या परिसरातच वावरत होते. त्यामुळे महाराजांचा मात्र एक फायदा झाला होता. चांदजी पाटणकर, नागोजी पाटणकर आणि मकाजी देवकाते यांच्या मदतीने संताजींच्या छावणीतल्या सरदारांशी संपर्क साधण्याचे काम जोरात सुरू झाले होते. पुढच्या अवघ्या महिन्याभरात एक अव्वल सरदार आणि संताजींचा मामेभाऊ असलेले हिंमतबहादूर विठोजी चव्हाण आपल्या सैन्यासह चंदीला येऊन दाखल झाले. त्यांनी त्यांच्यासोबत आणखी एक सरदार बाबूराव पवार यालाही आणले होते.

मराठी मुलखातला पावसाळा केव्हाच सुरू झाला होता. त्यामुळे तेथे जाऊन नवीन मोहीम काढणे शक्य नव्हते. बहुतेक हाच विचार करून संताजी चंदीच्या जवळ थांबले होते. जवळजवळ तीन महिने त्यांची तशी फारशी हालचाल नव्हती. ते बहुतेक योग्य संधीची वाट पाहत होते. त्या वेळी झुल्फिकारखान अर्काटला होता. दक्षिणेतला पावसाळा आश्विन-कार्तिकमध्ये सुरू होतो. त्यापूर्वी रसद भरून ठेवावी यासाठी तो तेथून वांदिवाशला जाणार आहे, ही खबर संताजींना मिळाली. ती लुटून घ्यावी यासाठी ते त्याला अडवण्यासाठी निघाले.

अजून संताजींजवळचे सैन्यबळ बरेच मोठे होते. वांदिवाशहून भरपूर साहित्य घेऊन आलेल्या मोगलांच्या सैन्याच्या छावणीला त्यांनी पार घेरून टाकले. सैन्याची

पूर्णपणे कोंडी करून टाकली. त्यांनी आणलेली रसद आणि जनावरे ताब्यात घेतली. मोगल सैनिकांची उपासमार होऊ लागली. नाइलाज होऊन झुल्फिकारखानाने संताजींकडे सुलूख करायला माणसे पाठवली. त्यांनी हवे तर सारे सामान घेऊन जावे, पण भुकेल्या मोगल सैनिकांना अन्नपाणी पुरवावे आणि परत जाऊ द्यावे, अशी संताजींना विनंती केली. त्यांनी ती मान्य केली. छावणीतले सारे साहित्य जप्त केले आणि भुकेने हैराण झालेल्या मोगल सैनिकांना अन्नपाणी पुरवून जाऊ दिले. झुल्फिकारखान अर्काटला परत गेला.

हे ऐकल्यावर निळोपंत महाराजांना म्हणाले,

"महाराज, याच झुल्फिकारखानाला आपण धर्मवाट दिली म्हणून रागावलेले, त्यासाठी अगदी आपले सेनापती पद झुगारून देणारे संताजी आज त्यालाच धर्मवाट देऊन सोडून देत आहेत हे पाहून मोठे नवल वाटले."

त्यावर मंद हसत महाराज म्हणाले,

"पंत, काळ आणि वेळ बदलली की माणसेही बदलतात. त्यांचे विचार आणि धोरणेही बदलतात. यात मोठे नवल ते काय? आता पाहा, गेले तीन महिने ते एवढे मोठे माणूसबळ संगत घेऊन वावरत आहेत. येवढा जमाव सांभाळणे काही सोपे काम नाही. झुल्फिकारखान किंवा त्याच्या सैनिकांच्या जिवापेक्षा त्याने आणलेली रसद, अन्न, दारूगोळा, जनावरे यांची त्यांना आज अधिक गरज आहे. याशिवाय आणखीही काही घेतल्याशिवाय त्यांनी एवढ्या जबरदस्त असामीला सहज नक्कीच सोडले नसणार. सैन्यासाठी काय लागत नाही? तेव्हा हे असे चालायचेच."

बोलता बोलता महाराजांचे लक्ष प्रल्हाद निराजींच्या रिकाम्या जागेकडे गेले.

"आज प्रतिनिधी आलेले दिसत नाहीत."

त्यांनी चौकशी केली, तेव्हा निळोपंत म्हणाले,

"होय. त्यांची प्रकृती ठीक नाही. खोकला आणि ज्वर आहे असे समजले. अलीकडे काही दिवसांपासून त्यांची तबियत ठीक नसते. थकलेले वाटतात."

गेल्या काही महिन्यांपासून प्रतिनिधी प्रल्हाद निराजींची प्रकृती ठीक राहत नव्हती. दिवसेंदिवस खालावत चालली होती. त्यामुळे ते बऱ्याच वेळा दरबारात येत नव्हते. त्यांची चौकशी केल्यावर इतर काही कामकाज पाहून बैठक संपली.

१३

संताजींनी आधी झुल्फिकारखानाला अर्काटला सुखरूप जाऊ दिले. नंतर मागोमाग जाऊन वेढा घातला. काही दिवस छोट्यामोठ्या चकमकी होत राहिल्या. पण याच काळात त्यांच्याकडचे सरदार त्यांना सोडून महाराजांकडे येण्याचा वेग प्रचंड

वाढला. संताजींचे सैन्य झपाट्याने कमी होऊ लागले. अर्थात, याची खबर झुल्फिकारखानाला होतीच. ते बरेच कमी झाल्याचे लक्षात आल्यावर त्याने एके दिवशी सरळ किल्ल्याबाहेर पडून त्यांच्या छावणीवर हल्ला चढवला.

आपले बळ बरेच कमी झालेले आहे हे जाणवल्यामुळे संताजींनी माघार घेतली. आधी चाळीस हजारांवर असलेले त्यांचे सैन्यबळ आता बारा हजारांवर पोहोचले होते. ते वेढा उठवून निघाले. आता खान त्याच्या पाठीमागे निघाला. अर्काटहून निघालेले संताजी आधी पुलिकतला गेले. तरीही झुल्फिकारखानाने पाठलाग चालू ठेवला होता. म्हणून तेथे न थांबता ते त्रिवेलोरला गेले. तेथून त्याला टाळण्यासाठी संताजी उत्तरेकडे वळले. तेव्हा झुल्फिकारखान काही दिवस त्रिवेलोरला राहिला. नंतर अर्काटला परत गेला.

झुल्फिकारखान या कारवायांमध्ये गुंतलेला असल्यामुळे चंदीत शांतता होती. त्याच वेळी मराठी मुलखातल्या घडलेल्या चांगल्या घटनांबद्दल शंकराजींनी कळवले होते,

'कोकणातल्या सिद्दीने घाटावर येऊन कोरीगडाची पेठ लुटली होती. जिवाजी नाईक बलकवडे यांना हे समजल्यावर त्यांनी लूट घेऊन परत चाललेल्या सिद्दीच्या सैन्यावर हल्ला केला. त्याला पिटाळून लावले आणि त्याने पळवून नेलेली सारी लूट परत मिळवली होती.'

हे ऐकून खूश झालेल्या महाराजांना आणखी एक खबर मिळाली. धनाजीच्या मागाहून चंदीहून निघालेले हणमंतराव निंबाळकर मराठी मुलखात जाऊन पोहोचले होते.

संताजी मात्र अजून दक्षिणेतच होते. अर्काटहून ते जेव्हा निघाले होते तेव्हा त्यांच्याकडे असलेले सैन्य या धावपळीमुळे अधिकच कमी होऊ लागले होते. त्रिवेलोरहून पुढे जाताना तर त्यांच्याकडे जेमतेम तीन-चार हजारांचा जमाव राहिला होता. त्यांच्यासह ते कृष्णापट्टणच्या दिशेने निघाले. वाटेतला मुलूख अत्यंत सधन आणि सुपीक होता. तो झोंबडत निघाले. एका ठिकाणी तर त्यांनी बेचाळीस हत्ती हस्तगत केले. या सर्वांचा थोडा आधार मिळाल्याने ते पुढे थिरुपात्तूरला येऊन थांबून राहिले.

त्यांच्यासंबंधी बोलणे चालू असतानाच खंडो बल्लाळ तेथे आले. त्यांचा चेहरा उतरलेला दिसत होता. ते म्हणाले,

"महाराज, एक अगदी वाईट खबर आहे. आपले जनार्दनपंत हणमंते यांचा काळ झाला आहे."

"फार वाईट झाले. हणमंते घराण्याच्या तीन पिढ्यांनी छत्रपतींच्या गादीची मोठी सेवा केलेली आहे. इथे दक्षिणेतला मराठी राज्याचा विस्तार त्यांच्याचमुळे घडून आला, हे आम्ही कधी विसरू शकणार नाही. अखेर देवाची इच्छा. त्यांच्या

घरी इतमामाने दुखवटा पाठवून द्या.''

''जी, महाराज.''

म्हणत खंडो बल्लाळ उठले. महाराज, निळोपंतांशी जनार्दनपंतांविषयी आणि प्रल्हाद निराजी यांच्या प्रकृतीविषयी बोलत बसले.

१४

थिरुपात्तूरच्या मुक्कामातच संताजींना खबर मिळाली की, औरंगजेबाने दक्षिणेत मोठा खजिना पाठवलेला आहे. तो कडाप्पामार्गे कावेरीपट्टणला नेण्यात येणार आहे. तो शाही खजिना लुटण्याचे त्यांनी ठरवले. परंतु त्यांच्या या बेताची कुणकुण पेनुकोंड्याला असलेला शहाजादा बेदारबख्त याला लागली. त्याने संताजींना अडवण्याची आणि खजिन्याच्या रक्षणाची कामगिरी झुल्फिकारखानावर सोपवली. त्यामुळे तो पुन्हा अर्काटहून कडाप्पाला संताजींच्या मागावर निघाला.

हे संताजींना समजताच त्यांनी खजिना लुटायचा आपला बेत बदलला. आता त्यांचे बळ इतके कमी झाले होते की, जेमतेम हजारभर माणसे त्यांच्या जवळ उरलेली होती. अशा परिस्थितीत झुल्फिकारखानाचा मुकाबला करणे त्यांना शक्य नव्हते. झुल्फिकारखानाने त्यांचा पाठलाग सुरू केला. शहाजादा बेदारबख्त पेनुकोंड्याला होता तेथे पोहोचला. दोघांचे मिळून मोठे झालेले सैन्यबळ पाहून अखेर संताजींनी परत आपल्या मुलखाकडे वळायचे ठरवले. त्यांना टाळून जाण्यासाठी त्यांनी पेनुकोंडा आणि कडाप्पा यांच्यामधून वाट काढत सरळ तुंगभद्रा गाठली. तेथून पुढे कुठेही न वळता विजापूरचा रस्ता पकडला. झुल्फिकारखानाने पेनुकोंड्यापर्यंत त्यांचा पाठलाग केलेला होता. आता संताजी लुटीचा विचार बदलून विजापूरकडे वळल्याचे पाहताच तो पुढे न जाता तेथेच काही दिवस थांबून राहिला. नंतर खजिन्यासह अर्काटला परत गेला.

आयेवारकुटीची लढाई झाल्यापासून तब्बल सहा महिन्यांनी संताजींनी दक्षिणेचा परिसर सोडलेला होता. याची खबर मिळाल्यावर निळोपंत महाराजांना म्हणाले,

''महाराज, संताजी विजापूरमार्गे परत निघाले आहेत. त्यांच्याकडे जेमतेम हजारभर माणसे आहेत असे समजते. त्यांना तिथेही दुसऱ्या कोणाकडून साथ मिळणे अवघड आहे, हे उघड आहे.''

''हं. पंत, सैन्य अखेर राज्यासाठी आणि पोटासाठी लढत असते. छत्रपतींच्या गादीची छत्रछाया आणि राज्याचे सेनापती पद गेल्यावर, आजवर आपल्या एका इशाऱ्यावर आपला जीव पणाला लावणारी माणसे कशी दूर निघून जातात हे पाहून त्यांना स्वत:लाही आश्चर्य वाटले असेल. खरेच, एक अत्यंत शूर, रणधुरंधर

सेनानी आज आपल्या उतावळ्या अधीर स्वभावामुळे आणि अतिआक्रमक वृत्तीमुळे असा एकाकी पडला आहे, याची खंत मात्र वाटते.''

महाराज नि:श्वास सोडत म्हणाले. त्याच वेळी पेनुकोंड्यात परत आलेला झुल्फिकारखान लागलीच पुन्हा बाहेर पडून तंजावरकडे निघाल्याची खबर आली. त्यावर महाराज म्हणाले,

''एवढा मोठा खजिना मिळाल्यावर त्यांनी स्वस्थ बसून कसे चालेल. आपल्या बादशहाला दाखवण्यासाठी तरी त्यांनी काही हालचाल करायला हवी.''

त्यांच्या म्हणण्यासारखेच घडले. तंजावरकरांकडून खंडणी वसूल करून झुल्फिकारखान पुढे त्रिकोमाली आणि त्रिकोलोरकडे वळला. तेथून तो लवकर परतण्याचे काही लक्षण दिसत नव्हते. त्यामुळे चंदीला सारे निर्धास्त झाले होते.

संताजी विजापूरकडे निघाल्याचे औरंगजेबाला समजले. त्याने तिथल्या गाजीउद्दीन खानबहादूर फिरोजजंग असे भले मोठे बिरुद मिरवणाऱ्या एका सरदाराला त्यांच्यामागे पाठवले. लुत्फुल्लाखानाला त्याच्या सोबत दिले. पण अद्याप संताजींचा एवढा धाक त्यांच्या मनात होता की, संताजी त्यांच्यापासून अवघ्या नऊ कोसावर आले आहेत हे नुसते समजताच फिरोजजंग घाबरून विजापूरला परत गेला.

संताजी विजापूरकडे निघाल्याचे समजल्यावर धनाजींनी त्यांच्यावर हल्ला करण्याचे ठरवले. दोघांची गाठ पडली. थोडी चकमक झाली. तेथेही संताजीच्या फौजेतले बरेच जण फितले. ते ध्यानी येताच संताजी उरलेल्यांसह तसेच पुढे निघून गेले.

फिरोजजंग संताजींना घाबरून विजापूरला परत गेल्याचे समजल्यावर औरंगजेबाने रागावून त्याला पुन्हा एकदा संताजींच्या मागे जाण्याचा हुकूम केला. तसेच बेदारबख्त आणि हमीदुद्दीनखान यांना त्याच्यासोबत जाण्यास फर्मावले. मतलबखान याला विशेष अधिकारी म्हणून या मोहिमेवर नेमले. त्यामुळे फिरोजजंगाला नाइलाजाने परत बाहेर पडावे लागले. पण बाकीच्या सर्वांना बादशहाचे हुकूम मिळण्यापूर्वीच संताजी मराठी मुलखाकडे वळले होते. त्यानंतर दहीवडीजवळ त्यांची हणमंतराव निंबाळकरांशी थोडी झटापट झाली. तिथून ते शंभूमहादेवाच्या डोंगरातील आपल्या नेहमीच्या ठिकाणी निघून गेले.

आयेवारकुटीच्या दुर्दैवी प्रसंगाला आता नऊ महिने होऊन गेले होते. त्या वेळी संताजींच्या पदरी चाळीस हजारांवर खडी फौज होती. आता मात्र त्यांच्याबरोबर अवघे शे-पाचशे स्वार राहिले होते. त्यांच्या सोबत ते त्यांच्या नेहमीच्या निवाऱ्याकडे निघून गेले होते. यापुढे ते पुन्हा कर्नाटकात किंवा चंदीकडे परत येऊ शकतील याची शक्यता कमी होती. निदान दक्षिणेतल्या राजकारणाच्या दृष्टीने त्यांचा विषय एका परीने संपलेला होता.

भाग ११

१

महाराणी ताराबाई त्यांच्या महालाच्या कवाडातून बाहेर पाहत उभ्या होत्या. आषाढ महिना ओसरत आला होता. पण चंदीतला पावसाळा सुरू होण्यासाठी मात्र अजून बराच काळ होता. आजूबाजूचा कोरडा मुलूख पाहताना त्यांना रायगडाची आठवण आली. या दिवसात सारा गड आभाळातून कोसळणाऱ्या जलधारांनी झोडपून निघायचा. ते काळ्याभोर मेघांनी दाटलेले आभाळ, कडकडणाऱ्या विजा, डोंगरउतारांवरून खळखळत ओघळणारे जलौघ, सारे त्यांच्या नजरेसमोर उभे राहिले.

"काय पाहता एवढं?"

त्यांच्या अगदी जवळ येऊन उभे राहत महाराजांनी विचारले. ते तिथे कधी आले हे विचारात गुंगलेल्या ताराराणींना समजलेही नव्हते. त्या हसत म्हणाल्या,

"काही नाही. आषाढ संपत आला. या वेळी आपल्याकडे किती पाऊस असतो. त्याची याद आली."

त्यांचे ऐकल्यावर महाराजदेखील काही क्षण त्या आठवणीत बुडून गेले. तेवढ्यात बाळराजे तेथे त्यांच्या दुडक्या चालीने धावत आले. नुकतेच ते एक वर्षाचे झाले होते. त्यांना चालता येऊ लागल्यामुळे आता सारे महाल अपुरे पडू लागले होते. त्यांच्या पाठोपाठ तेथे आलेली कुणबीण महाराज महालात आहेत हे पाहून दारातच थबकली. थोडे मागे सरकत मान खाली घालून म्हणाली,

"आईकत न्हाइत जी."

"असू दे. जा तू."

ताराराणी लाडक्या लेकाला उचलून जवळ घेत म्हणाल्या. त्यानंतर त्यांच्या बाळलीला पाहण्याच्या नादात दोघे जुन्या अस्वस्थ करणाऱ्या आठवणी विसरून गेले. तेवढ्यात हुजऱ्याने प्रधान निळोपंतांनी काही महत्त्वाची खबर आल्याचे कळवले

आहे, असा निरोप दिला. महाराज दरबारात निघाले. त्यांनी ताराराणींना विचारले,

"येताय ना?"

"जी. आपण पुढे व्हा. आम्ही बाळराजेंचे थोडे पाहून येतो."

"ठीक आहे."

असे म्हणून महाराज बाहेर पडले.

गेल्या काही दिवसांपासून महाराजांनी ताराराणींना आपल्यासोबत नेमाने खलबतखान्यास नेण्यास सुरुवात केली होती. त्यादेखील त्यांचे इतर व्याप सांभाळून जमेल तसा कारभारात भाग घेऊ लागल्या होत्या. गेल्या साधारण सहा महिन्यांपासून महाराजांना जुन्या, अनुभवी सहकाऱ्यांची उणीव भासू लागली होती. आधी जनार्दनपंत हणमंते गेले. त्यांच्या पाठोपाठ प्रल्हाद निराजी वारले. केसोपंतांनीही आपले वय झाल्याचे सांगून कारभारातून अंग काढून घेतले. अशा प्रकारे सारी जुनी जाणती मंडळी काळाच्या ओघात दूर झाली होती.

आता नव्या दमाचे, तितकेच हुशार आणि निष्ठावंत सहकारी सोबत घेऊन महाराजांना पुढची वाटचाल करायची होती. त्यात खंडो बल्लाळ चिटणीस, प्रधान निळोपंत मोरेश्वर, सुमंत शंकराजी मल्हार, अंताजी मंगाजी वाकेनवीस अशा मंडळींसोबत महाराजांनी ताराराणींचा त्यात समावेश करण्याचे ठरवले. त्यांनी तसे सुचवल्यावर आधी त्या संकोचाने म्हणाल्या होत्या,

"आपण आमच्यापाशी इथे महालात नेहमीच साऱ्या बाबींविषयी मसलत करीतच असता. मग त्यासाठी दरबारात आणि खलबतखान्यात यायची काय गरज? शिवाय, बाळराजेही अजून लहान आहेत."

त्यावर महाराज म्हणाले होते की,

"इथं आपण फक्त एकमेकांचे विचार ऐकतो. त्याच विषयांवर इतर लोकांशी चर्चा केली की, त्यांचाही दृष्टिकोन समजतो. तुम्हाला राजकारणाची चांगली जाण आहे. त्याला अशा मसलतींची जोड दिली, तर त्याचा लाभच होईल."

"पण आम्ही असे उघडपणे दरबारात येणे उचित होईल?"

अजून ताराराणींच्या मनाची तयारी होत नव्हती. तेव्हा महाराज म्हणाले,

"आपल्या घराण्यात हे काही नवे नाही. उलट तशी परंपराच आहे आपली. आम्ही तर ऐकले आहे की, थोरल्या मांसाहेब स्वतः दरबारात बसून निवाडे देत होत्या. आमच्या वहिनीसाहेबांना तर दादासाहेबांनी खास शिक्का बहाल केला होता. ते मोहिमेवर गेल्यावर त्यादेखील जातीने कारभार बघत होत्या. म्हणून आम्हाला वाटते आहे की तुम्हीसुद्धा आतापासून दरबारी राजकारणात भाग घ्यावा. बाळराजांबद्दल म्हणाल तर, तुमच्या आणि त्यांच्यासुद्धा दिमतीला इतके जण आहेत की, त्यांची काळजी वाटायला नको."

महाराजांनी इतक्या स्पष्टपणे आणि सविस्तरपणे सांगितल्यावर मात्र ताराराणींनी नियमितपणे दरबारात जाण्यास सुरवात केली. आजही बाळराजेंना कुणबिणीच्या हवाली करून त्या महाराजांच्या मागोमाग दरबारात गेल्या. तेव्हा निळो मोरेश्वर सांगत होते,

"महाराज, झुल्फिकारखान खजिना घेऊन अर्काटला परत आल्यावर तंजावरला खंडणी वसूल करणेचे निमित्त करून गेला होता. तिथून तो पुढे त्रिकोलूर, त्रिनोमाली या बाजूला लुटीसाठी गेला आहे. म्हणजे आता तो लवकर इकडे येईल असे वाटत नाही."

त्यावर कोणी काही बोलणार याआधीच औरंगजेबाच्या छावणीतला एक नजरबाज तातडीची खबर घेऊन आल्याचे समजले. निळोपंत लगबगीने बाहेर जाऊन तसेच परत आले. खाली मान घालून म्हणाले,

"अतिशय वाईट खबर आहे. संताजीचा काळ झाला."

"काय?"

अभावितपणे सर्वांच्या तोंडून उद्गार उमटले. त्यावर निळोपंत सांगू लागले,

"होय. त्याच्या माहितीनुसार संताजींचे कापलेले शिर ख्वाजाबाबा दुराणी नावाच्या एका माणसाने मोगल छावणीत औरंगजेबासमोर पेश केले. त्याला ते फिरोजजंगाने तेथे पोहोचवण्यासाठी दिले होते, असे त्याने सांगितले. असेही समजले की, फिरोजजंगाला ते लुत्फुल्लाखानाने दिले होते."

"पण मग ते नेमके कोणाकडून आणि कसे मारले गेले?"

गोंधळलेल्या ताराराणींनी विचारले. त्यावर निळोपंत म्हणाले,

"ते नेमके समजले नाही. त्याने एवढेच सांगितले की, औरंगजेबाने सारी खातरजमा करून घेतल्यावर त्याने छावणीत मोठा जश्न साजरा केला. तो इतका खूश झालेला होता की, ख्वाजाबाबा दुराणीला 'खुशखबरखान' हे नाव देऊन त्याने त्याचा सत्कार केला. शिवाय, फिरोजजंगाला मानाचा फेटा पाठवून दिला."

नेमके काय घडले होते हे तेव्हा तरी समजणे शक्य नव्हते. तरी त्या बातमीमुळे तेथे असलेला प्रत्येक जण मनातून हलून गेला होता. गडाच्या नगारखान्यावरची नौबत तत्काळ बंद करण्याचा आदेश देऊन महाराज त्यांच्या महालात निघून गेले.

दोन दिवसांनी रामचंद्रपंतांकडून खलिता आला. त्यात लिहिले होते की, संताजी शंभूमहादेवाच्या डोंगरात त्यांच्या नेहमीच्या ठिकाणी मुक्कामाला होते. तेथे ते पहाटे एकटेच स्नान करीत असताना त्यांच्यावर अचानक हल्ला करण्यात आला. यामागे म्हसवडच्या नागोजी माने याचा हात असावा. त्याने अमृतराव निंबाळकरांच्या मृत्यूचा तसेच मागच्या अपमानाचा बदला घेतला असावा, असे सर्वांना वाटत होते.

काय घडले हे जरी निश्चितपणे समजले नव्हते तरीही एवढा शूर, पराक्रमी,

रणझुंजार लढवय्या वीर असा एकाकी, नि:शस्त्र अवस्थेत मारला गेला, हे मात्र अत्यंत दु:खदायक होते.

२

झुल्फिकारखान तंजावर, त्रिकोलूर आणि त्रिकोमाली या ठिकाणी खंडणी आणि लुटीसाठी गेला होता. सहा महिन्यांपेक्षा अधिक काळ तेथे काढल्यावर, आता तो वांदिवाशला परत निघालेला आहे अशी खबर आलेली होती. आपण एवढा पंधरा लक्षांचा खजिना पाठवलेला असताना झुल्फिकारखानाने चंदीवर चालून जायचे सोडून इतका वेळ बाहेर काढला होता. हे समजल्यामुळे औरंगजेब त्याच्यावर रागावला आहे. त्याने ताबडतोब चंदीवर आक्रमण करावे असा त्याला बादशहाकडून हुकूम आला आहे, असे समजले होते. त्यामुळे त्याच्या हालचालींकडे चंदीतल्या मंडळींचे लक्ष लागले होते.

महाराजांच्या दरबारात याच्यावर बोलताना प्रधान निळोपंत म्हणाले,

"महाराज, आपल्याला तयारीसाठी थोडी सवड मिळायला हवी. पावसाळा तोंडावर आहे. त्यामुळे साऱ्या सामग्रीची बेगमी करायला लागेल. शिवाय, धनाजीरावांसह आपले सर्व मुख्य सेनानी मराठी मुलखात आहेत."

त्यांचे म्हणणे खरेच होते. तेव्हा ताराराणींनी सुचवले,

"वेळ तर निभावून न्यायलाच हवी. त्यासाठी पुन्हा एकवार सुलूख करायची मागणी केली तर?"

"आपले म्हणणे उचितच आहे. सुलूख मान्य होणार नाही हे आपण आधीच्या अनुभवावरून जाणतोच. तरीही एकदा खानसाहेब इथे आले की, आपल्या नेहमीच्या जासुदाकरवी त्यांच्याकडे आपले म्हणणे कळवून टाकू. पाहू मग काय होते ते."

एकदा हे निश्चित झाले तरी सर्वांच्या मनात नजीकच्या काळात येऊ घातलेल्या वेढ्याच्या विचार घोळत होते. आधीच मिळालेल्या खबरीप्रमाणे खरोखरीच झुल्फिकारखान आठवड्याभरात वांदिवाशला आला. तो काहीसा स्थिरस्थावर झाल्यावर महाराजांनी आपला नेहमीचा जासूद त्याच्याकडे पाठवून दिला. त्याच्याकरवी त्यांचा सुलूख करण्याच्या विचार कळवला. झुल्फिकारखानाला तरी कुठे तड लावायची होती! त्याने महाराजांकडे आपला माणूस पाठवून आपला होकार कळवला. पण या वेळी त्याने एक महत्त्वाची अट घातली. जासूद महाराजांना म्हणाला,

"महाराज, खानसाहेबांना आपला सुलूख करण्याचा सुझाव मंजूर आहे. पण आपल्याला आठवत असेल की, यापूर्वी एकदा आपण केलेल्या प्रयत्नाला बादशहा सलामत यांनी नकार दिला होता. तरीही या वेळी हा सुझाव का स्वीकारला, असे

त्यांना वाटून ते नाराज होतील. म्हणून या वेळी आपला सुलूख करण्याचा इरादा किती पक्का आहे हे त्यांना पटावे यासाठी आणखी काही खास करावे लागेल, असे खानसाहेबांना वाटते.''

''म्हणजे?''

''तहनामा घेऊन येणाऱ्या आपल्या मंडळींसोबत आपले थोरले फर्जंद राजा कर्णसिंह यांना पाठवावे असे त्यांचे सांगणे आहे.''

''काय?''

अभावितपणे सर्वांच्या तोंडून उद्‌गार बाहेर पडला.

कर्णसिंहांचे नाव कानी पडताच महाराज मनातून एकदम हलून गेले. एक वर्षापूर्वी बाल शिवाजीराजेंच्या रूपाने महाराजांना औरस पुत्राची प्राप्ती झाली होती. तरीही कर्णसिंहांवरचे त्यांचे प्रेम तिळमात्रही कमी झाले नव्हते. महाराज काही बोलत नाहीत हे पाहून जासूदच पुढे म्हणाला,

''आपण आपल्या फर्जंदांच्या हिफाजतीची मुळीच फिकीर करू नये. खानसाहेबांनी त्याची पूर्ण खबरदारी घेतलेली आहे.''

''म्हणजे? काय म्हणायचे आहे आपल्याला?''

निळोपंतांनी विचारले, त्यावर तो म्हणाला,

''त्यांनी या कामी त्यांचे अत्यंत भरोशाचे असामी, रजपूत सरदार रामसिंग हाडा यांची निवड केलेली आहे. आपण आता आमच्या सोबत तुमची काही माणसे पाठवून त्याची खातरजमा करून घ्यावी, असेही त्यांनी सुचवले आहे.''

हे ऐकल्यावर महाराज विचारात पडले.

रामसिंग हाडा हा कोटा या राजस्थानातल्या संस्थानाचा राजा किशोरीसिंग हाडा याचा नातू. त्याचे संपूर्ण खानदान कित्येक पिढ्यांपासून मोगल सत्ताधाऱ्यांच्या सेवेत होते. सध्या रामसिंगाचा मुलगा भीमसिंग हा बदामी येथे फौजदार होता. रामसिंग जेव्हा झुल्फिकारखानाकडे रुजू झाला तेव्हा त्याच्याकडे अवघी अडीचशे स्वारांची मनसब होती. त्यानंतर झुल्फिकारखानाने आपल्या खास शिफारशीवरून त्याला हजारी मनसबदाराचा मान मिळवून दिलेला होता. तेव्हापासून तो झुल्फिकारखानाचा खास माणूस म्हणून ओळखला जात होता.

रजपूत राजे वचनाचे पक्के असतात हे माहीत असूनही महाराजांचा विचार निश्चित होत नव्हता. अखेर दरबारातल्या मंडळींवर नजर फिरवीत त्यांनी विचारले,

''आपले यावर काय म्हणणे आहे?''

त्यावर निळोपंत म्हणाले,

''आम्हाला तसे खानसाहेबांचे म्हणणे पटते आहे. ते म्हणत आहेत त्याप्रमाणे कोणा जबाबदार व्यक्तींना तेथे पाठवून द्यावे. त्यांनी रामसिंग हाडाला प्रत्यक्ष भेटून

त्याचेकडून हमी घ्यावी असे आम्हाला वाटते.''

त्यांच्या या सूचनेवर सर्वांचे एकमत झाले. राज्याचे सुमंत शंकराजी मल्हार यांनी छावणीत जाऊन यावे असे ठरले. ते लागलीच झुल्फिकारखानाकडून आलेल्या जासुदासोबतच रामसिंग हाडाच्या गोटात रवाना झाले.

दोनच दिवसांत शंकराजी मल्हार परत आले. त्यांनी रामसिंगाबद्दल सारी खात्री करून घेतली होती. ते सांगत होते,

''महाराज, रामसिंगांनी शपथेवर राजा कर्णसिंहांच्या सलामतीची जबाबदारी घेण्याचे कबूल केले आहे. आमची त्यांच्याविषयी पूर्ण खात्री पटली आहे.''

शंकराजींनी निर्वाळा दिला. आता आणखी वेळ दवडण्यात अर्थ नव्हता. त्यांच्या सोबत जाण्यासाठी खास विश्वासू अशा गिरजोजी यादव आणि बाबाजी प्रभू यांची निवड केली. दुसऱ्या दिवशी श्रावण वद्य अष्टमी म्हणजेच कृष्णाष्टमी होती. त्याचा सोहळा आणि दुसऱ्या दिवशीचा दहीकाला पार पडला की, पुढच्या दोन-तीन दिवसांतला चांगला दिवस पाहून निघायचे असे ठरले.

३

कर्णसिंहांच्या जाण्याची तयारी सुरू झाली. ते मोगलांच्या छावणीत जाणार आहेत ही बातमी राणीवशात पोहोचली अन् एकच खळबळ उडाली. त्यांच्या आई, सगुणाबाई यांना तर काय करावे हेच सुचेना. आपला अवघ्या सात वर्षांचा मुलगा, या तहाच्या राजकारणात त्याचे काय काम, हेच त्यांना उमजत नव्हते. कर्णसिंह निश्चितपणे जाणार हे समजल्यापासून तर त्यांच्या डोळ्याचे पाणी काही खळले नव्हते. हा निर्णय खुद्द महाराजांनी घेतलेला आहे हे त्यांना समजले. म्हणजे त्यांच्याशी बोलणे निरर्थक आहे, हे लक्षात आल्यावर मात्र त्यांनी ताराराणींकडे जाण्याचे ठरवले.

कृष्णजन्म सोहळा मध्यरात्री होणार होता. त्याच दिवशी श्रावणी शुक्रवार असल्यामुळे ताराराणींनी आपल्या महालात जिवतीची पूजा मांडली होती. मातृदेवतेचे पूजन करून त्यांनी छोट्या बाळराजेंना आणि मुलींना ओवाळले. मुली लगेच कृष्णजन्म सोहळ्याची तयारी चाललेली होती तेथे निघून गेल्या. ताराराणी बाळराजेंना झोपवून उठणार तोच अचानक अनपेक्षितपणे झालेल्या प्रकाराने त्या दचकल्या.

सगुणाबाई अतिशय वेगात त्यांच्या महालात शिरल्या होत्या. त्यांनी एकदम खाली बसत ताराराणींचे पाय घट्ट पकडले. ताराराणींना क्षणभर काही सुचलेच नाही. त्या काही बोलणार त्यापूर्वीच सगुणाबाईंनी त्यांच्या पायावर डोके ठेवून मुसमुसून रडायला सुरुवात केली. ताराराणींनी कसेबसे स्वत:ला सावरत विचारले,

"बाई, काय हे? उठा बरं."

तरीही नकारार्थी मान हलवत सगुणाबाईंनी आपले रडे सुरूच ठेवले. अखेर खाली वाकून त्यांचे खांदे पकडून थोड्या कडक स्वरात ताराराणी म्हणाल्या,

"उठा बरं बाई. बसा इथं. नीट सांगा, काय झालंय?"

तशा सगुणाबाई उठल्या. पण पदराने डोळे पुसत नुसत्या बसून राहिल्या. त्यांच्या सोबत आलेल्या गांगरून बाजूला उभ्या राहिलेल्या वाल्हाईकडे ताराराणींनी प्रश्नार्थक नजरेने पाहिले, तेव्हा त्या सांगू लागल्या,

"त्यांच्या करणबाळांना तिकडं गनिमाच्या गोटात पाठवणार असे समजले. तवाधरनं रडं चाललंय."

राजा कर्णसिंहांना मोगल छावणीत पाठवायचे ठरले आहे हे ताराराणींना माहीत होते. सगुणाबाईंना वाईट वाटणे, आपल्या मुलाची काळजी वाटणे हेही अगदी साहजिकच होते. ते समजल्यावर त्या समजावणीच्या सुरात त्यांना म्हणाल्या,

"बाई, तुम्हाला तुमच्या मुलाची काळजी वाटते आहे हे बरोबर आहे. पण आम्ही अगदी खात्रीने सांगतो, त्यांच्या केसालाही धक्का लागणार नाही. याची खात्री महाराजांनी केलेली आहे. ते महाराजांचे किती लाडके आहेत हे तुम्हीही जाणताच."

सगुणाबाईंनी नाक ओढत मान हलवली. त्या काहीच बोलल्या नाहीत. तेव्हा ताराराणीच म्हणाल्या,

"आम्ही असेही ऐकले होते की, आमचे दादा महाराज बाळांच्याएवढेच असताना आबा महाराजांनी त्यांना मोगलांच्या छावणीत पाठवले होते. ते नंतर सुखरूपपणे परत आले होते."

"पण बोलणी फिस्कटली तर?"

आपल्या मनातली शंका व्यक्त करत अखेर कसेतरी सगुणाबाईंच्या तोंडून शब्द फुटले. तेव्हा पुन्हा त्यांना शांतपणे समजावत ताराराणी म्हणाल्या,

"बोलणी नेहमीच यशस्वी होत नाहीत, हे खरे आहे. पण तसे झाले तरी, बोलणी करायला गेलेल्या माणसांना कधीही दगाफटका होत नाही. शिवाय, महाराजांनी छावणीतल्या ज्या रजपूत राजांकडे बाळांची जबाबदारी सोपवलेली आहे, ते जिवापाड जपतील त्यांना. तुम्ही काळजी करू नका. शांत राहा."

ताराराणींचे म्हणणे पूर्णपणे पटले नाही, तरी सगुणाबाईंनी मूकपणे नुसतीच मान हलवली. वाल्हाईकडे पाहत ताराराणी म्हणाल्या,

"यांना त्यांच्या महालात नीटपणे घेऊन जा. त्यांची समजूत काढा."

"जी."

असे म्हणून वाल्हाईनी सगुणाबाईंना चलण्याचा इशारा केला. आता त्या बऱ्यापैकी सावरलेल्या होत्या. त्यांच्या जाणाऱ्या पाठमोऱ्या आकृतीकडे पाहत या

विषयात महाराजांशी आजच बोलायचे असे ताराराणींनी ठरवून टाकले.

४

महाराज कृष्णजन्मसोहळा आटोपून रात्री उशिरा त्यांच्या महालात परतले, तेव्हा ताराराणी तेथे त्यांची वाट पाहत थांबलेल्या होत्या. महाराजांनी दिलेला शेला हाती घेत त्यांनी विचारले,

"कर्णसिंहांना छावणीत पाठवायचे निश्चित झाले आहे ना?"

"होय. ते तुम्हालाही माहीत आहे. मग का विचारता? तेही या वेळी?"

एवढ्या रात्री महाराजांना ताराराणींकडून अशा प्रश्नाची मुळीच अपेक्षा नव्हती. म्हणून चकित होत त्यांनी विचारले, तेव्हा ताराराणी म्हणाल्या,

"सगुणाबाई आल्या होत्या. अगदी कासावीस झाल्या होत्या."

"सगुणा तुमच्याकडे आली होती?"

ताराराणींना सगुणाबाईंबद्दल किती मत्सर वाटत होता, हे महाराजांसह सर्वच जाणत होते. त्यामुळे त्या कोणत्याही बाबीसाठी ताराराणींकडे येतील हे महाराजांना अशक्य वाटणे साहजिकच होते. महाराजांच्या बोलण्याचा आशय ध्यानी आल्याने ताराराणी मोठ्या ठसक्यात म्हणाल्या,

"आपलं बोलणं समजतं बरं आम्हाला. पण आम्हीसुद्धा आई आहोत. त्यांचं दुःख समजतं आम्हाला म्हणूनच विचारलं."

"होय. पाठवणार आहोत. सोमवारी सकाळीच निघतील इथून. झुल्फिकारखान आणखी जास्त वेळ थांबू शकेल असे वाटत नाही. आपल्याला सवड हवी आहे. म्हणून तहाची बोलणी लवकर सुरू करावीत असे आम्हालाही वाटते."

"पण त्यासाठी कर्णसिंहांना पाठवण्याची काय गरज? ते तर अवघे सात वर्षांचे आहेत. ते थोडेच बोलणी करणार आहेत, असे त्यांच्या आईला वाटते. शिवाय, त्यांच्या सलामतीची काळजी वाटते."

"त्यांचे बरोबर आहे. पण कर्णसिंह लहान असले तरी ते आमचे पुत्र आहेत. त्यांना पाठवल्यामुळे सुलूख करण्याचा आमचा इरादा खरा आहे, प्रामाणिक आहे हे औरंगजेबाला पटेल, हा आपला हेतू आहे. हे सर्व तुम्हीही जाणता. आता त्यांच्या सलामतीचे म्हणाल, तर आजच शंकराजी छावणीतून परत आलेत. त्यांनी रामसिंग हाडाची खातरजमा केलेली आहे."

ते ऐकून ताराराणींचे समाधान झाले. त्या मान हलवत म्हणाल्या,

"तसे असेल तर ठीकच आहे. आम्ही बाईंशी बोलून त्यांची पुन्हा एकवार समजूत काढू. खरेतर आपण इतक्या उशिरा आलात, आणि आम्ही ही मसलत

घेऊन बसलो. चुकलेच आमचे.''

ताराराणी सावरून घेत म्हणाल्या.

''असू दे. आज तुम्ही इकडल्या पूजेच्या कामात होतात, दरबारातही आलेल्या नव्हतात. म्हणून तुम्हाला शंकराजी आल्याचे माहीत नव्हते. तरी तुमच्याशी या सर्व बाबी बोलल्यावर आम्हालाही बरे वाटते.''

महाराज हसत म्हणाले. बाजूच्या मंचकावर बाळराजे झोपले होते. त्यांच्याकडे कौतुकाने पाहत महाराज म्हणाले,

''आज दिवसभर दंगा करून दमलेले दिसतात.''

''तर काय! आपणही शिणलेले आहात. सुमार व्हा आता.''

असे म्हणून ताराराणींनी समयांच्या वाती शांत करण्यासाठी वळल्या. महाराजांनी मंचकावर आडवे पडत डोळे मिटून घेतले. त्यांनी ताराराणींना ठामपणे सांगितले तरी कर्णसिंहांना मोगल छावणीत धाडण्याच्या विचाराने ते स्वत: मात्र रात्रभर अस्वस्थच होते.

तीन दिवसांनी सोमवारी कर्णसिंह मोगल छावणीत जाण्यासाठी तयार झाले. सगुणाबाईंनी त्यांना ओवाळून महाराजांच्या पाया पडण्यासाठी त्यांच्या महालात आणले. मस्तकावर भरजरी मंदिल, अंगात रेशमी अंगरखा, विजार, कमरेला बांधलेला शेला, त्यात अडकवलेली कट्यार, अशी कर्णसिंहांची दरबारी पोशाखातली देखणी मूर्ती पाहून महाराजांना भरून आले. त्यांच्या पाया पडून कर्णसिंह महालाबाहेर आले. सगुणाबाईंनी त्यांच्या हातावर दह्याची कवडी ठेवली. त्यांच्यासह आपल्या सर्व मातांना नमस्कार करून कर्णसिंह निघाले. त्यांच्यासाठी सज्ज केलेल्या शाही पालखीत बसले. भोयांनी पालखी उचलताच शंकराजी, गिरजोजी, बाबाजी यांच्यासह अश्वपथक मोगल छावणीची वाट चालू लागले.

वाल्हाई रडणाऱ्या सगुणाबाईंना त्यांच्या महालात घेऊन गेल्या. महाराज बालेकिल्ल्याच्या सज्जात आले. दूर दूर जाणाऱ्या त्यांच्या लाडक्या पुत्राच्या पालखीकडे ती नजरेआड होईपर्यंत भरल्या नजरेने पाहत ते तेथे बराच वेळ उभे राहिले होते.

५

तहाची बोलणी करण्यासाठी मंडळी गेली होती. त्याला दीड महिना होऊन गेला होता. नवरात्र पार पडून दिवाळी अगदी तोंडावर आली होती. पण छावणीत बोलणी करण्यासाठी गेलेल्या मंडळींकडून अद्याप काही समजले नव्हते. त्यामुळे सण साजरा करावा असे वातावरण नव्हते. त्याच वेळी अचानक छावणीतून खबरगीर

आला. तो सांगू लागला,

"महाराज, वांदिवाशहून खबर आली आहे की, बादशहाने तहनामा नाकारला आहे. उलट तो पाठवल्याबद्दल खानसाहेबांनाच कडक कानपिचक्या दिलेल्या आहेत. चंदीवर हमला करून ताबडतोब पाडाव करावा, असा हुकूम देऊन त्याच्या मदतीला कुमक पाठवली आहे."

"सुलूख नाकारला जाणार हे तर आपल्याला अपेक्षितच होते. पण त्याला कुमक पाठवली आहे म्हणजे दाखवण्यासाठी का होईना झुल्फिकारखानाला आता काहीतरी करावे लागेल. शिवाय, ते सैन्य इथे येण्यापूर्वी आपल्या माणसांना परत आणायला हवे."

महाराज म्हणाले.

झुल्फिकारखान गेली कित्येक वर्षे चंदीच्या परिसरात होता. तो या वेळीदेखील काही वेगळे करणार नाही, काहीतरी मार्ग काढेल यात महाराजांना शंका नव्हती. पण आपली माणसे सुखरूप परत येणेही तितकेच महत्त्वाचे होते. महाराजांना कर्णसिंहांची काळजी वाटते आहे हे ध्यानी येताच निळोपंत म्हणाले,

"महाराज, आम्ही लागलीच माणसे पाठवतो. आपण निश्चिंत असावे. रामसिंग हाडा शब्दाचा पक्का आहे. तो बाळराजेंच्याच काय, पण इतर कोणाच्या केसालाही धक्का लावू देणार नाही."

"पंत, आमचे मनी त्याच्याबद्दल मुळीच शंका नाही. पण त्याच तळावर दाऊदखान पन्नी, राव दलपत यांच्यासारखे लोकही आहेत. त्यामुळे सावधगिरी बाळगावी लागते इतकेच."

निळोपंतांनी लागलीच छावणीत माणसे पाठवून दिली. चारच दिवसांत कर्णसिंहांसह सर्व मंडळी गडावर परतली. पुऱ्या दोन महिन्यांनी आपल्या लाडक्या लेकाला पाहून महाराजांचा जीव सुपाएवढा झाला. त्याच दिवशी वसुबारस होती. आपले चुकलेले वासरू गायीला सापडावे तसा सगुणाबाईंना आनंद झाला. आपल्या लेकाला उराशी कवटाळून त्यांनी आपल्या भावनांना मुक्त वाट करून दिली, तेव्हा सारा राणीवसा हेलावून गेला होता.

दुसऱ्या दिवशी दरबार भरला तेव्हा शंकराजी मल्हार सांगत होते,

"महाराज, रामसिंग सांगत होता की, या वेळी बादशहाने अगदी कडक निरोप पाठवलेला आहे. त्यांना तो आणखी सवड देईल असे वाटत नाही."

शंकराजी गंभीरपणे सांगत होते, पण आज महाराजांचा नूर काही वेगळाच होता. अद्याप ते आपल्या लाडका पुत्र भेटल्याच्या आनंदात होते. ते शंकराजींना मध्येच थांबवत म्हणाले,

"सुमंत, याविषयी आपण नंतर बोलू. तुम्ही तिघांनी खूप मोठी कामगिरी पार

पाडलेली आहे. त्याबद्दल आमची खुशी जाहीर करण्यासाठी आम्ही तुम्हाला बक्षिसी देणार आहोत.''

हे ऐकून शंकराजी संकोचत म्हणाले,

''महाराज, आम्ही केवळ आमचे कर्तव्य पार पाडले. त्यासाठी बक्षिसी कशाला?''

''मोगल छावणीत इतके दिवस राहणे ही काही साधी बाब नाही, हे आम्ही जाणतो. झुल्फिकारखान जरी तिथला प्रमुख असला तरी त्याचे सारे सरदार काही पूर्णपणे त्याच्या कह्यात नाहीत. त्यातल्या एखाद्याने जरी त्यांच्या बादशहाला खूश करण्याच्या इराद्याने बाळराजेंना ताब्यात घेण्याचा विचार केला असता तर? तो तर बोलून चालून गनिमाचा गोट. तिथे काहीही होऊ शकले असते. आम्ही त्याची कल्पनाही करू इच्छित नाही. इतकेच सांगतो की, तुम्ही आमच्या चिरंजीवांना दोन महिने सांभाळून सुखरूप परत आणले, त्यामुळे आम्ही तुमचे ऋणी झालो आहोत.''

नेहमी फारसे न बोलणारे महाराज आज भावनेच्या भरात भरभरून बोलत होते. पण ते तेवढ्यावर थांबले नाहीत. त्यांनी इशारत केली. हुजऱ्यांनी आधीच तयार केलेली बक्षिशीची तबके आत आणली. महाराजांनी सुमंत शंकराजी मल्हार यांना एक लक्ष चक्रे, गिरजोजी यादव यांना पन्नास हजार आणि बाबाजी प्रभू यांना पंचवीस हजार चक्रे एवढी रक्कम देऊन त्यांनी पार पाडलेल्या कामगिरीबद्दल त्यांची सर्फराजी केली.

६

कर्णसिंह आणि इतर मंडळी गडावर येऊन जेमतेम दोन दिवस झाले होते. अचानक झुल्फिकारखानाचा माणूस महाराजांकडे आला. महाराज अद्याप कर्णसिंह सुखरूप आल्याच्या आनंदात होते. ते उत्साहात त्याला विचारू लागले,

''काय म्हणत आहेत खानसाहेब? आमच्या फर्जंदांची त्यांनी खूब हिफाजत केली. त्यांना सांगा, आम्ही त्यांचे तहेदिलसे शुक्रगुजार आहोत.''

जासूद त्यावर काही न बोलता खाली मान घालून उभा राहिला. तो काहीच बोलत नाही हे पाहून प्रधान निळोपंतांनी विचारले,

''आपण असे गप्प का? काही घडलंय का?''

त्यावर तो दबलेल्या सुरात सांगू लागला,

''खानसाहेबांनी महाराजांसाठी खास संदेसा पाठवलेला आहे. त्यांचे वालिद, वजीरे आलम आसदखान यांनी त्यांना कळवले आहे की, त्यांचे बादशहा सलामत त्यांच्यावर अतिशय खफा झालेले आहेत. आता त्यांनी चंदी लवकर सर केली नाही, तर त्यांना बादशहांची बरीच मोठी इतराजी सहन करावी लागेल. शिवाय, त्या

छावणीतल्या खानसाहेबांच्या अझीज दोस्तांनी कळवले आहे की, आता त्यांना लवकर काहीतरी करावे लागेल. नाहीतर त्यांना बादशहाचा वाढलेला संताप सहन करणे अवघड होईल. त्यामध्ये त्यांना कदाचित त्यांच्या मान, माल आणि संपत्तीचे, इतकेच नव्हे तर कदाचित जानचेदेखील मोल द्यावे लागेल. हे असे होऊ नये यासाठी त्यांनी लवकरात लवकर चंदी जिंकून घ्यावी.''

हे असे कधीतरी होणारच होते. पण ते इतक्या अचानकपणे समोर आल्यामुळे सारे एकदम स्तब्ध झाले. त्यातून सावरत महाराजांनी विचारले,

''मग खानसाहेबांचा काय सुझाव आहे?''

''महाराज, राग नसावा. पण आपण योग्य वेळ आणि हालत पाहून गड सोडावा असे त्यांनी सुचवले आहे.''

''पण असे अचानक कसे जाता येईल. आम्हाला पुढच्या साऱ्या जोडण्या करण्यासाठी फुरसद मिळायला हवी.''

महाराज विचार करत म्हणाले. त्यावर जासूद म्हणाला,

''आपले म्हणणे खानसाहेबांना सांगतो. पण आपण लवकर तयारीला लागावे असे त्यांना वाटते.''

''ठीक आहे. हे कळवल्याबद्दल खानसाहेबांना आमच्याकडून शुक्रिया कळवा. आमची तयारी झाली की कळवतो, असे सांगा.''

या निरोपाबरोबर महाराजांनी त्या जासुदाला भरपूर बक्षिसी आणि झुल्फिकारखानासाठी मौल्यवान भेटी पाठवून दिल्या.

तो गेल्यानंतर मात्र खलबतखान्यातले वातावरण गंभीर झाले. झुल्फिकारखानाने दिलेल्या निरोपामुळे सारे विचारात पडले होते.

महाराजांना चंदीला येऊन सात वर्षे झाली होती. या सात वर्षांत मराठी राज्य पूर्णपणे सावरले गेले होते. स्वत: महाराज चंदीला राहून आपल्या अनेक कर्तबगार कारभाऱ्यांना आणि लढवय्यांना प्रोत्साहन देत होते. ते सर्व आपल्या कर्तव्यदक्षतेमुळे मराठी राज्य पुन्हा वाढून बलवान होणार आहे, या भावनेने राबले होते. त्यातून उत्तरेला खानदेशापासून कर्नाटकापर्यंत आणि पश्चिम किनाऱ्यापासून कोप्पळपर्यंत मराठी सरदारांनी आपली वतने उभारली होती. ज्या चंदीच्या आधाराने हे सारे घडले ती चंदी मात्र गेली सात वर्षे अधूनमधून झुल्फिकारखानाच्या वेढ्यात अडकलेली असायची. खऱ्या संघर्षाची पहिली दोन वर्षे सोडली, तर पुढची पाच वर्षे दोघांनी अंतर्गत समझोता करून काढली होती. त्यामुळेच हे घडू शकले होते.

पण आता यापुढे चंदी ताब्यात ठेवणे शक्य नव्हते, तेव्हा मराठी मुलखात सुरक्षितपणे परत जाण्यासाठी इथून बाहेर पडणे, तेसुद्धा गडाला पुन्हा वेढा पडण्यापूर्वी, हाच एकमेव मार्ग आहे, हे तिथल्या प्रत्येकाला मनोमन समजून चुकले होते. इतकी

वर्षे लढल्यानंतर अखेर हा निर्वाणीचा निर्णय घेण्याची वेळ आली होती. निर्णय घेतला तरी तो अमलात आणणे तितकेसे सोपे नव्हते. चंदीला आल्यावर महाराजांसह अनेकांचे संसार वाढले होते. सारा पसारा घेऊन चंदीबाहेर पडणे एक वेळ जमले असते, पण त्यानंतर पुढे फार मोठा शेकडो कोसांचा प्रवास करायचा होता. अर्थात तो सुरक्षितपणे पार पाडण्यासाठी बरीच पूर्वतयारी करावी लागणार होती. त्याचा बराच विचार करत महाराज म्हणाले,

"आज ना उद्या ही वेळ येणारच होती. ती आता आली एवढेच. आता मात्र पूर्ण विचार करून पुढच्या जोडण्या करायला हव्यात. आम्हाला वाटते, सर्वांत आधी आपण इथल्या बदललेल्या परिस्थितीबद्दल रामचंद्रपंत, शंकराजी आणि धनाजी यांना माहिती द्यायला हवी. त्यांना एकत्र येऊन परतीचा मार्ग ठरवून तो पूर्णपणे सुरक्षित राखण्याची व्यवस्था करावी लागेल. त्याशिवाय इथून बाहेर पडणे शक्य नाही."

"होय महाराज, आपण सर्वांनी इथून कुटुंबकबिल्यासह बाहेर पडणे, हे फार मोठे अवघड काम आहे. त्यासाठी वाटेत असलेले आपले सरदार, मांडलिक यांच्याप्रमाणेच बेडर आणि बिदनूरच्या राणीसाहेबांसह अनेकांची साथ घ्यावी लागणार आहे. त्यासाठी पंत, सेनापती जाधवराव यांनाच आखणी करावी लागणार आहे."

प्रधान निळोपंत म्हणाले. ते आता पूर्णपणे सावरले होते. हे पाहून महाराजांना बरे वाटले. ते म्हणाले,

"हे सारे तातडीने करायला हवे. शिवाय, हे सारे तेथे नीट समजावून सांगू शकेल अशी व्यक्ती पाठवून द्यायला हवी. आम्हाला वाटते, त्यासाठी चिटणीस योग्य ठरतील. तेव्हा त्यांनी लागलीच निघावे. सर्व मंडळींना भेटून तपसील ठरवून परत यावे?"

त्यानंतर खंडो बल्लाळांकडे पाहत ते म्हणाले,

"वेळ कमी आहे. तुम्ही लागलीच निघा."

महाराजांचे बोलणे पूर्ण होण्याआधीच खंडो बल्लाळ उठून उभे राहिले. त्यांना मुजरा करत म्हणाले,

"जी, महाराज. आम्ही आजच निघतो."

एवढे बोलून ते बाहेर पडले. त्यानंतर महाराज निळोपंतांना म्हणाले,

"पंत, परतीचा प्रवासाची तयारी होण्यासाठी काही काळ तरी निश्चितच लागेल. तेवढे दिवस आपल्याला इथे थांबावे लागेल. हे खानसाहेबांना कळवले पाहिजे. त्यांनी आपल्याला त्यासाठी तेवढी सवड द्यायला हवी. तसेच त्यांच्या हालचालीबद्दल आपल्याला आधी सूचना मिळाली पाहिजे, हा निरोप घेऊन आजच्या आज माणूस पाठवून द्या. चला. आजच्यासाठी एवढेच पुरे."

एवढेच बोलून महाराज उठले. बैठक संपली. निळोपंत आणि इतर मंडळी मात्र बराच वेळ खलबते करत बसली होती.

७

महाराज त्या रात्री नीटसे जेवले नाहीत, बरेच अस्वस्थही दिसत होते हे पाहून ताराराणींनी विचारले,

"दरबारात काही घडले आहे का? कोणीतरी आले आहे असे आम्हाला समजले होते. पण आम्ही इथे मुलांच्या भाऊबीजेच्या तयारीत होतो, म्हणून येता आले नाही. खरेतर कर्णसिंह सुखरूप परत आल्यापासून गडावर सर्व जण आनंदात सण साजरा करत आहेत. पण आपण मात्र कसल्यातरी चिंतेत असल्यागत दिसत आहात, म्हणून विचारले."

"होय. आज खानसाहेबांनी त्यांचा खास माणूस महत्त्वाचा निरोप घेऊन पाठवला होता."

"काय?"

ताराराणींनी आश्चर्याने विचारले. तेव्हा महाराजांनी त्यांना सारा विषय तपशीलवारपणे सांगितला.

"म्हणजे आता इतक्या वर्षांनी आपल्या मुलखात परत जायचं?"

"होय. असंच दिसतंय."

महाराज सुस्कारा सोडत पण ठामपणे म्हणाले,

हे सारे इतके अनपेक्षित होते की, ताराराणींना काही वेळ काही सुचलेच नाही. तशी चंदीतल्या गेल्या सात वर्षांच्या वास्तव्यात काही कमी वादळे नव्हती आली. अगदी अटीतटीचे प्रसंगही अनुभवास आले होते. पण असा टोकाचा निर्णय घेण्याची वेळ प्रथमच आली होती. ती अशी अचानकपणे समोर येईल असे वाटले नव्हते. चंदीहून मराठी मुलखात जाणे किती अवघड आहे, हे पूर्वी त्यांनीच केलेल्या प्रवासाच्या अनुभवावरून त्या चांगलेच जाणत होत्या. त्या वेळच्या आठवणींनी त्यांना गलबलून आले. स्वत:शीच बोलल्याप्रमाणे त्या म्हणाल्या,

"तेव्हा दादा महाराजांना पकडल्यावर आपण रायगडावरून बाहेर पडलो. तेव्हा गनिमाला पाठीवर घेऊन या गडावरून त्या गडावर जावे लागले. तुम्ही आधी इथं आलात तेव्हा तुम्हाला किती कष्ट, हालअपेष्टा, संकटांचा सामना करत यावं लागलं, हे सारं आम्ही ऐकलंय. आम्ही धाकट्या बाईंसोबत आलो होतो तेव्हाचा प्रकार तर आणखीनच आगळा होता. सतत जिवाला धोका असल्याची, गनिमाच्या हल्ल्याची भीती! ते सारे आठवले तरी जीव नुसता कसानुसा होतो. आता तर परत

जाणं आणखीन अवघड झालंय. वाढलेला परिवार, मुलेबाळे, एवढा पसारा, त्यातच धाकट्या बाईंना दिवस गेलेत, अशा स्थितीत इतक्या दूरवरची वाटचाल पुन्हा कशी हो व्हायची!''

त्या नुसत्या कल्पनेनेच ताराराणी थरारून गेल्या होत्या. त्यांचे बोलणे ऐकून महाराज अधिकच अस्वस्थ झाले. पाठीवर हात बांधून महालात येरझाऱ्या घालत म्हणाले,

''तुम्ही म्हणताय ते सारं खरं आहे तारा, पण काही झालं तरी वेळ येईल तेव्हा सर्वांना बरोबर घेऊनच बाहेर पडावे लागणार आहे. गेल्या खेपी कबिला मागे ठेवून येणे शक्य होते; कारण विशाळगडासारखा बेलाग गड ताब्यात होता. तेथे रामचंद्रपंत, शंकराजी यांच्यासारखी माणसे होती. या वेळची परिस्थिती मात्र अगदी विपरीत आहे, आपल्यामागे गड गनिमाच्या ताब्यात जाणार आहे. म्हणूनच आपल्याला एकत्र किंवा निदान पाठोपाठ गड गनिमाच्या ताब्यात जाण्यापूर्वी इथून बाहेर पडावे लागणार आहे.''

काही क्षण थांबून महाराज म्हणाले,

''खरं सांगू तारा, आज आम्हाला प्रल्हादपंतांची खूप आठवण येते. आम्ही इथे येताना आणि त्यानंतर इथे आल्यावर ते, केसोपंत आदी अनुभवी बुजुर्ग मंडळीचे प्रत्येक अडचणीच्या वेळी मार्गदर्शन मिळाले. त्या सर्वांची आज कमतरता जाणवते आहे.

''विशेषत: प्रल्हाद निराजींचा त्यांना अगदी सुरुवातीपासून मोठा आधार होता. अजोड तर्कशक्ती, कुशाग्र बुद्धिमत्ता, कुशल संभाषणपटुत्व यासाठी ते आधीपासूनच नावाजले जात होते. मराठी, संस्कृत, कन्नड, हिंदवी व फारसी अशा अनेक भाषांवर त्यांचे प्रभुत्व होते. यवन, युरोपियन, सिद्दी यांच्या भाषाच नव्हे, तर चालीरीती आणि पद्धती यांचा त्यांनी गाढा अभ्यास केलेला होता. एवढ्या ज्ञानी आणि मुत्सद्दी व्यक्तीचे महाराजांना अनेक अवघड प्रसंगांत मोलाचे योगदान लाभले होते. या कठीण प्रसंगी मात्र ते नव्हते.

महाराज आपल्याच विचारात गढले होते. आतापर्यंत ताराराणी बऱ्याच शांत झाल्या होत्या. समोर आलेल्या प्रसंगाला सामोरे जाण्याची त्यांच्या मनाची तयारी झाली होती. आता त्यांचे विचारचक्र सुरू झाले. त्या म्हणाल्या,

''सारे काही अवघड आहे. म्हणून या साऱ्याची आखणी अगदी काळजीपूर्वक आणि तपशीलवार करायला हवी. सारे काटेकोरपणे व्यवस्थितपणे ठरवायला हवे. आम्ही आलो होतो, तेव्हा केले होते तसे.''

''होय. म्हणूनच आम्ही चिटणिसांना तातडीने पंतांकडे धाडून द्यायचे ठरवले आहे. ते आजच निघतील. धनाजी, शंकराजी, हणमंतराव आदी लढवय्ये मंडळी

तेथेच आहेत. अमात्य आणि परशुरामपंत आहेत. ते सर्व जण मिळून सारे काही ठरवतील. आता एकच मोठा प्रश्न आमच्यापुढे आहे तो म्हणजे, चिटणिसांना इतक्या दूर जाऊन येण्यासाठी निदान दीड ते दोन महिने तरी सहज लागतील. आपल्याला तेवढी सवड मिळायला हवी.''

''तोपर्यंत झुल्फिकारखान थांबेल?''

''पाहू या. तसे झाले तर उत्तमच. नाहीतर काही काळ गड लढवावा लागेल. त्याचीसुद्धा तयारी ठेवावी लागेल. त्यासाठी उद्यापासूनच कामाला लागायला हवे. चला, आता पुरे. खूप रात्र झाली.''

असे म्हणत महाराजांनी विषय आवरता घेतला. दोघे कवाडाजवळ आले. सरत्या दिवाळीच्या रोषणाईने गड झगमगत होता. ते पाहताना या गडावरची ही आपली शेवटची दिवाळी असणार या विचाराने दोघे अतिशय भावनावश झाले होते.

८

मराठी मुलखात गेलेले खंडो बल्लाळ महिन्याभरातच परत आले. ताबडतोब सर्व जण खलबतखान्यात जमा झाले. चिटणीस सांगू लागले,

''महाराज, इथून आम्ही विशाळगडावर गेलो. तेथे थांबून सर्वांच्या भेटी घेतल्या. आमच्या अनेक बैठका झाल्या. सर्वांनी मिळून परतीच्या प्रवासाची मसलत ठरवली आहे.''

''काय म्हणत आहेत पंत, सेनापती आणि इतर मंडळी?''

महाराजांनी विचारले. तेव्हा खंडो बल्लाळ म्हणाले,

''महाराज, आपण इतक्या वर्षांनी परत आपल्या मुलखात येणार याबद्दल सर्वांनाच मोठी उत्सुकता आणि आनंद वाटत आहे. त्याचबरोबर हे सारे अत्यंत हुशारीने आणि गुप्तपणे अमलात आणणे किती कठीण तसेच जोखमीचे आहे याचेही भान त्यांना आहे. त्यासाठी त्यांनी त्याचा पूरा तपसील ठरवलेला आहे. तो आपल्याला सांगावा यासाठीच आम्ही तातडीने परत आलो.''

बोलता बोलता थांबून त्यांनी सभोवार पाहिले. तिथल्या प्रत्येकाचा चेहरा उत्सुकतेने ताणलेला होता. त्यांनी महाराजांकडे पाहिले. त्यांच्याकडून पुढे बोलण्याची इशारत मिळताच चिटणीस सांगू लागले,

''संपूर्ण प्रवास तीन टप्प्यांत होईल. त्यात पहिला टप्पा इथून बाहेर पडल्यावर अरणीमार्गे वेलोरपर्यंतचा असेल. दुसरा तिथून कोप्पळपर्यंतचा असेल. कोप्पळपासून भुदरगडमार्गे विशाळगडापर्यंतचा प्रवास, हा वाटचालीचा शेवटचा भाग असेल.''

स्वत: सेनापती धनाजी जाधवराव पाच हजारांवर खडे सैन्य घेऊन वेलोरला

येणार होते. तेथे येण्यापूर्वी त्यांना वाटेत ठिकठिकाणी थांबून आपल्या सरदारांच्या, मित्र राज्यकर्त्यांच्या आणि मांडलिकांच्या सेना महाराजांच्या साह्यासाठी तैनात करून ठेवाव्या लागणार होत्या. ते वेलोरला आल्याशिवाय चंदीमधून बाहेर पडणे शक्य नव्हते हे आताच स्पष्ट झाले होते.

शिवाय, चंदीहून वेलोरपर्यंत जाण्याची जबाबदारी गडावरच्या लोकांचीच असणार होती, हेदेखील निश्चित झाले होते. चंदीपासून वेलोरपर्यंतचा पहिला टप्पा सर्वांत कमी अंतराचा होता. पण वाटेत वांदिवाशला मोगलांची छावणी होती. तिला चुकवून कबिल्यासह वेलोरपर्यंत जाणे एवढे काही सोपे नव्हते. वाटेत अरणीपर्यंत जाऊन पुढे वेलोरहून कुमक मागवावी, असाही एक विचार पुढे आला. त्यासाठी वेलोरच्या बाजीराव काकडेंना संपूर्ण विषयाची सविस्तर माहिती देणे जरुरीचे होते. महाराज चंदीहून बाहेर पडून अरणीच्या रोखाने निघाले की, तेथे त्यांनी त्यांच्या संरक्षणासाठी सैन्याच्या तुकडीसह सज्ज राहायचे होते. तिथून पुढे वेलोरला सर्वांना सुखरूपपणे नेण्याचे काम त्यांनी करायचे होते.

वेलोरहून पुढची जबाबदारी धनाजीरावांची असली तरी तेथून कोप्पळपर्यंतच्या भागातले बहुतेक सर्व किल्ले, लष्करी ठाणी, किंबहुना सारा प्रांतच मोगलांच्या ताब्यात होता. हा सर्व प्रवास संरक्षणाच्या मजबूत घेऱ्यातून करावा लागणार होता. म्हणूनच सेनापती जागोजाग सैनिकांच्या ताज्या दमाच्या तुकड्या, घोडी आणि पालख्या भोयांसह तैनात करून ठेवणार होते.

शेवटचा टप्पा सर्वांत जास्त अंतराचा असला तरी कोप्पळपासून पुढचा बहुतेक मुलूख मराठी सरदारांच्या अखत्यारीतला होता. त्यामुळे तिथली वाटचाल फारशी जिकिरीची नव्हती.

सारी योजना ऐकून महाराजांसह सर्वांचे समाधान झाले. प्रधान निळोपंत म्हणाले,

''महाराज, साऱ्या जोडण्या करून फौजेसह वेलोरला येण्यास जाधवरावांना बराच वेळ लागणार. तेवढी सवड मात्र आपल्याला मिळायला हवी.''

त्यावर शांतपणे महाराज म्हणाले,

''त्याची फिकीर आम्हास वाटत नाही. महिन्याभरात इथला पावसाळा सुरू होईल. खानसाहेबांनी दोन वेळा त्याचा चांगलाच फटका खाल्लेला आहे. म्हणून तो पावसाळा पूर्णपणे ओसरल्यावर म्हणजे साधारण मार्गशीर्ष महिना उलटल्यावर ते आरामात चंदीवरचा आपला अखेरचा हमला करण्यासाठी येतील, असा आमचा अंदाज आहे. एवढी सवड जाधवरावांना पुरेशी होईल.''

महाराजांचे एवढे म्हणणे पटण्यासारखे होते. त्यानंतर सर्व जण बराच वेळ इतर तपशील ठरवत बसले होते. त्याशिवाय गड लढवावा लागलाच, तर त्याचीसुद्धा

तयारी सुरू करायची होती. त्याचा सारा आढावा घेण्याचे काम फडावरची मंडळी करू लागली.

९

दुसऱ्याच दिवशी सकाळी एक खबरगीर तातडीने गडावर आला. निळोपंतांना भेटून त्याने जे सांगितले ते ऐकून ते लागलीच खलबतखान्यात आले. त्याने दिलेली खबर ऐकून महाराजांसह सर्व जण चक्रावून गेले. खबरगीर सांगत होता,

"महाराज, बादशाह औरंगजेबाने झुल्फिकारखानाला मोठ्या मानाचा 'नुस्त्रतजंग' असा खिताब बहाल केल आहे. त्यांच्या फरमानासह भरपूर दारूगोळा, मोठा खजिना आणि सैन्याची कुमक ब्रह्मपुरीहून रवानाही झालेली आहे."

"झुल्फिकारखानाला खिताब? कशाबद्दल?"

निळोपंतांनी आश्चर्याने विचारले. त्यावर महाराज म्हणाले,

"औरंगजेबाने मोठ्या हुशारीने डाव टाकलेला आहे. झुल्फिकारखान इतकी वर्षे नुसती चालढकल करतो आहे. आपली मोहीम नीटपणे पार पाडत नाही, याबद्दल बादशहा अतिशय चिडलेला आहे, असा निरोप अवघ्या दोन महिन्यांपूर्वी आला होता. त्याबद्दल औरंगजेबाचा एखादा कडक समज देणारा किंवा चांगला खडसावणारा हुकूम येईल असे वाटत होते. तसे करणे राहिले बाजूला. उलट त्याने मोठा गौरव करून खिताब बहाल केला. यात त्याने फार मोठी मुत्सद्देगिरी दाखवली आहे, यात शंकाच नाही. आता चंदी जिंकण्याशिवाय खानसाहेबांसमोर अन्य पर्याय राहिलेला नाही."

"खरे आहे महाराज, खानसाहेबांनी लागलीच फरमानबाडीची जय्यत तयारी करायला सुरुवात केलेली आहे. वांदिवाशपासून दोन कोसांवर एक सुसज्ज शामियाना पालण्यासाठी माणसे पाठवली गेली आहेत. तेथे मोठ्या थाटात समारंभ करून शाही फरमान स्वीकारायचे. त्यानंतर आपल्याला बादशहाने एवढा नामी खिताब देऊन जी सर्फराजी केली, त्याबद्दल जंगी जश्न साजरा करायचा असा त्याचा बेत असल्याचे छावणीत बोलले जात आहे."

हे सारे ऐकून मात्र महाराज चिंताग्रस्त झाले. विचार करत म्हणाले,

"याचाच अर्थ एकदा फरमानबाडी झाली की, खानसाहेबांना लागलीच चंदीवर हमला करावा लागेल. कदाचित पावसाळ्याची पर्वा न करता वेढा घालावा लागेल असे दिसते. आपली तयारी व्हायला अजून काही काळ लागेल. त्याला लागणारी फुरसद मिळावी एवढीच इच्छा आहे."

मसलतीला अतिशय गंभीर वळण लागले होते. ठरवल्याप्रमाणे सारे बयाजवार

पार पडून निर्वेधपणे बाहेर पडणे शक्य होईल की नाही, अशी शंका सर्वांच्या मनात डोकावू लागली होती. आता सारे झुल्फिकारखान केव्हा कशी हालचाल करील त्यावर अवलंबून होते. आपल्या हाती करण्यासारखे फारसे काही राहिलेले नाही, हे ध्यानी येताच मसलतीचे वातावरण तंग झाले होते.

पुढचा पूर्ण आठवडाभर वांदिवाशला साजऱ्या होत असलेल्या जंगी शाही थाटातल्या जश्नच्या खबरी येत राहिल्या. आपल्या बादशहाने आपल्यावर नाराज न होता उलट आपल्याला 'नुस्त्रतजंग' असा मानाचा खिताब दिला, आपला सन्मान केला, यामुळे झुल्फिकारखानाला इतकी खुशी होईल असे त्याच्या अगदी जवळच्या माणसांनादेखील वाटले नसावे, इतका शानदार बेत त्याने केला होता.

फरमानबाडीसाठी आलिशान शामियाना उभारला होता. मुख्य समारंभ पार पडल्यावर छावणीतले सरदार, अमीर, उमराव, उच्च अधिकारी, मानकरी यांच्यासाठी मेजवानीचा भव्य कार्यक्रम योजला होता. त्यासाठी वेगवेगळे डेरे उभारले होते. मेजवान्यांसोबत खैरात आणि भेटवस्तूंचे वाटपही जोरात सुरू होते. बड्या मंडळींना हत्ती, घोडे आणि जडजवाहीर देण्यात आले. सामान्य शिपायांना शस्त्रे आणि अगणित वस्त्रेही देण्यात आली. पूर्ण आठवडाभर विविध कार्यक्रमांचा नुसता धडाका चाललेला होता. प्रत्यक्ष फरमानबाडीचा सोहळा तर इतक्या थाटामाटात साजरा केला गेला की, पाहणाऱ्यांच्या डोळ्यांचे पारणे फिटले. या साऱ्या समारंभासाठी झुल्फिकारखानाने पाण्यासारखा पैसा खर्च केला होता.

हे सारे ऐकल्यावर निळोपंत म्हणाले,

"महाराज, आम्हास याचे मोठे आश्चर्य वाटते आहे. ज्या प्रकारे झुल्फिकारखान या समारंभात खर्च करीत आहे हे पाहून कोण विश्वास ठेवेल की, यांच्याकडे काही महिन्यांपूर्वी सैनिकांच्या पगाराची थकबाकी चुकवण्यासाठी काही नव्हते."

त्यावर विचार करत महाराज म्हणाले,

"याचा अर्थ, त्याच्याकडे स्वत:चे दाबून ठेवलेले धन असावे किंवा बादशहाने फरमानासोबत दारूगोळा आणि रसदीबरोबर भरपूर पैकादेखील पाठवलेला असावा. काही असले तरी आपल्या हाताखालच्या माणसांना खूश करून ते पुढच्या मोठ्या लढाईसाठी तयारी करीत आहेत, असे समजायला हरकत नाही. आता औरंगजेब अधिक दिरंगाई खपवून घेणार नाही. हे त्यांना पुरेपूर पटले आहे, एवढे मात्र खरे."

महाराजांचा हा अंदाज अगदी खरा ठरला. फरमानबाडीचा जश्न आटोपल्यावर अजिबात वेळ न दवडता, 'नुस्त्रतजंगबहादूर' झुल्फिकारखान आपल्या चतुरंग दळासह वाजत गाजत चंदी जिंकण्यासाठी वांदिवाशहून बाहेर पडले.

१०

मार्गशीर्ष महिन्याचा पहिला सोमवार होता. दक्षिणेतला पावसाळा अद्याप संपलेला नवहता. राजगिरीवर पहाटे चांगलीच थंडी जाणवत होती. राजाराम महाराजांनी त्यांच्या सवयीनुसार लवकर स्नान आटोपले होते. त्यांच्या नित्यपूजेतील बाणाला नमस्कार करून ते उठणार तोच एक सेवक गडबडीने आत आला. त्यांना वाकून मुजरा करत म्हणाला,

''महाराज, पंत आणि चिटणीस आलेत.''

दोघे इतक्या सकाळी कशासाठी आलेले असावेत, हे पाहाण्यासाठी महाराज देवघरातून महालात आले. त्यांच्याकडे पाहत निळोपंत म्हणाले,

''महाराज, आमच्या नजरबाजांनी कळवले आहे की, मोगल सैन्य वांदिवाशहून चंदीकडे निघाले आहे. घटकाभरात ते इथे येऊन पोहोचेल.''

''हं. म्हणजे आम्हाला गड सोडण्याची संधी मिळण्यापूर्वीच वेढा पडणार असे दिसते. ठीक आहे. नाहीतरी आपण गड लढण्याची तयारी केलेली आहेच. तुम्ही पुढे व्हा. आम्ही आलोच.''

महाराजांचे धीराचे बोलणे ऐकून दोघेही शांत झाले. त्यांचे बोलणे सुरू असतानाच ताराराणी महालाकडे आल्या होत्या. हे सारे ऐकताच त्या दारात खिळून उभ्या राहिल्या. पंत आणि चिटणीस दोघांना मुजरा करून बाहेर पडले.

ताराराणी आत आल्या. पाठोपाठ आलेल्या कुणबिणीने दुधाचा पेला त्यांच्या हाती ठेवला, आणि ती निघून गेली. तो तसाच हाती धरून ताराराणी म्हणाल्या,

''आपली पूजा चाललेली होती म्हणून आम्ही थोडा वेळ मुदपाकाकडे गेलो होतो. परत येतो तो ही अशी खबर.''

''तारा, हे तर आज ना उद्या होणारच होते. ते आता घडते आहे एवढेच. शिवाय, आपल्याला गनिमाचा वेढा पहिल्यांदाच पडतो आहे असेही नाही. या वेळची परिस्थिती थोडी वेगळी आहे इतकेच.''

''आपण म्हणाला होतात की, आपण इथून निघून गेल्याशिवाय गडावर हल्ला होणार नाही. आणि आता असे हे घडतंय.''

ताराराणी उद्विग्नपणे म्हणाल्या. त्यांच्या हातून दुधाचा पेला घेत महाराज समजुतीच्या स्वरात म्हणाले,

''तारा, नेहमी सर्व गोष्टी आपल्या मनासारख्या होतात असे थोडेच घडते? आपल्याला एवढ्या लांबच्या वाटचालीची जोडणी करायची आहे. त्याला वेळ हा लागणारच. तोपर्यंत थांबणे बहुतेक खानसाहेबांना जमले नसेल. कदाचित त्यांच्यावर बादशहाकडून बरेच दडपण आले असेल, म्हणून त्यांना निघायला लागले असेल.

कारण कोणतेही का असेना, आता जे काही समोर येईल त्याला सामोरे तर जावेच लागेल.''

असे म्हणून महाराजांनी दूध पिऊन टाकले. पूजेची वस्त्रे बदलून दरबारात निघतांना ते म्हणाले,

''खबरीनुसार थोड्याच वेळात मोगल फौज इथे येईल. तुम्ही इथल्या थोरल्या. इथेच थांबा. आता तुम्हीच सर्वांना धीर द्यायला हवा. आम्ही जाऊन येतो.''

एवढे बोलून महाराज बाहेर पडले. सारे मुत्सद्दी आणि लढवय्ये दरबारात हजर झाले होते. त्यांच्याशी थोडे बोलून महाराज सर्वांसह पाहणी करण्यासाठी बाहेर पडले. तोपर्यंत झुल्फिकारखानाने वेढा पुरा करत आणला होता. राजगिरीच्या तटावरून त्यांनी पाहिले तेव्हा एक गोष्ट प्रकर्षाने जाणवली की, या वेळी नेहमीपेक्षा जवळजवळ दुप्पट सैन्य वेढ्यात उतरलेले दिसत होते. सगळीकडे मोगल सैनिक चौक्या उभारण्याच्या कामाला जोरात लागलेले दिसत होते. गडाचा घेरा इतका प्रचंड असूनही त्यांनी थोडीदेखील जागा मोकळी सोडलेली दिसत नव्हती.

पाहता पाहता मोगल सैन्याने चंदीचा पूर्ण विस्तार व्यापून टाकला. जागोजागी चौक्या आणि मोर्चे उभारले गेले. गडाच्या चारही बाजूंना झुल्फिकारखानाने आपले दिग्गज सेनानी नेमून टाकले.

पश्चिमेला गडाचा मुख्य दरवाजा होता. तेथे राव दलपत बुंदेलाला तर त्याच्या विरुद्ध बाजूला म्हणजेच पिछाडीला रामसिंग हाडाला नेमले गेले. किल्ल्याचा दक्षिण भाग म्हणजेच चंद्रगिरी किंवा चंद्रायणदुर्ग येथे दाऊदखान पन्नी याने छावणी टाकली. लागलीच त्याने चंद्रगिरीच्या दक्षिणेला आलेल्या चिक्कलीदुर्ग ऊर्फ चामरटेकडी या छोट्या किल्ल्याला मोर्चे लावले.

चंदीच्या उत्तरेला असलेल्या 'सिंघावरम' या टेकडीवर झुल्फिकारखानाने नेहमीप्रमाणे आपला मुक्काम टाकला. तेथून ते पार कृष्णगिरीपर्यंत त्याचे स्वत:चे सैन्य पसरलेले होते. अशा रीतीने चंदीला सर्व बाजूंनी घेरून टाकून स्वराज्याची राजधानी जिंकून घेण्याचा मोगलांचा अंतिम निर्णायक लढा सुरू झाला.

भाग १२

१

दुसऱ्या दिवशी सकाळी राजाराम महाराज राजगिरीच्या तटावरून वेढ्यातल्या सैन्याची पाहणी करत होते. झुल्फिकारखान काही प्रथमच चंदीला वेढा घालत नव्हता. त्याला गडावरच्या तोफांचा पल्ला बरोबर ठाऊक होता. त्याने व्यवस्थितपणे त्याच्याबाहेर आपल्या चौक्या टाकलेल्या होत्या. सैन्याच्या हालचालीसुद्धा अगदी पद्धतशीरपणे चाललेल्या होत्या. तोफांचे गाडे सावकाशपणे चंदीच्या तटाच्या दिशेने येत होते. ठरावीक अंतरापर्यंत येऊन थांबत होते.

थोडा वेळ तिथे थांबून महाराज दुसरीकडे जाण्यासाठी निघणार तोच एक स्वार घाईघाईने तेथे आला. तो सांगू लागला,

"महाराज, चामरटेकडीजवळ लई घमासान चाललंय."

चामरटेकडी ऊर्फ चिक्कलीदुर्ग हा दक्षिणेकडचा छोटासा किल्ला चंद्रगिरीपासून अवघ्या दीड कोसांवर होता. तो महाराजांच्या कबजात होता. त्याच्यावर जोरदार हमला झालेला होता. हे समजताच महाराज तातडीने तेथे निघाले. चंद्रगिरीच्या तटावरून त्यांनी पाहिले तो चामरटेकडीच्या पायथ्याशी मोगल सैन्य फार मोठ्या संख्येने गोळा झालेले दिसत होते.

महाराजांनी चंद्रगिरीवरून तेथे तोफा डागण्याची आज्ञा केली. चामरटेकडीच्या त्या बाजूचा हल्ला परतवून लावण्यात त्यांना यश आले. पण चामरटेकडीच्या विरुद्ध बाजूला तोफा डागणे शक्य नव्हते. त्यामुळ शत्रुसैन्याने त्या बाजूने हल्ले चढवणे सुरूच ठेवले. महाराजांनी बरीचशी शिबंदी आणि दारूगोळा तेथे हलवला. संपूर्ण दिवसभर महाराज तेथेच थांबून राहिले होते. अंधार पडल्यावर ते आपल्या महालात परतले.

चामरटेकडीचा हा मोर्चा दाऊदखान पन्नीकडे होता. रात्र पडली तरी तो हमले

थांबवायला तयार नव्हता. रात्रभर घमासान चालू होते. दुसरा दिवस उजाडला तरी त्याने मारा आणखी जोमाने सुरू ठेवला. अखेर सलग दीड दिवसांच्या अथक लढ्यानंतर चामरटेकडीवर ताबा मिळवण्यात दाऊदखानाला यश प्राप्त झाले.

चामरटेकडी शत्रूच्या ताब्यात गेल्याने फार मोठा परिणाम होणार होता, असे नव्हे. कारण तेथून चंद्रगिरी काही तोफांच्या टप्प्यात येत नव्हता. तरीही पहिल्याच फटक्यात हे लहानसे का होईना यश हाती आल्यामुळे मोगल वेढ्यातल्या सैन्याचे मनोबल वाढले होते. त्याच वेळी गडावरच्या मंडळींच्या मनात चलबिचल निर्माण झाली होती.

इतके सारे घडले तरी महाराज मात्र शांत होते. त्यांचे सारे लक्ष झुल्फिकारखानाच्या मोर्चाकडे लागलेले होते. त्या बाजूने अद्याप फारशी काही हालचाल होत असलेली दिसत नव्हती. शिवाय, मधल्या फरमानाच्या जश्नच्या काळात खंडित झालेला त्यांचा संपर्क आता पुन्हा एकवार प्रस्थापित झालेला होता. त्यामुळे याही परिस्थितीत काही मार्ग निघण्याची शक्यता त्यांना दिसू लागलेली होती.

त्या रात्री ताराराणी महाराजांना भेटल्या, तेव्हा त्या अतिशय अस्वस्थ होत्या. त्या महाराजांना म्हणाल्या,

"महाराज, अवघ्या दोन दिवसांत चामरटेकडी पडली. आता पुढे कसे व्हायचे असे गडावरच्या लोकांना वाटायला लागले आहे."

"मग तुम्ही त्यांची समजूत घालायला हवी. त्यांना आधार द्यायला हवा. तारा, झुंजात असे लहानमोठे प्रसंग येतच असतात. एखादा छोटासा विजय शत्रूला मिळाला म्हणजे आपला पूर्ण पाडाव झाला असे होत नाही. हे त्यांना समजावून सांगायला हवे."

"आपण सांगता ते खरे आहे. पण आता आपण पुढे कसे करायचे? आपल्याला इथून बाहेर पडायची संधी मिळण्यापूर्वीच वेढा पडला. या वेळचे त्यांचे सैन्यसुद्धा नेहमीपेक्षा खूप जास्त आहे. त्यातच चामरटेकडी लवकर पडली. या सर्व बाबींमुळे चिंता वाटते."

महाराजांना ताराराणींच्या बोलण्यातली काळजी जाणवली. ते त्यांची समजूत घालत म्हणाले,

"तारा, तुम्ही इतकी काळजी करू नका. यातूनही काही मार्ग निश्चितच निघेल."

"म्हणजे? तो कसा?"

"हे बघा. आता आपण वेढ्यात अडकलो आहोत. शिवाय, या वेळचा वेढा अगदी सख्त आहे. आम्हाला त्यातूनच बाहेर पडायचे आहे, तेदेखील सर्वांच्या कबिल्यासह. हे सारे खरे आहे. पण आपण वेढा फोडून बाहेर पडू शकत नाही,

कारण तेवढे सैन्यबळ आपल्याकडे नाही. गनीम या वेळी एवढ्या मोठ्या संख्येने जमा झालेला आहे की, आपल्यापैकी कोणी बाहेरून येऊन वेढा फोडून आपल्यापर्यंत पोहोचून आपली सुटका करील, हे देखील जवळजवळ अशक्य आहे.''

''तेच आम्ही म्हणत आहोत. अशा परिस्थितीत कसे व्हायचे हेच तर आम्हाला समजत नाही.''

ताराराणींच्या बोलण्यातून अगतिकपणातून आलेली चीड व्यक्त होत होती. त्यांना शांत करत महाराज म्हणाले,

''शांत व्हा. आम्ही काय म्हणतो आहोत ते ऐकून घ्या. आपल्याला आतून निघणे आणि बाहेरून मदत येणे, दोन्ही शक्य नाही. म्हणजेच आता आपल्याला साथ मिळू शकते ती फक्त प्रत्यक्ष वेढ्यातून.''

''काय? ती कशी? कोण करणार?''

''आम्हाला वाटते, खानसाहेबच यातून काहीतरी मार्ग काढतील.''

''झुल्फिकारखान? ती कशी?''

ताराराणींनी अविश्वासाने विचारले. तेव्हा त्यांना समजावून सांगत महाराज म्हणाले,

''तारा, आमचा त्यांच्याशी पहिल्यांदा समझोता झाला होता, पाच वर्षांपूर्वी. तेव्हा तो अनेकांना पटलाही नव्हता. पण तेव्हापासून आम्ही दोघे एकमेकांना सांभाळून घेत आलो आहोत हे थोडेफार तुम्हीदेखील जाणता. त्यामुळे या खेपेसही तेच आम्हाला यातून बाहेर काढण्यासाठी काहीतरी करतील असा आम्हाला भरोसा वाटतो.''

''या वेळची परिस्थिती वेगळी आहे. ते अगदी जोरात आहेत. अशा वेळी ते जुना समझोता पाळतील? आपल्या सुटकेसाठी प्रत्यक्ष औरंगजेबाच्या विरुद्ध जातील?''

ताराराणींनी शंका व्यक्त केली. ती बरीचशी रास्तही होती. तेव्हा ठामपणे महाराज म्हणाले,

''होय. कारण तसे नसते तर त्यांनी वेढा घालून झाल्यावर आपला माणूस पाठवून आमच्याशी पुन्हा संपर्क साधला नसता. तारा, तुम्हाला त्या वेळची माहिती नाही. तेव्हा आम्ही त्यांचा पूर्ण पाडाव करून त्यांना संपवू शकलो असतो. तरीही तेव्हा आम्ही त्यांना धर्मवाट दिली होती. त्याची परतफेड करण्याची आता त्यांची पाळी आहे. आम्हाला भरोसा आहे. ते निश्चितपणे त्यांचा शब्द पाळतील. यातून काहीतरी मार्ग काढतील. पण त्यासाठी साऱ्या जोडण्या करायला आपण त्यांना थोडा वेळ द्यायला हवा. बघू काय होतेय ते.''

एवढे बोलून महाराजांनी विषय संपवला. ताराराणी आता बऱ्यापैकी सावरल्या गेल्या होत्या. काळ्याकुट्ट ढगाआडून डोकावणाऱ्या प्रकाशकिरणांसारख्या सुटकेच्या

विचाराने त्यांच्या मनात प्रवेश केला होता. त्यामुळे त्यांच्या मनावरचा ताण आता बराच कमी झाला होता.

२

वेढा घालण्याचे काम मनासारखे पूर्ण करून झुल्फिकारखान चंदीच्या उत्तरेला असलेल्या 'सिंघावरम' या टेकडीवरच्या आपल्या आलिशान डेऱ्यात गेला. तेथे बसून ते पार कृष्णायनदुर्गाच्या पायथ्यापर्यंत पसरलेल्या आपल्या छावणीकडे पाहत गेल्या काही दिवसांत घडलेल्या घटनांबद्दल तो विचार करू लागला.

गेली साडेसात वर्षे तो या परिसरात वावरत होता. वयाची ऐंशी वर्षे उलटलेला, कृश झालेला आपला वृद्ध बादशहा लवकर मरेल. त्यानंतर दिल्लीच्या तख्ताच्या वारसांच्या तंटे सुरू होतील. पण त्यात न पडता आपण इथे दक्षिणेतच थांबून इथल्या मोगली मुलखाचे स्वतंत्र राज्य स्थापन करायची संधी घ्यायची. त्या वेळी राजाराम महाराजांचे सहकार्य घ्यायचे. आपण दोघांनी दक्षिणेचा भाग वाटून घ्यायचा असा हेतू मनात धरूनच त्याने महाराजांशी अंतर्गत छुपा समझोता केला होता. त्याप्रमाणे सुरुवातीला काही काळ झालेल्या अटीतटीच्या संघर्षानंतर दोघांनी एकमेकांना सांभाळून घेत परस्परांवर हल्ले करणे, माघार घेणे हे चालू ठेवले होते.

पण बादशहा औरंगजेब त्याचा इहलोकातला मुक्काम लवकर आटोपता घेण्याचे लक्षण काही दिसेना. उलट आता तर त्याने आपल्या डावपेचांच्या जाळ्यात झुल्फिकारखानाला अगदी पद्धतशीरपणे अडकवलेले होते. आधी कडक शब्दांत धमकी दिली, नंतर अचानकपणे 'नुस्त्रतजंगबहादूर' अशी पदवी बहाल करून सन्मान केला. लगोलग फरमानासोबत भरपूर रसद, पैसा आणि कुमक पाठवून त्याच्यावर अप्रत्यक्षपणे जबरदस्त दडपण आणले. त्यामुळे अधिक वेळ न दवडता नाइलाजाने का होईना चंदी काबीज करणे त्याला अपरिहार्य होऊन बसले होते.

राजाराम महाराजांना आधी सूचना देऊनही ते चंदीबाहेर पडू शकले नव्हते. त्यांना पुरेशी सवड देणे त्याला शक्य झाले नव्हते. त्यापूर्वीच वेढा घालणे भाग पडले होते. आता त्यांना त्यांच्या कुटुंबीयांसह सुखरूपपणे बाहेर कसे काढायचे या पेचात तो अडकला होता. त्यातच या वेळी मोगल फौज चांगलीच जोषात होती. त्याचे प्रत्यंतर दाऊदखानाने अवघ्या दीड दिवसात चामरटेकडी जिंकून घेऊन दिले होते. महाराजांना बाहेर काढण्यासाठी योग्य संधी मिळेपर्यंत त्यांना गड लढवता यावा यासाठी आपल्या माणसांकरवी त्यांना कुठे हमला होण्याची शक्यता आहे हे कळवून सावध करणे एवढेच तो सध्यातरी करू शकत होता.

वेढा घालून आठवडा उलटला. एकदा अशाच विचारांच्या भोवऱ्यात तो

अडकलेला असतानाच राव दलपत भेटीला आल्याची खबर आली. राव दलपत डेऱ्यात आल्याआल्या म्हणाला,

"आपल्याला सर्वांनाच वाटत होते की, या वेळी वेढा घातल्यावर चंदी आठ दिवसांत पडेल. पण तसे काही होताना दिसत नाही. आम्हाला तरी काहीतरी गडबड होते आहे असे वाटते."

"मतलब?"

"पाहा ना. दाऊदखानाने पहिल्या दोन दिवसांतच चामरटेकडी घेतली. चंद्रगिरीचा पायथा गाठला. पण नंतर त्याला एक पाऊलही पुढे टाकता आले नाही. तो ज्या बाजूने चढाई करायचे ठरवतो, तेथेच गडावरची शिबंदी अगदी वाट पाहत असल्यागत तैयार असते. त्याची कितीतरी माणसे त्यात कामी आलेली आहेत."

"राजाजी, तुम्हाला नेमकं काय म्हणायचे आहे, हे काही अजून आमच्या ध्यानी येत नाही."

झुल्फिकारखान निरागस भाव आणून विचारत होता. तेव्हा उघडपणे कसे बोलावे याचा विचार करत राव दलपत अडखळत म्हणाला,

"आमच्या मोर्चाच्या बाबतीतदेखील असेच काहीसे घडते आहे. आम्ही कधी व कुठे हमला करणार हे आधीच ठाऊक असल्यागत गनीम मुकाबल्यासाठी तिथे सज्ज असतो. एखाददुसऱ्या वेळी असे घडले तर ठीक आहे. पण हरखेपी हे असे होत आहे. त्यामुळे कधीकधी असे वाटते की, आपल्याकडची खबर कोणीतरी आधीच गडावर पोहोचवत तर नसेल?"

अखेर त्याने आपल्या मनातली शंका बोलून दाखवली. तेव्हा आश्चर्य व्यक्त करत झुल्फिकारखान त्याला म्हणाला,

"असे खरेच वाटते तुम्हाला? ही तर फारच वाईट गोष्ट आहे. तुमचा कोणावर शक?"

"नाही. तसे काही निश्चित नाही सांगता येणार. पण छावणीतल्या बऱ्याच लोकांना असे वाटते आहे हे आपल्या कानी घातले. आपण त्याचा शोध घ्यावा असे वाटते."

हे ऐकून गंभीरपणे मान हलवत झुल्फिकारखान म्हणाला,

"राजाजी, तुम्ही सांगितलेत ते चांगलंच केलंत. आम्ही सावध राहून आमच्या माणसांकडून त्याचा शोध घेतो."

"ठीक आहे."

असे म्हणून राव दलपत निघून गेला. झुल्फिकारखान मात्र विचारात पडला. राव दलपत सांगत होता त्याप्रमाणे बऱ्याच गोष्टी गडावर आधी कळवल्या जात होत्या. हे त्याच्याच खास माणसांकडून केले जात होते. पण राव दलपतसारख्या

सरदाराच्या मनात संशय आल्याचे पाहून तो सावध झाला. आता राजाराम महाराजांना चंदीच्या बाहेर काढण्याचा मार्ग शोधण्यात अधिक दिरंगाई करून चालणार नाही, हे त्याला प्रकर्षाने जाणवू लागले होते.

झुल्फिकारखान पुन्हा एकवार विचारात गढला. अचानकपणे एक कल्पना त्याच्या मनात चमकून गेली की, जर महाराजांना बाहेरून मदत मिळणे आणि आतून ताकद लावणे या दोन्ही गोष्टी शक्य नसतील. तर एकच मार्ग उरतो, तो म्हणजे, वेढ्यातल्याच कुणीतरी याकामी त्यांना सहकार्य करायला हवे. कदाचित हाच त्यांच्या सुटकेचा योग्य मार्ग असू शकेल.

एकदा हा विचार मनात आल्यावर झुल्फिकारखानाने आपले सर्व लक्ष त्यावर केंद्रित केले. अशी व्यक्ती शोधणे हे काही साधे, सोपे काम नव्हते. त्यासाठी आधी ती कशी असावी हे ठरवणे आवश्यक होते. मोगलांच्या छावणीत असूनही छत्रपतींच्या घराण्याशी संबंधित असणारी, विश्वासाला पूर्णपणे पात्र असणारी आणि त्याच वेळी छत्रपतींना मदत करण्याइतकी मातब्बर असामी मिळणे तसे अवघडच होते.

झुल्फिकारखानाच्या छावणीत अनेक मराठे सरदार होते. त्यांच्यापैकी काही छत्रपतींचे जवळचे आप्तसुद्धा होते. त्यांच्यासंबंधी मनोमन छाननी करताना अचानक एक नाव त्यांच्या नजरेसमोर आले, ते होते गणोजीराजे शिर्के यांचे. ते शिवछत्रपतींची कन्या आणि राजाराम महाराजांच्या बहीण राजकुंवरबाई यांचे पती तसेच येसूबाईंचे बंधूसुद्धा होते. छत्रपतींचे इतके जवळचे संबंधी असल्यामुळे झुल्फिकारखानाने या कामासाठी त्यांची निवड केली. तसा निरोप घेऊन त्याचा जासूद त्याने महाराजांकडे पाठवून दिला.

३

चंदीला वेढा पडून पंधरवडा झाला होता. गडावरची शिबंदी नेटाने लढत होती. सुरुवातीलाच चामरटेकडी येथे मिळालेले यश सोडले, तर मोगलांच्या हातीदेखील नंतर फारसे काही लागलेले नव्हते. राजाराम महाराजांना चिंता गड लढवण्याची नव्हती, तर सर्व जण आपल्या परिवारासह तेथून सुखरूपपणे बाहेर पडून मराठी मुलखात पोहोचणे याची काही जोडणी अद्याप होत नव्हती, याची होती. ते याच विचारात गढलेले असतांना झुल्फिकारखानाचा जासूद त्यांना भेटण्यासाठी आला. त्याच्याशी सविस्तर बोलणे झाल्यावर महाराजांनी तातडीने सर्व प्रमुख असामींना खलबतखान्यात बोलावून घेतले. ते सांगू लागले,

“खानसाहेबांचे आणि आमचेही असे म्हणणे होते की, आजच्या परिस्थितीत वेढ्यातल्या एखाद्या मातब्बर असामीची मदत मिळाली तरच आपल्याला बाहेर

पडणे शक्य आहे. त्यासाठी ते योग्य माणूस शोधत होते. त्यांचा शोध आज पुरा झालेला दिसतो. त्यासाठी त्यांनी आमच्या अगदी जवळच्या नात्यातल्या एका मोठ्या माणसाचे नाव सुचवले आहे.''

महाराज क्षणभर थांबले. त्यांनी पाहिले, सर्वांच्या चेहऱ्यावरून उत्सुकता ओसंडत होती. पण कुणी काही विचारत नव्हते. अखेर तेच म्हणाले,

''आमचे मेहुणे गणोजीराजे शिर्के त्यांच्या छावणीत आहेत. त्यांच्याकरवी प्रयत्न करावा असे त्यांचे म्हणणे आहे.''

''काय? शिर्के दाजीसाहेब?''

न राहवून ताराराणींच्या तोंडून उद्‌गार उमटले. इतर मंडळींची प्रतिक्रियाही साधारण तशीच होती.

''होय तेच. आमच्या वहिनीसाहेबांचे बंधू आणि राजकुंवर अक्कासाहेबांचे पती.''

महाराज शांतपणे पण ठाम स्वरांत म्हणाले. शिर्के आणि छत्रपतींच्या घराण्याचे वितुष्ट माहीत असलेल्या निळोपंतांनी तरीही विचारले,

''त्यांच्याकडे जाण्यापेक्षा आपल्या लोकांकडून काही होतेय का, याची वाट पाहिली तर...''

त्यांच्यासह सर्वांच्या मनात या विषयी काय विचार उसळत आहेत, हे महाराजांना समजत होते. तरीही ते दृढपणे म्हणाले,

''हे पाहा, तुमच्या मनातली शंका आम्हाला समजते. पण एक लक्षात घ्या, आपल्याला आता फार वेळ इथे काढता येणार नाही. झुल्फिकारखान जरी वेढ्याचा प्रमुख असला तरी तो उघडपणे आपल्याला काही मदत करू शकत नाही. राव दलपत, दाऊदखान यांच्यासारख्यांच्या कडव्या माणसांच्या निगराणीतून सुटून बाहेरचे कोणी आत येणे जवळजवळ अशक्य आहे. म्हणजे छावणीतल्याच कुणीतरी आपल्याला साथ देणे गरजेचे आहे. म्हणूनच त्यांनी गणोजीराजेंची जी निवड केलेली आहे, ती आम्हाला उचित वाटते. ते आमचे मेहुणे आहेत. मातब्बर आहेत. त्यांचा प्रत्यक्ष आमच्याशी मनमुटाव व्हावा, असे काही कधी घडलेले नाही. तेव्हा त्यांच्याकडे निदान चाचपणी करावी असे आम्हाला वाटते.''

महाराजांचे म्हणणे पटण्यासारखेच होते. त्यावर सुमंत शंकराजी मल्हार म्हणाले,

''पण मोगलांच्या छावणीत जाऊन कोणालाही भेटणे ही काही साधी बाब नव्हे. आम्ही वांदिवाशला गेलो होतो तेव्हा अद्याप झुंज पुकारलेले नव्हते, तरीही असुरक्षित वाटत होते. तेव्हा जपून पावले टाकायला हवीत.''

झुल्फिकारखानाने सुचवलेला मार्ग आता बहुतेकांना मान्य झालेला असला,

तरी त्यातल्या अडचणी आणि धोकासुद्धा समजत होता. निळोपंत म्हणाले,

"शिर्के सरकार नाराज होऊन मोगलांकडे गेले होते. त्यामुळे त्यांच्याशी अत्यंत खुबीने बोलणी करायला हवीत."

हे सारे शांतपणे ऐकणारे खंडो बल्लाळ म्हणाले,

"मी मध्येच बोलून काही सुचवावे म्हणतो. शिर्केसरकारांचा रागाचा आणि वादाचा मुद्दा हा दाभोळच्या वतनाचा होता. सध्या ते माझ्याकडे आहे. म्हणून मला वाटते, त्या विषयात मीच त्यांच्याशी व्यवस्थितपणे बोलू शकतो. आपण त्यासाठी आज्ञा द्यावी."

त्यांचे ऐकून ताराराणी म्हणाल्या,

"आम्हाला आता महाराजांचे म्हणणे पटले आहे. चिटणीस शांत स्वभावाचे आणि मिठास वाणीचे आहेत. दुखावलेल्या दाजीसाहेबांना ते गोड बोलून वळवतील, असा आम्हाला विश्वास वाटतो. दाजीसाहेबांच्या मनातला सल योग्य प्रकारे दूर झाला, तर ते निश्चितपणे आपल्यासाठी या प्रसंगात उभे राहातील. चिटणिसांनी एकटे जाण्याऐवजी त्यांना वाकेनवीसांची जोड द्यावी असे आम्हाला वाटते."

"अगदी दुरुस्त बोललात. तसेच करू."

महाराजांनी तातडीने झुल्फिकारखानाकडे निरोप पाठवला. त्यांनी खंडो बल्लाळांना मोगलांच्या गोटात घेऊन जाण्यासाठी आपली माणसे पाठवली. खंडो बल्लाळ अंताजी मंगाजी वाकेनवीस यांच्यासह गणोजीराजे शिर्के यांच्या गोटात जाण्याच्या तयारीला लागले.

४

गणोजीराजे शिर्के हे छत्रपतींच्या घराण्याचे अत्यंत जवळचे आप्त. थोरल्या महाराजांच्या कन्या राजकुंवरबाई या त्यांच्या पत्नी तसेच त्यांची सख्खी बहीण जिऊबाई ऊर्फ येसूबाई या छत्रपती संभाजी महाराजांच्या पत्नी. छत्रपती शिवरायांनी शिर्के घराण्याशी नाते जोडताना पिलाजीराव शिर्के यांच्या सोबत हे साटेलोटे केलेले होते. पण कालांतराने या नात्यातले संबंध अत्यंत कटू बनले होते. त्याची पार्श्वभूमी बरीच मोठी आणि गुंतागुंतीची होती.

शिवछत्रपतींनी तळकोकणावर स्वारी करण्यापूर्वी तो संपूर्ण इलाखा आदिलशाहाच्या अखत्यारीत येत होता. त्यातच दाभोळ हा एक प्रांत होता. त्याची देशमुखी ज्या एका व्यक्तीची होती, तिने आदिलशाहाशी बेइमानी केलेली होती. त्यामुळे त्या वेळच्या आदिलशाहाने ती देशमुखी त्याच्याकडून काढून घेऊन बरीच वर्षे सरकारात जमा करून ठेवलेली होती.

शृंगारपूरचे राजे सूर्याजीराव सुर्वे प्रभानवळीकर यांनी शिर्के घराण्यातील पिलाजीराव या पराक्रमी पुरुषाला आपली कन्या दिली. तसेच आदिलशाहाकडे बरीच वर्षे अनामत असलेली दाभोळची देशमुखी द्यावी अशी मागणी केली. आदिलशाहाने ती मान्यदेखील केली. पण त्याचा भोगवटा चालू होण्यापूर्वी शिवाजी महाराजांनी तळकोकणावर स्वारी केली. दाभोळसह साऱ्या मुलखावर कबजा केला.

पुढे पिलाजीराव शिर्के स्वराज्यात आले. महाराजांनी त्यांच्याशी सोयरीकही केली. त्यानंतर काही वर्षांनी लखम सावंतदेसाई यांनी कुडाळ, फोंडा भागात धामधूम करायला सुरुवात केली. तेव्हा महाराजांनी पिलाजीरावांना त्यांचा बंदोबस्त करण्याची कामगिरी सोपवली. पिलाजीरावांनी सावंतदेसाई यांची समजूत काढली. त्यांना स्वराज्यात सामील करून घेतले. त्या वेळी महाड येथे तह झाला. तेव्हा तडजोड करतांना शिवाजी महाराजांनी सावंतदेसाईच्या ताब्यात जो मुलूख होता त्याची त्यांना वतनदारी दिली.

खरेतर हे शिवछत्रपतींच्या वतनदारीच्या धोरणाच्या विपरीत झाले होते. सावंतदेसाईंसारख्या कोकणातल्या मातब्बर असामीला जोडण्यासाठी त्यांनी त्या वेळी त्याला मुरड घातलेली असावी. पण ते पाहून पिलाजीरावांच्या मनात आपल्या दाभोळच्या वतनाची मागणी करण्याची इच्छा झाली. आता हे वतन द्यावे, तर आपल्याच धोरणाच्या विरोधात जावे लागते. न द्यावे, तर व्याही दुखावतात. अशा प्रकारे शिवछत्रपती धर्मसंकटात सापडले असता त्यांनी त्यातून एक मार्ग काढला.

ते पिलाजीरावांना म्हणाले की, ‘आमच्या राज्यात वतने देण्याचा रिवाज नाही. पण एकतर तुम्ही आमचे सोयरे आहात, शिवाय, लखम सावंतांच्या मामल्यात तुम्ही मोठी कामगिरी बजावलेली आहे, त्यासाठी आमची कन्या आणि तुमची सून असलेल्या राजकुंवरना पुत्र झाला की, दाभोळचे वतन आम्ही तुम्हाला देऊ.’ पण राजकुंवरबाईंना पुत्र होण्यापूर्वीच थोरल्या महाराजांचे निधन झाले. त्यानंतर राजकुंवरबाईंना मुलगा झाला. त्यामुळे गणोजीराजेंनी तेव्हाचे छत्रपती संभाजी महाराज यांच्याकडे मागचा दाखला देऊन दाभोळच्या वतनाची मागणी केली. परंतु त्यांनी आपल्या राज्यात वतनदारीचा रिवाज नाही असे सांगून ते देण्यास नकार दिला.

तेव्हापासून शिर्के मंडळी संभाजी महाराजांवर नाराज होतीच. काही दिवसांनी संभाजी महाराजांनी त्यांच्या अत्यंत विश्वासातल्या कवी कलश याच्याकडे तळकोकणाची ‘कुलएखत्यारी’ दिली. तेव्हा कवी कलश याला त्याच्या अपेक्षेनुसार शिर्केमंडळींनी मान दिला नाही असे वाटले. त्याने त्या विषयी संभाजी महाराजांकडे तक्रार केली. त्याचे ऐकून खुद्द संभाजी महाराजांनी शिरकाणावर स्वारी केली. त्यात शिर्केंच्या घराण्यातले तीन कर्ते पुरुष मारले गेले. आपले बळ कमी पडते आहे, हे पाहून गणोजीराजे आणि त्यांचे चुलतबंधू रामोजीराजे तेथून निसटले. ते थेट तेथून जवळ

असलेल्या मोगलांच्या छावणीत गेले. त्या वेळेपासून ते मोगलांकडेच होते. सध्या चंदीला पडलेल्या वेढ्यात ते मोहिते यांच्यासह दोन महत्त्वाचे मोर्चे सांभाळत होते.

राजाराम महाराज छत्रपती झाल्यावर मराठ्यांनी तळकोकण मोगलांकडून जिंकून घेऊन पुन्हा स्वराज्यात आणले होते. त्यातल्या दाभोळच्या वतनावर कोणी अधिकारी नसल्याने त्यांनी ते खंडो बल्लाळ यांना दिलेले होते. तेच आता चंदीच्या वेढ्यातल्या बिकट प्रसंगी महाराजांच्या वतीने गणोजीराजे यांना भेटण्यासाठी मोगलांच्या गोटात निघाले होते.

५

रात्रीची वेळ. गार वारे अंगावर घेत खंडो बल्लाळ चिटणीस मोजक्या माणसांसह हलकेच गड उतरत होते. राजगिरीच्या पायथ्याशी, पश्चिमदाराला लागून झुल्फिकारखानाची छावणी पसरलेली होती. त्यांच्यातल्या शिर्केंच्या गोटाच्या दिशेने त्यांची पावले वळली. झुल्फिकारखानाने पाठवलेले वाटाडे त्यांच्या सोबत होते. त्यांनी खंडो बल्लाळांना बंदोबस्ताच्या चौक्या सहजपणे पार करून दिल्या. थोड्याच वेळात ते गणोजीराजे शिर्केंच्या गोटाबाहेर उभे होते.

गणोजीराजे रात्रीच्या थाळ्यानंतर आपल्या छावणीत फेरफटका मारून नुकतेच परतलेले होते. झोपण्याच्या तयारीत होते. इतक्यात कुणीतरी त्यांच्या भेटीसाठी आल्याची त्यांना वर्दी आली. नवल वाटून त्यांनी त्या व्यक्तीला बोलावण्यास सांगितले. काही क्षणांत खंडो बल्लाळ डेऱ्याच्या दारात उभे होते. त्यांना पाहून गणोजीराजेंना आश्चर्याचा प्रचंड धक्काच बसला. एकदम बैठकीवरून उठत त्यांनी विचारले,

"चिटणीस तुम्ही? इथे कसे? एवढ्या वेढ्यातून आलात? कशासाठी?"

"आपल्याला भेटण्यासाठी."

गणोजीराजेंना नम्रपणे नमस्कार करत खंडो बल्लाळ म्हणाले,

"आम्हाला भेटण्यासाठी?"

"जी."

खंडो बल्लाळ पुन्हा शांतपणे म्हणाले. आतापर्यंत गणोजीराजेंचे आश्चर्य थोडे ओसरले होते. आजूबाजूच्या परिसराचे भान येऊन त्यांनी आधी खंडो बल्लाळांना आत घेतले, अन् विचारले,

"चिटणीस, असे एकदम गनिमाच्या गोटात येण्याचे धाडस केलेत. इतका मोठा धोका पत्करलात, तोही आम्हाला भेटण्यासाठी? आम्ही समजलो नाही."

बैठकीवर सावरून बसत चिटणिसांनी सरळ मूळ विषयाला हात घातला,

“सांगतो सरकार. आपण तर जाणताच की, गेली सात वर्षे झुल्फिकारखान या भागात वावरत आहेत. आतापर्यंत त्यांनी इतक्या वेळा वेढा घातला. हरखेपी समझोता झाला. पण या वेळी त्यांच्यावर त्यांच्या बादशहाचा एवढा दबाव आलेला आहे की, आता चंदी जिंकल्याशिवाय त्यांना पर्याय राहिलेला नाही. त्यामुळे प्रसंग मोठा बाका आलेला आहे. छत्रपती आणि त्यांचा परिवार किल्ल्यात अडकून पडलेला आहे. त्यांना बाहेर काढून सुखरूपपणे आपल्या मुलखात जाण्यासाठी आपण साह्य करावे, ही विनंती करण्यासाठी आम्ही आपल्याकडे आलो आहोत.”

खंडो बल्लाळ शक्य तितक्या आर्जवपूर्ण स्वरात तपशीलवारपणे त्यांचे म्हणणे मांडत होते. पण त्यांच्या हर एक वाक्यागणीक गणोजीराजेंच्या रागाचा पारा चढत होता. चिटणिसांचे बोलणे पूर्ण होताच ते ताड्‌कन आपल्या बैठकीवरून उठले. आपल्या हाताच्या संतापाने वळलेल्या मुठी पाठीवर बांधून ताठ उभे राहत म्हणाले,

“चिटणीस, आम्हाला तुमच्या धाडसाचे कौतुक वाटते आणि त्याचबरोबर अविचारीपणाचे आश्चर्यही वाटते. आम्ही मराठ्यांच्या छत्रपतीला कोणत्याही बाबतीत कधी साथ देऊ असे तुम्हाला मुळी वाटलेच कसे? आमचे भोसले घराण्याशी असलेले वैर तुम्हाला ठाऊक नाही? त्यांनी आमच्या आबासाहेबांना दिलेला शब्द मोडून त्यांचा अपमान केला. आमच्या शिरकाणावर हल्ला करून आमच्या भाऊबंदांना जिवे मारले, हे सारे आम्ही विसरून जाऊ असं तुम्हाला वाटलंच कसं? आपण नि:शस्त्र आहात, शिवाय तुमच्याशी आमचे काही वैर नाही म्हणून, नाहीतर...”

“शांत व्हा, शिर्के सरकार. तुमचा राग आम्ही समजू शकतो. पण आता वेळच अशी आलेली आहे की, छत्रपतींच्या गादीसाठी, मराठी स्वराज्यासाठी, हे सारे बाजूला ठेवून आपल्याला विचार करायला हवा.”

खंडो बल्लाळ अगदी समजुतीच्या स्वरात म्हणाले. पण त्यांच्या संयमित बोलण्याचा गणोजीराजेंवर काहीही परिणाम झाला नाही. उलट ते छद्‌मी सुरात उद्‌गारले,

“छत्रपतींच्या गादीसाठी? मराठी राज्यासाठी? आम्ही साथ देणार? चिटणीस, आम्हाला असं वाटतंय की, तुम्ही विसरता आहात की, तुम्ही या क्षणी मोगलांच्या छावणीत आहात आणि आम्ही मोगलांचे एक मान्यवर सरदार आहोत. मराठ्यांचे नाही. मग आम्ही मराठ्यांच्या गादीसाठी काहीतरी का करावं? आम्हाला वाटतं आणखी काही बोलाचाली न करता आपण इथून ताबडतोब निघून जावं.”

“ठीक आहे.”

असे म्हणत खंडो बल्लाळ बैठकीवरून उठले. क्षणभर तसेच थांबून गणोजीराजेंकडे पाहत त्याच शांतपणे म्हणाले,

“आता या वेळी येतो आम्ही. पण लवकरच परत येऊ. आम्ही आज इथवर अचूकपणे, कोणत्याही आडकाठीशिवाय कसे आलो? आम्हाला कोणी वाट दाखवली? कशासाठी दाखवली? महाराज इथून सुखरूपपणे बाहेर पडावेत अशी आणखी कोणाची इच्छा आहे? आम्ही इथून गेल्यावर या सर्व बाबींचा अगदी शांतपणे विचार करा. म्हणजे बरेच काही आपल्या ध्यानी येईल. येतो आम्ही.”

एवढे बोलून ते बाहेर पडले.

गणोजीराजे त्यांच्या पाठोपाठ डेऱ्याबाहेर आले. खंडो बल्लाळ त्यांच्या सोबत आलेल्या मंडळींसह परत निघाले होते. त्यातल्या एकदोघांचे चेहरे त्यांना ओळखीचे वाटले. ती माणसे झुल्फिकारखानाच्या गोटातली, त्याच्या खास विश्वासातली आहेत हे त्यांच्या ध्यानी आले. त्यासंबंधी विचार करत असताना एक वेगळेच दृश्य त्यांच्या नजरेसमोर ठाकले. लवकरात लवकर त्याविषयी खुद्द झुल्फिकारखानाकडून जाणून घ्यायचे त्यांनी ठरवून टाकले.

खंडो बल्लाळ गडावर पोहोचले, तेव्हा उत्तररात्र उलटत आली होती. पहाऱ्यावरच्या शिपायांनी त्यांना लागलीच महाराजांच्या महालाकडे चलण्यास सांगितले. महाराज तेथे त्यांची वाट पाहत थांबले होते. ते पाहून खंडो बल्लाळ म्हणाले,

“महाराज, आपण अजून जागेच आहात, आपल्याला त्रास...”

त्यावर हसून महाराज म्हणाले,

“तुम्ही तेथे गनिमाच्या गोटात गेला होतात. मग आम्हाला इथे कशी झोप लागणार? ते जाऊ दे. तुम्ही आधी सांगा, काय म्हणाले दाजीसाहेब?”

“काय म्हणणार? त्यांचा आपल्या घराण्यावरचा राग आपण जाणताच. तो काही कमी झालेला नाही. तरीही आम्ही त्यांची साथ मागण्यासाठी त्यांच्याकडे गेलो, याचा त्यांना अतिशय संताप आलेला होता. त्यांनी सरळ आम्हास निघून जाण्यास सांगितले. महाराज, ते सहजपणे तयार होतील असे वाटत नाही.”

खंडो बल्लाळांच्या बोलण्यात थोडी निराशा डोकावत होती. ते ध्यानी आल्याने महाराज म्हणाले,

“चिटणीस, आम्हाला या खेपी यापेक्षा काही वेगळे अपेक्षितच नव्हते. त्यांचे राग धरणे तसे रास्तच आहे. आमच्या नात्यामधला ओलावा केव्हाच सुकलेला आहे. त्याचा अगदी कडक पत्थर बनलेला आहे. तो असा एका घावात फोडता येणार नाही. त्यासाठी आणखी बरेच प्रयत्न करावे लागतील. त्याचे पाहू नंतर. तुम्ही थकला असाल. जा, सुमार व्हा.”

“जी, महाराज.”

असे म्हणून महाराजांचा निरोप घेऊन खंडो बल्लाळ निघून गेले.

मात्र, त्या रात्री उजाडेपर्यंत गडावर महाराजांच्या महालामधील आणि मोगलांच्या छावणीत गणोजीराजेंच्या डेऱ्यातील चिराखदाने उजळलेलीच होती.

६

वेढा घालून पंधरवडा उलटला होता. वेढ्यातल्या मोगल सैन्याला सुरुवातीला मिळालेले थोडेसे यश सोडले, तर नंतर काहीच हाती लागले नव्हते. उलट सतत नव्या अडथळ्यांना तोंड द्यावे लागत होते. त्यामुळे बरेच सरदार नाराज होते. त्यांच्या तकरारी ऐकून घेण्यासाठी झुल्फिकारखानाने त्याच्या डेऱ्यात सर्वांची बैठक बोलावली. सुरुवात दाऊदखान पन्नीने केली.

''खानसाहेब, आम्ही केव्हा, कुठे हल्ला करणार आहोत हे आधीच ठाऊक असल्यासारखे गडावरचे लोक तिथे अगदी सज्ज असतात. आम्हाला तरी त्याचे कारण काही उलगडत नाही. त्याबद्दल काहीतरी करायला हवे.''

त्यावर मोठ्या काळजीचा आव आणून झुल्फिकारखान सांगू लागला,

''दाऊदखान करीत आहेत, अशीच शिकायत काही दिवसांपूर्वी राव दलपतने आमच्याकडे केली होती. आम्हाला वाटते, गनिमाने त्याचे बरेच खबरगीर आपल्या छावणीत पेरलेले असावेत. आपल्या सर्व लोकांना समज द्या की, त्यांना जरा जरी कोणाचा शक आला तरी आम्हाला लागलीच खबर करा. आम्ही त्याचा बंदोबस्त करू.''

त्याच्या या बोलण्याने दाऊदखानाचे समाधान झाले असावे. तो उत्साहात म्हणाला,

''हा बंदोबस्त आपण करालच. पण खानसाहेब, घेरा पडून आता दोन हफ्ते झाले. या खेपी ही मुहीम फते व्हायलाच हवी. घेरा तर पक्का केलेला आहे. पुढे कसे करायचे?''

आता झुल्फिकारखान आपले डावपेच सांगू लागला,

''दाऊदखान आतासारखे चननगडची बाजू सांभाळतील. त्यांनी तिथला पायथा आधीच गाठलेला आहे. तिथून राजगिरीला जाण्यासाठी 'शैतानदरी' दरवाजा आहे. तिथवर पोहोचण्याचे काम त्यांनी करायचे आहे.''

आपण आधी केलेल्या कामगिरीचा उल्लेख केल्याने दाऊदखान खूश झाला. झुल्फिकारखान पुढे सांगू लागला,

''राव दलपत आतापर्यंत आमच्यासोबत होते. त्यांच्याकडे आता उत्तर बाजूचा म्हणजे कृष्णगिरीचा मोर्चा सांभाळायची जिम्मेदारी सोपवतो आहोत. हा भाग कमी उंचीचा असला तरी अवघड आहे. त्याच्यावर एकदा कबजा केला की, गडावर

जायचा रास्ता आसान होईल. हे काम राजाजी जरूर पार पाडतील याचा आम्हाला पूरा भरोसा आहे.''

आपल्याला एखादी आघाडी स्वतंत्रपणे लढायला मिळावी अशी राव दलपतची फार दिवसांची इच्छा होती. ती पूर्ण झाल्यामुळे तो अगदी खूश झाला होता. उत्साहात म्हणाला,

''जी, खानसाहेब, आम्ही जी-जानसे तो मोर्चा लढवू.''

झुल्फिकारखान पुढे सांगू लागला,

''पश्चिमेचा मुख्य दरवाजा आणि राजगिरीवरचा मोर्चा आम्ही स्वत: सांभाळणार आहोत. तेथे आमच्यासोबत काकरखान, लष्करखान तसेच रामसिंग हाडाचे रजपूत दळ आणि मराठा सरदार असतील. आपण सर्वांनी असे चारही बाजूंनी एकसाथ एल्गार केला तर इन्शाल्ला चंदी आठ दिवसांत सर होईल.''

आपल्या सेनापतीचे ते जोषभरे भाषण ऐकून सर्व सरदारांचा उत्साह वाढला. मोठ्या उमेदीने ते आपल्या गोटात परतले. सर्व जण गेले तरी गणोजीराजे शिर्के मागे थांबून राहिले होते. त्यांना जवळ बोलावून घेत झुल्फिकारखानाने विचारले,

''राजासाब, आपल्या मनात काही शक आहे का? तसे असेल तर इथे उघड काही बोलू नका. आमची माणसं नंतर तुम्हाला भेटतील.''

त्यांचे ते बोलणे ऐकून गणोजीराजेंना आश्चर्य वाटले.

''पण खानसाहेब, आपण स्वत: असे...''

अडखळत आपल्या मनातले प्रश्न विचारण्याचा गणोजीराजे प्रयत्न करत होते. पण नेमके काय आणि कसे विचारायचे हेच मुळी त्यांना उमगत नव्हते. ते पाहून हलकेच स्मित करत झुल्फिकारखान खालच्या आवाजात त्यांना बोलला,

''आपल्याला साऱ्या प्रकाराचे नवल वाटणे साहजिकच आहे. पण त्यांचे आमच्यावर फार मोठे एहसान आहेत. चार सालांमागे आम्ही असे त्यांच्या कचाट्यात सापडलो होतो की, आमचे जान, माल आणि आबरू सारे काही तेव्हाच संपले असते. तेव्हा त्यांनी आम्हाला पनाह दिलेली होती. त्याची जाण ठेवणे आमचे फर्ज आहे असे आम्ही मानतो. एवढेच या ठिकाणी तुम्हाला सांगू शकतो.''

झुल्फिकारखानाने कोणाचेही नाव न घेता मोघमात गणोजीराजेंना सारे काही सांगितले होते. त्यांच्या मनात आणखी बरेच प्रश्न होते. मात्र मुख्य विषयाचा उलगडा झाला होता. तोच विषय मनात घोळवत ते आपल्या डेऱ्यात परतले.

७

दुसऱ्याच दिवशी रात्र पडल्यावर खंडो बल्लाळ पुन्हा एकवार गणोजीराजेंच्या

भेटीसाठी आले. आल्याक्षणी त्यांनी विषयाला हात घातला.

"आपण खानसाहेबांकडून खातरजमा करून घेतलेली असणार. म्हणूनच पुढची बोलणी करण्यासाठी आम्ही आलो आहोत."

हे ऐकून चिडूनच गणोजीराजे म्हणाले,

"होय. पण ते खानसाहेबांचे कारण झाले. तुमच्या छत्रपतींनी त्यांच्यावर उपकार केले असतील. पण त्याचा आमच्याशी काय संबंध? आम्ही का तुमच्याशी बोलणी करायची?"

"कारण आज ते मराठी राज्याचे धनी आहेत. त्यांच्यासह अनेक जण आज मराठी दौलत टिकावी म्हणून लढत आहेत. आता मला एक सांगा, खुद्द महाराजांनी कधी तुमचे काही गैर केलेले आहे का? त्यांचा तुमच्याशी मनमुटाव व्हावा असे केव्हा घडले आहे का?"

"त्यांनी काही गैर केले नाही म्हणून त्यांच्या बंधूंनी आमच्या शिर्काणात शिरून आमच्या बंधूंचे जे रक्त सांडले होते ते सारे आम्ही विसरून जायचे?"

गणोजीराजेंचा राग अजून निवळलेला नव्हता. खंडो बल्लाळांनीही आपला प्रयत्न सोडलेला नव्हता. ते आर्जवपूर्वक म्हणाले,

"हे तरी लक्षात घ्या की, हे राज्य अखेर तुमच्या भाच्याचे, तुमच्या सख्ख्या बहिणीच्या मुलाचे आहे. तसे आमचे महाराजही मानतात. ते राज्य आज टिकून राहिले, तर उद्या तेच दैवयोगाने छत्रपती होतील. त्याचा तरी जरा विचार करा. आधीच्या लोकांनी केलेल्या गैरबाबींसाठी यांना कशाला विरोध करायचा?"

गणोजीराजेंची समजूत अजून पटत नव्हती. ते हट्टाने म्हणाले,

"तरीही जे घडले ते असे विसरून कसे जायचे?"

त्यावर शांतपणे हाताची घडी घालत खंडो बल्लाळ निग्रहाने म्हणाले,

"आम्ही नाही विसरलो? आमचे, चिटणिसांच्या घराण्यातले तीन पुरुषसुद्धा त्या वेळी बळी गेले. तेही त्यांची कोणतीही चूक नसताना मारले गेले. पण मराठी दौलतीसाठी आम्ही ते सारे मागे नाही टाकले?"

"आम्ही तर असेही ऐकले होते की, त्यानंतर वर्षभरातच तुम्ही आमच्या दाजी महाराजांना पुरात वाहून जात होते, तेव्हा आपल्या जिवाची पर्वा न करता वाचवले होते. तुम्ही खरंच धन्य आहात, चिटणीस."

"ते आमचे कर्तव्य होते, शिर्के सरकार. दौलतीच्या धन्याच्या जिवापेक्षा वैयक्तिक रागलोभ आम्हाला कधी मोठे वाटले नाही. आम्ही छत्रपतींचे नुसते सेवक आहोत. आपण त्यांचे आप्त आहात. अधिक जवळचे आहात. आपण आपले मन थोर केलेत, महाराजांना संकटातून बाहेर काढलेत तर खात्रीने सांगतो, आपली खूप मोठी कीर्ती होईल."

खंडो बल्लाळ हात जोडून मोठ्या कळकळीने सांगत होते. गणोजीराजेंचा सुरुवातीचा कडवा विरोध आता हळूहळू मावळू लागला होता. पण त्यांच्या अंतरीचा एक दुखरा कोपरा अजून सलत होता. तो होता, थोरल्या महाराजांनी त्यांचे व्याही आणि गणोजीराजेंचे पिताजी पिलाजीराव शिर्के यांना दिलेल्या वचनाचा. दाभोळच्या वतनाचा.

गणोजीराजेंनी तो विषय काढताच खंडो बल्लाळ म्हणाले,

"योगायोगाने ते वतन आता आमच्याकडेच आहे. आपण ही कामगिरी करण्याचे मान्य करणार असाल, तर या क्षणी आम्ही त्याच्यावर पाणी सोडायला तयार आहोत."

त्यांचे हे उद्‌गार ऐकून गणोजीराजे थक्क होऊन गेले. आश्चर्याने त्यांनी विचारले,

"राजारामांसाठी तुम्ही तुमचे एवढे मोठे वतन सोडणार?"

"होय. अहो, जर आपले छत्रपती आणि मराठी गादीच शाबूत राहिली नाही, तर ते वतन तरी काय कामाचे? या मराठी दौलतीसाठी आम्ही आमचे वतनच काय, पण प्राणदेखील पणास लावण्यास मागेपुढे पाहणार नाही, हे आपल्या ध्यानी आले असेलच. तसे नसते तर असे राजरोस गनिमाच्या गोटात यायचे धाडस आम्ही केलेच नसते."

गणोजीराजेंचा विरोध आता जवळजवळ मावळला होता. त्यांना पुढे काही बोलू न देता बैठकीवरून उठत खंडो बल्लाळ म्हणाले,

"मग आता येतो आम्ही. हे सारे महाराजांच्या कानी घालायला हवे. दाभोळची देशमुखी आपल्या नावे केलेले कागदपत्र घेऊनच परत येतो. त्यानंतर मग पुढची मसलत पुरी करायची की नाही हे आपणच ठरवा."

गणोजीराजे आता पुरते निवळले होते. उठून पुढे येत त्यांच्या खांद्यावर हात ठेवत ते म्हणाले,

"चिटणीस, आपण पुरते जिंकलेत आम्हाला. पण आणखी एक बाब लक्षात घ्यायला हवी. ही कामगिरी वाटते तितकी सोपी नाही. आम्हाला एकटे या मसलतीत येऊन चालणार नाही. आमचे चुलतबंधू रामोजीराजे शिर्के आणि लगतच्या गोटातले मोहिते सरकार यांनादेखील सामील करून घ्यावे लागेल. त्यांच्या विषयीसुद्धा महाराजांशी बोलावे लागेल."

गणोजीराजेंचे ते बोल ऐकून खंडो बल्लाळांना अतिशय आनंद झाला. त्यांच्या मनावरचे मोठे ओझे त्या क्षणी उतरून गेल्याचे त्यांना भासले. अखेर गणोजीराजेंची समजूत घालून त्यांना आपल्या बाजूला वळवण्यात त्यांना यश आले होते.

"ठीक आहे. आम्ही सारे महाराजांच्या कानी घालतो. येतो आता. भेटू लवकरच."

असे म्हणून खंडो बल्लाळ तेथून बाहेर पडले. वेढ्याने बंदिस्त झालेल्या चंदीतून सुटका होण्याची शक्यता आता अंधूकपणे का होईना दिसू लागली होती. त्या आशेच्या किरणाच्या प्रकाशात परतीची वाट उजळत ते गडावर पोहोचले तेव्हा खरेच उजाडू लागले होते.

८

दुसऱ्या दिवशी खंडो बल्लाळ दरबारात आले ते दाभोळच्या वतनाची सनदापत्रे घेऊनच. ती महाराजांपुढे ठेवून हात जोडत ते म्हणाले,

"ही आमच्या वतनाची कागदपत्रे. आमची आपल्याला अशी प्रार्थना आहे की, आपण ती गणोजीराजेंच्या नावे करून द्यावीत."

"काय म्हणता काय, चिटणीस?"

महाराजांनी आश्चर्याने विचारले. तेव्हा खंडो बल्लाळ म्हणाले,

"होय. आम्ही आमचे वतन परत करीत आहोत. ते खरेतर शिर्के घराण्याचे हक्काचे होते. त्यांना पूर्वी आदिलशाहाने दिलेले. पण त्याचा भोगवटा झालेला नव्हता म्हणून थोरल्या महाराजांनी ते जिंकल्यावर सरकारात जमा केले होते. नंतर तेथे कोणी वतनदार नव्हता म्हणून आपण ते आमच्या नावे करून दिले. आमच्याकडे ते अशा रीतीने आले. परंतु या वतनाबद्दल थोरल्या महाराजांनी आपल्या व्याह्यांना असा शब्द दिला होता की, त्यांच्या कन्या आणि गणोजीराजेंच्या पत्नी राजकुंवर बाईसाहेब यांचे पोटी पुत्र जन्मल्यास हे दाभोळचे वतन त्यांना देण्यात येईल. आता त्यांना पुत्र झालेला आहे. त्याचे नाव 'पिलाजीराव' असे ठेवण्यात आले आहे. तरी महाराज, आपण हे वतन त्यांचे त्यांना देऊन आपल्या थोर वडिलांचे वचन सत्य करावे हीच आमची विनंती आहे."

खंडो बल्लाळांनी सर्वांसमक्ष इतके सविस्तरपणे सारे सांगितल्यावर त्यावर पुढे काही बोलणे शक्य नव्हते. तरीही महाराज म्हणाले,

"ठीक आहे. आम्ही या वेळी हे वतन शिर्के दाजीसाहेबांच्या नावे करून देतो. पण चिटणीस, दौलतीसाठी तुम्ही केलेल्या या त्यागाची आम्हाला नेहमीच जाण राहील. आम्ही वेळ येताच निश्चितपणे दुसरे वतन देऊन तुमचे उर्जित करू, याची खातर ठेवा."

त्यावर खंडो बल्लाळ नम्रपणे म्हणाले,

"महाराज, स्वामिकार्यापुढे आम्हास वतनच काय पण आमच्या जीविताचेही महत्त्व नाही. आमचे वतन हे आपले पाय आहेत."

हे ऐकून महाराजांना भरून आले. तेथे असलेल्या प्रत्येक व्यक्तीची अवस्था

तशीच झाली होती. महाराज काही आज्ञा देण्याआधीच खंडो बल्लाळ बोलले,

''महाराज, आम्हाला आणखीही काही सांगायचे आहे.''

''बोला ना. अगदी मोकळेपणाने सांगा.''

महाराज म्हणाले. त्यावर बल्लाळ सांगू लागले,

''ही मसलत काही साधी नव्हे. त्यामुळे शिर्केसरकारांना त्यात आणखी काही लोकांना सामील करून घ्यावे लागणार आहे. त्यांचे चुलतबंधू रामोजीराजे आणि लगतच्या गोटातले मोहिते सरकार यांच्या साथीशिवाय तर हे पार पडणे जवळजवळ अशक्य आहे. तरी त्यांचाही विचार याच वेळी व्हायला हवा.''

''ठीक आहे.'' महाराज म्हणाले. काही क्षण विचार करून त्यांनी आज्ञा दिली.

''दाभोळच्या वतनाचे दस्तऐवज शिर्के दाजीसाहेबांच्या नावे करतानाच त्यांच्या भाऊबंदांसाठी भोर तालुक्यातील तीन गावे आणि रत्नागिरी परगण्यातील पाच गावे इनाम करून द्यावीत. तसेच मोहितेंना रत्नागिरी परगण्यातील कुचरी गाव इनाम द्यावे. सारी इनामपत्रे तातडीने तयार करून घ्यावीत.''

महाराजांच्या सांगण्यानुसार सर्वांच्या सनदा सहीशिक्क्यासह तयार करून खंडो बल्लाळांकडे देण्यात आल्या. महाराजांसह सर्वांच्या सुटकेच्या मार्गातला एक मोठा अडथळा दूर झाला.

९

खंडोबल्लाळ त्याच रात्री कागदपत्रांसह पुन्हा गणोजीराजेंच्या डेऱ्यात गेले. इतक्या तातडीने सनदापत्रे तयार झाल्याचे पाहून गणोजीराजेंना मोठे आश्चर्य आणि कौतुक वाटले. दाभोळच्या वतनाची सनदापत्रे हातामध्ये घेऊन ती मस्तकी लावून ते भावपूर्ण स्वरात म्हणाले,

''आमच्या आबासाहेबांची कितीएक सालांची मनशा आज अखेर अशी पुरी झाली. चिटणीस, हे सारे तुमच्यामुळे घडले. तुम्ही मन मोठं केलं नसतं तर हे घडणं खरंच कठीण होतं. ठीक आहे. चला, आता आम्हाला पुढच्या कामाला लागायला हवं.''

थोडा वेळ विचार करून तेच पुढे म्हणाले,

''चिटणीस, आम्हाला आता आधी आमच्या घरच्या आणि मोहित्यांच्या गोटातल्या मंडळींशी बोलावे लागेल. ही मसलत तशी फार मोठी आणि जोखमीची आहे. सारे व्यवस्थित तपसीलवार ठरवावे लागेल. कोणत्या दिवशी कसे निघायचे, सोबत कोण कोण येणार हे सारे ठरवावे लागेल. त्यासाठी आम्हाला थोडा वेळ हवा.''

''ठीक आहे. सारे निश्चित झाल्यावर निरोप पाठवा. आम्ही वाट पाहू. पण

आज परत जाण्यापूर्वी आम्ही खानसाहेबांकडे जाणार आहोत. तसे महाराजांनी सांगितलेले आहे. येतो आम्ही.''

असे म्हणून खंडो बल्लाळ झुल्फिकारखानाकडे निघाले. नेहमीचे वाटाडे सोबत होतेच. त्यांना गणोजीराजेंना वळवण्यात यश आले आहे याची झुल्फिकारखानाला खबर होतीच. त्यामुळे त्यांचे स्वागत करत तो म्हणाला,

''मोठीच कामगिरी फते केलीत. आमचे काम थोडे आसान झाले. या बसा.''

खंडो बल्लाळ बैठकीवर बसल्यावर मात्र त्यांना झुल्फिकारखानाची मुद्रा गंभीर दिसली. त्यांनी विचारले,

''खानसाहेब, आपण कसल्या तरी विचारात दिसता आहात. काही घडले आहे का?''

''होय. आम्ही ठरवलेल्या बेतात बदल झालेला आहे. छावणीतले काही जण आपल्यावर लक्ष ठेवून आहेत. त्यामुळे काही अडचण निर्माण होईल असे वाटते आहे.''

''म्हणजे?'' खंडो बल्लाळांनी चिंतातुर होत विचारले.

''महाराजांनी बाहेर पडण्याचा काही प्रश्न नाही. तो दिवस आम्ही शिर्केसरकारांकडून आपल्याला कळवू. पण एकंदर परिस्थिती पाहता सारा राजपरिवार आणि इतर मंडळी एकाच वेळी बाहेर पडू शकतील असे वाटत नाही. महाराजांना सडे अवघ्या पंधरा-वीस जणांसोबत बाहेर पडावे लागेल.''

''काय? आणि कबिला?''

खंडो बल्लाळांना काय बोलावे हेच सुचत नव्हते. त्यावर झुल्फिकारखान सांगू लागले,

''त्यांची जिम्मेदारी आमच्यावर.''

''पण खानसाहेब, हे असे...''

खंडो बल्लाळांना अद्याप शब्द सापडत नव्हते. आता झुल्फिकारखान समजुतीच्या पण ठाम स्वरात सांगू लागले,

''चिटणीस, आम्ही आता जे काही सांगतो आहोत ते नीट ध्यान देऊन ऐका. कारण हे अतिशय गुप्त आणि महत्त्वाचे आहे. मघाशी सांगितले तसे, शिर्केसरकार कळवतील तेव्हा महाराजांनी अगदी निवडक लोकांसह गडाबाहेर पडायचे आहे. ते सुखरूपपणे बाहेर पडले आहेत हे आम्हाला समजले की, आम्ही जातीने सुलतानढवा करून राजगिरीचा ताबा घेऊ. त्यासाठी मुद्दाम आम्ही दाऊदखान पन्नीला चंद्रगिरीवर आणि राव दलपत बुंदेलाला कृष्णगिरीवर गुंतवून ठेवलेले आहे. तरीही ते आमच्याआधी राजगिरीवर पोहोचू नये यासाठी आम्हाला तेथे लवकर हमला करायला लागेल. वेळ अगदी कमी आहे, आले ध्यानात?''

“ते सारे समजले. पण परिवाराचे काय?”

खंडो बल्लाळ न राहवून गुदमरल्या आवाजात म्हणाले, त्यावर झुल्फिकारखान पुन्हा म्हणाले,

“तेच तर सांगायचे आहे. चिटणीस, यानंतर परत आपली भेट होईल न होईल, म्हणून आम्ही आता जे सांगतो आहोत ते ऐकून नीट ध्यानी घ्या. महाराज बाहेर पडले की, त्यांच्या परिवाराने खासा महाल सोडायचा. त्यांच्या सेवेच्या मंडळींच्या राहण्याच्या जागेत राहायला जायचे. शाही बेगमा आणि सेवेच्या जनानींनी एकत्र असावे. आम्ही महाराज कबिल्यासह निघून गेल्याचे सर्वांना सांगू. नंतर सगळ्या गडाचा ताबा घेऊन झाडा घेऊ. त्या वेळी शाही जनानींनी त्या त्यांच्या नात्यातल्या माणसांच्या नातेवाईक आहेत असे सांगायचे आहे. मग आम्ही छावणीतल्या त्यांच्या रिश्तेदारांना बोलावून त्या त्यांच्या कबिल्यातल्या आहेत, असे सांगून सोडवून नेण्यास सांगू. त्या वेळी त्यांनी तसे कबूल करायचे आहे असे त्यांना समजावून द्या. समजले तुम्हाला?”

खंडो बल्लाळ सारा तपशील आपल्या मनात वारंवार उजळणी करत मुरवून घेत होते. सारे व्यवस्थितपणे ध्यानी आल्यावर एक दीर्घ नि:श्वास सोडत ते झुल्फिकारखानाचा निरोप घेत म्हणाले,

“येतो आम्ही. हे सारे गडावरच्या मंडळींना समजावून सांगायला हवे. योजल्याप्रमाणे पार पडायला हवे.”

“खरे आहे. पण निघा तुम्ही आता. ठरवल्यासारखे सर्वांनी चोख काम केले तर इन्शाल्ला, सारे नीटपणे पार पडेल.”

झुल्फिकारखानाचा निरोप घेऊन खंडो बल्लाळ गडावर निघाले. तेव्हा असंख्य विचार आणि शंकाकुशंकांचे काहूर त्यांच्या मनात माजले होते.

१०

गडावर महाराज अस्वस्थपणे खंडो बल्लाळांची वाट पाहत होते. तेसुद्धा आल्यावर लागलीच महालाकडे गेले. महाराजांना मुजरा करत म्हणाले,

“अतिशय महत्त्वाचे बोलायचे होते म्हणून लागलीच आलो. आपल्याला लवकर उठावे लागले.”

त्यावर उदासपणे हसत महाराज म्हणाले,

“उठण्यासाठी आधी झोपावे लागते, चिटणीस. अलीकडे तर आमची झोपच उडून गेलेली आहे. पण ते जाऊ द्या. आधी सांगा. काय म्हणाले दाजीसाहेब?”

“आता काय म्हणणार? ते योग्य तो दिवस आणि संधी पाहून कधी निघायचे,

हे आपल्याला कळवणार आहेत. त्याप्रमाणे तयार राहावे लागेल.''

''हं. म्हणजे आता तयारीला लागायला हवं.''

महाराज समाधानाने उद्‌गारले. पण खंडो बल्लाळ त्यावर काही प्रतिसाद न देता गंभीर मुद्रेने चुळबुळ करत उभे असलेले पाहून त्यांनी विचारले,

''चिटणीस, आणखी काही सांगायचे आहे का?''

''जी, महाराज. आपल्या सांगण्यानुसार आम्ही परतण्यापूर्वी खानसाहेबांकडे गेलो होतो. त्यांनी अतिशय महत्त्वाच्या सूचना केलेल्या आहेत.''

''हं. काय म्हणत आहेत खानसाहेब?''

महाराजांनी विचारले. त्यावर खंडो बल्लाळांनी सविस्तरपणे झुल्फिकारखानाचे म्हणणे त्यांच्या कानी घातले. ते ऐकून महाराजही विचारात पडले. सारे कबिले मागे सोडून जाणे खरेच खूप अवघड होते. त्यासाठी आधी सर्व मुख्य मंडळींच्या कानी हे घालायला हवे. त्या सर्वांना काय वाटेल? आपल्या माणसांना, मुलाबाळांना असे मोगलांच्या वेढ्यात केवळ झुल्फिकारखानाच्या शब्दाखातर आपल्या अवघ्या काही लोकांच्या जिवावर मागे सोडून जायचे हे त्यांना पटेल? कसे समजावयाचे सर्वांना? खूप मोठा प्रश्न होता. महाराज त्यात इतके गढून गेले होते की, खंडो बल्लाळ त्यांना मुजरा करून निरोप घेऊन कधी निघून गेले, हे त्यांच्या ध्यानीही आले नाही.

आता सर्वांत पहिली कसोटी होती ती स्वत:च्या कुटुंबाला समजावून सांगण्याची. राजसबाई गरोदर होत्या. त्यांना सांगणे तर अधिक अवघड होते. मग महाराजांनी सर्वांत आधी ताराराणींना सांगायचे ठरवले. त्यांना एकदा पटले की, त्याच इतर स्त्रियांना समजावून सांगतील असा त्यांना विश्वास होता. नाहीतरी ते निघून गेल्यावर मागची सारी जबाबदारी त्यांच्यावरच तर येणार होती. तेव्हा शक्य तितक्या लवकर हे सारे ताराराणींच्या कानावर घालायचे असे ठरवून महाराज त्यांची सकाळची आन्हिके उरकण्यासाठी उठले.

आपली कामे उरकून ताराराणी महाराजांसाठी दुधाचा पेला घेऊन महालात आल्या, तेव्हा महाराज त्यांची वाटच पाहत होते. त्यांच्या हाती पेला देत ताराराणींनी विचारले,

''चिटणीस पहाटेच आल्याचे समजले. काय म्हणतात, दाजीसाहेब?''

''काय म्हणणार? आता ते सारी जबाबदारी घ्यायला तयार झाले आहेत. फक्त दिवस आणि वेळ तेवढे निश्चित व्हायचे आहे.''

''छान झाले. चला, आम्ही सर्वांना तयारीला लागण्यासाठी सांगतो.''

ताराराणी उत्साहात म्हणाल्या. त्या वळणार तोच त्यांना थांबवत महाराज म्हणाले,

''थांबा जरा. बसा इथं. आम्हाला फार महत्त्वाचं काही तुमच्याशी बोलायचं आहे.''

महाराजांच्या आवाजात असे काही होते की, ताराराणी जागीच थबकल्या. मंचकावर बसत त्यांनी विचारले,

''काय झालंय?''

''आम्ही आता काय सांगतो ते नीट ऐका आणि पूर्णपणे समजून घ्या. आपल्या इथून जाण्याच्या बेतामध्ये बराच बदल झालेला आहे.''

''म्हणजे?''

''एवढी सारी माणसं एकाच वेळी वेढ्यातून बाहेर काढणे शक्य होणार नाही, असे खानसाहेबांचे म्हणणे आहे. त्यामुळे अगदी मोजक्या माणसांसह आम्ही बाहेर पडावे, असा सांगावा देण्यात आलेला आहे. त्यामुळे आपण एकत्र जात नाही.''

''काय?''

ताराराणी मोठ्याने उद्‌गारल्या. त्यांना चांगलाच धक्का बसला होता. त्यातून स्वतःला कसेबसे सावरत त्यांनी विचारले,

''आणि बाकीच्यांचे काय?''

''त्याबद्दल सारे सविस्तरपणे आम्ही तुम्हाला सांगणारच आहोत. सारेच या क्षणी बोलणे अवघड आहे. कारण आता आम्हाला इतरांशी बोलण्यासाठी जायला हवे.''

महाराज थोडेसे स्पष्ट तर बरेचसे मोघमात बोलले होते. ताराराणींना सुरुवातीला बसलेला धक्का आता जरा ओसरलेला असला तरी त्या अतिशय गोंधळलेल्या होत्या. काय म्हणावे हे त्यांना सुचत नव्हते. ते पाहून महाराजच त्यांची समजूत घालत म्हणाले,

''तुम्ही कष्टी होऊ नका. शंभूमहादेव आपल्या पाठीशी आहे. सारे काही ठीक होईल.''

एवढे बोलून महाराजांनी विषय संपवला. त्या वेळी ताराराणीही मान हलवत गप्प राहिल्या. पण त्यांच्या मनात उठलेले प्रश्नांचे भोवरे थांबवणे मात्र त्यांना शक्य नव्हते.

११

महाराजांनी आधीच निरोप देऊन अगदी खास माणसांना खलबतखान्यात बोलावले होते. चिटणिसांनी जे सांगितले होते ते त्यांनी सविस्तरपणे सर्वांच्या कानी घातले. त्यांची अवस्थाही काही वेगळी झाली नाही. आपली बायकामुले मागे वेढ्यात सोडून

जाणे ही कल्पनाच मुळी सहन करता येण्याजोगी नव्हती. काही क्षण तर केवळ नि:शब्द शांतता पसरलेली होती. सर्वांना सावरण्यासाठी थोडा वेळ दिल्यावर महाराज म्हणाले,

"हे सारे किती अवघड आहे हे आम्ही चांगल्या रीतीने जाणतो. कारण आमचाही कबिला मागे राहणार आहे. त्यांना सर्वांना सुखरूपपणे बाहेर काढण्याची जबाबदारी आमचे दाजीसाहेब आणि झुल्फिकारखान यांनी घेतलेली आहे. आपण अगदी निवडक पंधरा-वीस लोकांनीच आधी इथून जायचे आहे. उरलेली इथली मंडळी आणि वेढ्यातली आपल्याला मदत करणारी माणसे यांच्या भरवशावर बाकीच्यांनी इथे थांबायचे आहे. आमचे दाजीसाहेब लवकरच आपल्याला जाण्याची वेळ आणि दिवस कळवतील. तेव्हा आमच्या सोबत कोणी कोणी जायचे हे ठरवण्यासाठी परत भेटू. आता एवढेच पुरे."

पुढचा आठवडा असाच गेला. आता वेढा पडून जवळजवळ दीड महिना होऊन गेला होता. वेढ्यातल्या मोगल सैन्याचा जोर वाढत होता. गडावर महाराज शिर्केंच्या ज्या निरोपाची अत्यंत आतुरतेने वाट पाहत होते, तो अखेर आला. सारे जण लागलीच खलबतखान्यात जमले. खंडो बल्लाळ त्यांच्याकडे आलेली माहिती सांगू लागले,

"उद्या मध्यरात्रीनंतर शिर्केसरकारांची माणसे गडावर येतील. त्यांच्या सोबत अगदी मोजक्या मंडळींनी त्यांच्या गोटात जायचे आहे. तेथून खुद्द गणोजीराजे महाराजांना पोहोचवण्यासाठी अरणीपर्यंत येणार आहेत. पुढे वेलोरला जाण्यासाठी बाजीराव काकडेंनी आपल्या सैन्याची तुकडी अरणीला तैनात करून ठेवलेली आहे. ते सर्वांना वेलोरला घेऊन जातील."

खंडो बल्लाळ बोलायचे थांबले. त्याच क्षणी आपला चंदीवरचा मुक्काम कायमचा संपवण्याची वेळ अगदी जवळ आलेली आहे हे जाणवल्याने सारे काही काळ अगदी सुन्न झाले. त्या शांततेचा भंग करत महाराज म्हणाले,

"आपण बाहेर पडलो असलो तरी कबिले मागे राहणार आहेत. आपण इथून निघून गेलेलो आहोत हे वेढ्यातल्या अन्य मोगल सरदारांना समजता कामा नये. यासाठी गड लढता ठेवला पाहिजे. त्याची जिम्मेदारी आम्ही आमचे भाचे शंकराजी हरजी यांचेवर सोपवत आहोत."

शंकराजी हे महाराजांच्या ज्येष्ठ भगिनी अंबिकाबाई आणि अत्यंत शौर्यशाली मेहुणे हरजीराजे महाडिक यांचे तितकेच प्रतापी चिरंजीव आणि संभाजी महाराजांच्या ज्येष्ठ कन्या भवानीबाई यांचे पती. त्यांनी बहिर्जीसोबत अनेक झुंजात त्यांचे युद्धकौशल्य दाखवलेले होते. त्यांच्या हाती महाराजांनी आपल्यामागे गड लढवण्याची जबाबदारी सोपवलेली होती. गड शक्य तितका लढवायचा आणि नंतर झुल्फिकारखानांनी

राजगिरीचा ताबा घेतला की, सरळ शरण यायचे असे त्यांना सांगण्यात आले.

नंतर महाराजांच्या सोबत जाणाऱ्या व्यक्तींची नावे ठरवण्यात आली. प्रधान निळोपंत मोरेश्वर, चिटणीस खंडो बल्लाळ, सुमंत शंकराजी मल्हार, अंताजी मंगाजी वाकेनवीस, आवजी निळो पारसनवीस, खंडेराव दाभाडे, मानसिंग मोरे, कृष्णराव मोरे, प्रतापराव मोरे अशी एक-एक नावे निवडण्यास सुरुवात झाली.

हे सारे निश्चित झाल्यावर महाराजांनी त्यांचा अत्यंत विश्वासू असा राणीवशाचा सरहवालदार गिरजोजी यादव याला बोलावून सांगितले,

"गिरजोजी, आम्ही उद्याच येथून निघणार आहोत. तुम्हाला कल्पना दिलेली आहे, त्यानुसार कबिले मागे इथेच राहणार आहेत. त्यांची व्यवस्थितपणे देखभाल करणे, दाजीसाहेब आम्हाला अरणीला पोहोचवून परत येतील. झुल्फिकारखानाशी बोलून इतरांना बाहेर काढण्याविषयी ठरवून तुम्हाला सांगतील. त्यांच्या योजनेप्रमाणे कबिले बाहेर काढण्याची जिम्मेदारी आम्ही तुमच्यावर सोपवत आहोत."

"जी, महाराज. आम्ही आमच्या जिवाची बाजी लावून ती पार पाडू. एखादे वेळी आमचा कबिला मागे ठेवू, पण सरकारस्वाऱ्या आधी सुखरूप बाहेर काढू."

गिरजोजी खंबीरपणे म्हणाले. महाराज त्याही परिस्थितीत हसत म्हणाले,

"आम्हाला त्याची पूरी खातर आहे, गिरजोजी. तुमच्यावर सोपवलेली कोणतीही कामगिरी व्यवस्थितच पार पाडता, हे आम्ही जाणून आहोत. पण ही वेळ मोठी कसोटीची आणि जोखमीची आहे. तेव्हा आपल्या जिवाला जपा आणि तुमचा कबिलाही जपून घेऊन या."

"जी, महाराज."

गिरजोजी गुदमरल्या आवाजात म्हणाले. अशा अवघड परिस्थितीतही महाराज आपली आणि परिवाराची इतकी काळजी घेत आहेत, हे पाहून त्याला भरून आले होते.

बैठक संपली. सारे जण आपापल्या घरी गेले. त्या रात्री गडावरचे वातावरण अत्यंत भावपूर्ण होते. घरच्या मंडळींना आधी कल्पना दिलेली होती. तरीही प्रत्यक्ष प्रसंग पुढे येऊन ठाकल्यावर मात्र स्वत:ला आवरणे सर्वांनाच मोठे कठीण जात होते. ताराराणींच्या मनाची अवस्था तर अधिक बिकट झालेली होती. महाराज निघून गेल्यावर गडावर मागे राहिलेल्यांना आधार द्यायचे काम त्यांनाच करायचे होते. स्वत:च्या भावनांना आवर घालत त्या मोठ्या धीराने वावरत होत्या. तो दिवस कसाबसा उलटला, अंधार पडला. अखेर ती निर्वाणीची रात्र आली.

१२

दिवस मावळताच शिर्केंच्या गोटातल्या माणसांसोबत झुल्फिकारखानाचा नेहमीचा खास जासूद गडावर आला. तो महाराजांना मुजरा करत म्हणाला,

"महाराज, आमच्या खानसाहेबांनी आणि शिर्केसरकारांनी सारा इंतजाम पक्का केलेला आहे. इथून ते पार गडापासून दूर अंतरापर्यंतचे सारे पहारे आपल्या भरवशाच्या माणसांच्या ताब्यात आहेत. रात्र उलटण्याआधी मुक्कामावर पोहोचणे जरुरी आहे. आपल्याला तुरंत निघायला हवे."

अखेर चंदी सोडून जायचा क्षण आलाच. महाराजांना अगदी गलबलून आले. सात वर्षांपूर्वी ज्या बुलंद गडाने आपल्याला आसरा दिला, ज्याच्या खंबीर आधाराने नष्ट होऊ लागलेली मराठी दौलत सावरण्यास आवश्यक असलेली फुरसद मिळाली. जेथे आपला परिवार सुरक्षित राहिला, वाढला, बहरला, ती चंदी सोडून जाण्याचा क्षण आला होता. मनात अनंत विचारांचे, भावनांचे कल्लोळ माजले होते. पण महाराजांनी स्वत:ला सावरले. आपणच असा धीर सोडला तर बाकीच्यांना कोण सावरणार, या विचाराने ते शांत झाले.

सर्व राण्यांनी महाराजांना ओवाळले. कर्णसिंह, सोयराबाई यांच्यासह सर्व मुले पाया पडली. त्यांना जवळ घेऊन महाराजांनी त्यांच्या मस्तकावरून हात फिरवले. अधिक वेळ न दवडता ते झट्कन महालाबाहेर पडले. तिथे अन्य मंडळी त्यांची वाट पाहत थांबली होती. त्यांच्याकडे एक नजर टाकून महाराज त्यांच्यासाठी तयार असलेल्या मेण्याकडे वळले. तिथे गडकरी रायाजी नलगे, गिरजोजी यादव, सेनाप्रमुख शंकराजी हरजी उभे होते. त्यांच्या जवळ जात महाराज म्हणाले,

"आता सारे काही तुमच्या हाती दिले आहे. सर्वांसोबत आपल्याही जिवाला जपा. येतो आम्ही."

महाराजांजवळ नेहमी त्यांच्या सावलीसारखे असणारे खंडेराव आणि येसाजी दाभाडे पुढे आले. त्यांनी महाराजांच्या नित्यपूजेतील बाणाची पेटी पुढे केली. ती एकवार मस्तकी लावून आपल्या कुलदैवताला पुन्हा एकदा साकडे घालून महाराज पालखीकडे वळले. उजव्या हाताने आपल्या छातीवरच्या कवड्यांची माळ घट्ट पकडून ठेवत मुखाने 'जगदंब जगदंब' असा जप करत महाराजांनी मेण्यात पाऊल ठेवले. भोयांनी पालखी उचलली. अंधारात ते चटाचट पावले उचलत गड उतरू लागले. महाराजांच्या आणखी एका धाडसी वाटचालीला सुरुवात झाली.

आता मात्र त्यांनी आपल्या दडवलेल्या भावनांना मुक्तपणे वाट करून दिली. खरंच, आबा महाराजांनी उभारलेली ही दौलत वाचवण्यासाठी प्रत्येक वेळी आपल्या जिवलगांना माघारी सोडून जाणे आपल्याच भाळी का असावे? आधी रायगडाहून

निघालो, तेव्हा वहिनीसाहेब, बाळराजे, सकवार आईसाहेब आणि जानकी हे सारे मागे राहिले. त्यांचे त्यानंतर आजवर दर्शन झाले नाही. नंतर तारा आणि राजस यांना विशाळगडावर सोडून चंदीला आलो, त्यांची निदान वर्षभरानंतर गाठ तरी पडली. पण तिथून त्या निघाल्यापासून इथे येऊन पोहोचेपर्यंतचा काळ आठवला की, आजही अंगावर काटा येतो. आज पुन्हा एकवार त्या दोघींसह सारा परिवार, मुलेबाळे मागे सोडून जावे लागत आहे. ती सारी सुखरूप राहावीत, पुन्हा भेटावीत, यासाठी प्रयत्न आणि प्रार्थना करणे एवढेच काय ते या क्षणी आपल्या हाती आहे. तीच मनाला जाणवणारी मोठी खंत आहे.

आबा महाराजांसारख्या थोर पित्याच्या पोटी जन्माला येणे, दौलतीचा धनी होणे हे केव्हाही भाग्याचेच. पण हेच भाग्य किती खडतर परीक्षा घेते. अनेक जबाबदाऱ्या शिरावर घेऊन त्या पार पाडताना पुरी दमछाक करते. त्या दैवदत्त दायित्वाला आपल्या मगदुराप्रमाणे अधिकाधिक उत्तम रीतीने पार पाडण्याचा प्रयत्न करणे, यापेक्षा अधिक आपल्या हाती खरेच काय असते!

अशा अनेक विचारांच्या आवर्तात गुंतलेले असतांना शिर्केंचा गोट केव्हा आला, हे महाराजांना समजलेच नाही.

१ ३

गणोजीराजे आपल्या डेऱ्यात अस्वस्थपणे येरझाऱ्या घालत महाराजांची वाट पाहत होते. ते निर्वेधपणे येऊन पोहोचलेले समजल्यावर त्यांना हायसे वाटले. महाराजांची पालखी डेऱ्यासमोर आली, हे पाहून त्यांनी जातीने बाहेर येऊन त्यांचे स्वागत केले. त्यांना मुजरा करीत ते म्हणाले,

"यावे महाराज. आम्ही आपलीच वाट पाहत होतो. वाटेत काही त्रास नाही ना झाला?"

"नाही. सारे पहारे तुम्ही आणि खानसाहेबांनी आपल्या माणसांच्या ताब्यात ठेवलेले होते. त्यामुळे कुठेही अडथळा आला नाही."

महाराज हसत म्हणाले,

दोघे डेऱ्यात आले. बैठकीवर बसल्यावर गणोजीराजेंनी इशारत केली. चाकरांनी फळफळावळ आणि शरबत महाराजांसमोर ठेवले. गणोजीराजे नम्रपणे हात जोडून पुढे उभे राहत म्हणाले,

"महाराज, आपण आज प्रथमच आमचेकडे आलात. पण या परिस्थितीत आम्ही तुमची आगवानीसुद्धा मनाजोगी करू शकत नाही, याची खंत वाटते."

"दाजीसाहेब, त्याचे काय इतके घेऊन बसलात. आपण आज आमच्यासाठी

जे काही करीत आहात, त्याचे मोल आम्हाला काय कोणालाही करता येणार नाही.''

महाराज भावपूर्णपणे म्हणाले. त्यावर गणोजीराजे काही बोलणार तोच त्यांचे चुलतबंधू रामोजीराजे तेथे येऊन मुजरा करत मोठ्या नम्रपणे म्हणाले,

''घोडी तयार आहेत. चलावे आपण.''

''हे आमचे चुलतबंधू रामोजीराजे.''

गणोजीराजे त्यांची ओळख करून देत म्हणाले. महाराज त्यांच्याकडे पाहून स्मित करत बैठकीवरून उठले. सारे डेऱ्याबाहेर आले. तेथे घोडी तयार होती. गणोजीराजे महाराजांसह घोड्यावर स्वार होत रामोजीराजेंना म्हणाले,

''इथून बाहेरपर्यंतचे सर्व पहारे आपल्या माणसांचे आहेत हे खरे. पण आम्ही महाराजांच्या बाबतीत कसलाही धोका पत्करू शकत नाही. म्हणून आम्ही स्वत: जातीने त्यांच्या सोबत अरणीपर्यंत जाणार आहोत. आम्ही तेथून परत येईस्तोवर इकडचे सारे सांभाळा.''

''जी.''

रामोजीराजे मान हलवत म्हणाले. त्यानंतर शिर्के आणि मोहित्यांच्या तेथे असलेल्या मंडळींनी महाराजांना मुजरे केले. सर्वांसह अश्वपथक अरणीकडे निघाले. एवढी हत्यारबंद माणसे एकत्र निघालेली पाहून पहाऱ्यावरच्या शिपायांनी सुरुवातीला हटकले. नंतर गणोजीराजेंना पाहून ते बाजूला झाले. गणोजीराजेंनी मुद्दाम थांबून त्यांना सांगितले.

''पल्याडच्या रानात शिकार उठल्याचे समजलं, म्हणून निघालोय.''

गणोजीराजेंचा शिकारीचा शोक साऱ्यांना ठाऊक होता. त्यामुळे कसलाही संशय न येता पहारेकऱ्यांनी सर्वांना जाऊ दिले. बिनबोभाटपणे महाराजांसह त्यांचे सारे सहकारी वेढ्याच्या चौक्यांमधून बाहेर पडले. अरणीच्या दिशेने दौडू लागले. महाराजांच्या सुटकेचा एक महत्त्वाचा टप्पा यशस्वीपणे पार पडला होता.

भाग १३

१

महाराजांसह सर्व मंडळी गडावरून निघून गेली. राजगिरीवर विचित्र शांतता पसरली. अधूनमधून उठणारे कोणाचे तरी दबके हुंदक्यांचे हुंकार आणि मुलांचे रडणे तेवढे ऐकू येत होते. पुढे काय घडणार? आपण इथून बाहेर कसे पडणार, इथून निघू शकणार तरी की नाही, अशा अनेक शंकाकुशंकांनी साऱ्यांची मने व्याकूळ होऊन गेलेली होती. कुणाला काही उमजत नव्हते. फक्त एक विलक्षण अस्वस्थ अनिश्चितता दाटून राहिली होती.

अशाच परिस्थितीत रात्र उलटली. दुसरा दिवस उगवून कासराभर वर आला, तरी कोणीही मुदपाकाकडे फिरकले नव्हते. महाराणी ताराबाईच तेवढ्या आपले मन घट्ट करून सर्वांना धीर देत होत्या. निदान मुलांना तरी भरवून घ्या असे त्यांनी परोपरीने सांगितल्यावर मात्र काही जणी आपल्या लेकरांना घेऊन मुदपाकाकडे गेल्या. स्वत: ताराराणींनी आपल्या बाळराजेंना कसेबसे भरवले. त्यांना झोपवून त्या उठणार तोच गिरजोजी भेटीला आल्याची वर्दी आली. कुणबिणीला बाळराजेंकडे लक्ष द्यायला सांगून त्या बाहेरच्या दालनात आल्या. तेथे गिरजोजी अतिशय गंभीर मुद्रेने त्यांची वाट पाहत उभे होते. त्यांना ताराराणींनी विचारले,

"काय झालं? काही घडलंय का?"

"होय राणीसाहेब, घात झाला. दाऊद खानाने चंद्रगिरीवर ताबा मिळवलाय."

"काय?"

ताराराणींनी चमकून विचारले. त्यावर गिरजोजी सांगू लागले,

"इतकेच नव्हे, तर आम्हाला आताच समजले की, इकडून राव दलपत बुंदेलाचे सैन्यही कृष्णगिरीच्या तटबंदीजवळ जमा झाले आहे. आमच्या लोकांनी ते तटावरून पाहिले. गनिमाने तिथून आत जाऊन कालाकोटात शिरण्यापूर्वी त्यांना

अडवण्यासाठी शंकराजी तिथे गेलेले आहेत.''

हे सारे अपेक्षेपेक्षा फारच वेगळे आणि अतिशय लवकर घडत होते. महाराज गडावरून बाहेर पडून बारा ताससुद्धा झाले नव्हते, तेवढ्या वेळात गनिमाने इतकी जबरदस्त चढाई केली होती, हे समजल्याने एवढ्या धीराच्या ताराराणीसुद्धा हबकून गेल्या होत्या. त्यातून स्वत:ला सावरत त्यांनी विचारले,

''झुल्फिकारखानांकडची काय खबर?''

''त्यांच्याकडचे अद्याप काही समजले नाही. पण त्यांनी केलेल्या सूचनेनुसार आपण महालात न राहता खाली सेवेकरी राहतात तेथे राहण्यास जावे, असे वाटते.''

गिरजोजींनी सांगितल्यावर ताराराणी विचार करत म्हणाल्या,

''होय. तिथली काही घरे आमच्यासह बाकीच्या खाशा स्वाऱ्यांसाठी मोकळी करून घ्या. आम्ही सर्व मंडळींना आवरून घ्यायला सांगतो. आज रात्रीचा मुक्काम तेथेच असेल.''

ताराराणी स्थिर मनाने पुढच्या प्रसंगाला सामोरे जाण्यासाठी तयार होत्या, हे पाहून गिरजोजीला समाधान वाटले.

''जी, राणीसाहेब. आम्ही तातडीने व्यवस्था करून घेतो.''

असे म्हणून गिरजोजी निघून गेले.

त्यानंतर राणीवशात एकच गडबड उडाली. जमेल तेवढे आवश्यक सामान बांधून घेणे, ते सर्व दुसरीकडे हलवणे, यात साऱ्या जणी गुंतून गेल्या. अंधार पडण्यापूर्वी छत्रपतींचा राजमहाल पूरा रिकामा झाला. सर्वांत शेवटी ताराराणी बाहेर पडल्या, गिरजोजींनी चाकरांकरवी मुख्य दरवाजा बंद करून त्याला आडणा लावला, तेव्हा त्यांच्या नकळत त्यांचेही डोळे पाणावले होते.

आदल्या रात्रीचे जागरण आणि दिवसभर सामान हलवण्याची दगदग करूनही गडावरच्या स्त्रिया रात्रभर सेवेकऱ्यांच्या घरात अस्वस्थपणे जाग्याच होत्या. पुढचे कसे पार पडणार हा सवाल त्यांच्यासमोर राक्षसासारखा आ वासून उभा राहिला होता.

२

झुल्फिकारखान सिंघावरम टेकडीवरच्या त्याच्या डेऱ्यात राहून साऱ्या घडामोडींवर नजर ठेवून होता. त्या रात्री निघालेले राजाराम महाराज अरणीला सुखरूपपणे पोहोचल्याचा निरोप येईपर्यंत पहाट झाली होती. आतापर्यंत तरी सारे ठरवल्याप्रमाणे पार पडले होते. आता यापुढच्या हालचाली अशाच घडत जातील अशी त्याला

मनोमन खात्री वाटू लागली. याच समाधानात त्याचा डोळा लागला तेव्हा नुकते उजाडू लागले होते. हे ठाऊक असल्यामुळे सूर्य अगदी डोक्यावर आला तरी त्याच्या चाकरांनी त्याला उठवले नव्हते.

अचानक छावणीतला एक स्वार आला. त्याने काही अतिशय तातडीचा निरोप असल्याचे सांगितल्यामुळे खानाला त्याच्या नोकराने उठवले. कुरकुरतच उठलेल्या खानाला स्वाराने जे सांगितले, ते ऐकून मात्र त्याची झोप खाड्कन उडाली. स्वार सांगत होता,

"दाऊदखान पन्नी चननगडात शिरलेले आहेत. तिथे जोरात घमासान चालले आहे. आज रात्रीपर्यंत गड सर होईल असे दिसते."

"ठीक आहे. जा तू."

असे म्हटल्यावर स्वार निघून गेला. झुल्फिकारखानाने आपला खास जासूद माहिती घेण्यासाठी पाठवून दिला. त्याच्याकडून सविस्तरपणे समजले ते असे,

'दाऊदखान पन्नीच्या सैन्यातला एक माणूस भल्या पहाटे शरीरधर्मासाठी आपल्या राहुटीबाहेर येऊन कुठे आडोसा शोधत होता. तेव्हा त्याला जवळच भुयारासारखे काहीतरी दिसले. त्याने नीट तपासून पाहिल्यावर त्याच्या असे लक्षात आले की, ते खरोखरीच एक भुयार आहे. अधिक तपास केल्यावर त्याची खात्री पटली की, ते सरळ चननगडावर म्हणजेच चंद्रगिरीवर जात असावे. मोठ्या उत्साहात त्याने हे सारे दाऊदखानाला सांगितले. तेव्हा त्याची शहानिशा करण्यासाठी दाऊदखान लागलीच तेथे निघाला.

आधी त्याने काही मोजकीच माणसे सोबत घेतलेली होती. पण ही खबर काही क्षणांतच त्याच्या छावणीत पसरली. त्याच्या मोर्च्यातले लोक एकत्र येऊन त्याच्या पाठोपाठ निघाले. आता आपण थेट किल्ल्यात शिरून तो लगेच सर करणार या विचाराने बेभान होऊन ते मोठमोठ्याने घोषणा करू लागले. तो आवाज ऐकून चंद्रगिरीतले लोक घाबरून गेले. त्यांनी गडकऱ्यांकडे निरोप पाठवला. गडकऱ्यांनी हाती येईल ते सैन्य घेऊन प्रतिकाराची तयारी केली. पण त्यांचे बळ दाऊदखानापेक्षा बरेच कमी होते. म्हणजे चंद्रगिरी केव्हाही पडेल असे दिसत होते. त्यामुळे जोषात येऊन दाऊदखानाने आपला स्वार झुल्फिकारखानाकडे पाठवला होता.

हे ऐकल्यावर झुल्फिकारखान लागलीच चंद्रगिरीकडे जाण्यासाठी निघाला. त्याच वेळी राव दलपतच्या मोर्चातील जासूद तेथे आला. तोही मोठ्या उत्साहात सांगू लागला की, राव दलपत बुंदेलाने कृष्णगिरीच्या तटाच्या आत प्रवेश करण्यात यश मिळवले आहे. हे ऐकून तर झुल्फिकारखान अगदी हतबुद्ध होऊन गेला.

तिथली हकिकत तर आणखीच वेगळी होती. कृष्णगिरीची स्वतंत्र आघाडी लढवण्यास मिळाल्यापासून राव दलपतला मोठा हुरूप आला होता. त्याच दिवशी

सकाळी त्याचे सैन्य कृष्णगिरीच्या तटबंदीला जाऊन भिडले. तिथून त्यांनी बाणांचा आणि बंदुकीच्या गोळ्यांचा वर्षाव करायला सुरुवात केली. हा मारा इतका जोरात होता की, त्याच्या दणक्याने किल्ल्यामधले लोक मागे हटले, हे पाहून राव दलपतचे सैनिक तटबंदीवर चढून आत उतरले. मराठी सैन्य मोगल सैन्याच्या तुलनेत बरेच कमी होते. ते माघार घेत घेत आतल्या बाजूला असलेल्या 'कालाकोटा' नावाच्या भक्कम कोटाच्या आत शिरले.

मराठी सैन्य माघार घेत आहे हे पाहून राव दलपत स्वत: तटबंदीवर चढून आत आला. त्याने आपल्या लोकांना सरळ कालाकोटात घुसायचा हुकूम दिला. आपला सरदार जातीने लढत आहे हे पाहून मोगल सैन्याला चेव आला. अवघ्या घटकाभरात त्यांनी कालाकोटावर ताबा मिळवला. हा कालाकोटा म्हणजे गडाचा सर्वाधिक महत्त्वाचा भाग होता. तेथून सरळ राजगिरीवर जाण्याचा मार्ग खुला होत होता. त्यामुळे माघार घेताना सेनापती शंकराजी यांनी आपल्याजवळचे पाच हत्ती मोगल सैनिकांच्या अंगावर सोडले. त्यांच्या आडाने आत शिरून मराठी सैन्याने आतला राजगिरीवर जाण्याचा मार्ग बंद करून घेतला.

राव दलपतने हत्तींच्या माहुतांना ठार करून ते आपल्या ताब्यात घेतले. कालाकोट ताब्यात घेतला आणि दरवाजावर स्वत: ठाण मांडून बसला. आपला पराक्रम कळवण्यासाठी झुल्फिकारखानाकडे माणसे पाठवून दिली.

या दोन्ही हकिकती ऐकून झुल्फिकारखानाला तरी काही सुचेना. त्याच्या दोन्ही अव्वल सरदारांनी त्याच्या बेताला पार सुरुंगच लावायचे जणू ठरवले होते. त्याच्या अपेक्षेपेक्षा सारे काही वेगळे घडत होते. आता आपल्याला ताबडतोब हालचाल करून सारी सूत्रे हातात घ्यायला हवीत हे त्याला जाणवले. तो तातडीने कृष्णगिरीकडे जायला निघाला.

राजाराम महाराज चंदीबाहेर पडल्यापासून अवघ्या चोवीस तासांत चंद्रगिरी आणि कृष्णगिरीवर मोगल सैन्य नेऊन भिडवण्यात दाऊदखान पन्नी आणि राव दलपत बुंदेला यांनी यश मिळवले होते. त्यामुळे झुल्फिकारखानाचे ठरलेले सारे वेळापत्रकच पार बिघडून गेले होते. आता हे सारे निस्तरून वर पुढच्या नव्या हालचाली ठरवणे हे मोठे जिकिरीचे काम त्याला करायचे होते. त्याच्या हुशारीची आणि मुत्सद्देगिरीची त्यात कसोटी लागणार होती.

३

राजाराम महाराज अरणीहून वेलोरला सुखरूपपणे पोहोचल्याचा निरोप मिळाल्यावर गणोजीराजे छावणीत परतले. रिकाम्या हाताने परतलेल्या गणोजीराजेंना पाहून

पहाऱ्यावरच्या एकाने विचारले,

"सरकार, शिकार मिळाली नाही वाटतं?"

"तर काय. रातभर रान उठवलं, पण काही मिळालं नाही."

गणोजीराजे हसत म्हणाले. त्याच वेळी दुसऱ्या एका पहारेकऱ्याला काहीतरी आठवले. त्याने विचारले,

"सरकार, तुमच्यासोबत गेलेली काही माणसं मागं राहिलीत काय?"

या प्रश्नाने गणोजीराव चपापले. स्वत:ला सावरत म्हणाले,

"होय. शिकार मिळाली नाही हे आमच्या मनाला लागलं. म्हणून आणखीन दोन दिवस रान उठवायसाठी माणसांना मागं ठेवलंय. इथे दिवसभर थांबून रात्री परत जाणार आहोत."

एवढे बोलून ते चट्कन पुढे निघाले. ते त्यांच्या गोटात परतले तेव्हा रामोजीराजे अस्वस्थपणे त्यांची वाट पाहत होते. गणोजीराजेंना पाहताच ते आवेगात पुढे येत म्हणाले,

"कुठे राहिला होतात, दादासाहेब. आपण गेलात आणि इथे मोठाच गहजब झालाय."

रामोजीराजेंनी गणोजीराजेंना चंद्रगिरीवर आणि कृष्णगिरीवर मोगल सैन्याने ताबा मिळवल्याचे सांगितले. त्यांनी तशीच पुढे राजगिरीवर चाल गेली तर मोठीच गडबड होऊ शकते हे त्यांच्या ध्यानी आले. त्यांनी विचारले,

"मग आता खानसाहेब कुठे आहेत?"

"आम्हाला समजलं की, ते कृष्णगिरीवर राव दलपतच्या मोर्च्याकडे गेले आहेत. ते तो मोर्चा आपल्या ताब्यात घेतील असे वाटते."

"ठीक आहे. मग आपल्याला दाऊदखानाला अडवायला जायला हवं. आम्ही अंबूराव मोहित्यांसह पुढे निघतो. तुम्ही इथंच थांबून खानसाहेबांचा काही निरोप आला तर आम्हाला कळवा. आम्ही चंद्रगिरीवर गेलेलो आहोत असे त्यांना सांगा."

एवढे बोलून गणोजीराजे मोहित्यांच्या आणि शिर्केंच्या निवडक स्वारांसह चंद्रगिरीवर निघाले. त्यांच्या सैन्याने केलेला जयघोषामुळे ते मराठी सैन्य आहे असे समजून दाऊदखानाचे लोक त्यांच्यावर तुटून पडले. दुर्दैवाने गणोजीराजेंचे बळ कमी पडले. ते मोहितेंसह कैद झाले.

इकडे झुल्फिकारखानाने राव दलपतला कृष्णगिरी जिंकल्याबद्दल बधाई दिली. त्याला सांगितले की,

"तुम्ही कालाकोटाचा दरवाजा इकडून अडवून धरा. मी माझ्या सैन्यासह दुसऱ्या बाजूला जातो. तिथून शैतानगिरी दरवाजाकडे असलेल्या गनिमाला पळवून

लावून तो उघडून घेतो. तोवर तुम्ही ही बाजू सांभाळा.''

शैतानदरीच्या दरवाजाची दुसरी बाजू वेढ्याच्या आधीपासूनच दगडमातीने चिणून पक्की बंद केलेली होती. झुल्फिकारखान तिकडे निघाला. तिथल्या मराठी सैन्याकडून फारसा प्रतिकार झाला नाही. झुल्फिकारखानाने आपल्या माणसांना तिथला दगडमातीचा ढिगारा उपसायला सांगितले. तब्बल दोन दिवसांच्या परिश्रमाने तो बाजूला करण्यात त्यांना यश आले. अखेर तो दरवाजा उघडून स्वत: झुल्फिकारखान पलीकडे गेला. तेथे राव दलपत त्याची वाट पाहत थांबलेला होता. दोघांची भेट होताच मोगल सैन्याने एकच जल्लोष केला.

त्याच वेळी दक्षिणेकडचा चंद्रगिरी जिंकून दाऊदखान उत्तरेला कृष्णगिरीच्या दिशेने निघाला होता. चंद्रगिरी आणि कृष्णगिरी दोन्ही गडांच्या तटबंद्या ओलांडून तोदेखील कालाकोटामध्ये दाखल झाला. तिघे असे एकत्र आलेले पाहून तिथले मराठी सैन्य शरण आले. स्वत: सेनापती शंकराजी हरजींनी शरणागती पत्करत तहाची मागणी केली. मोगलांचा मोठा विजय झाला होता. सारे जण एकमेकांना बधाई देत जश्न साजरा करू लागले होते.

झुल्फिकारखान मात्र अजून अस्वस्थ होता. त्याच्या दोन्ही मोठ्या सरदारांनी बिघडवलेले त्याचे वेळापत्रक त्याने कसेबसे आपल्या कह्यात आणले होते. कोणत्याही परिस्थितीत त्यांच्यापैकी कोणालाही राजगिरीवर जाऊ द्यायचे नाही, हे तरी त्याने पक्के ठरवलेले होते. त्यासाठी तो मोठ्या आतुरतेने गणोजीराजेंची वाट पाहत होता.

त्याला सर्वांत मोठा धक्का बसला तो दाऊदखान पन्नीकडून. त्याने गणोजीराजेंना कैद केल्याचे समजले आणि तो दिङ्मूढ होऊन गेला. मनाविरुद्ध गोष्टी घडण्याचा आता कळस झाला होता. यातून सावरणे त्याला खरेच अवघड वाटू लागले होते. गणोजीराजेंइतका भरवशाचा माणूस मिळाल्याशिवाय पुढचे काहीही करणे सहजपणे शक्य होणार नव्हते. आता काहीतरी दुसरा मार्ग शोधावा लागणार होता. मग बराच वेळ विचार केल्यावर त्याला रामसिंग हाडा या त्याच्या निष्ठावंत रजपूत सरदाराची आठवण झाली. तातडीने त्याला बोलावून झुल्फिकारखान म्हणाला,

''रामसिंग इथली परिस्थिती आणखीच अवघड झालेली आहे. गणोजीराजेंचा नेमका काय प्रकार घडला हे आम्हालाही नीटसे समजले नाही. ते जाणून घेण्याइतका वेळही आपल्याकडे नाही. मात्र एवढे नक्की की, आता त्यांची मदत होणे नामुमकीन दिसते आहे. त्यामुळे राजांचा जनानखाना बाइज्जत बाहेर काढण्याची सारी मदार आता तुझ्यावरच आहे.''

''जी, खानसाहेब. मग आता कसे करायचे?''

रामसिंगही सारे पाहतच होता. त्याने काळजीने विचारले, तेव्हा झुल्फिकारखान म्हणाला,

"या दोघांना राजगिरीवर जाण्यापासून अडवायचे, तर आम्हाला इथेच थांबायला हवे. ते अन्य कोणाला जमणे शक्य नाही. नेहमीच्या मार्गाने राजगिरीवर जायचे ठरवले, तर त्याच्यापैकी कोणा एकाला तरी सोबत न्यावे लागेल. ते टाळायचे असेल, तर मग एकच मार्ग राहातो तो राजगिरीच्या मागच्या बाजूने तेथे जाण्याचा."

"काय?"

रामसिंगने आश्चर्याने विचारले. त्याला कारणही तसेच होते. राजगिरी मुळातच अभेद्य गड होता. त्यावर कोणत्याही बाजूने आक्रमण करणे तसे अवघडच. त्यात ही मागची बाजू तर चढाई करायला सर्वांत कठीण होती. खडा पत्थर, मोठमोठ्या दरडी यांच्यावरून चढणे हे दोराच्या किंवा शिडीच्या साहाय्याने करावे लागणार होते. तसे कौशल्य असलेली माणसे निवडून ते करावे लागणार होते. म्हणूनच रामसिंगाला ते जमेल असे वाटत नव्हते. पण झुल्फिकारखान ठामपणे म्हणाला,

"रामसिंग, उसके बिना कोई और रास्ता भी तो नहीं दिखता। तू या कामात तरबेज असलेली तुझी माणसे घेऊन निघ. चढाईला सुरुवात कर. वरून कोणी फारसा विरोध करणार नाही. तिथे पोहोचल्यावर सारे काही ताब्यात घेऊन तुझे पहारे बसव आणि मग मला कळव. म्हणजे मी इकडच्या दरवाजाने निघून तेथे येईन. तुला हे सारे करायला निदान दोन-तीन दिवस तरी लागतील. तोपर्यंत मी इथले स्थिरस्थावर करण्याचा प्रयत्न करतो. आले सारे का लक्षात?"

"जी, खानसाहेब."

असे म्हणून रामसिंग तेथून निघाला. झुल्फिकारखानाने सारा बेत समजावून सांगितल्याने त्याच्या मनातल्या सर्वच शंकांचे निरसन झाले नसले, तरी आपल्यावर सोपवलेल्या कामगिरीचे गांभीर्य मात्र त्याला चांगलेच समजलेले होते. तो लागलीच राजगिरीवरच्या चढाईच्या तयारीला लागला.

४

राजगिरीवरचा राज्ञीपरिवार महालाबाहेर पडून आठवडा झाला होता. या आठ दिवसांत गडाच्या चारही बाजूंना घमासान युद्ध सुरू होते. सतत बंदुका, तोफांचे कानठळ्या बसवणारे आवाज, सैनिकांच्या कर्णकर्कश घोषणा यांच्या आवाजाने सर्वांची झोप केव्हाच उडून गेली होती. ताराराणी अधूनमधून राजगिरीच्या तटाजवळ जाऊन खाली पाहत, तेव्हा गनिमाचे सैन्य गडाच्या चारही बाजूंनी अधिक जवळ येत असलेले दिसत होते. विशेषतः दक्षिणोत्तर बाजूंनी त्यांची आगेकूच अधिक वेगाने होत होती हे त्यांना जाणवत होते.

त्यातच गणोजीराजे, शंकराजी हरजी किंवा खुद्द झुल्फिकारखान यांच्यापैकी

कोणाहीकडून कसलीही वार्ता समजत नव्हती. त्या स्वत: कोणाला कुठे पाठवून संपर्कही साधू शकत नव्हत्या. एकंदरीत त्यांची सगळीकडून कोंडी झालेली होती. तरीही स्वत:चे मन स्थिर ठेवून इतरांना धीर देण्याचे काम त्या करत होत्या. त्या अशाच तटाजवळ उभ्या असतांना एक सेवक धावत येऊन म्हणाला,

"राणीसाहेब, गडाच्या पिछाडीकडून बरीच माणसे वर येत आहेत."

"पिछाडीकडून?"

ताराराणींनी आश्चर्याने विचारले. ती बाजू चढाईसाठी किती कठीण आहे हे त्यांना चांगलेच ठाऊक होते. सरळ मार्गाने न येता तिथून सैन्य येत आहे, म्हणजे यात झुल्फिकारखानाचा काही विशेष हेतू असणार हे त्यांच्या ध्यानी आले. त्यांनी तातडीने गिरजोजी यादव, गडकरी रायाजी नलगे आणि गडावरचे सर्व सैन्यप्रमुख यांना बोलावून घेतले. अन् म्हणाल्या,

"स्वारींना येथून जाऊन आठवडा झाला आहे. तेव्हापासून गनिमाची जोरात चाललेली आगेकूच आपण पाहतच आहोत. आताच समजले आहे की, त्यांनी पिछाडीकडून हमला सुरू केलेला आहे. ते उद्यापर्यंत येथे येऊन पोहोचतील. तरी आपल्या सर्व माणसांना सांगा की, त्यांनी त्यांचा कोणत्याही प्रकारे प्रतिकार करायचा नाही. आम्हाला विनाकारण आपल्या माणसांचे आणखी जीव वाया जायला नको आहेत. अजून तरी शिर्के दाजीसाहेब किंवा खानसाहेबांकडून काही सांगावा आलेला नाही. तरी वर येणाऱ्यांकडून काही सूचना किंवा संकेत मिळतो आहे का ते पाहा, आणि आम्हाला लागलीच त्याची सूचना द्या."

"जी, राणीसाहेब."

असे म्हणून सारे निघून गेले.

इकडे रामसिंग आपल्या माणसांसह राजगिरीच्या पायथ्यावरून वर आपल्या माणसांसह निघाला. त्याला वाटले होते, त्यापेक्षा तिथला चढ अधिक बिकट होता. तब्बल दोन दिवस आणि दोन रात्री अथक प्रयत्न केल्यावर कुठे राजगिरीच्या बालेकिल्ल्यापर्यंत पोहोचण्यात त्याला यश मिळाले.

तिसऱ्या दिवशी शनिवार. पौष महिन्याची अमावस्या. तशा निबिड काळोखातही रामसिंग हाडाची माणसे गडावर आगेकूच करत होती. गडाच्या अगदी जवळ असल्यामुळे त्यांच्या आरोळ्या गडावरच्या लोकांना स्पष्टपणे ऐकू येत होत्या. भल्या पहाटे रामसिंगच्या माणसांनी गडावर पहिले पाऊल ठेवले. तेव्हा तेथे फारसे सैन्य नव्हतेच. जे काही होते त्यांनी प्रतिकार केला नाही, लागलीच शरणागती स्वीकारली. स्वत: रामसिंग राजगिरीवर आला. त्याने लागलीच सगळीकडे आपले पहारे बसवले. आपण राजगिरी पूर्णपणे ताब्यात घेतलेली आहे, असा निरोप झुल्फिकारखानाकडे पाठवून दिला.

इकडे झुल्फिकारखान कालाकोटातल्या शैतानदरी दरवाज्याजवळ ठाण मांडून बसलेला होता. रामसिंगाला राजगिरीवर पाठवून दिल्यावर त्याने आपल्या हालचालींना सुरुवात केली. गडाचे सेनापती शंकराजी हरजी शरण आले आहेत म्हणजे आपण चंदी जिंकलेलीच आहे. आता सर्वांनी इथे थांबायची गरज नाही, असे सांगून टाकले. तेथल्या बऱ्याच अमीर, उमरावांचे कबिले वांदिवाशला होते. वेढा पडल्यापासून कित्येक महिन्यांत त्यांना आपल्या माणसांना भेटायला मिळाले नव्हते. त्यामुळे त्यातले बहुतेक जण तेथे निघून गेले.

रामसिंग हाडाचा निरोप आला. आता झुल्फिकारखान त्याच्या कामगिरीच्या अखेरच्या टप्प्यावर आलेला होता. पुढची पावले अत्यंत काळजीपूर्वक टाकणे आवश्यक होते. त्याने दाऊदखान आणि राव दलपत बुंदेला यांना राजगिरीच्या खाली देखरेखीसाठी राहण्यास सांगितले. आपल्या खास माणसांना बोलावून आज्ञा केली.

"हमे कुछ पालकियाँ चाहिये।"

ते ऐकून दाऊदखानाच्या कपाळावर आठ्या पडल्या. त्याने विचारले,

"ये किसके लिये ले जा रहे हो? वहाँ हमे हमारे हारे हुये दुष्मनको गिरफ्तार करना है। उसके लिये इन पालकियोंकी क्या जरूरत?"

त्यावर शांतपणे झुल्फिकारखान म्हणाला,

"राजाको तो हम गिरफ्तारही करेंगे, लेकिन उनके जनानेको बेइज्जत नहीं करना चाहते। क्यूं ठीक है ना राजाजी?"

शेवटचा प्रश्न त्याने राव दलपतकडे पाहत विचारला. राव दलपतने होकारार्थी मान डोलावली. हे पाहून दाऊदखान गप्प बसला.

पालख्या सज्ज झाल्या. झुल्फिकारखान आधीच गेल्या दोन दिवसांत सजवून सज्ज केलेल्या हत्तीवर स्वार झाला. मोगल सैनिकांनी त्याच्या आणि बादशहाच्या नावाने मोठ्याने जयजयकार केला. माहुताने इशारा केला. हत्तीने राजगिरीकडे पाऊल टाकले. मोठ्या ऐटीत वाजतगाजत, झुल्फिकारखान, मोगल साम्राज्याचा दक्षिणेचा महान सरलष्कर, नुस्त्रतजंगबहादूर, चंदीची मराठी राज्याची राजधानी पादाक्रांत करण्यासाठी निघाला.

५

झुल्फिकारखान राजगिरीवर पोहोचला, तेव्हा तर मोगल सैन्याच्या उत्साहाला अगदी उधाण आले. नगारे, नौबतीच्या दणदणात त्याचा हत्ती किल्ल्याच्या प्रवेशद्वारात आला. झुल्फिकारखानाने माहुताला इशारा केला. तसे त्याने हत्तीला थांबवले.

झुल्फिकारखानाने खाली उतरून पायी चालत जाऊन गडामध्ये प्रवेश केला. त्याच्यासाठी हा तसा मोठा भावुक क्षण होता. गेली सात वर्षे केलेल्या संघर्षानंतर हे विजयाचे माप त्याच्या पदरात पडले होते. पुढे आल्यावर रामसिंग हाडाने त्याचे स्वागत केले. खास त्याच्यासाठी तयार केलेल्या शामियान्यात नेले. तेथे थोडा वेळ विश्रांती घेतल्यावर मोजक्या माणसांसह तो मराठ्यांच्या राजाला ताब्यात घेण्यासाठी निघाला.

झुल्फिकारखान राजाराम महाराजांच्या महालासमोर उभा होता. बाहेर रामसिंगाच्या माणसांचा पहारा होता. मोगल सैन्यातले कित्येक सैनिक मोठ्या उत्कंठेने तिथे जमा झाले होते. आपला विजयी सेनापती शत्रूच्या राजाला कसा कैद करतो, हे त्यांना याचि डोळा पाहायचे होते. राजमहालातून कसलाही आवाज येत नव्हता. जराही हालचाल होत नव्हती. आत कुणी असल्याचे जाणवतही नव्हते. कुणीतरी पुटपुटलेदेखील की, आतली मंडळी घाबरून गप्प बसलेली असावीत.

रामसिंग आपल्या माणसांसह पुढे गेला. दरवाजाचा आडणा काढून त्याने मोठ्याने हाका मारल्या. आतून काही प्रतिसाद आला नाही. त्याने दार जोरात ढकलले, तर ते आतून उघडेच असल्याचे आढळून आले. सैनिकांनी पवित्रा घेत सावधगिरीने आत प्रवेश केला. पण आतून कसलाही प्रतिकार झाला नाही. त्यांनी सर्व महाल पालथा घातला, तेथे कोणीही आढळले नाही. सैनिकांचा प्रमुख बाहेर आला. दरवाजात उभ्या असलेल्या रामसिंगाला त्याने हे सांगितले. तो लागलीच झुल्फिकारखानाकडे जाऊन म्हणाला,

''आत तर कुणीच दिसत नाही.''

''काय? क्या कहते हो?''

झुल्फिकारखानाने आश्चर्य व्यक्त करत विचारले.

''जी. पूरा महाल खाली आहे.''

रामसिंग नम्रपणे सांगू लागला. त्यावर ताड्कन आपल्या जागेवरून उठत झुल्फिकारखान संताप व्यक्त करत किंचाळला,

''लगता है कंबख्त भाग गया।''

''हमें भी ऐसा ही कुछ लगता है।''

रामसिंग खाली मान घालून म्हणाला. झुल्फिकारखानाचा थयथयाट मात्र अगदी जोरात चाललेला होता. तो सर्वांना ओरडून ओरडून सांगत होता,

''कमाल है इस इन्सान की। ऐसे कैसे हर वक्त निकल जाता है की, पता ही नहीं लगता। जैसे की, किसी आँखों से काजल चुरा लेता है। आधी मी रायगड जिंकला होता, तेव्हाही असाच पळून गेला होता. आता इथूनदेखील निघून गेला. हे असे झालेच कसे?''

झुल्फिकारखानाचा गोंधळ एकीकडे सुरू होता. त्याच वेळी रामसिंग हाडाचे सैनिक गडाचा ताबा घेत होते. गडावर तसे लढाऊ सैन्य असे फारसे नव्हतेच. बहुतेक बायका, मुले, वरकड नोकरचाकर, बुणगे असा सारा मिळून जेमतेम चार हजारांचा जमाव होता. सर्व जण बिनशर्त शरण आले. गडकरी रायाजी नलगे आणि गिरजोजी यादव यांना पकडून झुल्फिकारखानासमोर उभे करून रामसिंग म्हणाला,

"खानसाहेब, हे गिरजोजी यादव. इथल्या शाही जनानखान्याचे सरहवालदार. राजा कर्णसिंगांसोबत आमच्या गोटात आले होते. तेव्हापासून पहचानतो आम्ही त्यांना."

झुल्फिकारखानाने एकवार त्यांच्याकडे रोखून पाहिले. आपल्या आवाजात शक्य तितका करडेपणा आणत दरडावून विचारले,

"क्यूं यादव, कुठे आहेत तुमचे छत्रपती आणि त्यांचा कबिला?"

त्यावर पडलेल्या आवाजात खाली मान घालून गिरजोजी म्हणाला,

"ते तर आठ दिवसांपूर्वीच इथून निघून गेले."

"और उनका जनाना?"

"तोदेखील सोबत घेऊन गेले."

"क्या?"

पुन्हा मोठ्याने ओरडत झुल्फिकारखानाने विचारले. त्यावर कोणी काही बोलले नाही. तेव्हा तोच हताश स्वरांत म्हणाला,

"तुम्हारे राजा को कोई काला जादू आता है क्या? हरवख्त वो मेरे इतने सख्त घेरमें से निकल जाता है। वो भी अपने जनाने के साथ?"

खरेतर सत्य काय आहे, हे स्वत: झुल्फिकारखान, रामसिंग आणि गिरजोजी या तिघांनाही ठाऊक होते. पण त्या वेळी राजगिरीवर असलेल्या मोगल सैनिकांत राव दलपत आणि दाऊदखानाला मानणारे लोक तसेच खुद्द औरंगजेबाचे हेर असण्याची शक्यता होती. म्हणूनच ते असे वागत होते.

६

थोड्या वेळाने शांत होऊन झुल्फिकारखान आपल्या डेऱ्यात निघून गेला. इतर सर्व मंडळी दूर गेल्यावर रामसिंग हाडाने गिरजोजी यादवला एका बाजूला बोलावून घेतले. तेव्हा त्याने विचारले,

"राजाजी, आमचे गणोजीराजे कुठे दिसत नाहीत?"

"तेच तर तुम्हाला सांगायचं आहे. बहोत बुरी खबर है। त्यांना दाऊदखानाने गफलतीने कैद केले आहे."

हे ऐकून गिरजोजी पार हबकूनच गेला. त्यातून सावरत त्याने विचारले,

"मग खानसाहेबांनी नाही काही केले?"

"ते सारे निस्तरण्याएवढी फुरसद खानसाहेबांना मिळाली नाही. जलदीने इकडे यावे लागले."

रामसिंगने सांगितले. गोंधळलेल्या गिरजोजीने परत विचारले,

"मग आता कसं करायचं?"

तेव्हा रामसिंग शांतपणे म्हणाला,

"यादवजी, आता जे काही करायचं आहे ते तुम्हाला आणि मलाच करायचं आहे. खानसाहेब आपल्या आपल्या पाठीशी आहेतच. पण आपल्यावरच सारी जिम्मेदारी आहे. तेव्हा आता मी काय सांगतो त्याकडे नीट ध्यान द्या. आता ते शिर्के आणि मोहित्यांच्या गोटातल्या मंडळींना बोलावण्यासाठी माणसे पाठवून देतील. त्यांच्यातले जे येतील त्यांना आपण सांगायचे की, त्यांनी इथल्या जनानींना आपल्या बायका आहेत असे सांगून ओळख सांगायची. तेव्हा त्या जनानीने ते कबूल करून त्यांच्या सोबत बाहेर पडायचे. समजले?"

हे ऐकल्यावर गिरजोजीच्या जिवात जीव आला. तो मान हलवत म्हणाला,

"असे सारे झाले तर खरेच बरे होईल. दुसरा तरी कोणता मार्ग दिसत नाही."

"यादवजी, आज की यह रात बडी अहम है। तुम्ही त्यांना व्यवस्थितपणे असे समजावून सांगा की, जो कुणी त्यांना आपली पत्नी किंवा बहीण आहे असे म्हणेल, ते मान्य करून त्याच्या सोबत लागलीच बाहेर पडायला सांगा. कोणालाही जरासुद्धा शक होता कामा नये. नाहीतर सारी मेहनत वाया जाईल. म्हणून आपल्याला खूप खबरदारी घ्यायला हवी."

रामसिंग गंभीरपणे सांगत होता. दोघे बराच वेळ हलक्या आवाजात खलबत करत होते. शेवटी रामसिंग म्हणाला,

"आता सर्वांत महत्त्वाची बाब तुम्हाला सांगायची आहे. तुम्ही लक्षात घ्या की, खानसाहेबांना महाराजांचा सारा परिवार सोडून देणे शक्य नाही. त्यामुळे केवळ मुख्य राणीसाहेबा आणि इतर महत्त्वाच्या असामींचे कबिलेच तेवढे सोडवून नेता येतील."

"म्हणजे? बाकीच्यांचे काय?

गिरजोजीने गोंधळून विचारले. त्यावर रामसिंग सविस्तरपणे सांगू लागला,

"समझ लो, यादवजी, खानसाहेबांचीही काही मजबुरी आहे. महाराज आधीच निसटून गेलेले आहेत. अशा परिस्थितीत त्यांचा हाती आलेला महाराजांचा परिवार त्यांनी सोडून दिला असे आमच्या बादशहांना समजले तर त्यांची किती मोठी इतराजी होईल, याचा नुसता विचार करा. म्हणून महाराजांच्या मुख्य राण्या आणि मुलेबाळे आधीच त्यांच्या सोबत निघून गेलेली होती, छावणीतले आपले काही सरदार

महाराजांचे आप्तसंबंधी आहेत. त्यांचे कबिले गडावर आहेत असे त्यांनी सांगितलेले होते. म्हणून त्यांची ओळख पटवून घेऊन त्यांना त्यांच्याकडे पाठवून दिले, आणि बाकीचा राणीपरिवार आणि मुले कैद केलेली आहेत, असे त्यांना बादशहा सलामतना कळवावे लागेल. तेव्हा आता अधिक काही विचार न करता, शाही जनान्यासह इतर महत्त्वाच्या माणसांचे कबिलेच आपल्याला बाहेर काढायचे आहेत एवढेच लक्षात ठेवा.''

आता सर्व मामला गिरजोजीच्या नीटपणे लक्षात आला. ठरावीक मुख्य राण्यांना त्यांच्या मुलांसह सोडवून न्यायचे होते. बाकीचा बराचसा राजपरिवार मागे राहणार होता. याचा प्रचंड तणाव त्याच्या मनावर पडलेला पाहून रामसिंग म्हणाला,

''हम समझते हैं । हे सारे इतके आसान नाही. सारे ठरल्यासारखे पार पडले की, पुढचे आमच्या गोटात गेल्यावर ठरवू. चिंता मत करो । भगवान शिवजी की कृपासे सब ठीक होगा।''

गिरजोजींनी नुसतीच मान हलवली अन् तो तेथून बाहेर पडला. राणीवशाच्या निवासस्थानी पोहोचला. तेथे मुख्य राण्या ताराबाई आणि राजसबाई यांना त्याने सारा बेत उलगडून सांगितला. तो प्रत्यक्ष अमलात येण्यामधल्या अडचणी आणि धोके किती मोठे आहेत, याची त्यांना पूर्ण कल्पना दिली. त्यांनाही त्याची जाणीव होतीच. तशातच गडावर रात्र उतरली. अद्याप छावणीतून शिर्के आणि मोहित्यांची माणसे येऊन पोहोचली नव्हती. ती रात्र चंदीतल्या सर्वांनाच मोठी कसोटीची होती. रामसिंग, गिरजोजी, सारा राणीवसा आणि खुद्द झुल्फिकारखान हे सारे जण प्रचंड तणावात होते. ही अत्यंत अवघड कामगिरी आपल्या देखरेखीखाली पार पाडायला हवी, यासाठी झुल्फिकारखानाने गडावर मुक्काम करायचे ठरवले.

७

दुसरा दिवस कासराभर वर आला तरी छावणीतून कोणी आलेले नव्हते. सारे जण जीव डोळ्यांत आणून त्यांची वाट पाहत होते. अखेर दिवस माथ्यावर आला, तेव्हा कुठे शिर्के आणि मोहित्यांच्या गोटातली मंडळी गडावर येऊन पोहोचली. झुल्फिकारखानाला भेटल्यावर त्याने त्यांना सारे नीट समजावून सांगितले. नंतर रामसिंग आणि गिरजोजी यांना बोलावून घेतले. तोपर्यंत मोगल सैन्यातले बरेच लोक कुतूहलापोटी त्याच्या डेऱ्याबाहेर जमा होऊ लागले होते. ते लक्षात घेऊन झुल्फिकारखान त्यांना कडक शब्दांत म्हणाला,

''ही रामोजीराजे शिर्के आणि मोहित्यांची माणसे आलेली आहेत. ते म्हणत आहेत की, त्यांची मंडळी गडावर आली होती. ती इथेच राहिलेली आहेत, म्हणून

ते त्यांना न्यायला आलेले आहेत. तुम्ही त्यांना राणीवसा जेथे आहे तेथे घेऊन जा. तेथे त्यांच्या घरच्या जनानी असतील तर केवळ त्यांनाच ओळखून बाहेर काढून पाठवून द्या. ध्यानात ठेवा, त्यांच्यात मराठ्यांच्या राजाची कोणतीही बेगम किंवा मुले निघून जाता कामा नयेत. तो भित्रा राजा आम्हाला घाबरून पळून गेला असला तरी आम्हाला त्याचा जनाना बादशहाच्या हुजुरात पेश करण्यासाठी पाठवून द्यायचा आहे. नाहीतर आमच्या या जीतला काहीच मतलब राहणार नाही.''

''जी.''

असे म्हणून सारे निघणार तोच गिरजोजींनी चाचरत विचारले,

''पण खानसाहेब, त्यात आमचा आणि इतर कारभारी मंडळींचे कबिलेसुद्धा आहेत. त्यांनासुद्धा जायची परवानगी दिलीत तर मोठी मेहेरबानी होईल.''

''आमच्या बायकांसोबत त्यांच्या चाकरीच्या कुणबिणी आल्या आहेत. त्यांनासुद्धा...''

गिरजोजीच्या पाठोपाठ रामोजीराजेंनी आपली मागणी पुढे केली. त्यांच्याकडे कपाळावर आठ्या घालून पाहात झुल्फिकारखान म्हणाला,

''हां, ठीक है, ठीक है। लेकिन रामसिंग, तुम ध्यान रखो. कुछ भी गलत नहीं होना चाहिये। बाकीच्या सगळ्यांवर कडा पहारा बसव.''

''जी, खानसाहेब.''

असे म्हणून रामसिंग सर्वांसह तेथून बाहेर पडला. रामोजीराजेंनी आपल्या वहिनी राजकुंवरबाईसाहेब तसेच इतर नातेवाईक स्त्रियांची नावे घेत ताराराणींसह काही जणांची ओळख पटवली. त्यांना आधीच कल्पना होती. त्यामुळे कोणतेही आढेवेढे न घेता त्यांनी ते मान्य केले. त्यांची मुलेबाळे आणि नोकरचाकरसुद्धा जाण्यासाठी तयार झाले. झुल्फिकारखानाने गडावर येतानाच पालख्या आणलेल्या होत्या. खाशा स्वाऱ्या त्यात बसून निघाल्या. इतर माणसांसाठी घोडी दिलेली होती. रामसिंग जातीने त्यांच्या सोबत छावणीत जाणार होता. त्याशिवाय झुल्फिकारखानाने स्वत:चे खास अश्वपथक सोबत दिले होते. सारे मनासारखे झाल्यावर त्याने त्यांना निरोप दिला. महाराजांच्या आणि इतर प्रमुख मंडळींच्या परिवाराचा चंदीबाहेर जाण्याचा प्रवास अखेरीस एकदाचा सुरू झाला.

पालख्या सावकाशपणे बालेकिल्ल्यावरून खाली उतरू लागल्या. तिथून छावणीतल्या रामसिंगच्या गोटात जाईपर्यंत कोणाच्या तोंडून शब्दही फुटला नव्हता. अशा अकल्पितपणे आपली सुटका होईल, असे त्यातल्या अनेक जणींना कल्पनेतही वाटलेले नव्हते. पालख्या गडाखाली येईपर्यंत दिवस मावळणीला आला होता. झुल्फिकारखानाच्या सूचनेनुसार रामसिंग सर्वांना आपल्या गोटात घेऊन गेला. तेथे त्याच्या लोकांनी त्यांच्यासाठी खास डेरे तयार करून ठेवलेले होते. राण्यांच्या

पालख्या त्यांच्या समोर ठेवल्या गेल्या. ताराराणी पालखीतून खाली उतरल्या. त्यांची नजर अभावितपणे चंदीच्या दिशेला वळली. तेथे बालेकिल्ल्यावर स्वराज्याच्या भगव्या झेंड्याच्या जागी मोगलांचे पातशाही हिरवे निशाण फडकताना त्यांना दिसले. त्याच्यावरच्या जरतारी चांदताऱ्यावर मावळतीचे किरण पडले होते. त्यामुळे ती चमचमत होती. त्याची ती चमक एखादा तीर काळजात शिरावा, अशी त्यांच्या डोळ्यांत घुसली. अतीव दुःखाने आणि चिडीने झटक्यात त्यांनी आपली मान वळवली आणि डेऱ्यात प्रवेश केला.

८

ती रात्र सर्वांनी रामसिंगाच्या गोटात जागूनच काढली. गडावरून बाहेर पडण्यात यश आलेले असले तरी अद्याप खरी सुटका व्हायची होती. रामसिंगने संरक्षणाची संपूर्ण जबाबदारी घेतलेली असली तरी मोगली छावणीत राहणे धोकादायकच वाटत होते. खासकरून राव दलपत आणि दाऊदखानासारखे सरदार असताना अधिक सावध राहावे लागणार होते. छत्रपती आणि त्यांच्या कारभाऱ्यांचे परिवार छावणीत असल्याचा नुसता वारा जरी त्यांच्या कानावरून गेला तरी किती मोठे संकट उभे राहू शकते, याची कल्पना रामसिंगाला होती. अनेक उलटसुलट विचारांनी त्याला रात्रभर झोप लागली नव्हती. पहाटेच त्याने गिरजोजीला बोलावून सांगितले,

"यादवजी, आप जलदी से यहाँ से महाराजजी का परिवार लेके निकल जाओ।"

"म्हणजे?"

"हे पाहा, सर्वांना आपण इथे शिर्के आणि मोहित्यांची नातेवाईक मंडळी म्हणून आणले आहे. त्यांना त्यांच्या गोटात पोहोचवायला हवे. आता जंग संपलेले असले तरी ते लगेच निघतील असे नाही. त्या वेळी ते बाकीचे कबिले वेलोरला पोहोचवतील. पर शाही जनान के बारे में मै कोई धोका नहीं लेना चाहता। तुम्हाला माहीत आहे की, खासकरून दाऊदखान छावणीतच आहे. त्याला जराही शक आला तर तो गप्प बसणार नाही. राजपरिवाराची पहचान असलेल्या कोणाला घेऊन आले तर मुसीबत खडी होईल. म्हणून आम्ही म्हणतो की, तुम्ही मोजक्या खाशा मंडळींसह लागलीच इथून निघा."

"ठीक आहे. आम्ही महाराणींना तसे सांगून निघण्याची तयारी करतो."

गिरजोजी तत्परतेने म्हणाला. त्यावर डोळे बारीक करत रामसिंगने त्याला विचारले,

"और तुम्हारा परिवार?"

''तो इथेच राहील सर्वांच्या सोबत. महाराजांच्या परिवाराला इथून सुखरूपपणे बाहेर काढून त्यांच्यापर्यंत पोहोचवणे ही आमची जिम्मेदारी आहे. ती पार पाडणे हे आमचे पहिले कर्तव्य आहे. भाग्यात असेल तर आमचाही परिवार इतरांसोबत सुरक्षितपणे आमच्याकडे येईल.''

ते ऐकून रामसिंग थक्क झाला. गिरजोजी शाही परिवारासोबत आपला कबिलासुद्धा नेऊ या असे म्हणेल, असे त्याला वाटले होते. तो हात जोडत म्हणाला,

''सचमुच धन्य हो आप और आपके महाराज। जरूर उनमें कोई ऐसे गुण होंगे और बहोत सारा पुण्य भी किया होगा उन्होने, जो आप जैसे लोग उन्हे मिले हैं। तुम्ही काय, चिटणीस, सुमंत, किती जण त्यांच्यासाठी पडेल तो धोका पत्करून जिवाची बाजी लावता. हे पाहून आम्हाला कधीकधी खूप आश्चर्य वाटते.''

त्यावर हसत गिरजोजी म्हणाला,

''राजाजी, परत कधी भेटलो तर या विषयावर जरूर बोलू. आता आम्हाला निघायला हवे.''

मान डोलावत रामसिंग तयारीला लागला. अवघ्या अर्ध्या घटकेत शाही पालख्या रामसिंगाच्या गोटामधून बाहेर पडल्या. त्यांच्या सोबत त्याचे निवडक कडवे रजपूत घोडदळ होते. तो स्वत: गिरजोजीसह अग्रभागी चाललेला होता. छावणीतल्या पहारेकऱ्यांना त्याने आपल्या कुटुंबातल्या स्त्रियांना वांदिवाशच्या तळावर सोडून येत आहे असे सांगितले. थोडे अंतर गेल्यावर वांदिवाशला जाणाऱ्या रस्त्यांऐवजी अरणीला जाणारी वाट लागली. रामसिंग तेथून परत निघाला. आपल्या घोड्यावरून उतरून तो गिरजोजीकडे आला. दोघांनी एकमेकांची खांदाभेट घेतली. रामसिंग भावपूर्णपणे म्हणाला,

''यादवजी, अब हम चलते हैं। पता नहीं फिर कभी मिलेंगे भी या नहीं, लेकिन हम आपको भूलेंगे नहीं। आमच्यावर आमच्या सेनापतीने जी कामगिरी सोपवली होती ती आम्ही पार पाडलेली आहे. आगे एकलिंगजी की मर्जी.''

असे म्हणून तो परतीच्या वाटेला लागला.

महाराजांचा कबिला अरणीमार्गे वेलोरची वाट चालू लागला. पाहता पाहता सर्व जण अरणीजवळ आले. पण महाराज वेलोरला आहेत हे निश्चितपणे माहीत असल्यामुळे सारे जण वेलोरच्या दिशेने वळले. आणखी काही अंतर गेल्यावर चालीचा वेग थोडासा मंदावला. आता वेलोरची हद्द अवघ्या पाच कोसांवर म्हणजे अगदीच टप्प्यात आली होती. घटकाभरात आपण आपल्या माणसांमध्ये जाणार, या आनंदात सर्व जण निघाले होते. पण त्याच वेळी अचानक पिछाडीच्या राखणीचे स्वार दौडत आले. ते धापा टाकत गिरजोजीला म्हणाले,

''कुणीतरी स्वार आपल्या दिशेने दौडत येत आहेत.''

"किती आहेत?"

"अगदी थोडे आहेत."

हे ऐकून गिरजोजी म्हणाला,

"ठीक आहे. आम्ही मागे जाऊन पाहतो. बाकीचे तसेच पुढे जाऊ देत."

गिरजोजी निवडक स्वारांसह थोडे अंतर मागे गेला. तेव्हा त्याला खुद्द रामसिंग परत आलेला दिसला. त्याने आश्चर्याने विचारले,

"राजाजी आपण परत आलात?"

"जी. आपण बाहेर पडत असतानाच बहुतेक दाऊदखान पन्नीला शक आला असावा. त्याने आपल्या मागावर माणसे ठेवलेली होती. आम्ही परत गेलो, तेव्हा त्याने वांदिवाशला जाण्याऐवजी तुम्ही अरणीकडे कशाला गेलात असे विचारले. यावर बोलताना आमचा थोडा गोंधळ उडाला. त्यामुळे त्याचा शक आणखी बळावला असावा असे मला वाटले. तो कदाचित इकडे तुमच्या मागावर येण्याची शक्यता वाटली. म्हणून पुढे छावणीत न जाता, इथे तुम्हाला सावध करण्यासाठी आलो."

ते ऐकून क्षणभर गिरजोजी गांगरून गेला. त्याला काही सुचेना. दोघे दौडत इतर मंडळींच्या जवळ आले. तोपर्यंत काहीतरी गडबड आहे, हे ताराराणींच्या लक्षात आले होते. त्यांनी आपला मेणा थांबवला. गिरजोजींना मेण्याजवळ बोलावून विचारले. सारा प्रकार समजल्यावर त्याही क्षणभर गोंधळल्या. नंतर काही विचार पक्का करून त्या आपल्या पालखीतून उतरून राजसबाईंच्या मेण्याजवळ आल्या. त्यांना सारे सांगून म्हणाल्या,

"बाई, इथवर मजल गाठल्यानंतर आता अडचणीत सापडणे आम्हाला तरी मंजूर नाही. पण घुडसवार पाठीवर असताना मेण्यांतून इथून पुढची वाटचाल करत वेलोर गाठणे आम्हाला जवळजवळ अशक्य वाटते. आपण एवढा मोठा धोका पत्करू शकत नाही."

हे ऐकून राजसबाई मेण्यातून त्यांची कुणबीण लखमू हिच्या आधाराने बाहेर आल्या. त्यांना नुकताच चौथा महिना सरलेला होता. अशा परिस्थितीत काय करायचे हा मोठाच प्रश्न होता. ताराराणी त्यांना हळुवारपणे म्हणाल्या,

"बाई, अजून जवळजवळ पाच कोसांचा पल्ला गाठायचाय. एवढे अंतर कापायचे तर आपल्यालादेखील घोड्यावरून जायला हवं, असं आम्हाला वाटतंय. आमचे काही नाही, पण आपल्याला झेपेल का?"

राजसबाईसुद्धा मराठ्यांच्या छत्रपतींच्या पत्नी आणि कागलच्या शूर, नामवंत अशा घाटगे घराण्यातल्या कन्या होत्या. त्यांच्याही नसानसांतून लढाऊ मराठी रक्त वाहत होते. क्षणाचाही वेळ न दवडता त्याही घोड्यावरून जाण्यास तयार झाल्या.

रामसिंग तर हैराण होऊन अतीव अविश्वासाने दोघींकडे पाहत राहिला. गिरजोजीने हाक मारल्यावर भानावर येऊन तो इतरांसोबत तयारीला लागला. त्या आधी याची खबर महाराजांना देण्यासाठी सर्वांत वेगवान असे दोन घुडसवार वेलोरकडे पाठवले गेले.

दोन अगदी उत्तम उमदी घोडी निवडली गेली. त्यांच्या खोगिरावर मऊमऊ गाद्या अंथरल्या गेल्या. स्वत: ताराराणी आणि लखमू कुणबिणीने राजसबाईंना आधार देऊन घोड्यावर व्यवस्थितपणे बसवले. गिरजोजीने त्यांच्या सात वर्षांच्या सोयराबाईंना आपल्या पुढ्यात घेतले. ताराराणींनी बाळराजेंना आपल्या पुढ्यात बसवून शेल्याने घट्ट बांधून घेतले. सर्वांनी रामसिंगचा निरोप घेतला. आता सर्व जण शक्य तितक्या वेगाने वेलोरकडे दौडत निघाले. तो छत्रपतीचा परिवार नजरेआड होईपर्यंत तेथे थांबून रामसिंग आपल्या छावणीकडे परतला. महाराजांच्या कबिल्याच्या सुटकेचा प्रवास आता अंतिम टप्प्यात आला होता.

९

राजाराम महाराज वेलोरला पोहोचल्याला आठ दिवस झाले होते. तेव्हापासून एका पाठोपाठ अप्रिय घटना घडत असल्याच्या बातम्या येत होत्या. दुसऱ्याच दिवशी चंद्रगिरी आणि कृष्णगिरीवर गनिमाचे जोरदार हमले सुरू झालेले आहेत, त्यातला चंद्रगिरी तर केव्हाही पडू शकेल अशी खबर आली. त्यामुळे वेलोरातले सर्व जण चिंतातुर झाले. त्यानंतर गनिमाची आगेकूच वेगाने होत आहे एवढेच समजत होते.

महाराज स्वत: आणि त्यांची प्रमुख कारभारी मंडळी वेलोरमध्ये सुखरूप पोहोचलेली होती, एवढी एकच काय ती समाधानकारक घटना या काळात घडलेली होती. पण त्यांच्यासह इतर सर्वांचेच कबिले मागे राहिलेले होते. त्यांच्या काळजीने सगळे अतिशय अस्वस्थ झालेले होते. महाराजांनी किल्लेदार बाजीराव काकडे यांना सांगून आपल्या नजरबाजांना चंदीची बित्तंबातमी काढण्याच्या कामाला लावले होते. तरीही केवळ चंदीवरचे आक्रमण दिवसेंदिवस वाढत आहे एवढेच फक्त समजत होते. अधिक माहिती मिळवण्यासाठी शिर्के, मोहिते आदी सरदारांशी संपर्क साधणेही अशक्य झाले होते. झुल्फिकारखानाकडूनही काही समजत नव्हते. काही कळत नव्हते, तसेच काही करताही येत नव्हते. त्यामुळे वेलोरातील मंडळींची अस्वस्थता मात्र दिवसागणीक वाढत होती.

शनिवार पौष अमावस्या, या दिवशी आलेली खबर ऐकून तर तिथल्या सर्वांच्या मनात खरोखरच अवसेचा अंधार दाटून आला. त्या दिवशी राजगिरीवर मोगल साम्राज्याचे निशाण फडकल्याचे नजरबाजांकडून समजले होते. हे होणार

असे जरी अपेक्षितच होते तरी ते प्रत्यक्ष घडल्याचे ऐकून दु:ख झालेच. शिवाय, मोगलांनी ताब्यात घेतलेल्या गडावर अडकलेल्या आपल्या जिवलगांच्या काळजीने त्यांची झोप उडून गेली होती. आता गणोजीराजे आणि खुद्द झुल्फिकारखान यांच्यावरच सारी भिस्त होती. त्यांना कोणत्या मार्गाने का असेना आपल्या माणसांना सोडवण्यात यश यावे यासाठी परमेश्वराकडे प्रार्थना करणे, एवढेच आपल्या हाती असल्याचे शल्य सर्वाधिक क्लेशकारक होते.

अखेर त्यांच्या प्रतीक्षेला यश आले. दुसऱ्याच दिवशी चंदीहून दोन स्वार दौडत आले होते. त्यांनी जे काही सांगितले ते ऐकून सारे हरखून गेले. बहुतेक सारे कबिले गडावरून रामसिंग हाडा तसेच शिर्के आणि मोहित्यांच्या माणसांच्या मदतीने सोडवून आणले आहेत. त्यापैकी महाराजांचा परिवार घेऊन गिरजोजी निघालेला आहे. बाकीचे मागोमाग पाठवले जाणार आहेत हे सांगतानाच गनिमाच्या पाठलागाच्या जोखमेमुळे दोन्ही राण्या पालख्यांतून नव्हे तर घोड्यावरून येत आहेत असेही त्यांनी सांगितले. हे समजल्यावर बाजीराव काकडेंनी तातडीने अश्वपथकासह पालख्या गडाखाली पाठवून दिल्या.

घटकाभरातच वेलोर गडाचा परिसर नौबत नगाऱ्यांच्या गजरात दणदणून गेला. महाराणींसह मुख्य राण्या आणि त्यांची मुले सुखरूपपणे येऊन पोहोचली होती. त्यांना डोळे भरून पाहिल्यावर महाराजांनी अतीव समाधानाने हात जोडले. शंभूमहादेव आणि तुळजाभवानीला मनोभावे नमस्कार करून आपल्यावर त्यांची अशीच कृपादृष्टी राहू दे अशी प्रार्थना केली.

घटकाभरात सारे स्थिरस्थावर झाल्यावर गिरजोजी महाराजांच्या भेटीला आला. त्यांना मुजरा करीत म्हणाला,

"आपली आज्ञा घेण्यासाठी आलो आहे."

"लागलीच निघालात?"

महाराजांनी विचारले. त्यावर तो म्हणाला,

"जी, महाराज. जाण्यापूर्वी चंदीला घडलेली एक वाईट गोष्ट सांगायची होती. दाऊदखानाने गणोजीराजे आणि अंबूराव मोहिते यांना कैद केले आहे."

"काय?"

प्रचंड धक्का बसून महाराजांनी विचारले. तेव्हा गिरजोजीने सारा वृत्तान्त सांगितला. गणोजीराजेंना झालेली अटक, रामसिंग हाडाने केलेली मदत, हे सारे सांगून तो म्हणाला,

"महाराज, अजून बाकीचे कबिले मागे शिर्के आणि मोहित्यांच्या गोटात आहेत. त्यांची पाठवणी झाल्याशिवाय रामसिंगला गडावर जाऊन खानसाहेबांना भेटता येणार नाही."

"आणि तुमचा कबिला?"

"तो रामसिंगच्या ताब्यात आहे. तोच साऱ्या कबिल्यांची काळजी घेतोय. लवकर जायला हवं."

"मोठी कामगिरी पार पाडलीत. जा. लवकर सर्वांना घेऊन या."

महाराजांना मुजरा करून गिरजोजी पुन्हा चंदीच्या वाटेला लागला.

त्या रात्री महाराजांनी आपल्या कुटुंबीयांसमवेत थाळा घेतला. आठवड्याभराच्या तणावाचा निचरा आणि वाटेत झालेली दगदग यामुळे मुले आणि राजसबाई लवकर झोपून गेले. महाराज ताराराणींसह मधल्या आठवड्यात घडलेल्या घटनांबद्दल बोलत बसले.

ताराराणी सांगत होत्या,

"आपण निघून गेलात तसे गडावरचे हल्ले वाढले. चंद्रगिरी पडल्याचे समजले तेव्हा तर काही सुचेनासे झाले होते. त्याच संध्याकाळी आम्ही महाल सोडला. सारा राणीवसा सेवेकऱ्यांच्या घरांमध्ये हलवला. तेथे कसेतरी दाटीवाटीने राहत असतानाच गनिमाचे आक्रमण वाढत असल्याचे जाणवत होते. दिवसरात्र बंदुका आणि तोफांच्या बारांचा आवाज, गनिमाच्या सैनिकांच्या गर्जना, यांनी मुलेच काय मोठी माणसेही भेदरून जात होती. त्यांना सावरत असताना पुढे काय घडणार, आता आपण कसे सुटणार या विचारांनी डोके अगदी भणभणून जात होते. त्यातच मग शिर्के दाजीसाहेब पकडले गेल्याचे समजले तेव्हा तर आमचाही धीर सुटला होता."

सारे आठवून ताराराणींच्या अंगावर शहारा फुलून आला. त्यांच्या खांद्यावर हळुवारपणे थोपटत महाराज म्हणाले,

"आम्हाला त्याबद्दल गिरजोजींनी सांगितले. पण आता सारे ठीक झाले ना! आज आपण इथे एकत्र आलेलो आहोत. तसेच इतर मंडळी आणि गणोजीराजेसुद्धा सुटून येतील. गिरजोजी तेथे गेलेले आहेत. ते येतील, तोपर्यंत वाट पाहायला हवी. मग सारे समजेल. तुम्ही आता आणखी त्रास करून घेऊ नका. चला, रात्र बरीच झाली. थकला असाल. सुमार व्हा."

ताराराणींनी नुसतीच मान हलवली. त्याही दिवसभराच्या दगदगीने खरोखरीच खूप दमल्या होत्या. काही क्षणांतच गाढ झोपेच्या अधीन झाल्या. महाराज हलकेच उठून बाजूला झाले. त्यांचा डोळा लागत नव्हता. त्यांचा मुख्य परिवार जरी आला होता तरी अजून बऱ्याच पत्नी, उपपत्नी आणि मुले गडावर राहिलेली होती. खासकरून त्यांचा लाडका पुत्र राजा कर्णसिंह, त्याची बहीण आणि सगुणाबाई यांच्याबद्दल तर काहीही समजले नव्हते. त्यांच्या काळजीने महाराजांचा जीव व्याकूळ होऊन गेला होता. त्यांची ही व्यथा त्यांना कोणाजवळ बोलूनही दाखवता येत नव्हती. अशाच सर्व विचारात असताना केव्हातरी मध्यरात्री त्यांचा डोळा लागला.

१०

झुल्फिकारखानाने गड ताब्यात घेतल्यावर चंदीचा वेढा उठवल्याचे जाहीर केले. सर्व सरदारांना आपल्या कबिल्यांसोबत राहायची मोकळीक दिली. बऱ्याच लोकांची कुटुंबे वांदिवाशला होती. ते तिथे निघून गेले. जंग फते झाल्याचा जश्न सगळीकडे मोठ्या जोरात सुरू होता. त्या गडबडीत गडावरून शिर्के आणि मोहित्यांच्या गोटात आलेल्या मंडळींना बाहेर काढण्याची जबाबदारी रामसिंग आणि गिरजोजी पार पाडण्याचा प्रयत्न करत होते. त्यांना दोनच दिवसांत पहिले यश मिळाले. त्यांनी काही मंडळी वेलोरला पाठवून दिली. त्यानंतर पुढच्या आठवड्याभरात टप्प्याटप्प्याने सगळ्यांचे कबिले येऊन पोहोचले.

सर्वांत शेवटी गिरजोजी आपल्या कुटुंबीयांसह वेलोरला येऊन पोहोचला. त्याचे कुटुंब रामसिंग हाडाच्या ताब्यात होते. त्यामुळे त्याला येण्यास उशीर झाला होता. तो महाराजांच्या भेटीला आल्यावर त्यांनी विचारले,

“उशिरा का होईना सारी मंडळी सुखरूपपणे आली. हे मोठे काम पार पाडलेत. बाकीची काय खबर?”

“झुल्फिकारखानाने गडाचा ताबा घेतल्यावर आजूबाजूचे जमीनदार आणि वतनदारांकडे स्वार पाठवून द्यायला सुरुवात केलेली आहे. बहुतेक सारे न लढताच शरण येत आहेत. काही जण आधीच वांदिवाशला नजराणे पाठवून त्यांच्याकडे रुजू झालेत.”

“हं. त्यांचेही बरोबरच आहे. मुख्य गडच पडल्यावर ते तरी काय करणार?”

महाराज उदासपणे म्हणाले. गिरजोजी पुढे काही न बोलता खाली मान घालून चुळबुळ करत उभा आहे. त्याला अधिक काहीतरी माहीत आहे, पण तो सांगण्यास चाचरत असल्याचे त्यांच्या ध्यानी आले. त्यांनी विचारले,

“गिरजोजी, आणखी काही सांगायचे आहे काय? बेलाशक सांगा. आम्ही चंदीहून बाहेर पडलो तेव्हाच काहीही ऐकण्याची मनाची तयारी केलेली होती. बोला.”

“महाराज, दाऊदखानाने गणोजीराजेंसोबत अंबूराव मोहिते यांना पकडले होते. त्यांना ठार मारण्याचा हुकूम खानसाहेबांनी दिला असे समजले. नंतरच्या धरपकडीत नारो प्रल्हाद आणि तिमाजी रघुनाथ पकडले गेलेत. त्यांना त्याने गडावरच्या इतर कैद्यांसोबत बादशहाकडे न पाठवता गणोजीराजेंप्रमाणे इथेच कैदेत ठेवले आहे.”

“हे तर फारच वाईट झाले. या सर्वांनी दौलतीची खूप मोठी सेवा केलेली आहे. खानसाहेबांनी अंबूरावांना मारण्याची सजा दिली. पण यांना मात्र आपल्या कैदेत

ठेवले, म्हणजे कदाचित त्यांना निसटण्याची संधी मिळू शकेल असे आम्हाला वाटते. बघू या काय होते ते. आता सारे झुल्फिकारखानाच्या हाती आहे. आणखी काय खबर?''

महाराजांना आपली मागे राहिलेली बाकीची बायकामुले, विशेषत: कर्णसिंह आणि सगुणाबाई यांच्याबद्दल विचारायचे आहे हे गिरजोजीच्या ध्यानी आले होते. हेच सांगणे सर्वांत अवघड होते. तरीही सारा धीर एकवटून तो म्हणाला,

''आपला बाकीचा सारा कबिला वरकड मंडळींसह मोठ्या बंदोबस्तात बादशहाकडे पाठवून दिलेला आहे असे समजते. त्या वेळी एक अगदी विलक्षण घटना घडल्याचे रामसिंग सांगत होते. सर्वांना आता गडावरून नेणार हे समजल्यावर आपले आता पुढे काय होणार या कल्पनेने त्यांच्यात मोठी घबराट उडाली. जोरजोरात रडारड सुरू झाली. त्या वेळी आपल्या कबिल्यातली कोणी एक स्त्री दु:खावेगाने स्वत:ला सोडवून घेऊन जोरात धावत सुटली. आणि तिने तिथल्या कड्यावरून स्वत:ला झोकून दिले.''

''कोण होती ती?''

महाराजांनी गुदमरलेल्या स्वरात विचारले. त्यावर मान हलवत गिरजोजी म्हणाला,

''ते नाही समजले. रामसिंगाला विचारले तेव्हा तो म्हणाला, त्या कड्याखाली इतकी दाट झाडी होती की, तेथे उतरून तो देह काढायला कुणी तयार होईना. तेव्हा त्याबद्दल काही समजले नाही.''

गिरजोजीने पाहिले. महाराज आपल्या मनातले भावनांचे कढ आवरत जमिनीकडे एकटक पाहत बसले होते. काही न बोलता त्यांना मुजरा करून तो हलकेच तेथून बाहेर पडला.

गिरजोजीकडून समजलेल्या आप्तस्वकीयांबद्दलच्या या अप्रिय घटना ऐकून महाराज अतिशय बधिर होऊन गेले होते.

११

पाहता पाहता महाराजांना चंदीबाहेर पडून महिना होत आला. झुल्फिकारखानाने आधी राव दलपतला चंदीची किल्लेदारी देऊ केलेली होती. पण त्याने ती नाकारली. त्यामुळे सरदार कुबादखानाचा मुलगा गजनफरखान जो अडीच हजारी मनसबदार होता, त्याला ती देण्यात आली. महाराजांच्या चार स्त्रिया, तीन पुत्र आणि दोन मुलींसह शेकडो बंदिवानांना औरंगजेबाकडे ब्रह्मपुरीला पाठवून दिले गेले. त्यामुळे औरंगजेबाने खूश होऊन झुल्फिकारखान, आसदखान आणि राव दलपत बुंदेला

यांना बढती दिली. आसदखानाला 'हफ्त हजारी' म्हणजे सात हजारांचा, तर झुल्फिकारखानाला 'पंचहजारी' मनसबदार केले. राव दलपत बुंदेलाची मनसब अडीच हजार जात आणि तेराशे स्वार यावरून तीन हजार जात आणि पंधराशे स्वारांपर्यंत वाढवली. चंदीचे नाव बदलून 'नुस्त्रतगड' ठेवावे असा फतवा काढला.

चंदी जिंकली तरी मराठ्यांचा छत्रपती आपल्या मुख्य परिवारासह निसटला याचे शल्य औरंगजेबाच्या मनाला अतिशय डाचत होते. महाराज चंदीहून निघाले की, मराठी मुलखाकडे जाणार हे ओळखून त्याने दक्षिणेतले सर्व लहानमोठे मोगल सरदार, मांडलिक आणि बसवापट्टणला असलेला आपला शहाजादा बेदारबख्त या सर्वांना सारा मुलूख पिंजून काढायचे सख्त हुकूम दिले होते. कारण महाराज एकदा आपल्या मुलखात जाऊन पोहोचले की, तिथल्या डोंगरी किल्ल्यातून त्यांना परत हस्तगत करणे किती अवघड आहे हे तो चांगलाच जाणत होता.

महाराज सहपरिवार कुठे आहेत हे गुप्त ठेवण्यात मात्र सर्वांनाच यश आले होते. ते वेलोरात आहेत हे अगदी मोजक्या मंडळींना माहीत होते. ते चंदीमधून बाहेर पडल्यावर तंजावरकडे जातील असा वांदिवाशमधल्या मंडळींचा अंदाज होता. पण ते तेथे नाहीत, तसेच अन्य कोठेही दिसत नाहीत असे पाहिल्यावर शोधणाऱ्यांचा उत्साह मावळला. आता बाहेर पडणे सुरक्षित आहे असे वाटल्यामुळे पुढच्या हालचालींना सुरुवात झाली.

धनाजी जाधवराव वाकिणखेडा येथे येऊन थांबले होते. त्याच्या अलीकडेपासून ते पुढे वेलोरपर्यंत त्यांनी जागोजागी सैन्याच्या तुकड्या पेरल्या. वाटेतील सारा बंदोबस्त व्यवस्थितपणे केल्यावर ते आपले पाच हजाराचे खडे सैन्य आणि बेडरांचे करोल बंदुकची यांच्यासह वेलोरला आले. आता राजाराम महाराज आणि त्यांचे कारभारी यांना चंदीहून वेलोरात येऊन महिना होऊन गेलेला होता. सर्वांना कधी एकदा आपल्या मुलखात जातो असे वाटत होते. त्यामुळे ते येताच सारे जाण्यासाठी सज्ज झाले.

महाराज बाजीराव काकडेंना बोलावून म्हणाले,

"बाजीराव महिनाभर आम्ही सर्व इथे राहिलो. तुम्ही आणि तुमच्या माणसांनी अशा कसोटीच्या समयी आमची आणि दौलतीची मोठी सेवा केलेली आहे."

"महाराज, ते तर आमचे कर्तव्यच होते. गेल्या सात वर्षांत आपण इतके जवळ असूनही फारशी भेटही होत नव्हती. यानिमित्ताने आपला सहवास लाभला. आपल्या आणि महाराणींच्या सुटकेच्या कामी आलो हे आमचेच भाग्य आहे."

बाजीराव नम्रपणे म्हणाले. त्यावर महाराज म्हणाले,

"ते झाले. पण आता चंदी पडल्यामुळे झुल्फिकारखानाचा मोहरा तुमच्याकडे वळण्याची शक्यता आहे. त्याची तयारी तुम्ही करालच. हा गडही तसा बेलाग आहे.

पण आता आम्ही जवळ नाही. त्यामुळे काळजी वाटते.''

''आपण आमची काळजी करून कष्टी होऊ नये. आम्ही आणि आमचे लोक गड त्याच्या हाती लागू देणार नाही. आपण निश्चिंत असावे.''

महाराजांनी निघण्यापूर्वी तिथले रावलोजी इंगवले, बाजी कदम, रेखोजी जाधव यांसह अनेकांची त्यांनी केलेल्या सेवेबद्दल सर्फराजी केली आणि म्हणाले,

''या परिस्थितीत जमेल तसे करीत आहोत. देवकृपेने एकदा आम्ही आमच्या मुलखात सुखरूपपणे पोहोचलो की, तुमच्यासाठी जे जमेल ते करू. आता येतो आम्ही.''

दुसऱ्या दिवशी पहाटे सारा लवाजमा निघाला. पहिला टप्पा कृष्णगिरीमार्गे बंगळूरपर्यंतचा म्हणजे जवळजवळ पन्नास कोसांचा होता. वाटेत धनाजींनी नायकांच्या माणसांसह आपल्या माणसांच्या तुकड्या तैनात केलेल्या होत्या. रात्रीच्या मुक्कामाची सोयदेखील चोख ठेवलेली होती.

काही अंतर गेल्यावर अचानक पिछाडीच्या पहाऱ्यावरचे सैनिक दौडत आले. त्यांनी धनाजीरावांना खबर दिली की, झुल्फिकारखान काही स्वारांसह त्यांचा पाठलाग करतो आहे. ते ऐकून धनाजीराव महाराजांकडे आले. ते ऐकून हसत महाराज म्हणाले,

''तुम्ही काळजी करू नका. थोडा वेळ आपल्या मागून येतील. नंतर माघारी जातील. त्यांच्या बादशहाला दाखवण्यासाठी त्यांना काहीतरी करावे लागेलच ना?''

धनाजीराव समजले. महाराजांचा काफिला पुढे जात राहिला. झुल्फिकारखान शिरपे या गावापर्यंत त्यांचा पाठलाग करत आला. तिथे थांबून राहिला. महाराजांचे खबरगीर सांगू लागले,

''खानसाहेबांनी शिरपे गावाजवळ छावणी टाकलेली आहे. तिथून पुढचा इलाखा शहाजादा बेदारबख्ताच्या अखत्यारीत येतो. बहुतेक खानसाहेब शहाजाद्याकडून कुमक यायची वाट पाहत असावेत, असे त्यांच्या छावणीतल्या लोकांना वाटत आहे.''

ते ऐकून महाराज आणि धनाजीरावांनी एकमेकांकडे पाहून फक्त स्मितहास्य केले. खबरगीर निघून गेले. महाराज पुढे जाऊन चित्रदुर्गाच्या हद्दीत पोहोचल्यावर झुल्फिकारखान आपली छावणी उठवून अर्काटला परतला. ते समजल्यावर महाराज म्हणाले,

''धनाजीराव, खानसाहेबांनी आमच्या पाठलागावर येऊन किती गोष्टी एकाच वेळी साधल्या आहेत ते पाहा. बादशहाला आम्हाला अडवण्याचा प्रयत्न केल्याचे दाखवले. ते स्वत: आपल्या मागावर आहेत म्हटल्यावर अन्य कोणी मोगल सरदार आपल्यामागे येणार नाही, याची खात्री केली. तसेच बसवापट्टणला असलेला

शहाजादा बेदारबख्त काही हालचाल करणार नाही, याचाही बंदोबस्त केला. आपण आता सुरक्षित ठिकाणी पोहोचलो आहोत, याची खात्री झाल्यावर ते परत गेले. पाहिलेत, आमचा त्यांच्याविषयीचा अंदाज खोटा नाही ठरला.''

''खरे आहे महाराज, अशी जाण ठेवणारी आणि दिलेला शब्द पाळणारी माणसे विरळाच. आपण अशा बाबतीत खरेच भाग्यवान आहोत.''

पुढचे सारे मुक्काम व्यवस्थित पार पाडून महाराज बंगळूरला पोहोचले. तेव्हा त्यांच्या परतीच्या प्रवासाचा पहिला टप्पा यशस्वीपणे पार झालेला होता.

१२

बंगळुरात मोठा मुक्काम पडला. सर्वांनाच त्यातून विशेषत: राजसबाईंना आरामाची अत्यंत जरुरी होती. त्यामुळे तेथे चांगला आठ दिवस मुक्काम केला गेला. आता वाकिणखेडा या बेडर लोकांच्या राजधानीत जायचे होते. वाकिणखेडा हे बेडरांचे गेल्या दहा वर्षांपासून मुख्य ठाणे बनले होते. त्यापूर्वी कित्येक वर्षे विजापूरच्या पूर्वेला छत्तीस कोसांवर असलेले सागर हे त्यांचे मुख्य ठिकाण होते. बेडरांनी मोगलांशी अनेक वर्षे संघर्ष केल्यावर अखेर महाराज गादीवर येण्यापूर्वी दोन वर्षे ते मोगलांनी हस्तगत केले होते. त्यानंतर पिड नायक याने तेथून सहा कोस अंतरावर असलेल्या वाकिणखेडा या बेलाग ठिकाणी ते वसवले. त्याचा मोगलांवर अतिशय राग होता. म्हणून त्याने संताजी घोरपडे आणि धनाजी जाधव यांच्याशी मैत्री करून गुलबर्ग्यापासून रायचूरपर्यंतच्या प्रदेशात सतत धामधूम माजवत मोगलांना सळो की पळो करून सोडले होते.

हे बेडर लोक नावाप्रमाणेच अत्यंत नीडर असून अचूक नेमबाजीबद्दल मशहूर होते. त्यातल्या बंदूकधारी नेमबाजांना बंदुकची असे म्हणायचे. बेडरांच्या तरबेज बंदुकचींना आणि बरकंदाजांना मराठी आणि मोगल सैन्यात चांगली मागणी होती. यांची एक तुकडी तेथे संरक्षणासाठी कायम तैनात केलेली असायची. शिवाय, वाकिणखेडा हे ठिकाण इतके दुर्गम आणि सुरक्षित होते की, अनेक मराठे सरदार पुढे दक्षिणेत जाण्यापूर्वी आपले कुटुंबकबिले तेथे ठेवून पुढे मोहिमेसाठी जात असत. अशा वाकिणखेड्याला पोहोचले की, पुढचा प्रवास पूर्णपणे सुरक्षित होणार होता.

अशा बेलाग ठिकाणी जाण्याचा मार्गही तितकाच खडतर होता. संपूर्ण प्रवास मोगलांच्या मुलखातून करावा लागणार होता. त्यातही वेदवती आणि अर्कवती या दोन मोठ्या नद्या पार कराव्या लागणार होत्या. नद्यांच्या विशाल पात्रांमधून संपूर्ण संरक्षणात जात असताना, आठ वर्षांपूर्वी अगदी मोजक्या साथीदारांसह तुंगभद्रा नदी

ओलांडताना ओढवलेला प्रसंग महाराजांना आठवला. ते ताराराणींना म्हणाले,

''तेव्हा किती थोडे लोक होते आमच्या सोबत. जेव्हा त्या सय्यदची माणसे चालून आली तेव्हा रूपसिंग भोसले, संताजी जगताप आदींनी त्यांना रोखले. आम्ही बहिर्जीसह नदीपार होऊन वेलोरपर्यंत कसे आलो हे सारे आठवले की, आजही अंगावर काटा येतो.''

ताराराणीसुद्धा ही वेदवती ओलांडून आल्या होत्या. ते सारे त्यांनाही आठवले. त्या म्हणाल्या,

''आम्हीदेखील ही नदी ओलांडून गेलो होतो. पण यापेक्षा सागरातून प्रवास करताना काय वाटले त्याचे वर्णन करणे अवघड आहे. एवढा मोठा सागर पार करून आल्यावर मात्र हे नदीचे पात्र आम्हाला मोठे नव्हते वाटले. आपण पाठवलेली मंडळी सोबत होती. तरीही गनिमाचा मुलूख असल्यामुळे आमच्या मनावर फार मोठा ताण होता. प्रत्येक क्षणी कधी एकदा पार पडून चंदी गाठतो असे वाटत होते.''

जुन्या आठवणींना उजाळा देत वाटचाल सुरू होती. जाधवरावांच्या पंचहजारी सैन्यासोबत बेडरांचे करोल बरकंदाज संरक्षणासाठी बरोबर असल्याने का असेना, वाकिणखेडा येईपर्यंत कुठेही मोगलांशी सामना झाला नाही. तेथे पोहोचल्यावर त्यांना कित्येक मराठी सरदारांची कुटुंबे भेटली. तेव्हा प्रथमच आपल्या माणसांमध्ये आल्यासारखे सर्वांना वाटले.

वाकिणखेड्याच्या पुढचा मुक्काम कोप्पळला पडणार होता. तिथे आपलाच मांडलिक राजा असल्याने काही प्रश्न नव्हता. त्याने महाराजांची जोरदार आगवानी केली. त्यामुळे सारे सुखावून गेले. तेथे काही दिवस थांबल्यावर प्रवासाचा अखेरचा टप्पा सुरू झाला. भुदरगडमार्गे महाराज पुढे निघाले आहेत, लवकरच विशाळगडावर पोहोचणार आहेत, असा निरोप अमात्य रामचंद्रपंतांकडे पाठवला गेला. प्रचंड संघर्षाचा सामना करून अखेर मराठ्यांचे छत्रपती आपल्या जन्मभूमीत परतले होते.

भाग १४

१

महाराज सहकुटुंब सहपरिवार विशाळगडापासून अवघ्या एका मजलेपर्यंत येऊन पोहोचल्याची खबर आली, अन् गडावर एकच गडबड उडाली. रामचंद्रपंत, शंकराजी, परशुरामपंत आदी मंडळी किल्लेदारांसह त्यांच्या आगवानीची तयारी करण्यासाठी खलबतखान्यात जमली. गेल्या कित्येक दिवसांची बेचैनी अखेर आज संपुष्टात आली होती. सारी तयारी करून एक अश्वपथक गडाखाली पाठवले गेले. महाराज गडाजवळ आल्याच्या निरोपाची सर्व जण वाट पाहू लागले.

पहाटे दुसरा नजरबाज महाराजांचा लवाजमा गडाजवळ आल्याचा निरोप घेऊन आला. तेव्हा रात्रभर वाट पाहत बसलेले तिघे जण खलबतखान्याबाहेर पडले. फाल्गुन महिना सरत आला होता. होळी होऊन गेलेली असली, तरी अद्याप गडावर थंडी चांगलीच जाणवत होती. पहाटेच्या दवाने सर्दावलेल्या वाटेवरून चटाचट पावले उचलत ते नगारखान्याजवळ आले. तेथे आधीच तयार असलेले मेणे आणि सजवलेले अश्वपथक त्यांची वाट पाहत थांबलेले होते. अश्वारूढ होत रामचंद्रपंतांनी इशारत केली. तिघे अग्रभागी दौडू लागले. पाठोपाठ सारे गडाखाली निघाले.

गडाच्या दरवाजाजवळ खुद्द सेनापती धनाजी जाधवराव त्यांची वाट पाहत होते. त्यांच्या मागे गडाखालच्या विस्तीर्ण परिसरात मराठी सेनादल पसरलेले होते. जाधवराव तिघांना महाराजांकडे घेऊन गेले. पायउतार होत त्यांनी महाराजांना लवून मुजरा केला. तेथे सज्ज असलेल्या सजवलेल्या हत्तीवर बसण्याची त्यांना विनंती केली. महाराज हत्तीवर स्वार झाले. शंकराजी खवाशीत बसले. हत्ती उभा राहताच चौघडा दुडदुडला. नौबत दणाणली. मराठ्यांचे छत्रपती तब्बल आठ वर्षांनी आपल्या राज्यात परतल्याचे साऱ्या पंचक्रोशीला समजले.

वाड्याचा परिसर सनई-चौघड्याच्या मंगल, मधुर स्वरांत न्हाऊन निघाला

होता. गडावरचे निवासी मोठ्या आतुरतेने आपल्या धन्याची वाट पाहत थांबले होते. महाराज पायउतार झाले. सवाष्णींनी ओवाळून त्यांचे स्वागत केले. महाराजांनी वाड्यात प्रवेश केला. तेथे मोजकीच पण महत्त्वाची माणसे होती. महाराज महालात येताच सर्वांनी उठून त्यांना मुजरा केला. महाराज बैठकीवर बसले. त्यांच्या उजव्या हाताला अमात्य रामचंद्रपंत उभे होते. ते अतिविस्मित नजरेने महाराजांकडे पाहत होते. त्यांच्या नजरेत आश्चर्य आणि कौतुक मावत नव्हते. आठ वर्षांपूर्वी अवघा एकोणीस वर्षे वयाचा, कसलाही अनुभव नसलेला एक तरुण राजा त्यांनी पाहिलेला होता. तर आता त्यांच्यासमोर आत्मविश्वासाने भारलेला, उंच धिप्पाड, उमदा तरुण छत्रपती आपल्या मसनदीवर स्थानापन्न झालेला दिसत होता. तेथे उपस्थित असलेल्या प्रत्येक व्यक्तीच्या नजरेत त्यांच्याविषयी वाटणारा आदर ओतप्रोत भरलेला जाणवत होता. शंकराजी आणि परशुरामपंत एकेकाची ओळख करून देत होते. साऱ्या मानकऱ्यांनी महाराजांना नजराणे पेश केले. महालातला उपचार संपल्यावर महाराज आपल्या सुखदालनात निघून गेले.

दुसऱ्या दिवशी सकाळी आपली आन्हिके उरकून रामचंद्रपंत महाराजांकडे गेले. दोघे गडावरच्या देवळाकडे दर्शनासाठी निघाले. काही अंतर अबोलपणे चालून झाल्यावर पंतांची मुद्रा विचारग्रस्त असल्याचे महाराजांना जाणवले. त्यांनी विचारले,

"पंत, आम्ही पाहतो आहोत, आपल्या मनात काही चालले आहे असे वाटते. काही असे घडले आहे का, जे आपल्याला सांगायला अवघड वाटत आहे?"

"होय महाराज, आपण चंदीहून येथे येण्याच्या धामधुमीत असतानाच येथे काही महत्त्वाच्या घटना घडल्या होत्या. त्या विषयी बोलायचे होते."

महाराजांनी थांबून पंतांकडे नुसतेच प्रश्नार्थक नजरेने पाहिले. पंत खाली मान घालत म्हणाले,

"महाराज, त्याच वेळी मोगलांच्या छावणीत थोरल्या बाळराजेंचा विवाह मोठ्या थाटात पार पडलेला होता. आम्हाला जेव्हा त्याच्याबद्दल समजले तेव्हा आम्ही एक बेत केला होता. लग्नानंतर आपल्या घराण्याच्या रिवाजानुसार तुळजापुरी भवानी मातेचे दर्शन घेऊन गोंधळ घालण्याची प्रथा आहे. त्यासाठी नवदाम्पत्य मंदिरात आल्यावर तेथूनच त्यांना सोडवून आणण्याची आम्ही तयारी केली होती. त्यासाठी वधूच्या वऱ्हाडातून आपलीही माणसे छावणीत पेरली होती."

बोलता बोलता रामचंद्रपंत थांबले. महाराजांनी विचारले,

"मग? काय झाले?"

"बहुतेक असा काही प्रयत्न होईल याचा औरंगजेबाचा अंदाज असणार. त्याने त्याच्या नजरबाजांची कडी नजर ठेवलेली होती. ऐन वेळी आपली दोन माणसे पकडली गेली, कट फुटला. आम्हाला पुन्हा एकदा अपेश आले."

पंतांच्या बोलण्यातून निराशा आणि अगतिकता डोकावत होती. हे जाणल्यामुळे महाराज म्हणाले,

"पंत, प्रयत्न करणे एवढेच आपल्या हाती असते. त्यात यश लाभणे हे त्या विधात्याच्या मर्जीवर आहे हे तुम्हीही जाणता. त्या औरंगजेबाच्या कचाट्यातून कोणालाही सोडवणे ही किती कठीण, जवळजवळ अशक्यप्राय बाब आहे हे सर्वच जाणतात. तुम्ही या कामी किती प्रयत्नशील आहात, हेही सर्वांना माहीत आहे. एखादी योजना ठरवली, पण ती तशी अमलात नाही आली, तर वाईट वाटतेच. पण त्या विषयी अपराधी भावनेचे ओझे आपल्या मनावर घेऊ नका. आपल्याला तसे करून चालणार नाही. अद्याप बरेच काम करायचे आहे. चला."

महाराजांचे ते समजुतीचे बोल ऐकून पंतांना बरे वाटले.

संभाजी महाराजांच्या पुत्राचे लग्न औरंगजेबाने त्याच्या छावणीत मोठ्या थाटात लावून दिले होते. त्यासाठी रुस्तुमराव जाधव यांची कन्या ठरवली होती. सर्व विधींसह आठवडाभर सोहळा चाललेला होता. खुद्द बादशहाने भेट म्हणून त्यांना पाच महालांच्या सनदा दिल्या होत्या. त्याशिवाय त्यांच्या आजोबांची, शिवछत्रपतींची भवानी तलवार, एक सोन्याची तलवार आणि अफझलखानाची तलवारही दिली होती. इतकेच नव्हे, तर नवदाम्पत्य भेटीला आल्यावर त्यांना सोन्याचा पंजा भेट दिला होता. पण या साऱ्या धामधुमीतही त्याचे बारीक लक्ष वऱ्हाडातून छावणीत येणाऱ्या प्रत्येक माणसावर होते. अशी नामी संधी मराठे सोडणार नाहीत याचा त्याला पुरेपूर अंदाज होता. तो खराही होता. त्याच्यासारख्या समर्थ राज्यकर्त्याने तो प्रयत्न उधळून लावला यात नवल ते कोणते!

महाराजांशी या विषयात सविस्तरपणे बोलून झाल्यावर रामचंद्रपंतांना बरेच हलके वाटले. तसेच महाराजांची प्रतिक्रिया ऐकून त्यांच्या सोबत यापुढे दौलतीचे कामकाज करण्याविषयी मनात असलेल्या शंकाही दूर झाल्या होत्या.

पुढचा आठवडाभर गडावर एकच धामधूम उडाली होती. आपले छत्रपती विशाळगडावर आलेले आहेत हे समजल्यापासून अनेक सरदार, मुलकी अंमलदार, गडकरी इतकेच नव्हे तर सामान्य रयतेतल्या शेकडो लोकांची एकच रीघ लागून राहिली होती. महाराज रामचंद्रपंत, शंकराजी, परशुरामपंत आणि सेनापती धनाजी जाधवराव यांच्याकडून मुलखातली परिस्थिती जाणून घेत होते. पुढच्या हालचालींविषयी अंदाज बांधत होते.

एके दिवशी त्यांनी रामचंद्रपंतांना बोलावून म्हटले,

"पंत, दोन दिवसांवर अमावस्या आहे. आठ वर्षांपूर्वी याच फाल्गुन अमावस्येला आमचे दादा महाराज आपल्याला सोडून गेले. हा त्यांचा श्राद्धदिवस. आम्ही दरवर्षी चंदीला त्यांचे श्राद्ध घालीत होतो. तसे यंदा इथे सारे रीतसर करायला हवे."

"जी, महाराज. आम्ही आजच त्याची व्यवस्था करतो. पण महाराज, आणखी एक विषय आपल्या कानी घालावा म्हणतो."

"काय म्हणता?"

"त्यानंतर लागलीच चैत्र प्रतिपदा, गुढी पाडव्याचा दिवस आहे. आपण इथे आल्यानंतरचा हा पहिला सण. तो जोरात साजरा व्हावा अशी गडावरच्या सर्वांची इच्छा आहे."

ते ऐकून महाराजांच्या चेहऱ्यावर हास्य उमटले. ते म्हणाले,

"ठीक आहे. सर्वांच्या मनासारखे होऊ दे. तसेच त्या दिवशी आमचा इथला पहिला दरबार भरवावा अशी आमची इच्छा आहे. आपण त्यासाठी सर्व प्रमुख सरदार आणि मानकऱ्यांना बोलावणे करून घ्या."

"जी, महाराज."

असे म्हणून पंत वळणार तोच महाराज त्यांना म्हणाले,

"पंत, इथे आल्यापासून एक महत्त्वाचा विचार आमच्या मनात घोळतो आहे."

"कोणता महाराज?"

"तुम्ही जाणताच की, आमचे प्रतिनिधी प्रल्हादपंत यांनी आम्हाला किती मोलाची साथ दिली. त्यांचा काळ झाल्यावर आम्ही ते पद त्यांच्या चिरंजीवांना, नारोपंत यांना दिलेले होते. पण त्यांना ते झेपले नाही, म्हणून नंतर तिमाजी रघुनाथ यांना दिले. नंतर आम्ही चंदीहून बाहेर पडण्याच्या गडबडीत ते पकडले गेले. तेव्हापासून ते रिक्त आहे. त्याजागी योग्य व्यक्तीचा आम्ही शोध घेत होतो."

"महाराजांच्या मनात काही आहे का?"

पंतांनी अंदाज घेत विचारले. त्यावर स्मित करत महाराज म्हणाले,

"होय, आम्ही इथे आल्यापासून पाहतो आहोत, परशुरामपंत आपल्या आणि शंकराजींच्या बरोबरीने जबाबदारीने वागत आहेत. ते लढवय्ये तर आहेतच, तसेच दप्तरी कामातही तरबेज आहेत असे आम्हाला दिसून आले आहे. शिवाय, दरबारी राजकारणाची त्यांना चांगली जाण आहे असे त्यांच्या वागण्यातून जाणवते. तेव्हा त्यांची निवड करावी असे आम्हाला वाटते."

"महाराजांची पारख अचूक आहे."

पंत मनापासून म्हणाले. त्यावर महाराजांनी आज्ञा केली,

"पाडव्याच्या दरबारात आम्ही त्यांना प्रतिनिधी पदाची वस्त्रे देऊ इच्छितो. त्याची तयारी करून घ्या."

पंत मानेनेच होकार देत बाहेर पडले. दोन दिवसांनी अमावस्येला संभाजी महाराजांचा श्राद्धविधी यथासांग पार पडला. महाराजांनी त्या वेळी उदंड दानधर्म केला. सर्व जण पाडव्याच्या तयारीला लागले.

२

चैत्र शुद्ध प्रतिपदा, नव्या वर्षाचा पहिला दिवस उजाडला. गडावर घरोघरी आंब्याच्या डहाळ्यांनी आणि पुष्पमालांनी सजलेल्या, जरीवस्त्र, कलशासह नटलेल्या गुढ्या उभारल्या गेल्या. खाशा वाड्यातली गुढी महाराजांनी स्वहस्ते उभी केली. घरातला सोहळा आटोपून महाराज दरबारात जाण्याच्या तयारीला लागले. त्यांनी ताराराणींकडे पाहिले. त्या आपल्या चिरंजीवांच्या मस्तकी रेखलेल्या शिवगंधावर उमटलेला लाल गंधाचा टिळा निरखत स्वस्थपणे बसल्या होत्या. त्यांच्याकडे पाहत महाराजांनी विचारले,

"आपण अद्याप तयार नाही झालात?"

"म्हणजे?"

"आज दरबार आहे."

"होय. पण आम्ही यायलाच हवे का?"

"अर्थातच, आणि परत असे विचारू नका. चला, बाळराजेंनाही सोबत घ्या हवं तर."

एवढेच बोलून महाराजांनी महालाबाहेर पाऊल ठेवले. कुणबिणीकडे बाळराजेंना देत ताराराणी दरबारात निघाल्या.

सदरमहाल उत्तम रीतीने सजवलेला होता. महाराज जवळ येताच नौबत झडली. अल्काबांचे पुकारे उठले. हाती सुवर्णगुर्झब घेतलेल्या भालदारांनी आदब बजावत चाल घेतली. त्यांच्या पाठोपाठ मस्तकी जिरेटोप, अंगात किनखापाच्या जाम्यावर मौल्यवान मोत्यांच्या कंठ्यासोबत शोभणारी कवड्यांची माळ, कमरेला दुशेल्यात खोचलेली तलवार, अशा दरबारी वेषातले छत्रपती राजाराम महाराज धिम्या पावलांनी सदरमहालात प्रवेश करते झाले. त्यांना पाहताच सारे जण मुजऱ्यासाठी लवले. हसऱ्या मुद्रेने अभिवादनाचा स्वीकार करत महाराज आपल्या आसनावर विराजमान झाले. बाजूच्या आसनावर महाराणी ताराबाई स्थानापन्न झाल्या.

महाराजांच्या उजव्या हाताला अमात्य रामचंद्रपंत माथ्यावरच्या मंदिलावर खोचलेला मानाचा शिरपेच, चौकडी तुरा, भरजरी जामा, करवतकाठी रेशमी धोतर, मागे रुपेरी दांड्याची चवरी ढाळणारा सेवक अशा पूर्ण दरबारी थाटात उभे राहिले होते. आजचा हा छत्रपतींचा मराठी मुलखातला पहिला दरबार असा मोठ्या थाटात सजलेला पाहून त्यांच्या पाणीदार डोळ्यांत समाधान दिसत होते. त्यांच्या बाजूला प्रधान निळोपंत आणि सेनापती धनाजी जाधवरावांसह महाराजांच्या अष्टप्रधान मंडळातील अन्य सदस्य आपल्या सरंजामासह उभे होते. महाराजांच्या डाव्या हाताला इतर

मानकरी आणि फडावरची मंडळी उभी होती.

रामचंद्रपंत कामकाजाला सुरुवात करत म्हणाले,

''आज तब्बल आठ वर्षांनी आपले महाराज आपल्या मुलखात परतलेले आहेत. ते इथे आल्यापासून साऱ्या मुलखात नवे चैतन्य आले आहे. दरबारात आलेल्या प्रत्येकाच्या मनात महाराजांचे विचार आणि त्यांचे पुढचे बेत ऐकण्याची उत्सुकता आहे, तरीही त्यापूर्वी महाराजांना एका महत्त्वाच्या बाबीची घोषणा करायची आहे.''

एवढे बोलून त्यांनी इशारा केला. दोन सेवकांनी रेशमी वस्त्रांनी झाकलेली तबके महाराजांसमोर पेश केली. स्वत: महाराजांनी परशुरामपंतांना प्रतिनिधी पद बहाल करीत असल्याची घोषणा केली. परशुरामपंतांनी नम्रपणे सन्मानाचा स्वीकार केला. आता महाराजांनी सर्वांना उद्देशून बोलण्यास सुरुवात केली,

''पुऱ्या आठ वर्षांनी आपल्या मुलखात येऊन, आपणा सर्वांना भेटून आम्हाला अतिशय संतोष झालेला आहे. आता पुढे काय करायचे या विषयी जाणून घेण्याची आपल्या मनात उत्सुकता आहे हे साहजिक आहे. आम्ही चंदीहून इथे सुखरूपपणे पोहोचल्याचे औरंगजेबाला एव्हाना निश्चितपणे समजलेले असणार. त्यामुळे तो काही गप्प बसणार नाही. हेदेखील उघड आहे. त्यासाठी आपण तयारीत राहायला हवे. आम्ही आल्यापासून इथल्या परिस्थितीविषयी जे जाणून घेतले त्यानुसार सध्या राज्याच्या खजिन्याची स्थिती तशी चांगली आहे. तरीही पुढले संकट ध्यानी घेता त्यावर मोठा ताण येणार आहे. त्याशिवाय आपले गडकोट ही आपली खरी ताकद आहे. ते चांगलेच मजबूत करावे लागतील. या साऱ्यासाठी अधिक आर्थिक बळ लागणार आहे. त्याची तरतूद करणे सोपे नाही. त्याच्यासाठी आपल्या सरदारांना मोगली मुलखावर चालून जावे लागेल.''

महाराजांचे सविस्तर बोलणे ऐकून सर्वांना मोठा हुरूप आला. सेनापती धनाजीराव म्हणाले,

''महाराज, आपण आज्ञा करा. आम्ही लागलीच कूच करू.''

''आम्हाला त्याची खातर आहे. आम्हाला वाटते औरंगजेब सध्या ब्रह्मपुरीला आहे. ते ध्यानी घेऊन तसेच मोगली भागातल्या मोठ्या बाजारपेठा हेरून मोहिमा आखायला हव्यात.''

शंकराजी नारायण म्हणाले,

''महाराज, आम्ही मराठवाड्यातल्या मोठ्या पेठांवर धाडी घालतो. त्या लुटून येतो.''

त्यांचे बोलणे पुरे होत नाही तोच दक्षिण कोकणातल्या आरमारातली मंडळी म्हणाली,

"महाराज, आम्ही आमच्या भागातल्या पेठा आणि टोपीकरांच्या वखारीवर धाडी टाकून तिथले सारे धन आपल्या पायाशी घेऊन येतो. आपण आज्ञा द्या."

आपल्या वीरांचा उत्साह पाहून महाराजांना अतीव समाधान वाटले. ते म्हणाले,

"पावसाळा सुरू होण्यास अजून तब्बल दोन महिन्यांचा काळ बाकी आहे. त्या काळात या साऱ्या मोहिमा करायला हव्यात. आम्ही स्वत: महाराणींसह जातीने गडकोटांची पाहणी करण्यासाठी बाहेर पडणार आहोत. कोठे कोणत्या बाबींची कमतरता आहे हे पाहून त्याची तजवीज करावी लागेल. आपले सैन्य लढाऊ आहेच, पण त्याला सामग्रीचा भक्कम आधार द्यायला हवा. ही ताकद एकदा निर्माण झाली की, मोगलांना केव्हाही टक्कर देण्यासाठी आपण सज्ज असू."

महाराजांचे ते प्रेरणादायी बोल ऐकून सर्वांना मोठे समाधान वाटले. त्यांचे उमदे व्यक्तिमत्त्व आणि उत्साही विचार ऐकून सारा दरबार भारावून गेला. महाराजांचा मराठी मुलखातला पहिला दरबार चैतन्यदायी ठरला होता.

३

दरबारासाठी आलेल्या सरदारांनी लागलीच मोहिमेची तयारी सुरू केली. दोनच दिवसांत अन्य पंधरा सरदारांसह शंकराजी नारायण महाराजांच्या भेटीसाठी आले. त्यांचा कौल घेऊन सर्व जण मोहिमेसाठी सज्ज झाले. कूचाचा नगारा दुमदुमला. नौबत दणाणली. तसा पंधरा हजारांवर मराठा शिपाई मराठवाड्याच्या दिशेने झेपावला. राजाराम महाराज परत आल्यानंतरच्या पहिल्यावहिल्या मोहिमेला मोठ्या जोषात सुरुवात झाली.

औरंगाबाद ही मराठवाड्यातली मोठी समृद्ध बाजारपेठ. मराठ्यांचे मोठे सैन्य आपल्या रोखाने येत आहे हे नुसते समजताच, तिथला मोगल सुभेदार इतका घाबरून गेला की, बादशहाकडे मदतीसाठी माणसे धाडून त्याने स्वत:ला आपल्या वाड्यात कोंडून घेतले. सुभेदाराचा निरोप मिळताच औरंगजेबाने त्याचा अत्यंत कर्तबगार आणि निष्ठावंत असा नाशिकचा सुभेदार मातबरखान याला तेथे जाण्याचा हुकूम केला. त्याने त्याच्या महंमद सादिकखान आणि रघुजी या दोन सरदारांना तेथे धाडून दिले.

तिथून आलेला खबरगीर मोठ्या खुशीत महाराजांना सांगत होता,

"महाराज, मोगलांची फौज तिथं येऊन पोहोचण्यापूर्वी आपल्या लोकांनी साऱ्या वाटा बंद करून टाकून औरंगाबादची पुरती लूट करून पुढे खुलताबाद गाठलंदेखील होतं. मोगल फौजा जेमतेम कन्नडपर्यंत आल्या, तेव्हा त्यांना हे समजले. मग त्यांनी आपला मोहरा बदलला आणि तेसुद्धा खुलताबादेकडे वळले.

पण तेथेही ते पोहोचण्याआधीच आपले लोक ते शहर लुटून माघारी निघाले होते.''

हा सारा करीणा ऐकून महाराज म्हणाले,

''पाहिलेत, या मोगलांचा ऐशआरामी थाटच आपल्या फायद्याचा ठरतो. ते येण्यापूर्वीच आपली माणसे त्यांचा कार्यभाग उरकून परत येतात.''

त्यांचे बोलणे पूर्ण होण्यापूर्वीच वर्दी आली की, दक्षिण कोकणातून काही माणसे आलेली आहेत. त्यांनी दिलेली खबर ऐकून तर महाराज अगदी निहाल होऊन गेले. ते सांगत होते,

''आपली केवळ तीनशे माणसे बावीस तारवांमध्ये बसून नदीच्या वाटेने कारवारला गेली. टोपीकरांच्या वखारीपासून अवघ्या अर्ध्या कोसावर उतरून त्यांनी गावावर हल्ला चढवला. बाजारपेठेची पुरती लूट केली. एकही मौल्यवान वस्तू शिल्लक ठेवली नाही. इतके सारे करून ते परत निघाले तरी कोणी साधा विरोधसुद्धा केला नाही. लुटून झाल्यावर अगदी आरामात त्याच तारवात बसून ती माणसे परत आली.''

''वा, म्हणजे आमची माणसे मोगलांनाच काय टोपीकरांनादेखील भारी ठरली म्हणायची... आता आपल्या राज्याला पैशांचे चांगले बळ मिळेल. आपण आधी ठरवल्यासारखे गडकोटांची पाहणी करण्यासाठी निघायला काही हरकत नाही.''

महाराजांनी हसत संमतीसाठी डावीकडे मान वळवली. तेव्हा त्यांच्या लक्षात आले की, आज ताराराणी बैठकीला आलेल्या नव्हत्या. दरबारातले कामकाज आटोपून ते महालात पोहोचल्यावर काही वेळाने त्या तेथे आल्या. महाराजांना म्हणाल्या,

''कागलकर मामीसाहेब आल्यात. आम्ही त्याच गडबडीत होतो.''

महाराजांच्या द्वितीय पत्नी राजसबाई या कागलच्या घाटगे घराण्यातल्या. त्यांना नुकताच सातवा महिना लागला होता. खरेतर त्यांचे पहिले बाळंतपण रीतीनुसार माहेरी व्हायला पाहिजे होते, परंतु त्या वेळी त्या चंदीला होत्या. त्यांना इतक्या दूर कागलला पाठवणे शक्य नव्हते. आता याखेपेला तरी आपल्या लाडक्या लेकीचे बाळंतपण करायला मिळावे, या हेतूने त्यांच्या मातोश्री विशाळगडावर मुक्कामासाठी आलेल्या होत्या. ते ऐकून महाराज म्हणाले,

''बरे झाले. आमची त्यांच्याबद्दलची काळजी मिटली. आपण आता एकत्र बाहेर जाऊ शकतो. आम्ही पंतांना तयारी करण्यास सांगतो. चांगला दिवस पाहून बाहेर निघू.''

महाराजांसोबत मुलखात जायला मिळणार, या कल्पनेनेच ताराराणी अगदी खूश होऊन गेल्या होत्या. त्या मोठ्या जोमाने आपली आणि बाळराजांची तयारी करण्याच्या कामाला लागल्या.

तब्बल आठ वर्षांनी मराठी राज्याचे छत्रपती आपल्या मुलखाची पाहणी करण्यासाठी आणि गडकोटांना प्रत्यक्ष भेट देण्यासाठी जाणार होते. ठिकठिकाणची परिस्थिती पाहावी, तिथले गडकरी, मुलकी अंमलदार, सरदार यांना दिलासा द्यावा. लष्कराला आणि शिबंदीला आपल्या महाराजांचा आपल्याला आधार आहे असा विश्वास वाटावा, तसेच भविष्यात मोगलांशी निकराचे युद्ध झाल्यास त्यासाठी आवश्यक असे नैतिक बळ त्यांच्यात निर्माण करावे, असा या मोहिमेचा हेतू होता. सारी तयारी झाल्यावर शुभमुहूर्तावर महाराज, महाराणी ताराबाई आणि युवराजांसह बाहेर पडले.

४

पुढचे पंधरा दिवस उत्तर कोकणपट्टीतल्या किल्ल्यांची महाराजांनी पाहणी केली. सर्वत्र त्यांचे अतिशय आदराने आणि प्रेमाने स्वागत झाले. या वेळी महाराजांनी प्रथमच त्यांच्या वडिलांनी उभारलेल्या आरमाराची पाहणी केली. मधल्या काळात काहीसे थंड असलेले मराठी आरमार पुन्हा एकवार सिद्दीला पायबंद घालण्यात यशस्वी होत आहे, हे पाहून महाराज अत्यंत खूश झाले होते.

आरमाराचे त्या वेळचे प्रमुख सिदोजी गुजर हे नुकतेच कालवश झालेले होते. महाराजांनी कान्होजी आंग्रे यांना आरमाराचे प्रमुखपद दिले. मराठी आरमाराच्या मुख्य छावण्या सुवर्णदुर्ग आणि घेरिया या दोन ठिकाणी होत्या. त्यांना महाराजांनी कान्होजीसह भेट दिली. तिथली सामग्रीची सारी सिद्धता पाहून त्यांना अतिशय समाधान वाटले. ते कान्होजीना म्हणाले,

"आम्ही इथे नसतानाही तुम्ही आणि सिदोजी गुजर यांनी आपल्या आरमाराची ताकद कमी होऊ दिली नाही. उलट अधिक वाढवलीत. असेच सतर्क राहा."

तेथून महाराज प्रतापगडावर आले. तेथे त्यांनी भवानीमातेची साग्रसंगीत पूजा केली. रात्रीचा थाळा घेऊन महाराज ताराराणींसह मोकळ्या हवेवर फेरफटका मारण्यासाठी निघाले. ज्येष्ठाची पौर्णिमा होती. बाहेर टिपूर चांदणे पसरले होते. सारा आसमंत न्याहाळत असताना दोघांच्या जुन्या आठवणी जाग्या झाल्या. आठ वर्षांपूर्वी रायगडाहून निसटल्यानंतर ते प्रथम याच गडावर आलेले होते. त्या वेळी अगदी मोजक्या विश्वासू माणसांसह त्यांनी ती अवघड वाट पार केलेली होती. रायगडाला पडलेल्या मोगलांच्या वेढ्यातून निसटून तिथवर पोहोचणे हेच अत्यंत धाडसाचे काम होते. ते सारे आठवत ताराराणी म्हणाल्या,

"खरेच, आपण किती मोठे धाडस करतो आहोत याची त्या वेळी जाणीवही नव्हती. भर पावसामध्ये वाट काढत, निसरड्या उतारावरून कसेबसे स्वत:ला सावरत कसा त्या वेळी गड कसे उतरलो, हे आता आठवले तरी नवल वाटते. नंतर

मात्र अशा धाडसांची सवयच झाली.''

काही वेळ दोघे त्या वेळच्या आठवणीत दंग झाले.

दुसऱ्या दिवशी सकाळीच किल्लेदार भेटीला आल्याची वर्दी आली. ते आत येऊन मुजरा करून म्हणाले,

''आताच खबर आली आहे की, बादशहा रमजानसाठी त्यांची छावणी सोलापूरला हलवणार आहेत. त्यांनी शहाजादा बेदारबख्ताना बोलावून घेतले आहे, त्याच्याकडे पन्हाळ्याची मोहीम सोपवण्याचा त्यांचा बेत आहे असे समजते.''

हे सांगताना त्यांच्या चेहऱ्यावरचा ताण स्पष्टपणे दिसत होता. ते पाहून महाराज हसत म्हणाले,

''त्याची आत्ताच कशाला काळजी करता? शहाजादा सध्या बुऱ्हाणपूरला आहे. त्याची नुसती निघण्याची तयारी होईपर्यंत औरंगजेब ब्रह्मपुरीला परतदेखील जाईल. शिवाय, पन्हाळ्याच्या परिसरात पाऊस कसा असतो हे त्याला पुरते ठाऊक आहे, म्हणून पावसाळा तोंडावर घेऊन तो काही ही मोहीम हाती घेणार नाही. तोपर्यंत भरपूर वेळ आहे.''

त्यांच्या बोलांनी ताण निवळला. किल्लेदार निघून गेले. तेवढ्यात बाळराजे येसाजीकाकांसोबत तेथे आले. त्यांचा रुसका आविर्भाव पाहून महाराजांनी विचारले,

''यांचे काहीतरी बिघडलेले दिसते?''

त्यांच्याकडे मुळीच न पाहता बाळराजे थेट ताराराणींजवळ गेले. त्यांच्या मांडीवर चढून त्यांना बिलगून बसले. त्यांच्या हातांच्या बंद मुठी पाहून ताराराणींनी विचारले,

''पाहू बरं काय आणलंत?''

बाळराजेंनी हळूच त्यांच्या बाळमुठी उघडून दाखवल्या. त्यात काळीभोर करवंदे होती. सारा प्रकार त्यांच्या ध्यानी आला. दोघांकडे पाहत येसाजीकाका म्हणाले,

''भाईर येवडा उनताप हाय. संग येऊ नगासा म्हटलं तर त्यास्नी रागबी येतोय. त्यान्ला सोताला जाळीत शिरून करवंद काडायची हाईत. कुटं काटं लागलं तर काय करायचं? सारकं भाईर चल म्हनत्यात. आईकत न्हाईत. आनी न्हाई न्हेलं म्हनून रुसत्यात.''

''बाळ, आम्हालाही द्या की थोडी. आम्हाला पण खूप आवडतात.''

महाराज हात पुढे करत म्हणाले. त्यावर बाळराजेंनी आपल्या हाताच्या मुठी घट्ट पकडत तोंड फिरवले. सारे हसले. महाराज ताराराणींकडे पाहत म्हणाले,

''इथे बरीच विश्रांती झाली. आता आम्हाला निघायला हवं. ऊन फार कडक आहे. बाळराजेंना सोसणार नाही. तेव्हा तुम्ही बाळराजेंसह इथेच थांबा. आम्ही जरा हेळवाककडे जाऊन येतो.''

ताराराणींनी त्यांच्या सूचनेला होकार दिला. महाराज हेळवाकला गेले.

तेथे जाऊन चार दिवस झाले नाहीत तोच अचानक एके दिवशी विशाळगडाहून काही स्वार महाराजांकडे आले. त्यांनी साखरथैलीबरोबर आनंदाची बातमी आणली होती. राजसबाई राणीसाहेब प्रसूत होऊन त्यांना पुत्ररत्न प्राप्त झाले होते. हे समजताच महाराज तातडीने प्रतापगडावर परतले. ताराराणींना भेटून म्हणाले,

"तुम्ही इथेच थांबा. इतक्या उन्हाची तुम्हा दोघांना उगाच दगदग नको. आम्ही विशाळगडी जाऊन येतो. तुम्ही तोवर परळीला जावे हे बरे."

परळीला बुऱ्हाणजी मोहिते हे दोघांच्या विश्वासातले गडकरी होते. महाराणी आणि बाळराजेंना तेथे पाठवून देऊन महाराज विशाळगडावर गेले.

५

महाराजांच्या चिरंजीवांचे बारसे मोठ्या थाटात पार पडले. त्यासाठी गडावरची सारी मंडळी झटून राबली होती. कागलकर मंडळींनीही कसली कसूर ठेवली नव्हती. बाळाचे नाव महाराजांच्या दादा महाराजांच्या स्मरणाखातर 'संभाजी' असे ठेवण्यात आले.

बारशाची धामधूम उरकली. मृग तोंडावर आला होता. महाराज आपल्या महालात झोपले होते. अचानक आभाळ भरून आले. वारा जोरात वाहू लागला. महाराज उठून महालाच्या कवाडाशी आले. गच्च झालेल्या नभाकडे आसुसून पाहू लागले. काळेभोर ढग दाटून आले होते. पाहता पाहता त्यातून टपोरे थेंब खाली उतरले, अन् एकच झड लागली. दारात उभे असलेले येसाजी लगबगीने आत धावले. महाराजांच्या अंगावर पाणी उडून ते भिजतील, म्हणून कवाड बंद करण्यासाठी पुढे आले. त्यांना हाताने थांबवत महाराज म्हणाले,

"राहू देत तसंच. कितीतरी वर्षांनी इथल्या पावसाचा हा असा नजारा आम्हाला पाहायला मिळतो आहे. आज आम्हाला रायगडावरच्या धुवाधार पावसाची आठवण झाली."

मान हलवत येसाजी बाहेर निघून गेले. काही वेळात सर ओसरली. सारा गड नुकताच न्हाऊन आल्यागत दिसत होता. डोंगरांच्या कपारीतून पाण्याचे बारीक ओघळ उतरणीला लागलेले दिसू लागले. बराच वेळ ते सुरेख दृश्य पाहत महाराज तेथे थांबले होते.

दुसऱ्या दिवशी पहाटे नित्यकर्मे उरकून महाराज नेहमीप्रमाणे फेरफटका मारण्यासाठी बाहेर पडले. तेव्हा आदल्या दिवशीच्या पावसामुळे हवेत चांगलाच गारठा पडला होता. महाराजांनी अंगावर शाल पांघरली होती. सोबत असलेल्या रामचंद्रपंतांना महाराज म्हणाले,

"पंत, चंदी पडल्यामुळे आम्हाला तख्ताची जागा राहिली नाही. तुम्ही इथूनच इतकी वर्षे कारभार पाहत होता, हे खरे. पण गेले महिनाभर आम्ही महाराणींसोबत सगळ्या दौलतीत फिरत होती. तेव्हा असे जाणवले की, हे ठिकाण आपल्या राज्याच्या एका कडेला येते. कोकण, मावळ, खानदेश आणि कर्नाटक या आपल्या सर्व प्रांतात असणाऱ्या लोकांना सोयीचे पडेल अशा मध्यवर्ती जागी ते असावे. या विषयी महाराणींशी बोलत असताना सातारा हे यासाठी योग्य ठरू शकेल, असा विचार पुढे आला. आपल्याला काय वाटते?"

"महाराजांचा विचार अगदी उचित आहे, तसेच साताऱ्याची आपण केलेली निवडही उत्तम आहे."

रामचंद्रपंत मनापासून म्हणाले.

सातारा नुसते मध्यवर्ती होते असे नाही, तर ते अत्यंत सुरक्षित होते. किल्ल्याची उंची तीनशे गज असून त्याला उत्तर, दक्षिण आणि ईशान्येचा मंगळाई दरवाजा असे तीन बाजूंना दरवाजे होते. सभोवती वसंतगड, परळी, वर्धनगड, वारुगड, महिमानगड, भूषणगड आणि वासोटा असे सात डोंगरी किल्ले आहेत. त्यामुळे त्याला साततारा म्हणजे 'सातारा' असे नाव पडले होते. तेथे पोहोचण्यापूर्वी कोणत्याही बाजूने आले तरी या गडांना ओलांडून येणे मोठे जिकिरीचे काम होते. तिथून अवजड तोफा आणणे कठीण होते. म्हणजे निसर्गानेच या गडाला संपूर्ण संरक्षण दिलेले होते. शिवाय, शत्रूच्या सैन्याला खिंडीमध्ये गाठणे, जंगलांमधून येऊन अचानक छापे टाकणे, अशा प्रकारच्या डोंगरदऱ्यातल्या झुंजात माहीर असणाऱ्या मराठी वीरांना लढणे अगदी सहज शक्य होत होते. या अशा जागेची राजाराम महाराजांनी तख्तासाठी केलेली निवड योग्यच होती, यात शंका नव्हती.

त्यानंतर महाराज नेहमीप्रमाणे सदरेवर आले, तेव्हा रामचंद्रपंत खंडो बल्लाळांशी काही मसलत करत बसले होते. त्यांच्याकडे पाहताना एक विचार महाराजांच्या मनात चमकून गेला. ते पंतांना म्हणाले,

"पंत, आम्ही इथे आल्यावर लागलीच करायचे एक महत्त्वाचे काम राहून गेले होते. ते आज करावयाचे ठरवले आहे. आम्ही नुकतेच उत्तर कोकणात गेलो होतो, तेव्हा चौलच्या सरदेशमुखीवर सध्या कोणाचीही नेमणूक झालेली नाही, असे आढळून आले. आमच्या चिटणिसांनी त्यांचे दाभोळचे वतन आमच्या दाजीसाहेबांना, गणोजीराजे शिर्केंना दौलतीच्या कारणे देऊन टाकले आहे. तेव्हापासून आमच्या मनात त्यांचा विचार होताच. तरी चौलची सरदेशमुखी त्यांना बहाल करावी असे आम्ही ठरवले आहे. आता त्यात आणखी विलंब नको. तुम्ही आजच वतनपत्रे तयार करा."

"महाराज, आपला हा निर्णय अतिशय चांगला आहे. आम्ही लागलीच त्याचा अंमल करतो."

रामचंद्रपंत प्रसन्नपणे म्हणाले. खंडो बल्लाळ मात्र महाराजांनी अचानकपणे केलेल्या घोषणेमुळे संकोचून गेले होते. आपण केलेल्या सेवेची आणि त्यागाची त्यांनी जाण ठेवली. चौलचे वतन दिले. हे पाहून ते धन्य झाले. पुढे येऊन मुजरा करत म्हणाले,

"महाराज, इतक्या जलदीने हे करण्याची खरेच गरज नव्हती. आम्ही आधी म्हणालो होतो तसे आपले पाय हेच आमचे वतन. तीच आमची जागा. त्याची सेवा करायला मिळावी, एवढीच इच्छा आहे."

"होय ना. मग लागा तयारीला. आम्ही आजच पंतांना बोललो आहे की, आम्ही तख्तासाठी साताऱ्याची निवड केलेली आहे. त्याची तयारी करण्यासाठी तुम्हाला पंतांसह तेथे जायचे आहे. पंतांशी बोलून सारे ठरवून घ्या. पाऊस थोडा उतरणीला लागला की निघा."

"जी, महाराज. आम्ही लागलीच तयारीला लागतो."

असे म्हणत खंडो बल्लाळ पुन्हा फडाकडे वळले. रामचंद्रपंतांनी त्यांच्या वतनाची कागदपत्रे त्याच दिवशी तयार करवून घेतली.

आषाढाची झड जोरात लागलेली होती. छोटे संभाजीराजे अवघे दोन महिन्यांचे होते. गडावरचे पावसाळी वातावरण त्यांना सोसणार नाही. यासाठी राजसबाईंच्या मातोश्री त्यांना कागलला घेऊन जाणार होत्या. त्या सर्वांना कागलला पोहोचवून महाराज वसंतगडावर आले. तेथून ते आधी ताराराणी आणि बालराजे परळीला होते तेथे गेले. नंतर त्यांच्यासह साताऱ्याला आले.

६

महाराज साताऱ्याला आल्याचे समजताच बरेच सरदार त्यांना भेटण्यासाठी येऊ लागले. एकदा नेमाजी शिंदे आणि धनाजी जाधवराव महाराजांकडे आले असता खबर आली की,

'बादशहा औरंगजेब रमजान संपल्यावर सोलापूरहून ब्रह्मपुरीला परत गेला आहे. त्याने त्याचा शहाजादा बेदारबख्त याला बुऱ्हाणपुराहून बोलावले होते, तोही तेथे येऊन पोहोचलेला आहे. आधी समजले होते, त्यानुसार तो पन्हाळा परिसरावर चालून येण्याची शक्यता आहे.'

ते ऐकताच नेमाजी जोषात म्हणाले,

"महाराज, तो बेदारबख्त पन्हाळ्यावर कधी येईल तेव्हा येईल. आता तरी तो बुऱ्हाणपुरात नाही. याचा फायदा उठवायला हवा. तिथून बाहेर पडताना त्याने बरीच फौज आपल्यासोबत आणलेली असणार. अगदीच थोडी शिबंदी असेल तिथे. ही

संधी साधायला हवी. आम्ही सरळ बुऱ्हाणपुरावर धाड घालावी म्हणतो.''

ते ऐकून धनाजीराव मोठ्या उत्साहात म्हणाले,

''नेमाजीरावांचे अगदी खरे आहे. आम्ही एकत्र जातो. तिथून पुढे जमले तर माळव्यावरही धडक मारता येईल.''

दोघे मोठ्या अपेक्षेने महाराजांच्या होकाराची वाट पाहत होते. महाराज प्रसन्नपणे म्हणाले,

''जरूर जा. पण उत्तर मोगलाईत जात आहात. तेव्हा जपून राहा. जर कुठेही गनीम वरचढ होतोय असे वाटले तर सरळ माघारी फिरा. स्वत:ला धोक्यात घालू नका.''

''जी, महाराज. आम्ही ध्यानी ठेवू.''

नेमाजी मनापासून म्हणाले. त्यावर हे सारे ऐकणाऱ्या ताराराणींनी विचारले,

''ऐन श्रावणात मोहीम काढणार?''

त्यावर हसून ते म्हणाले,

''होय राणीसाहेब, आपण नेहमी पावसाळ्यानंतर मोहीम काढतो, हे माहीत असल्यामुळे तिथली माणसे बेसावध असतील. हीच वेळ उत्तम आहे.''

असे म्हणून राजदाम्पत्याला मुजरा करून दोघे तिथून बाहेर पडले. तेथे असलेल्या इतर काही सरदारांना सोबत घेऊन मराठी सैन्य उत्तरेकडे झेपावले.

बुऱ्हाणपूरचा सुभेदार नजाबतखान याला मराठ्याची धाड पडेल असे ध्यानीमनीसुद्धा वाटले नव्हते. मराठे एदलाबादला आल्याचे समजल्यावर मात्र तो सावध झाला. हाताशी येईल तेवढे बळ गोळा करून मराठी सैन्याला अडवण्यासाठी बाहेर पडला.

सतत तीन दिवस लढत दिल्यावर अखेर नजाबतखानाला माघार घ्यावी लागली. त्यानंतर नेमाजी आणि धनाजींच्या माणसांनी बुऱ्हाणपूरची मनसोक्त लूट केली. तापी नदीच्या विस्तीर्ण पात्राच्या काठावर छावणी पसरली होती. छावणीच्या मध्यभागी असलेल्या धनाजींच्या डेऱ्यात लुटीची मोजदाद झाली. तेव्हा तब्बल अठरा लक्षांची संपत्ती जमा झालेली होती. ते पाहून खूश झालेले नेमाजी धनाजींना म्हणाले,

''जाधवराव, इथं खुद्द शहाजादा बेदारबख्ताचा बरेच दिवस मुक्काम असल्याने बहुतेक व्यापारी निर्धास्त असावे. तो बाहेर पडल्यावर इतक्या लगेच आपण येऊ, असे त्यांना मुळीच वाटले नसणार. आता आपण थांबायचे नाही. सरळ माळव्यावर धडक मारायची.''

धनाजींचीही तशीच इच्छा होती. त्याबद्दल ते पुढे काही बोलणार एवढ्यात एक खबरगीर तातडीने तेथे येऊन सांगू लागला,

''माळव्याचा सुभेदार फिरोजजंग याला बुऱ्हाणपुरावरचा हमला आणि लुटीबद्दल

समजले आहे. आता आपण पुढे त्याच्या भागात येण्याची शक्यता आहे, असे त्याला वाटले. त्यामुळे तो स्वत:च मोठी फौज घेऊन येथे येण्यासाठी निघालेला आहे.''

हे समजताच दोघे विचारात पडले. धनाजी म्हणाले,

''नेमाजी, फिरोजजंगाकडे बरेच मोठे बळ आहे. त्यातून हा परमुलूख. अशा वेळी माळव्याकडे जाणे ठीक होणार नाही असे वाटते.''

''होय जाधवराव, महाराजांनी सांगितले होते, त्याप्रमाणे धोका पत्करण्यात काही अर्थ नाही हे खरे आहे. पण आम्हाला अद्याप परत जावेसे वाटत नाही.''

''मग काय करावे म्हणता?''

धनाजीरावांनी हसत विचारले. तेव्हा नेमाजी हट्टाने म्हणाले,

''माळव्याकडे न जाता त्याच्या उलट्या दिशेला म्हणजे मावळतीकडे मोहरा करून नंदुरबारला जावे असे आम्हाला वाटते.''

नेमाजी आग्रहाने बोलत होते. नंदुरबार बुऱ्हाणपूरहून पश्चिमेकडचे तापीकाठचे आणखी एक मोठे व्यापारी केंद्र होते. तेथे जावे असे त्यांना वाटणे साहजिकच होते. पण धनाजींना मात्र त्यात धोका दिसत होता. बुऱ्हाणपूरची एवढी मोठी लूट घेऊन परमुलखातून साठ-सत्तर कोसांची दौड करत जाणे त्यांना जोखमीचे वाटत होते. त्यांनी तसे बोलून दाखवताच नेमाजी म्हणाले,

''जाधवराव, आम्ही आमच्या स्वारांसह नंदुरबारला जातो. आपण बुऱ्हाणपूरची लूट घेऊन पुढे व्हा.''

''ठीक आहे. पण त्यानंतर परत कुठे न जाता सरळ साताऱ्याला या. दसऱ्याच्या दरबाराला आम्ही तुमची वाट पाहतो.''

असे म्हणून धनाजी जाधवराव लुटीसह साताऱ्याला परतले. नेमाजी शिंदे आपल्या आठ हजार स्वारांसह नंदुरबारकडे वळले.

७

बुऱ्हाणपुराहून निघालेले नेमाजी नंदुरबारला पोहोचले तेव्हा तिथला मोगल सुभेदार हुसेन अलीखान तिथून पूर्वेला पंचवीस कोसांवर असलेल्या थळनेर या गावी गेलेला होता. त्याच्या मुक्कामाच्या जागेपासून अगदी जवळून मराठी सैन्य पुढे कधी निघून गेले हे त्याला समजलेच नाही. जेव्हा समजले तेव्हा मराठी सैनिकांनी आजूबाजूच्या परिसरात जाळपोळ आणि लूट सुरूही केलेली होती. सुभेदाराने हाताशी येईल तेवढे सैन्य गोळा करून गडबडीने नंदुरबारकडे धाव घेतली. त्याच्यापाशी तेव्हा जेमतेम दोन-तीन हजार स्वारांचे पायदळ, तर अवघे आठशेचे घोडदळ होते.

हुसेन अलीखान निघाल्याची खबर आली तेव्हा नेमाजी शहराला लागून

असलेल्या आपल्या डेऱ्यात बसून लुटीचा बेत आखत होते. ते समजताच लूट करायचे थांबवून ते थळनेरच्या दिशेने निघाले. थळनेरच्या अलीकडे दोन कोसांवर त्यांनी खानाला गाठले. खानाने प्रतिकार करायचा बराच प्रयत्न केला तरी नेमाजींच्या ताकदीपुढे त्याचे बळ कमी पडले. खासा हुसेन अलीखान जखमी होऊन हत्तीवरून खाली पडला. त्याला पकडून नेमाजींपुढे हजर केले गेले. तेव्हा त्यांनी खानाला सांगितले,

"तू दोन लक्षांची खंडणी दे. आम्ही न लुटता परत जातो."

खानाने ते मान्य केले. त्याने आपली स्वत:ची सारी मिळकत देऊ केली. पण सारे एकत्र केले तरी त्याची किंमत एक लक्ष आणि आठ हजार इतकीच भरली. खान हैराण झाला. उरलेली रक्कम कुठून आणायची? त्याला काही सुचेना. त्याने आपली माणसे शहरातल्या मोठमोठ्या व्यापाऱ्यांकडे आणि सराफांकडे रक्कम आणण्यासाठी पाठवून दिली. पण कोणीही त्याला पैसे द्यायला तयार होईना. शेवटी त्याने वरची ब्याण्णव हजारांची रक्कम कर्जाऊ मागितली. पण पराभूत झालेल्याला कोण पैका देणार? सर्वांनी साफ नकार दिला.

अखेर खानाच्या लोकांबरोबर काही मराठी सैनिक गावात गेले. त्यांनी एकत्रितपणे लोकांना समजावून सांगण्याचा प्रयत्न केला की, जर त्यांनी चौथाईची रक्कम म्हणून वरची रक्कम दिली तर त्यांची लूट केली जाणार नाही, उलट त्यांच्या सुभेदाराला सोडून दिले जाईल.

तरीही कोणी काही दिले नाही, उलट मराठी सैनिकांचा अपमान केला. हे समजल्यावर नेमाजींनी खानाला त्याचा जाब विचारला. खान बिचारा काय बोलणार? तो स्वत:च अडचणीत सापडला होता. त्याच्याच लोकांनी तो पेचात असताना त्याला साथ दिलेली नव्हती. अखेर त्याने नेमाजींशी समझोता केला की,

'तुम्ही पुढचे तीन दिवस मनसोक्त लूट करावी. मी तुम्हाला अडवण्याचा प्रयत्न करतो आहे असे वरवर खोटे दाखवेन. पण माझी अशी अट आहे की, तुम्ही फक्त व्यापारी, सराफ अशा श्रीमंत लोकांनाच लुटावे. माझ्या गरीब रयतेला कसलीही तोशीस देऊ नये.'

नेमाजींना सुभेदाराचे मोठे कौतुक वाटले. आधी हाताशी अगदी तुटपुंजे बळ असतानाही सरळ शरण न जाता त्याने नेमाजींना भिडण्याचे धाडस दाखवले होते. नाइलाज झाल्यावर माघार घेतानाही आपल्या गरीब रयतेला लुटीचा त्रास होऊ नये, अशी अट घातली. हे पाहून नेमाजींनी त्याला तसा शब्द दिला आणि तो नंतर उत्तम रीतीने पाळला.

पुढचे तीन दिवस नंदुरबारची मराठी सैन्याने मनसोक्त लूट केली. खानाचेही काही स्वार त्यांच्यासोबत सामील झालेले होते. नेमाजींना त्यांनी केलेल्या मागणीपेक्षा

तब्बल एक लक्ष चाळीस हजार अधिक मिळाले. शिवाय, खानाच्या लोकांनीही वाहत्या गंगेत हात धुवून घेतले. त्यांनी परस्पर तीस हजार वसूल केले. नेमाजींशी समझोता केल्यामुळे सुभेदार हुसेन अलीखान याची स्वत:ची मिळकत तर वाचलीच, वर त्याला तीस हजारांचा फायदा झाला.

नंदुरबारची मोहीम फत्ते करून नेमाजी साताऱ्याला परतले, तेव्हा दसरा तोंडावर आलेला होता.

८

राजाराम महाराजांच्या नव्याने स्थापन झालेल्या राजधानीतला पहिला दरबार. तोही दसऱ्यासारख्या अत्यंत शुभमुहूर्तावर भरवलेला. त्याचा थाट काय वर्णावा. महाराजांचे अष्टप्रधान मंडळ कित्येक दिवस त्याची तयारी करत होते. सारे मानकरी दरबारी पोशाखात मोठ्या थाटात जमा झालेले होते. दरबाराची वेळ झाली. भालदारांनी आदब बजावली. नौबत झडली. अल्काबांच्या पुकाऱ्यात महाराजांनी सहकुटुंब दरबारात प्रवेश केला. सर्वांकडून मानवंदना स्वीकारत ते राजआसनावर विराजमान झाले.

महाराजांनी इशारत करताच रामचंद्रपंतांनी सुरुवात केली,

"आपल्या राज्याच्या नव्या राजधानीतल्या पहिल्या दरबारात इथे आलेल्या सर्वांचे मी राज्याचा अमात्य या नात्याने स्वागत करतो. आपले महाराज चंदीहून येथे आले त्यास आता अवघे सहा महिने झाले आहेत. येवढ्या अल्प काळात आपल्या शूरवीरांनी उत्तरेला बुऱ्हाणपुरापासून ते दक्षिणेला कारवारपर्यंत आपल्या पराक्रमाची मोहोर उठवलेली आहे. सर्व ठिकाणचे मोगल सुभेदार आणि सरदारांचा पराभव करून राज्याच्या खजिन्यात चांगलीच भर घातलेली आहे. आज दसऱ्याच्या निमित्ताने महाराज कोणते ऐलान करणार आहेत, याची तुम्हा सर्वांप्रमाणे मलाही मोठीच उत्सुकता आहे."

सर्व जण मोठ्या अपेक्षेने महाराजांकडे पाहत होते. ते स्मित करत म्हणाले,

"आम्ही छत्रपती झाल्यापासून प्रथमच आमच्या मुलखात दसरा साजरा करत आहोत. आताच आपल्या अमात्यांनी सांगितलेले अगदी सत्य आहे. आमचे वीर उत्तरेला तापीपासून ते दक्षिणेला तुंगभद्रेपर्यंत मैदान गाजवत आहेत. सगळीकडे मोगल सुभेदारांकडून खंडण्या आणि लूट वसूल करत आहेत. याचा आम्हाला अभिमानही आहे. आम्ही महाराणींसह बऱ्याच गडकोटांना भेट देऊन पाहणी केली. आपले सारे गडकरी त्यांचा नीट सांभाळ करत आहेत. हेही खरे आहे. तरीही त्यांना अधिक चांगल्या रीतीने मजबूत करण्यासाठी आपल्याला अजून थोडी सवड हवी आहे, असे आम्हाला वाटते. आधीच आम्ही चंदीहून सुखरूपपणे इथे आल्याचे

समजल्यापासून औरंगजेब चिडलेला आहे. त्यातच गेल्या सहा महिन्यांच्या काळात तुम्ही सर्वांनी केलेल्या पराक्रमामुळे संतापून तो आपल्यावर निर्णायक हमला करण्याचे बेत निश्चित करीत असणार. पण आम्हाला वाटते, त्याचा मुकाबला करण्याइतके आपण अजून सज्ज नाही. त्याबद्दल काही विचार करायला हवा.''

''म्हणजे? क्षमा असावी महाराज. पण आम्ही समजलो नाही.''

प्रधान निळोपंत नम्रपणे म्हणाले, त्यांनी विचारलेला प्रश्न तिथे उपस्थित असलेल्या प्रत्येकाच्या मनात उमटलेला होता. ते पाहून हसत महाराज म्हणाले,

''आपल्याला पुरेशी सवड मिळावी यासाठी आम्ही मोगलांकडे सलोख्याचा सांगावा पाठवण्याचा विचार करत आहोत.''

''काय?''

''होय. त्यामुळे आपल्याला आणखी तयारी करण्यासाठी फुरसद मिळेल.''

''त्याचा उपयोग होईल? औरंगजेब आपले मान्य करील?''

रामचंद्रपंतांनी न राहावून विचारले. त्यावर महाराज शांतपणे म्हणाले,

''नाही. हे आम्ही पूर्वअनुभवाने फार चांगले जाणतो. यापूर्वी चंदीला असताना आम्ही दोन वेळा सुलूख करण्यासाठी माणसे धाडलेली होती. एकदा तर आमच्या चिरंजीवांना, कर्णसिंहांनादेखील त्यासाठी त्यांच्या छावणीत पाठवले होते. दोन्ही वेळी त्यांनी ते नाकारले होते, या खेपी त्यापेक्षा काही वेगळे घडणार नाही हेदेखील उघड आहे. तरीही आपल्या माणसांना आणखी सवड मिळावी यासाठी हे करणार आहोत.''

महाराजांच्या या बोलण्यामुळे या वेळी नवी मोहीम निघणार नाही, हे निश्चित झाले. थोडा वेळ विचारविनिमय करून अण्णाजी या अत्यंत हुशार आणि मुत्सद्दी गृहस्थास बोलणी करण्यासाठी पाठवण्याचे ठरले. मसुदा तयार करण्याची जबाबदारी निळोपंतांवर सोपवण्यात आली.

पुढचे कामकाज सुरू झाले. महाराज गंभीरपणे सांगू लागले,

''अर्थात, एवढ्याने औरंगजेबाला थोपवता येईल असे आम्हाला वाटत नाही. यासाठी आणखी काहीतरी करावे लागेल.''

''म्हणजे?''

रामचंद्रपंतांनी नवलाने विचारले. महाराजांनी बराच गहन विचार करून काही वेगळे ठरवलेले आहे, असे त्यांना वाटू लागले होते. त्यांच्याकडे पाहून हसत महाराजांनी नुसती मान हलवली आणि खंडो बल्लाळांना विचारले,

''चिटणीस, आम्ही काही दिवसांपूर्वी आधी गोवळकोंड्याच्या कुतुबशाहाच्या पदरी असलेले आणि आता औरंगजेबाच्या चाकरीत असलेल्या सरदारांची आणि किल्लेदारांची माहिती गोळा करायला सांगितले होते. ती तयार आहे ना?''

''जी, महाराज.'' खंडो बल्लाळ म्हणाले.

"उत्तम." महाराज समाधानाने म्हणाले. नंतर सर्वांकडे पाहत त्यांनी आपला खास मनसुबा खोलला,

"तुम्ही सारे जाणताच की, गोवळकोंड्याचा पराभूत कुतुबशाहा, अब्दुल हसन तानाशाहा दौलताबादेच्या किल्ल्यात मोगलांच्या कैदेत आहे. नंतर त्याचे बरेच सरदार कुतुबशाही पडल्यावर मोगलांच्या चाकरीत गेले आहेत, तरी आपल्या राजाचा झालेला पराभव अद्याप कुठेतरी त्यांच्या मनाला डाचतो आहे. आम्ही असे ठरवले आहे की, या सर्वांना असे कळवायचे की, तानाशाहाला आम्ही कैदेतून सोडवलेले आहे. त्याला आमच्या मुलखातल्या अत्यंत बेलाग ठिकाणी आश्रय दिलेला आहे. आम्ही त्याला त्याची गादी परत मिळवून देण्यासाठी सर्व प्रकारे मदत करणार आहोत. जर तुम्हाला तुमच्या राजाला मदत करायची असेल तर तुम्ही ताबडतोब आमच्याकडे रुजू व्हावे."

महाराजांचा तो बेत ऐकून सारे थक्क झाले. त्यातून सावरत निळोपंतांनी अविश्वासाच्या सुरात विचारले,

"महाराज, येतील ते आपल्याकडे?"

"पाहू या काय होतंय ते, आम्हाला वाटतं अगदी सगळे नाही तरी काही जण आपल्या डावाला नक्कीच बळी पडतील. त्यातून काही किल्ले किंवा मुलूख हाती पडला तर तेवढाच आपला फायदा. पण या साऱ्या प्रकारात औरंगजेबाला चांगलीच कटकट होईल. हे सारे निस्तरण्यात त्याचा बराच वेळही जाईल. आणि तेच तर आपल्याला हवे आहे."

महाराजांचा हा अनोखा डाव सर्वांना एकदम पसंत पडला. फडावरची माणसे जोमाने कामाला लागली. खबरगिरांनी गोळा केलेल्या माहितीनुसार याद्या बनवून तयार ठेवलेल्या होत्याच. त्या सर्वांना पत्रे रवाना करायची महाराजांनी आज्ञा दिली.

आता दरबारचे काम आवरत आले होते. शेवटी महाराजांनी त्यांचे अनेक वर्षांचे खासगीतले इमानी सेवक खंडोजी दाभाडेंना त्यांनी केलेल्या सेवेखातर जुन्नर प्रांताची सरदेशमुखी बहाल करीत असल्याचे ऐलान केले. त्यांची वतनपत्रे लागलीच तयार करण्याची आज्ञा दिली.

अनेक वर्षांनी मराठी मुलखातल्या नव्या राजधानीतला दसऱ्याचा दरबार अनेक राजकीय निर्णय घेऊन साजरा झाला.

९

अवघ्या महिन्याभरात महाराजांनी केलेल्या खेळीचे चांगले परिणाम झालेले दिसले. कुतुबशाहाच्या पदरी पूर्वी असलेले कित्येक जण महाराजांकडे रुजू झाले. त्यातल्या

काहींनी आपल्या ताब्यात असलेले किल्ले आणि मुलूख महाराजांकडे सुपुर्द केले.

औरंगजेबाला जेव्हा हे समजले तेव्हा त्याचा यावर विश्वासच बसेना. याचे मुख्य कारण म्हणजे, त्याच वेळी महाराजांकडून त्यांच्या माणसांनी केलेल्या लुटीविषयी दिलगिरी व्यक्त करत शांततेचा प्रस्ताव घेऊन अण्णाजी त्याच्या छावणीत आले होते. परंतु जेव्हा पुर्दिल्लाखानासारखा अव्वल सरदार मोगल सेवा सोडून निघाल्याचे त्याला खात्रीपूर्वकपणे समजले, तेव्हा मात्र त्याला त्यातले गांभीर्य जाणवले. शिवाय, ही खबर सगळीकडे पसरल्यामुळे खुद्द कुतुबशाहाचे नेमके काय झाले आहे, याबद्दल साऱ्या मोगलाईत एकच गोंधळ माजलेला होता.

पण जेव्हा कुतुबशाहा कुठेही गेलेला नाही, तर तो दौलताबादेत आपल्या कैदेतच आहे. ही मराठ्यांनी आपल्याशी केलेली एक राजकीय खेळी होती, हे औरंगजेबाला समजले तेव्हा मात्र त्याला अतिशय संताप आला. त्यामुळे सर्वप्रथम त्याने महाराजांचे वकील अण्णाजी यांना तातडीने परत पाठवून दिले. या सर्व गोंधळामुळे एक बाब त्याच्यासारख्या चाणाक्ष राज्यकर्त्याच्या ध्यानी आली की, यापुढे तानाशाहाला दौलताबादेमध्ये ठेवणे काही खरे नाही. एखादे दिवशी खरोखरीच बंडाळी होण्याची शक्यता त्याला दिसून आली. त्यामुळे त्याने त्याला तिथून हलवून दूर ग्वाल्हेरच्या किल्ल्यात पाठवून दिले.

अण्णाप्पा परत आले तेव्हा त्यांनी सोबत एक दुःखद बातमी आणली होती. त्यांना छावणीत असताना समजले होते की, मोगलांच्या कैदेत असलेले संभाजीराजांचे पुत्र माधवसिंह यांचा महिन्यापूर्वी तेथेच काळ झाला होता. अगदी लहान असल्यापासून आपल्या आईसोबत मोगलांच्या छावणीत उभे आयुष्य घालवलेल्या त्या अभागी राजपुत्राची अखेर तेथेच व्हावी, हे खरोखरीच अत्यंत क्लेशदायक होते. हे ऐकल्यामुळे महाराज अगदी बेचैन होऊन गेले. अद्याप त्यांचे कितीतरी जिवलग वर्षानुवर्षे औरंगजेबाच्या कैदेत अडकलेले होते. त्यांच्या आठवणीने आणि त्यांचे आपल्याला पुन्हा दर्शन होईल की नाही, या विचाराने ते व्याकूळ होऊन गेले होते.

कुतुबशाहाच्या सुटकेची अफवा उठवणे आणि त्याच वेळी सुलूख करण्यासाठी मोगलांकडे माणसे पाठवणे या महाराजांच्या दोन्ही खेळी अगदी यशस्वी झाल्या होत्या. या सर्व प्रकारात दोन महिने गेले होते. पण या काळात महाराज आणि त्यांचे कारभारी स्वस्थ बसलेले नव्हते. त्यांच्या कर्नाटक स्वारीची तयारी जोरात सुरू होती. गडावर नजरबाजांच्या, सरदारांच्या सतत भेटी सुरू होत्या. त्यांच्याकडून मिळालेल्या माहितीवरून पुढचे आडाखे बांधले जात होते. सरदार आपापल्या अश्वपथकांसह येत होते, आपली कामगिरी समजावून घेऊन जात होते. प्रत्येक पुढच्या मुक्कामाची तयारी केली जात होत होती.

गडावर मार्गशीर्षाची थंडी जाणवू लागली होती. हवेतला गारवा जसा वाढत

होता, तसे तिथले राजकीय वातावरण तापू लागले होते. स्वारीची सज्जता जवळजवळ पूर्ण झाली होती. महाराज कारभारी आणि सरदारांसह सतत खलबतखान्यात असायचे. एके दिवशी ते असेच उशिरा आपल्या महाली पोहोचले तेव्हा ताराराणी बाळराजेंसह त्यांची वाट पाहत थांबलेल्या होत्या. महाराजांच्या हातून मंदिल घेत त्यांनी विचारले,

"फारच गडबड चाललेली आहे. म्हटले आज तरी वेळेवर थाळ्याला येता की नाही."

"होय. आपण औरंगजेबाची एवढी कळ काढलेली आहे, तेव्हा तो काहीतरी गडबड करणार. त्या आधी आपणच हालचाल करावी, असे ठरवले आहे. बहुतेक दोन दिवसांत बाहेर पडावे लागेल."

"बरे. मग इथली व्यवस्था कशी?"

ताराराणींना नुकताच सातवा महिना लागलेला होता. थोडे बरे वाटत नव्हते, म्हणून त्या आजच्या बैठकीस गेल्या नव्हत्या म्हणून त्यांनी विचारले,

"आम्ही इथून गेल्यावर तुम्ही बाळराजांसह विशाळगडी जा. तुम्ही तिथे सर्वांसोबत असलात की, आम्ही बिनघोर राहू."

बाळराजेंना जवळ घेत महाराज म्हणाले. पेंगुळलेल्या बालशिवाजीराजेंना त्यांच्या वडिलांनी मांडीवर घेतले. तेही तेथे आरामात विसावले. महाराजांचा सारा राज्ञीपरिवार विशाळगडी होता. त्यामुळे ताराराणींनी बाळंतपणासाठी तेथे जावे, असे महाराजांना वाटत होते. त्यांच्या सूचनेला ताराराणींनी अर्थातच होकार दिला.

दोन दिवसांनी मोहिमेपूर्वीची महत्त्वाची बैठक भरली. महाराज तपशील उलगडत सांगू लागले,

"या वेळी आपण दक्षिणेत कर्नाटकात जाणार आहोत. आपले हिंदुराव बहिर्जी आणि राणोजी घोरपडे या दोघांनी सारी आखणी केलेली आहे. त्या भागातले आपले सरदार जागोजागी आम्हाला सामील होणार आहेत. पंत इथे राहून इथला कारभार पाहतील. या भागाच्या बंदोबस्तासाठी खुद्द सेनापती धनाजी जाधवराव येथे थांबतील. इतर सर्वांनी आपापल्या जागी थांबून आपला मुलूख आणि गडकोट सांभाळायचे आहेत."

त्यावर बराच वेळ चर्चा होऊन मसलत उठली. सारे दुसऱ्या दिवशीच्या तयारीला लागले.

महाराजांनी पहाटे उठून त्यांच्या नित्यपूजेतल्या त्यांच्या तीर्थरूपांच्या बाणाची मनोभावे पूजा केली. नंतर ते जाण्यासाठी सिद्ध झाले. रणवेषातील महाराजांना ताराराणींनी ओवाळले. तीन वर्षांचे बाळराजे त्यांच्या आईच्या इशाऱ्यावर आपल्या वडिलांच्या पाया पडण्यासाठी पुढे आले. महाराजांनी त्यांना उचलून कडेवर घेतले. त्यांचा मुका घेतला. महाराजांच्या अंगावरचे बख्तर त्यांना टोचायला लागल्याने ते

चुळबुळ करू लागले. ते पाहून त्यांना त्यांच्या आईकडे देत हसत महाराज म्हणाले,

''सांभाळा यांना. आपल्या तब्येतीचीसुद्धा काळजी घ्या. आम्हीही वरचेवर खबर घेत राहू.''

''आपण आमची चिंता करू नये. मोहीम मोठी आहे. फते करून या. आम्ही विशाळगडावर आपली वाट पाहत असू. तेथेच भेटू.''

ताराराणी दाटलेल्या स्वरांत म्हणाल्या. सर्वांचा निरोप घेऊन महाराज महालाबाहेर पडले. तेथे थांबलेल्या अमात्यांसह घोड्यावरून गडाखाली आले. तेथे जरीपटक्यासह झुंजाला जाण्यासाठी सुसज्ज केलेल्या हत्तीवर स्वार झाले. प्रधान निळोपंत खवाशीत बसले. सेनापती धनाजीराव एका मजलेपर्यंत महाराजांसोबत जाणार होते. त्यांनी इशारत केली.

नौबत दणाणली. रणशिंगे, ढोल, चौघड्यांचा कल्लोळ झाला. 'जय भवानी'चा घोष घुमला. छत्रपतींचा जयजयकार करीत सैन्य चालू लागले. सेनापतींचे अश्वपथक आघाडीवर दौडू लागले. उत्साहाने ओतप्रोत भारलेल्या वातावरणात मराठी सैन्य कानडी मुलखाच्या वाटा उलगडत निघाले.

१०

महाराजांनी प्रस्थान ठेवले. ताराराणी त्यांच्या महालाच्या गवाक्षातून गडाच्या पायथ्याकडे पाहत होत्या. दिवस नुकताच वर येत होता. उगवत्या सूर्यकिरणांनी धुके विरळ होत चाललेले होते. त्यातून दूरवर निघालेले सैन्य नजरेत भरत होते. एका बाजूला इवलेसे सातारा गाव अगदी अंग चोरून बसल्यागत दिसत होते. दुसरीकडे लांबवर पसरलेली, वाऱ्यावर लहरणारी शाळूची शेते पाहून त्यांचे मन प्रसन्न झाले होते. अचानक रणवाद्यांचा कल्लोळ ऐकू आला. ताराराणींची नजर तेथे वळली. महाराजांचा हत्ती त्यांना दिसला. तो नजरेच्या टप्प्याच्या बाहेर गेल्यावर त्या मागे वळल्या.

चाकरांनी महाराणींच्या सांगण्यावरून सामान भरण्यासाठी संदुका आणून ठेवल्या होत्या. मंचकावर बसून त्या कुणबिणींना त्यांना हवे ते सामान भरण्याच्या सूचना देऊ लागल्या. तयार झालेल्या संदुकी बाहेरच्या दालनात ठेवल्या जाऊ लागल्या. त्यात त्यांचा बराच वेळ गेला. सारे उरकून त्या उठणार तोच अमात्य रामचंद्रपंत भेटीस येत असल्याची वर्दी आली. अमात्य जातीने येत आहेत, म्हणजे तसाच काही महत्त्वाचा विषय असणार, हे ताराराणींनी ताडले. त्या लागलीच बाहेरच्या दालनात आल्या. भरलेल्या संदुकींकडे पाहत पंत म्हणाले,

''आपली निघण्याची तयारी झालेली दिसते. पण त्यापूर्वी एक अत्यंत महत्त्वाचा मसला आपल्या कानी घालायचा होता, म्हणून आलो.''

"महत्त्वाचा मसला?"

"होय. महत्त्वाचा आणि अवघडदेखील."

"पंत, आपल्या दौलतीत असा कोणता मसला आहे जो आपल्यासाठी अवघड आहे?"

ताराराणींनी हसत विचारले. त्यामुळे रामचंद्रपंतांच्या गंभीर मुद्रेवर किंचित स्मित उमटले. ते म्हणाले,

"ही बाब थोडीशी नाजूक आहे. शिवाय त्यात सेनापती जाधवराव आणि गिरजोजी यादव आमनेसामने येतील अशी शक्यता आहे."

हे ऐकल्यावर ताराराणीही गंभीर बनल्या. विचार करत म्हणाल्या,

"हं. म्हणजे खरेच अवघड मामला दिसतो आहे. आपण त्याचा तपसील घेतला असेलच."

"जी, दोन दिवसांपूर्वीच आम्हाला सारे समजले. पण महाराज कूचाच्या अगदी तयारीत होते, म्हणून हे सर्व सांगून त्यांना विचलित करणे आम्हास उचित वाटले नाही. आता त्यांनी प्रस्थान ठेवल्यावर आम्ही आपल्याकडे आलो."

"बरे केलेत. सांगा, काय आहे सारे."

पंतांनी ताराराणींना सारी माहिती सविस्तरपणे दिली. ते ऐकल्यावर हा प्रश्न खरेच अतिशय अवघड आहे. हे त्यांनादेखील जाणवले. त्याचा तपशील असा होता,

खंडोबाची पाली हे गाव सातारा जिल्ह्यातील कराड प्रांतातल्या उंब्रज तर्फेत येत होते. उंब्रजच्या वायव्येला तारळा नदीच्या तीरावरचे हे देवस्थान त्या भागातले एक अत्यंत महत्त्वाचे असे जागृत दैवत असल्याचे मानले जात होते. मराठा, रामोशी, मांग, धनगर अशा अनेक समाजातील लोकांचे ते कुलदैवत आहे. प्रत्येक वर्षी पौष महिन्यात तेथे मोठी जत्रा भरते. त्यासाठी दूरदूरच्या मुलखातून हजारो लोक तेथे जमतात.

दर वर्षी जत्रा सुरू होण्यापूर्वी पालखी निघायची. त्याच्या दुसऱ्या दिवशी मानाची 'खंडोबाची डबी' ज्या घराण्याकडे तिचा मान आहे त्यांच्याकडे सुपुर्द केली जायची. ही डबी म्हणजे खंडोबाच्या भक्तांनी देवाला वाहिलेल्या वस्तू ज्यात जतन करून ठेवलेल्या असतात ती पेटी. या खंडोबाच्या डबीच्या हक्कावरून यंदा वाद निर्माण होण्याची शक्यता निर्माण झाली होती.

या प्रकरणाच्या मागची पार्श्वभूमी मात्र बरीच गुंतागुंतीची होती.

पूर्वी संपूर्ण कराड प्रांताची देशमुखी यादवांच्या घराण्याकडे होती. मधल्या काळात काही कारणाने त्यांचा भोगवटा खंडित झालेला होता. यादव घराण्याचा सध्याचा वंशज गिरजोजी यादव याने बरीच खटपट करून त्यापैकी कराड प्रांतातल्या उंब्रज आणि तारगाव या दोन तर्फांची देशमुखी राजाराम महाराजांकडून सोडवून

घेतलेली होती. त्याच्या शेरणीची रक्कमही रीतसर सरकारात भरलेली होती. 'खंडोबाची पाली' हे गाव त्याच उंब्रज तर्फेत येत होते. म्हणजे त्या तर्फेचा देशमुख या नात्याने यादव घराण्याचा अधिकार पालीच्या खंडोबाच्या डबीवर येत होता.

परंतु मधल्या काळात गिरजोजी यादवाच्या नकळत त्याच्या काही भाऊबंदांनी बरीच गडबड केली होती. त्यांनी त्याच्या माघारी त्याच्याच देशमुखीतील दहा गावे परस्पर धनाजी जाधवरावांना विकलेली होती. नेमक्या या विकलेल्या दहा गावांत हे 'पाली' गाव येत होते. त्यामुळे अर्थातच खंडोबाच्या डबीच्या मानाचा वाद निर्माण झालेला होता. म्हणजेच धनाजी जाधव आणि गिरजोजी यादव अशी दोन्ही मराठी राज्यातली महत्त्वाची माणसे आमनेसामने येण्याची दाट शक्यता होती.

पौष महिना सुरू होऊन जत्रा अगदी तोंडावर आलेली होती. ती डबी ताब्यात घेण्यासाठी दोघांच्याकडून पालीला माणसे पाठवली जाणार, त्यातून तंटा उभा राहाणार, हे अगदी उघड दिसत होते. त्यातले गांभीर्य पंतांच्या ध्यानी आले होते, म्हणूनच त्यांनी हा विषय ताराराणींकडे आणला होता.

सारे समजून घेतल्यावर त्या विचार करीत म्हणाल्या,

"पंत, आपण त्या वेळी स्वामींच्या कानी हे घातले नाहीत हे अगदी उचित केलेत, परंतु त्यांच्या माघारी देवाच्या ठिकाणी काही तंटा होणे चांगले नाही. म्हणून आम्हास वाटते की, तसे काही होण्यापूर्वी आपणच आपली माणसे पाठवून ती डबी इथे साताऱ्यास आणवून घ्यावी. सरकारात अमानत करून स्वत:कडे ठेवावी."

"पण राणीसाहेब, असे केल्याने ते दोघे अतिशय नाराज होतील."

"होय. पण तेथे देवाच्या ठिकाणी काही गोंधळ होण्यापेक्षा, ते बरे नाही का? तशी दोन्ही आपलीच माणसे आहेत. नंतर त्यांची समजूत कशीही काढता येईल. आता मात्र तुम्ही ती डबी लागलीच आणवून घ्या. तसेच तिच्या हक्कासंबंधीची शहानिशा करण्यासाठी सारे संबंधित दस्तऐवज तयार ठेवा."

"ठीक आहे राणीसाहेब, आपण म्हणता तसे करण्यासाठी माणसे धाडून देतो."

असे म्हणून पंत सदरेवर आले. त्यांनी त्याच दिवशी स्वार पाठवून ती पालीच्या खंडोबाची डबी साताऱ्याला आणवून घेतली. जत्रेच्या आधी काहीतरी निवाडा करावा लागणारच होता. त्यामुळे तिच्या संबंधित दस्तऐवज जमा करण्याच्या कामाला लागले.

११

पालीहून खंडोबाची डबी साताऱ्याला आणवली गेलेली आहे, हे धनाजी आणि गिरजोजी यांना कळेल तेव्हा ते नाराज होतील. पण नंतर आपण त्यांच्यासमक्ष

प्रश्नाची सोडवणूक करू, असा विचार पंत आणि ताराराणी यांनी केलेला होता. परंतु त्याआधी सर्व प्रकाराला वेगळेच वळण लागले.

एके दिवशी सज्जनगडाहून तिथले किल्लेदार बुऱ्हाणजी मोहिते यांच्याकडून तातडीचा निरोप घेऊन एक जासूद पंतांकडे आला. तो सांगू लागला,

"पंत, सेनापती जाधवराव आणि यादव सरकार दोघे गडावर आले होते. आधी दोघांनी आपली माणसे पालीला खंडोबाची डबी आणायला पाठवली होती. त्यांना त्यांच्याकडून तेथे समजले की, डबी पालीला नाही. ती साताऱ्याला आणून सरकारात जमा केलेली आहे. त्यावरून दोघांमध्ये तेथे बरीच कटकट झाली. ऐन वेळी किल्लेदार मध्ये पडले म्हणून बरे, नाहीतर मोठा बाका प्रसंग घडला असता. घडलेले आपल्या कानी घालावे यासाठी त्यांनी मला लगोलग येथे धाडून दिले."

"बरे झाले, आम्हास कळवले, असे बुऱ्हाणजींना सांगा."

असे सांगून पंतांनी त्याला परत पाठवून दिले खरे, पण जे ऐकले त्यामुळे पंत अतिशय अस्वस्थ झाले. ते तातडीने ताराराणींकडे गेले. सारा प्रकार त्यांच्या कानी घालून म्हणाले,

"हे असे काही घडेल याचा अंदाज आम्हाला होताच. म्हणून सुरुवातीपासून हा मामला आम्ही आपल्या निदर्शनास आणला होता. दोन्ही मातबर असामी, यामधील कोणासही दुखावणे अवघड आहे. आम्हाला वाटते, आता आपणच याचा निवाडा करावा."

ताराराणी विचारात पडल्या. पेच खरोखरीच कठीण होता. दोन्ही मोठी जबर माणसे. एक राज्याचा प्रतापी सेनापती, तर दुसरा अत्यंत विश्वासू असा राणीवशाचा सरहवालदार. तिढा तर चांगलाच पडलेला होता. कोणाच्या बाजूने निवाडा करायचा अन् कोणाला दुखावायचे हा मोठाच प्रश्न होता. आता त्यांच्या ध्यानी आले की, या प्रश्नी अमात्यांना कोणता घोर पडला होता. त्या शांतपणे पंतांना म्हणाल्या,

"ठीक आहे. आपण या खटल्याशी संबंधित सारी कागदपत्रे आमच्याकडे धाडून द्या. आम्ही त्यांची शहानिशा करून योग्य तो निवाडा करू."

अमात्यांच्या मनावरचे ओझे उतरले. त्यांनी ताबडतोब सारे दस्तऐवज महाराणींकडे पाठवून दिले. ते नीट सविस्तरपणे नजरेखालून घातल्यावर ताराराणींची खात्री पटली की, गिरजोजी यादवांच्या भाऊबंदानीच लबाडी केलेली होती. आपला कसलाही हक्क नसताना ती दहा गावे परस्पर धनाजी जाधवरावांना विकलेली होती. त्यामध्ये गिरजोजींचा हक्क डावलला गेला होताच, पण धनाजींचीदेखील फसवणूक झालेली होती. म्हणजे हा व्यवहार मुळातच गैर असल्याने रद्द करून गिरजोजींचा मूळ अधिकार अबाधित राहणेच योग्य होते.

आता अधिक वेळ दवडणे शक्य नव्हते. जत्रा अगदी तोंडावर आली होती.

निवाडा तातडीने करून ती डबी तिच्या जागी पाठवायला हवी होती. त्यांनी तातडीने दोघांना आपलेकडे बोलावून घेतले. सारा मामला समजावून सांगितला. चिटणिसांना बोलावून पत्र तयार करून घेतले. पत्रात मजकूर होता,

"श्री
सही
सकल सौभाग्यवती वज्रचुडेमंडित ताराबाई याणी गिरजोजी यादव देशमुख त ॥ उबरज व तारगाव सू ॥ तिसा तिसैन अलफ मौजे पाली त । मजकूर येथील देशमुखीचा कथला राजश्री जाधवराव व तुम्हात लागलेला होता याकरीता पालीच्या जत्रेची डबी अमानत केली आणि हुजूर आणवून राजश्री रामचंद्रपंत यांचे स्वाधीन केली. याउपरी किले सजनगडी तुमची त्याची कटकट जाली. त्यास राजश्री पंती सदरहू डबीचा ऐवज आम्हाकडे पाठविला. त्यास तुमची तुम्हास दिली.

(तपसील)
येणेप्रमाणे सदरहू ऐवज अमानत केला होता तो तुमचे स्वाधीन केला असे.
सही"

पत्राच्या माथ्यावर आणि अखेरील ताराराणींनी स्वदस्तुरात 'सही' असे लिहून स्वाक्षरी केली. खंडोबाची डबी गिरजोजींच्या ताब्यात दिली. तसेच सारे दस्तऐवज समक्ष दाखवून धनाजींची खात्री पटवून दिली.

छत्रपती मोहिमेवर गेले असताना साताऱ्यात हा वाद निर्माण झाला होता. खुद्द अमात्य रामचंद्रपंत तेथेच असताना ताराराणींना हा निवाडा करावा लागला. खरेतर, खुद्द धनाजी जाधवराव हे राज्याचे सेनापती, जिजाऊ मांसाहेबांकडून महाराजांचे जवळचे आप्त. त्यामानाने गिरजोजी खासगीतला एक सामान्य सेवक, असे असतानाही त्यांनी असा निवाडा केला. धनाजी जाधवरावांसारख्या शौर्यशाली, पराक्रमी सेनानीची राज्याला किती गरज आहे हे त्यांना माहीत नव्हते असे नाही. पण न्याय करताना कोणाच्याही रागालोभाची पर्वा न करता, न्यायदेवतेपुढे सारे समान असतात हे मानून ताराराणींनी हा निवाडा केला होता.

आता त्यांना आठवा महिना सरत आला होता. विशाळगडी जाण्यासाठी आणखी उशीर करणे योग्य नव्हते, हे ध्यानी घेऊन त्या दुसऱ्याच दिवशी साताऱ्याहून निघाल्या.

भाग १५

१

मराठ्यांचे चतुरंग दळ कर्नाटकाकडे निघाले होते. आघाडीवर जरीपटक्याचा हत्ती डौलात चालत होता. त्याच्यामागे बिनीचे अश्वदळ चालले होते. त्याच्यापाठून निघालेला महाराजांचा लवाजमा नजरेत भरत होता. अन्य महत्त्वाचे सरदार त्यांच्या घोडदळांसोबत शस्त्रे मिरवीत निघाले होते. वाटेतल्या गावातले मानकरी महाराजांना भेटून नजराणे देत होते. सामान्य रयत मात्र दुरूनच आपल्या राजाचे दर्शन घेत होती.

फौजेचा पहिला मुक्काम चिकोडीला पडला. छावणीची पाहणी करून महाराज त्यांच्या डेऱ्यात आले. तोच चंदीहून काही माणसे भेटीस आल्याचे समजले. महाराजांनी त्यांना लागलीच बोलावून घेतले. ते सांगू लागले,

"महाराज, आम्हाला वेलोरच्या काकडे सरकारांनी पाठवले आहे. आपण गेल्यानंतर झुल्फिकारखानाने घातलेला वेढा अखेर काढून घेतलेला आहे."

"वा! आमच्या या मोहिमेच्या आरंभीच शुभवार्ता मिळाली. चांगला शकुनच झाला म्हणायचा."

महाराज खुशीत येत म्हणाले.

चंदी जिंकली, तरी झुल्फिकारखान दक्षिणेतच थांबलेला होता. त्यानंतर लगेच त्याने इंग्रजांकडून तेवनापट्टण आणि कडलोर काबीज केले होते. ते त्याने चंदीचा नवा किल्लेदार गजनफरखान याला जहागिरीसाठी दिले. त्यानंतर कर्नाटकावर स्वारी करावी असे दाऊदखानासह अनेक मोगल सरदारांना वाटत होते. पण औरंगजेबाने त्याला वेलोर घेण्याचा हुकूम दिला होता. तेव्हापासून गेले सहा महिने तेथे वेढा पडलेला होता.

वेलोरचे किल्लेदार बाजीराव काकडे यांना आधीच अंदाज आलेला होता की, चंदी घेतल्यावर आता मोगलांचा मोर्चा आपल्याकडे वळणार. त्यामुळे त्यांनी भरपूर

बेगमीसह अगदी कडेकोट तयारी करून ठेवलेली होती. गड दोन वर्षे सहज लढेल अशा तयारीत होता. शिवाय, वेढा पडल्यानंतर अरणी, चांगमन अशा ठिकाणाहून मराठी सैन्याच्या तुकड्या रसदी मारण्यासाठी सज्ज केलेल्या होत्या. त्यांच्या छाप्यांनी मोगल सैनिक हैराण होत होते. सहा महिने असा त्रास काढल्यावर पावसाळा तोंडावर आल्याचे निमित्त काढून झुल्फिकारखानाने वेढा उठवला होता. तो आता अर्काटला निघून गेला होता.

सारे ऐकल्यावर महाराजांनी वेलोरहून आलेल्या माणसांची मोठी सर्फराजी केली. बाजीराव काकडे आणि त्यांच्या सहकाऱ्यांना बक्षिसे आणि कौतुकाचे खलिते पाठवून दिले.

दुसऱ्याच दिवशी चिकोडीचा मुक्काम उठवून फौजेने बेळगावमार्गे धारवाडची दिशा पकडली. वाटेत अनेक मांडलिक राजांची राज्य येत होती. ते खंडण्या आणि नजराणे महाराजांकडे पेश करत होते. त्यांनी दिलेल्या सैन्याने मराठी फौज फुगत होती. धारवाडहून हुबळीला गेल्यावर छावणी टाकून तेथे काही दिवस मुक्काम केला गेला. इथला बराचसा भाग महाराजांच्या अखत्यारीतला होता. शिवाय, फौजेचा एवढा प्रचंड पसारा पाहून कर्नाटकातील कोणाही मोगल सरदाराने त्यांना विरोध करायचे धाडस केले नाही. त्यामुळे सावनूर, हवेरीमार्गे महाराज रानीबेन्नूरला सहज पोहोचले. तेथे सिद्धेश्वर मंदिरात महारुद्र घालण्यासाठी मुक्काम पडला.

रानीबेन्नूरहून जवळच कूदाली येथे तुंगा आणि भद्रा या नद्यांचा संगम होता. दहा वर्षांपूर्वी इथल्याच मठात महाराजांनी चंदीच्या वाटेवर असताना आश्रय घेतला होता. तेथे जाण्याचे त्यांनी ठरवले होते. आधी वर्दी मिळालेली असल्याने मठातील मंडळी स्वागताच्या तयारीत होती. महाराज छावणीतून मोजक्याच माणसांसह मठाकडे निघाले. शिष्यांनी महाराजांचे स्वागत करून त्यांना मठाधिपतींकडे नेले.

महाराज स्वामींना वंदन करून उभे राहिले. स्वामी चकित होऊन त्यांच्याकडे एकटक पाहतच राहिले. दहा वर्षांपूर्वी यतिवेषात देशांतराला निघालेला एक राजबिंडा तरुण त्यांनी पाहिलेला होता, अगदी मोजक्या पण निष्ठावंत साथीदारांसोबत आलेला. आज तोच मराठ्यांचा छत्रपती आपल्या हजारोंच्या चतुरंग दळासह छत्रचामरे मिरवीत आला होता. तरीही मोठ्या विनम्रपणे त्यांच्या समोर नतमस्तक झाला होता. त्यांचे ते राजस रूप पाहून स्वामी अतिशय प्रसन्न झाले. त्यांनी आग्रहाने महाराजांना आसनावर बसवले. त्यानंतर फलाहार घेत कितीतरी वेळ दोघांनी जुन्या आठवणी जागवल्या.

थोड्या वेळाने महाराजांनी इशारत केली. सेवकांनी मौल्यवान नजराण्याची तबके स्वामीपुढे पेश केली. ते पाहून स्वामी म्हणाले,

"आपण आठवण ठेवून भेटीस आलात, हेच खूप झाले. हे आणखी कशासाठी?"

"आपणास याचा मोह नाही हे आम्ही चांगलेच जाणतो. शिवाय, आपण त्या वेळी आमच्यासाठी जे काही केले त्याचे मोल होऊ शकत नाही हेदेखील आम्हास ठाऊक आहे. केवळ आमच्या अडचणींच्या वेळी ज्या वास्तूचा आधार लाभला, तिच्या उभारणीसाठी आपल्याकडून काही हातभार लावता यावा. इथे यात्रेकरूंची, साधकांची सोय करून त्यांच्या सेवेसाठी काही आमच्या हातून घडावे, एवढीच इच्छा आहे."

महाराजांच्या बोलण्यातली ऋजुता स्वामीच्या मनाला भिडली. ते त्यावर काहीच बोलले नाहीत. आणखी थोडा वेळ थांबून महाराज छावणीत परतले.

२

कूदालीहून शिवमोगा अवघे वीस कोसांवर होते. शिवमोगा ही बिदनूरची राजधानी. महाराणी चेन्नम्मा यांना महाराज इतक्या जवळ आल्याचे समजल्यावर त्यांनी भेटीस येण्याचे आमंत्रण घेऊन आपल्या प्रधानांना त्यांच्याकडे पाठवून दिले. महाराजांनाही या पराक्रमी राजस्त्रीला भेटण्याची उत्सुकता होती. त्यांनी महाराजांना सुरुवातीपासून अनेक वेळा भरपूर साहाय्य केले होते. महाराजांनी मोठ्या आनंदाने आमंत्रणाचा स्वीकार केला.

महाराजांचा लवाजमा शिवमोग्याला निघाला. होन्नाळीहून पुढे आल्यावर बिनीच्या तुकडीतले स्वार दौडत आले. शिवमोग्याहून राणीसाहेबांनी स्वागतासाठी सजवलेल्या हत्तीसह घोडदळ पाठवले असल्याचे त्यांनी सांगितले. शिवमोगा पाच कोसांवर असताना त्यांची मराठी सैन्याशी गाठ पडली. सारा लवाजमा वाजतगाजत पुढे निघाला. शिवमोगा दृष्टिपथात येईपर्यंत संध्याकाळ झाली. उतरत्या सूर्यकिरणांच्या सोनेरी तेजात ती वैभवसंपन्न नगरी झळाळत होती. वेशीजवळ असलेल्या विस्तीर्ण माळावर छावणीची व्यवस्था केलेली होती. छावणीला स्थिरस्थावर केल्यावर निवडक मंडळींसह महाराज राजवाड्यात गेले. खास माणसांच्या निवासाची तेथे सोय केलेली होती.

दुसऱ्या दिवशी महाराणी चेन्नम्मा यांनी महाराजांच्या सन्मानार्थ खास दरबार भरवला होता. प्रथमच दोघांचा प्रत्यक्ष परिचय करून देण्यात आला. नजराणे आणि भेटवस्तूंची देवघेव झाल्यावर महाराज म्हणाले,

"एका समर्थ स्त्रीच्या संपन्न राज्यात आल्याने आम्हाला अतिशय समाधान वाटत आहे. आपण आम्हाला अडचणीच्या काळात सहकार्य केलेत. त्यासाठी औरंगजेबासारख्याची नाराजी ओढवून घेतलीत. त्यानंतर आमच्या पत्नी चंदीला आल्या, तेव्हा त्यांनाही आपण सर्व प्रकारचे साहाय्य केलेत. या सर्वांसाठी आम्ही

आणि आमचे कुटुंब, आणि आमची रियासत आपली कायमच ऋणी राहील. आमच्या या भावना व्यक्त करण्यासाठी येथे प्रत्यक्ष येण्याची संधी मिळाली हे आम्ही आमचे भाग्यच समजतो.''

महाराजांच्या या प्रांजळ आणि भावपूर्ण बोलांनी तिथली दरबारी मंडळी भारावून गेली. स्वत: महाराणी चेन्नम्मा प्रसन्नपणे म्हणाल्या,

''आम्ही अनेक वर्षे आपल्या थोर वडिलांची कीर्ती ऐकून होतो. त्यांनी औरंगजेबासारख्या शक्तिशाली मोगल सम्राटाशी टक्कर घेण्याचे धाडस दाखवले. स्वतंत्र राज्य स्थापन केले. त्यातूनच आम्हाला मोगलांविरुद्ध उभे ठाकण्याची प्रेरणा मिळाली. तसेच प्रसंगी त्याच्याशी नमते घेऊन आपल्या प्रजेचे रक्षण करण्याची शिकवणदेखील मिळाली. आज त्यांचे पुत्र आणि मराठी राज्याचे छत्रपती आमच्या दरबारात आले याचा आम्हाला अत्यंत आनंद होत आहे. आपल्या दोन्ही राज्यांतील ही मैत्री अशीच अखंड राहो, हीच आमची परमेश्वराकडे प्रार्थना आहे.''

त्यानंतर अन्य बोलणी होऊन दरबार आटोपला. रात्री शाही भोजन दिले गेले. दुसऱ्या दिवशी महाराज छावणीत परतले. लागलीच परतीचा प्रवास सुरू झाला. या मोहिमेत धावपळ भरपूर झाली. अपेक्षेप्रमाणे मोगलांनी कोठेही अडथळा आणला नाही. शिवाय खंडणी आणि लूटही भरपूर मिळाली. कर्नाटकस्वारी यशस्वीपणे पार पाडून सैन्य तब्बल दोन महिन्यांनी आपल्या मुलखात पोहोचले, तेव्हा चैत्रपाडवा तोंडावर आला होता.

३

ताराराणी साताऱ्याहून विशाळगडाला येऊन दोन महिने होऊन गेले होते. आता त्यांच्यासह सर्व, महाराज कधी परत येतात याची वाट पाहत होते. महाराज येण्यापूर्वी काही दिवस ताराराणींना कन्यारत्न प्राप्त झाले होते. तिचे नाव आई अंबेच्या नावाप्रमाणे अंबिकाबाई असे ठेवण्यात आले होते.

महाराजांनी विशाळगडावर आल्यावर लागलीच मुलखाच्या कारभाराचा तपशील घेण्यास सुरुवात केली. परशुरामपंत सांगू लागले,

''महाराज, मधल्या काही काळात दक्षिण कोकणात थोडी गडबड सुरू झाल्याचे समजते. तेथील सिद्दी आणि गोरे लोक पुन्हा डोके वर काढत असल्याचे समजते. त्यांचा बंदोबस्त करावा लागेल, असे दिसते.''

''तसे असले तर दुर्लक्ष करून चालणार नाही. पावसाला अद्याप दोन महिने अवकाश आहे. लागलीच तयारी करा.''

परशुरामपंतांना अंदाज होता तसेच घडले. महाराजांनी मोहिमेला तत्काळ

मान्यता दिली. आठवड्याभरात मराठी फौजा तळकोकणात उतरवायच्या अशा बेताने मोहिमेची तयारी सुरू झाली. त्याच वेळी पुन्हा एकदा दक्षिणेची खबर घेऊन मंडळी आली. गेल्या काही दिवसांत तेथेही बऱ्याच महत्त्वाच्या घडामोडी घडल्या होत्या. ते सांगत होते,

"महाराज, झुल्फिकारखानाने माघार घेऊन वेलोरचा वेढा उठवल्यानंतर काही दिवसांनी आपल्या काही सरदारांनी पुन्हा उचल घेतली. वांदिवाशला पाठवलेली रसद पळवणे, इतकेच नव्हे, तर त्यांच्या छावणीवर हल्ला चढवणे असे प्रकार वारंवार घडू लागले. त्याची तक्रार औरंगजेबाकडे गेली, म्हणून त्याने खुद्द बेदारबख्तालाच तेथे पाठवून दिले होते."

" बादशहाला शहाजाद्याला पाठवून द्यावे लागले, म्हणजे आपल्या लोकांनी चांगलीच धामधूम माजवलेली दिसते."

महाराज म्हणाले. त्यावर ते पुढे सांगू लागले,

"होय तर. पण शहाजादा आल्यावर मात्र आपल्या लोकांनी फारशी गडबड केली नाही. तो काही दिवस अर्काटला राहिला. त्याच वेळी झुल्फिकारखानाला औरंगजेबाने परत बोलावले आहे अशी खबर पसरलेली होती. तो जाण्यासाठी निघतो का, याची आम्ही खबर घेत असतानाच मोगल सैन्य पूर्व किनाऱ्याकडे निघाल्याचे समजले. तेथून ते पोर्ट सेंट डेव्हिडवर चालून जाणार आहेत, असेही समजले."

"ते सारे ठीक आहे, पण झुल्फिकारखानाला इकडे परत बोलावल्याची खबर खरी असेल तर काळजी करण्यासारखी आहे. त्यासंबंधी काही समजल्यास ताबडतोब कळवा."

"जी, महाराज."

असे म्हणून दक्षिणेतले खबरगीर निघून गेले.

दक्षिणेतल्या इतर बातम्यांपेक्षा औरंगजेबाने झुल्फिकारखानाला खरेच परत बोलावले असल्यास ते अधिक महत्त्वाचे होते. दक्षिणेतली मंडळी निघून गेली, तरी महाराज बराच वेळ त्यासंबंधी विचार करत होते. थोड्या वेळाने ते सारे बाजूला सारत त्यांनी कोकण स्वारीची माहिती घेण्यास सुरवात केली.

आठवड्याभरात सारी तयारी पूर्ण होऊन मराठी फौजांनी विशाळगडाहून कूच केले. लांजा, राजापूरमार्गे वैभववाडीला आल्यावर तेथे छावणी पडली. कोकणात छत्रपती आल्याचे सर्वदूर समजताच सर्व कारभारी, सुभेदार दर्शनासाठी येऊ लागले. शिर्के, सुर्वे अशी आप्तमंडळी भेटून आमंत्रण देऊन गेली.

मधल्या काळात मराठी आरमाराने सिद्दी दर्यावर्दी लोकांचे सागरावरचे वर्चस्व काबूत आणले होते. महाराज कान्होजी आंग्रे यांच्यासह आपल्या आरमाराच्या पाहणीसाठी निघाले. आरमाराच्या विजयदुर्ग आणि घेरिया या मुख्य छावण्यांची

पाहणी झाल्यावर महाराजांनी आपल्या आरमाराचे मुख्य ठाणे कुलाबा येथे कायम केले.

दोन दिवस तेथे थांबून महाराज मालवणला आले. तेथे सिंधुदुर्ग हा त्यांच्या वडिलांनी बांधलेला जलदुर्ग त्यांना पाहायचा होता. सकाळीच ते तेथे निघाले तेव्हा आरमारप्रमुख आंग्रे, किल्लेदार सपकाळ नाईक आणि तिथले उपाध्ये अभ्यंकर त्यांच्या सोबत होते. महाराज सागरकिनारी उभे राहिले होते. मंद वारा वाहत होता, तरी त्यात गारवा नव्हता. सकाळचे कोवळे ऊनही चांगलेच चटचटत होते. पण महाराजांचे यापैकी कशाकडेही लक्ष नव्हते. ते केवळ एकटक समोर दिसणारे अद्‌भुत दृश्य पाहत होते. ते पाहून बाजूला उभे असलेले आरमारप्रमुख म्हणाले,

"महाराज, आपल्या तीर्थरूपांनी हा दुर्ग बांधून या कुरटे बेटाचे सोने केले."

"खरे आहे, आम्हाला तेथे जायचे आहे."

महाराज असे म्हणणार याचा अंदाज असल्याने त्याची तयारी आधीच केलेली होती. सज्ज केलेल्या नावा भराभर पाण्यात सोडण्यात आल्या. एका मोठ्या नावेत डोलकाठीला धरून महाराज उभे होते. थोड्या वेळात सारा लवाजमा बेटावर पोहोचला. किल्ल्याचे प्रवेशद्वार असे बनवले होते की, कुठूनही बेटावर आले तरी ते पट्‌कन ध्यानी येऊ नये. चार-चार गज रुंदीच्या आणि दहा गज उंचीच्या भक्कम भिंतींचा तट, त्यात जागोजागी केलेला शिशाचा वापर, आतील रचना पाहून हे काम अवघ्या दोन वर्षांत पूर्ण झाले होते यावर विश्वास बसणे अवघड होते.

एखादे असे भव्यदिव्य स्वप्न पाहणे, ते प्रत्यक्षात आणणे, दोन्ही तसे विलक्षणच. आपल्या महान पित्याने उभारलेले एक विशाल पाषाणशिल्पच असा तो जलदुर्ग पाहून महाराज अत्यंत प्रसन्न झाले. त्यानंतर कोकणातील इतर किल्ल्यांची पाहणी करून ते महाडमार्गे प्रतापगडावर परतले. तेव्हा महाराणी राजसबाई आपल्या वर्षभराच्या संभाजीराजेंसह तेथे आलेल्या होत्या.

४

गेल्या तीन महिन्यांमध्ये आधी कर्नाटकाची आणि नंतर दक्षिण कोकणाची अशा मोठ्या मोहिमा यशस्वीपणे पार पाडल्यावर, आता कोठे महाराजांना थोडीशी फुरसद लाभली होती. त्याच वेळी दक्षिणेतून महत्त्वाची खबर आली की, औरंगजेबाने खास हुकूम पाठवून झुल्फिकारखान आणि बेदारबख्त यांना तातडीने आपल्याकडे बोलावून घेतले होते. आता तसा दक्षिणेत दुसरा कोणी प्रबळ शत्रू नसल्यामुळे तेथे बंदोबस्तासाठी अगदी थोडे सैन्य मागे ठेवून ते आपल्या फौजांसह ते निघालेदेखील होते. महाराजांना ही बाब मोठ्या चिंतेची वाटली. त्यांनी ताबडतोब आपल्या सर्व प्रमुख सेनानींना

प्रतापगडावर बोलावून घेतले.

सारे समजल्यावर महाराज म्हणाले,

"दोघांनाही औरंगजेबाने एकाच वेळी बोलावून घेतले हे काही बरे लक्षण नव्हे. त्याच्या मनात काहीतरी मोठा बेत शिजतो आहे, असे वाटते."

"पण महाराज, पावसाळा अगदी तोंडावर आलेला आहे. अशा वेळी नवीन मोहीम निघेल असे आम्हाला वाटत नाही. कदाचित त्यानंतरचा बेत ठरत असावा असे वाटते."

धनाजी जाधवराव म्हणाले. बहुतेक जण त्यांच्याशी सहमत होते. बैठकीत नेमाजी शिंदे, परसोजी भोसले यांच्यासह अनेक सरदार आले होते. तसेच महाराजांच्या भेटीस आलेले सचिव शंकराजी नारायण तेथे आलेले होते. ते म्हणाले,

"मोगलांच्या छावणीत आपले बरेच नजरबाज आहेत. त्यांना कामाला लावायला हवे."

त्याबद्दल कोणी काही बोलणार तोच धनाजीराव पुन्हा म्हणाले,

"महाराज, आता कुठे वैशाखाला सुरुवात झालेली आहे. अजून एक महिना तरी हाताशी आहे. एखादी मोहीम काढावी म्हणतो. महिन्याभरात परत येऊ, तोपर्यंत मोगलांकडच्या खबरी समजतील."

त्यांच्याशी सहमती दाखवत महाराज म्हणाले,

"ठीक आहे. या खेपी वऱ्हाड, तेलंगणात आपल्या फौजांचा पायरव झालेला नाही. त्या बाजूला पाऊसही उशिरा सुरू होतो. तेव्हा तुम्ही तिकडे मोहरा करावा हे उत्तम."

महाराजांचा कौल मिळाल्यावर लागलीच दोन दिवसांत धनाजीराव आणि इतर सरदार हैदराबादची वाट चालू लागले. महाराज आता पुढच्या जोडण्यांच्या तयारीला लागले. झुल्फिकारखान आणि बेदारबख्त लवकर आले, तर कदाचित औरंगजेब पावसाळा संपण्यापूर्वीसुद्धा चढाई करू शकतो हे त्यांनी हेरले होते. ते त्या विचारात गढले असतानाच औरंगजेबाच्या छावणीतल्या नजरबाजांनी वेगळीच खबर आणली होती.

राजस्थानातला कुणी चंड नावाचा रजपूत राजा बंड करून उठला होता. औरंगजेबाने उत्तरेतून त्याच्या इथल्या छावणीसाठी मागवलेला खजिना त्याने अडवून लुटून नेला होता. त्यामुळे छावणीत सर्वच गोष्टींची मोठीच चणचण निर्माण झाली होती. सारे अगदी हैराण होऊन गेले होते. हे ऐकल्यावर महाराज समाधानाने म्हणाले,

"एका परीने बरेच झाले. यातून सावरायला त्यांना बराच वेळ लागेल. आता सेनापती हैदराबादेहून परत आले की, पुढच्या तयारीला लागू."

आता महाराजांनी मुलकी कारभाराविषयी लक्ष घातले. पुणे, मावळ प्रांताकडे पसारा वाढला होता. त्यांनी तिथे मुलकी कारभारातले जाणते बाळाजी विश्वनाथ भट यांची नेमणूक करावी असा विचार पुढे आला. ते धनाजी जाधवरावांच्या खास मर्जीतले होते. धनाजींच्या सैन्यात त्यांचे स्वत:चे असे एक खास पथकही होते. लष्करी तसेच मुलकी अशा दोन्ही क्षेत्रांत त्यांना गती होती. महाराजांनी त्यांना पुणे प्रांताचे सरसुभेदार नेमले.

त्या दिवशी महाराज दरबारातून लवकर आपल्या महालात परतले. थोड्या वेळात राजसबाई राणीसाहेब छोट्या संभाजीराजेंसह तेथे आल्या. महाराजांकडे पाहत म्हणाल्या,

''आज बरी लवकर यायला सवड मिळाली.''

रांगत जवळ आलेल्या संभाजींना उचलून घेत महाराज म्हणाले,

''तुम्हाला इथं येऊन इतके दिवस झाले. पण आमच्या धाकट्या चिरंजीवांसोबत घालवायला आम्हाला वेळच नाही. म्हणून लवकर आलो.''

राजसबाई हसल्या. महाराजांचा फारसा परिचय नसल्यामुळे त्यांच्याकडे झेप घेणाऱ्या संभाजींना त्यांनी स्वत:जवळ घेतले. त्यांच्या डोळ्यांवर येणाऱ्या केसांच्या वाढलेल्या कुरळ्या बटांना मागे सारत म्हणाल्या,

''आमची आणि बाळांची एवढी आठवण झाली हेच खूप झाले. यांचे जावळ काढायचे राहून गेले आहे, त्यासाठीदेखील वेळ मिळतो आहे का ते पाहा म्हणजे बरे.''

महाराजांनी पाहिले. बाळांचे केस खरोखरच भरपूर वाढलेले दिसत होते. त्यांनी लागलीच येसाजींना सांगून पुरोहितांना बोलावून घेतले. जवळचा चांगला दिवस पाहून जावळाचे कार्य यथासांग करवून घेतले. त्यामुळे राजसबाई राणीसाहेबांना खूप आनंद वाटला.

५

औरंगजेबाला ब्रह्मपुरीला येऊन साडेचार वर्षे होऊन गेली होती. तेथे राहून तो सारा हिंदुस्थान आणि पुढे अफगाणिस्तानापर्यंत पसरलेल्या आपल्या साम्राज्याचा लष्करी आणि मुलकी कारभार नियंत्रित करत होता.

छत्रपती संभाजी महाराजांच्या मृत्यूनंतर पाहता पाहता मराठ्यांचे राज्य हाती येईल, असे त्याला वाटले होते. पण त्याचे सारे मनोरथ राजाराम महाराजांच्या डावपेचांनी आणि त्यांच्या एकाहून एक श्रेष्ठ अशा सेनानींच्या पराक्रमांनी उधळून लावले होते. अनेक वर्षांच्या संघर्षानंतर दीड वर्षापूर्वी जेव्हा चंदी पडली, तेव्हा मात्र

त्याला खात्रीने वाटले की, आता मराठे खरोखरीच संपले. पण ज्या वेळी मराठ्यांचा छत्रपती चंदीहून निसटल्याचे त्याला समजले, तेव्हा तो अतिशय चरफडला. तरीही त्याला वाटत होते, अद्याप कुठे झुंजाचे फारसे कसब न दाखवलेला हा मराठ्यांचा राजा आपल्या प्रचंड लष्करी ताकदीपुढे काय टिकणार? चुटकीसरसे त्याला पकडून हे मराठी राज्य मिटवता येईल.

याही वेळी त्याचे ते स्वप्न अपुरेच राहिले. चंदीहून परत आलेले राजाराम महाराज मराठी मुलखात येऊन अधिक आक्रमक आणि कृतिशील बनले होते. त्यांना येऊन अवघे दीड वर्ष झाले होते. एवढ्याशा काळात त्यांच्या सर्व सेनानींनी उत्तरेला माळव्यापासून ते दक्षिणेला पार हैदराबाद आणि कानडी मुलखातून मोठीच धामधूम उडवून दिली होती. कित्येक मोहिमा त्यांनी जातीने नेतृत्व करून यशस्वीपणे पार पाडल्या होत्या. शिवाय, ते स्वत: महाराणी ताराबाईंसह गडकोटांना भेटी देऊन तिथल्या लोकांना उभारी देत होते. इतकेच नव्हे, तर साताऱ्याला नवी राजधानी स्थापन करून तेथून ते दौलतीचा कारभार उत्तम प्रकारे पाहू लागले होते.

राजाराम महाराजांना इथे पूर्णपणे स्थिरावू देण्यापूर्वीच आपले मोगल सरदार त्यांना उखडून टाकतील, असे औरंगजेबाला वाटले होते. इथेही त्याच्या पदरी निराशाच आली. त्याने आपले कित्येक सरदार प्रचंड बळासह आणि सामग्रीसह त्यांच्यामागे धाडले, तरी त्यांना मराठे दाद देत नव्हते. उलट त्यांचे मराठी वीर मात्र मोगली मुलखात आतवर जाऊन लुटालूट करत होते. तिथले मोगल सुभेदार त्यांना अडवू शकत नव्हते. मैदानी जंग करण्यात अगदी माहिर असलेले त्याचे सरदार दऱ्याखोऱ्यातून लढणाऱ्या मराठी शूरवीरांसमोर पार ढेपाळून जात होते. त्यांच्या हार झाल्याच्या खबरी त्याला सतत ऐकाव्या लागत होत्या. एकीकडे आपले सरदार मनापासून लढत नाहीत, असेही अलीकडे त्याला वाटू लागले होते.

अशा विचारात तो गढला असतानाच त्याचा वजीर आसदखान त्याच्या भेटीला आला. त्याच्याकडे पाहत त्रासलेल्या स्वरात औरंगजेबाने विचारले,

"क्यूं कहींसे कोई अच्छी खबर लाये हो आसदखान?"

आसदखान काही न बोलता खाली मान घालून उभा राहिला. त्यामुळे अधिक चिडलेला औरंगजेब त्याला म्हणाला,

"आम्हाला वाटतं, आमचे सरदार मनापासून लढत नाहीत. नमकहराम झाले आहेत."

"नाही जहाँपन्हा, तसे नाही. हे मराठे त्यांचा राजा इथे आल्यापासून जादा आक्रमक झालेत. तोदेखील जातीने जंगमध्ये उतरतो. मोठमोठ्या मोहिमा काढतो, त्याच्या राणीसोबत गडकोटांवर जातो. जरा म्हणून उसंत घेत नाही."

"वा! आमचे वजीरसुद्धा गनिमाच्या राजाचे कौतुक करायला लागलेत."

औरंगजेब छद्मीपणे म्हणाला. त्यावर वरमून जात खाली मान घालत आसदखान म्हणाला,

''खाविंद, केवळ आम्हीच नाही, तर सारेच तसे म्हणतात. आपली तवारीख लिहिणारा मुहंमद तर त्याला 'कार्रोफर नमुदा' म्हणतो.''

'कार्रोफर नमुदा' या शब्दाचा अर्थ फारसी भाषेत 'बेडरपणे हल्ले करणारा' असा होतो. आपल्या खुद्द वजिराच्या तोंडून ते शब्द ऐकल्यावर तर औरंगजेबाच्या रागाला पारावार राहिला नाही. तो संतापून म्हणाला,

''पाहिले, आता तर आमच्या जवळची माणसेदेखील आमच्या शत्रूचे गोडवे गाऊ लागलेत. मग बाकीचे कसे त्याच्याशी मन लावून लढतील? ते काही नाही. आता त्याच्याशी खरे कडवे झुंज करायला हवे आहे. म्हणूनच आम्ही दक्षिणेतून बेदारबख्त आणि झुल्फिकारला बोलावून घेतले आहे.''

''मी तेच सांगण्यासाठी आलो होतो. दोघे एका मजलेवर आलेले आहेत.''

''ठीक आहे. ते आले की, त्यांना लागलीच आमच्या समोर पेश व्हायला सांगा.''

आसदखानाला एवढेच सांगून औरंगजेबाने पुन्हा जपाची माळ हातात घेऊन डोळे मिटले. आसदखान त्याला कुर्निसात करून बाहेर पडला.

६

जावळाचा समारंभ आटोपून महाराज वसंतगडावर आले. तिथल्या मुक्कामातच शहाजादा बेदारबख्त आणि झुल्फिकारखान ब्रह्मपुरीला येऊन पोहोचल्याचे त्यांना समजले. धनाजीदेखील तोपर्यंत हैदराबादेहून परत आले होते. त्यांच्यासह इतर मराठी सरदारांच्या सैन्याची छावणी वसंतगडाच्या पायथ्याशी देवरी येथे पडलेली होती. आषाढ सुरू झाल्यामुळे बरेच सैनिक त्यांच्या गावी शेतीच्या कामासाठी जाण्याच्या तयारीत होते. पावसाळा संपेपर्यंत नवी मोहीम निघणार नाही, असाच सर्वांचा अंदाज होता. महाराज तेथून साताऱ्याला आले. धनाजी जाधवराव आणि इतर प्रमुख सरदारांशी मधल्या काळात घडलेल्या घटनांविषयी त्यांनी विचारविनिमय केला. लागलीच काही घडेल असे वाटत नव्हते, म्हणून महाराज परत वसंतगडावर निघून गेले.

श्रावण उलटला. पाऊस कमी झाला. महाराणी ताराबाई आपल्या मुलांसह वसंतगडावर आल्या. त्यांच्या अंबिका आता पाच महिन्यांच्या झाल्या होत्या. छोटे शिवाजी आणि संभाजी यांच्या बाळलीलांनी गडावरचे तणावाचे वातावरण हलके झाले होते. पण त्याच वेळी औरंगजेबाच्या छावणीतून आलेल्या महत्त्वाच्या खबरीमुळे

महाराजांना साताऱ्याला जावे लागते. ते सहकुटुंब तेथे गेले.

औरंगजेब गेल्या दीड वर्षातील दक्षिणेत घडणाऱ्या बाबींनी अतिशय त्रस्त झालेला होता. त्याने यासाठीच खास दरबार भरवला होता. आपल्या दिग्गज सरदारांसमोर त्याने हा विषय मांडला. तेव्हा सर्वांचा एकंदर सूर असा होता की, मराठ्यांचे गडकोटांच्या आधाराने आणि दऱ्याखोऱ्यांत लपून लढणारे वीर, त्यांचा राजा इथे आल्यापासून अधिक आक्रमक झालेले आहेत. पण नवीन मोहीम काढण्याबद्दल कोणाला फारशी उत्सुकता वाटत असावी, असे काही दिसत नव्हते. नुकताच आलेला झुल्फिकारखान आणि शहाजादा बेदारबख्त, हे दोघे मात्र उत्साहाने सळसळत होते. झुल्फिकारखान मोठ्या आढ्यतेने म्हणाला,

''आपण आम्हाला एखादी मोहीम द्यावी. आम्ही फते करून दाखवतो.''

''होय. तू रायगड आणि चंदी दोन्ही जिंकणारा वीर आहेस हे खरे. पण तो रामा दोन्ही वेळेला तुझ्या हातून निसटला हेही तितकेच खरे आहे. त्यामुळे आता तुझ्यावर पुन्हा एकदा अशी मोहीम सोपवावी, असे आम्हाला वाटत नाही.''

आपल्या बादशहाच्या मुखातील हे असे कडवे बोल ऐकल्यावर झुल्फिकारखान वरमला. इतर सारे गप्प झाले. आता औरंगजेबच पुढे बोलू लागला,

''इतकी वर्षे या मुलखात काढल्यावर एक बाब आमच्या ध्यानी आली आहे की, या नीच, दुष्ट काफर जातीची खरी ताकद, त्यांची आश्रयस्थाने असलेले त्यांचे डोंगरी किल्लेच आहेत. त्यांच्या आधारानेच ते इतकी वर्षे आमच्या ताकदीपुढे टिकून राहिले आहेत. तेच जर आपण जिंकून घेतले तरच त्यांची सारी पाळेमुळे खणून काढणे आम्हाला शक्य होईल, अशी आता आमची खात्री पटलेली आहे.''

एवढे बोलून तो काही क्षण थांबला. सर्व जण त्याचे बोलणे अगदी लक्षपूर्वक ऐकत होते. सर्वांवर एकवार नजर फिरवून त्याने ऐलान केले,

''ही मोहीम आम्ही जातीने हाती घेणार आहोत.''

ते ऐकून सारा दरबार सर्द झाला. कोणाची काही बोलायची हिंमत होत नव्हती. एवढे बोलून झाल्यावर औरंगजेबाने दरबार बरखास्त करण्याची इशारत केली. सारे जण निघून गेले. कोणी बोलत नव्हते. पण प्रत्येकाच्या मनात आता पुढे काय होणार, या विचारांचे काहूर माजलेले होते.

त्याचे कारणही तितकेच महत्त्वाचे होते. मराठ्यांची खरी ताकद त्यांच्या गडकोटांमध्ये आहे हे कितीही खरे असले, तरी ते जिंकून मराठ्यांना जेरीस आणणे तितकेसे सोपे नव्हते. मुळात मराठी मुलखात काही अगदी मोजके दोन-चार किल्ले नव्हते. डोंगरी आणि भुईकोट असे जमिनीवरचे किल्लेच मुळी अडीचशेपेक्षा जास्त होते. त्याशिवाय जलदुर्ग वेगळे. एकट्या शिवछत्रपतींनीच त्यातले शंभरावर गड बांधलेले होते. यातला प्रत्येक गड अन्न आणि शस्त्र यांनी सुसज्ज होता, निदान वर्ष-

-सहा महिने तरी सहज लढू शकेल असा होता. यातले अगदी प्रमुख असे पन्नास-एक किल्ले जरी जिंकायचे म्हटले तरी औरंगजेबाला शंभर-एक वर्षे तरी सहज लागली असती. आताचे त्याचे वय पाहता त्याचे हे स्वप्न पूर्ण होणे अशक्य आहे, हे कोणासही समजू शकले असते.

अर्थात, हे सारे औरंगजेबासारख्या कर्तबगार शासकाला समजत नव्हते असे नाही. तरीही त्याने या वयात स्वत:च्या नेतृत्वाखाली मोहीम काढण्याचा निर्णय पूर्ण विचारांतीच घेतला असणार हे उघड होते. त्याला दक्षिणेमध्ये येऊन जवळजवळ वीस वर्षे झाली होती. आपल्या सैन्यातील लोकांची या प्रमाणाबाहेर लांबलेल्या मोहिमेबद्दलची नाराजी त्याला चांगलीच माहीत होती. त्यांच्यात नवा उत्साह आणावा, त्यांच्या मनातली मरगळ घालवावी, या हेतूने त्याने हे ठरवले असावे असे सर्वांना वाटत होते.

एकदा निर्णय पक्का झाल्यावर मात्र त्याने मोठ्या जोषात तयारी सुरू केली. आपण स्वत: बाहेर पडलो तर आपल्या माघारी आपली छावणीची सुरक्षितता कशी राहील हा विषय त्याला अतिशय महत्त्वाचा वाटला. गेली साडेचार वर्षे इथे ब्रह्मपुरी, जिला त्याने इस्लामपुरी असे नाव दिले होते, तेथे तो स्वत: आणि त्याचे कुटुंबीय तसेच त्याचे अत्यंत महत्त्वाचे असे कैदीसुद्धा राहत होते. त्या भागाला 'गुलालबार' असे म्हटले जात होते. तेथे त्याची धाकटी बेगम उदेपुरी, मुलगी शहाजादी झिनतुन्निसा आणि शाही कुटुंबातल्या अन्य स्त्रिया राहत होत्या. त्याच ठिकाणी कैदेत असलेली मराठ्यांच्या राजकुटुंबातली माणसे राहत होती. आपण बाहेर पडल्यावर अलीकडे शिरजोर झालेल्या मराठ्यांची धाड तिथे पडण्याची शक्यता त्याला वाटत होती. पुरी दहा वर्षे होऊन गेली असली तरी संताजींनी कापून नेलेल्या त्याच्या तंबूच्या कळसांची आठवण त्याच्या मनातून गेलेली नव्हती. म्हणूनच एक अफलातून योजना त्याच्या मनात आली. त्याने तातडीने आपला वजीर आसदखानाला बोलावून म्हटले,

"आसदखान, आम्ही हा पावसाळा कमी झाला की, मोहिमेसाठी बाहेर पडणार आहोत. पण त्यापूर्वी इथे आमच्यामागे राहणारी छावणीतली आमची माणसे पूर्णपणे महफूस आहेत, याची आम्हाला पक्की खात्री करायची आहे. आम्ही आमचे सारे अजीम लढवय्ये आमच्या सोबत नेणार आहोत. या हरामी मराठ्यांचा काही भरवसा नाही. त्यासाठी आम्ही आमच्या छावणीभोवती एक भक्कम भिंत उभारायची असे ठरवले आहे. तुम्ही ताबडतोब त्याची जोडणी करायला घ्या."

"जी, जहाँपन्हा."

असे म्हणून तो वळणार तोच औरंगजेब म्हणाला,

"तुमचा नेहमीचा मोगली खाक्या नको. काम तातडीने सुरू व्हायला हवे."

त्यावर मान हलवीत कुर्निसात करून आसदखान बाहेर पडला.

दुसऱ्याच दिवशी सारे सामान येऊन पडले. पुऱ्या अडीच कोस लांबीचे कुंपण घालण्यास सुरुवात झाली.

७

औरंगजेब फार मोठ्या स्वारीची तयारी करतो आहे, हे काही मराठ्यांपासून लपून राहिले नव्हते. छावणीत कुंपण बांधण्याचे काम सुरू झाल्यावर तर ती मसलत अगदी उघड झाली. महाराजांनी रामचंद्रपंत, परशुराम त्रिंबक, शंकराजी नारायण, खंडो बल्लाळ आदी मुत्सद्दी आणि धनाजी जाधवराव, नेमाजी शिंदे, राणोजी घोरपडे यांच्यासह आपल्या सर्व महत्त्वाचे सेनानी यांना बोलावून बैठका घेण्यास सुरुवात केली. खुद्द मोगल बादशहा मोहिमेचे नेतृत्व करणार ही काही सामान्य बाब नव्हती. त्याचे गांभीर्य ध्यानी घेऊन मसलती चालू होत्या.

ब्रह्मपुरीच्या छावणीतून रोज एक-एक खबरी येऊन धडकत होत्या. औरंगजेबाच्या इच्छेनुसार छावणीतल्या अगदी महत्त्वाच्या भागाभोवती कुंपण घालण्याचे काम इतक्या वेगात केले गेले होते की, तब्बल तीन कोसांची भिंत अवघ्या पंधरा दिवसांत बांधून पूर्ण झाली होती. आता त्याने आपल्या सर्व मुख्य सेनानींना आपल्या पदरी असलेल्या सैन्यासह लढाईच्या तयारीने ताबडतोब निघण्यासाठी निरोप पाठवले. त्यांनी स्वत: तसेच त्यांच्या सोबत येणाऱ्या कोणत्याही पदावर असणाऱ्या सैनिकाने स्वारीवर असताना स्त्रीला बरोबर घ्यायचे नाही, अशी कडक ताकीद त्याने दिली होती. त्यानुसार एक-एक जण छावणीत येऊन दाखल होऊ लागले होते.

हे समजताच राजाराम महाराजांनी आधी ताराराणींशी या विषयात चर्चा केली. त्या बहुतेक सर्व मसलतीत असायच्या. त्यामुळे त्यांना परिस्थितीची जाणीव होती. त्या महाराजांना म्हणाल्या,

"स्वत: औरंगजेब स्वारीवर निघणार आहे असे समजते. त्यातले खरे किती आहे आणि आपल्याला भीती घालण्यासाठी असे काही पसरवले जात आहे काय हे समजणे अवघड आहे. आपल्याला मात्र ते खरेच आहे असेच समजून आपले धोरण ठरवायला हवे."

"खरे आहे. त्याने आपले कुटुंब सुरक्षित राहावे यासाठी छावणीला भिंत घातली. तशीच आम्हालाही तुम्हा सर्वांच्या संरक्षणाची खबरदारी घ्यायला हवी. त्यासाठी तुम्हाला रामचंद्रपंतांसोबत विशाळगडी पाठवायचे आहे. त्यापूर्वी आपल्या सर्व सरदारांना त्यांच्या दिम्मतीसोबत येण्यासाठी कळवले आहे. साताऱ्यात निळोपंतांना ठेवायचे, त्यांनी इथला कारभार पाहायचा. तुम्ही पंतांसोबत तिथून इतर कारभारावर

नजर ठेवायची आहे.''

''जी, ते आम्ही करूच, पण आम्हाला आपल्या सोबत मोहिमेवर यायला अधिक आवडले असते. मुलांमुळे ते जमणार नाही हे समजते, तरीही जीव त्यात अडकून राहतो.''

ताराराणी काहीशा नाराजीच्या सुरात म्हणाल्या. तेवढ्यात छोट्या अंबिकाबाई उठल्याचा आवाज आला. त्या तिकडे वळल्या. महाराज खलबतखान्याकडे निघाले.

बैठकीच्या आधीच एक महत्त्वाचा मसला त्यांच्यापुढे आला. गेली अनेक वर्षे सतत महाराजांसह मोहिमेत असणाऱ्या खंडेराव दाभाडे यांनी बेरारचा मसला मोठ्या हिकमतीने सोडवला होता. खूश होऊन महाराजांनी त्यांना बेरारच्या परगण्याचे वतनपत्र दिले होते. या वेळी ते महाराजांकडे एक वेगळा विषय घेऊन आले होते. विदर्भातल्या देवगड नागपूर इथला गोंड राजा बख्त बुलंद याने मोगलांविरुद्ध बंड पुकारले होते. त्याला महाराजांशी संगनमत करून मोगलांशी लढायचे होते. महाराजांनी आनंदाने या प्रस्तावाला होकार दिला. त्याच्या माणसांना बोलावून पुढच्या वऱ्हाड खानदेशाच्या स्वारीची योजना तयार करायची, असे महाराजांनी ठरवून टाकले. तसा निरोपही पाठवून दिला.

दुसऱ्याच दिवशी महाराजांनी दरबार भरवला. या वेळी मराठी राज्यातले लहानमोठे सरदार, मुत्सद्दी आणि अष्टप्रधानांतले बहुतेक जण उपस्थित होते. महाराज ताराराणींसह दरबारात आल्यावर कामकाजाला सुरुवात झाली. त्यांनी इशारत करताच रामचंद्रपंतांनी सुरुवात केली,

''आज आपण सारे इथे कशासाठी जमलो आहोत याची कल्पना आहे. तरीही मी या विषयी थोडे बोलणार आहे. आपले महाराज चंदीहून इथे आल्यापासून त्यांनी मुळीच उसंत घेतलेली नाही. गेले दीड वर्ष साऱ्या दौलतीत सतत फिरत राहून त्यांनी गडकोटांची पाहणी केली. मुलखाचा चोख बंदोबस्त केला. गनिमाच्या मुलखात जातीने मोठ्या मोहिमा काढल्या. आपल्या वीरांना त्यासाठी प्रोत्साहन दिले. गेल्या दीड वर्षातल्या या सर्व घटनांमुळे मोगलांच्या गोटात अतिशय अस्वस्थपणा आलेला आहे. आपल्याला मिळालेल्या निश्चित खबरीनुसार खुद्द मोगल बादशहा जातीने मोहिमेसाठी बाहेर पडणार आहे. तसे समजल्यापासून महाराजांनी गेल्या काही दिवसांमध्ये सर्वांशी मसलती करून काही बाबी ठरवल्या आहेत. त्यासंबंधी बोलण्यासाठी आज आपण इथे जमलो आहोत.''

एवढे बोलून ते थांबले. आता सर्वांची नजर महाराजांवर खिळलेली होती. ते गंभीरपणे म्हणाले,

''आतापर्यंत मोगल बादशहा स्वत: छावणीत थांबून आपल्या सरदारांना मोहिमा आखून देत होता. मात्र या खेपी तो स्वत:बाहेर पडण्याच्या विचारात आहे, अशी

खबर मिळालेली आहे. आपल्याला भीती वाटावी यासाठी ही अफवा उठवलेली आहे असे आधी वाटत होते, परंतु त्याने छावणीतल्या खासगी भागाला भिंतीचे कुंपण घालून घेतले आहे. हे समजल्यावर मात्र त्याची खात्री पटली आहे. प्रसंग बाका आहे हे खरे. पण आपणही तयारी केलेली आहे. गेले कित्येक दिवस आम्ही यासाठी मसलती करीत आहोत. त्यानुसार सारे ठरवावे यासाठी आज आपण इथे जमलो आहोत.''

एवढे बोलून महाराज क्षणभर थांबले. सर्व जण मोठ्या उत्सुकतेने त्यांच्याकडे पाहत होते. ते पुढे बोलू लागले,

''आम्हाला वाटते, त्यांच्या हल्ल्याचा मुख्य रोख दोन ठिकाणी असू शकतो. पहिले सातारा, जी आपली आताची राजधानी आहे आणि दुसरे पन्हाळा, जे कर्नाटकाचे प्रवेशद्वार आहे. आधी साताऱ्याचा विचार करू. आमचे साताऱ्याचे किल्लेदार सुभानजी भांडवलकर सर्व तयारीनिशी सज्ज आहेतच. त्यांच्या सोबत आमचे प्रधान निळोपंत थांबतील. राणोजी घोरपडे आपल्या चार हजार कडव्या बरकंदाजांसह गडाच्या पायथ्याशी छावणी करून राहतील. जवळच परळीवर राहून परशुरामपंत साताऱ्यासह परिसरातील सर्व किल्ल्यांच्या पुरवठ्यावर लक्ष ठेवतील. सातारा हे आपल्या तख्ताचे ठिकाण असल्याने त्या दृष्टीने हे एवढे तरी करावेच लागेल.''

''जी, महाराज. आम्ही आजपासूनच तजविजीला लागू.''

निळोपंत तत्परतेने म्हणाले. महाराज पुढे सांगू लागले,

''दुसरे म्हणजे पन्हाळा. ते कानडी मुलखाचे प्रवेशद्वार तर आहेच, शिवाय तेथून जवळ विशाळगडावर आमचा कबिला तसेच इतर बऱ्याच मंडळींची कुटुंबे असणार आहेत. त्यामुळे खुद्द अमात्यपंतांनी तेथे थांबून तिथली आघाडी सांभाळायची आहे. विशाळगडावरची व्यवस्था तिथले गडकरी आणि गिरजोजी पाहतील.''

अमात्य रामचंद्रपंत आणि गिरजोजी यांना आधीच या बेताची सूचना असल्याने त्यांनी होकार दिला. आता इतर हालचालींबद्दल महाराज सांगू लागले,

''उर्वरित मंडळींनी उत्तरेच्या आणि दक्षिणेकडच्या मोगलांच्या भागात शिरायचे आहे. म्हणजे मोगलांचे लष्करी बळ विभागले जाईल. मोगलांच्या छावणीच्या आसपास वावरत त्यांची रसद मारणे, त्यांना त्रास देणे यासाठी हणमंतराव निंबाळकर, शंकराजी नारायण सचिव यांनी आपल्या तुकड्या तैनात करायच्या आहेत. आम्ही स्वतः इथे राहून पुन्हा एकवार वेढ्यात अडकणार नाही. गनीम या दिशेने येणार म्हणून आम्ही उत्तरेकडे वऱ्हाड, खानदेश या भागाकडे चालून जाणार आहोत याखेरीज बाकीचे सारे मोगलांच्या हालचालीचा प्रत्यक्ष अंदाज आल्यावर ठरवू.''

सर्व जण अगदी लक्ष देऊन महाराजांच्या योजना ऐकत होते. अखेरीस अमात्य

रामचंद्रपंत म्हणाले,

"महाराजांनी सारे सविस्तरपणे सांगितले आहे. मोगलांच्या भागात अधिक आघाड्या उघडण्याचे धोरण योग्यच ठरेल यात मुळीच शंका नाही. आम्ही लवकरच सर्व कबिल्यांसह विशाळगडाकडे निघू."

त्यानंतर बराच वेळ चाललेली बैठक संपली. मंडळी पुढचा विचार करत आपल्या मुक्कामी पोहोचली.

दुसऱ्या दिवशी सकाळीच पुन्हा सर्व मंडळी फडावर जमली. चिटणीस खंडो बल्लाळ त्यांच्या हाताखालच्या मंडळींसह महाराजांची वाट पाहत होते. महाराज येताच म्हणाले,

"आमच्या नजरबाजांनी पक्की खबर आणलेली आहे. ब्रह्मपुरीत मोगल सैन्याची जुळवाजुळव पूर्ण होत आलेली आहे. आपण आधी आपल्या सर्व किल्लेदारांना, सुभेदारांना सज्ज राहण्याच्या सूचना दिलेल्या आहेतच. आता पुन्हा एकदा त्यांना पत्रे धाडायला हवीत. त्यांनी कितीही पूर्वतयारी केलेली असली, तरी मोगलांच्या इतक्या मोठ्या रेट्यासमोर ते किती तग धरू शकतील हे सांगता येत नाही. त्यामुळे त्यांना असे कळवायला हवे की, शक्य होईल तेवढे दिवस गड लढवावा. बाहेर असणाऱ्यांनी वेढा घालणाऱ्यांचे रस्ते रोखावेत, त्यांच्या रसदी तोडाव्यात, त्यांच्यावर सतत छापे टाकावेत, त्यांच्यावर उपासमारीची वेळ येईल असे पाहावे, त्यांच्या लहान तुकड्या हेरून त्या गारद कराव्यात, अगदी निकराचा प्रसंग आला, तर बोलणी सुरू करावीत. शक्यतो काही भक्कम रक्कम काढता येते का हे पाहावे. अन्यथा सरळ शरणागती पत्करून मनुष्यहानी टाळावी."

महाराजांचे हे बोलणे ऐकून सर्वांना बरे वाटले. सारा फड जोरात कामाला लागला. तब्बल दोनशे ते तीनशे गडांना आणि जवळजवळ तितक्याच सुभेदारांना तसेच मुलकी अधिकाऱ्यांना पत्रे धाडणे, हे काही साधे काम नव्हे. त्यानंतर मोहिमेविषयी इतर काही तपशिलाची चर्चा होऊन बैठक उठणार तोच खबर येऊन थडकली की, मोगल बादशहा औरंगजेब आपल्या प्रचंड चतुरंग दळासह ब्रह्मपुरीतून वाजतगाजत मोहिमेसाठी निघालेला आहे. त्याच्या सैन्याने अपेक्षेप्रमाणे त्याने दक्षिणेची दिशा पकडलेली आहे.

अपेक्षित खबर असूनही बैठकीत काही क्षण शांतता पसरली. तिचा भंग करत महाराज म्हणाले,

"चला, अखेरीस संग्रामाला सुरुवात झाली. आता आपणही ठरवल्याप्रमाणे कामाला लागू या."

एवढे बोलून ते उठले. राणीवशाकडे चालू लागले. त्या वेळी ताराराणी आणि राजसबाई दोघीही मुलांसह साताऱ्यात होत्या. त्यांना अमात्यपंत आणि गिरजोजींसह

विशाळगडी पाठवण्याची वेळ आलेली होती. दोघींना याची कल्पना आधी होतीच, त्या निघण्याच्या तयारीतही होत्या. तरीही प्रत्यक्ष जाण्याची वेळ येताच मात्र सर्वांचेच मन कातर झाले होते. दुसऱ्या दिवशी सारे जण बाहेर पडले. आता महाराज मोहिमेच्या तयारीला लागले.

औरंगजेब ब्रह्मपुरीतून कूच झाल्यावर बरोबर बारा दिवसांनी महाराज साताऱ्याहून बाहेर पडले. बरेचसे सरदार आधीच आलेले होते. काही वाटेत सामील होणार होते. स्वत: सेनापती धनाजीराव जाधव, नेमाजी शिंदे, दादो मल्हार, परसोजी भोसले, हैबतराव निंबाळकर, कान्होजी आंग्रे, कृष्णाजी सावंत, खंडेराव दाभाडे अशा एकापेक्षा एक नामजद सेनानींसह मराठी सेना सज्ज झाली होती.

मराठी सैन्य साताऱ्याहून चंदनवंदन या जुळ्या किल्ल्यांच्या दिशेने निघाले. चंदनगडाच्या ईशान्येला सात कोसांवर असलेल्या आदर्कीच्या खिंडीतून ते बाहेर पडले, तेव्हा आणखी बारा हजारांचे खडे सैन्य तेथे त्यांची वाट पाहत होते. त्या दिवशी तेथे छावणी पडली. दुसऱ्या दिवशी सैन्याने उत्तरेची दिशा पकडली. मोगल बादशहाच्या हल्याला प्रतिटोला देण्यासाठी मराठी राज्याचे छत्रपती मोहिमेवर निघाले होते.

८

जशी महाराजांना औरंगजेबाच्या हालचालीची बित्तंबातमी मिळत होती तसेच त्याचेही संपूर्ण लक्ष त्यांच्या हालचालींकडे होते. महाराज साताऱ्याहून बाहेर पडल्याचे त्याला अवघ्या घटकाभरातच समजले. तेव्हा त्याचा राग अनावर झाला. त्याने विचार केला. जशी मराठी लष्कराची खरी ताकद त्यांच्या गडकोटात आहे तशीच त्यांच्या राजाची खरी ताकद त्याच्या अत्यंत निष्ठावंत आणि कर्तबगार अशा अष्टप्रधान मंडळात, त्यातही त्याचे दोन वजीर ज्यांच्यावर त्याने आपल्या दोन्ही महत्त्वाच्या आघाड्या सोपवलेल्या आहेत अशा रामचंद्रपंत आणि परशुरामपंत यांच्यात आहे. त्या दोघांनाच फोडण्याचा प्रयत्न करायचा असे त्याने ठरवले.

आपल्या एका अत्यंत विश्वासू मुन्शीला त्याने आपल्या डेऱ्यात बोलावून घेतले. अत्यंत गोपनीय अशी दोन पत्रे पाठवायची आहेत, असे त्याला आधीच सांगितलेले होते. ही पत्रे त्याने मराठी राज्याचे प्रमुख आधारस्तंभ अशा रामचंद्रपंत आणि परशुरामपंत यांना उद्देशून लिहिली. रामचंद्रपंतांना लिहिलेल्या पत्रात मजकूर होता,

'रामचंद्र याने असे जाणावे की, त्याचे नशीब अनुकूल झाल्याने त्याला दूरदृष्टी आली आणि त्याने तर्बियतखानाला पत्र लिहिले. ते आमच्या वाचण्यात आले. त्यात

तुम्ही मांडलेल्या सर्व मागण्या मान्य करण्यात आलेल्या आहेत. त्यासाठी तुम्ही त्या दुर्दैवी आणि अपेशी माणसास सोडावे. आता त्याचे आयुष्य थोडेच शिल्लक असेल आणि आमच्या विजयी सैन्याच्या भीतीने तो पळून जात असेल, तर तुम्ही त्याचे सर्व किल्ले आम्हाला द्यावेत. आमच्या सल्तनतीसाठी नेकीने काम करावे. असे केल्यास आजवर अन्य कोणाही मराठ्यास मिळाला नसेल असा सर्वोच्च मान तुला देण्यात येईल. जर मान्य केल्याप्रमाणे तू वागला नाहीस तर तुला तुझ्या बायकापोरांसह देहदंड देण्यात येईल.'

दुसरे पत्र त्याने परशुरामपंत यांना लिहिले,

'पातशाही सैन्य त्या राजारामाचे सर्व किल्ले आणि मुलूख जिंकण्यासाठी निघाले आहे. त्याला पकडून त्याच्या भावाप्रमाणे ठार केले जाणार आहे. परशुराम त्रिंबक याने जर पन्हाळा मोगलांच्या ताब्यात दिला तर त्याला मोठे पद आणि इनाम देण्यात येईल. अन्यथा त्याला त्याच्या बायकामुलांसह ठार करण्यात येईल.'

त्याच दिवशी ही दोन्ही पत्रे तयार करून लखोटे सीलबंद केले. मुन्शीला पाठवून दिले. आपले दोन खास गुर्झबरदार बोलावून त्यांना सांगितले,

''हे अतिशय महत्त्वाचे गोपनीय खलिते मी तुमच्याकडे सोपवत आहे. ते मराठ्यांच्या दोन्ही वजिरांकडे पोहोचते करायचे.''

गुर्झबरदार निघून गेले. राजाराम महाराजांनी सातारा सोडून जेमतेम काही घटकाही उलटलेल्या नव्हत्या. एवढ्याशा वेळात मोगल बादशहाने हा अफलातून डाव टाकला होता. त्यातली मुख्य मेख अशी होती की, त्याने परशुरामपंतांना लिहिलेले पत्र रामचंद्रपंतांच्या हातात आणि रामचंद्रपंतांना लिहिलेले पत्र परशुरामपंतांच्या हाती पडेल अशा रीतीने ती पत्रे धाडली होती.

एवढेच करून चालणार नव्हते. मराठी सैन्याला अडवण्यासाठी लष्करी कारवाई करणे आवश्यक होते. मिरजेला पोहोचल्यावर औरंगजेबाने शहाजादा बेदारबख्त याला पन्हाळ्याकडे पाठवले होते. पण मराठे साताऱ्याहून निघून उत्तरेकडे निघाले आहेत हे समजल्यावर त्याने बेदारबख्ताला मिरजेला बोलावून घेतले. त्याला महाराजांच्या मागे पाठवायचा त्याचा विचार होता. पण बादशहाचा निरोप मिळेपर्यंत तो मिरजेपासून पश्चिमेला अवघ्या दहा कोस अंतरावर पोहोचला होता. तो मिळताच त्याने आपले कुटुंब आणि सारे मौल्यवान साहित्य मिरजेला पाठवून दिले. आणि स्वतः महाराजांच्या पाठलागावर निघाला.

एवढे करूनही औरंगजेबाचे समाधान झाले नाही. त्या वेळी झुल्फिकारखान सोलापूरला होता. तसेच चिनकुलीचखान औरंगाबादला होता. त्या दोघांना त्याने शहाजादा बेदारबख्त याला कुमक करायला जाण्यासाठी सांगितले. ते दोघे त्यासाठी तयारीला लागले.

९

महाराजांच्या सैन्याने नीरा नदी ओलांडली. तिच्या उत्तरेकडच्या काठावर विस्तीर्ण छावणी पसरली होती. महाराज आपल्या डेऱ्यात पुढचे बेत ठरवत असताना देवगड नागपूरच्या बख्त बुलंद याच्याकडून त्याचा प्रतिनिधी भेटायला आल्याचे समजले. त्याला बोलावल्यावर तो म्हणाला,

"महाराज, आम्ही आमच्या राजाच्या सांगण्यावरून आपल्या भेटीसाठी साताऱ्याला गेलो होतो. तेव्हा आपण मोहिमेसाठी बाहेर पडल्याचे समजले. तेव्हा त्यांनी आम्हाला आपण जेथे असाल तेथे भेट घेण्यास सांगितले, म्हणून इथे आलो आहे. आपला त्यांच्यासाठी काय हुकूम आहे असे त्यांनी विचारले आहे."

त्यांचे बोलणे ऐकून महाराजांना समाधान वाटले. ते म्हणाले,

"बख्त बुलंद यांनी स्वत:हून तुम्हाला इथवर पाठवले आहे हे ऐकून आम्हाला बरे वाटले. औरंगजेबाने जातीने आमच्या विरोधात जंग पुकारले आहे. त्याचे लक्ष विचलित व्हावे, गनिमाचे बळ विभागले जावे, या हेतूने आम्ही ही मोहीम काढली आहे. आणखी काही अंतर एकत्र गेल्यावर आमचे काही सरदार वऱ्हाडात जाणार, तर काही दुसऱ्या भागात असे विभागणार आहे. तशीच बख्त बुलंद यांनी गोंडवनात एक नवी आघाडी उघडावी, अशी आमची इच्छा आहे, असे त्यांना सांगा."

बख्त बुलंदचा प्रतिनिधी समाधानाने परत गेला. मोगलांविरुद्ध आणखी एक आघाडी उघडली जाण्याची शक्यता निर्माण झाल्याने महाराजांनाही बरे वाटले.

त्याच वेळी पन्हाळ्याहून खबरगीर आल्याचे समजले. त्याने अमात्यांकडून तिथली खबरबात आणली होती. तो म्हणाला,

"महाराज, मोगल सरदार लुत्फुल्लाखान आणि रहुल्लाखानाच्या तुकड्या पार गडाच्या पायथ्याला येऊन भिडलेल्या होत्या. त्यांनी आजूबाजूचा भाग उद्ध्वस्त करून गडाकडे मोहरा वळवला. तेव्हा खुद्द अमात्यपंतांनी गडाच्या खाली जाऊन त्यांची वाट अडवली. तेथे मोठे निकराचे झुंज झाले. गनीम तिथल्या घनदाट अरण्यातून मार्ग काढत गडावर येत होता. त्याला पळवून लावले. मोठे घमासान झुंज झाले."

एवढे बोलून त्याने आपल्याजवळचा खलिता काढला आणि म्हणाला,

"अमात्यपंतांनी आणखी काही खास मजकुराचे हे पत्र आपल्यासाठी पाठवले आहे."

आपल्याजवळचा खलिता खंडो बल्लाळांच्या हाती देऊन मुजरा करून तो बाहेर पडला. खलित्यामधील मजकूर वाचून महाराजांना आनंद झाला. ते खंडो बल्लाळांना म्हणाले,

"चिटणीस, अमात्यांनी खरेच आनंदाची खबर दिली आहे. तिमाजी रघुनाथ हणमंते मोगलांच्या कैदेतून सुटून परत आलेत. पन्हाळ्याला पंतांना भेटले आहेत. आम्ही चंदीहून निघताना ते आणि नारो प्रल्हाद दोघे पकडले गेले होते. त्यातले नारोपंत मारले गेल्याचे आम्हाला परतीच्या वाटेवर असतानाच समजले होते. आमच्या प्रतिनिधींचा, प्रल्हादपंतांचा चिरंजीव गेल्याचे आम्हाला अतीव दुःख झाले होते. पण तिमाजींविषयी काहीच समजले नव्हते. त्यांचे असेच काही झाले असावे की काय असे वाटायचे. ती खंत दूर झाली."

"होय महाराज, रघुनाथपंतांनीच कर्नाटकात मराठी राज्य व्हावे, ते टिकावे यासाठी खूप प्रयत्न कले होते. त्यांचे हणमंते घराणे आता पुन्हा दौलतीच्या सेवेत येत आहे ही मोठीच आनंदाची बाब आहे."

चिटणीस मनापासून म्हणाले. त्यावर महाराज काही बोलणार तोच एक खबरगीर बातमी घेऊन आला,

" बादशहाने शहाजादा बेदारबख्त याला आपल्या मागावर पाठवल्याची खबर आहे. झुल्फिकारखानाला आणि चिनकुलीचखानाला त्याला कुमक करायला सांगितले आहे."

महाराजांनी धनाजीरावांसह सर्वांना बोलावून घेतले. महाराजांना साताऱ्याहून निघून आठ दिवस झाले होते. आता प्रत्यक्ष संघर्षाला तोंड लागणार होते, सर्व जण त्याच्या तयारीला लागले.

१०

औरंगजेब ब्रह्मपुरीहून निघाल्यापासून अवघ्या बारा दिवसांनी महाराज बाहेर पडले होते. औरंगजेबाने त्याच दिवशी महाराजांच्या अव्वल वजिरांना पत्रे पाठवून जो डाव टाकला होता, त्याचा परिणाम होण्याची तो मोठ्या आतुरतेने वाट पाहत होता. पण ते दोघेही पक्के मुरलेले राजकारणी होते. मराठी राज्याचे हे महान मुत्सद्दी त्याच्या असल्या डावपेचांना बळी पडणारे नव्हते. ते मोगल बादशहाच्या कपटी स्वभावाला पुरते ओळखून होते. मराठी राज्याशी आणि छत्रपतींवर असलेली त्यांची निष्ठा तर अविचल होतीच, त्याबरोबर एकमेकांवर असलेला विश्वासही अतूट होता. त्यामुळेच औरंगजेबाच्या कपटनीतीचा त्यांच्यावर कसलाही परिणाम झाला नाही. त्याचा एक प्रयत्न मात्र वाया गेला होता.

औरंगजेब मनातून अतिशय चरफडला. पण प्रत्यक्षात त्या दोघांविरुद्ध काही करणे त्याला त्या वेळी तरी शक्य नव्हते. त्यामुळे चिडलेल्या औरंगजेबाने रहुल्लाखान आणि हमीदुद्दीनखान यांना बोलावून सांगितले की, त्यांनी पन्हाळा आणि सातारा

यांच्यामधला सारा मराठी मुलूख बेचिराख करून टाकावा.

दोघे तातडीने छावणीबाहेर पडले. दुसऱ्याच दिवसापासून मराठी मुलखात मोगल सैनिकांच्या घोड्यांच्या टापा घुमू लागल्या. त्यांच्या अत्याचाराने सारा प्रदेश हादरून गेला. गावेच्या गावे पेटवली जाऊ लागली. पळवल्या जाणाऱ्या बायका आणि वेठबिगारांच्या आक्रोशाने साऱ्या दख्खनचे काळीज कातरून जाऊ लागले. सगळीकडे एकच हाहाकार माजला. पाहता पाहता मुलूख उजाड होऊ लागला.

अधूनमधून मराठ्यांच्या फौजेच्या तुकड्या मोगलांच्या सैनिकांवर तुटून पडत होत्या. त्यांचा दाणागोटा लुटत होत्या. मधूनच प्रत्यक्ष छावणीजवळ जाऊन हल्ले करत होत्या. त्यांचे ते वाढते धाडस पाहून औरंगजेबाने आणखी एक मोठा लढवय्या, लुत्फुल्लाखान याला त्यांना पळवून लावण्यासाठी पाठवून दिले. पन्हाळ्याच्या पायथ्याशी झालेल्या अशाच झडपेत खुद्द अमात्य रामचंद्रपंत जातीनिशी उतरले होते. त्यांनी मोगलांच्या तुकडीला पळवून लावले होते.

औरंगजेबाने पेडगावजवळ बहादूरगडावर असलेला त्याचा दुसरा शहाजादा महंमद आज्जम याला सामील होण्यासाठी निरोप पाठवला होता. आपला एक शहाजादा बेदारबख्त याला राजाराम महाराजांच्या मागे पाठवले होते. तेव्हापासून तो आपल्या या शहाजाद्याची मोठ्या आतुरतेने वाट पाहत होता. तो मिरजेला येऊन आपल्या वडिलांना भेटला. त्याच्यासह औरंगजेब कराडला आला. तेथे कृष्णा-कोयनेच्या संगमाच्या काठावर काही काळ छावणी पडली.

एके दिवशी तिथल्या जवळच्या एका गावातल्या लोकांनी तर्बियतखानाकडे आपली तक्रार मांडली. तो त्यांना घेऊन औरंगजेबाकडे आला. नुकताच असरचा नमाज पढून उठलेल्या बादशहाला कुर्निसात करून खाली मान घालून तर्बियतखान म्हणाला,

"हुजूर, हे इथल्या जवळच्या गावातले लोक आहेत. इस्लामचे बंदे आहेत. ते त्यांची दुखभरी शिकायत घेऊन आलेत."

नुकताच नमाज पढून आलेल्या औरंगजेबाचे कान कुणा खुदाच्या बंद्याची शिकायत आहे हे ऐकल्यावर लगेच टवकारले गेले. आपल्या किलकिल्या डोळ्यांनी खानाकडे पाहत त्याने विचारले,

"बोलो, क्या शिकायत है?"

"हुजूर, क्या कहे? वो कह रहे है की, यहाँ से करीब दो कोस दूरीपर एक पुरानी मसजिद है। वहाँ के हमारे सुभेदार को मरगठ्ठोंने भगा दिया। तबसे वहाँ दिया तक नहीं जलाया जा रहा है।"

खरे म्हणजे औरंगजेबाने त्याच दिवशी छावणी उठवून पुढे कूच करायचा हुकूम दिलेला होता. पण हे सारे ऐकल्यावर त्याचा इतका जळफळाट झाला की, तो

गरजला,

"यह हम हरगिज बरदाश्त नहीं कर सकते। हमारे राज में ऐसा नहीं हो सकता।"

त्याचे संतापाचे बोल ऐकून तर्बियतखान गडबडीने म्हणाला,

"मै खुद जाके वहाँ..."

त्याचे वाक्य तोडत औरंगजेब म्हणाला,

"नाही. आम्ही जातीने तेथे जाणार आहोत. आज्जमला ताबडतोब बोलावून घ्या."

आपल्या वालिदांचा निरोप ऐकून शहाजादा आज्जम तातडीने तेथे आला. त्याला सारे सांगून औरंगजेब म्हणाला,

"हम खुद वहाँ जा रहे हैं। तुम यहाँ का जिम्मा संभालो।"

मान हलवत शहाजादा आज्जम बाहेर पडला. मोगल बादशहा जाणार म्हणजे लवाजम्याची तयारी करणे आलेच. तेवढ्या वेळात तर्बियतखानाने गडबडीने गावात माणसे पाठवून तिथली साफसफाई करवून घेतली होती. अवघ्या घटकाभरात औरंगजेब लवाजम्यासह त्या गावात आला. त्याचा मेणा त्या पडक्या मशिदीसमोर थांबला. ती उजाड वास्तू पाहून मोगल बादशहाचे डोळे भरून आले. तर्बियतखानाने आधार देऊन त्याला मेण्यातून उतरवले.

मोगल बादशहा जातीने आपल्या गावात आला आहे ही खबर गावात पसरली. तो मशिदीसमोर थांबला आहे हे समजताच तिथला मौलवी धावतच तेथे आला. साक्षात बादशहाला समोर पाहून तो पार भांबावून गेला. तर्बियतखानाने इशारत केल्यावर कसाबसा वाकून कुर्निसात करून तो खाली मान घालून थरथरत उभा राहिला. तर्बियतखानाने त्याला मशिदीच्या अवस्थेबद्दल विचारल्यावर तो म्हणाला,

"हुजूर, गलती हो गयी। हम जान के डर से भाग गये थे। बहोत बडी गलती हो गयी। रहम कीजिये।"

एकवार त्याच्याकडे तिरस्काराने पाहत औरंगजेब तर्बियतखानाला म्हणाला,

"इसे कहो हम खुद अंदर जाकर खुदा के इस घर को रोशन करेंगे।"

तर्बियतखानाने एका खिदमतगाराला खूण केली. दोघांनी आधार देत त्यांच्या बादशहाला मशिदीत नेले. तोवर दुसऱ्या एकाने तेथे जायनमाज अंथरले होते. पण त्याच्यावर बसण्यापूर्वी आधी औरंगजेबाने स्वत:च्या हाताने तिथला दिवा लावला. नंतर जायनमाजावर बसून नमाज अदा केली. तेथूनच त्याने तिथले उद्ध्वस्त झालेले ठाणे पुन्हा उभारण्याचा हुकूम दिला. परागंदा झालेली वस्ती परत वसवण्यासाठी तसेच मशिदीच्या दिवाबत्तीसाठी नेमणूक करून दिल्यावर तो मोठ्या समाधानाने छावणीत परतला.

शहाजादा आज्जमला सारे सांगून तो म्हणाला,

"आमची ही दख्खनची मोहीम हा आमचा जिहाद आहे असे आम्ही नेहमी म्हणतो, ते उगीच नव्हे. हे तुम्हाला आता पटेल. आमच्या जंगची शुरुवात होण्यापूर्वीच खुदाचे एक घर आमच्या हातून रोशन झाले. हा एक अच्छा शगुन झालेला आहे, असे आम्हाला वाटते. अल्लाहचा आम्हाला आमच्या या कामाला आशिष लाभला आहे असेच आम्ही मानतो. आता आमची फते निश्चित आहे."

मोगल बादशहाच्या त्या भावपूर्ण बोलांनी त्याचे सारे सरदार भारावून गेले. त्यांच्या मनामधली नाराजी दूर होऊन छावणीत नवे चैतन्य निर्माण झाले. एवढी वाट वाकडी करून छोट्याशा गावातल्या मशिदीत जाण्यामागचा औरंगजेबाचा हेतू साध्य झाला होता.

११

महाराज आपल्या सैन्यासह उत्तरेच्या दिशेने निघाले. बारामती आणि श्रीगोंद्याच्या मधल्या भागात त्यांनी छावणी टाकली होती. बेदारबख्त मागावर होताच. या वेळी तो नेहमीच्या मोगली चालीने न येता वेगात महाराजांना लवकरात लवकर गाठण्याच्या बेताने निघालेला होता. हे निश्चितपणे समजल्याने महाराजांनी आपले पुढचे डावपेच आखण्यासाठी सर्व प्रमुख सरदारांची बैठक बोलावली होती. सारे जण जमल्यावर महाराज सांगू लागले,

"मोगल बादशहाने त्याचा शहाजादा बेदारबख्त याला आमच्या मागावर पाठवले आहे. तसेच त्याला कुमक करण्यासाठी झुल्फिकारखानाला सोलापूरहून आणि चिनकुलीचखानाला औरंगाबादहून येण्यासाठी सांगितलेले आहे. तसेच बेदारबख्त मोठ्या वेगाने निघालेला आहे, असेही समजले आहे. त्यानुसार आता आपल्याला आपल्या हालचाली ठरवाव्या लागतील, यासाठी आपण आज जमलो आहोत."

प्रसंगाचे गांभीर्य सर्वांच्या मुद्रेवर उमटलेले होते. सेनापती धनाजीराव म्हणाले,

"त्या दोघांना आधीच अडवले तर बरे होईल."

"होय, तसेच करावे लागेल." महाराज म्हणाले, "आपल्यापैकी काही जण पूर्वेला वळून सोलापूरच्या बाजूला, तर काही औरंगाबादकडे जातील. आम्ही सरळ श्रीगोंद्याकडे जाऊ. धनाजीराव आमच्या सोबत राहतील. सरदार कृष्णा सावंत यांनी थेट माळव्याच्या दिशेने धडक मारावी."

यानंतर तपशिलाबद्दल चर्चा होऊन बैठक उठली. प्रत्येक जण आपल्या डेऱ्यात जाऊन पुढच्या तयारीला लागला. दुसऱ्याच दिवशी सर्व सरदार आपापल्या कामगिरीवर निघून गेले. महाराज ठरल्याप्रमाणे श्रीगोंद्याच्या वाटेने निघाले. बेदारबख्त पाठलागावर

होताच. त्याने लवकरच मराठी सैन्याला गाठले. जोरात घमासान झाले. त्यामध्ये दोन्ही बाजूंचे बरेच नुकसान झाले. महाराजांनी आपल्या सैन्याची दिशा बदलली. ते परिंड्याकडे वळले.

आपण मराठ्यांच्या राजाला कसे पळवून लावले, याचे साग्रसंगीत वर्णन बेदारबख्ताने आपल्या वडिलांना कळवले. तेव्हा औरंगजेब मिरजेला होता. त्याने खूश होऊन त्याला मोठी बक्षिसी पाठवली. त्याच्या काही सरदारांना खान-ई-आलम आणि सर्फराजखान अशा मानाच्या पदव्या दिल्या. त्यामुळे अतिशय खूश होऊन बेदारबख्त जोरात महाराजांच्या पाठलागावर निघाला.

सीना नदी ओलांडून महाराजांनी तिच्या पूर्वेच्या काठावर छावणी टाकली. बेदारबख्त पाठलागावर होता. त्यातच मराठी सैन्याच्या तुकड्यांना चुकवून झुल्फिकारखान त्याला चारठाणे येथे येऊन मिळाला. सीनेच्या दुसऱ्या काठावर मोगलांची छावणी पडली. रोज लहानमोठ्या झडपा झडू लागल्या.

परिंड्याला छावणी पडलेल्यास पंधरवडा झाला. त्यात तशी कोणाचीच सरशी होत नव्हती. आता आपण पुढे वऱ्हाडात सरकावे, असा महाराजांचा विचार होता. त्याच वेळी उत्तरेहून खबरगीर आले. ते सांगत होते,

''आपले सरदार कृष्णा सावंत यांनी पंधरा हजारांच्या बळासह नर्मदा पार करून धामुनीच्या मुलखावर स्वारी केलेली आहे.''

हे ऐकून महाराज अतिशय निहाल होऊन म्हणाले,

''वा. आपल्या मराठी वीरांच्या घोड्यांच्या टापा नर्मदापार प्रदेशात घुमाव्या, ही आमची अनेक सालांची मनीषा होती. ती आज पूर्ण झाली. आम्ही आज खूप खूश आहोत. कृष्णा सावंत हा रेवा नदीला पालण घालणारा आमचा पहिला मराठी वीर. त्याला आमचेकडून शाबासकीचा खलिता पाठवा. असे शूरवीर आमच्या पदरी आहेत, हे आमचे केवढे मोठे भाग्य.''

खबरगीर खलिता घेऊन गेला. त्याच वेळी दक्षिणेतून खबर आली की, हिंदुराव बहिर्जी घोरपडे कर्नाटकात मोठी धामधूम माजवीत आहेत. दोन्ही वार्तांमुळे महाराज खूश झाले.

औरंगजेब ब्रह्मपुरीहून बाहेर पडल्यापासून अवघ्या महिन्याभरात मोगल-मराठा संघर्षाला सर्वंकष स्वरूप आले होते. स्वत: राजाराम महाराज परिंड्याला, अमात्य रामचंद्रपंत पन्हाळगडावर, प्रतिनिधी परशुरामपंत परळीला सज्जनगडावर, प्रधान निळोपंत मोरेश्वर सातारा गडावर, राणोजी घोरपडे साताऱ्याच्या पायथ्याशी, हिंदुराव बहिर्जी घोरपडे कर्नाटकात, सचिव शंकराजी नारायण आणि हणमंतराव निंबाळकर मोगल छावणीच्या परिसरात, तर कृष्णा सावंत पार नर्मदेच्या पलीकडे माळव्यात, असे जागोजागी मराठी राज्याचे अव्वल लढवय्ये मोगलांचे आव्हान पेलत लढत होते.

याच वेळी मोगल बादशहा औरंगजेब आपला प्रचंड तोफखाना आणि लाखोंचे सैन्यबळ घेऊन 'जिहाद' पुकारून कराडला येऊन पोहोचलेला होता. अशा रीतीने दोन्ही बाजूंनी दख्खनमधले संगर रंगले होते.

१२

परिंड्याहून पुढे निघण्याची तयारी सुरू होती. बहुतेक मोठे सेनानी आपल्या स्वारांसह बाहेर पडण्याच्या तयारीत होते. त्याच वेळी एक स्वार गडबडीने महाराजांना भेटण्यासाठी आल्याचे समजले. धनाजी त्याला महाराजांच्या डेऱ्याकडे घेऊन आले. काखेत पटका पकडून बोडक्या डोक्याने आलेल्या दोघांकडे पाहून महाराजांचे मन चरकले. खाली मान घालून मुजरा करत तो भरल्या गळ्याने कापऱ्या स्वरात म्हणाला,

"धनी, आपले निळोपंत सरकार गेले."

"काय?"

धक्का बसून महाराज बोलून गेले. तेव्हा धनाजी सांगू लागले,

"होय. बादशहा जरी कराडला गेलेला असला तरी त्याचे बरेच सैन्य मिरजेच्या तळावर आहे. त्यातली एक तुकडी घेऊन खुद्द शहाजादा आज्जम साताऱ्याकडे चालून येत आहे, अशी खबर गडावर आली होती. त्या वेळी राणोजी घोरपडे मोगलांच्या कराडच्या तळाकडे निघालेली रसद मारण्यासाठी गेले होते. म्हणून पंत जातीने आपल्या फौजेसह बाहेर पडले. मिरजेजवळ मोठे घमासान झाले. त्यात ते कामी आले, असे चिटणिसांनी कळवले आहे."

महाराजांनी खुणेनेच त्यांना बाहेर जाण्यास सांगितले. त्यानंतर काही क्षण त्यांनी आपले डोळे घट्ट मिटून घेतले. ते तसेच बसून राहिले. पण तेवढ्या वेळात निळोपंतांची कितीतरी रूपे त्यांच्या नजरेसमोरून तरळून गेली.

अकरा वर्षांपूर्वी रायगडाच्या वेढ्यातून अगदी मोजक्या माणसांसह महाराज बाहेर पडले होते, त्या वेळी हे निळोपंत त्यातील एक होते. तेव्हापासून त्यांनी जी साथ केली होती ती आज आपले प्राण दौलतीसाठी त्यागून पूर्ण केली होती. शिवछत्रपतींच्या पहिल्या अष्टप्रधान मंडळातील प्रमुख मुत्सद्दी मोरोपंत पिंगळे यांचे ते चिरंजीव आणि महाराजांचे अमात्य रामचंद्रपंत यांचे मेहुणे. अत्यंत निष्ठावंत, मृदू स्वभावाचे निळोपंत फडावर आणि रणमैदानावर सारख्याच कुशलतेने वावरत असत. त्यांच्या मृत्यूमुळे राज्याचे नुकसान तर झालेले होतेच, पण स्वत: महाराजांनी एक मोलाचा आणि जिवाभावाचा साथीदार गमावला होता.

त्या दिवशी छावणीतली नौबत बंद राहिली. दुसऱ्या दिवशी महाराजांनी सर्वांना

बोलावून म्हटले,

"निळोपंत गेल्याचे आपल्याला समजले आहेच. तसेच औरंगजेबाने कराडहून पुढे पन्हाळ्याकडे न वळता वसंतगडाकडे चाल केली असल्याची पक्की खबर आहे. आपली तिथली आघाडी पंत गेल्यामुळे थोडी दुबळी झाली आहे. बेदारबख्ताच्या सततच्या पाठलागामुळे इथला मुलूख मारण्यात अडचण येत आहे. या साऱ्याचा विचार करून आम्ही परत फिरण्याचा विचार केला आहे."

त्यांची सूचना सर्वांना पटली होती. तरी धनाजीराव म्हणाले,

"खरेतर आमच्या छत्रपतींनी असे उघड छावणीतून फिरणे आम्हाला अत्यंत धोक्याचे वाटते. आपण परत जाऊन आपल्या एखाद्या बेलाग गडावर सुखरूप राहावे, असे आम्हाला वाटते."

धनाजीरावांनी बहुतेक साऱ्या सरदारांच्या मनातली भावना बोलून दाखवलेली होती. पण त्यावर निग्रहाने मान हलवत महाराज म्हणाले,

"आमचे इतके सारे वीर आपले जीव पणाला लावून लढत आहेत. आमच्या रयतेवर तिथे मोगलांच्या सैन्याच्या अत्याचारांचा वरवंटा फिरतो आहे. अशा वेळी आम्ही स्वत:च्या सुखरूप राहण्याचा विचारही करू इच्छित नाही. आम्ही तिथे असण्याची गरज भासली इतकेच. तरीपण ही इथली मोहीम अर्धवट सोडणेही आम्हाला उचित वाटत नाही. आम्ही नगरच्या दिशेने निघतो. नेमाजी आणि जाधवरावांनी असेच पुढे जाऊन सरळ बुऱ्हाणपुरावर हमला करावा, मिळेल ती लूट घेऊन आम्ही जेथे असू तेथे आम्हाला सामील व्हावे."

"जी, महाराज."

असे म्हणून सेनापती नेमाजीसह बुऱ्हाणपुराकडे जाण्याच्या तयारीला लागले. महाराज नगरमार्गे परत निघाले.

१३

औरंगजेब कराडहून पुढे निघाला होता. मसूर येथे मोगलांचे मोठे ठाणे होते. त्यामुळे तेथे छावणी टाकली गेली. तेथून पश्चिमेला अवघ्या तीन कोस अंतरावर आलेल्या वसंतगडावर त्याची नजर होती. स्वत: मसूर येथे छावणीत थांबून त्याने आपला मीर आतिश म्हणजे तोफखान्याचा प्रमुख तर्बियतखान याला वसंतगडाला सैन्यासह वेढा घालण्यासाठी पाठवून दिले. तर्बियतखान आपला जंगी तोफखाना आणि भरपूर सैन्य घेऊन निघाला. आपला तोफखाना गडाच्या दरवाजासमोर आणून त्याने जोरात सरबत्ती केली. अर्थात, गडातूनही तोफा आणि बंदुकी यांचा अखंड वर्षाव सुरू झाला. त्याला तोडीस तोड जोरदार प्रतिसाद मिळाला.

गड जोरात लढतो आहे हे समजल्यावर औरंगजेबाने आज्ञा केली.

'त्या किल्ल्यापासून एका कोसावर कृष्णा वाहते आहे. तिच्या काठावर माझा तंबू टाका. ही मोहीम काढण्यामागे माझा हेतू केवळ जिहाद हाच आहे. मी जातीने किल्ल्यावर हमला करीन आणि काफरांचा वध करून तेथे निशाण फडकवीन. या माझ्या सेवेमुळे अल्लाह आणि पैगंबर माझ्यावर निहाल होतील.'

त्यानंतर तो स्वत: मसूरहून पुढे आला. किल्ल्याच्या बरोबर समोर कृष्णेच्या तीरावर त्याने आपला तळ टाकला. आठ दिवस झाले तरी गड जोरात लढतच होता. औरंगजेब आणि तर्बियतखान यांना पुरेपूर खात्री होती की, किल्ल्याच्या आतली शिबंदी वेढ्यातल्या सैन्यापुढे अगदी नगण्य होती. त्यांनी किल्ल्यात संधान बांधून सज्जड दम देणारा निरोप दिला,

'आम्ही उद्या सकाळी सुलतानढवा करणार आहोत. त्यात फुकट मरण्यापेक्षा शरण या.'

गडातल्या लोकांनी तसे कबूल केले. दुसऱ्या दिवशी गडाचा ताबा घेण्यासाठी तर्बियतखान गडावर गेला तेव्हा गडावर सैनिकांचा मागमूसही नव्हता. रात्रीच्या गडद अंधाराचा फायदा घेऊन ते सर्व जण कधीच निघून गेले होते. त्याचा वेढ्यातल्या माणसांना पत्तादेखील लागला नव्हता. गडावरचा खजिना, धनधान्य, दारूगोळा असे सारे साहित्य मोगलांच्या हाती लागले.

मोगल बादशहाने ही मोहीम सुरू केली, त्याला दीड महिना होत आला होता. इतक्या दिवसांनी त्याला म्हणावे असे यश लाभले होते. मराठी राज्यातला पहिला डोंगरी किल्ला त्याच्या सैन्याने जिंकलेला होता. छावणीत एकच जल्लोष चालला होता. गड जिंकल्यावर चार दिवसांनी स्वत: औरंगजेब वसंतगडावर निघाला. मेण्यातून गड चढताना मध्येच त्याला एक देऊळ दिसले. त्याने आपला मेणा थांबवून चौकशी केली, तेव्हा असे समजले की, ते एक पुरातन देऊळ आहे. त्याला चंदोबा देऊळ असे म्हणतात. तिथल्या लोकांची त्याच्यावर अतिशय श्रद्धा होती. हे ऐकून औरंगजेबाने तत्काळ हुकूम सोडला.

'काफिरों के इबादत की यह जगह अभी तोड डालो।'

साक्षात मोगल बादशहाची आज्ञा झाल्यावर काय, पाहता पाहता ते देऊळ नामशेष झाले. आता अत्यंत समाधान पावून औरंगजेब गडावर गेला. त्या वेळी त्याने ऐलान करून वसंतगडाचे नाव बदलून 'किली दे फतह' म्हणजे यशाची किल्ली असे ठेवले. मोगल बादशहाच्या कथित जिहादाचा एक टप्पा पूर्ण झाला होता.

भाग १६

१

राजाराम महाराज बेदारबख्ताशी झालेल्या लढाईनंतर पुढे खानदेशाकडे न जाता परत फिरले. निळोपंत गेले होते हेही मोहीम आवरती घेण्याचे एक कारण होतेच. पाठलाग टाळण्यासाठी आणि गनिमाचे बळ विभागण्यासाठी मराठी सैन्याचे वेगळे भाग केले होते. एका तुकडीसह सेनापती धनाजीराव जाधव आणि नेमाजी शिंदे बुऱ्हाणपुराकडे निघाले होते. तशीच मराठी सैन्याची आणखी एक मोठी तुकडी पूर्वेच्या दिशेने पाठवली होती. शहाजादा बेदारबख्त चिनकुलीचखानासह तिचा पाठलाग करत होता. उर्वरित सैन्य घेऊन महाराज दख्खनला परत निघाले होते. त्यांनी सोलापूरच्या आग्नेयेला पंचवीस कोसांवर असलेल्या टेंभुर्णीजवळ भीमा नदी पार केली. तिच्या काठावर छावणी पडली.

महाराजांनी सातारा सोडून आता तीन आठवडे झाले होते. वसंतगडाला औरंगजेबाने वेढा घातल्याचे त्यांना परिंड्याजवळ असतानाच समजले होते. बरेच दिवस लढेल असे वाटणारा गड अवघ्या पंधरा दिवसांत पडला होता. त्याचे आधी शल्य वाटत होते, पण आपली माणसे जीव अधिक धोक्यात न घालता अंधारात गड सोडून गेल्याचे समजल्याने त्यातल्या त्यात थोडासा दिलासा लाभला होता. आता औरंगजेब मराठ्यांच्या तख्ताची जागा असलेल्या साताऱ्याकडे वळणार याची महाराजांना पूर्ण खात्री वाटत होती. अशा वेळी पूर्ण मसलती करूनच पुढच्या हालचाली ठरवणे अतिशय आवश्यक होते. त्यासाठी त्यांनी बुऱ्हाणपुराकडे निघालेल्या धनाजीरावांना माघारी बोलावून घेतले. तेही तातडीने परत आले. त्यानंतर सर्व सरदारांसोबत बैठक बसली. धनाजीराव म्हणाले,

"मोगल बादशहा आता साताऱ्याकडे वळणार हे निश्चित. त्याचा अंदाज असल्यामुळे सध्या किल्ल्यावर निदान सालभर पुरेल एवढी बेगमी केलेली आहे.

तिथे शिबंदी मात्र कमी आहे. गडावरचे अवघे पाच हजारांचे बळ औरंगजेबाच्या लाखभराच्या सैन्याला आणि बलाढ्य तोफखान्याला किती आणि कसे तोंड देऊ शकेल याचा विचार करायला हवा.''

''मोगलांचे बळ कितीही असले तरी गड चार-पाच महिने तरी सहज लढेल. या काळात गनिमाचे जेवढे जास्त नुकसान करता येईल तितके करायला हवे. ते कसे करता येईल हे पाहायला हवे.''

महाराज म्हणाले. त्यावर विचार करत धनाजी म्हणाले,

''जी, त्यासाठी आपण आपल्या सैनिकांच्या तुकड्या वेगवेगळ्या ठिकाणी तैनात करायला हव्यात, असे आम्हाला वाटते. आपले काही सरदार मोगलांच्या छावणीच्या भोवती घिरट्या घालत राहतील. त्यांच्यावर जमतील तसे हमले करणे, त्यांच्या रसदीच्या वाटा अडवणे हे करावे लागेल. राणोजी घोरपडे तेथे त्यांच्या चार हजार कडव्या बरकंदाजांसह आहेतच. तरीही हणमंतराव निंबाळकर यांच्यासारख्यांनी त्यांच्या आसपास राहावे असे वाटते.''

''आपल्या काही सरदारांनी आधी ठरवल्यानुसार मोगलांच्या इतर भागावर हमले चढवले पाहिजेत. म्हणजे गनिमांचे बरेच बळ तेथे अडकून राहील. औरंगजेबाला त्यांच्याकडून कुमक मिळणे अवघड होईल. त्या सर्वांना सज्ज राहायला सांगा.''

महाराजांनी असे सांगताच मान हलवीत धनाजीराव म्हणाले,

''महाराज, ते आम्ही करूच. पण आमची फार दिवसांपासूनची मनशा आहे त्या गनिमाच्या ब्रह्मपुरीच्या छावणीला एक मोठा दणका द्यायची. आम्ही स्वत: त्यासाठी तेथे जायचे म्हणतो.''

धनाजीरावांचे ऐकल्यावर महाराज त्याही परिस्थितीत हसत म्हणाले,

''मोगलांच्या ब्रह्मपुरीच्या छावणीवर एकवार तरी हल्ला करण्याची तुमची इच्छा पूर्ण केल्याशिवाय काही तुम्ही स्वस्थ बसणार नाही, हे खरे. फक्त काही कराल ते जपून करा. आपले प्रमुख उद्देश दोन आहेत. एक म्हणजे गनिमाचे जमेल तेथे होईल तितके नुकसान करायचे आणि दुसरे म्हणजे आपल्या शक्य तेवढ्या अधिक आघाड्या उघडून त्यांचे सैन्यबळ कसे विभागले जाईल हे पाहायचे. आम्ही आणखी काही दिवस इथे थांबणार आहोत. त्यानंतर गनीम जवळ आला की, मुक्काम बदलत आपल्या मुलखाकडे येऊ, म्हणजे आमचा पाठलाग करण्यात झुल्फिकारखान आणि बेदारबख्त गुंतून राहतील.''

''जी, महाराज.''

असे म्हणून धनाजींनी होकार भरला. त्यानंतर सर्व तपशील ठरल्यावर बैठक उठली. दोन दिवसांत सर्व सेनानी आपापल्या कामगिरीवर रवाना झाले.

२

वसंतगड जिंकल्याचा जश्न मोगल छावणीत जोषात चाललेला होता. औरंगजेबाने ब्रह्मपुरीहून मोहिमेला सुरुवात केल्यापासून अवघ्या दीड महिन्यात हे यश मिळाले होते. त्याचा आनंद होताच. बादशहा जातीने गडावर आल्यामुळे तो द्विगुणित झाला होता. सैनिकांच्या उत्साहाला पारावार राहिलेला नव्हता. स्वत: औरंगजेब मात्र त्यात फारसा रमलेला नव्हता. शहाजादा आज्जम आणि मीर आतिश तर्बियतखान यांच्यासह तो पुढची आखणी करण्यात मग्न झालेला होता. या वेळी त्याला घाला घालायचा होता तो मराठ्यांचे तख्त असलेल्या सातारा गडावर. हा त्याचा बेत मनाशी पक्का झाल्यावर त्याने तर्बियतखानाला सांगितले,

"तू ताबडतोब तुझी खास माणसे घेऊन त्या किल्ल्याकडे जा. तिथल्या एकंदर परिस्थितीचा जायजा घे. तुझा तोफखाना लावण्यासाठी योग्य जागा हेरून ठेव."

"जी, जहाँपन्हा."

असे म्हणून तर्बियतखान निघाला. त्याने जाताना बेलदारांचा प्रमुख हीराचंद आणि कहारांचा मुखिया दूला यांना सोबत घेतले होते. आपल्या तोफखान्यासाठी कुठे खंदक खणायचे, तोफा कुठून डागायच्या यासाठी टेहळणी करण्यासाठी ही माणसे त्याला उपयोगी पडणार होती. ते बराच वेळ किल्ल्याच्या परिसरात फिरले. परत आल्यावर तो औरंगजेबाला म्हणाला,

"हुजूर, आम्ही किल्ल्याच्या चारही बाजूंना फिरून आलो. हा किल्ला त्रिकोणी आकाराचा असून तीनशे गज उंचीच्या एका खड्या पहाडावर बांधलेला आहे. पहाडावर सर्व बाजूंनी आठ-दहा गज उंच भिंती दिसत आहेत. त्याची पूर्वपश्चिम बाजूची लांबी अर्ध्या कोसापेक्षा जास्त आहे. मात्र त्याची दक्षिणोत्तर लांबी जेमतेम पाव कोसाची आहे. किल्ल्याला दोन मुख्य दरवाजे आहेत. ते उत्तर आणि दक्षिण दिशेला आहेत. याशिवाय आणखी एक दरवाजा आहे, त्याला मंगळाई दरवाजा म्हणतात. तो उत्तर आणि पश्चिमेच्या दरवाजांच्या मध्ये आहे. त्याचा फारसा वापर होत नाही असेही समजले."

तर्बियतखान जमेल तेवढा तपशील सांगत होता. औरंगजेब डोळे अर्धवट मिटून लक्षपूर्वक सारे आपल्या मनात साठवून घेत होता. सारे ऐकल्यावर अचानक डोळे उघडून तो म्हणाला,

"हम कल ही सातारा के लिये निकलते हैं। सर्वांना तसे सांग. कल सवेरे जल्दी चलना है।"

"जी, जहाँपन्हा."

असे म्हणून तर्बियतखान बाहेर पडला. नव्या मोहिमेची खबर छावणीत वाऱ्यासारखी पसरली. शहाजादा आज्जमपासून सारे तयारीला लागले.

दुसऱ्या दिवशी पहाटे उठून सर्व आवरून औरंगजेबाने नमाज पढला. आपल्या डेऱ्याबाहेर तयार ठेवलेल्या उघड्या पालखीत बसला. हरावलीला शहाजादा आज्जमचा हत्ती होता. त्याच्या पाठोपाठ हजारो सशस्त्र घोडेस्वारांच्या संरक्षणात मोगल बादशहाची पालखी भोयांनी खांद्यावर घेतली. कूचाचा नगारा दुमदुमला. आपले पन्नास हजारांवर असलेले सैन्यबळ घेऊन मोगल बादशहा औरंगजेब मराठ्यांचे तख्त जिंकण्यासाठी साताऱ्याकडे निघाला.

साताऱ्याला सुभानजी आणि प्रागजी प्रभू भांडवलकर असे दोघे बंधू गड राखण्याचे काम करत होते. ही मोहीम सुरू झाल्यापासूनच ते तयारीला लागले होते. प्रथम पंधरवड्यापूर्वी तिथे असलेले राज्याचे प्रधान निळोपंत मिरजेजवळ मारले गेल्याचे समजले. त्याच्या पाठोपाठ आठ दिवसांपूर्वी अगदी जवळचा वसंतगड पडल्याचे कळले. अशा विपरीत खबरी येत होत्या. पण त्यांनी आपला धीर तर सोडलेला नव्हता, उलट अधिक जबाबदारीने ते गड सांभाळत होते.

औरंगजेब ब्रह्मपुरीहून मोहिमेसाठी बाहेर पडला आहे, म्हणजे तो आज ना उद्या साताऱ्यावर स्वारी करणार याची त्यांना कल्पना होती. त्यामुळे त्यांनी निदान वर्षभर पुरेल एवढा अन्नसाठा आधीच करून ठेवलेला होता. गडावर पाण्याचे जिवंत झरे होते. त्यांचे पाणी भर उन्हाळ्यातही कधी आटत नव्हते. म्हणजे अन्नपाण्याची मुळीच ददात नव्हती. जनावरांसाठी गवतकाडीही भरपूर साठवलेली होती. वसंतगड पडल्याची खबर आल्यावर मात्र आता मोगलांचा रोख आपल्या गडाकडे वळणार याची त्यांना खात्री पटली. तेव्हा आता गनिमाचा वेढा पडला तर त्यांना त्यांच्या जनावरांसाठी चाराही मिळू नये यासाठी त्यांनी गडाच्या आसपासच्या वीस कोसापर्यंतची राने पार जाळून टाकली होती.

किल्ल्यात शस्त्रसाठाही विपुल प्रमाणात केलेला होता. सर्व माच्यांवर, बुरुजांवर तोफा तैनात करून ठेवल्या होत्या. अनेक प्रकारची शस्त्रे, बंदुका, बाण, हुक्का, मश्क आदी सज्ज ठेवलेली होती. दगडगोट्यांचा तर प्रचंड मोठा साठा करून ठेवलेला होता.

नित्याप्रमाणे किल्लेदार सुभानजी अंबारखान्याजवळ उभे राहून प्रागजीसोबत पाहणी करत असताना काही माणसे गडबडीने तेथे आली. त्यातला एक जण सांगू लागला,

''तिथं मंगळाई दरवाजाच्या बाजूनं काही स्वार आलेले दिसत आहेत. त्यांच्या सोबत बरीच माणसे आहेत. ती कसलीतरी पाहणी करत आहेत असं वाटतंय.''

हे ऐकताच सर्व जण तातडीने टेहळणीच्या बुरुजाकडे निघाले. लांबवर काही

माणसे दिसत होती. त्यांच्या एकूण पोशाखावरून ते मोगल छावणीतले लोक असावेत असे वाटत होते. बराच वेळ त्यांच्या हालचालीकडे निरखून पाहिल्यावर सुभानजी म्हणाले,

"चला. तयारीला लागायला हवं. लवकरच गनिमाची धाड पडणार असं दिसतंय."

झटक्यात साऱ्या गडावर वार्ता पसरली. मराठ्यांची राजधानी मोगल आक्रमणाला तोंड देण्यासाठी सज्ज होऊ लागली.

३

उगवतीचे किरण अंगावर झेलत मोगल सैन्य साताऱ्याची वाट चालू लागले होते. आघाडीवरच्या हत्तीच्या मागोमाग उघड्या पालखीतून औरंगजेब निघाला होता. थोडे अंतर गेल्यावर वाटेत उरमोडी नदी लागली. नदीला पाणी फारसे नव्हते. तरीही त्यातल्या त्यात उतार शोधून सैन्य नदीपार होऊ लागले. आपल्या बादशहाला पाण्यातून घेऊन जायचे असल्यामुळे औरंगजेबाच्या पालखीचे भोई अगदी काळजीपूर्वक नदीच्या पात्रात उतरत होते. अचानक औरंगजेबाने पालखी थांबवण्याचा इशारा केला आणि तर्बियतखानाला बोलावणे पाठवले. तो दौडतच तेथे आला. त्याला औरंगजेब म्हणाला,

"हमारे लिये एक घोडा लाओ।"

तर्बियतखान पार गोंधळून गेला. आधीच ब्याऐंशी वर्षांची उमर गाठलेला आपला बादशहा, त्याला पालखीत बसून नदी ओलांडणेदेखील जिथे अवघड तिथे हा घोड्यावरून जायचे म्हणतो आहे. खरेतर त्याला हा सारा प्रकार मोठा विचित्र आणि कठीण वाटत होता. पण प्रत्यक्ष मोगल बादशहाचा हुकूम. त्याच्यापुढे कोण काय बोलणार? त्याने मुकाट्याने एक उमदा अरबी घोडा निवडून तेथे आणवला. खिदमतगारांच्या मदतीने कसेबसे औरंगजेबाला त्याच्यावर बसवले. तेव्हा औरंगजेब पुन्हा त्याला पुन्हा त्याला म्हणाला,

"मुन्शी को बुलाओ। मला एक कागद आणि कलम पाहिजे."

तर्बियतखानाने मुकाट्याने एका मुन्शीला बोलावून घेतले. बादशहाच्या मनात काय आहे हे समजणे त्याला अशक्य होते. औरंगजेबाने मुन्शीकडून तो कागद आणि लेखणी आपल्या हातात घेतली आणि त्याच्या एका बाजूला 'अल्लाह' असे लिहून त्या मुन्शीला म्हणाला,

"इसपर कुछ इबादत के लब्ज लिखो।"

मुन्शीने त्याच्यावर प्रार्थनेचे काही शब्द लिहिले. औरंगजेबाने तो कागद नदीच्या

पाण्यात बुडवला. नंतर काढून स्वत:जवळ ठेवला. त्याने पुन्हा इशारत केली. तसा थांबलेला लवाजमा पुढे चालू लागला. नदी ओलांडून साताऱ्याच्या रोखाने निघाला.

साताऱ्यापासून एका कोसावर कारंजा येथे आल्यावर औरंगजेबाने सर्वांना थांबवले. तेथे छावणी टाकायचे ठरले. भल्या पहाटेपासून वाटचाल चालू होती. आता तीन प्रहर संपत आले होते. एवढ्या दूरच्या प्रवासाने आपला बादशहा दमला असेल असे सर्वांना वाटत असतानाच त्याने प्रमुख मंडळींना तातडीने आपल्या डेऱ्यात येण्यासाठी निरोप धाडले. सर्व जण पाहतात तर काय? त्याने तो कागद बाहेर काढून समोर पसरलेला होता. त्याच्यावर आपल्या हाताने काढलेल्या रेषा दाखवत त्याने तर्बियतखानाला विचारले,

"असाच आहे ना तो किल्ला?"

तर्बियतखानाने पाहिले. तो थक्क होऊन गेला. त्याने वर्णन केल्याबरहुकूम सातारा गडाचा आणि त्याच्या परिसराचा नकाशा त्यावर रेखाटलेला होता. त्याने नुसती होकारार्थी मान हलवली. औरंगजेबाने त्याच्यावर संपूर्ण छावणीचा आराखडा मांडलेला होता. कोणत्या सरदाराने कुठे छावणी टाकायची हे त्याच्यावर दाखवून दिले होते.

औरंगजेबाने दाखवल्याप्रमाणे वेढा घालायला सुरुवात झाली. किल्ल्याच्या पश्चिम भागाला त्याचा शहाजादा आज्जमखान आणि शाहिस्तेखानाचा मुलगा खुदाबंदखान यांना नेमले गेले. परळीपासून यवतेश्वरापर्यंतचा सर्व भाग त्यांच्यावर सोपवला गेला. मंगळाई दरवाजासमोर शाही तोफखान्याचा मीर आतिश तर्बियतखान याने ठाण मांडले. त्याच्याच थोड्या उजव्या बाजूला मुनीमखान या सरदाराला अनेक मराठी सरदारांसह ठेवले गेले. दक्षिणेचा दरवाजा रहुल्लाखान बख्शी याच्याकडे सोपवण्यात आला. त्याच्या बाजूला दखनी तोफखान्याचा प्रमुख मन्सूरखानाची नेमणूक करण्यात आली. अशा रीतीने मराठ्यांची राजधानी चारही बाजूंनी घेरली गेली.

खुद्द बादशहा औरंगजेब याची छावणी गडाच्या ईशान्य कोपऱ्यापासून कोसभराच्या अंतरावर असलेल्या करंजा येथे टाकली गेली. खुद्द मोगल बादशहा, त्याचा शहाजादा, शाही तोफखाना आणि दखनी तोफखान्याचा मीर आतिश, कित्येक नामजद मोगल सरदार आणि पन्नास हजारांवर सैन्य एवढे सारे बळ मराठ्यांचे तख्त जिंकणे यासाठी लावले गेले होते.

राजाराम महाराजांची छावणी अद्याप भीमेकाठी टाकलेली होती. तेथेच त्यांना वसंतगड जिंकल्यावर अवघ्या पंधरा दिवसांनी अपेक्षित खबर मिळाली.

'अखेर साताऱ्याला वेढा पडला.'

महाराजांनी सेनापती धनाजी जाधवराव, हणमंतराव निंबाळकर यांच्या सारखे

अनेक मोठे सरदार आधीच त्या बाजूला पाठवलेले होते. आता महाराजांना स्वत:ला तेथे जायचे होते. पण झुल्फिकारखान आणि बेदारबख्त तेथे येण्याची ते वाट पाहत होते. त्यांना आपल्या पाठीवर गुंतवून ठेवून औरंगजेबाला शक्यतो त्यांची कुमक न मिळू देण्याचा त्यांचा इरादा होता. त्यामुळे ते आपला मुक्काम तेथून हलवत नव्हते. पण त्यांना फार वाट पाहावी लागली नाही. दोनच दिवसांत खबर आली की,

'पूर्वेकडे गेलेल्या आपल्या सैन्याचा बार्शीपर्यंत पाठलाग करून बेदारबख्त परत निघालेला आहे. त्याला झुल्फिकारखान चारठाण्याला येऊन मिळाल्यापासून त्याच्या सोबतच आहे. दोघे या बाजूला येण्यासाठी निघाल्याची खबर आहे.'

आता परत फिरण्याची वेळ आली होती. महाराजांनी नगरच्या दिशेने कूच करायचे ठरवले. त्याप्रमाणे छावणी उठवण्याची तयारी सुरू झाली.

४

औरंगजेबाने साताऱ्याचा वेढा घातल्यावर पहिले दोन दिवस सर्वांनी आपले बस्तान मांडण्यात घालवले. आता काहीतरी चांगले घडण्याची वाट पाहत असलेल्या औरंगजेबाची मात्र निराशा झाली. वेढ्याच्या तिसऱ्याच दिवशी खबर आली की,

'चांभारगोंद्याच्या ठाण्यावर मराठा सरदार शंकर याने हमला करून ते लुटले आहे.'

औरंगजेबाला अतिशय संताप आला. आपण जातीने वेढ्यात गुंतलो असताना आपले ठाणेदार आपल्या ठाण्यांचे रक्षण करण्यात कमी पडतात याचे त्याला मोठे वैषम्य वाटत होते. आपले लोक मुळीच मनापासून काम करत नाहीत, कर्तव्यपालन करण्यात कुचराई करतात, हा त्याचा समज अशा प्रसंगातून अधिक पक्का होत होता.

भरीस भर म्हणून त्याच्या दुसऱ्याच दिवशी साताऱ्याच्या किल्ल्यातल्या मराठी लोकांनी मोठा कहर केला. मंगळाई दरवाजातून सरळ बाहेर पडून त्यांनी त्याच्या उजव्या बगलेवर असलेल्या मुनीमखानाच्या गोटावर हमला चढवला. हल्ल्याच्या वेळी खुद्द मुनीमखान आपल्या मोर्च्यात हजर होता. त्याने हल्लेखोरांना प्रतिकार करून त्यांना पळवून लावले. पण मराठे असे काही करतील असे ध्यानीमनी नसताना झालेल्या या हल्ल्यात तळाचे मोठे नुकसान झाले.

हे समजल्यावर औरंगजेबाने तर्बियतखानाला बोलावून घेऊन खडसावून विचारले,

''आपण इथे येऊन चार दिवस झाले. अजून तुझ्या तोफा लागल्या नाहीत. गडावरच्या माणसांची हिंमत बघ कशी वाढत चालली आहे. त्यांना लवकर तुझा कारनामा दिसला पाहिजे.''

''जी, हुजूर. मी त्याच कामात आहे. पण काय करणार? इथली जमीन इतकी सख्त आहे की, एक-एक खंदक खणायला खूपच जास्त वेळ लागतो आहे. मी सारखा आपल्या बेलदारांच्या आणि कहारांच्या मागे लागलेलो आहे. त्यांच्याकडून खंदक पाडण्याबरोबर मोठमोठे दमदमे बांधण्याचे काम सुरू केले आहे. ते उद्यापर्यंत पूर्ण झाले तर इन्शाल्ला, आपण उद्याच माझ्या तोफांचा धडाका ऐकाल.''

त्याच्या बोलण्यावर औरंगजेब काही बोलला नाही. त्याला खुणेनेच तेथून जायला सांगितले. तेथून बाहेर पडलेला तर्बियतखान जोरात कामाला लागला. त्याने मोठमोठे धमधमे बांधून घेतले. त्याच्या प्रचंड मोठ्या तोफा वर चढवून घेतल्या. आता मोगलांच्या मीर आतिशच्या तोफा धडाडू लागल्या. किल्ल्याच्या भिंतीवर जोरदार मारा सुरू झाला. पण किल्ल्याची भिंत म्हणजे मुळी एक खडा डोंगर होता. तीस गज उंचीचा. त्याच्यावर दगडी तट बांधलेले होते. तिथेपर्यंत तोफांचे गोळे मुळी पोहोचतच नव्हते. त्यामुळे तर्बियतखानाचा अत्यंत सुसज्ज असा तोफखाना पार कुचकामी ठरला होता.

तरीही एकदा मीर आतिशच्या तोफांचा धडाका सुरू झाला की, गडावरच्या माणसांच्या मनात दहशत निर्माण होईल असा औरंगजेबाचा अंदाज होता. पण तसे काही घडले नाही. उलट त्याच्या अगदी दुसऱ्याच दिवशी आणि पहिल्या हल्ल्याच्या अवघ्या पाच दिवसांनी किल्ल्यातील माणसांनी पुन्हा एकदा मुनीमखानाच्या गोटावर हल्ला चढवला. या खेपेसही ते सरळ दरवाजा उघडून थेट वेढ्यातल्या सैन्याला भिडले होते. या वेळी गोटात खुद्द मुनीरखान आणि त्याच्या सोबत सटवाजी डफळे, बाजीराव जतकर असे सरदारदेखील होते. जवळजवळ एक तासभर जोरदार हाणामारी झाली. त्यात मोगल सैन्याची बरीच मोठी हानी झाली. इतकेच नव्हे, तर खुद्द मुनीमखानाला दगडाचा मार बसून तो जखमी झाला होता.

या हल्ल्याचे समजल्यावर रागावलेल्या औरंगजेबाने तर्बियतखान आणि शहाजादा आज्जम यांना बोलावून विचारले,

''ये क्या हो रहा है? उन मराठों की इतनी हिंमत की, वो इस तरह के हमले कर सके? ते काही नाही. तुरंत आमचा तंबू तर्बियतखानाच्या गोटाच्या मागच्या बाजूला उभारा. आजपासून आम्ही तेथेच राहणार आहोत.''

बादशहाचा हा निर्णय दोघांनाही अनपेक्षित होता. शहाजादा आज्जम मोठ्या काळजीने म्हणाला,

''लेकिन उसमे आपके जानको खतरा हो सकता है।''

''तो क्या हुआ? हा आमचा जिहाद आहे. यात आमची जान गेली तर आम्हाला जन्नत जरूर नसीब होईल. डर के मारे बैठने से तो जहन्नम में भी जगह नहीं मिलेगी।''

हे ऐकल्यावर आज्जम गप्प बसला. औरंगजेब आपल्या प्रत्येक कृतीमधून आपले हे युद्ध म्हणजे जिहाद आहे असे सर्वांच्या मनावर ठसवण्याचा सतत प्रयत्न करत असायचा. त्यातून तरी आपल्या मरगळलेल्या सैन्याच्या मनात जोष निर्माण होईल, असे त्याला वाटत होते. हा प्रकार त्यातलाच होता. त्यामुळे त्याच्या हुकमाप्रमाणे त्याचा तंबू तातडीने तेथे उभारला गेला.

दुसऱ्या दिवशी सकाळी औरंगजेब आपल्या नव्या ठिकाणी घातलेल्या तंबूकडे निघाला. तो हट्टाने उघड्या पालखीतून निघाला होता. तंबूजवळ जाऊन पोहोचल्यावर तेथे न उतरता त्याने पालखी तशीच पुढे नेण्याचा हुकूम केला. डोंगराच्या अगदी पायथ्याशी नेऊन तो त्यातून खाली उतरला. त्याने आज्जमला सांगून एक दुर्बीण आणवून घेतली. त्यातून बराच वेळ तो किल्ल्याचे निरीक्षण करत होता. किल्ल्यातून गोळीबारी सुरू होती. तरीही तो मुळीच विचलित न होता तेथेच थांबून राहिला. त्याचे हे वागणे पाहून त्याचा शहाजादा आज्जमला त्याची जास्तच काळजी वाटू लागली. त्याने औरंगजेबाला परत फिरण्याचा आग्रहसुद्धा केला. पण त्याचे मुळीच न ऐकता आणखी तासभर तो तेथे थांबून राहिला.

हळूहळू उन्हे चढू लागली. त्याच्या झळा बसू लागल्या होत्या. तसे तर्बियतखानासह सारेच अस्वस्थ होऊ लागले. औरंगजेब मात्र हट्टाने तेथे थांबून राहिला होता. मध्यान्हीच्या आधी थोडा वेळ तो आपल्या तंबूकडे आला. तेथे त्याच्यासाठी थंड सरबत आणि वाळ्याच्या पडद्यांची चोख व्यवस्था करून ठेवलेली होती. त्या दिवसापासून तो तेथेच राहू लागला. आपल्या बादशहाचे ते निर्भय वागणे पाहून तिथल्या सैन्यामध्ये नवा जोष निर्माण झाला होता. औरंगजेबाचा हेतू सफल झाला होता.

५

राजाराम महाराज आपली भीमेकाठची छावणी उठवून नगरकडे वळले. त्यांच्या अपेक्षेप्रमाणे झुल्फिकारखान आणि बेदारबख्त त्यांचा पाठलाग करत होते. वाटेत त्यांना सगळीकडच्या बातम्या कळवल्या जात होत्या. खबरगीर सांगत होते,

"महाराज, सेनापतींनी आणि ब्रह्मपुरीच्या आसपास ठेवलेल्या आपल्या सैनिकांनी छावणीतल्या लोकांना अगदी हैराण करून सोडले आहे. मोगल बादशहाने तिथली जबाबदारी वजीर आसदखानाकडे सोपवलेली आहे. पण आपले लोक त्याला इतका त्रास देत आहेत की, कित्येक वेळा खुद्द आसदखानाला त्यांना हुसकून लावण्यासाठी बाहेर पडावे लागले आहे."

साताऱ्याच्या वेढ्याकडचे खबरगीर सांगत होते,

"महाराज, सेनापतींनी गनिमाच्या वेढ्याभोवती आपल्या सरदारांच्या सैन्याच्या इतक्या तुकड्या तैनात केलेल्या आहेत की, एका वेढ्याच्या भोवती दुसरा वेढा पडावा असे दिसते आहे. आपले लोक त्यांच्या रसदी मारत आहेत. शिवाय, वेढ्यातून कोणी बाहेर काही आणण्यासाठी निघाले की, त्यांना अडवून जनावरे आणि सामान काढून घेणे असे करत आहेत. त्यामुळे वेढ्यातल्या लोकांना सामग्रीची मोठीच चणचण जाणवते आहे."

हे सर्व ऐकून थोडासा हुरूप आला तरी बलाढ्य मोगल सैन्याला तोंड देणे एवढे सोपे नाही, याची खुद्द महाराजांना पूर्ण जाणीव होती. परळीवरून प्रतिनिधी परशुरामपंत, मैदानात स्वत: सेनापती धनाजी जाधवराव तसेच हणमंतराव निंबाळकर, राणोजी घोरपडे यांसारखे नामजद सरदार आपली राजधानी राखण्यासाठी पराक्रमाची शर्थ करत होते. सुभानजी कांदटकर आंबवला घाट राखत होते. त्यांचे भाऊबंद चंदनीराव, यमाजीराव, तान्हाजीराव कांदटकर साताऱ्याच्या वेढ्यातून त्यांच्या परिसरात येणाऱ्यांना हाकून काढायचे काम करत होते. हणमंतरावांसोबत खंडोजी थोरात चंदनवंदन किल्ल्याजवळचा परिसर जागता ठेवत होते.

या लढ्याची तीव्रता दिवसेंदिवस वाढत चाललेली होती हे पाहून महाराजांनी नगरची वाट सोडली. आता दक्षिणेकडे वळायचे असे ठरवले. झुल्फिकारखान आणि बेदारबख्त पाठीवर होतेच.

इकडे वेढ्यातल्या मोगल बादशहाला मात्र काही चांगल्या खबरी ऐकायला मिळत नव्हत्या. त्याने आपला मुक्काम हलवल्याच्या दुसऱ्याच दिवशी मोठा समरप्रसंग घडला. कराडचा फौजदार घोरीखान वेढ्यात रसद पोहोचवून परत निघालेला होता. रहिमतपूर आणि मसूर यांच्या मधल्या पट्ट्यात तीन हजारांवर मराठी सैनिकांनी त्याच्यावर हल्ला चढवला. जोरदार हातघाई होऊन त्यात घोरीखान पकडला गेला. हे होते न होते तो न्याहरखानाचा मुलगा संग्रामखान याला मराठ्यांनी त्याच्या हत्तीसह ताब्यात घेतल्याचे समजले आणि एके दिवशी तर अगदी कहर झाला. मराठ्यांची एक तुकडी चक्क छावणीच्या बाजारात धुमाकूळ घालून गेली. हे ऐकल्यावर मात्र औरंगजेबाने तातडीने सर्व मुख्य सरदारांना बोलावून म्हटले,

"आम्ही हे काय ऐकतो आहोत? त्या मगरगट्ठ्यांची हिंमत इतकी वाढली की, ते सारखे आपल्या नामजद सरदारांवर हल्ले चढवून त्यांना पकडून नेतात? हे आमचे सरदार करतात तरी काय?"

औरंगजेबाच्या या प्रश्नावर कोणी काही बोलले नाही. त्याने आपली करडी नजर एकवार सर्वांच्या वरून फिरवली. सारे खाली माना घालून गप्प बसले होते. त्यांच्याकडे पाहत त्याने हुकूम सोडला,

"आजपासून रोज तीन वेळा साऱ्या छावणीभोवती गस्त घातली गेली पाहिजे.

त्यासाठी चांगले तरबेज शस्त्रधारी बरकंदाज निवडून घ्या. पुन्हा असा हल्ला होता कामा नये.''

''जी, आम्ही आताच त्याच्या तयारीला लागतो.''

शहाजादा आज्जम मोठ्या तत्परतेने म्हणाला. तेव्हा दोनदा मार खाल्लेला मुनीमखान पडलेल्या स्वरात म्हणाला,

''खाविंद, आणखी एक अडचण आहे. रसद आणायला गेलेल्या आपल्या माणसांवर सारखे हमले होतात. गनिमाची माणसे सामानासकट जनावरे पळवून नेतात. त्याचे काहीतरी करायला हवे.''

आधीच रागावलेला त्याचा बादशहा आणखी चिडून म्हणाला,

''तुम्ही सारे सरदार छावणीत थांबून राहता आणि सैनिकांना छोट्या तुकड्या घेऊन वरकड माणसांसह पाठवून देता. ते काही चालणार नाही. आजपासून सर्व मोठ्या सरदारांनी आपापल्या दिम्मती घेऊन जातीने रसद आणण्यासाठी जायचे आहे.''

या मोहिमेवर निघताना औरंगजेबाने फतवा काढलेला होता की, कोणीही आपल्याबरोबर आपला कबिला घ्यायचा नाही. हा नियम सामान्य सैनिकांनी पाळलेला असला तरीही बऱ्याच मोठ्या सरदारांनी आपले कबिले सोबत आणलेले होते, हे त्याला ठाऊक झालेले होते. त्यामुळे त्याने पुढे सांगितले की,

''आमच्या तंबूजवळ खास जनानी डेरे उभारा. जेव्हा कुणी मोठा सरदार अशा कामगिरीसाठी वेढ्यातून बाहेर जाईल तेव्हा त्याने जाण्यापूर्वी आपला कबिला तेथे आणून ठेवायचा आहे''

शहाजादा आज्जमकडे पाहत त्याने कठोर स्वरात म्हटले,

''जर कोणी याचा अंमल करत नाही असे समजले, तर माणसे पाठवून बंदोबस्तात त्यांच्या कबिल्यातील माणसांना इथे आणून ठेवून नंतरच त्यांना बाहेर पाठवले जाईल. यावर तुम्ही जातीने लक्ष ठेवायचे आहे.''

ज्या सरदारांनी आपले कबिले आणले होते त्यांच्या माना आपोआपच खाली झुकल्या होत्या. कधी एकदा ही बैठक संपते असे झाले होते. छावणीबद्दल सारे बोलून झाले तरी घोरीखान आणि न्याहरखानाचा मुलगा यांना सोडवून आणण्याचे महत्त्वाचे काम अद्याप बाकी राहिले होते. औरंगजेबाने हमीदुद्दीनखानाला त्या कामगिरीवर पाठवण्याचा आदेश दिल्यावर बैठक संपली. तरी आपल्या बादशहाच्या नजरेतून काही सुटत नाही, हे जाणवून सारे सरदार अधिक सजगपणे वेढ्याच्या कामाला लागले.

छावणीच्या संरक्षणासाठी त्रिवार गस्तीची व्यवस्था केली, तरी औरंगजेबाचे समाधान झाले नव्हते. त्यामुळे आता त्याने साऱ्या छावणीला कुंपण घालण्याचे

ठरवले. तर्बियतखानाला सांगून त्याने वेढ्याचा घेरा मोजून घेतला. तो तब्बल अडीच कोसाहून अधिक भरला. तेव्हा औरंगजेबाने वेढ्यात लांबवर असलेल्या माणसांना जवळ बोलावून घेण्यास सांगितले. तरीही घेरा दोन कोसापेक्षा जास्तच होता. म्हणून कुंपण घालण्याची जबाबदारी सर्वांमध्ये वाटून देण्यात आली. वेढ्यातल्या प्रत्येक एक हजारी मनसबदाराने पाच साखळ्या आणि पाचशेच्या मनसबदाराने अडीच साखळ्या लांबीची भिंत बांधायची असे ठरवून देण्यात आले. त्याप्रमाणे कामाला तातडीने सुरुवात झाली

तोवर राजाराम महाराज रहिमतपुरापर्यंत आलेले होते. त्यांच्या पाठलागावर बेदारबख्त आणि झुल्फिकारखान होतेच. तिथवर आल्यावर त्यांना साताऱ्याच्या छावणीत येण्यासाठी औरंगजेबाचा आदेश आला. त्यामुळे पाठलाग सोडून ते साताऱ्याकडे निघाले. तेथे पोहोचल्यावर त्यांचे अपेक्षेपेक्षा चांगले स्वागत झाले. इतके दिवस सतत लढत राहून परतल्यामुळे औरंगजेबाने त्याचे भरपूर कौतुक केले. ते निघून गेल्यामुळे महाराजांची तिथून पुढची वाटचाल मात्र निर्विघ्न झाली.

६

महाराज खानदेशच्या मोहिमेहून आपल्या मुलखात परतले आहेत. ते रहिमतपुराहून पुढे येऊन सिंहगडावर पोहोचले आहेत याचे सविस्तर वृत्त विशाळगडावर पोहोचले होते. महाराजांना मोहिमेवर जाऊन अडीच महिने होत आले होते. त्यामुळे तेथे असलेली कुटुंबातील मंडळी त्यांची अगदी आतुरतेने वाट पाहत होती. स्वत: रामचंद्रपंत नियमितपणे महाराजांच्या हालचाली त्यांच्या घरच्या मंडळींना कळवत होते. त्यानुसार प्रथम महाराज सिंहगडाहून राजगडी गेल्याचे समजले. तिथून ते विशाळगडी येण्यासाठी निघाल्याची खबर आली अन् बऱ्याच दिवसांनी गडावर आनंदाची लहर पसरली.

राजगडाहून सकाळीच निघालेला लवाजमा विशाळगडाजवळ येईपर्यंत उन्हे चांगलीच वर आलेली होती. महाराज गडापासून दोन कोस अंतरावर असताना रामचंद्रपंत आपल्या अश्वपथकासह त्यांना सामोरे गेले. महाराज दृष्टिपथात येताच ते पायउतार झाले. त्यांचा मुजरा स्वीकारीत असतानाच महाराजांचे लक्ष त्यांच्या मागून येणारे गिरजोजी आणि त्यांच्या सोबत असलेले राजा कर्ण यांच्याकडे गेले. त्यांना पाहताच ते स्वत: पायउतार झाले. पुढे आलेल्या कर्णांना त्यांनी जवळ घेतले. कर्णाच्या मातृमुखी चेहऱ्याकडे नजर जाताच त्यांना त्यांची आई सगुणाबाईंची तीव्रतेने आठवण आली. नकळत त्यांचा गळा भरून आला. त्यांच्या भेटीकडे पाहत असलेल्या रामचंद्रपंतांकडे लक्ष जाताच स्वत:ला सावरत ते म्हणाले,

''पंत, इतक्या दिवसांनी परतल्यावर आपल्या जिवाभावाचे माणूस समोर येण्याचा आनंद काही आगळाच असतो नाही का?''

''होय महाराज, असे सुख भाग्यातच असावे लागते. आम्हीही त्याचा अनुभव घेत असतो.''

पंत हसत म्हणाले. त्यांच्याही नजरेसमोर त्यांचे लाडके पाच वर्षांचे चिरंजीव भगवानराव उभे राहिले होते. गडाखाली छावणी पडली. बाकीच्या सरदारांचा निरोप घेऊन मोजक्या मंडळींसह महाराज गडावर आले, तेव्हा दुपारच्या थाळ्याची वेळ झाली होती. थाळ्यानंतर महाराजांनी थोडी विश्रांती घेतली. सायंकाळी कुटुंबातील सर्व मंडळींसोबत वेळ घालवल्यावर महाराजांचा इतक्या दिवसांचा मोहिमेचा शीण उतरून गेला.

दुसऱ्या दिवशी सकाळी फडावर जाण्यापूर्वी महाराज ताराराणींशी बोलत होते. त्या म्हणत होत्या,

''आपण पुऱ्या अडीच महिन्यांची मोहीम करून आलात. त्यानंतरही सिंहगडावर जाऊन साऱ्यांना भेटून आलात. आम्ही सारी आपली वाट पाहत होतो. एवढी मोठी मोहीम, त्यातून ती गनिमाच्या मुलखातली, त्यामुळे बराच ताण आलेला असणार.''

''ते तर आहेच. पण त्यापेक्षा वसंतगडासारखा अव्वल किल्ला अवघ्या पंधरा दिवसांत पडला. त्याच्या आणि साताऱ्याच्या वेढ्याच्या विचारांनी आम्ही अधिक कष्टी झालो आहोत. आम्हाला तेथेही रोजच्या रोज इथल्या झुंजाच्या सर्व खबरी कळवल्या जात होत्या. आपले लोक गडाच्या आतून आणि बाहेरूनही मोगलांचा झटून सामना करत आहेत. पाहू गड कसा लढतो ते.''

''जी, आपण फडावर जातच आहोत. काही चांगली वार्ता येते का ते पाहू.''

ताराराणी म्हणाल्या.

दोघे सदरेवर येताच साताऱ्याकडून नुकत्याच आलेल्या खबरगिराने दिलेली माहिती रामचंद्रपंत सांगू लागले,

''महाराज, झुल्फिकारखान आणि आपले सेनापती धनाजीराव यांच्यात मसूरजवळ मोठी झडप झाली. दोन्ही बाजू जोरात लढल्या. अखेर झुल्फिकारखान साताऱ्याला परतला आणि धनाजीराव रहिमतपुराजवळ आपली छावणी आहे तेथे गेले आहेत.''

''हं. झुल्फिकारखानांना आम्ही जेवढे ओळखतो त्यावरून सांगतो, ते काही गप्प बसणार नाहीत. खरेतर औरंगजेब त्यांना तसे करू देणार नाही. बघू काय होते ते.''

महाराज म्हणाले. त्यानंतर आपल्या इतर ठिकाणी लढणाऱ्या, विशेषत: उत्तरेकडच्या फौजांच्या हालचालीची खबरबात घेऊन बैठक उठली.

त्याच्या दुसऱ्याच दिवशी महाराजांचा होरा खरा ठरला. झुल्फिकारखान

बेहरामंदखानाची भली मोठी कुमक घेऊन मराठी सैन्याला रहिमतपुराजवळ भिडला. धनाजीरावांसोबत राणोजी घोरपडे आणि हणमंतराव निंबाळकर हे होते. घमासान लढाई झाली. त्यात दोन्ही बाजूंचे मोठे नुकसान झाले. पाचशेवर मराठी सैनिक त्यात कामी आले होते. हे ऐकून अस्वस्थ झालेल्या महाराजांना दुसऱ्या दिवशी जे समजले ते ऐकल्यावर तर सारेच हतबुद्ध होऊन गेले.

औरंगजेबाने लढाईसंबंधी समजल्यावर त्याने अशी आज्ञा दिली होती की, 'गनिमाच्या मेलेल्या सैनिकांची मुंडकी कापून गावाच्या वेशीवर त्यांचा ढीग लावा. अशी दहशत बसवा की या काफरांना समजायला हवे, आमच्या खिलाफ लढणाऱ्यांचे काय होते.'

हे ऐकून महाराज काही न बोलता आपल्या महालात परतले. त्यांच्या सोबत महालात आलेल्या ताराराणी त्यांना म्हणाल्या,

"आपण असे लगेच निघून आलात. अहो, औरंगजेबासारख्याकडून काय वेगळे घडणार?"

"तसे नाही तारा, 'मरणांतानि वैराणि' असे म्हणतात. मग मेलेल्या मुडद्यांची अशी विटंबना करून काय समाधान मिळतं? आम्हाला तर ही दुष्टपणाची कमाल वाटते."

"आम्हाला वाटते, असे करून त्यांना आपले दोन मतलब साधायचे असणार. आपल्या लोकांच्या मनात जबर दहशत पसरवणे आणि त्याचबरोबर आपल्या सैन्यात जोष आणणे."

"आपल्या मोहिमेला मोगल बादशहा जिहाद म्हणजेच धर्मयुद्ध असे म्हणतात. मात्र त्यासाठी असे मार्ग स्वीकारतात."

महाराज कडवटपणे म्हणाले, त्यावर हसत ताराराणी म्हणाल्या,

"या वयात जिवावर उदार होऊन धाडसाने वेढ्याचे नेतृत्व करणे हे मोगल बादशहाचे कृत्य आम्हाला जिहादपेक्षा मस्तकी कफन बांधून लढणाऱ्या रजपुतांच्या केसरियासारखा वाटते. नाहीतरी आम्ही असे ऐकलेले होते की, मागच्या तीन पिढ्यांपासून त्यांच्या आजी, पणजीपासून त्यांच्या खानदानात रजपूत रक्त मिसळलेलें आहे."

"खरे आहे तुमचे."

म्हणत महाराजांनी मान हलवली. बोलता बोलता त्यांच्या मनावरचा ताणही थोडासा कमी झाला होता.

७

साताऱ्याला वेढा घालून महिना झाला. वसंतगड अवघ्या पंधरवड्याभरात पडला होता. त्या मानाने हा गड चांगलाच लढत होता. राजधानीचा गड असल्यामुळे तो जास्त जोमाने टक्कर देणार हे अपेक्षितच होते. तरीही एवढे मोठे सैन्य आणि खुद्द बादशहाची वेढ्यातली उपस्थिती यामुळे तो लवकर पडावा असे वेढ्यातल्या मंडळींना वाटत होते. पण तसे घडत मात्र नव्हते. उलट राजाराम महाराज परत मराठी मुलखात आल्यापासून मराठे अधिक आक्रमक बनले होते. या सर्व बाबींनी अस्वस्थ झालेल्या औरंगजेबाने आपल्या सरदारांना बोलावून म्हटले,

"आम्हाला येथे येऊन आज महिना झाला. अजून मनासारखी चढाई होत नाही. झुल्फिकारखान आणि बेदारबख्त आल्यापासून त्यांनी बाहेरचा बंदोबस्त ठेवण्याची जिम्मेदारी सांभाळली आहे. आता वेढ्यातल्या मंडळींनी थोडा जोर वाढवला, तर इन्शाल्ला लवकरच इथले हे मराठ्यांचे तख्त आपण उखडून टाकू."

आपल्या बादशहाचे जोषपूर्ण भाषण ऐकून सर्व मोगल सरदारांना मोठा हुरूप आला. आपापल्या डेऱ्यात परत जाताना आता उद्यापासून कुठे हल्ला करायचा याचाच विचार करत होते.

पण दुसऱ्याच दिवशी खबर आली की, मराठ्यांचा सेनापती धनाजी जाधव याने खानापुरावर हल्ला करून तिथल्या सुभेदाराला ताब्यात घेतले होते. मराठ्यांनी चंदनवंदन किल्ल्यातले त्यांचे महत्त्वाचे ठाणे मजबूत केले होते. त्यामुळे मोगलांचे उत्तरेकडून येणारे रस्ते रोखले गेले होते. सर्वांत महत्त्वाचे म्हणजे, तेथून ते थेट ब्रह्मपुरीवर चालून जाणार आहेत असे खातरीपूर्वक कळलेले होते.

हे समजताच औरंगजेबाने झुल्फिकारखानाला तातडीने तेथे जाण्याचा हुकूम दिला.

"तुम तुरंत यहाँ से इस्लामपुरी के लिये निकल जाओ।"

औरंगजेबाने ब्रह्मपुरीचे नाव इस्लामपुरी असे ठेवले होते. तेथे स्वत: धनाजी जाणार हे ऐकून तो अधिक अस्वस्थ झाला होता. कारण तेथे त्याचे कुटुंबीय तर होतेच, शिवाय कैदेतला मराठी राजपरिवारही होता. बादशहा छावणीत नसल्याचा फायदा मराठे घेण्याची शक्यता मोठी होती. त्यामुळे झुल्फिकारखानही लागलीच त्याचे नेहमीचे सहकारी दाऊदखान पन्नी आणि राव दलपत बुंदेला यांना सोबत घेऊन बाहेर पडला.

ब्रह्मपुरीला पोहोचल्यावर झुल्फिकारखानाला समजले की, छावणीसाठी मोठा खजिना आलेला आहे. मराठी सैन्याची मधल्या भागात मोठी धामधूम माजली होती.

त्यामुळे घाबरून जाऊन तो घेऊन आलेला कल्याण-भिवंडीचा सुभेदार उजबेकखान तेथून बारा कोसांवर असलेल्या एलगड या ठिकाणी थांबून राहिला आहे. तो पुढे येत नसल्याने खजिना तेथे अडकून पडला होता.

मराठ्यांचा खुद्द सेनापती धनाजी जाधव जवळच वावरत असल्याची खबर असल्याने आसदखान छावणी सोडून बाहेर पडू शकत नव्हता. खजिना आणि इतर आवश्यक सामग्री एलगडला अडकून पडल्याने त्याची मोठीच अडचण झालेली होती. हे सारे समजल्यावर झुल्फिकारखान आपल्या सैन्यासह एलगडला पोहोचला. तेथून जवळच मराठी छावणी होती. त्याने आपले बाजारबुणगे एलगडला सामान नेण्यासाठी तळावर ठेवले आणि स्वत: जातीने मराठ्यांच्या छावणीवर चालून गेला.

मोगलांचे मोठे सैन्य चालून आलेले पाहून मराठे नेहमीप्रमाणे थोडीशी हातघाई करून निघून जाऊ लागले. झुल्फिकारखान पाठलाग करू लागला. त्याला मराठ्यांना खजिन्यापासून शक्य तितके दूर न्यायचे होते. आधी त्याने मराठ्यांना भूमपासून चार-पाच कोसपर्यंत मागे ढकलले. नंतर मुळीच उसंत न घेता रात्रीच्या एका प्रहरापर्यंत त्याने पाठलाग सुरू ठेवला होता. एवढ्या वेळात त्याने तब्बल चोवीस कोसांची मजल मारलेली होती.

आता त्याने आपले खास सरदार राव दलपत आणि दाऊदखान यांना तेथे थांबवून ठेवले. स्वत: एलगडला परत गेला. तिथून सारा खजिना ब्रह्मपुरीला सुखरूपपणे आणून आसदखानाच्या ताब्यात दिला.

८

झुल्फिकारखानाचा ब्रह्मपुरीतील पराक्रम ऐकून औरंगजेब खूश झाला. तो आल्यापासून दोन्ही छावण्यांच्या रसदी मारणाऱ्या मराठ्यांच्या उद्योगाला बराच आळा बसलेला होता. आता वेढ्यातल्या आपल्या सैन्याने साताऱ्याचा गड लवकर सर करावा यावर त्याने आपले लक्ष केंद्रित केले होते.

त्याचा मीर आतिश तर्बियतखानाच्या एवढ्या बलाढ्य तोफखान्याकडून त्याच्या बादशहाच्या अपेक्षेनुसार कामगिरी होत नव्हती. गडाच्या कोटाला साधा एक टवकाही पाडण्यास त्याला यश आले नव्हते. गडच मुळात तीस गज उंचीच्या डोंगरावर बांधलेला होता. मग जमिनीवरच्या तोफा कितीही ताकदीच्या असल्या तरी त्यांचा त्याच्यावर काय परिणाम होणार! हे पाहून औरंगजेबाने त्याला एक उंचच उंच अत्यंत मजबूत असा धमधमा बांधण्याची आज्ञा केली होती. तर्बियतखानाने आसमंतातील साऱ्या झाडांचे लाकूड त्याच्यासाठी कामाला लावले. चोवीस गज उंचीचा हा धमधमा बांधून पूर्ण झाल्यावर त्याच्यावर मोगलांच्या ताफ्यातली सर्वांत मोठी

असलेली ‘कडकबिजली’ ही तोफ त्याच्यावर चढवून घेतली. तिच्यातून प्रचंड आकारांच्या दगडी गोळ्यांचा मारा गडावर सुरू झाला.

तोफेच्या बरोबर उलट्या दिशेला शहाजादा आज्जमचा गोट होता. तोफ जेवढी चांगली होती तेवढे तिला उडवणारे तरबेज नव्हते. त्यामुळे बऱ्याच वेळा तिच्यातून डागलेले गोळे भलतीकडेच उडायचे. कधीकधी तर ते पार पलीकडे असलेल्या आज्जमच्या छावणीकडे येऊन पडायचे. एके दिवशी तर खुद्द आज्जमच्या झोपण्याच्या डेऱ्याच्या अगदी जवळ काही गोळे पडले. हे औरंगजेबाला समजल्यावर अत्यंत अस्वस्थ होऊन जातीने तेथे निघाला. त्याच्या नेहमीच्या उघड्या पालखीतून तो तेथे निघाल्याचे समजल्यावर तर्बियतखान धावतच तेथे आला. औरंगजेबाने त्याला रागाने विचारले,

“यह क्या हो रहा है मीर आतिश, गोलाबारी करने का यह कौनसा नया तरीका है? अपने ही लोगों पर गोले बरसा रहे हो?”

तर्बियतखानाला सारा प्रकार आधीच समजलेला होता. तो गयावया करत म्हणाला,

“माफ कीजिये हुजूर। हमारे लोगों से गलती हो गयी।”

औरंगजेब अजून घुश्शात होता. त्याने हुकूम सोडला.

“अभी इसी वक्त उस तोप की जगह बदल डालो।”

तर्बियतखानाला काही सुचत नव्हते. त्याने चाचरत कसेबसे औरंगजेबाला पटवून दिले की, ते एवढे सोपे नव्हते. दुसरी योग्य जागा शोधणे, तेथे पुन्हा एवढा भक्कम आणि उंच धमधमा उभारणे हे अतिशय अवघड काम होते. थोडा विचार केल्यावर औरंगजेबाला त्याचे म्हणणे पटले. त्याने तरीही तर्बियतखानाला तंबी दिली,

“अच्छे गोलंदाज चुनो। फिरसे ऐसा कुछ नहीं होना चाहिये।”

आणि तो तिथून निघून गेला.

आता कडकबिजली जोरात धडाडू लागली. तसे गडावरूनही तिला चोख प्रत्युत्तर येऊ लागले. गडावरून येणारे तोफेचे गोळे जास्त मोठे आहेत. त्यांचा मारा अधिक जोरदार आहे, असे औरंगजेबाला समजले. तेव्हा त्याची खातरजमा करण्यासाठी तो प्रत्यक्ष तेथे जाऊन पूर्ण दिवस थांबून राहिला. संध्याकाळ झाल्यावर त्याने दिवसभरात गडावरून आलेले गोळे मोजायला सांगितले, तर ते तब्बल ऐंशी भरले. पण मोगल सैन्य त्यांच्या टप्प्याबाहेर होते. त्यामुळे तसे फारसे नुकसान झाले नव्हते. केवळ दोन मजूर मारले गेले होते. सारे पाहून रात्र झाल्यावर औरंगजेब आपल्या डेऱ्यात परतला.

त्यानंतर अगदी दोनच दिवसांनंतर किल्ल्यावरून एक मोठा गोळा आला. तो

नेमका शहाजादा आज्जमच्या छावणीत पडला. पण फुटलेला नव्हता. औरंगजेब तेथे गेला. त्याने मोठ्या लक्षपूर्वक त्या गोळ्याचे निरीक्षण केले. तातडीने तर्बियतखानाला बोलावून विचारले,

"इनके गोले हमसे ज्यादा अच्छे लगते है। यह कैसे हुआ?"

"उन्होंने गोरे लोगों से खरीदे हैं।"

त्याने माहिती पुरवली. ते ऐकून औरंगजेबाला राग आला.

"उन गोरों की ये हिंमत, की वो हमारे दुश्मन को ऐसे हमसे बेहतर गोले दे? हम उन्हें बाद में देख लेंगे।"

त्याने ताबडतोब तोफखान्याच्या दारोग्याला बोलावून घेऊन तो गोळा दाखवला. त्याच्यासारखे गोळे तयार करण्यास सांगितले.

सतत तोफखान्याकडे लक्ष देणे, आपल्या उघड्या पालखीतून छावणीभर वावरणे, तेथे घडणाऱ्या प्रत्येक लहानसहान बाबीची दखल घेऊन हुकूम सोडणे, असे करून औरंगजेब आपण हा वेढा किती गंभीरपणे घेत आहोत हे आपल्या लोकांना दाखवण्याची एकही संधी सोडत नव्हता.

एवढे करूनही त्याचा काही फारसा परिणाम किल्ल्यातील मराठ्यांवर होत नव्हता. त्यांचा बंदुकांचा आणि तोफांचा भडिमार चालूच होता. शिवाय, ते तटावरून सारखे मोठमोठाले दगड खाली लोटत होते. आतापर्यंत अनेक मोगल सैनिक आणि जनावरे त्यामध्ये जायबंदी झालेली होती. अजूनही रोज होत होती. केवळ किल्ल्यातीलच नव्हे, तर किल्ल्याबाहेरचे मराठेही उत्साहात होते. एवढा वेढा पडलेला असतानाही बिनबोभाट आत रसद पोहोचवीत होते. रात्री बेरात्री केव्हाही हल्ला करून छावणीकडे येणाऱ्या रसदी लुटत होते. औरंगजेबाच्या सर्व डावपेचांना पुरून उरत मराठे साताऱ्याचा किल्ला जोरात लढवत होते.

९

राजाराम महाराज विशाळगडावर काही दिवस थांबून कोकणात रामचंद्रपंतांसह फेरफटका मारून आले. तेथे सारे स्थिर होते. साताऱ्याला वेढा चाललेला असताना इतर जागी मात्र त्यांचे सरदार चांगलाच धुमाकूळ घालत होते. औरंगजेबाचे सारे लक्ष साताऱ्याच्या किल्ल्यावर एकवटल्याने दक्षिणेत हिंदुराव घोरपडे तसेच नर्मदापार गेलेले कृष्णा सावंत यांच्या हालचाली निर्वेधपणे चाललेल्या होत्या. धनाजी, शंकराजी नारायण, हणमंतराव आदी सातारा आणि ब्रह्मपुरीच्या छावण्यांच्या परिसरात धुमाकूळ घालत होते. त्यांच्या साऱ्या बातम्या महाराजांना रोजच्या रोज कळवल्या जात होत्या. परळीहून राज्याचे पेशवे परशुराम त्रिंबक साताऱ्याच्या वेढ्यावर पूर्ण

लक्ष ठेवून होते. खबरगीर सांगत होते,

"महाराज, पेशवे सरकार साताऱ्याच्या गडावरच्या शिबंदीला रसद पोहोचवणे, त्यांना धीर देणे हे सारे करत आहेत. तसेच वेढा घालून बसलेल्या मोगल सैन्यावर हमले करणाऱ्या आपल्या सरदारांना पाठबळ देणेसुद्धा करत आहेत. आपल्या गडावरचे सुभेदार आणि गडकरी गनिमाच्या वाटा रोखून धरणाऱ्या सरदारांना कुमक करत आहेत."

अनेक सरदार व सुभेदारच नव्हे, तर रयतही पदरमोड करून आपला मुलूख राखत होती. पाहता पाहता वेढ्याला दोन महिने झाले. ऐन थंडीमध्ये मार्गशीर्षात पडलेल्या वेढ्यामधल्या उघड्यावर राहणाऱ्या मोगल सैन्याला माघातल्या गारठ्याला तोंड देणे अवघड होत होते. किल्ल्याभोवतीचा जवळजवळ वीस कोसांचा मुलूख मराठ्यांनी जाळून पार उद्ध्वस्त करून टाकलेला होता. त्यामुळे जनावरांना गवतचाराच नव्हे शेकोट्यांसाठी लाकूडफाट्याचीही प्रचंड टंचाई निर्माण झाली होती.

गडावरून होणाऱ्या सततच्या दगडांच्या आणि गोळ्यांच्या वर्षावातून आपल्या माणसांना आणि जनावरांना वाचवण्यासाठी औरंगजेबाने शक्कल लढवलेली होती. मंगळाई बुरुजाच्या तटाखाली दोन खोल्या खोदलेल्या होत्या. त्यात सैनिकांची चौकी केली होती. तोफांनी गडाच्या कोटाला खिंडार पाडण्यात यश न आल्याने तसेच पुढे खोलवर खणून गडाच्या आतपर्यंत भुयार तयार करण्याची त्याने योजना केलेली होती. ते कामही एका बाजूने सुरू होते. तरीही वेढ्याला दोन महिने उलटून गेले होते. अद्याप मनासारखे काही होत नव्हते. रमजानपूर्वी साताऱ्याची मोहीम संपवण्याचा आपला इरादा पूर्ण होईल असे काही त्याला दिसत नव्हते. त्यामुळे औरंगजेब अतिशय अस्वस्थ झाला होता. त्यासाठी त्याने तर्बियतखानाला सांगून तिथल्या लष्करातला मुख्य काज़ी महंमद इकराम याला आपल्याकडे बोलावून घेतले.

काज़ी त्याच्या बादशहाच्या डेऱ्यात आला. औरंगजेबाने सर्व चाकरांना बाहेर पाठवून दिले. काज़ी त्याला कुर्निसात करून तेथे आधीच अंथरलेल्या चादरीवर बसला. काही क्षणांतच खुद्द औरंगजेब आपल्या आसनावरून उठून काज़ीपाशी अंथरलेल्या सतरंजीवर येऊन बसला. त्याच्याशी बोलू लागला,

"हा साताऱ्याचा किल्ला वसंतगडासारखाच लवकर पडेल असे वाटत होते. नंतर रमजानच्या महिन्यात सोलापूरला जावे. तिथल्या मशिदीत इबादत पेश करावी, अशी माझी इच्छा होती. पण काय करणार? अजून किल्ला पडत नाही. हे माझे सरदार काही मन लावून काम करत नाहीत. मी माझ्या परीने पुन्हा पुन्हा त्यांना सांगत असतो, पण त्याचा काहीच उपयोग होत नाही."

आपल्या बादशहाचे असे आपल्याजवळ येऊन खाली सतरंजीवर बसणे, आपल्या मनाला बोचणारा सल मोकळेपणे उलगडून सांगणे, हा अनुभव काज़ी

महंमद इकरामला नवीन होता. बादशहाच्या बोलण्यावर आपण काय म्हणावे, हे त्याला सुचत नव्हते. तो पार भांबावून गेला होता. त्याने हळूच नजर वर करून पाहिले, तर औरंगजेबाचे डोळे मिटलेले होते. तो स्वत:शीच बोलल्याप्रमाणे आपल्या सरदारांच्या तक्रारी सांगत होता. हा आपला जिहाद आहे. पण आपले लोक तसे समजून जिद्दीने लढत नाहीत याबद्दल नाराजी तो व्यक्त करत होता. बराच वेळ सर्व गाऱ्हाणी सांगून झाल्यावर त्याने डोळे उघडले. आता त्याच्या नजरेत एक प्रकारचे समाधान काज़ीला दिसले. पण बादशहाला काही बोलण्याची अगर विचारण्याची त्याला हिंमत झाली नाही.

औरंगजेब सतरंजीवरून उठला. काज़ीही उठून उभा राहिला. आपल्या आसनावर परत बसत औरंगजेबाने बाहेर थांबलेल्या चाकराला हाक मारली. त्याला सांगून काज़ीला निरोप दिला. त्याच्यापाशी अजून गड न पडल्याचे, आपल्याला रमजानसाठी आपल्या मनाप्रमाणे सोलापूरला जायला न मिळाल्याचे बोलल्यामुळे ते शल्य आता त्याच्या मनातून दूर झाले होते. तो मोकळ्या मनाने पुढचे डावपेच ठरवण्याच्या कामाला लागला.

भुयार खणण्याचे काम एकीकडे चालूच होते. तरीही आपल्या लोकांकडून हा डोंगरी किल्ला घेणे कितपत जमेल याबद्दल औरंगजेबाच्या मनात शंका होतीच. म्हणून असे किल्ले जिंकण्यात पटाईत अशा मावळ्यांना आपल्या सेवेत घेण्याचे त्याने ठरवले. त्याच्याकडच्या काही हिंदू सरदारांना सांगून अशी दोन हजार माणसे निवडून घेतली. त्यांना तब्बल तीन वर्षांचा पगार आगाऊ देऊन कामाला लावले. त्यानंतरही बरेच दिवस उलटले, पण त्यांच्याकडून म्हणावी अशी कामगिरी काही होत नव्हती.

१०

राजाराम महाराजांना खानदेशच्या मोहिमेहून परत विशाळगडाला येऊन पंधरवडा झाला होता. नित्याप्रमाणे ते सकाळी रामचंद्रपंतांसोबत देवदर्शनाला निघाले होते. नुकताच फाल्गुन महिना सुरू झाला होता. अंगावर जाडजूड शाल पांघरलेली असूनही शिशिराच्या गारव्याने अंगावर शिरशिरी येत होती. पण महाराजांचे त्याच्याकडे काही लक्ष नव्हते. त्यांच्या मनात आपल्या राज्यात चालू असलेल्या घडामोडींचे विचार घोळत होते. मोगली भागात धुमाकूळ घालणाऱ्या मराठ्यांच्या खबरींमुळे थोडासा दिलासा मिळत होता, पण साताऱ्याला मोगलांच्या वेढ्याला मोठ्या धैर्याने तोंड देणाऱ्या आणि त्यांना बाहेरून साहाय्य करणाऱ्या वीरांबद्दल त्यांना अतिशय काळजी वाटत होती. दर्शन करून परत येताना ते रामचंद्रपंतांना म्हणाले,

"पंत, आम्हाला इथे येऊन बरेच दिवस झाले. आमचे सैनिक आणि रयत तेथे गनिमाशी झुंजत असताना आम्हाला इथे चैन पडत नाही. लागलीच परळीकडे निघावे असे वाटत आहे."

"ठीक आहे महाराज, पण पल्ला लांबचा आहे. उगीच जोखीम घ्यायला नको. आम्ही आमच्या माणसांना सांगावा धाडतो. एक-दोन दिवसांत निघण्याची व्यवस्था करतो."

"ठीक आहे."

एवढेच बोलून महाराज पुन्हा आपल्या विचारात बुडाले. महालात परत जाईपर्यंत कोणीच काही बोलले नाही.

महालात ताराराणींनी छोट्या अंबिकाबाईंना नुकतेच अंघोळ घालून झोपवले होते. महाराज तेथे आल्यावर त्यांच्या हातून शाल घेत ताराराणींनी विचारले,

"आज कसल्या तरी घोरात दिसताय. काही कळलेय का?"

"नाही. पण आम्हाला वाटतं, आता बाहेर पडून परळीला परशुरामपंतांकडे तसेच इतर ठिकाणी जायला हवं. आम्ही बोललो त्याबद्दल पंतांशी. ते तयारीला लागत आहेत. लवकरच निघू."

"आम्हाला वाटलंच होतं. एवढं मोठं झुंज चाललंय, तेव्हा आपण लवकरच जाणार. खरेतर आम्हालाही यावंसं वाटतंय. पण एवढा मोठा पायगुंता पडलाय म्हणून येता येत नाही."

निजलेल्या अंबिकांकडे नजर टाकत त्या म्हणाल्या. पण महाराजांना त्यांच्या स्वरातली नाराजी जाणवली. विषय बदलत ते म्हणाले,

"यांचे बंधू कुठे खेळायला गेले आहेत वाटते."

"ते कुठं एका जागी थांबतात? इतकी मुलं आहेत इथं त्यांच्यासंगे खेळायला. गेलेत बाहेर."

ताराराणी म्हणाल्या. तरी त्यांच्या बोलण्यात दडलेला रुसवा महाराजांना जाणवला. ते समजुतीच्या स्वरात म्हणाले,

"आपण पूर्वी जात होतो तेव्हाची परिस्थिती वेगळी होती. आता खुद्द मोगल बादशहा जंगमध्ये उतरला आहे. साऱ्या मुलखात धामधूम माजलेली आहे. अशा वेळी तुम्ही साऱ्या कबिल्यासोबत इथे सुरक्षित ठिकाणी राहणेच योग्य आहे. आम्ही पंतांना सोबत नेणार आहोत. त्यामुळे तर तुम्ही इथे थांबणे जास्त जरुरीचे आहे."

"जी. आपले म्हणणे उचितच आहे. आपण निश्चिंत राहावे. आपल्याला जायला हवे. आपल्या लोकांचा हौसला वाढवायला हवा. जरूर जा. गनीम जोरावर आहे. जपून राहावे एवढेच."

ताराराणी निर्धाराने म्हणाल्या. महाराजांना बरे वाटले. ते ताराराणींना म्हणाले,

"निघण्यापूर्वी इथल्या आणि बाकीच्या ठिकाणांच्या परिस्थितीचा अंदाज घ्यायला हवा. आम्ही सदरेवर जात आहोत. तुम्हीही या आवरून."

"जी. आपण व्हा पुढे. आम्ही आलोच."

ताराराणी म्हणाल्या. महाराज सदरेवर जाण्याच्या तयारीला लागले.

सदरेवर अमात्य रामचंद्रपंत, खंडो बल्लाळ चिटणीस, गिरजोजी यादव, प्रधानपदी नुकतेच आलेले तिमाजी रघुनाथ, किल्लेदार यांच्यासह सारी महत्त्वाची मंडळी जमली होती. महाराणी आल्यावर बैठकीला सुरुवात झाली. महाराज बोलू लागले,

"मोगल बादशहाने ही मोहीम सुरू केल्यावर आम्ही खानदेशाच्या स्वारीसाठी गेलो. जाण्यापूर्वी आपण आपल्या लष्करी तयारीचा आढावा घेतला होता. त्याच वेळी मोगलांची चढाई आधी कुठे होईल याचा आपण केलेला होरा आज खरा ठरला आहे."

"होय महाराज, औरंगजेबाने अपेक्षेप्रमाणे आपल्या तख्ताच्या गडावर मोहरा केला. सातारा गडदेखील मोठ्या जोमाने लढतो आहे. परळीहून पेशवे परशुरामपंत त्यांना सर्व प्रकारची मदत करत आहेत. सेनापती, राणोजी, हणमंतराव, शंकराजी आदी चहूबाजूंनी वेढ्यातल्या मोगलांच्या सैन्याला हैराण करत आहेत. इतर गडकरी, सरदार गनिमाचे सर्व बाजूंचे मार्ग अडवण्यासाठी जिवाचे रान करत आहेत."

"होय पंत, परत आल्यावर आम्हाला हे सारे समजले होते. पण आम्हाला वाटते, मोगलांना केवळ या मुलखात हैराण करून चालणार नाही. उत्तरेकडे गेलेल्या आपल्या सरदारांनी त्यांची तिथून नाकेबंदी करायला हवी. इतकेच नाही, तर गनिमाच्या मुलखात एवढी धामधूम माजवायला हवी की, इथे त्यांच्या बादशहाला त्याची दखल घ्यायला लागायला हवी."

"जी, महाराज. आम्ही आजच त्यांना तसे खलिते पाठवून देतो."

खंडो बल्लाळ चिटणीस म्हणाले.

बैठक सुरू असतानाच निरोप आला. पंत म्हणाले,

"सरदार राणोजी घोरपडे गडाजवळ आले आहेत."

राणोजी, महाराजांना परळीपर्यंत त्यांच्या पाच हजार करोल बरकंदाजांसह साथ करणार होते. महाराजांनी पाहिले. सर्वांचे चेहरे गंभीर झाले होते. ते गिरजोजी आणि किल्लेदारांना उद्देशून सांगू लागले,

"अमात्यपंत आमच्यासोबत येत आहेत. तुम्ही सारे असताना आम्हाला इथली काळजी नाही. महाराणी आहेतच. प्रसंगी त्यासुद्धा जातीने हाती शस्त्रे घेण्यास मागे राहणार नाहीत याची आम्हाला पूरी खातर आहे. काही झाले तरी आमच्या आबा महाराजांच्या आणि दादा महाराजांच्या शूर सेनापतींचे, आमच्या मामासाहेबांचे रक्त

त्यांच्या अंगी आहे. तुम्ही सारे त्यांच्या आज्ञेनुसार राहा.''

''जी, महाराज.''

असे म्हणत सर्व जण मुजरे करत असतानाच महाराज उठून त्यांच्या महालात गेले.

महाराजांच्या जाण्याची तयारी झाली. रामचंद्रपंत आणि अन्य मंडळींसह त्याचा लाडका पुत्र कर्ण यालाही त्यांनी सोबत घेतले होते. पहाटेच सर्व जिवलगांचा निरोप घेऊन महाराज गडाबाहेर पडले, तेव्हा समस्त मंडळींचे डोळे पाणावले होते. छत्रपतींचा लवाजमा गड उतरू लागला, तेव्हा अंधार दाटलेला होता.

११

महाराजांना परळीला पोहोचेपर्यंत संध्याकाळ झाली. पुरा जवळजवळ पन्नास कोसांचा प्रवास घोड्यावरून कुठेही न थांबता करण्यात आला. त्यांच्या संपूर्ण मार्गावर निगराणी करण्यासाठी सैनिकांच्या तुकड्या ठिकठिकाणी तैनात केलेल्या होत्या. त्यामुळे कोणत्याही अडथळ्याशिवाय एवढी मोठी वाटचाल पार पडली होती. सचिव परशुराम त्रिंबक जातीने छत्रपतींच्या स्वागतासाठी गडाखाली आलेले होते. गडावर गेल्यावर मुळीच उसंत न घेता महाराजांनी त्यांच्याकडे वेढ्याकडच्या हालचालीविषयी चौकशी सुरू केली. परशुरामपंत म्हणत होते,

''महाराज, आपण एवढ्या लांबची दौड करून आलात. आता सुमार झालात तर बरे. आम्ही थाळ्याचे पाहतो.''

त्यावर हसत महाराज म्हणाले,

''बसा पंत, आम्ही खेळण्यावर विश्रांती घेऊनच आलेलो आहोत. गेले दोन महिने तुमच्यासह गडावरचे आणि बाहेरचे कित्येक जण थंडीवाऱ्याची पर्वा न करता अथकपणे लढत आहात. आम्हाला त्याचाच जायजा घ्यायचा आहे.''

परशुरामपंत सांगू लागले,

''महाराज, थोरल्या छत्रपतींनी स्थापन केलेली मराठ्याची गादी राखणे हे कर्तव्यच आहे आमचे. आपले लोक चारही बाजू रोखून धरून वेढ्याची सतत नाकेबंदी करत आहेत. गडावरून रोज दगडधोंड्याचा जबरा मारा केला जातो आहे. तोफा डागल्या जात आहेत. आपण गोऱ्यांकडून घेतलेले तोफगोळे आणि आपले गोलंदाज दोन्ही अतिशय चांगल्या दर्जाचे आहेत. त्यामुळे दररोज गनिमाची शेकडो माणसे कामी येत आहेत. तसे अद्याप आपल्या गडाचे तट त्यांच्या तोफांच्या टप्प्यात येत नाहीत. पण त्यांचा त्यासाठी जोरात प्रयत्न चालू आहेत. दोन हजारांवर उंटांचे तांडे लाकडांचे भारे आणून रचत आहेत. त्या लाकडांचा जवळजवळ एक

डोंगरच उभारला आहे. त्यापासून उंचच उंच धमधमा बांधण्याचे काम जोरात सुरू आहे, असे समजते. त्याशिवाय मंगळाई बुरजाखालून भुयार काढणे चालू असल्याची खबर आहे.''

''हे मात्र गंभीर आहे. गडावर शिबंदी कमी असली तरी साधनसामग्री भरपूर आहे. त्यामुळे गड कितीही दिवस लढू शकतो हे गनिमाच्या ध्यानी आले असणार. म्हणूनच हे भुयार खणण्याचे मोगलांनी ठरवले असणार.''

बेचैन होत महाराज म्हणाले. त्यावर तितक्याच गंभीरपणे पंत म्हणाले,

''होय महाराज, खरोखरीच असे भुयार काढून त्यात सुरुंगाची दारू भरून गनिमाने धमाका केला, तर मात्र बरीच मोठी हानी होऊ शकते. कदाचित मोठा बाका प्रसंग येऊ शकतो.''

हे ऐकून महाराज बैठकीवरून उठले, मागे हात बांधून चालत दालनाच्या खिडकीजवळ आले. दूरवर कुठे साताऱ्याच्या गडावर झुंजत असलेल्या त्यांच्या शिबंदीच्या विचाराने अधिक अस्वस्थ झाले. ते परशुरामपंतांकडे वळून म्हणाले,

''पंत, तुम्ही सुभानजींना आमचा सांगावा कळवा की, अशी वेळ आलीच तर लागलीच तुमच्या मार्फतीने सुलूख करायची बोलणी सुरू करावी. शक्यतो काही मोठी रक्कम काढता येते का हे पाहावे. आपली स्वत:ची आणि लोकांची जिवाची जोखीम घेऊ नये.''

''जी, महाराज.''

परशुरामपंत म्हणाले. त्यानंतर इतर सर्वांशी बोलून महाराजांनी थाळा घेतला आणि ते सुखदालनात गेले. परळीवर दोन दिवस थांबून महाराज प्रतापगडावर आले. तिथून पुढे कुठेही मुक्काम न करता वाटेत सर्वांना भेटत ते सिंहगडावर पोहोचले, तेव्हा होळी पौर्णिमा तोंडावर आलेली होती.

१२

महाराज सिंहगडावर पोहोचले तेव्हा थंडीचा कडाका कमी होऊन उन्हाळ्याची चाहूल लागलेली होती. नवी रंगीत पालवी फुटलेली वृक्षसंपदा पाहत, मधूनच मोहराने लगडलेल्या आमराईजवळून जाताना येणारा मादक सुगंध घेत गड चढताना काही काळ महाराजांचे मन नेहमीच्या विवंचना विसरून गेले होते. बऱ्याच महिन्यांनी महाराज तेथे आलेले असल्यामुळे गडावरची मंडळी खूश होती. त्यातच होळी अगदी जवळ आलेली होती. तोवर तरी महाराजांनी गडावर थांबावे असे सर्वांना वाटत होते. त्यांनी आपली इच्छा रामचंद्रपंतांकडे व्यक्त केली. ते महाराजांना म्हणाले,

"होळीसारखा सण जवळ आलेला आहे. तो पार पडेपर्यंत तरी आपण येथे थांबावे असे इथल्या लोकांना वाटत आहे."

महाराज हसले. त्यांनी पंतांना विचारले,

"आपले काय म्हणणे?"

"महाराज, विशाळगडाहून निघाल्यापासून आपण मुळीच उसंत घेतलेली नाही. त्यामुळे आम्हालाही असेच वाटत आहे."

"ठीक आहे तर. थांबू या."

महाराज म्हणाले. गडावरची माणसे जोरात होळीच्या तयारीला लागली. होळीचौकाची स्वच्छता करण्यात आली. वाजतगाजत होळीचे झाड आणले गेले. त्या दिवशी दुपारी घरोघरी गोडधोडाचे जेवण शिजले. संध्याकाळी महाराजांच्या हस्ते होलिकापूजन झाले. त्यांचे दहा वर्षांचे कर्णसुद्धा बऱ्याच दिवसांनी मोकळेपणाने गडावरच्या मुलांसोबत हलगीच्या तालावर नाचण्यात दंग झाले होते. सारा गड आनंदात होता. थोडा वेळ तेथे थांबून महाराज आपल्या दालनात परतले.

थाळ्याची वेळ झाल्यावर नेहमीप्रमाणे येसाजी दाभाडे महाराजांच्या दालनात आले, तेव्हा महाराजांचा डोळा लागलेला दिसला. त्यांना असे अवेळी निजलेले पाहून येसाजींना नवल वाटले. त्यांनी हलकेच समईच्या वाती मोठ्या केल्या आणि हाका मारल्या. दोन-तीन वेळा हाका मारल्यावर महाराजांनी मोठ्या कष्टाने डोळे उघडले. त्यांच्याकडे पाहून येसाजी चरकले. त्यांनी हळुवार हातांनी महाराजांच्या कपाळाला स्पर्श केला, तर ते चांगलेच तापलेले होते. येसाजींनी गडबडीने बाहेर येऊन रामचंद्रपंतांना बोलावणे पाठवले. स्वत: महाराजांजवळ बसून राहिले. पंतांनी सारे पाहिल्यावर वैद्यांना ताबडतोब बोलावून घेतले.

वैद्यबुवांनी महाराजांची नाडी पाहिली. ते पंतांना म्हणाले,

"पंत, थोडा ज्वर संभवतो. आम्ही मात्रा देतो. थोड्या वेळाने उतरेल. त्यानंतर काहीतरी हलके खाण्यास द्या."

"गेले काही दिवस महाराजांना बरीच दगदग झालेली आहे. त्यामुळे ज्वर आला असेल."

रामचंद्रपंत काळजीने म्हणाले. वैद्यबुवांनी दिलेल्या मात्रेमुळे महाराजांना थोडे बरे वाटले. येसाजींनी नंतर त्यांना थोडी पेज पाजली तरी ते रात्रभर अस्वस्थ होते. वैद्यबुवा येऊन गेल्यामुळे सर्वांना महाराजांची तब्येत ठीक नसल्याचे समजले. सणामुळे आनंदात असलेल्या गडावर काळजीचे सावट पसरले.

१३

दुसऱ्या दिवशी सकाळी महाराजांना थोडे बरे वाटू लागले. त्यांचा ज्वर पूर्णपणे गेलेला नव्हता तरी त्यांनी पंतांना बोलावून साताऱ्याकडच्या तसेच अन्य ठिकाणांच्या खबरींची चवकशी केली. पण दोन दिवसात त्यांना इतका अशक्तपणा आला होता की, तेवढ्या बोलण्यानेही त्यांना थकवा आला. दुपारनंतर पुन्हा ज्वर चढला. वैद्यबुवांच्या मात्रेने तात्पुरता आराम मिळाला तरी ज्वर पूर्णपणे हटत नव्हता.

तीन दिवस उलटले तरी ज्वराचे प्रमाण कमी होत नव्हते. आता वैद्यबुवांना काळजी वाटू लागली. त्यांनी काही मात्रा बदलून दिल्या. तरी काही उतार पडेना. उलट महाराजांच्या सर्वांगाचा दाह होऊ लागला. अंगावर पुरळ उठलेले दिसू लागले. हे पाहून मात्र वैद्यबुवा गडबडून गेले. ते रामचंद्रपंतांकडे जाऊन म्हणाले,

“अमात्य, आम्ही गेले तीन दिवस महाराजांना पाहतो आहोत. ज्वर कमीजास्त होतो आहे, पण पूर्णपणे जात नाही. ज्वराचे प्रमाणही वाढत आहे. आम्ही आमच्याकडून प्रयत्न केले. पण त्यास यश येताना दिसत नाही.”

त्यांचा निराशेचा सूर ऐकून पंतांनाही चिंता वाटू लागली. ते विचार करत म्हणाले,

“आपणांस काय वाटते? काय करायला हवे?”

“आमचे गुरू वैद्यराज पुण्यास असतात. त्यांस बोलावणे करावे असे वाटते.”

वैद्यबुवा चाचरत म्हणाले. पण त्यांचे म्हणणे पंतांना पटले. त्यांनी तातडीने एक सैन्याची तुकडी पालखी घेऊन पुण्याला धाडून दिली. शास्त्रीबुवा येईपर्यंत दिवस बुडायला आला होता. पंतांनी लागलीच त्यांना महाराजांच्या दालनात नेले. त्यांना आलेले पाहताच महाराजांच्या जवळ बसलेले राजा कर्ण आणि येसाजी उठून बाजूला झाले.

शास्त्रीबुवा मंचकाजवळ येऊन उभे राहिले. महाराजांकडे पाहत त्यांनी विचारले,

“आज ज्वराचा कितवा दिवस?”

“चवथा जी. पन कालपासनं अंगाची लई आग हुतीया. घशातबी दुकतंय म्हनत्यात. पेजबी घोटंना.”

येसाजींनी कळवळून सांगितले. शास्त्रीबुवांची मुद्रा गंभीर झाली. ते तसेच दालनाबाहेर आले. पंत आणि येसाजी त्यांच्या पाठोपाठ तेथे आले. शास्त्रीबुवा आल्याचे समजल्यामुळे किल्लेदार आणि गडावरचे काही लोक तेथे येऊन थांबले होते. पंत शास्त्रीबुवांना म्हणाले,

“वैद्यराज, आपण नाडीपरीक्षा नाही केली.”

"त्याची आवश्यकता नाही. आजार बळावला आहे. आम्हाला वेगळीच शंका येते आहे."

"म्हणजे?"

"पंत, थंडी अचानक ओसरली. हवेत उष्मा वाढला. अशा वेळी साथीचे आजार पसरतात. पुण्यास अशा प्रकारच्या आजाराचे रुग्ण आम्ही अलीकडेच पाहिलेले आहेत."

त्यांचे बोलणे ऐकणारे किल्लेदार मध्येच बोलले,

"पंत सरकार, गेल्या तीन-चार दिवसांपासून गडावर काही लोकांना असाच ज्वर येत आहे."

रामचंद्रपंतांची काळजी वाढली. ते शास्त्रीबुवांना म्हणाले,

"आता काय करायचे?"

शास्त्रीबुवा मान हलवत म्हणाले,

"आम्ही महाराजांच्या अंगाचा दाह कमी होण्यासाठी आणि ज्वर कमी होण्यासाठी काही औषधे बनवून देतो. पण त्यामुळे आजार बरा होईल याची खात्री नाही. पंत, आम्हास वाटते, हा देवीचा आजार आहे."

"काय?"

धक्का बसून पंतांनी विचारले. त्यांनी यापूर्वी आलेल्या देवीच्या साथीविषयी ऐकले होते. पण त्यावर काही न बोलता शास्त्रीबुवांनी आपल्या जवळच्या मुळ्या काढून मात्रा तयार करण्यास सुरुवात केली. ते पाहून काळजीत पडलेले पंत त्यांना म्हणाले,

"शास्त्रीबुवा, देवीचा आजार म्हणजे देवीचा कोप झाला आहे, असे म्हणायचे का?"

त्यावर शास्त्रीबुवा काही बोलणार त्याआधी किल्लेदार कळवळून म्हणाले,

"कसा न्हाई होनार? त्या औरंगजेबानं किती देवळं बाटवल्यात, मग देवी कोपनारच की."

हे ऐकून पंत काही क्षण विचारात पडले. देवीचा कोप दूर करण्यासाठी काहीतरी करणे आवश्यकच होते. त्यांनी सर्वांशी बोलून निर्णय घेतला. अनुष्ठाने करण्यासाठी वाईहून विद्वान ब्राह्मणांना बोलावण्यासाठी माणसे धाडून दिली. दुसऱ्याच दिवसापासून गडावर होमहवन सुरू झाले.

१४

त्या रात्री महाराजांना शास्त्रीबुवांनी दिलेल्या औषधाने बऱ्यापैकी झोप लागली. सकाळी त्यांना जाग आली तेव्हा चांगलेच उजाडले होते. मोठ्या कष्टाने त्यांनी

आपले डोळे उघडले. त्यांच्या हालचालीची चाहूल लागल्यामुळे त्यांच्या उशाशी बसलेले कर्ण चट्कन उठले. महाराजांनी त्यांना खुणेने पाणी मागितले. ते घशाखाली उतरतानाही त्यांना वेदना होत होत्या. तेवढ्यात न्याहारीसाठी पेज आणायला गेलेले येसाजी दालनात आले. महाराजांनी त्यांना विचारले,

"आज कोणती तिथी?"

"पंचीम जी."

येसाजींनी सांगितले. त्याही परिस्थितीत महाराजांनी विचारले,

"हं. रंगपंचमी ना. कर्णबाळ रंग खेळायला नाही गेले?"

ते ऐकून येसाजीचे डोळे भरून आले. कर्णांच्या मस्तकावर हात ठेवत ते म्हणाले,

"ते तुमाला सोडून खिनभरबी हलत न्हाईत. खेळायला कसं जातील?"

त्यावर महाराज काही बोलू शकले नाहीत. तेवढ्या बोलण्यानेच त्यांना अतिशय कष्ट झाले होते. ते पाहून येसाजी म्हणाले,

"वाईच थोडं पिऊन घ्यावं जी."

महाराजांनी तोंड उघडले. पेजेचा एक घोट घेतला. पण घशात इतक्या वेदना झाल्या की, थेंबही त्यातून खाली उतरेना. ते पाहून येसाजींनी तस्त त्यांच्यापुढे केले. महाराजांच्या पोटात काहीही जाऊ शकत नाही, हे पाहून कळवळलेले येसाजी तसेच पंतांकडे आले. त्यांनी सारे सांगताच तेथे बसलेले शास्त्रीबुवा म्हणाले,

"आमचा होरा खरा ठरला. आजार बळावला आहे. देवीचे फोड घशातही आलेले आहेत. आता त्यांना काहीही खाता येणे कठीण आहे. आमचे सारे उपाय हरले आहेत. आता सारे त्या परमेश्वराच्या हाती. आम्ही केवळ त्यांच्या वेदना कमी करण्यासाठी चाटणे करून देऊ शकतो."

त्यांच्या बोलण्यातील हताशपणा सर्वांच्या काळजाला भिडला. त्यांनी सिद्ध करून दिलेली चाटणे घेऊन येसाजी परत आले. त्या दिवशी गडावर रंगपंचमी खेळली गेली नाही. अनुष्ठाने सुरू होतीच. त्याशिवाय शास्त्रीबुवांनी पुण्याहून खास बोलावणे केलेल्या ब्रह्मवृंदांनी गडाखाली महाराजांसाठी नवचंडीचा होम सुरू केला.

महाराजांची प्रकृती ठीक नसल्याचे वृत्त गडावरून हळूहळू बाहेर पसरू लागले. दुसऱ्या दिवशी परळीहून परशुरामपंत महाराजांना भेटण्यासाठी आले. ते रामचंद्रपंतांना भेटल्यावर त्यांना आजाराचे गांभीर्य समजले. महाराज आजारी पडून अवघे सहा दिवस झाले होते, पण एवढ्यात त्यांची अवस्था इतकी गंभीर झाल्याचे पाहून ते हादरून गेले होते. ते रामचंद्रपंतांना म्हणाले,

"अवघ्या चार-सहा दिवसांत कसे होत्याचे नव्हते होण्याची वेळ आली. पंत, आमचा तर अद्याप विश्वास नाही बसत. हेच महाराज अवघ्या पंधरा दिवसांपूर्वी

तडफेने साऱ्या मुलखात फिरून आम्हा सर्वांचा हौसला वाढवत होते. त्यामुळे आमचे कित्येक सरदार जोमाने कामाला लागले आहेत. आम्ही आजच सकाळी येण्यापूर्वी आपले एक पंचहजारी गण सावंत यांना शाबासकीचे पत्र पाठवले. तो मोगल बादशहा तिथे साताऱ्याला आपल्या तख्ताला घेरा घालून बसलेला आहे. अशा समयाला तख्ताच्या धन्याची अशी अवस्था व्हावी. यापरते दुर्दैव ते कोणते.''

''खरे आहे पंत. परमेश्वराच्या मनात काय आहे, कोणास ठाऊक. वैद्यबुवांचे उपाय सुरू आहेत. नवग्रह शांती, नवचंडी होम चालू होते. कालपासून महामृत्युंजयाचा अखंड जप सुरू केलेला आहे. आपण आपल्या परीने जे काही करणे शक्य आहे ते करणे एवढेच आता आपल्या हातात उरले आहे.''

रामचंद्रपंतांच्या स्वरात निराशा आणि अगतिकता भरलेली होती. परशुरामपंत मान हलवत म्हणाले,

''अमात्य, आमचा पाय निघत नाही इथून. पण नाइलाज आहे. तिथली जबाबदारी मोठी आहे. आमची काही माणसे इथे ठेवत आहोत. इथले वृत्त रोजच्या रोज कळवत जा. येतो आम्ही.''

एवढे बोलून परशुरामपंत परळीला निघून गेले. रामचंद्रपंत आणि गडावरची मंडळी चिंतेत बुडून गेलेली होती. महाराजांची प्रकृती मात्र खालावतच चाललेली होती.

१५

ज्वराचा आठवा दिवस. गेल्या दोन दिवसांपासून महाराजांना उठून बसण्याइतकीही ताकद राहिली नव्हती. रोज सकाळी उठल्यावर प्रथम त्यांच्या वडिलांच्या पूजेतील बाणाला नमस्कार करण्याचा त्यांचा रिवाज होता. परंतु गेले दोन दिवस त्यांच्या अंगी उठून बसण्याचे त्राण नसल्यामुळे ते सकाळ झाल्यावर पडल्या जागेवरून त्याला हात जोडत होते. आज जाग आल्यावर त्यांनी सवयीने तिकडे मान वळवली. पण त्यांना काहीच स्पष्टपणे दिसत नव्हते. त्यांनी मोठ्या कष्टाने येसाजींना हाक मारली. येसाजींनी पाहिले. महाराज पूजेतील शिवलिंगाकडे हात दाखवत होते. काही न कळून येसाजी त्यांच्या जवळ आले. महाराजांच्या डोळ्यांकडे लक्ष जाताच ते दचकले. तेथे काहीसे पांढरट झाल्यासारखे त्यांना दिसले.

त्यांनी ओळखले. महाराजांच्या डोळ्यांतही देवीचे फोड आलेले असावेत. त्यामुळेच त्यांना दूर ठेवलेले ते शिवलिंग स्पष्टपणे दिसत नसावे. म्हणून ते जवळ आणण्यासाठी ते तिकडे हात दाखवत असावे. येसाजींनी पहाटेच त्याची पूजा केली होती. त्यांनी तेथे जाऊन त्याला एकवार नमस्कार केला आणि ते उचलून महाराजांजवळ

घेऊन गेले. ते अंधुकपणे दिसल्यावर त्यांनी त्याला हात जोडले. आपली नजरही आता कमकुवत होत चाललेली आहे हे महाराजांच्या ध्यानी आले. त्यांनी डोळे मिटले. त्यांच्या नकळत त्यातून ओघळलेले अश्रू येसाजींनी हळुवार हातांनी टिपून घेतले.

थोड्या वेळाने रामचंद्रपंत आणि शास्त्रीबुवा आले. त्यांची चाहूल लागताच महाराजांनी पुन्हा डोळे उघडले. त्यांच्या डोळ्यांतील व्रण आणि तोंडावरच्या पांढऱ्या लसीने भरलेल्या फोडांमुळे विद्रूप झालेला त्यांचा मूळचा देखणा चेहरा पाहून शास्त्रीबुवांनी दुःखाने आणि निराशेने नकारार्थी मान हलवली. एकही शब्द न बोलता दोघे बाहेर निघून गेले. पण महाराजांच्या अंधूक झालेल्या नजरेला त्यांच्या मुद्रेवरील निराशेचे भाव बरेच काही सांगून गेले.

शास्त्रीबुवांनी दिलेल्या चाटणामुळे महाराजांना काही काळ झोप लागली. दुपारी त्यांना जाग आलेली पाहून येसाजींनी त्यांना हाक मारली. महाराजांनी त्या दिशेला पाहिले, पण काहीच दिसले नाही. तिथे केवळ अंधार होता. महाराज समजले. आता दृष्टीनेही साथ सोडली होती. वाचा तर आधीच गेली होती. त्यांचे मन तेवढे अद्याप जागृत होते. पण त्याच मनाने आता महाराजांना झालेल्या आजाराची अटळ परिणती स्वीकारण्याची तयारी केली होती.

आता अन्य कोणाशी बोलणे शक्य नव्हते. तेव्हा 'आपलाचि वाद आपणाशी' या तुकोबांच्या उक्तीनुसार त्यांचा मनाशीच संवाद सुरू झाला. पण हा वाद किंवा संवाद तरी कोणाशी करायचा? नियतीशी, परमेश्वराशी की दारी उभ्या ठाकलेल्या प्रत्यक्ष मृत्यूशी? तसे जन्माला येणाऱ्या प्रत्येक जीवाची त्याच्याशी गाठ पडणे अटळ असते. ती केव्हा, कशी पडावी हे कोण ठरवते, हे मात्र कोणासही ठाऊक नाही. खरेच, नाहीतर अशी अवेळ त्याला साधू दिली नसती. काय करणार? यातले काहीच तर आपल्या हातात नसते.

तसे आपला जन्मही केव्हा, कुठे होणार, हे कोण ठरवते हे तरी कोणास ठाऊक असते? पण या बाबतीत आपण अत्यंत भाग्यवंत. आम्हाला आबा महाराजांसारख्या अलौकिक महापुरुषाच्या पोटी जन्म मिळाला. असे ऐकले होते की, आम्ही पालथे जन्माला आलो होतो. हे समजल्यावर ते म्हणाले होते की, हा आमचा पुत्र मोगल पातशाही पालथी घालील. पालथे झालेले काहीही सावरेल. तसे करणे आम्हाला कितपत जमले हे ठावे नाही. पण आमच्यावर तशी जबाबदारी पडली तेव्हापासून आम्ही ती जीवमोलाने पार पाडत आलो. त्यांचा सहवास फारसा लाभला नाही. फक्त जेव्हा त्यांनी आमचा विवाह स्वराज्याच्या सेनापतींच्या कन्येशी, जानकीशी लावून दिला, त्या वेळी त्यांच्या जवळ वावरताना आमच्यावर असलेल्या त्यांच्या प्रेमाची जाणीव आम्हाला झाली होती. जानकी, किती शांत, प्रेमळ स्वभावाची,

आमच्या वहिनीसाहेबांची सावली होऊन वावरली. त्यांच्या सोबत कारावासदेखील स्वीकारला. किती वर्षे झाली तिची भेट नाही. आता कशी असेल ती?

जानकीबाईंच्या आठवणीने महाराज अस्वस्थ झाले. दीर्घ निःश्वास सोडून त्यांनी कूस बदलली. पण विचारांची आवर्तने सुरूच होती.

त्यानंतर लगेच अचानक आबा महाराज गेले. त्यानंतर जे घडत गेले, त्याचा अर्थ आम्हाला कळत नव्हता. पण काहीतरी भयंकर घडतेय, एवढेच कळत होते. दादा महाराज छत्रपती झाले आणि आमच्या आईसाहेब अचानक अबोल झाल्या. आम्हाला वाटले, आबा महाराज अचानक गेल्यामुळे तसे झाले असावे. अधिक काही समजण्यापूर्वीच सालाभरात त्याही देवाघरी गेल्या. आम्ही पोरके झालो. तेव्हा दादा महाराज आणि वहिनीसाहेबांच्या मायेमुळे आधार मिळाला. आमच्या दादा महाराजांसारख्या शूर, पराक्रमी आणि धर्मनिष्ठ थोरल्या बंधूंचे निखळ प्रेम लाभले. त्यांनीच आमच्या मामासाहेबांची आणि त्यांच्या सेनापतींची कन्या तारा हिच्याशी मोठ्या थाटात आमचा दुसरा विवाह करून दिला.

तारा, नावाप्रमाणे तेजस्वी, छत्रपतींच्या घराण्याच्या भरजरी म्यानात शोभणारी जणू लखलखीत समशेर. राजनीती, युद्धशास्त्र, दोन्हीची उत्तम जाण असणारी. तिने कितीतरी कठीण प्रसंगात आम्हाला मोठ्या धैर्याने साथ दिली. आता जर आम्ही या आजारातून बरे नाही झालो, तर ती हे राज्य सावरून धरू शकेल? लहान लेकरे, अवघ्या एक वर्षाच्या अंबा, यांच्यासह हे जमेल त्यांना?

मुलांच्या आठवणींनी महाराजांचा जीव कासावीस झाला. त्यांचे अंग थरारले. त्यांची हालचाल पाहून कर्ण जवळ आले. त्यांनी महाराजांचा हात हाती घेतला. महाराजांनी कर्णांचा स्पर्श ओळखला. आपल्यानंतर या पोरक्या पोराचे कसे होईल, या विचाराने ते बेचैन होऊन गेले. कर्णांचा हात त्यांनी हलकेच थोपटला. ते पाहून येसाजी पुढे आले. त्यांनी दिलेल्या चाटणामुळे महाराजांना काही काळ झोप लागली.

१६

राजाराम महाराज आजारी पडले त्यास आठवडा उलटला. आतापर्यंत त्याची खबर आजूबाजूच्या परिसरात पसरली होती. घरोघरी लोक आपल्या राजाला बरे वाटावे याच्यासाठी नवस, पूजाअर्चा करत होते. मंदिरात अखंड अभिषेक घातला जात होता. गडावर ब्रह्मवृंद शतचंडी होमहवन, महामृत्युंजय जप, अनुष्ठाने करण्यात मग्न होते. प्रत्येक व्यक्ती आपल्या परीने जे करता येईल त्यायोगे महाराजांच्या आजाराला उतार पडावा यासाठी उपाय करीत होती. महाराजांच्या दालनाबाहेर किल्लेदार आणि गडावरची प्रमुख मंडळी चिंताग्रस्त होऊन बसलेली होती. काही

वेळातच गडावरची इतर माणसे येऊ लागली. पण कोणी काही बोलण्याच्या अवस्थेत नव्हते. एक प्रकारची विचित्र शांतता पसरली होती. दूरवर सुरू असलेल्या मंत्रपठणाचे सूर तेवढे तिथल्या गंभीर वातावरणात विहरत होते.

महाराजांच्या दालनात येसाजी आणि कर्ण सतत त्यांच्या जवळ बसून होते. येसाजी नुकतेच शिवलिंगाची पूजा करून बेल वाहत होते. तेवढ्यात रामचंद्रपंत शास्त्रीबुवांसह दालनात आले. शास्त्रीबुवांनी पाहिले, महाराजांची कसलीही हालचाल होत नव्हती. श्वासही जड झाला होता. येसाजी पुढे आले. त्यांनी मोठ्या अपेक्षेने शास्त्रीबुवांकडे पाहिले. शास्त्रीबुवांना काही बोलवत नव्हते. त्यांनी नुसतीच निराशेने मान खाली घातली. मंद पावलांनी ते पंतांसह बाहेर निघून गेले. येसाजी त्यांच्याकडे रडवेल्या नजरेने पाहणाऱ्या कर्णाजवळ जात म्हणाले,

''बाळराजे, असा दिल टाकू नका. यातूनही महाराज लवकर बरे होतील.''

खरेच, आशा किती वेडी असते. जिवलगांविषयी वाटणारी अपार माया तिला त्यांच्या मनात जागृत ठेवत असते.

कर्णांची समजूत घालून येसाजी पुन्हा शिवलिंगापुढे हात जोडून बसले. आता तोच एक आधार होता. कर्ण मात्र महाराजांजवळ बसून राहिलेले होते. थोड्या वेळाने त्यांनी पहिले, अचानक महाराजांची हालचाल सुरू झाली. त्यांनी आपला उजवा हात उचलून आपल्या छातीवर घेतला. तिथे रुळणारी कवड्यांची माळ त्यांच्या हाती आली. त्यांनी ती मुठीत घट्ट पकडली. त्याच क्षणी आई भवानीचे रूप त्यांच्या मन:पटलावर उमटले. त्यांच्या मुखावर हास्य पसरले. त्यांनी आपले दृष्टिहीन नेत्र उघडले. त्यांची उघडझाप होऊ लागली. ते पाहून उत्तेजित झालेल्या कर्णांनी येसाजींना हाक मारली.

''आबासाहेब शुद्धीवर येत आहेत असे दिसतंय.''

येसाजी तेथे धावले. त्यांनी पाहिले. खरेच महाराजांच्या पापण्यांची जलद हालचाल होत होती. छातीवरची कवड्यांची माळ हाताने चाळवली जात होती. ओठ काहीतरी पुटपुटल्यासारखे हलत होते. येसाजींनी मोठ्या आशेने महाराजांना हाक मारली. पण त्याला काहीच प्रतिसाद आला नाही. महाराज आता त्याच्या पलीकडे गेले होते. काही क्षणांतच डोळ्यांची उघडझाप थांबली. त्यातली नजर स्थिर होऊ लागली. ते पाहताच येसाजी तातडीने बाहेर आले.

त्यांची हाक ऐकताच रामचंद्रपंत चट्‌कन उठले. येसाजीच्या आवाजातील व्याकूळ भाव त्यांना सारे काही सांगून गेला. शास्त्रीबुवांनी आधी सूचना केलेलीच होती. त्यामुळे त्यांनी गंगाजलाची गिंडी आणि तुलसीपत्रे आणून ठेवलेली होती. पंतांनी गंगाजलाची गिंडी फोडून कर्णांच्या हाती दिली. त्यांनी सांगितल्याप्रमाणे कर्णांनी त्यातले जल महाराजांच्या मुखी घालून त्याच्यावर तुलसीपत्र ठेवले. त्या

दहा वर्षांच्या अजाण पोराकडे पाहून येसाजी कळवळले. कर्णांना पोटाशी धरून येसाजींनी पंतांकडे पाहिले. भरल्या नजरेने ते एकटक महाराजांकडे पाहत होते.

तारुण्याच्या ऐन भरातला, अवघ्या तिशीच्या उमरीतला शिवछत्रपतीचा पुत्र, मराठी राज्याचा छत्रपती, त्याच्या कुटुंबापासून दूर, सिंहगडी आपल्या आयुष्याच्या अखेरच्या प्रवासाला निघालेला होता.

◆

घटनाक्रम

पार्श्वभूमी

राजाराम महाराज जन्म	२४ फेब्रुवारी १६७०
शिवछत्रपती राज्याभिषेक	६ जून १६७४
राजाराम महाराज मुंज	७ मार्च १६८०
राजाराम महाराज प्रथम विवाह (प्रतापराव गुजर यांची कन्या-जानकीबाई)	१५ मार्च १६८०
शिवछत्रपती मृत्यू	३ एप्रिल १६८०
राजराम महाराज पहिले मंचकारोहण	२१ एप्रिल १६८०
छत्रपती संभाजी महाराज राज्याभिषेक	२० जुलै १६८०
राजमाता सोयराबाई मृत्यू	२७ ऑक्टोबर १६८१
राजाराम महाराज दुसरा विवाह (हंबीरराव मोहिते यांची कन्या – ताराबाई)	१६८५

भाग १

छत्रपती संभाजी महाराज मोगलांच्या ताब्यात	१ फेब्रुवारी १६८९
छत्रपती राजाराम महाराज मंचकारोहण	१२ फेब्रुवारी १६८९
छत्रपती संभाजी महाराज मृत्यू	११ मार्च १६८९
रायगडाला इतिकदखानाचा वेढा	२५ मार्च १६८९
राजाराम महाराज रायगडाच्या वेढ्यातून प्रतापगडाकडे निसटले.	५ एप्रिल १६८९

भाग २

औरंगजेबाच्या डेऱ्यावरचे कळस संताजींनी कापले.	मे १६८९
संताजींना मामलकत-मदार, बहिर्जीला हिंदुराव, मालोजीला अमीर अल् उमराव, आणि विठोजी चव्हाण यांना हिंमतबहादूर खिताब दिले.	मे १६८९
प्रतापगडाच्या पायथ्याशी पार येथे राजाराम महाराजांची काकरखानाशी लढाई	१९ जून १६८९
मुकर्रबखान वेढा घालण्यासाठी प्रतापगडाकडे	जून १६८९
राजाराममहाराज प्रतापगडाहून पन्हाळगडाकडे	३० जून १६८९

भाग ३

रामचंद्रपंतांना हुकूमतपन्हा आणि शंकराजी नारायण यांना राजाज्ञा हे खिताब दिले.	
पन्हाळ्यावर नवरात्र समारंभ संपन्न	१६ सप्टेंबर १६८९
राजाराम महाराजांचे कुटुंबीय विशाळगडावर	२४ सप्टेंबर १६८९
राजाराम महाराज पन्हाळ्याहून चंदीकडे (जिंजी) निघाले.	२६ सप्टेंबर १६८९

भाग ४

राजाराम महाराज वेलोरात	२६ ऑक्टोबर १६८९
राजाराम महाराज चंदीला पोहोचले.	१ नोव्हेंबर १६८९

भाग ५

रायगड पडला.	३ नोव्हेंबर १६८९
रायगड जिंकल्याबद्दल इतिकदखानाला झुल्फिकारखान पदवी बहाल	२६ नोव्हेंबर १६८९
औरंगजेबाने झुल्फिकारखानास चंदीला पाठवले.	३० नोव्हेंबर १६८९
पन्हाळा मोगलांनी जिंकला.	डिसेंबर १६८९

औरंगजेबाने विजापूरला छावणी हलवली. १८ डिसेंबर १६८९
औरंगजेब विजापूरला पोहोचला .४ डिसेंबर १६८९
राजाराममहाराज चंद्रग्रहण निमित्ताने समुद्रस्नान १४ जानेवारी १६९०
केसो त्रिमल सैन्य व खजिन्यासह मराठी मुलखात २२ मार्च १६९०
संताजींनी साताऱ्याजवळ सर्जाखानास पकडले. २५ एप्रिल १६९०
शंकराजींनी प्रतापगड, मावळ जिंकला. १ मे १६९०
बाजी सर्जेराव जेधेंना सनद दिली. ५ मे १६९०
औरंगजेबाने छावणी गलगले येथे हलवली. २१ मे १६९०
झुल्फिकारखान चंदीला पोहोचला. ५ जून १६९०
मराठ्यांनी खटाव ठाणे जिंकले.
(लुत्फुल्लाखान - संताजी चढाई) ६ जुलै १६९०
झुल्फिकारखानाने चंदीला वेढा घातला. २७ ऑगस्ट १६९०

भाग ६

परंपरागत वतने परत देण्याचा हुकूम जारी ६ ऑक्टोबर १६९०
शंकराजी सचिवांनी तोरणा, रोहिडा जिंकले. २३ ऑक्टोबर १६९०
नागोजी माने, नेमाजी शिंदे मोगलांकडून स्वराज्यात २३ नोव्हेंबर १६९०
रामचंद्रपंत अमात्य यांना मुजुमदारी बहाल १२ डिसेंबर १६९०
याचप्पा नायक, इस्माइलखान मखा
निळोपंतांतर्फे स्वराज्यात डिसेंबर १६९०
चंदीला मंचकारोहण सोहळा, अष्टप्रधान
नेमणुका केल्या. जानेवारी १६९१
औरंगजेब गलगल्याहून विजापूरला परत मार्च १६९१
ताराबाई आणि राजसबाई चंदीला पोहोचल्या. मार्च १६९१
सगुणाबाई-राजाराम महाराजपुत्र कर्ण याचा जन्म मार्च १६९१
येसाजी बिन बजाजी दाभाडे तळेगाव इनाम
खंडोजी दाभाडे दानपत्र १ एप्रिल १६९१
नागोजी मानेने अमृतराव निंबाळकरास
स्वराज्यात आणले. ११ एप्रिल १६९१
नागोजी मानेला १२ महालांचे वतन दिले. ११ एप्रिल १६९१
नागोजी मानेने कृष्णाजी व हणमंतराव
घोरपडेला स्वराज्यात आणले. एप्रिल १६९१

हणमंतराव घोरपडेला सनद-दिल्ली जिंकेपावेतो करार	४ मे १६९१
संताजीचा जाननिसारखान, तहव्वूरखानांवर विजय	जून १६९१
औरंगजेबाचा आसदखान आणि शहाजादा कामबक्ष यांना चंदीस पाठवले.	२० जून १६९१
झुल्फिकारखान चंदीचा वेढा उठवून वांदिवाशला परतला.	ऑगस्ट १६९१

भाग ७

झुल्फिकारखानाने तंजावर आणि त्रिचनापल्ली लुटले.	ऑगस्ट १६९१
मावळातली वतने परत करण्याचे आदेश दिले.	१५ ऑगस्ट १६९१
कोळी आणि बेरडांनी पुरंदर घेतला.	ऑगस्ट १६९१
शंकराजी नारायणांवर वतने प्रकरणी ठपका	९ सप्टेंबर १६९१
मराठ्यांनी चिकोडी घेतले.	सप्टेंबर १६९१
आसदखान आणि कामबक्ष कडाप्पाला भेटले.	४ ऑक्टोबर १६९१
मोगल छावणीची पावसामुळे वाताहत	नोव्हेंबर १६९१
रामचंद्रपंतांनी हुक्केरी, भुदरगड घेतले.	डिसेंबर १६९१
आसदखान आणि कामबक्ष चंदीला पोहोचले.	१६ डिसेंबर १६९१
शहाजीराजेंनी महाराजांना मोठी मदत दिली.	डिसेंबर १६९१
चंदीला दुसऱ्यांदा वेढा पडला.	जानेवारी १६९२
राजसबाईंची कन्या सोयराबाईंचा जन्म	जानेवारी १६९२
गिरजोजी यादवास उंब्रज महालातील ३० व तारगाव महालातील २४ गावांची देशमुखी दिली.	१५ जानेवारी १६९२
गंगाजी नारायणास पुणे प्रांताचा सुभेदार नेमले.	१५ जानेवारी १६९२
सुलतानजी जगदाळे याला औरंगजेबाकडून कराडची देशमुखी	२१ फेब्रुवारी १६९२
आसदखानाचे इंग्रजांना मदतीसाठी पत्र	मार्च १६९२
पाँडिचेरीला गेलेल्या मोगलांवर मराठ्यांचा हल्ला	मार्च १६९२
आबाजी सोनदेवांचा रायगड घेण्याचा अयशस्वी प्रयत्न	१३ मे १६९२
औरंगजेबाने छावणी विजापूरहून गलगल्याला नेली.	मे १६९२
परशुराम त्रिंबक यांनी पन्हाळा जिंकला.	जुलै १६९२
संताजी घोरपडेंना मिरजेची देशमुखी दिली.	९ जुलै १६९२

संताजी आणि धनाजी उत्तर कर्नाटकात	जुलै १६९२
आसदखानाचे इंग्रजांना दुसरे धमकीवजा पत्र	ऑगस्ट १६९२
औरंगजेबाकडून मराठ्यांना अडवण्यासाठी कासिमखानाला कर्नाटकात धाडले.	१६ ऑक्टोबर १६९२
शहाजादा मुईऊद्दीनचा पन्हाळ्याला वेढा	ऑक्टोबर १६९२
तंजावरकरांकडे मदतीसाठी गेलेले महाराज रसदीसह चंदीला परत	ऑक्टोबर १६९२
मोगलांचे तीव्र हल्ले. राजाराम महाराजांकडून तहाची मागणी	ऑक्टोबर १६९२
आसदखानाचे औरंगजेबाला तह स्वीकारण्यासाठी पत्र	ऑक्टोबर १६९२
धनाजी जाधव चंदीला. वेढ्यावर हल्ला, इस्माइलखान मखा कैद	१३ डिसेंबर १६९२
संताजीकडून कांचीपुरमला अलिमर्दानखान कैद	१४ डिसेंबर १६९२
आसदखानाकडून कामबक्ष कैद	१६ डिसेंबर १६९२
औरंगजेबाच्या मृत्यूची अफवा	डिसेंबर १६९२
संताजींनी देसूरची छावणी लुटली.	५ जानेवारी १६९२
मोगल छावणीची हैराणगत, तहाची याचना	जानेवारी १६९३
झुल्फिकारखानाची वांदिवाशला माघार तहाचा प्रस्ताव पाठवला.	२२ जानेवारी १६९३

भाग ८

संताजी – कासिमखान कावेरीपाक येथे युद्ध. खान पराभूत	७ फेब्रुवारी १६९३
चंदीजवळ मोगल छावणीवर अमृतराव निंबाळकराचा हल्ला	१२ फेब्रुवारी १६९३
राजाराममहाराजांचा जाहीरनामा	मार्च १६९३
त्रिचनापल्लीच्या नायकावर स्वारी	मार्च १६९३
बहिर्जी घोरपडे आणि याचप्पा नायक यांचे बंड	८ मार्च १६९३
तंजावरला महाराजांची शहाजीराजेंची भेट	१० मार्च १६९३
त्रिचनापल्लीच्या नायकाशी तह	२३ एप्रिल १६९३
संताजींचे सेनापतीपद धनाजींकडे	मे १६९३

अमृतरावाचे वतन मुधोजीराव निंबाळकरांकडे	५ मे १६९३
नवाजी नाईकवाडे आणि विठोजी करके यांनी सिंहगड घेतला.	मे १६९३
बहिर्जी आणि याचप्पाशी वेलोरला लढाई	१४ जून १६९३
कामबक्ष आणि आसदखान औरंगजेबाकडे	१४ जून १६९३
रामचंद्रपंत – संताजी मनमुटाव	ऑगस्ट १६९३
झुल्फिकारखान पुन्हा चंदीसमोर	ऑक्टोबर १६९३
संताजी – हिंमतखान विक्रमहळ्ळीजवळ लढाई	१४ नोव्हेंबर १६९३
संताजी – हिंमतखान मालखेडजवळ लढाई	२१ नोव्हेंबर १६९३
संताजी अलूरच्या गढीच्या हिंमतखानाच्या वेढ्यातून निसटले.	नोव्हेंबर १६९३
याचप्पा नायक मोगलांकडे (६ हजाराची मनसब, ३ लक्षाची जहागीर दिली.)	डिसेंबर १६९३
बहिर्जी स्वराज्यात परत	डिसेंबर १६९३
चंदीहून परतलेला आसदखान औरंगजेबाला भेटला.	८ जानेवारी १६९४
छत्रसाल राठोडला ९ तोफांसह गलगल्यास जाताना मलकूर येथे अडवले.	फेब्रुवारी १६९४
झुल्फिकारखान चंदीचा वेढा उठवून तंजावरकडे, तंजावरला वेढा घातला.	फेब्रुवारी १६९४
विठ्ठल नीळकंठांकडून संताजींशी धनाजींची दिलजमाई	मार्च १६९४
बहिर्जीला तंजावरला मदत करण्यासाठी पाठवले.	मार्च १६९४
झुल्फिकारखान आणि त्रिचनापल्लीच्या नायकापुढे शहाजीराजेंची शरणागती	२२ मे १६९४
संताजी उत्तर कर्नाटकात नरगुंद, इंडीकडे	२९ मे १६९४
पालमकोटा मराठ्यांनी जिंकला.	जून १६९४
पालमकोटा राव दलपतने परत घेतला.	२८ जून १६९४
रामचंद्रपंत, धनाजी, संताजी साताऱ्याजवळ, संयुक्त मोहीम – वारुगड, वसंतगड महिमानगड जिंकले.	जुलै १६९४
याचप्पा नायकाचा झुल्फिकारखानाकडून शिरच्छेद, बायकामुलांसह कत्तल	१३ सप्टेंबर १६९४
झुल्फिकारखानाचा तिसऱ्यांदा चंदीला वेढा	१५ सप्टेंबर १६९४

भाग ९

घटना	काळ
झुल्फिकारखान चंदीचा वेढा उठवून चांगमन किल्ल्याला वेढा, लगेच माघार	१५ ऑक्टोबर १६९४
संताजींना शंकराजी नारायण यांचेकडून समज, संताजी कर्नाटक स्वारीवर	ऑक्टोबर १६९४
दामाजी अनंत, लिंगो शंकर प्रभू, वेदमूर्ती रामभट पटवर्धन आदींना इनामपत्रे	१९ ऑक्टोबर १६९४
संताजी हैदराबादला	नोव्हेंबर १६९४
संताजी नळदुर्ग, भूपाळगड परिसरात हिंमतखानाशी लढाया	डिसेंबर १६९४
रामचंद्रपंतांना पुत्रप्राप्ती	जानेवारी १६९५
संताजींनी खानदेशात, बुऱ्हाणपूर लुटले	जानेवारी १६९५
शंकराजी नारायण आणि हणमंतराव नाशिक, बागलाणात	जानेवारी १६९५
संताजी सुरत, नंदुरबारकडे	फेब्रुवारी १६९५
झुल्फिकारखानाने चंदीच्या परिसरातील किल्ले घेतले.	मार्च १६९५
शहाजादा बेदारबख्तचा पन्हाळगडाला वेढा	५ एप्रिल १६९५
बहिर्जी घोरपडेच्या मुलांची लग्ने परळीला संताजींनी लावली.	मे १६९५
शहाजादा मुअज्जमची विजापूरच्या किल्ल्यातून सुटका, उत्तरेत रवाना	९ मे १६९५
औरंगजेब ब्रह्मपुरीला	२१ मे १६९५
संताजीचा सुभानजी मानेशी तंटा, निघून जाण्यास सांगितले.	जून १६९५
राजाराम महाराजांचे सुभानजीबद्दल संताजींना पत्र	१० जुलै १६९५
संताजीचा खटाव ठाण्याला वेढा, नंतर बुध, पाचेगाव लुटले.	जुलै १६९५
धनाजी खानदेशला	जुलै १६९५
चंदनवंदन किल्ल्याच्या पायथ्याशी लढाईत धनाजीचा पुत्र ठार	सप्टेंबर १६९५
झुल्फिकारखानाचा वेलोरला वेढा	ऑक्टोबर १६९५
धनाजी रामदुर्गाला, अकलूजला परत	ऑक्टोबर १६९५

संताजी रामदुर्गावर, गदग, कोप्पळमार्गे चित्रदुर्गाकडे	नोव्हेंबर १६९५
खानाजादखान, सफशिकनसह मोगल सैन्य चित्रदुर्गाकडे	नोव्हेंबर १६९५
तलाकू येथे संताजीचा मोंगल छावणीवर हल्ला	१३ नोव्हेंबर १६९५
मोगल सैन्य दोड्डेरीला, कासिमखानाचा मृत्यू, मोगलांची शरणागती, मोठा विजय	२५ नोव्हेंबर १६९५
धनाजींनी वेलोरचा वेढा उठवला, झुल्फिकारखानाची अर्काटला माघार	डिसेंबर १६९५
धनाजी तिरुवाडीला वेढा	डिसेंबर १६९५
संताजी बसवापट्टणला हिंमतखानावर	जानेवारी १६९६
हिंमतखान बसवापट्टणच्या लढाईत संताजींकडून ठार	२० जानेवारी १६९६
धनाजी फौजेसह चंदीच्या परिसरात	जानेवारी १६९६
हमीदुद्दीनखान आणि रुस्तुमखान १२ हजार सैन्यासह बसवापट्टणला निघाले.	१ फेब्रुवारी १६९६
काकरगोला येथे संताजींची हमीदुद्दीनखानाशी लढाई. संताजीची माघार	२५ फेब्रुवारी १६९६
शहाजादा बेदारबख्त पन्हाळ्याहून बसवापट्टणला	मार्च १६९६
संताजीची अरणी येथे झुल्फिकारखानाशी लढाई, संताजी चंदीकडे	१ एप्रिल १६९६

भाग १०

संताजी फौजेसह चंदीला दाखल	८ मे १६९६
चित्रदुर्गाच्या ब्रह्माप्पा नायकाची मोगलांची शरणागती	१६ मे १६९६
संताजी आणि राजाराम महाराज यांच्यात वितुष्ट	जून १६९६
आयेवारकुटीची लढाई – राजाराम महाराज पराभूत, अमृतराव निंबाळकर ठार	९ जून १६९६
राजाराम महाराज – ताराबाईपुत्र शिवाजी जन्म	९ जून १६९६
धनाजी जाधवराव कोप्पळला	२० जून १६९६
चांदजी पाटणकरना रहिमतपुराजवळ जमीन इनाम	२ जुलै १६९६
हणमंतराव घोरपडे २ गावे इनाम	जुलै १६९६
संताजीचा अर्काटला वेढा	सप्टेंबर १६९६

मकाजी देवकाते आणि विठोजी चव्हाण राजाराममहाराजांकडे	ऑक्टोबर १६९६
संताजी त्रिवेलोर, थिरुपात्तुरमार्गे पेनुकोंडा	ऑक्टोबर १६९६
कैदेतील शाहूंना सोडवण्याचा रामचंद्रपंतांचा अयशस्वी प्रयत्न	२७ ऑक्टोबर १६९६
संताजी विजापूरमार्गे मराठी मुलखाकडे	डिसेंबर १६९६

भाग ११

जनार्दनपंत हणमंते मृत्यू	जानेवारी १६९७
विजापूरजवळ धनाजी यांच्याशी संताजींशी लढाई, संताजी पराभूत	फेब्रुवारी १६९७
झुल्फिकारखानाची तंजावरवर स्वारी	२६ फेब्रुवारी १६९७
दहिगावजवळ हणमंतराव निंबाळकरांकडून संताजी पराभूत	मार्च १६९६
फिरोजजंग, बेदारबख्त आणि हमीदुद्दीनखान संताजींच्या पाठलागावर	एप्रिल १६९७
संताजींचा मृत्यू	जुलै १६९७
राजा कर्ण झुल्फिकारखानाच्या छावणीत तहाची बोलणी सुरू	२ ऑगस्ट १६९७
राजा कर्ण छावणीतून परत. औरंगजेबाकडून तह नामंजूर	ऑक्टोबर १६९७
झुल्फिकारखानाला औरंगजेबाकडून नुस्रतजंगबहादूर हा खिताब बहाल	ऑक्टोबर १६९७
झुल्फिकारखानाने चंदीला वेढा घातला.	८ नोव्हेंबर १६९७

भाग १२

चिक्कलीदुर्ग तथा चामरटेकडी मोगलांनी जिंकली (दाऊदखान पन्नीकडून).	१० नोव्हेंबर १६९७
राजाराम महाराज चंदीहून निसटले (वेलोरला).	२६ डिसेंबर १६९७

भाग १३

कृष्णगिरी पडला.	३० डिसेंबर १६९७
झुल्फिकारखानाने राजगिरी जिंकला.	२ जानेवारी १६९८
राजाराम महाराज आणि इतरांचे कबिले चंदीबाहेर (वेलोरला)	३ जानेवारी १६९८
पहिले शाहू महाराज (छत्रपती संभाजी महाराजांचे पुत्र) विवाह	

भाग १४

राजाराम महाराज सहपरिवार विशाळगडावर पोहोचले.	२२ फेब्रुवारी १६९८
शंकराजी नारायण औरंगाबादवर स्वारी	मार्च १६९८
औरंगजेबाने महंमद सादिक आणि रघुजी यांना औरंगाबादला पाठवले.	२० मार्च १६९८
मराठी आरमाराचा कारवारवर हल्ला	मार्च १६९८
औरंगजेब सोलापूरला रमजानसाठी गेला.	२ एप्रिल १६९८
बेदारबख्ताला पन्हाळ्याला जाण्याचा हुकूम	२ एप्रिल १६९८
राजाराम महाराज ताराराणीसह कोकणात गडकोटांची पाहणी करण्यासाठी	१० एप्रिल १६९८
राजसबाईंचा पुत्र संभाजी यांचा जन्म	२३ मे १६९८
खंडो बल्लाळांना चौलची सरदेशमुखी दिली.	१० जून १६९८
राजाराम महाराज वसंतगडावर	५ जुलै १६९८
धनाजी जाधव आणि नेमाजी शिंदे बुऱ्हाणपूर लुटले.	ऑगस्ट १६९८
नेमाजी शिंदेने नंदुरबार लुटले.	ऑगस्ट १६९८
अण्णाजी यास शांततेचा प्रस्तावासह औरंगजेबाकडे	सप्टेंबर १६९८
कुतुबशाहा कैदेतून पळाल्याची अफवा	सप्टेंबर १६९८
राजाराम महाराजांनी साताऱ्याला राजधानी स्थापन केली.	ऑक्टोबर १६९८
खंडोजी दाभाडेला जुन्नर प्रांतातील १३५५ गावांची सरदेशमुखी	१९ नोव्हेंबर १६९८

महाराजांची कर्नाटक स्वारी – धारवाड, हुबळी, सावनूर, शिवमोगा	जानेवारी १६९९
खंडोबा पालीची जत्रा तंटा – महाराणी ताराबाईंचा निवाडा	फेब्रुवारी १६९९

भाग १५

वेलोरचा वेढा उठला.	फेब्रुवारी १६९९
ताराराणी कन्या अंबिकाबाई जन्म	मार्च १६९९
महाराज कर्नाटकाहून परत, चंद्रग्रहण	५ मार्च १६९९
महाराज दक्षिण कोकणात – राजापूर, प्रभानवल्ली	एप्रिल १६९९
कोकणस्वारीहून प्रतापगडावर परत	२ मे १६९९
धनाजी जाधव हैदराबादकडे	मे १६९९
बाळाजी विश्वनाथ भट पुण्याचे सरसुभेदार	१० जून १६९९
राजाराम महाराजांचे पुत्र संभाजी यांचे प्रतापगडावर जावळ	१९ जून १६९९
झुल्फिकारखान मराठी मुलखाकडे निघाला.	जून १६९९
राजाराम महाराज वसंतगडाजवळ, तेथून साताऱ्याला	२०जुलै १६९९
साताऱ्याहून वसंतगडाजवळ देवरी येथे छावणी टाकली.	२६ जुलै १६९९
विशाळगडाहून ताराराणी वसंतगडावर	ऑगस्ट १६९९
महाराज कुटुंबासह साताऱ्याला	ऑगस्ट १६९९
मोगलांच्या ब्रह्मपुरीच्या छावणीला कुंपण घातले.	सप्टेंबर १६९९
खंडेराव दाभाडेला बेरारचा परगणा इनाम दिला.	११ ऑक्टोबर १६९९
औरंगजेब मोहिमेसाठी ब्रह्मपुरीहून बाहेर पडला.	१९ ऑक्टोबर १६९९
राजाराममहाराज खानदेशाच्या मोहिमेवर	३१ ऑक्टोबर १६९९
देवगड नागपूरचा बख्त बुलंद याचे राजाराम महाराजांना साहाय्य	ऑक्टोबर १६९९
औरंगजेबाकडून रामचंद्रपंत आणि परशुरामपंत यांना पत्रे	३१ ऑक्टोबर १६९९
औरंगजेबाने शहाजादा बेदारबख्ताला पन्हाळ्याहून परत बोलावले.	नोव्हेंबर १६९९

/लुत्फुल्लाखानाशी रामचंद्रपंतांची पन्हाळ्याच्या पायथ्याशी लढाई	नोव्हेंबर १६९९
तिमाजी रघुनाथ मोगलांच्या कैदेतून सुटून परत	नोव्हेंबर १६९९
औरंगजेब मिरजेला	नोव्हेंबर १६९९
औरंगजेबाने शहाजादा आज्जमला बुऱ्हाणपुराहून बोलावून घेतले.	नोव्हेंबर १६९९
कृष्णा सावंत नर्मदापार माळव्यात, नर्मदापल्याड जाणारा पहिला मराठी वीर	नोव्हेंबर १६९९
मिरजेजवळ लढाईत प्रधान निळोपंत ठार	नोव्हेंबर १६९९
शहाजादा बेदारबख्त महाराजांच्या पाठलागावर – परिंड्याजवळ गाठले.	१३ नोव्हेंबर १६९९
झुल्फिकारखान आणि बेदारबख्त चारठाण्याला भेटले. महाराजांचा पाठलाग	नोव्हेंबर १६९९
वसंतगड मोगलांनी जिंकला. (किली-दे-फतेह हे नाव ठेवले.)	२५ नोव्हेंबर १६९९
कराडजवळ औरंगजेबाकडून मशिदीचा जीर्णोद्धार	नोव्हेंबर १६९९
औरंगजेब मसूरला, तर्बियतखान वसंतगडाकडे	१९ नोव्हेंबर १६९९

भाग १६

राजाराम महाराजांनी खानदेश मोहीम आवरती घेतली.	२१/२२ नोव्हेंबर १६९९
औरंगजेब साताऱ्याला	८ डिसेंबर १६९९
साताऱ्याला वेढा पडला.	१० डिसेंबर १६९९
मराठा सरदार शंकर याचा चांभारगोंद्यावर हल्ला	१० डिसेंबर १६९९
मुनीमखानाच्या मोर्चावर मराठ्यांचे हल्ले	११ व १६ डिसेंबर १६९९
वेढ्याच्या मुख्य मोर्च्याच्या मागे औरंगजेबाचा तंबू हलवला.	१७ डिसेंबर १६९९
कराडचा फौजदार घोरीखानवर रहिमतपूरवर हल्ला	१९ डिसेंबर १६९९
धनाजी व हमीदुद्दीनची लढाई, घोरीखानाची सुटका, दादो मल्हार मृत्यू	२१ डिसेंबर १६९९
वेढ्याला रोज ३ वेळा गस्त घालण्याचा औरंगजेबाचा हुकूम	२१ डिसेंबर १६९९

वेढ्याच्या बाहेर काटेरी कुंपण घालण्याचा औरंगजेबाचा हुकूम	२४ डिसेंबर १६९९
झुल्फिकारखान आणि बेदारबख्त बादशहाकडे परतले.	२६ डिसेंबर १६९९
राजाराम महाराज मोहिमेहून परत, रहिमतपुराहून सिंहगडावर आले.	२६ डिसेंबर १६९९
हणमंतराव निंबाळकरांकडून छावणीच्या जवळ हमले	२७ डिसेंबर १६९९
राजाराम महाराज विशाळगडावर	जानेवारी १७००
झुल्फिकारखान आणि धनाजी जाधव मसूरजवळ झडप	९ जानेवारी १७००
झुल्फिकारखान, बेहरामंदखानाशी धनाजी, हणमंतरावांचा रहिमतपुराजवळ झगडा	११ जानेवारी १७००
धनाजीचा खानापुरावर हल्ला, तेथून ब्रह्मपुरीवर हल्ला करण्याची तयारी	२२ जानेवारी १७००
झुल्फिकारखानाने एलगडहून रसद ब्रह्मपुरीला पोहोचवली.	२२ जानेवारी १७००
शहाजादा आज्जमच्या गोटाजवळ गोळाबारी	२९ जानेवारी १७००
औरंगजेबाची काज़ीशी भेट	९ फेब्रुवारी १७००
राजाराम महाराज परळीला	१२ फेब्रुवारी १७००
राजाराम महाराज सिंहगडावर	१७ फेब्रुवारी १७००
राजाराम महाराज सिंहगडावर मृत्यू	२ मार्च १७००

संदर्भग्रंथ

१. मोगलमर्दिनी ताराबाई – कैसर-ई-हिंद रंगूबाई जाधव

२. महाराणी ताराबाई – डॉ. जयसिंगराव पवार

३. मराठी रियासत खंड २ – स्थिरबुद्धी राजाराम गो. स. सरदेसाई (१९८६ आवृत्ती)

४. श्री छत्रपती राजाराम महाराज आणि नेतृत्वहीन हिंदवी स्वराज्याचा मोगलांशी झगडा – वा. सी. बेंद्रे प्र.आ. १९७५

५. श्रीमन्महाराज संभाजीराजे आणि थोरले राजाराम यांची चरित्रे – ले. मल्हार रामराव चिटणीस. संपादक – भीमराव कुळकर्णी.

६. केशवपण्डितकृत राजारामचरितम् अथवा जिंजीचा प्रवास – संपा. वा. सी. बेंद्रे, पुणे १९३१

७. महाराणी ताराऊ – डॉ. श्रीमती शालिनीताई पाटील

८. किल्ले जंजी – ले. महेश तेंडुलकर

९. मराठी सत्तेचा विकास व ऱ्हास – प्रा.गायकवाड, प्रा.चव्हाण, प्रा. थोरात

१०. हुकुमतपन्हा – मु. गो. गुळवणी, १९९४

११. सफर पन्हाळगड परिसराची – रमेश पाटील, जमीर गारदी

१२. किल्ले पन्हाळगड ते विशाळगड – मु. गो. गुळवणी

१३. पर्णालपर्वतग्रहणाख्यान – संपा. देवीसिंग चौहान

१४. शहेनशहा – ना. स. इनामदार

१५. श्रीमान योगी – रणजित देसाई

१६. संभाजी – विश्वास पाटील

१७. छावा – शिवाजी सावंत

१८. मराठ्यांच्या सत्तेचा उत्कर्ष – न्या. म. गो. रानडे

१९. महापर्व – स. शं. देसाई

२०. मराठी राज्याचा उत्तरार्ध – ग. ह. खरे

२१. कोल्हापूर संस्थानचा इतिहास – वा. प्र. मोडक
२२. सेनापती संताजी घोरपडे – डॉ. जयसिंगराव पवार
२३. संताजी – ले. काका विभुते
२४. शिवपुत्र संभाजी – साधार विवेचनात्मक चरित्र. – ले. डॉ. सौ. कमल गोखले
२५. छत्रपती संभाजी स्मारक ग्रंथ – संपा. डॉ. जयसिंगराव पवार
२६. अद्वितीय छत्रपती संभाजी महाराज – ले. ॲड. अनंत वि. दारवटकर
२७. औरंगजेब शक्यता आणि शोकांतिका – ले. रविंद्र गोडबोले
२८. हिंदवी स्वराज्य आणि मोगल – सेतु माधवराव पगडी
२९. तारिखेदिल्कुशा, मूळ लेखक : भीमसेन सक्सेना, मराठी अनुवाद मोगल आणि मराठे – अनुवादक : सेतु माधवराव पगडी
३०. मध्ययुगीन चरित्रकोश – सिद्धेश्वरशास्त्री चित्राव
३१. मध्ययुगीन भारत – (सामाजिक, आर्थिक आणि सांस्कृतिक इतिहास) प्रा. भिडे, डॉ. नलावडे, डॉ. सौ. नाईकनवरे
३२. शिवचरित्र – सेतु माधवराव पगडी, १९८९
३३. भोंसल वंश चरित्र – प्रका. सरस्वती महाल लायब्ररी, तंजावर, १९८०
३४. विजापूरची आदिलशाही – बुसातिन उस सलातिन – संपा. वा. सी. बेंद्रे, १९६९
३५. निवडक लेख – ले. ग. ह. खरे, १९७२
३६. मासीरे आलमगिरी, मूळ लेखक : साकी मुस्तैदखान, मराठी अनुवाद : मराठे व औरंगजेब, अनुवादक : सेतु माधवराव पगडी

English

1) History of Aurangzib – Vol.IV, Sir Jadunath Sarkar
2) New history of Marathas – Vol. I G. S. Sardesai
3) Maharani Tarabai of Kolhapur – (1675-1761) – Thesis by Dr. Shalini V. Patil
4) History of Aurangzib – Vol.V Sir Jadunath Sarkar
5) Chhatrapati Rajaram and Maratha State – Thesis by Dr. Jaisingrao Pawar
6) Chhatrapati Sambhaji – P. S. Joshi.
7) Rise of Maratha Power and other essays – M. G. Ranade